கவலை
(எங்கள் கதை)

கவலை
(எங்கள் கதை)

அழகிய நாயகி அம்மாள் (1915–2008)

1915இல் கன்னியாகுமரி மாவட்டம், நாகர்கோவில், ஈத்தாமொழி கிராமத்தில் பிறந்தவர். தந்தை இளையநாடன். ஒரு அண்ணனும் ஒரு தங்கையும் உடன்பிறந்தவர்கள். அழகிய நாயகியின் சிறு வயதிலேயே அவரது தாய் இறந்துவிட்டார். பள்ளியில் ஏழாவதுவரை படித்தவர். துகிலுரிதல், அல்லி அரசாணி மாலை, பவளக்கொடி மாலை, முத்துப்பட்டன் மாலை ஆகிய நாட்டுப்புற கலை இலக்கிய நூல்களைப் படித்தவர். மலையாளத்தில் ஓரளவு தேர்ச்சி பெற்றவர்.

இவருடைய கணவர் சிவ. பொன்னீலவடிவு. ஆசிரியராகப் பணிபுரிந்தவர் காந்தியவாதி. ஒரு மகன் பக்தவத்சலன் (எழுத்தாளர் பொன்னீலன்), இரண்டு மகள்கள். இரண்டு மகள்களும் திருமண வயதில் இறந்துவிட்டார்கள்.

அழகிய நாயகி அம்மாள்

கவலை
(எங்கள் கதை)

காலச்சுவடு பதிப்பகம்

● **அன்பார்ந்த வாசகருக்கு,**

வணக்கம்.

காலச்சுவடு நூலை வாங்கியமைக்கு நன்றி.

நூலின் உள்ளடக்கம், உருவாக்கம், அட்டைப்படம் இன்ன பிற அம்சங்கள் பற்றிய உங்கள் கருத்துகளையும் ஆலோசனைகளையும் காலச்சுவடு வரவேற்கிறது. தகவல், எழுத்து, வாக்கியப் பிழைகள் தென்பட்டால் கட்டாயம் தெரிவித்து உதவுங்கள். நூல் தயாரிப்பில் கடும் குறைபாடு இருப்பின் மாற்றுப் பிரதி உங்களுக்குக் கிடைக்கக் காலச்சுவடு ஏற்பாடு செய்யும்.

மின்னஞ்சல்: publisher@kalachuvadu.com

காலச்சுவடு நாகர்கோவில் அலுவலகத்திற்குக் கடிதம் அனுப்பலாம்.

தங்கள்
எஸ்.ஆர். சுந்தரம் (கண்ணன்)
பதிப்பாளர் — நிர்வாக இயக்குநர்

கவலை ❖ தன்வரலாறு ❖ ஆசிரியர்: அழகிய நாயகி அம்மாள் ❖

© பொன்னீலன் பக்தவத்சலன்

❖ முதல் பதிப்பு: செப்டம்பர் 1998 ❖ காலச்சுவடு முதல் பதிப்பு: டிசம்பர் 2023 ❖ வெளியீடு: காலச்சுவடு பப்ளிகேஷன்ஸ் (பி) லிட்., 669, கே.பி. சாலை, நாகர்கோவில் 629001

காலச்சுவடு பதிப்பக வெளியீடு: 1241

kavaLai ❖ Autobiography ❖ Author: Azhakia Nayaki Ammal ❖

© Ponneelan Bhakthavathchalan

❖ Language: Tamil ❖ First Edition: September 1998 ❖ Kalachuvadu First Edition: December 2023 ❖ Size: Demy 1 x 8 ❖ Paper: 18.6 kg maplitho ❖ Pages: 504

Published by Kalachuvadu Publications Pvt. Ltd., 669 K.P. Road, Nagercoil 629001, India ❖ Phone: 91-4652-278525 ❖ e-mail: publications@kalachuvadu.com ❖ Printed at Clicto Print, Jaleel Towers, 42 KB Dasan Road, Teynampet Chennai 600018

ISBN: 978-81-19034-66-6

12/2023/S.No. 1241, kcp 4887, 18.6 (1) rss

குடும்ப வரைபடம்

சாமிக்கண்ணு
ராமலட்சுமி
சின்ன நீலன்
வைத்தியநாதபுரம் நாடாச்சி
சிவசங்கரன்
குஞ்சன்விளை நாடாச்சி
அழகுநீலன்
பேயோடு
நாடாச்சி
கந்தசாமி
சிரோ ரத்தினபாய்
நீல பெருமாள்
பூமாத்திவிளை நாடாச்சி
பொன்னீல வடிவு
அழகிய நாயகி அம்மாள்
குழந்தை இல்லை
பொன்னீலன்
(பி.எஸ்.கே. பக்தவத்சலன்)
அ. கனியம்மாள்
நீலலோகிதன்
ஜானகி
பத்மலோஜினி
செல்வராஜ்
தனசேகரன்
செல்வி
ராஜசேகரன்
விஜயா
அருந்ததி
பிரபாகரன்
அழகுநீலா
நா. ஜெயராம்
அனிதா
எ.எ. அசோக்குமார்

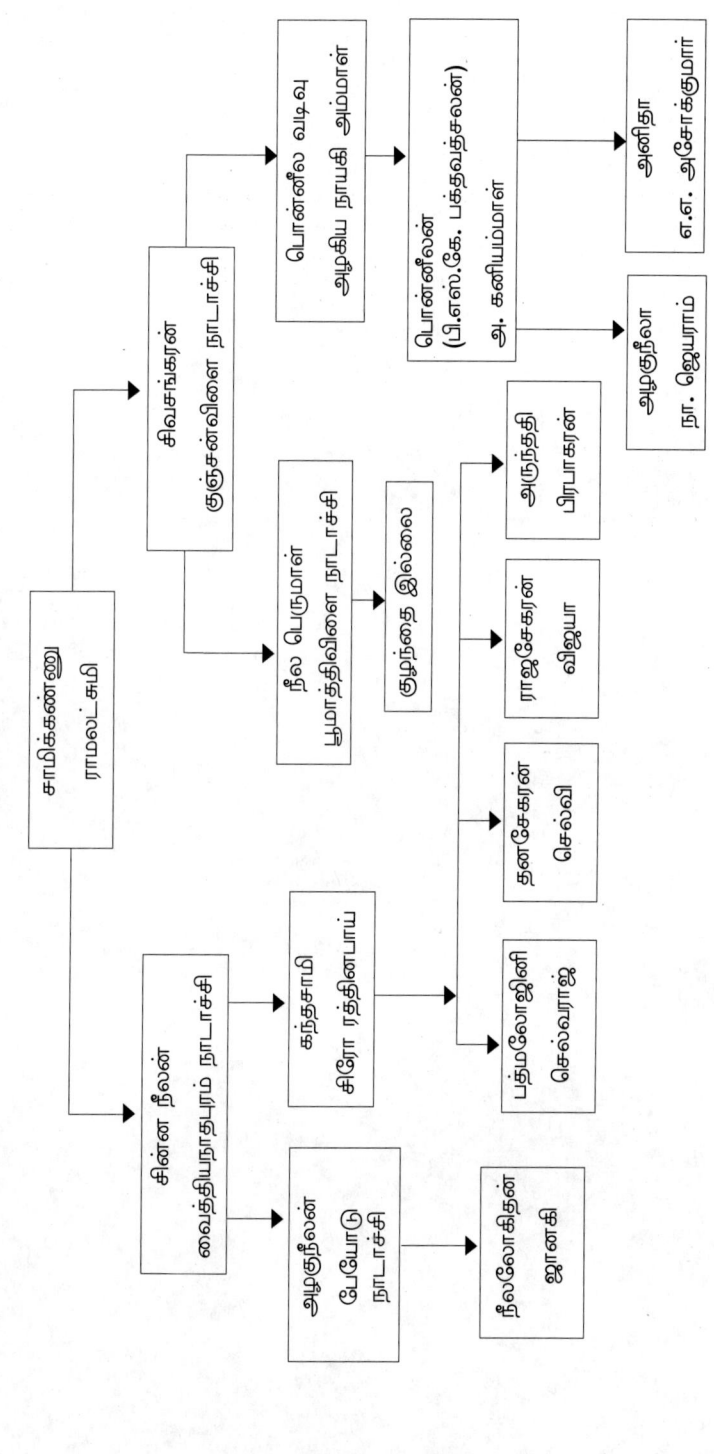

முன்னுரை

பல பெண்களின் ஒரு கதை

மனத்தில் உள்ளதை வெளியே கூறாமல் இருந்த ஒருத்தியைப் பற்றி ஒரு மக்கள்கதை உண்டு. அவள் சொல்ல விரும்பியது அவளுக்குள்ளேயே அமுங்கியிருந்து அதன் எடை கூடிக்கொண்டேபோய் அதன் கனம் அவளை அழுத்தியது. அந்தச் சுமை தாங்க முடியாமல் போனபோது மனத்தில் உள்ளதைச் சொல்லித்தீர்க்கப் பல காத தூரம் யாருமில்லா இடம் தேடி நடந்து போகிறாள். சுற்றியும் யாருமே இல்லாத இடம் ஒன்றில் யாருமே வசிக்காத, கூரையே இல்லாமல் நான்கு சுவர்கள் மட்டும் இருந்த ஒரு குடிசை கண்ணில் படுகிறது. உள்ளே போய் குடிசையின் ஒரு சுவற்றின் முன் நின்றுகொண்டு தன் மனத்தில் உள்ளதைக் கொட்ட ஆரம்பிக்கிறாள். அவள் பேசப் பேச அந்தச் சுவர் இடிந்துவிழுகிறது. அவள் தன் மனத்தில் உள்ளதை எல்லாம் சொல்லி முடிப்பதற்குள் நான்கு சுவர்களும் இடிந்து விழுகின்றன. பெண்கள் மனத்தில் சொல்லாமல் புதைந்திருப்பவை எத்தனை கதைகள் என்று நினைக்கத் தோன்றுகிறது, இந்தக் கதையின் இடிந்த சுவர்களின் பிம்பங்களை உள்வாங்கும்போது.

அழகிய நாயகி அம்மாள் நீண்ட காலம் வாழ்ந்தார். தன் வாழ்க்கை குறித்தும் மற்ற பெண்களின் வாழ்க்கை குறித்தும் கவலைகளும் ஆதங்கங்களும் நிறைந்த வாழ்க்கை. மற்ற பெண்களின் வாழ்க்கை நிகழ்வுகளுக்குச் சாட்சியாகவும் அவர் சமூகத்தின் சரித்திரத்தையும்

அனுபவங்களையும் பெற்றுக்கொள்ளும் நபராகவும் அவரை அமைத்த வாழ்க்கை. குடும்பத்தை வழிநடத்திக்கொண்டுபோவது தொடர்ந்த போராட்டமாக இருந்தது அழகிய நாயகி அம்மாளுக்கு. சமைக்கும் பாத்திரங்களுக்குக்கூடப் போராட வேண்டிய இல்லறம் அமைந்தது அவருக்கு. எல்லாம் அவர் மனத்தில் புதையுண்டுகிடந்தது. அவர் மகன் எழுத்தாளர் பொன்னீலன் மனத்தில் இருப்பதை எழுதச் சொல்லும்வரை அதைக் கூறுவதால் யாருக்கும் எந்த உபயோகமும் இருக்கும் என்று அவர் நினைக்கவே இல்லை.

மிகவும் கஷ்டப்பட்ட பல குடும்பங்களின் கதையை அவருக்கு வாசிக்கத் தருகிறார் பொன்னீலன். அது பிடித்ததா என்று கேட்டபோது தன் கதையை இதைவிட நன்றாகத் தன்னால் எழுதமுடியும் என்கிறார் அழகிய நாயகி அம்மாள். "எழுதுங்களேன்" என்று கூறி எழுதுவதற்கான தாளையும் பேனாவையும் வாங்கிவந்து தருகிறார் பொன்னீலன். சொல்லிவிட்டாரே ஒழிய எழுதுவதில் தயக்கம் இருந்தது அவருக்கு. மகன் தந்த நல்ல தாளை வீணாக்க வேண்டாமென்று ஒரு நோட்டுப் புத்தகத்தில் எழுத ஆரம்பிக்கிறார். பொன்னீலன் வற்புறுத்தலால் குடும்ப வரலாற்றை உடல் நலம் அனுமதித்தபோதெல்லாம் மெல்ல மெல்ல எழுதி முடிக்கிறார், ஓர் ஆண்டு காலத்தில். ஜூன் 1976இல் எழுத ஆரம்பித்து, மே 1977இல் தன் 62ஆம் வயதில் எழுதி முடிக்கிறார். அந்தக் குடும்ப வரலாற்றுக்கு கவலை: எங்கள் கதை என்று பெயரிடுகிறார். வாழ்க்கையே இருளாய், வெளிச்சமென்பதே இல்லாததாய், கவலையால் மூடப்பட்டதாக இருந்ததால் இந்தக் குடும்ப வரலாற்றுக்கு 'கவலை' என்ற பெயரைத் தந்ததாய் அழகிய நாயகி அம்மாள் கூறுகிறார்.

இதை எழுதிய கதையைக் கூறும் முன்னுரையின் முடிவில் சபாபதி என்ற பொன்னீலனுக்கு வேண்டுகோள் ஒன்றை விடுக்கிறார்: "அப்பா சபாபதி, நான் ஒரு வருசமாகக் கஷ்டப்பட்டு எழுதிய இந்தக் கதையை அலக்ஷியமாய் நினைத்து, தூரத்தில் போடாமல் இதிலுள்ள முக்கிய பாகங்களையாவது சுருக்கமாக எழுதி, வாக்கியங்களைத் திருத்திஅமைத்து எழுதி, உன் கதைகளோடு இதுவும் ஒரு கதையாக வைத்துக்கொள்ளும்படி கேட்டுக்கொள்கிறேன்." தன் சுயசரிதையே ஒரு குடும்ப வரலாறு என்று எண்ணியிருப்பது குடும்பம் என்ற அமைப்பினுள் எவ்வளவு தூரம் பெண் அமிழ்த்திவைக்கப்பட்டிருக்கிறாள் என்பதைக் காட்டுகிறது.

அவர் அன்னை எழுதியதைப் பல ஆண்டுகள் தன்னிடம் வைத்திருந்து 1998இல் பாளையங்கோட்டையின் தூய சேவியார்

கல்லூரியின் நாட்டார் வழக்காற்றியல் ஆய்வு மையத்துக்கு அதை வெளியிடத் தருகிறார் பொன்னீலன். பதிப்பித்தவர்கள் இதைக் குடும்ப வரலாற்றைக் கூறும் நாட்டார் வழக்காற்றின் அங்கம் என்றே கூறுகிறார்கள். மானுடவியல் ஆய்வில் சமூகங்களின் சடங்குகள், வழிபாட்டுமுறைகள், பழக்கவழக்கங்கள், உறவாடும் விதங்கள் இவற்றைத் தகவல்களாகக் கூறும் ஆவணமாகவே இதை அறிமுகப்படுத்துகிறார்கள். நாடார் சமுதாயத்தின் தோற்றம் குறித்த பல தொன்மக் கதைகளுடன் பழக்கவழக்கங்கள், சடங்குகள் வாழ்க்கைமுறைகள் இவைகளைப் பற்றிப் பல விவரங்கள் இதில் உள்ளன என்பது உண்மைதான். ஆனால் இதைக் குடும்ப வரலாற்றைக் கூறும் நாட்டார் வரலாறு என்று வகைமைப்படுத்துவது இதை எளிமைப்படுத்தும் செயல். நாட்டார் வரலாறு கூறும் குடும்பக் கதை என்பதைவிட இது பெண்களின் அன்றாட வாழ்க்கை பற்றிய கதை. குடும்பத்திலும் சமூகத்திலும் பெண்கள் எப்படி வாழ்கிறார்கள், அவர்கள் திருமணங்கள் எவ்வாறு ஏற்பாடு செய்யப்படுகின்றன, உறவுகளை எவ்வாறு பெண்கள் உருவாக்குகிறார்கள், முறிக்கிறார்கள், எப்படிப் பிணைப்புகளை ஏற்படுத்திக்கொண்டு வாழ்க்கையை வாழ்கிறார்கள் என்பது பற்றியது. நாட்டார் வரலாற்றில் உள்ளதுபோல, ஒரு சமூகம் குறித்த புறநிலைத் தகவல்களாக இல்லாமல் பெண்களின் அகநிலைஅனுபவங்களை, ஆழ்மனஉணர்ச்சிகளை விவரிப்பது இந்த நூல். இத்தனை விவரங்களிலும் பொதிந்திருக்கிறது அழகிய நாயகி அம்மாள் என்ற பெண்ணின் வாழ்க்கை.

அழகிய நாயகி அம்மாளின் தந்தை குடும்பத்தைக் கவனியாமல் நிலத் தகராறுகளுக்காக நீதிமன்றங்களில் தொடர்ந்து சண்டையிட்டுத் தன் வாழ்நாளைச் செலவிட்டவர். ஒரு புடவை வாங்குவதுகூட ஆடம்பரமானவிஷயமாக இருக்கிறது வீட்டில். அதிகம் அவரைப் படிக்கவைப்பதும் இல்லை. திருமண வாழ்க்கையைத் தக்கவைத்துக்கொள்ளப் பெண்கள் போராடும் கதைகளால் நிறைந்திருக்கிறது அவர் குழந்தைப் பருவம். கணவனால் ஒதுக்கப்பட்டுக் கணவன் வீட்டிலேயே அவன் இரண்டாம் மனைவியுடன் குடும்பம் நடத்துவதைப் பார்த்தபடி வாழ்ந்த ஒரு பெண்ணைப் பற்றிய கதை மனத்தை உருக்குவது. அவர் மாமியாரும் வீட்டின் மற்ற பெண்களும் அவருக்கு உறுதுணையாக இருக்கிறார்கள். ஆனால் கணவன் முன் அவர் வருவதில்லை. இப்படிப் பனிரெண்டு ஆண்டுகள் வாழ்ந்த பின் கணவனுக்கு உணவிட நேர்கிறது ஒரு கட்டத்தில். அதில் ஏற்பட்ட நெகிழ்வில் வயிற்றில் பிள்ளை உண்டாகிறது. ஊரே பேசும் வம்பாகிறது அது. காரணம் அவளுடன் இருந்ததைக் கணவன் ஏற்பதில்லை. அவன் தன்னை ஏற்பான் என்று பனிரெண்டு

ஆண்டுகள் காத்திருந்த அவள் முடிவில் கிராமத்தை விட்டு அவமானத்துடன் போக வேண்டிவருகிறது. இத்தகைய கதைகள் அழகிய நாயகி அம்மாள் என்ற சிறுமியை வெகுவாகப் பாதித்திருக்க வேண்டும். காரணம், ஒரு பெண் வயதுக்குவருவதைக் கூறும்போது அது ஒன்றும் பெரிய சந்தோஷத்தைத் தரும் நிகழ்வு இல்லை, பெண்ணைச் சிறையிடுவதற்கான ஆரம்பம் என்கிறார்.

அழகிய நாயகி அம்மாளின் திருமணத்தை முடிவு செய்யும் போது அவர் தந்தையிடம் பணம் இல்லை. இந்த ஏற்பாட்டினால் அதிக லாபம் அடைந்த உறவினர் ஒருவரால் அவர் திருமணம் ஏற்பாடு செய்யப்பட்டது என்கிறார். திருமண உறவு, குடும்பச் சண்டைகள், தகராறுகள், தாய்மை, விதவையாக வாழ்வு, ஏழ்மை, குழந்தைகளின் சாவு இவற்றை அதீதப் பொறுமையுடனும் திடத்துடனும் கடக்கிறார் அழகிய நாயகி அம்மாள். தன் கணவரைப் பற்றி அவர் அதிகம் கூறுவதில்லை, அவர் ஒரு கோழை, குடும்பத்தை அலட்சியம் செய்தவர் என்பதைத் தவிர. தன் தந்தையைக் குறித்த இந்தப் பிம்பத்தைப் படைக்கும் கதையைப் படித்த பின் அவர் அன்னை தன் கணவனை இருட்டடித்திருக்கிறார் என்று தோன்றுகிறது பொன்னீலனுக்கு. அது மட்டுமல்ல, முடிந்த போதெல்லாம் அவரை இழிவுபடுத்தியிருக்கிறார் என்றும் தோன்றுகிறது. அன்னையிடம் இது குறித்துக் கேட்கும்போது, "என் பார்வையில் அப்படித்தான்" என்கிறார் அழகிய நாயகி அம்மாள். காந்தியத் தொண்டரான ஜீவா போன்ற பொதுவுடமைவாதக் கட்சியின் தலைவர்களின் தோழரான பெண்களைப் பெரிதும் மதித்த தன் தந்தை அன்னையின் பார்வையில் தோன்றும் விதத்தைப் பற்றிப் பின்னுரையில் குறிப்பிடுகிறார் பொன்னீலன். ஆனால் அழகிய நாயகி அம்மாளின் பார்வையை எந்த விதத்திலும் மாற்ற முயற்சிப்பதில்லை என்பது இந்தக் குடும்ப வரலாற்றை ஓர் ஆவணமாக்குகிறது.

ஒரு பெண் தன் வாழ்க்கையையே கவலை சூழ்ந்த ஒன்றாக எண்ணியிருப்பது குடும்ப வாழ்க்கையில் பெண் எதிர்கொள்ள வேண்டிய பல்வேறு துன்பங்களையும், எதிர்நீச்சல் போட வேண்டிய தருணங்களையும் எப்போதாவது வந்துபோகும் சிறு இன்பங்களைக்கூட அனுபவிக்கவிடாமல் குலைக்கும் புயல்களையும் தெளிவாகக் கூறுகிறது. இந்த ஆவணம் ஒரு பிரதேசத்தின் கதையாக மட்டுமில்லாமல் அதன் வரலாற்றையும் கூறுகிறது.சிக்கலாகப் பல சிடுக்குகளுடன்முடையப்பட்ட பலரின் வாழ்க்கைக் கதைகள், குடியேற்றங்கள், நிலம் குறித்த

கொடுக்கல்வாங்கல்கள், தனிப்பட்ட முறையில் சிலர் செலுத்திய அதிகாரம் இவற்றினூடே ஒலிப்பது பல ஆண்டுகள் மௌனமாக இருந்து எல்லாவற்றையும் தாங்கிக்கொண்ட ஒரு பெண்ணின் குரல். அவள் குரலின் வழியாக எதிரொலிப்பது தங்கள் வாழ்க்கையில் எதுவுமே பேசாத, இந்த ஆவணத்தின் வழியாகப் பேசும் பல பெண்களின் குரல்கள். பல பெண்களின் எழுதாமல்போன வரலாறு.

மும்பை
16.12.2023

அம்பை

கதை எழுதிய கதை

நான் இந்தக் கதையை எழுதணும் என்று நினைத்ததில்லை.

சபாபதி, குடும்பத்தோடு ஆராமொழி ஊரில் தங்கியிருந்து வேலை பாத்துக்கொண்டிருந்தவன், ரெண்டாவது வருசம் முடிவில் பள்ளிக்கூட லீவு சமயம் ரெண்டு மாசமும் பொட்டலில் வந்து குடும்பத்தோடு தங்கியிருந்தான்.

நான் உடல்நலக்குறைவால் கஷ்டப்பட்டுக் கொண்டிருந்ததினால், லீவு முடிந்தபிறகு, இனி ஆராமொழியில் போய் தங்கிஇருக்க வேண்டாம், பள்ளிக்கூடத்துக்கு ஒவ்வொரு நாளும் போய்விட்டு இங்க வந்திருவேன் என்று வாடகைக்கு எடுத்திருந்த வீட்டை விட்டுவிட்டு, சாமான்களை எல்லாம் பொட்டலுக்குக் கொண்டுவந்து சேர்த்த பிறகு, இங்கேயிருந்தே ஆராமொழிப் பள்ளிக்கூடத்துக்குப் போய்க்கொண்டிருந்தான்.

இப்படி இருக்கிற சமயம் ஒரு நாள், ஒரு கதைப் புஸ்தகம் கொண்டுவந்து என்னிடம் தந்து, இந்தக் கதையில் ஒவ்வொரு குடும்பங்கள் எவ்வளவு கஷ்டப்பட்டிருக்கிறது என்பதை வாசித்துப்பாருங்கள் என்று தந்தான். கதையின் பெயர் மறந்துபோச்சு.

நான் ரெண்டு மூன்று நாளாக அந்தக் கதையை வாசித்து முடித்த பிறகு, சபாபதி, “யம்மா கதையை வாசித்துப் பார்த்தீர்களா” என்று கேட்டான்.

நானும், "ஆமா, வாசித்து முடிச்சாச்சு" என்று சொன்னேன். அவனும் "கதை எப்படி" என்று கேட்டான். "இந்தக் கதையிலெ செல குடும்பங்களில் நடந்த கஷ்டங்களை எழுதி, கதையாக்கி புஸ்தகம் போட்டுருக்கு. எனக்கு இது பெரிசாத் தெரியவில்லை" என்று சொன்னேன். சபாபதி, "ஏன் அப்படிச் சொல்லுதிய" என்று கேட்டான்.

"இப்படிக் கதை எழுதினா எங்கதையை இந்தக் கதையை விட எத்தனையோ மடங்கு பெரியதா எழுதலாமே" என்று சொன்னேன்.

சபாபதி அந்தச் சொல்லைப் பிடித்துக்கொண்டான். "இப்படி நீங்க சொல்லுறதினால் ஒங்க கதையை எழுதுங்கள்" என்று சொன்னான்.

"நான் எனக்கு கதை எழுத எங்கிட்ட சீவன் இல்ல அப்பா" என்று சொன்னேன். அவனுக்கு நாஞ் சொன்னது சம்மதியில்லை.

"இருக்க ஏலுவுக்குதக்க, ஒவ்வொரு நாளும் ஒரு பக்கம் எழுதினாலும் கொஞ்சம் எழுதலாம். எனக்கு கதை தேவயா யிருக்கு. அதுனாலெ நீங்க எப்படியும் கொஞ்சம் எழுதுங்க" என்று கட்டாயப்படுத்தினான்.

எனக்கு எழுதலாமென்ற ஆசையிருந்தாலும், உடல் பலங் குறைந்த நான் எப்படி எழுதமுடியும் என்று வேண்டாமென்று சொன்னேன்.

அவனுக்குச் சம்மதமில்லை. "நான் தாளும் பென்னும் வாங்கித்தாறேன். நீங்க இருக்கிற பெலத்துக்குத் தகுந்தவாறு கொஞ்சங்கொஞ்சமா எழுதுங்கள்" என்று, தாள் வாங்கி, அதை ஒரு டைரியாகச் சேர்த்து ஒரு பென்னும் வாங்கி, மை அடசிக் கொண்டு வந்து தந்து, "கட்டாயமா நீங்க எழுதத்தான் வேணும்" என்று சொன்னான்.

நான் எப்படி எழுதுகிறது என்றும், எழுதிப் பழக்கமில்லாத தினாலும் யோசித்துக்கொண்டே இருந்தேன். பிறகு எழுதச் சொல்லிக் கட்டாயப்படுத்துகிறானே, கொஞ்சம் எழுதிப் பார்ப்போம் என்று அவன் கொண்டுவந்து தந்த தாளில் எழுத மனமில்லாமல், நான் கொஞ்சம் பழைய நோட்டு புக்குகளில் உள்ள தாளுகளைச் சேர்த்து முதலாவது எங்கள் குடும்பத்து முன்னோரின் வரலாறை அறிந்தமுறையில் எழுதிப்பார்த்தேன். சபாபதி பார்த்துவிட்டு தெரிஞ்ச மட்டில், உங்களுக்குத் தெரிந்த முறையில் எழுதுங்க என்று சொன்னான். பிறகு அவன்

தந்த டைரியில் எழுதினேன். கொஞ்சங்கொஞ்சமாக எழுதிட்டேயிருந்தேன்.

எழுத எழுதக் கொஞ்சம் ஆசை உண்டாச்சி. இனி இந்தக் கதையை எப்படியாவது எழுத வேணுமென்று மனத்தைரியமும் உண்டானது. கதை எழுதுகிறதில் வார்த்தைகள் அமைப்பில்லாமல் இருந்தாலும், நடந்த முறைகளை நடந்த முறையிலே ஆறுமாசம் வரை எழுதினேன்.

என் வாழ்க்கை பூராவுமே கவலையுங் கஷ்டமும் கண்ணீரு மாகக் கழிந்ததினால், இந்தக் கதைக்கு கவலை என்ற பெயரை வச்சி எழுதினேன்.

என் வாழ்க்கையிலுள்ள தீவிரக் கட்டங்களாகிய சாவு நோவுகளை எழுதும்போதெல்லாம் என் மனம் உருகி, எழுத பலமற்றுத் தளர்ந்து படுக்கையிலாகி, உடல்நலக் குறைவால் கஷ்டப்படுவேன். படுக்கையிலேயே கிடந்து கஷ்டப்பட்டு மனதைச் சமாதானப்படுத்தி, கொஞ்சஞ் சுகங் கிடைத்த பிறகு, எழுதின கதையை முழுவதும் எழுதி என் கவலைகளை எல்லாம் தாளிலேயே கொட்டித் தொலைக்கவேணும் என்ற ஒரே பிடிவாதமாய், திரும்பவும் எழுதுவேன். மனம் பொறுக்காமல் திரும்பவும் படுக்கையிலாவேன். திரும்பவும் எழுதுவேன். இப்படியே ஒரு வருஷமாக இந்தக் கதையை எழுதி முடித்தேன்.

இந்தக் கதை வார்த்தைகள் அமைப்பில்லாமல் இருந்தாலும், நடந்த நடைமுறைகளை ஒரு வார்த்தையும் வித்தியாசம் இல்லாமல், கண்ணால் கண்டதும், காதால் கேட்டதும், கூடி இருந்து அனுபவித்ததும் தவிர, வித்தியாசமாய், இல்லாததை உண்டென்றும், உள்ளதை இல்லை என்றும் சொல்லாமல், உண்மையாக, நிச்சயமாக, சத்தியமாக எழுதியிருக்கிறேன்.

சில இடங்களில் முன்னுள்ளது பின்னாகவும், பின்னுள்ளது முன்னாகவும் வித்தியாசப்படலாம்.

இந்தக் கதையை இன்னும் ஒருதரம் திருத்தி எழுதி எடுத்தால், முன்னோரின் கதைகளையும், ஒவ்வொரு குடும்பத்திலும் உள்ள மூதாதைகள் ஆகிய பெரியவர்களையும், அந்தக் காலத்து நடைமுறைகளையும், குடும்ப வரலாறுகளையும் அறிய உதவியாக இருக்கும்.

இந்தக் கதையை 1976இல் ஜூன் மாதம் துவக்கத்தில் எழுதத் துடங்கி, 1977 மே மாசம் இறுதியில் முடித்தேன்.

அப்பா சபாபதி, நான் ஒரு வருசமாக கஷ்டப்பட்டு எழுதிய இந்தக் கதையை அலக்ஷியமாய் நினைத்து, தூரத்தில் போடாமல் இதிலுள்ள முக்கிய பக்கங்களையாவது சுருக்கமாக எழுதி, வாக்கியங்களைத் திருத்திஅமைத்து எழுதி, உன் கதைகளோடு இதுவும் ஒரு கதையாக வைத்துக்கொள்ளும்படிக் கேட்டுக் கொள்கிறேன்.

உன் அம்மா.

அழகிய நாயகி அம்மாள்

கவலை

பகுதி ஒன்று

ஓம்
பகவதி சரணம்
கணபதி கலைமகள் அருள் விளங்குக.
கலைமகள் அலைமகள் மலைமகள் துணை.
கவலை என்பது கதையின் பெயர்.

கவலை என்பது உலகத்தில் கண்கூடாகக் காண்கிற காட்சி.

இன்பமும் துன்பமும் உலகில் எங்கெங்கும் உயிருள்ளவை எல்லாவற்றிற்கும், மரம், செடி, கொடிகளுக்கும் பொதுவாய் அமைந்துள்ளது.

ஆனால் துன்பம் அளவுக்கு மீறிவிட்டால், அணை கடந்த வெள்ளம் சுற்றுப்பக்கத்தை அழிப்பது போல மனிதர்களின் இருதயத்தையும் கெடுத்து மூளைக்குக் குழப்பத்தையும் உண்டு பண்ணுகிறது.

கவலை மனிதர்களின் அறிவையும் ஆற்றலையும் கெடுத்து துக்கத்துக்குள்ளாக்கி, உலகத்தை இருள் சூழ்ந்து மறைப்பது போல் மனிதருடைய இருதயத்தையும் இருளாக்கிவிடுகிறது.

வாழ்க்கையே இருளாய், வெளிச்சமென்பதே இல்லாததாய், நானும் கவலையால் மூடப்பட்டவளானேன். ஆகையால் இந்தக் கதைக்கும் 'கவலை' என்ற பெயரைக் கொடுத்து எழுதுகிறேன். இது எங்கள் குடும்ப வரலாறு.

1

முற்காலத்தில் தேவர்கள் சாவும் நோவும் இல்லாமல் சகல செல்வங்களும் பெற்று வாழ வேண்டி பாற்கடலைக் கடைந்து, தங்களுக்கு வேண்டிய பொருள்களையும், உயிர் அழிவில்லாமல் இருப்பதற்கு வேண்டிய அமுதத்தையும் எடுத்தார்கள் என்று பல கதைகளிலும் படித்திருக்கிறோம்.

அப்படிக் கடலைக் கடைந்து அமுதம் உண்டாகி வரும்போது, அதோடு கூடி நஞ்சும் பிறந்ததாம். அந்த நஞ்சு உண்டானதும் தேவர்கள் பயந்து சிவபெருமானிடம் போய் முறையிட்டு அடைக்கலம் புகுந்தார்கள். சிவபெருமான் அடைக்கலம் புகுந்தவரை ஆதரிக்க வேண்டி அந்த நஞ்சை எடுத்து வாயில் போட்டுக்கொண்டார். இதைக்கண்ட சிவகாமிஅம்மை இந்த நஞ்சு வயிற்றுக்குள் போனால் சிவன் அழிந்துபோவார் என்று பயந்து, இரு கைகளாலும் அவர் கழுத்தைச் சுற்றி இறுக்கிப் பிடித்துக்கொண்டாள்.

வாயில் போட்ட நஞ்சு கழுத்தைச் சுற்றி கருத்த நிறமாக நின்று, கண், மூக்கு, வாய், செவி வழியே புகையாக மாறி வெளியில் வந்து, ஒரு பெண் ரூபமாக அமைந்துநின்றது. அந்தப் பெண்ணைச் சிவன் பார்க்கும்போது, சிவனுடைய தேகத்தில் அமைந் திருப்பதுபோலவே சடை, பிறை, கங்கை, உத்திராட்சம், பாம்பு என்ற ஆபரணங்களோடும் உடுக்கை, கப்பறை, மான், மழு என்ற பொருள்களோடும் விளங்கினாள்.

அதைக் கண்ட சிவன் காளகூட விஷத்தினால் பிறந்து உருவாகிநிற்கிற இவளுக்குக் காளி என்று பெயர் வைத்தார்.

இப்படி சிவன் காளி என்று பெயர் வைத்ததும், அந்தத் தில்லை மாகாளி தனக்கு வேண்டிய வரங்களெல்லாந் தந்து, தனக்கு இருப்பிடமும் தரும்படிக் கேட்டாள்.

சிவன், எனக்குள்ளதுபோல எல்லாவற்றையும் உனக்கும் தந்தேன். நான் சிவன், நீ சக்தி என்றும் சொல்லி, புட்டாபுரத்திற்குப் போய், கோட்டைஇட்டு வாழ்ந்திருக்கும்படி அனுப்பினார். அம்மனும் பூத வேதாளக் கணங்களுடன் புறப்பட்டு, புட்டாபுரம் சென்று கோட்டைஇட்டு வாழ்ந்துவந்தாள்.

அம்மன் பல திருப்பெயர்களுடன் புட்டாபுரத்தில் வாழ்ந்து வரும் சமயம், மகாவிஷ்ணு தனது வல்லமையால் ஏழு கன்னிமார்களின் வயிற்றில் ஏழு பிள்ளைகளைப் பிறவி செய்து, இந்தக் காளிதேவியிடம் வளர்த்துக்கொள்ளும்படி அந்தக் குழந்தைகளைக் கொண்டுவந்து கொடுத்தார்.

அம்மனும் இந்தப் பிள்ளைகளை நான் வளர்க்கிறேன் என்று வாக்குறுதிகொடுத்தாள். ஆதிபராபர வஸ்துவாகிய அந்த நாராயணமூர்த்தி இந்தப் பிள்ளைகளுக்குப் பெயரிட்டு மஞ்சள் பால் தொட்டுக் கொடுத்தார்.

காணுவதற்கரிதான காணாப்பொருளாய்க் கண்டெடுத்து வந்த இவர்கள் சாணார் என்றும், எவரையும் அண்டிப்பிழைக்காத, தன் வல்லமையால் எவரையும் நாடாதவர் நாடார் என்றும், நாராயணனின் அருளால் வந்தவர் சகலவல்லமையும் உள்ள மேலான ஜாதியில் உற்பவித்த இவர் சான்றோர் என்றும் பெயரிட்டு, தன் தங்கையாகிய காளி தேவியின் கையில் கொடுத்துவிட்டார்.

அண்ணன் பிள்ளைகளாகிய இந்த ஏழு குழந்தைகளையும் பத்திரமாகாளி தன் பிள்ளைகளாக வளர்த்துவந்தாள். அன்று முதல் இன்றுவரையும் அந்தப் பிள்ளைகளின் இனத்தாரை மற்ற ஜாதியிலுள்ளவர்கள் பத்திரகாளி மக்களென்று பெயர் வைத்தார்கள்.

பிள்ளைகள் வளர்ந்து வாலிபப்பருவம் வந்ததும், அம்மன் சகலவிதமான தொழில்களும் பிள்ளைகளுக்குப் பழக்கிக் கொடுத்து, அவர்கள் வீரர்களாகப் பெயருடனும் புகழுடனும் விளங்குவதைக் கண்ட அம்மன், ஏழு பிள்ளைகளுக்கும் கலியாணம் செய்துவைத்தாள்.

இந்தப் பிள்ளைகளின் பிள்ளைகளாகிய குடும்பங்களுக்குக் கற்பக விருக்ஷம் என்று சொல்லுகிற பனைமரத்தின் பாளைகளைப் பக்குவப்படுத்தி, பதநீர் எடுக்கும் பக்குவத்தைச் சொல்லிக்

கொடுத்து, அதில் உண்டாகிய பதநீரை உண்டு பிழைக்கும்படியும், இது இவர்களின் சாதித் தொழிலாகவும் கற்பித்தாள். இந்தப் பதநீரைப் பத்திரகாளியின் பால் என்று சொல்லுவார்கள்.

இப்படி வாழ்ந்துவந்தவர்கள், நாளாகநாளாகப் பல விதமான தொழில்களிலும் ஈடுபட்டு, பல இடங்களிலும் சென்று வாழத் தலைப்பட்டார்கள். காடுகளைத் தன்வசப்படுத்தி, அதில் நிற்கும் பனைமரங்களில் பனை ஏறுகிறவர்களைக்கொண்டு பதநீர் இறக்கி, அதைப் பக்குவம் பண்ணச்செய்தும், பனை ஏறத் தெரியாத சிலரைத் தன் அடிமைகளாக வைத்து வேலைகளைச் செய்ய வைத்தும், தான் முதலாளியாக இருந்து நடத்திவந்தார்கள். இன்னும் சிலர் சோழ நாட்டு அரசனுக்குப் படைவீரராகவும், வலங்கைத் தலைவன் என்ற பெயரோடும் அரசன் அரண்மனையில் தலைவர்களாக இருந்துவந்தார்கள்.

இன்னும் சிலர் தானும் அரசர்களாகவே படைகளை அமைத்து அரசாட்சி பண்ணி ஆண்டுவந்தார்கள்.

இப்படிப் புட்டாபுரத்தில் அரசர்களாக அரசாட்சி பண்ணி ஆண்டுவந்த ஒரு குடும்பத்திலுள்ள அண்ணனும் தம்பியும் ஒருவருக்கொருவர் சண்டை உண்டாகி, மேன்மேலும் விரோதம் அதிகரித்ததனால், இந்த இடத்தைவிட்டு வேறு இடம் போக வேண்டும் என்று இளையவராகிய சிதம்பரச் சிறவான்* என்பவர் நினைத்தார்.

அண்ணனோடு சண்டைஇட்டு, புட்டாபுரம் என்ற இடத்தையும் தனது அரசுரிமைகளையும் கைவிட்டு, சிதம்பரச் சிறவானென்ற நாடான் தன் பரிவாரங்களோடு செல்வங்களையும் எடுத்துக்கொண்டு கப்பலேறி கடல் வழியாய்க் குமரி ஜில்லாவிலுள்ள மணவாளக்குறிச்சி என்னும் இடத்தில் வந்துசேர்ந்தார்.

அந்தக் காலத்தில் பத்மநாபபுரத்தைத் தலைநகரமாகக் கொண்டு அரசாண்டுவந்த திருவிதாங்கூர் மகாராஜாவைச் சினேகங்கொண்டு, அவருடைய அன்போடு கூடி மணவாளக் குறிச்சியில் கோட்டைஇட்டு வாழ்ந்துவந்தார்.

இப்படி மணவாளக்குறிச்சி என்னுமிடத்தில் கோட்டை யிட்டு ஒரு சிற்றரசராக வாழ்ந்துவரும் சமயம், தன் மகனுக்கு வில்லிவிளை என்ற ஊரில், தனக்குத் தகுதியான ஒரு குடும்பத் தில் பெண்எடுத்து குடும்பம் நடத்திவருகிற சமயம், பத்மநாப புரத்தில் இருக்கிற மகாராஜா, இந்த நாடானுடைய

---

* சிறவான் – சேர்வாரன் அல்லது சேர்வைக்காரன் என்ற சொல்லின் சிதைவாக இருக்கலாம்

அரண்மனைக்கு வந்து, இந்த நாடானோடு பேச்சுவார்த்தை நடத்தியும், இந்த நாடான் பத்மநாபபுரத்திற்குப் போய் இவருக்கு வேண்டிய காரியங்களை எல்லாம் ராஜாவின் அனுமதி பெற்றுக் கொண்டும்... ஒருவருக்கொருவர் நாட்டுவிசயங்களைப் பற்றிக் கலந்து ஆலோசனைசெய்யவும், ஒருவருக்கொருவர் அன்னியோன்னியமாய்ச் சினேகத்தோடும் வாழ்ந்துவந்தார்கள்.

ஒருசமயம் பேயோட்டு குருக்களாய்யா என்கிற குடும்பத்தில், குருசாமி என்று ஒரு பெரியவர் மந்திரவாதங்களில் வல்லவராக இருந்தவர் தன் மந்திரவலிமையினால் ஒரு குதிரையைக் கைவசப் படுத்தி, அதில் ஏறிப் பல இடங்களுக்கும் போய் வருவாராம். ஒரு மண்குதிரையை மந்திரசக்தியால் குதிரையாக்கிப் பயன் படுத்தினார் என்றும் சொல்லுவார்கள். இந்தக் குதிரை இவர் கை தவறி வெளியேறி, மணவாளக்குறிச்சி நாடான் கோட்டைக்குள் போனதினால், சேவகர்கள் அந்தக் குதிரையைப் பிடித்துத் தன் சொந்தக் குதிரைகளோடு கட்டி வைத்துக்கொண்டார்கள்.

அந்தப் பேயோட்டு குருசாமி என்பவர் குதிரையைக் காணாமல் எங்கும் தேடித்திரிந்தார். இந்த நாடானுடைய கோட்டைக்குள் தன் குதிரை இருப்பதாக அறிந்து, ஆள்களை அனுப்பிக் குதிரையைக் கொடுக்கும்படிக் கேட்டார். அதற்கு இந்த நாடார் தவறிவந்த குதிரை யாருடையதென்று தெளிவில்லாமல் தரமாட்டேனென்று சொல்லிவிட்டார்.

அந்த குருசாமி பத்பநாபபுரத்து ராஜாவிடம் சொல்லி, சமாதானமாய், என் குதிரை மணவாளக்குறிச்சி அரசருடைய கோட்டைக்குள் நிக்கிறதை நீங்கள் எனக்குத் திருப்பித் தரும்படி செய்யவேண்டுமென்று மனுக்கொடுத்து, பின் ராஜா மணவாளக் குறிச்சி நாடானுக்குச் சமாதானமாகச் சொல்லி, அந்த குருசாமி ஒரு மந்திரவாதியானதினாலும், குதிரை மந்திரவாதத்துக்குள் பட்டதென்றும் சொல்லி, குதிரையை விட்டுவிடும்படி சொல்லிக் குதிரையைக் கொடுத்ததாகச் சொல்லுவார்கள்.

இவ்விதமாய் இணைபிரியாத சினேகத்தோடு வாழ்ந்து வந்த மகாராஜா, ஒருநாள் மணவாளக்குறிச்சிக் கோட்டைக்குக் குதிரையில் ஏறிவரும்போது, அந்த நாடானின் மக்களாகிய ரெண்டு பெண்கள் அரண்மனை மேல்மாடியில் உலாவிக் கொண்டு நின்றவர்களை அரசர் கண்டார். பெண்கள் மிக அழகுள்ளவர்களாக இருந்ததினால், இந்தப் பெண்களைக் கலியாணஞ் செய்யவேண்டும் என்று ஆசைப்பட்டு, மணவாளக் குறிச்சி அரசனாகிய அந்த நாடானிடம் மிக்க அழகு உள்ளவர் களாகிய உமது பிள்ளைகளை எனக்குக் கலியாணம் செய்து

தரவேண்டும் என்று ஆசையோடு கேட்டார். நாடானுக்கு அரசன் சொன்னது பிடிக்கவில்லை. நீங்கள் சொல்லுவதுபோல விதியும் இருந்தால் பார்க்கலாம் என்று சமாதானமாய்ச் சொல்லி அனுப்பி விட்டு, இந்த நாடான் பலவாறாய் ஆலோசித்தார்.

இந்த ராஜா முற்காலத்துச் சேர நாட்டரசர்களின் வம்சப் பரம்பரையில் உள்ளவராக இருந்தாலும், இப்போது மருமக்கள் வழி என்ற பிரிவினால் நமது குலத்துக்குக் கீழ்ப்பட்டவராயிருக்கிறார்.

நாம் மக்கள் வழியைச் சேர்ந்தவர்கள். இவர் நமக்குக் கீழ்ப்பட்ட மருமக்கள் வழியில் இருப்பவருக்குப் பெண் கொடுப்பது தகாத செயல். நாம் இவருக்குக் கீழ்ப்பட்ட சிற்றரசனாக இருக்கிறோம். அரசாட்சியில் குறைந்தவனாக இருந்தாலும், குறைந்த குடும்பத்தைச் சேர்ந்த இவருக்குப் பெண் கொடுப்பது குற்றம். கொடுக்கமாட்டேன் என்றாலும் குற்றம். பாத்திரம் அறிந்து பிச்சையிடு, கோத்திரமறிந்து பெண்ணைக் கொடு என்பது போல நாம் நமக்குத் தகுதியான குடும்பத்தில்தான் பெண் கொடுக்க வேண்டும். இப்போது இவரிடம் பெண் தரமாட்டேன் என்று எப்படிச் சொல்வது என்று கவலைக்குள்ளானார். இந்த விசயங்களை எல்லாம் இவருடைய மக்கள் இருவரும் அறிந்து, அவர்களும் கவலைக்குள்ளானார்கள். இந்த அரசனுக்கு நாம் வாழ்க்கைப்படுவது சரி இல்லை. நமது தகப்பனார் பெண் தரமாட்டேன் என்றாலும் ராஜாவோடு பகை ஏற்படும், என்றும் எண்ணி நாம் இனி உயிருடன் இருக்கவேண்டாமென்று பக்கத்தி லிருந்த கிணற்றில் விழுந்து இறந்தார்கள்.

பிள்ளைகள் இருவரும் இறந்ததை அறிந்த நாடான், இனி நாமும் இங்கிருந்தால் நமக்கும் ஆபத்துவருமென்று நினைத்து, தன்னோடு சேர்ந்த குடும்பங்களோடும் சேனைத் தலைவர் களுடனும் ஆலோசித்து, தனது மருமகள் கர்ப்பவதியாய் மாதம் திகைந்தவளாகவும் இருந்ததினால் கப்பலேற்றக்கூடாமல், அவளைத் தன் தாய் வீட்டுக்கு அனுப்பிவிட்டு, எல்லா வசதிகளும் செய்துகொடுத்துவிட்டு, தன் சேனை படைகளுடனும் கப்பலேறி, வந்தவழியே திரும்பிப் போய்விட்டார். இவர் போனபிறகு ஒன்றிரண்டு குடும்பங்கள் மணவாளக்குறிச்சி நாடான்மார்கள் என்று அங்கேயே இருந்து அழிந்துபோனார்கள்.

பட்ட காலிலேயே படும், கெட்ட குடியே கெடும் என்று, கப்பலேறிப்போன நாடான் பிறையாத்து என்ற இடத்தில் போய்த் தங்கியிருந்து வாழ்ந்ததாகவும், அந்தக் குடும்பங்கள் பிறையாத்து என்ற இடத்தில் இப்போதும் இருந்துவருவதாகவும் சொல்லு வார்கள். குடும்பம் நிலைகுலைந்து தன் தாய்வீடு வந்த அந்த

கவலை 27

நாடானின் மருமகன் சில நாள் கழிந்து ஒரு ஆண் குழந்தை பெற்றாள். தன் குடும்பமும் குடும்பத்தைச் சேர்ந்த யாவரும் தனக்கு உதவி இல்லாமல் பரதேசம் போனபிறகு பிறந்ததினால், அந்தக் குழந்தைக்குப் பரதேசி நாடான் என்று பெயரிட்டுக் கண்ணை இமை காப்பதுபோல் காத்து வளர்த்தாள்.

குழந்தையும் செல்லமாய் வளர்ந்து, குழந்தைப் பருவமும் கழிந்து, பள்ளிப்பருவம் வந்ததும், ஆசான்மார்கள் கொண்டு வந்து சகலவித அறிவுகளும் படித்து, சிறந்த ஒரு தத்துவசாலியாக வாலிபப் பிராயம் வந்தது.

தன் குலதெய்வம் பொன்னம்பல நாதன் என்று அவர் அறிந்து, கோவில்கட்டிப் பூசை செய்து வழிபட்டு வந்தார். பிறகு தனக்குச் சமமான தன் மாமன் பிள்ளையைக் கலியாணம் செய்து, ஆணும் பெண்ணுமாய்ப் பிள்ளைகளுடனும் வாழ்ந்துவந்தார். பிள்ளைகளும் நல்லவர்களாய் அறிவுள்ளவர்களாகவும் வாழ்க்கை நடத்திவந்து, அவருடைய பிள்ளைகளுக்கும் கலியாணம் செய்து பிள்ளைச் செல்வங்களுடனும் இருந்தார்.

பின்பு மணவாளக்குறிச்சியில் வாழ்ந்து அழிந்துபோன தன் குடும்பத்தாருடைய சொத்துகளையும் ராஜாவின் அனுமதி பேரில் இவர் தன் சொந்தமாக்கிக்கொண்டும், தன் முன்னோர்கள் ராஜாவோடு சினேகமாய் இருந்ததுபோலவே இவரும் சினேகமாய் இருந்து, கோயில்வகைச் சொத்துகளைப் பண்டாரப்பாட்டம், பண்டார ஒற்றி என்றும், கரக்கெட்டுகளை அரசாங்கத்துக்கு அடைத்துக்கொண்டும், ராஜாவோடு சினேகமாய் இருந்து வந்தார்.

கன்னியாகுமரி பகவதி அம்மன் கோவிலிலும், சுசிந்தபுரம் தாணுமாலயன் சுவாமி கோயிலிலும், குமாரகோவில் சுப்பிரமணிய சுவாமி கோவிலிலும், அங்குள்ள பிராமணர்களுக்குக் கொடுக்கும் தானப்பிரகாரம் இவர் இந்தப் பரதேசி நாடான் குடும்பத்துக்கும் ஒவ்வொரு கோயில் திருவிழாக்காலங்களிலும் இவர்களும் போய் நின்று, அந்தத் தான வரிசைகளும் பெற்று எல்லாருக்கும் நல்லவராய் இருந்துவந்தார்கள்.

இந்தப் பரதேசி நாடான் காலமானதின் பிறகு, அவருடைய பிள்ளைகளாகிய இருவரும் வில்லிவிளை ஊர் தனது மாமன்மாருக்கு உரிமைப்பட்டதினால், அதை விட்டுவிட்டு மூத்தவர் ஈத்தாமொழி என்னும் இடத்திலும், இளையவர் அதை அடுத்த வள்ளியாவிளையிலும் வந்திருந்தார்கள்.

வள்ளியாவிளை என்பது வள்ளிக்கொடிகளும் ஆ என்ற பசுக்கூட்டங்களும் நிறைந்த, மேச்சலுக்கு வசதியாய், செழிப்பாய்ப்

பயிர்ப் பச்சைகளும் புல்பூண்டுகளும் வளம் பெற்ற இடமாக இருந்ததாகச் சொல்லுவார்கள்.

இவர்கள் இருவரும் தனித்தனியாய் இருந்தாலும், ஒற்றுமையுடனும் ஆயிரத்தொரு சொத்துப் புரயிடமும், பதினாலு குளப்பரவு நிலங்களுக்குச் சொந்தமாயும், கண்டறைக் கெட்டு நாடான் என்ற பட்டத்தோடும் அரசர்களாக வாழ்ந்துவந்தார்கள். இப்படி இருக்கிற சமயம் பத்மநாபபுரத்தில் இருந்த ராஜாவுக்கும் அயல்நாட்டு (காயங்குளம்) அரசருக்கும் சண்டை உண்டான சமயம் இவர்களிடம் படைத்துணை கேட்டாராம். இவர் படைத்துணை கொடுத்து அரசருக்கு யுத்த சமயம் பணமும் கொடுத்து உதவி, சினேகமாய் வாழ்ந்துவந்தார்கள்.

2

ஈத்தாமொழி நாடான் குடும்பத்திற்கும் இந்த ஊரைச் சுற்றி உள்ள ஏழு ஊராருக்கும் அவகாசமும் உள்ள கோவில் அழகிய நாயகி அம்மன் கோவில். கோவில் வரியும் கோவில் விசயமான எல்லாவித வேலைகளும் அவர்கள் தனியாகச் செய்யப் பிரித்துக் கொடுத்து இவர்கள் தலைமையில் நடந்துவருகிறது.

பத்திரகாளி அம்மன் கோவில் என்றுதான் எல்லோரும் சொல்லுவார்கள். ஆனால் இந்த அம்மனின் பெயரை அழகிய நாயகி அம்மை என்று கதையில் படிப்பார்கள். இந்தக் குடும்பத்தில் உள்ள ஆண்களுக்கு அழகிய நாயகம் என்றும், பெண்களுக்கு அழகிய நாயகி என்றும் பெயரிடுவார்கள். ஆண் ஆனாலும், பெண் ஆனாலும் அழகு என்ற பெயர் சேராமல் பெயர்விடமாட்டார்கள்.

புட்டாபுரம் அழிந்து வெங்கலச்சிறவான் வெளியேறிய பின் அவர்கள் வணங்கிவந்த தெய்வ மாகிய அழகிய நாயகி அம்மையும் அந்த இடத்தை விட்டு வெளியேறி, கடல்வழியாய் ஈத்தாமொழியைச் சேர்ந்த ராஜாக்கமங்கலம் துறையிலுள்ள பரதவர்கள் மீன் பிடிக்க வீசிய வலையின் உள்பட்டு கரையில் வந்ததாம். அதைக் கண்ட பரதவர்கள் பரிகாசமாக, கண் இருக்குது மூக்கு இருக்குது என்று, கல்லுக்குக் கண்ணும் மூக்கும் எப்படி வந்ததென்றெல்லாம் சொல்லிக்கொண்டு கத்தியினால் கண்ணைக் குத்தினார்களாம். உடனே கண்ணிலிருந்து ரெத்தம் வடிந்ததாம். இதைக் கண்டு பயந்து எல்லாரிடமும் சொன்னார்களாம். ஊரெங்கும் பெயராகிவிட்டது.

அன்று இரவு ஈத்தாமொழி நாடான் குடும்பத்தி லுள்ள வயதான ஒரு பெரியவர் சொப்பனமாக, "நான் புட்டாபுரத்திலுள்ள உங்கள் குடும்ப தெய்வம்,

என்னை எடுத்துக்கொண்டு போய் பூசை செய்து வணங்குங்கள்" என்று சொன்னதாகப் பெரியவர்கள் சொல்லுவார்கள். இப்படிக் கனவு கண்டதும் அவர்கள் போய்ப் பார்த்து நிறைய ஆள்களோடும், மேளவாத்தியங்களோடும், அம்மனை எடுத்துக் கொண்டுவந்து, தர்மபுரம் ஊரில் இருக்கும் குட்டி அம்மன் கோவிலில் வைத்து வணங்கிவந்தார்கள்.

இப்படி இருக்கும் சமயம், ஒருநாள் அந்த நாடாருக்கு, கனவில் அம்மை சொன்னது; எனக்குச் சொந்த இடம் இல்லை. செம்பட்ட ஓடை அருகில் இருக்கும் குப்பயாங்குமரன் என்ற நாடானுக்குச் சொந்தமான பூமியை எனக்கு விட்டுக் கொடுக்கச் சொல்லி, அதில் கோவில் கட்டி என்னை அதில் கொண்டு இருத்தி, வேண்டிய வசதிகள் எல்லாம் செய்து, பக்கத்திலுள்ள ஏழு ஊரிலுள்ளவர்களையும் சேர்த்துச் சகல வேலைகளையும் அவர்களைக் கொண்டு நடத்தி, வணங்கி நன்மை அடையுங்கள் என்று சொன்னதினால், இந்தக் கனவின்படி செய்ய வேண்டு மென்று அந்தக் குடும்பத்திலுள்ள எல்லோரிடமும் சொல்லி, அந்த குப்பயாங்குமரனை வரச்சொல்லி ஆள்விட்டார்கள். அவன் வந்தவுடன், அவனிடம் பூமி கொடுக்கும்படி கேட்டார்கள். அவன் கொடுக்கமாட்டேன் என்று சொல்லிவிட்டுப் போய் தன் தொழிலாகிய பனையேத்துக்குப் போய், ஒரு பனையில் ஏறி ஒரு கலசத்தை அவிழ்க்கத் தொடங்கியதும் கண்ணு தெரியாமல் பனையிலேயே இருந்தான். அவனுடைய மனைவியும் மக்களும் இதைக் கண்டு அந்த அம்மையின் சோதனை என்று நினைத்து, நாங்கள் இந்தப் பூமியை அந்த அம்மன்பேருக்கு இந்தப் பனையி லிருந்தே ஓலை வெட்டி அதில் எழுதிக்கொடுத்து விடுகிறோம். தாயே கண் தெரிய உதவிசெய் அம்மா என்று பலவாறாகச் சொல்லிவிட்டு, அந்த அம்மன் இருக்கும் கோவிலில் சென்று திருநீறு வாங்கிக்கொண்டுவந்து பூசி வணங்கினார்கள். பனையி லிருந்து குப்பயாங்குமரனும் பயபக்தியாய்த் தாயாரை வணங்கத் துடங்கினான். தாயே இப்போதே என் கண்ணைத் திறந்துவிடு. இந்தப் பனையிலிருந்தே ஓலை வெட்டிக் கொண்டு வந்து, உன் பெயருக்கு இந்தப் புரயிடத்தை இன்றைக்கே எழுதிக் கொடுத்து விடுகிறேன் என்று அழுது பலவாறு முறையிட்டான். உடனே அந்தத் தாயாரின் கிருபையினால் கண்ணுக்கு வெளிச்சம் வந்தது. வந்தவுடன் அந்தப் பனையிலிருந்து குருத்துஓலை வெட்டி, கையில் கொண்டு இறங்கி, ஓலையைக் காயவைத்துவிட்டு, அவன் தொழிலாகிய பனைஏற்றத்தை முடித்துவிட்டு, ஓலையை ஏடாக அமைத்து அழகிய நாயகி அம்மன் பெயருக்கு அந்தப் புரயிடத்தைக் கொடுத்துவிட்டேன் என்று ரேகை அடையாள மிட்டுக் கொடுத்தான்.

அதன் பிறகு ஈத்தாமொழியிலும் வள்ளியாவிளையிலுமாக இருந்த இரு குடும்பத்தாரும் சேர்ந்து செம்பட்ட ஓடையின் வடக்குக் கரை சேர்ந்து அந்த பூமியில் கோவில் கட்டி, அம்மனை எடுத்துவந்து வைத்து வணங்கிவந்தார்கள்.

இது இப்படி இருக்கவே, புட்டாபுரத்து ஊரில் அம்மன் இருக்கும்போது பூசை செய்துவந்த ஒரு அம்மையார், அம்மன் அங்கு இல்லாததினால் தலையில் கை வைத்து அழுதுகொண்டு கடற்கரை ஓரமாக "என் அம்மையைக் கண்டீர்களோ", என்று சத்தமிட்டுக் கொண்டு வந்து, பழைய ராஜாக்கமங்கலம் துறை வழியாய் அம்மனின் இருப்பிடத்தை அறிந்து, இங்கே வந்து "நான்தான் என் அம்மைக்கு முன்போலவே இங்கேயும் பூசை செய்வேன்" என்று அவரே பூசைசெய்துவந்தார். சில நாளைக்குப் பிறகு அந்த அம்மையார் இறந்துபோனார். அவரை அம்மன் வடக்கு வாசலுக்கு நேராக, சொக்கப்பனை சுடுகிற இடத்தின் முன்பக்கத்தில் அடக்கம் செய்தார்களாம். இப்போதும் கார்த்திகை மாசம் திருக்கார்த்திகை அன்று, சொக்கப்பனை நட்டு ஓலை கட்டி முடித்தவுடன் அந்த அம்மையாரின் சமாதுக்குப் புதிதாக மண் அணைத்து, சமாதுக் குழியின் மேல் பாகமாக அமைத்து, அந்தச் சமாதிக்குப் பூசை தொடங்கி, ஏணிப்பந்தம், காளாஞ்சி, கைவிளக்குகள் எடுத்து பூசை முடித்த பிறகுதான் சொக்கப்பனைக்குத் தீ வைப்பார்கள். இது எல்லோருக்கும் தெரிந்த விசயமாக இப்போதும் நடந்துவருகிறது.

இவ்விதமாகப் பூசை செய்துவந்த அம்மையார் இறந்த பின்பு, கோவில் பூசை செய்ய வேறு ஆள் வைக்க எண்ணி, கோவில் பூசை செய்யும் குருக்கள் பண்டாரச் சாதியிலுள்ள இரண்டு குடும்பத்தாரைக் கூட்டிவந்து, (இறந்துபோன அம்மையாரின் சகோதரி குடும்பத்தினரே இவர்கள்) அவர்களுக்கு வேண்டி நிலம், புரயிடம், காட்டு வஸ்துக்களும் தாராளமாய் அம்மன்பேருக்கு விட்டுக்கொடுத்து, அதிலுள்ள அனுபவங்களை அவர்களே எடுத்து, பூசை செய்து அவர்களும் சப்பிட்டுக் குடும்பம் நடத்தி வரும்படிச் செய்திருக்கிறார்கள்.

கோவிலுக்கு மேளவாத்தியம் செய்வதற்கும், மற்ற செண்டை, கொம்பு, மல்லாரி, தப்பட்டை என்று சொல்லப்பட்ட வாத்தியங்கள் சேவிப்பதற்கும் ஆள்களைக் கொண்டுவந்து, அவர்களுக்கும் நிலமும் புரயிடமும் கொடுத்து, குடி இருக்க வீடு கட்டிக்கொடுத்து இருத்தினார்கள். இப்போதும் காளியன் தோப்பிலும் அதைச் சுற்றிஉள்ள இடங்களிலும் இருக்கிறார்கள். அவர்களைத்தான் ஊர்குடி மக்கள் என்று சொல்லுவார்கள். ஊர்த்தலைவர்களின் வீட்டில் விசேசங்களானாலும், ஊர்க்

கூட்டங்களுக்கும் இந்தக் குடிமக்கள்தான் நின்று ஊழியஞ் செய்வார்கள். கோவில் பூசை செய்கிறவர்களை ஐயர் என்று சொல்லுவர்கள். வேறு பல ஜாதியாரையும் கொண்டுவந்து குடியேற்றி, அவர்களுக்குத் தொழில் செய்வதற்கு வேண்டிய வசதிகளும் செய்துகொடுத்திருக்கிறார்கள். சாய்புமார் குடிஇருக்க இடமும் கொடுத்து, கோவிலாகிய பள்ளியும் கட்டிக்கொடுத்து, எல்லோரிடமும் சினேகமாய் நடந்துவந்தார்கள். பள்ளியில் திருவிழா நடக்கும்போது சந்தனக்குடம் என்று ஒரு வாகனம் எடுத்து, தெருவழியே ஈத்தாமொழியில் இருந்த தலைவர்கள் வீடு வரையும் கொண்டுபோய், சர்க்கஸ் விளையாட்டுகள் விளையாடுவார்கள். விளையாடுபவர்களுக்குத் தம்மானம் என்று எங்கள் குடும்பத்தார் வேட்டி முண்டு கொடுப்பார்கள். கோவிலாகிய பள்ளியிலிருந்து சந்தனம், பூ, நெய்ச்சோறு, பழம் முதலிய வரிசைகள் கொடுத்து அனுப்புவார்கள். பள்ளித் திருவிழாவிற்கு எங்கள் குடும்பத்தார் வரியும் கொடுப்பார்கள். திருவிழா முடிந்த உடன் பள்ளிச் சோறும் வரிப்பங்கும் ஒவ்வொரு வீட்டிற்கும் கொடுத்தனுப்புவார்கள். இப்போதும் இம்முறையில் நடந்து வருகிறது. நாகரீகம் அதிகப்படுவதால் பள்ளிவகையிலும் சில குழப்பங்களும், சில வித்தியாசங்களும் நடக்கிறது.

கிறிஸ்தவர்களுக்கும் பூமியும் கொடுத்து, கோவிலும் கட்டிக் கொடுத்து, மிசனைச்* சேர்ந்த வீடும் கட்டிக்கொடுத்ததாகவும் சொல்லுவார்கள்.

இவர்கள் கோவில்முறைக்காக, வடக்கு வள்ளியாவிளை, தெற்கு வள்ளியாவிளை, ஈத்தாமொழி, தர்மபுரம், நாசுவன் விளை, ஈழுவன்விளை, மூளிக்கரை என்று ஏழு ஊரைச் சேர்த்திருக்கிறார்கள்.

இந்த ஏழு ஊராரும் கோவிலைச் சேர்ந்தவர்கள். கோவிலில் உள்ள வேலைகளை ஒவ்வொரு ஊரிலுள்ளவர்களுக்கும் தனித் தனியாகப் பிரித்துக்கொடுக்க, அந்தந்த வேலையை அந்தந்த ஊரார் இன்றுவரையும் செய்கிறார்கள்.

கார்த்திகை மாதம் முப்பது நாளும் சிறப்பாக நடத்துவார்கள். முதல்நாள் ஒன்றாம் தேதி பூசை அத்திக்கடை நாடான் குடும்பத்தாருக்கு. அது ஏனென்றால், அத்திக்கடை குடும்பத்தில் இவர்கள் குடும்பத்திலிருந்து பெண் கொடுத்து ஒன்றாகச் சிநேகமாக இருந்தார்கள். பிறகு அந்தக் குடும்பத்தில் பின்வாரிசு இல்லாமல் போக, இவர்கள் குடும்பத்திலிருந்து அத்திக்கடை குடும்பத்திற்கு ஒரு ஆண் குழந்தையை ஸ்வீகார புத்திரனாகக்

* மிசன் – லண்டன் மிசன் சங்கம்

கொடுத்தார்களாம். இவர்கள் மஞ்சள்பால் தொட்டுக்கொடுக்க, அவர்கள் அந்தக் குழந்தையை வாங்கித் தன் பிள்ளையாக வளர்த்தார்கள். இந்த ஞாபகத்திற்குஆகவேண்டி முதல்நாள் பூசையை அடையாளமாகக் கொடுத்தார்கள். இன்றுவரை அப்படியே நடந்துவருகிறது. இரண்டாவது நாள் பூசை தலைவர்களாகிய இவர்களுக்கும், ஈத்தாமொழியிலிருந்தவர் களுக்கும். அடுத்த நாளும் இவர்களே நடத்துவார்கள். மற்ற நாளெல்லாம் ஏழு ஊரைச் சேர்ந்தவர்களுக்கும், அதில் ஒருநாள் பூசாரியாகிய ஐயருக்கும், குடிமக்களுக்கு ஒரு பூசையும், இப்படி முப்பது நாளும் நடக்கும்.

திருக்கார்த்திகை அன்று சொக்கப்பனை சுடுவார்கள். அதற்கு வேண்டிய பனை நாற்பதடி நீளம் வளைவு, பேடு என்ற குற்றம் ஒன்றும் இல்லாமல், நன்றாய் விளைந்ததாகவும் இருக்கிற பனையைத் தெரிந்து எடுத்து, திருக்கார்த்திகையன்று காலையில் மேளக்காரர்கள் வந்து தலைவர்களின் உத்தரவு பெற்று கோவிலுக்குச் சென்று, அம்மன் சன்னதியில் வாத்தியங்கள் முழுங்கச் செய்து சந்தனம் வாங்கிப் பூசிவிட்டு, மேளத்தோடு ஏழு ஊராரையும் அழைத்துவருவார்கள். வந்து பொன்னம்பல நாதரின் கோவிலில் மேளம் முழக்கிவிட்டு, பனை தறிக்கப் போவார்கள். போய் பனை தறித்து நாற்பது அடி அளந்து முறித்து, வெடிக்காரனாகிய கொல்லன் பனையைத் துளைப்பான். ஒவ்வொரு ஊரார்க்கும் உள்ள வேலைகளை அவரவர்கள் செய்வார்கள். இந்த ஏழு ஊரில் உள்ளவர்களின் தென்னந்தோப்புகளிலும் போய் இரண்டு ஓலையும் ஒரு தேங்காயும் வெட்டி இலக்கைத்* தள்ளிவிட்டு, அந்த மட்டையும் தேங்காயும் சேகரித்துக் கோவிலில் வைப்பார்கள். இது ஒரு ஊரில் உள்ளவர்கள் செய்வார்கள். வேறு ஒரு ஊரிலுள்ளவர்கள் பனை ஓலை அறுத்து, அதை மிதித்துக் காய்ந்த ஓலையாகச் சுமந்து கொண்டு வந்து வைப்பார்கள். பழைய நாளில் ஆயிரம் ஓலை என்று சொல்வார்கள். இப்போது குறைவாகத்தான் இருக்கும். பனை இழுப்பதற்கு வேண்டிய வடம் இரண்டு. அதையும் தென்னங் குருத்தோலையை வாட்டி வடமாக முறுக்கிக்கொண்டு வருவார்கள். சாயங்காலம் வாத்தியக்காரர்கள் சென்று ஊரைக் கூட்டி வந்து, எல்லோரும் கோவில் சென்று, அம்மனை வணங்கி, பிரசாதம் வாங்கிக்கொண்டு பனை இழுக்கப் போவார்கள். போய் முன்வடம் பிடிப்பவர்கள் மூளிக்கரை ஊரிலுள்ளவர்களும், பின் வடம் பிடிப்பவர்கள் நாசுவன்விளை ஈழுவன்விளைக்காரர்கள் என்று நினைக்கிறேன். அவர் அவரின் முறைப்படி வடம்

---

* இலக்கு – ஓலை நடுமட்டையின் இரண்டு பக்கமும் பிரிந்து அடுக்காக அமைந்திருக்கும் தோகைகள் (இலக்கில் எழுதப்படுவது இலக்கியம்).

போட்டு, எல்லா ஊரிலுள்ளவர்களும் சேர்ந்து இழுத்து வருவார்கள். தர்மபுரம் ஊரில் உள்ளவர்கள் பனை நடுவதற்குள்ள குழி தோண்டி செம்மைபண்ணி வைத்திருப்பார்கள். பிறகு எல்லோரும் சேர்ந்து பனையை நிறுத்துவார்கள். நிறுத்திய பனையில் துளைக்கப்பட்ட துளைகளில் தென்னைமட்டைகளைச் சொருகி, சுற்றிவரிச்சி கட்டி, ஓலையைக் கட்டுவார்கள். பிறகு அந்த அம்மையாரின் குழியைத் திருத்தி, பூசை முடித்துவிட்டு, மாவிளக்கு எடுத்து ஐயர் கொண்டுவருவார். ஒரு புதுச்சட்டியில் இடித்த மாவைப் பிசைந்துவைத்து, அதில் துணியினால் ஒரு பெரிய பந்தம் முறுக்கி, எண்ணெயில் நன்றாய்த் தோய்த்து, ஒரு அற்றத்தில் தீ கொளுத்தி, அந்த மாவின்மேல் வைத்து, அம்மன் சன்னதியைப் பார்த்துக்கொண்டே சொக்கப்பனை மூட்டிற்கு வந்து, பனையில் உள்ளே குறுக்காகப் போட்டிருக்கப்பட்ட மட்டை வழி மேலே ஏறி, உச்சியில் நின்று "பந்தம் சுற்றி எறியட்டுமா" என்று கேட்பார். கீழே நிற்கிற தலைவர்களில் வயது கூடியவர்கள், "ஆகட்டும்" என்று சொல்லுவார்கள். சொன்ன உடனே ஐயர் பந்தத்தை எடுத்துச் சுற்றிக் கீழே எறிவார். எறிந்து விட்டு, கீழே இறங்கியதும் பக்கத்தில் இருக்கும் ஓலையில் நாலு பக்கத்திலும் கொளுத்துவார்கள். தீ வளர்ந்து எரியும். பக்கத்திலுள்ள வீடுகள், கஞ்சிமடம், அரசமரம், இலுப்பை மரம் இவைகளுக்கிடையே தீ நின்று எரியும். அதன் கங்கு கடற்கரை வரையும் பறந்து சென்று விழும். இன்றுவரையிலும் யாதொரு ஆபத்தும் வந்ததுமில்லை. இது அம்மனுடைய செயல் என்று சொல்லி அம்மனைத் துதிப்பார்கள்.

முப்பதாம் தேதியன்று ஏழு ஊரிலும் வரிப்பணம் பிரித்து, விளக்குப்பொலிவு என்ற சிறப்பை நடத்துவார்கள். அன்று நாடகமும் நடக்கும். இப்படியாகப் பக்தியுடன் தெய்வவழிபாடு களும் நடத்தி, சிறப்புடன் வாழ்ந்துவந்தார்கள். திருக்கார்த்திகை அன்று பனை நிறுத்திய பின்பு, பொன்னம்பலநாதர் கோவிலிலும் சமையல்செய்து, பூசைசெய்து, ஏணிப்பந்தம், ஆலி ஆட்டம் முதலிய ஆடல்பாடலுடனே எல்லோரும் கோவிலில் சாப்பிட்டு முடித்துவிட்டு, பின் சமாது கோயில் செல்வார்கள். சமாது என்றால் இந்தக் குடும்பத்தில் உள்ள பெரியவர்களை அடக்கம் செய்த இடம். பூமாத்தியன்விளை ஊரின் கிழக்குப்பக்கம் சமாது கோயில் புரயிடம் என்று சொல்லுகிற இடத்தில் இருக்கிறது. அதில் பொங்கலிட்டு, பூசை செய்து முடித்துவிட்டு, அதன் பிறகுதான் பனையில் பரணி நச்சத்திரம் ஆரம்பமானதும் பரணிதீபம் தீ வைப்பார்கள். முப்பதாம் தேதியன்று முன்னோர்கள் காலத்தில் பத்து நாள் நாடகம் வைப்பார்கள். அரிச்சந்திரன் நாடகம், ராமாயணகாவியம், கோவலன் சரித்திரம் இவை பத்து நாள் வைத்து நடத்திப் பூசை செய்வார்கள்.

ஏழு ஊர்த் தலைவர் என்றும், கண்ணற கெட்டு நாடான் என்றும் பெயரோடு பல ஜாதியாரையும் சினேகித்து, அவர்களுக்கு வேண்டிய நன்மைகளையும் செய்து, திருவிதாங்கூர் மகாராஜாவோடு சினேகம்கொண்டு வாழ்ந்துவந்தார்கள்.

பச்சைப்பனை வெட்டி எந்த விசேசங்களும் நடத்தக் கூடாது என்று நாடான்மார்களுக்கு அரசாங்கம் உத்தரவும் மற்றும் பலவிதமான கஷ்டங்களும், வரிகளும், தண்டங்களுக்கு உள்பட்டு கஷ்டப்பட்ட காலத்தில், இவர்கள் பனைவெட்டி சொக்கப்பனை சுடுவதற்கும் கலியாண வீட்டிற்குப் பந்தக்கால் நாட்டுவதற்கும் உத்தரவு பெற்று, மற்ற எல்லாவிதச் சுகத்துடனும் ஓர் சிற்றரசராக இருந்து வாழ்ந்தார்கள். ஒரு சமயம் சொக்கப்பனைக்குள்ள பனை அகஸ்த்தீஸ்வரம் ஊரிலிருந்து வெட்டி இழுத்துக்கொண்டு வந்ததாகவும் சொல்லுவார்கள்.

ஈத்தாமொழி ஊரிலுள்ள மருமக்கள் வழி வெள்ளாளர் குடும்பத்தைச் சார்ந்த மகாராஜபிள்ளை என்றவருக்கு ஆயிரம் புரயிடம் இருந்ததாம். இந்த நாடானுக்கும் ஆயிரமாக இருந்ததி னால், இந்த வெள்ளாளனும் நாமும் ஒன்றாயிருப்பது சரியில்ல வென்று, மேலும் கொட்டை நூத்து* பெண்கள் சம்பாதித்த பணத்தில் ஒரு புரயிடம் வாங்கி, கொட்ட நூத்தான் விளை என்று பெயர் போட்டு, ஆயிரத்தி ஒரு புரயிடமும், பதினாலு குளப்புரவு நிலங்களும் உள்ளவர்கள் ஆனார்கள்.

இவ்வாறான நாடார்களின் குடும்பங்கள் இடைஇடையே சில ஊர்களில்தான் இருந்தன. மற்ற குடும்பங்கள் எல்லாம் பனையேறி என்றும், அதில் தாழ்ந்தவர்களைப் புளுக்கச் சாணான் என்றும், மேனாட்டான் என்றும் சொல்லுவார்கள். சிலர் அடிமை களாகவே வைத்து வேலைகொடுத்தும், வீட்டிலுள்ள வேலையும் செய்யவும், பல்லக்கு சுமக்கவும், மாடு மேய்த்தும், சொத்துகளைப் பார்வையிடவும் பயிர் செய்து பாட்டக்கோட்டை கொடுத்தும் வாழ்ந்தவர்களாகச் சொல்லுவார்கள். மற்ற ஊர்களில் இருந்த நாடான்மார்க்கு மேலாக முதல் குடும்பமாகவும் ஈத்தாமொழிக் குடும்பத்தையே எல்லோரும் சொல்லுவார்கள். இவ்வளவு பெருமையுடன் வளர்ந்த குடும்பம் இப்போது தளர்ந்த நிலையில் குடும்பப் பெருமையே தெரியாதவர்களாகவும் மாறிவிட்டார்கள்.

* நூத்து – கைராட்டையில் நூல் நூற்றது

3

இது இப்படி இருக்க, இந்தக் குடும்பத்தி லுள்ள எங்கள் பாட்டன் பூட்டன்* என்று இருந்தவர் களின் வாழ்க்கைவரலாறு பற்றித் தெரிந்ததைச் சொல்லுகிறேன்.

இந்தக் குடும்பம் அதிகம் சந்தானம் குறைவாகவேதான் பரம்பரைபரம்பரையாய் இருந்துவந்திருக்கிறது. ஏனென்றால் பூட்டன்மார் காலத்திலிருந்தே கீழவீடு மேலவீடு என்றுதான் சொல்லுவார்கள். ஒவ்வொரு குடும்பத்திற்கும் இரண்டு அல்லது மூன்று பிள்ளைகள்தான் இருந்ததாகவும் சொல்லுவார்கள்.

எங்கள் பூட்டனாரின் தகப்பனாருக்கு இரண்டு ஆண்பிள்ளைகள் இருந்ததாம். அவர்கள் இருவரும் கீழவீட்டு முதலாளி என்றும் மேலவீட்டு முதலாளி என்றும் இருந்ததில், கீழவீட்டு முதலாளி என்று இருந்தவர் இலந்தவிளை என்னும் ஊரிலிருந்து கலியாணம் செய்தார். அவர்களுக்குப் பிள்ளைகள் இல்லாமல் இருந்ததினால், அவருடைய மனைவியாரின் சொந்தத்திலிருந்து இரண்டு பெண்குழந்தைகளை எடுத்து வளர்த்து, வேண்டிய அளவு சீதனம் கொடுத்துக் கலியாணம் செய்து கொடுத்திருக்கிறார். ஒரு பிள்ளையை அளத்தங்கரை நாடான் குடும்பத்தில் கொடுத்து, அவளுக்கு சீதனமாகக் கொடுத்த புரயிடம் இப்போது அந்திக்கடை கூடுகிற இடத்தில் இருக்கப்பட்ட கடைகளும் அந்த பூமியும். கறுத்தக்கண் நாடாச்சி என்ற இரண்டாவது வளர்ப்புப்பிள்ளைக்குக் கஞ்சித்தாளிவிளையும் மற்றும் சில புரயிடங்களும் சீதனமாகக் கொடுத்து, சீர்வரிசைகளும் கொடுத்துக் கலியாணம் செய்து கொடுத்திருக்கிறார்கள். அதன்

---

* அப்பன், பாட்டன், பூட்டன், ஓட்டன் – ஓட்டனுக்கு அப்புறம் உறவில்லை என்பார்கள்

மேல் அவருடைய மனைவியின் தங்கையை அகஸ்தீஸ்வரம் ஊரில் இப்போது இருக்கிற பாண்டிய நாடாரின் பாட்டனாருக்குக் கலியாணம் செய்து கொடுத்தார்கள். அவர்களுக்கு ஆணும் பெண்ணுமாக நிறையப் பிள்ளைகள் இருந்ததாம். அவர்களுக்கு இங்குள்ள சகல செல்வங்களை எல்லாம் கொடுத்து அனுப்பு வார்களாம். இது எல்லா இடங்களிலும் உள்ளது போலவே அவர்களும் கொடுத்து வந்தார்கள். பிறகு அவர் கைவழியாய் வரும் பணங்களைத் தலையணைஉறைகளில் கட்டித் தலையின் கீழ் வைத்து உறங்கினாராம். மேலும் பானைகளிலும் பாத்திரங் களிலும் வைத்துப் புதைத்தும்வைத்திருந்தார்.

அவர் மந்திரவாதங்களில் பெயர்பெற்றவராகவும் இருந்தார். அந்தக் காலத்தில் பெரும்பாதைகளை இடுவை என்று சொல்லுவார்கள். இவர்களின் வீட்டு முன்பக்கமும் புளியமரச் சோலை நிறைந்து இருந்த இடத்தில், இவர்கள் சாயங்காலம் கூடி ஒருவரை ஒருவர் சந்தித்துப் பேசும் இடமாக வைத்திருந்ததால், அந்த இடத்திற்குச் சந்திப்புளி என்று பெயர் போட்டு, அதில் கூடுவார்கள். அதன் அருகில் உள்ள இடுவை பெரும் பாதையாக இருந்தது. கலியாணம் செய்து, மாப்பிள்ளை வீட்டுக்குப் போகும் பெண்ணும் மாப்பிள்ளையும் பல்லக்கில் போனால் சந்திப்புளி பக்கம் வந்தவுடன் இறங்கி நடந்து, அந்த இடத்தைக் கடந்துபோய் திரும்பப் பல்லக்கில் ஏறிப்போவது வழக்கமாய் இருந்ததாம். அப்படி இறங்கிப் போகாதவர்கள் போக முடியாமல் வாந்தியெடுத்து மயக்கமாகி விழுந்துவிடுவார்கள். இந்த இடத்தில் வந்தவுடன் ஏன் இப்படி ஆயிற்று என்று பக்கத்தில் உள்ளவர்களிடம் கேட்டு அறிந்து, அந்தக் கீழவீட்டு முதலாளியிடம் வந்து பணிவுடன், தெரியாமல் செய்தோம் மன்னித்துக்கொள்ளுங்கள் என்று கேட்டுக்கொண்டால், உடனே மயக்கம், வாந்தி விட்டு, சுகமாயி திரும்பப் பல்லக்கேறிப் போவார்களாம். அவருடைய நிலங்களில் பயிர் செய்கிறவர்கள் செய்திருக்கும் பயிரில் சாரைவெட்டு, எலிவெட்டு விழும். சாரைவெட்டு, எலிவெட்டு என்று சொல்லுவது, சாரைப்பாம்பு வயலுக்குள்ளே போய்இருக்கும். எலிகள் வந்து பொதி ஆகிற பருவத்தில் இருக்கிற நடவை வெட்டி, அதன் உள்ளே இருக்கும் குருத்துப் பொதியை எடுத்துத் தின்பதற்காக வெட்டி அழிக்கும். அந்தச் சமயத்தில் எலிகளைப் பிடிப்பதற்குச் சாரைப்பாம்பு குறி பார்த்துக் கவனிக்கும்போது, வாலைச் சுழற்றி அங்கும் இங்கும் அடிக்கும். அப்போது சுற்றிலுள்ள பயிர்கள் எல்லாம் அறுபட்டு விழும். இப்படியாக வயலை நஷ்டப்படுத்தும். இதை, பயிரிடுபவர்கள் வந்து இந்த முதலாளியிடம் சொல்லுவார்கள். அவர் அதற்கு ஒன்றும் சொல்லாமல் இருப்பார். அவர்கள்

போய்ட்டு அடுத்த நாளில் அந்த வயலில் அரிந்து போட்டு இருக்கும் நடவுப்பயிரை அள்ளிக் கட்டுக்கட்டாகக் கட்டிக் கொண்டு அவர் தலைவாசலில் போட்டுச் சத்தமிட்டு அழுவார்களாம். அதன் பிறகு அதைப் பார்த்துவிட்டு, “அழ வேண்டாம், வீட்டிற்குப் போங்கள்” என்று சொல்லுவார். அதற்கு அடுத்தநாள் வயலைப் பயிரிடுகிறவர்கள் பார்க்கும்போது எலிகளும் பாம்புகளும் வரப்புகளில் செத்துக்கிடக்குமாம். எதனால் இப்படிச் செத்தது என்று ஒருவருக்கும் தெரியாதாம்.

இவ்விதமான மந்திரவாதங்களும் பெரும் புகழும் விளங்க, பிள்ளை இல்லாத கவலையோடும் வாழ்ந்துவந்தார். அக்காலத்தில் மந்திரவாதம் தெரிந்தவர்களாகவேதான் அதிகமாய் எல்லா ஜனங்களும் இருந்தார்கள். பாவங்களும்* பனைஏறிகளும்கூட மந்திரம் தெரிந்தவர்களாகவே இருப்பார்கள்.

இனிமேல் இவருடைய சிற்றப்பனார் பிள்ளைகள்: மூன்று ஆண்களும் ஒரு பெண்பிள்ளையும் இருந்தது. அந்தப் பெண்ணை அகஸ்தீஸ்வரம் ஊரில் இப்போ இருக்கிற பாண்டிய நாடார் குடும்பத்தில் உள்ளவர்கள், இவர்களின் பாட்டனார் ஒருவருக்குக் கலியாணம் செய்துகொடுத்தார்கள். அவர் பேரும்புகழும் பெற்றவராக இருந்தார். இந்த அம்மையார் ஒரு ஆண் குழந்தை பெற்றார்கள். அந்தக் குழந்தையும் இறந்து அவரும் இறந்து போகவே, அந்த அம்மா இங்கே வந்து தகப்பனார் வீட்டிலேயே இருந்தார்கள். அவர்களை அகஸ்தீஸ்வரத்து நாடாச்சி என்று சொல்லுவார்கள்.

மூன்று ஆண்பிள்ளைகளில் இளையவரைப் பேயன் நாடார் என்று சொல்லுவார்கள். அவர் யார் எதுகேட்டாலும் இல்லை என்று சொல்லமாட்டார். சொத்தைக் கேட்டாலும் எழுதிக் கொடுப்பார். அதனால்தான் அந்தப் பெயர். இப்படி இருந்து கலியாணம் செய்யும் முன்னே இறந்துபோனார். மூத்தவராகிய இரண்டு பேருக்கும் புதுக்குடியிருப்பு ஊரில் இவர்களுக்குத் தரமான குடும்பத்தில் பெண்பிள்ளைகள் இரண்டு பேரைப் பெண் பேசி, கலியாணம் நிச்சயித்து, ஈத்தாமொழி ஊரிலிருந்து புதுக்குடியிருப்பு ஊர் வரையிலும் ஒரே பந்தலிட்டு, அதிவிமரிசையாக இரண்டு பேருக்கும் ஒரே நாள் முகூர்த்தம் வைத்துக் கலியாணம் நடந்தது.

அதில் மூத்தவருக்கு இரண்டு ஆணும் ஒரு பெண்ணும் பிறந்தது. அந்தப் பெண்ணை அச்சம்பாட்டு ஊரில் நாகமணி

---

* பாவங்கள் – ஏழைகள்

மார்த்தாண்ட நாடார் குடும்பத்தில் கலியாணம் செய்து கொடுத்து, அவர்கள் இரண்டு ஆணும் ஒரு பெண்ணும் பெற்று வாழ்ந்தார்கள். ஒரு மகன் கலியாணம் ஆகாமல் இறந்தார். அடுத்த மகனுக்கு நாசுவன்விளையிலிருந்து கலியாணம் செய்து, ஒரு ஆணும் ஒரு பெண்ணும் பிறந்தது. அந்தப் பெண்ணை அச்சம்பாட்டு ஊரில் இருந்து அத்தையின் மகன் மூத்தவருக்குக் கலியாணம் செய்து ஈத்தாமொழி ஊரிலேயே இருந்தார்கள். அவர்களை அச்சம்பாட்டு நாடாச்சி என்று சொல்லுவார்கள். அந்த நாடானுடைய ஒரே மகன்தான் கட்டநாடான் என்று சொல்லுகிற கீழவீட்டு நாடான்.

இனிமேல் மேலவீட்டு நடுவுநாடான் என்பவரின் கதையைப் பார்ப்போம்:

புதுக்குடியிருப்பு ஊரிலிருந்து கலியாணம் செய்த இளைய அம்மையார் மேலவீட்டு நாடானின் மனைவி, பிள்ளைகள் இல்லாமல் இறந்துபோனார்கள்.

அதற்குப் பிறகு நடுவக்கரை என்ற இடத்திலிருந்து ஒரு பெண்ணைக் கலியாணம் செய்தார். நடுவக்கரை என்பது தேங்காய்பட்டணம் என்னும் ஊரின் பக்கம் உள்ளது.

அந்த அம்மையாரும் பிள்ளைகள் இல்லாமலே இறந்து விட்டார்கள். அதன் பிறகு அவர்கள் கவலையினால் இனி கலியாணம் செய்யவேண்டாமென்று மனம் வெறுத்து வீட்டிற்கு வராமலும் காட்டிலேயே திரிந்தார்கள்.

இதைக் கண்ட கீழவீட்டுப் பெரிய முதலாளி மன வருத்தப்பட்டு, தம்பி இப்படித் திரிந்தால் குடும்பத்திற்குக் கேவலமாய் இருக்கிறது என்று, இன்னும் ஒரு பெண்ணைக் கட்டி, வீடு குடியா இருக்கவேண்டும் என்று நினைத்து, அவருக்கு விசாரிப்பு வேலை பார்த்து வந்த பூமாத்தியன்விளையிலுள்ள சுப்பிரமணியன் என்பவரின் சகோதரியைப் பெண்பேசி முடிவு செய்துவைத்துவிட்டு, அவர் தம்பியாகிய நடுநாடானைக் கூட்டி வரச்செய்து, அவருக்கு வேண்டிய புத்திகளைச் சொல்லி, "தம்பி நீ இப்படித் திரிந்தால் எல்லோருக்கும் கேவலமாகும். ஆகையால் இந்தப் பெண்ணைக் கலியாணம் செய்து, வீட்டோடு இருப்பதுதான் நல்லது" என்றும், பலவிதமாய் சொல்லி சம்மதிக்கச் செய்து கல்யாணத்தையும் முடித்தார்கள்.

அந்த அம்மையார் இந்தக் குடும்பம் சிறுமையடைவதற்கு முதற்காரணமாக வந்து சேர்ந்தார்கள். கொஞ்சநாள் வாழ்க்கை நடத்திவரும் நாளில், பாவங்கள் எல்லாம் திரண்டுவந்தாப்போல

இவர்கள் மூன்று ஆண்குழந்தைகளைப் பெற்றார்கள். மூன்றாவது குழந்தைக்கு ஒரு வயது ஆனதும் தாயார் இறந்துவிட்டார்கள். இன்னும் ஆறு மாதம் கழிந்ததும் தந்தையாரும் இறந்தார்கள். முதலில் இறந்தவர் தந்தை என்றும் சொல்லுவார்கள்.

அதற்குப் பிறகு அகஸ்தீஸ்வரத்திலிருந்து புருசனும் பிள்ளையும் இறந்து, விதவையாய்ச் சகோதரர்களின் வீட்டில் வந்து இருந்த அகஸ்தீஸ்வரத்து நாடாச்சி என்பவர்கள் இந்தப் பிள்ளைகளை வளர்த்தார்கள். கீழவீட்டுப் பெரிய முதலாளியாக இருந்தவர், இந்தப் பிள்ளைகளுக்குப் பெயரிட்டார். மூத்த குழந்தைக்குச் சிதம்பரநாதன் என்றும், இரண்டாவது பிள்ளைக்கு வீரமார்த்தாண்டன் என்றும், இளையவருக்கு அழகிய நாயகம் என்று சொந்தப் பெயரும் செம்பய்யா, இரும்பையா, உருக்கய்யா என்று பட்டப்பெயரும், யாமாளி, கோமாளி, காமாளி என்று வட்டப்பெயரும் கொடுத்து அவருடைய மேல்பார்வையில் வளர்ந்தார்கள்.

அதில் இளைய அழகிய நாயகம் நாடான் என்பவர், வீட்டில் ஒருவருடைய சொல்லும் கேட்காமல் தன் போக்கிலே காட்டிலே திரிந்து, தனக்குப் பிடித்தமான சிலரைக் கூடச் சேர்த்துக்கொண்டு, தென்னந்தோப்புகளில் போய் தேங்காய் விடலைகளைக்* குலைகளோடு வெட்டி அழிவுசெய்தும், பனைகளில் நுங்கு வெட்டுவதும், பதனி இறக்குவதும், மற்றும் பலவித உபத்திரங்களையும் செய்வார். கண்டதுபோல் இருக்கும் காணாமல் வேறு இடம் போய்விடுவார். ஒருவர் சொல்லும் கேட்கமாட்டார். ஆகையால் அவரைப் புட்டான்** என்று சிறுவயதிலேயே பெயர் வைத்தார்கள்.

இவ்விதமாக இவர்கள் வளரும் சமயம், கீழ்வீட்டுப் பெரிய முதலாளி படுக்கையிலாகி மரணத்தருவாயிலிருந்தார். யாராவது பார்க்கப்போனால் அய்யா இப்போதுதான் தூங்குகிறார், பேசக்கூடாது என்று சொல்லி அகஸ்தீஸ்வரத்து நாடாச்சி கதவைப் பூட்டிக்கொள்வார்கள். உயிர்போனபிறகு அகஸ்தீஸ்வரத்திற்கு ஆள்விட்டு, அவர்கள் இங்கு வந்தவுடன் தலையணைஉறையிலிருந்து பணமும், புதைத்துவைத்திருந்த பணம் மற்றுள்ள பொருள்களையும் இராத்திரி வேளையில் கொடுத்து அனுப்பிவிட்டு, அய்யா இறந்துபோனார் என்று அழுதார்கள். எல்லாரும் உள்ளே நுழைந்து பார்த்தார்கள். வீட்டிலுள்ள பணம், தலையணை ஒன்றும் காணவில்லை.

---
* தேங்காய் விடலை – இளநீர்
** புட்டான் – வெட்டுக்கிளியில் ஒரு வகை

பிறகு அவருக்குச் செய்யவேண்டிய கடமைகளைச் செய்து, அடக்கம் செய்தார்கள். சொத்துகள் இவர்கள் மூன்று பேருக்கும் கட்டநாடான் தகப்பனாருக்கும் பங்கிட்டுக்கொண்டார்கள்.

அதன் பிறகு இவர்கள் மூன்று பேருக்கும் உள்ள சொத்து களைப் பார்வையிட இவர்களின் தாயாரின் சகோதரனான பூமாத்திவிளை சுப்பிரமணியன் என்பவர் ரெச்ச கர்த்தாவாக உயில் என்னும் அதிகாரப் பத்திரம் எழுதிக்கொண்டு, இவரே பார்த்துவந்தார். நாறவாயான் தேடிவைத்தான், நல்லவாயான் தின்றழித்தான் என்றாற்போலும், தலைவாசல் வழி ஒருத்தி வந்தாள், புறவாசல்வழி ஒருத்தி போனாள் என்ற கதை போலும் ஆகிவிட்டது. இவருடைய குடும்பம் ரொம்பவும் கஷ்டப்பட்டுக்கொண்டிருந்ததினால் இந்தச் சொத்துகளை அனேகமும் அவரே விலை கொடுத்துப் பணத்தைக் கொண்டு பெண்மக்களைக் கலியாணம் செய்து கொடுத்தும், ஆடம்பரச் செலவுகள் செய்தும்வந்தார். யாராவது கேட்டால் அந்த மூன்று பிள்ளைகளுக்கும் உள்ள செலவிற்குத்தான் விற்றேன் என்று சொல்லுவார். இப்படியாக அனேகம் சொத்துக்கள் அழிந்து, பிறகு இந்தப் பிள்ளைகளும் வாலிபப்பருவம் அடைந்தன.

அதில் மூத்தவரான சிதம்பர நாதனுக்கு தனது மகளைக் கலியாணம் செய்துவைத்தார்.

இரண்டாவது வீரமார்த்தாண்டனுக்கு நாசுவன்விளை ஊரிலிருந்து கலியாணம் ஆனது.

மூன்றாவது அழகிய நாயகத்துக்கு அவர்கள் வீட்டுக்கு வடக்குப்பக்கம் செம்பட்டஓடை அருகில்உள்ள இடத்தில் குடியிருந்த குடும்பத்தில் உள்ள ஒரு பெண்ணைக் கலியாணம் செய்து, சொத்துக்களையும் வாக்குபாகமாகப் பிரித்து அனுபவித்துக்கொண்டு வாழ்ந்துவந்தார்கள்.

4

இனிமேல் ஈத்தாமொழியில் இருந்த குடும்பத்தின் விபரம்:

ஈத்தாமொழியிலிருந்த குடும்பமும் சந்ததிகள் குறைந்துகொண்டேவந்தது. முன்னே இருந்தவர்களின் குடும்பம் பெருகவில்லை. சொக்காறன் பிரிவுகள் ஒன்றும் இல்லை. அண்ணன் – தம்பி, அவர்களுக்குப் பிள்ளைகள் என்று பிரிந்து, வளர்ந்ததாக இல்லை. வள்ளியாவிளையில் கீழவீட்டுப் பெரிய முதலாளி இருந்த காலத்தில், ஈத்தாமொழியிலும் ஒரே ஒருவர்தான் இருந்தார். அவரை ஈத்தாமொழி பெரிய முதலாளி என்றும் சொல்லுவார்கள்.

அவர் தாராவிளை ஊரில் இப்போது ஒட்டு மாங்கண்ணு வியாபாரம் செய்துவருகிறவர்களின் குடும்பத்தில் உள்ள ஒரு பண்ணையார் மகளைக் கலியாணம் செய்து, வாழ்ந்துவந்தார். அவருக்கு ஒரு சகோதரியும் உண்டு. அந்தச் சகோதரியைக் கூடங்குளத்து ஊரிலுள்ள ஒரு கிராமணி பட்டம் பெற்று இவர்களுக்குத் தரமான ஒரு குடும்பத்தில் உள்ள ஒருவருக்குக் கலியாணம் செய்துகொடுத்து, அவர்களுக்கு ஒரு மகளும் மற்றும் குழந்தைகளுடனும் வாழ்ந்துவந்தார்கள். இந்த முதலாளிக்கு இரண்டு ஆணும் ஒரு பெண்ணும் பிறந்து வளர்ந்தனர்.

மணிக்கட்டிப் பொட்டல் ஊரில் உள்ள நாராயணன் தெய்வமாடியார் என்று ஒருவர். நீலசுவாமி இசக்கியம்மை என்று சொல்லப்பட்ட கோவிலை அவர் வீட்டில் வைத்துப் பூசை செய்து வழிபட்டுவருகிற குடும்பம். அந்தக் குடும்பம் அந்தத் தெய்வத்தை வைத்து வணங்கிய காலத்தில் உண்டாக்கிய செல்வமும், நாடான் என்ற பெயரும் பெற்று வாழ்ந்துவந்தது. அந்தத் தெய்வமாடியாரின்

இளையமகனுக்குப் பெரிய முதலாளி தன் பெண்ணைக் கலியாணம் செய்து கொடுத்தார். அந்த அம்மாவுக்கு மூன்று ஆண்குழந்தைகள் பிறந்தது. அந்த மூன்று பிள்ளைகளும்தான் சாமி வீட்டு மூத்த நாடான், நடு நாடான், இளைய நாடான் என்ற பெயரோடு வாழ்ந்தவர்கள். அதற்கும் பிறகு அந்த ஈத்தாமொழி நாடான் மகனுக்கு ஒரு பெண்பிள்ளை இருந்ததையும் இந்தச் சாமிவீட்டு மூத்த நாடானுக்கே முறைப்பெண்ணாகக் கலியாணம் செய்துகொடுத்தார். அவர்களுக்கு ஒரு ஆணும், ஒரு பெண் பிள்ளையும் பிறந்தது. அவர்தான் இப்போது மூத்த நாடான் மகன் என்று இருப்பவர். பெண்பிள்ளையைப் பேயோட்டு குருக்கள் வம்சத்தில் உள்ள பொன்னம்பலம் எஞ்சினியருக்குக் கலியாணம் செய்துகொடுத்திருக்கிறது. ஈத்தாமொழி முதலாளியின் மூத்த மகனுக்குப் புதுக்குடியிருப்பு குடும்பத்திலிருந்து கலியாணம் செய்தார். அவருக்கு ஒரு பெண் மகள். இளைய மகனுக்குக் கூடங்குளத்திலிருந்து கலியாணம் செய்தார். பிள்ளை இல்லை.

ஈத்தாமொழி குடும்பத்திற்கு வேறு ஆண் சந்ததிகள் இல்லாமல் அவருடைய ஆண்மக்கள் இரண்டு பேரும் இறந்து போனார்கள்.

அதன் பிறகு பெரிய முதலாளி கவலையினால் வீட்டை விட்டு வெளியில் வராமல், ஒருவரோடும் சினேகம் இல்லாமலும் இருந்தார். இவருடைய மனைவியும் இறந்துபோனார்கள். அதற்குப்பிறகு அடிமைவேலை செய்துவரும் புளுக்கச்சி அகஸ்தீஸ்வரத்தாள் என்று சொல்லப்பட்ட கிழவி சமையல் செய்துகொடுத்துவந்தாள்.

சொத்துகளில் உள்ள வருமானங்களைப் பாட்டமாக எடுப்பவர்கள் ரூபாயும் நெல்லும் கொண்டு கொடுப்பார்கள். அதுகளில் சில செலவு போக மிச்சம் உள்ளதை எல்லாம் தலையணைஉறையில் வைத்து உறங்குவார். மீதிப் பணத்தைச் செம்புப்பானைகளிலும் வைத்து, மண்ணைத் தோண்டி அதன் உள்ளே புதைத்தும் வைத்த அவைகளுக்குக் காவலாக இருந்தது போல் வீட்டைவிட்டு வெளியில் போகாமலும், யாரோடும் அதிகப் பேச்சு இல்லாமலும் துயரத்தோடு வாழ்க்கை நடத்தி எண்பத்தைந்து வயதிற்குப் பிறகு இறந்தார்.

பொட்டலில் இருந்த பேரன்மார்கள் தலையணைப் பணம், புதைத்துவைத்த புதைபொருள்களும் மற்றும் பெட்டியி லுள்ளவைகளும் பாத்திரப்பண்டங்களும் எல்லாவற்றையும் வண்டியிலேற்றிப் பொட்டலுக்கு அனுப்பிவிட்டு, வீட்டில் இருந்துகொண்டார்கள்.

அதன்பிறகு, வள்ளியாவிளையிலிருந்தவர்கள் மரணத்தை அறிந்துபோனார்கள். இரு திறத்தாரும் சேர்ந்து அவருக்குள்ள கடமைகளைச் செய்து, அடக்கம்செய்து முடித்தார்கள்.

அதற்குப் பிறகு சொத்துகளுக்கு தர்க்கம்* உண்டானது. பொட்டல்காரர்கள் மகளின் பிள்ளைகளாகிய எங்களுக்குத்தான் சொத்து செல்லவேண்டும் என்றும், இவர்கள் நாங்கள் சொக்காறன்மார்கள் எங்களுக்குத்தான் சேரவேண்டும் என்றும் சொல்லிச் சண்டையிட்டார்கள். பலாத்காரமாய்த் தேங்காய் வெட்டினார்கள்.

பொட்டல்காரர்களுக்கு ஆள்வசதியும், பணவசதியும் அதிகமாய் இருந்ததினால், புதுக்குடியிருப்பு ஊரில் உள்ள நாடான் எல்லாரும் அவர்களுக்கு உதவியாகயிருந்தார்கள். இவருடைய ஆலோசனையைக் கொண்டு போலீஸ் கேசாக்கி, இவர்களைப் பிடிப்பதற்கு ஏற்பாடுசெய்தார்கள். இவர்கள் ஓடி ஒளிந்தார்கள். ஒருநாள் போலீஸ் பிடிக்க வந்தபோது, இவர்கள் அழிந்துபோன வீட்டிலுள்ள கம்புகளை ஏராளமாக அடுக்கி மேலே புரை கட்டி, வீடுபோல் அடுக்கி வைத்திருந்தது – அதற்கு உள்ளே நுழைந்து மறைந்துகொண்டார்கள். போலீஸ்காரன் அவன் கையிலுள்ள கம்பைக் கொண்டு குத்திப்பார்த்தும் தட்டிப் பார்த்தும் காணாமல் திரும்பிப் போனான். அடுத்த நாளும் வந்து பார்த்தபோது வேறே ஓர் இடத்தில் இருந்தார்கள். போலீஸ்காரன் கண்டுபிடித்துக்கொண்டான். பிடித்தவுடன் கையில் விலங்கு மாட்டிக் கூட்டிக்கொண்டு போகும் சமயம், சாய்புமார் தெருவில் உள்ள முத்துப்பிள்ளை வைத்தியனாரின் மகள் புருசன் இளங்கடை தெருவில் உள்ளவர் கண்டு, போலீசாரிடம் கேட்டார். இந்தப் பிள்ளைகளை இப்படி விலங்கு மாட்டிக்கொண்டு போகிறீர்களே, எதற்காக? இந்தப் பிள்ளைகள் எங்கே களவு செய்தார்கள்? யார் வீட்டில் கொள்ளையடித்தார்கள்? அவர்கள் தகப்பன் சொத்தில்தானே தேங்காய் வெட்டினார்கள். அதற்காக இப்படி விலங்கு மாட்டிக்கொண்டு போக வேண்டாம். விலங்கை களத்திவிட்டு கூட்டிக்கொண்டு போங்கள். ஓடிவிடுவார்கள் என்று நினைக்க வேண்டாம். ஓடுவதற்குக் களவு செய்யப்போன கள்ளர்களல்ல. அங்நத்தே, களத்துங்கள் என்று சொன்னவுடன் விலங்கைக் கழத்திவிட்டுக் கூட்டிக்கொண்டு போனார்கள். பிறகு ஜாமீனில் இறக்கிக் கூட்டிவந்தார்கள்.

பிறகு சொத்துக்களுக்கு சிவில் கேஸ் போட்டு சொத்துகளிலுள்ள அனுபவங்களை சமரியில் வைத்தார்கள். சர்க்காரில்

---

* தார்க்கம் – தகராறு

இருந்தே பாட்டங் கொடுத்து ரூபாய்களை கோர்ட்டிலேயே வைக்கும்படி செய்தார்கள். கொஞ்ச நாளாக கேஸ் நடந்தது. அதற்குப் பிறகு இருவரும் சமாதானமாய் ஆள் பாதியாகப் பங்கிட்டுக்கொள்வோம் என்று சம்மதித்தார்கள். ஈத்தாமொழிக் காரர்களுக்கு வரவரப் பணவசதி குறைவு. அதற்குள்ள முறையில் கேஸ் நடத்த ஆளும் இல்லை. வட்டிக்குக் கடன் வாங்கிச் செலவுசெய்வது கஷ்டமாக இருந்ததினால், பாதி சொத்து போதும் என்று சம்மதித்தார்கள். ஈத்தாமொழி முதலாளி வீட்டுப் பக்கத்திலிருந்து கிழக்கே உள்ள சொத்துகள் எல்லாம் பொட்டல்காரர்களுக்கும், மேற்கே உள்ளது வள்ளியா விளைக்காரர்களுக்குமாகப் பாகம் அமைத்து எடுத்தார்கள். பொட்டல்காரர்களுக்குக் கூடுதல் தென்னந்தோப்புகள் கிடைத்தன.

பொட்டல்காரர்களின் குடும்பவரலாறு பற்றித் தெரிந்ததைச் சொல்லுவோம். இவர்கள் காரங்காட்டு ஊரைச் சேர்ந்தவர்கள். எதோ பிரச்சினையால் காரங்காட்டு ஊரைவிட்டுப் பனைஏத்துத் தொழில்செய்து பிழைத்துவந்த ஒரு குடும்பத்திலுள்ளவர் பொட்டல் ஊரில் வந்து சேர்ந்தார். அவருடைய பிள்ளைகள் பேரன்மார்கள் என்றும் குடும்பம் வளர்ந்தது. அவருடைய பேரன்மார்களுக்குள் பிறகு வந்த சந்ததியாரில் முச்சந்தி, பொன்னிலங்கி என்ற பெயரோடு இருவர் வளர்ந்தார்கள். நல்ல குணத்தோடும், அடுத்தவர்களோடு நல்ல சினேகத்தோடும், பாவங்களுக்கு பதனீர் குடிக்கக் கொடுத்தும் உதவி செய்வார்கள். இவர்களுக்கு நல்ல லாபமும் கிடைத்துவந்தது. அதிலிருந்து சொத்துகள் உண்டாக்கி நல்ல பெயரோடும் வாழ்ந்துவந்தார்கள்.

இப்படி இவர்கள் இருக்கிற காலத்தில் இசக்கியம்மை, நீலதெய்வம் என்று இப்போதும் வணங்கிவருகிற தெய்வங்கள் செட்டியைக் கொன்று பழவை ஊரையும் அழித்துவிட்டு, இவர்களில் வயதிற்கு மூத்தவரும் நல்லொழுக்கங்கள் உள்ளவராயும் இருந்த முச்சந்தியின் கண்ணில் சொப்பனமாகச் சொன்னதாம்:

“நீலதெய்வம் இசக்கிஅம்மை என்ற பெயரோடு சொந்த இடத்தில் வைத்து வணங்கி வாருங்கள். உங்களுக்கு எல்லா நன்மைகளும் செய்வேன். நல்ல பெயரும் புகழும் உண்டாகும்.” உடனே சொப்பனத்தின் பிரகாரம் ஒரு ஓலைப் புரைகட்டி, அதில் சமையல்செய்து படைத்து, விளக்குப் போட்டு, பயபக்தியாய் வணங்கிவந்தார். அதிலிருந்து இவர்களுக்கும் தெய்வத்திற்கும் முன்னேற்றம் உண்டானது.

ஆதியில் இவர் வந்து குடியேறியிருந்ததும், சுவாமி வந்திருந்ததும் இப்போது மேலத்தெருவில் இருக்கிற துரைசுவாமி வீட்டில்தான். இப்போதும் அவர்கள் வீட்டிலும் சுவாமிக்குப் பூசை பண்ணிவருகிறார்கள். அந்த இடத்தில் இவர்கள் பூசை செய்து வரும்போது, ஊரிலுள்ளவர்களும் வந்து சுவாமியை வணங்கி, அவர் அவர்கள் குறைகளை நீக்கித் தரும்படி வேண்டினார்கள். சுவாமி அவர்களுடைய துன்பங்களை மாற்றித்தருவதாகச் சொப்பானத்தில் சொல்லுவாராம். பிள்ளையில்லாதவர்களுக்குப் பிள்ளை கிடைத்தது. கர்ம வியாதியில், வாய்வு குன்ம நோய்களில் கஷ்டப்படுகிறவர்களுக்கும் நோய் தீர்ந்து சுகமாகிவந்தவுடன், அவர்கள் நேச்சைக்கடனாக ரூபாய்களும் நகைகளும் செய்து வைத்துப் பூசையும் நடத்துவார்கள். இந்தப் படிக்குச் செய்து வருவதினால் சுவாமிக்கு ஏராளமான நகைகள் சேர்ந்தது. பணமும் சேர்ந்தது. பணத்தைக் கொண்டு சுவாமி பேருக்கு சொத்துகள் வாங்கினார்கள். இவர்கள் குடும்பத்திற்கும் சொத்துகள் நிறைய வந்துவிட்டது. இந்தப் பக்கத்திலுள்ள சொத்துகள் எல்லாம் இவர்களுக்குச் சொந்தமாகிவிட்டது. ஒவ்வொரு குடும்பமும் பிரியும்போது, சொத்துகளைப் பாகம் செய்வதில், சுவாமி பேருக்கு ஒரு ஏக்கர், சிலர் அரை ஏக்கர் என்று விட்டுக்கொடுப்பார்கள். அந்தச் சொத்துகளும் நாள் வழியே சுவாமிக்குச் சேர்ந்தது. இவ்விதமாகச் சொத்துகள் வந்தவுடன் இவர்களே தலைமையான நாடான்மார்களாகி ஒரு மணியும் கட்டி, இந்த இடத்துக்கு மணிகட்டிப் பொட்டல் எனப் பெயரும் போட்டு, நடத்தி வந்தார்கள். அவர்கள் வீட்டில் எதாவது பலகாரங்கள் செய்ய வேண்டுமானாலும் நீலசுவாமி இசக்கி அம்மை கோவிலில் கொண்டுவந்துசெய்து, பூசை முடித்து, எல்லாருக்கும் கொஞ்சம் கொடுத்துவிட்டுத்தான் அவர்கள் வீட்டுக்குக் கொண்டுபோவார்கள்.

ஒரு கோழிக்கறி வைத்தாலும் கோவிலில் வைத்துத்தான் கறி வைத்து எடுத்துக்கொண்டு போவார்கள்.

வயல் அறுத்துப் பொலி அளக்கும்போது, முதலாவது சாமிக்குப் பொலியளவு என்று அளந்து வைத்துவிட்டுத்தான் நெல் அளப்பார்கள்.

வருசத்துக்கு ஒரு தடவை தெய்வக்குடை நடத்துவார்கள். அதற்கு இரண்டு கோட்டை அரிசி சமையல்செய்து, நாலு கிடாயும் வெட்டி, கறி வைத்துப் பூசைசெய்து தருமம் செய்வார்கள்.

மாதப்பிறப்பு, பொங்கல், அம்மன் குடை முதலிய விசேச நாட்களிலும் ஒரு கோட்டை அரிசியும் ஒரு கிடாயும் வெட்டி

சமையல் செய்து, எளியவர்களுக்கும் கொடுத்துச் சாப்பிடு வார்கள். கோவிலில் இரண்டு சிறிய சந்தனச்சிலை செய்துவைத்து வணங்கிவந்தார்கள்.

இப்படியே நடத்திவரும் சமயம், இவர்களில் அண்ணனும் தம்பியுமான இரு பேருக்குள்ளேயும் சச்சரவு ஏற்பட்டது. மூத்தவ ராகிய முச்சந்தி என்பவர், அவர்கள் தம்பியை நீ கோவிலுக் குள்ளே வரக்கூடாது என்று தடுத்துவிட்டார். இளையவராகிய பொன்னிலங்கி கோர்ட்டில் கேஸ் போட்டார்.

அந்தச் சமயம் அரசாங்கத்தார் பத்மநாபபுரம் கோட்டைக்குள் நியாயத்தலம் வைத்து நடத்திவந்தார்கள். அந்த கோர்ட்டில் இவர் கேஸ் பதிவுசெய்தார். கோர்ட்டில் இருப்பவர்கள் முச்சந்தியைக் கூட்டில் விட்டு மொழி கேட்டார்கள். அதற்கு அவர் நான் எது சொல்லவேண்டுமானாலும் சுவாமியிடம் கேட்டுத்தான் சொல்வேன் என்று பதில் சொன்னார்.

உடனே கோர்ட்டில் இருந்தவர்கள் சாணானின் குடும்பத்தில் இப்படியும் ஒரு பெருமை இருக்கிறதாவென்று பொறாமைப் பட்டு, நீ அந்தக் கோவிலில் உள்ள சிலையை எடுத்துக்கொண்டு வாவென்று சொன்னார்கள். அவர் நான் சுவாமியிடம் கேட்டு, அவர் கொண்டுவரச்சொன்னால் கொண்டுவருவேன் என்று சொன்னார். கோர்ட்டில் உள்ளவர்கள் கோபத்துடன் கோர்ட்டில் இருந்த ஒருவரை அனுப்பி "போ, அந்தக் கோவில் சிலையை எடுத்து வா" என்றார்கள். அவர் வந்து அந்த சந்தனச் சிலைகளை எடுத்துவந்து கொடுத்தார். கோர்ட்டில் இருந்த தலைவர் அதைப் பார்த்துவிட்டு, விசாரணை முடிந்தவுடன் திரும்ப எடுத்துக் கொண்டு போகச் சொன்னார். முச்சந்தி என்பவர் சுவாமி எடுத்துக்கொண்டு போகச் சொன்னால் கொண்டு போவேன் என்று சொல்லிவிட்டு வந்துவிட்டார். அந்தச் சிலைகள் இரண்டு மூன்று நாளாக வெளித் திண்ணையிலேயே இருந்தன. அப்படி இருக்கும்போது கோர்ட்டில் வேலை பார்ப்பவர்களுக்கு வயிற்றோட்டமும் வாந்தியும் உண்டாகிக் கஷ்டப்பட்டார்கள். சிலையை எடுக்காமல் வீட்டிற்கு வந்தவர்களுக்கு அன்று இரவு சொப்பனத்தில், "நீ அந்தச் சிலையை இங்கே கொண்டுவர வேண்டாம். இனி சிலைவைத்து வணங்கவும் வேண்டாம். ஒரு திரணைப்படியை உயரமாகச் செய்து, அதில் எல்லாச் சாமான்களையும் வைத்துப் பூசை செய்" என்று சொன்னதினால், அவர் அப்படியே செய்தார். கோர்ட்டாருக்குத் துன்பம் உண்டாகிக்கொண்டிருந்ததனால், அரசாங்கச் செலவிலேயே பத்மனாபபுரத்தில் ஒரு சிறு கோவில் செய்து, அதில் சிலைகளை எடுத்துவைத்து அதற்குப் பூசை செய்வதற்கும் ஏற்பாடு

செய்தார்கள். அந்தக் கோவில் பத்மநாபபுரம் கோட்டைக்குள் இப்போதும் இருக்கிறது.

பிறகு கோர்ட்டில் இருந்து பொன்னிலங்கி என்பவரைத் தனியே ஒரு கோவில் கட்டிப் பூசை செய்யும்படியாய்த் தீர்ப்பு கிடைத்தது. அவரும் அப்படியே தனியாக வேறு இடத்தில் கோவிலும் வீடும் கட்டிப் பூசையும் செய்துவந்தார். அந்தக் கோவில்தான் இப்போது சாமி வீடு என்ற பெயரோடு இருப்பது. அந்தப் பொன்னிலங்கியின் பின்வாரிசுகள்தான் சாமிவீட்டு ஆட்கள்.

பொட்டல் நாடான்மார்களும் வள்ளியாவிளை நாடான்மார்களும் ஈத்தாமொழி நாடான் சொத்தைப் பாதிப் பாதியாகப் பிரித்து எடுத்தார்கள். அதற்குப் பிறகு வள்ளியாவிளை நாடான்மார்களுக்கு ஈத்தாமொழி நாடான் என்ற பெயர் பங்கு போடாமலே முழுப்பெயரும் இவர்களுக்கு வந்தது. ஆனால் கீழவீட்டு நாடான், மேலவீட்டு நாடான் என்ற இரண்டு பிரிவு இன்றுவரையும் இருந்துவருகிறது.

இதற்குப் பிறகு அந்தப் பாதிச் சொத்தையும் இவர்களும் பங்குபோடத் தொடங்கினார்கள்.

உடனே கீழவீட்டு கட்டநாடான், "என்னுடைய தகப்பனார் உங்களுடைய தகப்பனாரின் மகன். அவருக்கு நான் ஒருவன். அதனால் சொத்துகளை இரண்டு பங்காக வைக்கவேண்டும்" என்றார். அதற்கு இவர்களும் இவர்களைச் சேர்ந்த சில பெரியவர்களும் சம்மதிக்கவில்லை. உங்கள் தகப்பனார் காலம் கழிந்துபோய்விட்டதினால் இப்போது இருக்கிறது அவர்கள் மூன்று பேருக்கும் மூன்று வீதமும் உமக்கு ஒரு வீதமுமாகப் பங்குபோடுவதுதான் சரி. ஏனென்றால் உங்கள் தகப்பனார் காலத்திற்குப் பிறகுதான் இந்தச் சொத்து கிடைத்திருக்கிறது. ஆகையால் நீர் பாதி கேட்பது சரி இல்லை என்றார்கள்.

கட்டநாடான் இதற்கு இணங்கவில்லை. எப்படியும் சொத்துகளில் பாதி எடுக்காமல் விடக்கூடாது என்று அவரைச் சேர்ந்தவர்களும், அவர் தாயாரின் குடும்பத்திலுள்ளவர்களாகிய மூளிக்கரை, நாசுவன்விளை முதலிய ஊரிலுள்ளவர்களையும் கூட்டி வைத்துக்கொண்டு, அவருடைய தாயாரும் சேர்ந்து, நரி ஆட்டை தன் வசப்படுத்திக் கொண்டுபோய்க் கொல்லுவது போல அந்த மூன்று பேரிலும் மூத்தவராகிய சிதம்பர நாதனைக் கைவசப்படுத்திக்கொண்டால் நமக்குப் பாதிச் சொத்து எடுத்து விடலாம் என்று தீர்மானித்துக்கொண்டார்கள். நரியை ஏய்ச்சது சில்லாநண்டு என்றது போல், அடுத்த நாளிலிருந்து கட்டநாடான்

கவலை 49

தாயார் சிதம்பரநாத நாடான் வீட்டுக்குச் சாதாரணமாகப் போவது போல போய், அவர்கள் வீட்டிலுள்ளவர்களோடு அன்பாய்ப் பேசிக்கொண்டிருப்பார்கள். "ஏ பத்தாங்காட்டு நாடாச்சி, உனக்குச் சாமானம் ஏதாவது இல்லாட்டு, நம்ம ஊட்ல கேட்டு வாங்கிக்க. இல்லாட்டு அச்சம்பாட்டு நாடாச்சிகிட்ட கேளு, தருவா. நம்ம ஒருத்தருக்கொருத்தர் வாங்குவதும் குடுப்பதும் எடுப்பதும் வழக்கந்தான. நீ வேற ஒண்ணும் நெனச்சாத" என்று அன்பாகப் பேசி வீட்டிற்குப் போய் சில தின்பண்டங்களைக் கொடுத்து அனுப்புவார்கள். பிள்ளைகளைக் கூட்டிக்கொண்டு போய் காலையில் காப்பி கொடுப்பார்கள். அவர்களுக்கு வெற்றிலை இடிக்கச் சொல்லுவார்கள். அந்தப் பிள்ளைகளுக்கும் கொஞ்சம் கொஞ்சம் இடித்த வெற்றிலையில் பங்கு கொடுத்துப் பிள்ளைகளோடு விளையாடுவார்கள்.

இப்படிச் சிலநாளைக்குப் பிறகு ஒருநாள் காலையில் முத்தத்தில் நின்றுகொண்டு, "ஏ மூத்த அப்பாவு" என்று கூப்பிடு வார்கள். அவர், "என்ன மயினி" என்று சத்தங் கொடுப்பார். "இதுல வந்துட்டுப்போ" என்பார்கள். இவர் உடனே நெற்றியிலும், தோளிலும், மார்பிலும் மூன்று விரல் கொண்டு இழுத்துப் பூசப்பட்ட திருநீற்றுப் பட்டையோடு, கம்பிக்கரை நேரியல் தோளிலிருந்து தரைவரை தொங்க, மீசையை முறுக்கிக்கொண்டு நடந்துவருவார். உடனே இருவருமாக வீட்டிற்குள் நுழைந்ததும் அவர்களின் பேத்தியாரைக் கூப்பிட்டு, "தங்கம், மூத்த போத்திக்கு* காப்பி குடம்மா" என்பார்கள். உடனே அவள் நாலு பெரிய தோசையும், ஒரு பெரிய கிண்ணம் நிறைய பால்காப்பியும், ஒரு அழகான படம் போட்ட புதுத் தடுக்கும் கொண்டுவந்துவைத்து, "போத்தி வாருங்க" என்று சொல்லுவாள். அவள் அப்படிச் சொன்னவுடனே உடம்பு சிலிர்க்க, மனம் குளிர்ந்துவிடும். பேத்தியை அன்பான வார்த்தைகளால் பரிகாசம் சொல்லிக் கொண்டு, தோசையைத் தின்றுவிட்டு, ஒரு கிண்ணம் பால்விட்ட காப்பியும் குடித்து, சந்தோசமாய் எழுந்து கை கழுவிவிட்டு வெற்றிலை போடத் திண்ணைக்கு வருவார். வெற்றிலை போட்டுக்கொண்டு ஊரிலுள்ள வம்பளப்புக் கதைகளைப் பேசிக்கொண்டிருப்பார். அப்படி இருக்கும்போது அவருடைய மூத்த மகன் வந்து, "அய்யா, வருவியளாம்" என்று சொல்லுவான். அவனையும் கூப்பிட்டு காப்பி கொடுப்பார்கள். இவர், "மயினி நான் போறேன்" என்று எழுந்திருப்பார். "அப்பாவு, நீ பேசிக்கிட்டு இரு. செலவுகளுக்குச் சக்கரங்களுக்குத்தான்** கூப்பிட்டிருப்பா நாடாச்சி, மீங்காரி வந்துகிட்டுப் போனாயில்லையா.

---

* போத்தி – தாத்தா

** சக்கரம் – திருவிதாங்கூர் நாணயம். இருபத்தெட்டு சக்கரம் ஒரு ரூபாய்.

வேணுமுன்னா நா ஒரு ரூபா குடுக்கேன்” என்று கொஞ்சம் சில்லரை சக்கரத்தைப் பையன் கையில் கொடுத்து, “போட்டுராம கோண்டு போப்பே” என்று சொல்லிஅனுப்புவார்கள்.

இனி இரண்டு நாள் கழித்து, “இன்று ஞாயித்துக்கிழமை, மீனு வராது. எம்மா, ஒரு கோழிக்கறி வய்யுங்க. அந்தக் கறுத்தக்கோழி முட்ட உடாம திரியுவு இல்லியா, அதைத் தவுட்ட வச்சிக் கூப்பிட்டு, குட்டிப்புள்ள கிட்ட அதப் புடிச்சிக் கொன்னு, முடிய பின்னச் சொல்லு” என்று சொல்லுவார்கள்.

குட்டிப்புள்ளை கோழியப் புடிச்சிக் கொன்று, முடிபின்னி, கழுவிக் கொடலு எல்லாம் எடுத்துவிட்டுக் கொடுப்பாள். பன்னிரெண்டு மணிக்குள்ளாகச் சமைய ஆகிவிடும். எல்லாரும் சாப்பிட்டு முடிந்தும் முடியாமலும் இருக்கும். இந்த அம்மா மூத்த அப்பாவு எப்ப வீட்டுக்கு வருவானென்று எதிர்பார்த்துக் கொண்டேயிருப்பார்கள். தெருக்கதவிலேயே நின்று வெளியிலேயே பார்த்துக்கொண்டும், வீட்டில் போய், “ஏ பத்தங்காட்டு நாடாச்சி, அப்பாவு எப்ப வருவான் தெரியுமா?” என்றும் கேட்டுக்கொள்ளுவாங்கள்.

அவர் எங்கெங்கெல்லாமோ சுற்றிக்கொண்டு மூன்று மணிக்குப் போல வருவார். வந்ததும் வீட்டில் சத்தங்கேட்டவுடன் வந்து, “அப்பாவு ஒன்ன நாடான் தேடுயான். வந்து கேட்டுக்கிட்டுப் போ” என்று கூப்பிடுவார்கள். அவரும் பின்னாலே போவார். உடனே பேத்தி பெரியதங்கம் ஒரு பெரிய தழுவையில் நிறைய சோறும், அதற்கு மேலே ஒரு பெரிய ஆப்பை நிறைய இறைச்சியும் கோரிவைத்து, ஒரு சட்டியில கறியும் கொண்டுவைத்து, “போத்தி சாப்பிடுங்க, ஒங்களத் தேடித் தேடிப் பாத்தேன் காண இல்லியே. எங்கதான் பொயிருவிய?” என்று பரிகாசம் சொல்லுவாள். கோழிக்கறியுஞ் சோறுங் கண்டதும், எவ வீட்டுக்குப் போனியளோ என்று பேத்தி பரிகாசம் பண்ணியதும் மிகுந்த மகிழ்ச்சி. தீயில் வைத்து நெய் உருகியதுபோல மனம் உருகி, மூன்று நாலு காலாகப் பிரிந்து, பேத்தியின் அன்பு மொழியில் ஒரு காலும், மதனியின் பாசத்தில் ஒரு காலும், கட்ட நாடான் அண்ணன் மகன் தனக்கும் மகன் என்ற உரிமையில் இரண்டு காலுமாக, இவருடைய அறிவு எல்லாம் அவர்களுடைய இருதயத்தோடு சேர்ந்து உள்ளே நுழைந்து ஒட்டிக்கொண்டது. கோழிக்கறியுஞ் சோறும் திருப்தி யாகச் சாப்பிட்டு, வயிற்றிலிருந்து இடைவெளிக்குத் தண்ணி குடித்து கைகழுவிவிட்டு, பலமான இரண்டு ஏப்பமும் விட்டுக் கொண்டு, இடுப்பில் கட்டிக்கொண்டிருந்த துப்பட்டி நேரியலை அவிழ்த்துக் கையும் வாயும் துடைத்துவிட்டு, திண்ணைக்கு வந்து, உட்கார்ந்து, வெற்றிலை போடும்போது சொத்து பங்கு போடுவதைப் பற்றிய பேச்சைப் பேசத் துடங்கினார்.

“கீழவீட்டு நாடான், கேட்டயா. உனக்கு நீ சொன்னது போல பாதிச்சொத்து பங்குபோட்டுத் தந்துவிடுகிறேன். நீ அதற்காகக் கவலைப்பட வேண்டாம். உடைந்து சிதைந்தாலும் பாத்தி ஒன்று என்றும் நீர் அடித்து நீர் நீங்காது என்றும் பெரியவர்கள் சொல்லுவார்கள். அதுபோல உனக்கு இருப்பது எனக்கு இருப்பது போலத்தான். நான் வித்தியாசமாய் நினைக்க வில்லை. தம்பி இளயவன் சம்மதிக்கமாட்டான். நான் அவனைச் சம்மதப்படுத்திவிடுவேன்” என்று சொல்லிவிட்டு “மயினீ, நாங்க நாளைக்கே பங்கை ஆள்பாதியாகப் போட்டுவிடுவோம்” என்றும் சொல்லிவிட்டு, “நான் வாறேன்” என்று எழுந்துபோய் விட்டார்.

இதை அறிந்த இளைய நாடான் என்று சொல்லும் அழகிய நாயகம் நாடானுக்குக் கோபம் வந்தது. தெருவில் குட்டியானை குளங் கலக்கியதுபோல எல்லாரும் வந்து கூடும்படிக் கலக்கி விட்டார்.

“கெடுத்தானே மூத்தான். கீளோட்டுக்காரனுக்கு பாதி பங்கு வச்சி குடுக்கதுக்கா நான் செயிலுக்குப் போய்க் கிடந்தேன். இவ்வளவு நாளாய் பலிசைக்* கடனெடுத்து கேஸ் பேசினேன். கோழிக்கறியுஞ் சோறுங் கொடுத்து இவனுக்க புத்திய மயக்கிப் போட்டாளே. நான் பாதிச் சொத்து அவனுக்குக் குடுக்க சம்மதிக்க மாட்டேன். என் கையில இப்ப ஆப்புடுவாமுண்ணா ரெண்டு துண்டா வெட்டிப்புடுவேன்! அவன் எங்க இருக்கான்னு பாருங்கல” என்று ஆட்டம் போட்டார். “இழுக்கிழுக்கென்று மஞ்சளரைத்ததும் இந்தக் கிழவனுக்கோ – நான் இத்தனை நாளும் பத்தி நடந்ததும் இந்தக் கிழவனுக்கோ!” என்று பாட்டுப் பாடினார்.

இவர் இப்படி எல்லாம் பேசும்போது மூத்தவர் வீட்டில் இல்லை. எங்கேயோ போய்விட்டு ராத்திரி வீட்டுக்கு வந்தார். வந்ததும் வீட்டிலுள்ளவர்கள் சொல்லிஅறிந்தார். நான் தனிமை யில் போனால் சண்டைக்கு வருவான் என்று நினைத்து, சொத்து பங்குவைக்கும் சமயம் கூடநிற்கக்கூடிய ஆள்களில் மூளிக்கரை வேலாயுதப் பெருமாளையும், நாசுவன்விளை சுப்பையாவையும் துணைக்குக் கூட்டிக்கொண்டு, தம்பி வீட்டு முற்றத்தில் நின்றுகொண்டு, “ஏ. . . இளைய நாடார் இங்க வா” என்றார். கொஞ்சநேரம் வரை இளைய நாடான் வரவும் இல்லை. சத்தமும் கொடுக்கவில்லை.

கூடவந்தவர்களில் வேலாயுதப்பெருமாள், “ஓ மேலோட்டு நாடான், இங்க வாரும்” என்று வாசலில் நின்று கூப்பிட்டார்.

---

* பலிசை – வட்டி

அவரைக் கண்டதும் இளைய நாடான் கொஞ்சம் கோபத்தைத் தணித்துக்கொண்டு வெளியே வந்து, "நீங்களெல் லாங் கூடி கீளோட்டுக்காரனுக்கு பாதிச் சொத்து பங்கு கொடுக்கச் சம்மதித்தீர்களே, இது நியாயந்தானா? இவன் இருதலக்கொள்ளி. இங்க வந்தா இங்க சேருவான். அங்குப் போனா அங்குச் சேருவான். இப்ப சொத்து பங்குவைக்க வேண்டாம்" என்றும் கோபத்தோடு உரத்த குரலில் பேசினார்.

உடனே மூத்தவர் இளையவரைப் பார்த்து, "நீ சொல்வது சரி இல்லை. சத்தம் போடாதே. நியாயமாக அவனுக்குப் பாதி கொடுக்க வேண்டியதுதான்" என்றார். இளையவர் "ஏன்" என்றார்.

மூத்தவர், "அவன் தகப்பனுக்குக் கூடிப் பிறந்த பங்காளி இல்லை. ஆனதினால் அவன் தகப்பனின் பங்கு பாதி அவனுக்கு. நம்ம தகப்பனார் பங்கு பாதி நம்மளுக்கு" என்றார்.

இளையவர், "அவன் தகப்பனார் காலமும், நம்ம தகப்பனார் காலமும் கழிஞ்சுபோச்சே. இப்ப நாம கேஸ் பேசி சமாதானமாய் ஆள் பாதி என்று விதிச்ச சொத்தை நீர் அவனுக்குப் பாதி கொடுக்கண்ணுமென்று எப்படிச் சொல்ல லாம்?" என்றார். நடு நாடான் என்பவர் ஓடிவந்தார். "ஒம்மளை நாசுவன்விளையாள் கோழிக்கறியுஞ் சோறுந்தந்து அமுக்கிப் போட்டாண்ணு எங்களுக்கு தெரியாமலா இருக்கு?" என்றார். "எவமுல சொன்னான் உனக்கு?" என்றார் மூத்தவர். நடுவுள்ளவரும் இளயவருஞ் சேர்ந்து, "ஒருத்தருக்கும் தெரியாம மூடி வச்சிருக்கண்ணி இருந்தீரோ?" என்றார்கள்.

"கைக்கூலி வாங்கினது ஒருத்தருக்குந் தெரியாது எண்ணு நெனச்சிப் பாதி கொடுக்க வேணுமுண்ணு நியாயஞ் சொல்லாதே!" என்றார்கள்.

இளையவர், மூத்தவரைப் பார்த்து "நீ முன்னாலேயேயும் எங்களைக் கெடுத்தா, இப்பமும் கெடுக்கத் துணிஞ்சிட்டியா பாவி" என்றார். சொத்து பாகம் முடிந்தவுடன் அஞ்நூறு ரூபா தருவேன் என்று அவ ஆள்களிடம் சொல்லிவிட்டது எங்களுக்குத் தெரியாதோ? ஊமக்குறத்தி மாப்புள புடிச்சா ஒருத்தருக்கும் தெரியாதோ? நீ பாதிப்பங்கு கொடுத்தால் ஒன்ன வெட்டிக் கொல்லுவேன்.

இப்படிப் பேசப்பேச ஆள் கூட்டமும் நிறைய கூடி விட்டது. உடனே மூத்தவர், "இப்படிச் சொல்லி என்னைக் கேவலப்படுத்தாத இளையவா. அவன் கோர்ட்டுல போயி என் தகப்பனுக்குள்ள பங்கு பாதியும் எனக்குப் பாகிச்சுத் தரவேணும்னு கேஸ் போட்டா அஞ்சு வருசமோ ஏழு வருசமோ கேஸ் பேசுங்க" என்றார்.

பிறகு கூடிநின்றவர்களில் சிலர், "நாடான், நீங்க இப்ப பங்குவச்சி குடுக்கயில்லைண்ணா அவர் கேஸ் போடத்தான் ஆலோசனை செய்றார். அப்படி கேஸ் போட்டா உங்களுக்கு கஷ்டம்தானே. இப்பமே நிறைய கடத்தில இருக்கிறியளே. இன்னும் கேஸ் வந்தா இன்னும் கடன் எடுக்க வேண்டியது தானே வரும். நாங்க அவருக்காகச் சொல்லுறோம்ண்ணு நினைக்க வேண்டாம். சமாதானமா ஒதுங்குவது நல்லது" என்றார்கள்.

மூத்தவர், "எனக்கு கேஸ் பேச முடியாது. ஆள் பாதியா பங்க வச்சி போட்டுருவேன். நீங்க போயி கேஸ் போடணுமுண்ணா போடுங்க", என்று சொல்லிவிட்டு எழுந்துபோய்விட்டார்.

இளையவர் மூத்தவரைப் பார்த்து, "நீ விளங்குவியா? மண்ணாத்தான் போவா!" என்று சொல்லிவிட்டு வீட்டுக்குத் திரும்பினார்.

அடுத்த நாள் அளப்பதற்கு ஆள்களைக் கூட்டிவந்து, சொத்து களை இரண்டாகப் பிரித்து, இவர்களுக்குள்ள பாதியையும் மூன்றாகப் பிரித்துத் துண்டு எழுதிப்போட்டு எடுத்தார்கள்.

கட்டநாடான் நினைத்த காரியம் நிறைவேறியதைப் பற்றி மிகுந்த சந்தோசமாய் அவருடைய பாகத்தை அனுபவிக்கத் துடங்கினார்.

தாயாருடைய தந்திரங்களைப் புகழ்ந்து பேசிக்கொண்டார்.

அதன் பிறகு இவர்களுக்குச் சொம்மு* எடுத்தது கடன் தீர்க்கப் பத்தாது என்ற கதைக்கிணங்க கடன்காரர்கள் வந்து சுற்றினார்கள். மொத்தத்தில் எடுத்த கடன்களையும் மூன்றாகப் பிரித்து; தனித்தனியே சொத்துகளை விலை கொடுத்துக் கடனைத் தீர்த்தார்கள். புதுக்குடியிருப்பு தங்கய்யா நாடானுக்குக் கொடுக்க வேண்டிய ரூபாய் ஆயிரமும் பலிசையும் இளைய நாடானைச் சேர்ந்தது. அவர் முதலும் பலிசையும் தரவேண்டும் என்று கோர்ட்டில் கேஸ் போட்டு கோர்ட்டு நஷ்டத்தோடு ஏழாயிரம் ரூபாய்க்கு விதி ஆக்கி, சொத்துகள் சப்தி செய்ய முடிவு செய்தார். உடனே இவர் கொடித் தோட்டம் என்ற புரயிடத்தை அவருக்கே விலையாகக் கொடுத்தார். இப்படியாகக் கடனைத் தீர்த்துவிட்டு மீதியாகக் கிடத்ததைப் பெற்றுக்கொண்டார்கள்.

மேலவீட்டு நாடான் என்று சொல்லுகிற இவர்கள் மூன்று பேரும் தங்கள் சொத்துகளையும் தனித்தனியாக வாக்கால் பாகம் செய்துகொண்டார்கள்.

---

* சொம்மு – முன்னோர் சொத்து

திரை கடலோடியும் திரவியந்தேடு என்றது போல மலை நோக்கி ஓடின நடுவுநாடான் மக்கள் அழகப்பனும் அவர் தம்பியும் பீர்மேட்டு மலையில் வேலைபார்த்து வந்தவர்களை, தனக்குச் சொத்துக் கிடைத்த விபரத்தைச் சொல்லி எழுத்து மூலம் வீட்டிற்கு அழைத்தார்கள். அவர்களும் எழுத்து கண்ட உடனே புறப்பட்டு வந்தார்கள்.

வந்தவுடன் ஏதாவது தொழில் செய்யவேண்டும் என்று ஒரு சொத்து விலை கொடுத்து ஒரு கடை கெட்டி, அதில் ஒரு பக்கம் பலசரக்குக் கடையும், மற்றொரு பக்கம் ஜவுளிக்கடையுமாக வைத்து நடத்திவந்தார்கள். அதிலிருந்துதான் அவர்களுக்குக் கொஞ்சம் முன்னேற்றம் வந்தது.

மூத்த நாடான் என்பவருக்குப் பூமாத்தியன் விளையி லிருந்து மாமன்மகளைக் கலியாணம் செய்திருந்தவருக்கு ஒரு பெண்பிள்ளையும் ஒரு ஆண்பிள்ளையும் இருந்தது. அந்தப் பூமாத்தி விளை நாடாச்சி இறந்துபோனார்கள். அந்த ஆண்பிள்ளைதான் இப்போது இருக்கப்பட்ட சிதம்பரச் சிறவான் என்ற வெங்கலம் நாடான் பெண்மகளை பழவிளை ஊரில் கலியாணம் செய்து கொடுத்து இறந்துபோனார்கள்.

அவர் இரண்டாவது தாரமாகப் பத்தாங்காட்டு ஊரிலிருந்து கலியாணம்செய்து, அவர்களுக்கு மூன்று ஆணும் இரண்டு பெண்ணும் பிறந்தது. ஆண்பிள்ளைகள் அய்யாசாமி, அப்புசாமி, ராஜா. (ராஜா என்பவனுக்குச் சிதம்பரச்சிறவான் என்று பெயர்) பெண்பிள்ளைகள் செல்வம், ராஜம்மை என்றும் இப்போதும் இருக்கிறார்கள். பத்தங்காட்டு நாடாச்சி இறந்துபோனார்கள்.

நடுவு நாடானுக்கு நாசுவன்விளையிலிருந்து கலியாணம் செய்து, அவர்களுக்கு அழகப்பனும் தம்பியும் பிறந்தபின் அவர்களும் இறந்துவிட்டார்கள். திரும்பவும் அவர்களின் தங்கையை இரண்டாவது தாரமாகக் கலியாணம்செய்து, அவர்களுக்கு பெட்டிக்கடை நாடானும் மெட்ராசில் இருப்பவனும் ராஜசுந்தரமும் ஒரு பெண்ணும் பிறந்தது. பின்னர் அவர்களும் இறந்துபோனார்கள். பெண்மகளை முகிலங்குடி இருப்பு ஊரில் கலியாணம் செய்துகொடுத்தார்கள்.

பெட்டிக்கடை நாடானுக்கு மணிக்கட்டிப் பொட்டல் சின்னையாகண்ணு நாடான் மகள் வெங்கடேசனின் தகப்பனார் கூடிப் பிறந்த சகோதரியைக் கலியாணம் செய்தார். அந்த அம்மாள் புத்தி குழப்பமுள்ளவர்கள். அப்படி இருந்தாலும் சீதனம் நிறைய கிடைக்கும் என்ற எண்ணம் இருந்தது. ஆனால் அந்த அம்மாள் கொஞ்சம் நாளில் இறந்துபோனார்கள். அதற்குப் பிறகு

கவலை

உயரவிளை என்ற இடத்திலிருந்து கல்யாணமாகி இருக்கிறார். அவருக்கு ஒரு மகன் இருக்கிறான்.

இளைய நாடானுக்கு அவர்கள் வீட்டுப் பக்கத்திலுள்ள வேறு ஒரு குடும்பம் – வாணியன் கிணத்துப் பக்கத்திலுள்ள ஒரு வீட்டில் கலியாணம் செய்து, அவர்கள் ஒரு ஆணும் இரண்டு பெண்ணும் பெற்று வளர்த்தார்கள்.

மகனின் பெயர் அழகிய மனகாவலப்பெருமாள் ஐயா என்று தன் தகப்பனாரின் பெயரையிட்டார். மூத்த மகளுக்கு அழகிய நாயகி அம்மாள் என்று பெயர்.

அந்தப் பெயர் அவர்கள் குடும்ப தெய்வத்தின் பெயர் ஆனதினால் அந்தப் பெயரை வைத்தார்.

இளைய மகளுக்கு அழகிய சௌந்தரி அம்மாள் என்று பெயர். அதுவும் அம்மனின் பெயர்தான்.

பள்ளிக்கூடப் பெயர் அ. நாடான், அ. நாடாச்சி என்றும், வீட்டில் மற்ற எல்லோரும் மகனை ஐயா என்றும், மூத்த மகளைப் பெரிய தங்கம் என்றும், இளைய மகளைச் சின்னத்தங்கம் என்றும் சொல்லுவார்கள்.

5

கட்ட நாடானுக்கு நாசுவன்விளை ஊரில் உள்ள அவர் மாமன்மகளை முதலாவது தலத்தாரமாகக் கலியாணம்செய்து, அவர்கள் ஒரு பெண் குழந்தை பெற்றபின் இறந்துபோனார்கள்.

இரண்டாவது மணிக்கட்டிப் பொட்டல் சாமி வீட்டு நாடான்மார் மூவருக்கும் தகப்பனார் கூடிப் பிறந்தவர், இவர்களுடைய அத்தையைக் கலியாணம் செய்து, அவர்கள் பிள்ளைகள் இல்லாமலே இறந்து விட்டார்கள்.

மூன்றாவது அகஸ்தீஸ்வரம் பாண்டிய நாடாரின் அண்ணன் மகளை – ஒட்டுப்புரை நாடான் தங்கையைக் கலியாணம்செய்தார். கொஞ்சநாள் ஆனதும் குழந்தை உண்டாகி, ஏழு மாதத்தில் குழந்தைப் பேறுக்குக் கூப்பிட வந்தார்கள். இவர் ஏதோ சிறிது மனஸ்தாபத்தினால் விடமாட்டேன் என்று சொன்னார். அவருடைய பெண்சாதியாகிய அகஸ்தீஸ்வரத்து நாடாச்சி, நான் போகத்தான் செய்வேன் என்று பிடிவாதம் செய்து, வந்தவர்களோடு போய்விட்டார்கள். கேடு வரும் பின்னே மதி கெட்டுவரும் முன்னே என்ற கதைக்கு இணங்க அவர்கள் புத்தியும் மாறிவிட்டது. அவர்கள் போனபிறகு கட்ட நாடான் ஒருநாளும் அவர்களைப் பார்க்கப்போனதே இல்லை. அவர்கள் போன மூன்றாவது மாதம் ஒரு ஆண்குழந்தை பெற்றார்கள். அவர்களின் ஊழ்வினைதானோ, யார் செய்த பாவமோ, அந்தக் குழந்தை இறந்தது. சந்தியிலே பந்தானாள், தலைகுலைந்து நூலானாள். பர்த்தாவின் சொற்கேளா பதிவிரதையும் ஆனாள்.

"இவள் என் சொல்லை மீறிப்போனாள். மூன்று தாரம் கலியாணம்செய்து ஒரு ஆண் குழந்தை கிடைத்தும் போய்விட்டது. இனிமேல் அவள் எனக்கு வேண்டாம்" என்று தள்ளிவிட்டு

வேறு பெண் தேடினார். கொள்ளியத்த சொம்மு – நிறைய தேங்காய் கிடைக்கும். எனவே நாலாவது தாரமாகத் திரும்பவும் நாசுவன்விளை ஊரில் இருந்து கலியாணம் செய்தார். 'தலை வாசல் வழி ஒருத்தி போனாள் புறவாசல் வழி ஒருத்தி வந்தாள்,' என்ற கதை ஆச்சு.

கலியாணம் ஆன செய்தி அகஸ்தீஸ்வரத்திலுள்ளவர்கள் அறிந்து, இனிமேல் நாம் இவளை இங்கே இருத்தக்கூடாது, அங்கேயே அனுப்பிவைக்கவேண்டும் என்று நினைத்து, அவர்களுக்கு வேண்டிய புத்திகளைச் சொல்லி, ஒரு வில்வண்டியில் அவர்களைத் தனிமையாக அனுப்பிவிட்டார்கள். வண்டிக்காரனும் அவர்களுமாகப் புறப்பட்டு வண்டிக்காரன் வண்டியில் கட்டிய காளைகளை வேகமாகத் துரத்திக்கொண்டு வர, வெகுதுரிதமாகக் கட்ட நாடாரின் வீடு வந்து சேர்ந்தார்கள்.

சேர்ந்ததும், தலைவாசல் கதவு பூட்டப்பட்டிருந்தது. வண்டிக்காரன் வண்டியை விட்டுக் கீழிறங்கி, கதவின் பக்கம் வந்து நின்றான். அந்த நாடாச்சியும் இறங்கி ஒரு பக்கத்தில் மறைந்து நின்றார்கள். கதவு பூட்டப்பட்டிருந்தாலும் உள்ளே ஆள்கள் பேசும் சத்தம் கேட்டது. "கதவைத் திறங்கள்" என்றான் வண்டிக்காரன்.

கட்டநாடானின் சகோதரி புருசனான அச்சம்பாட்டு நாடான் வேறே யாரோ கூப்பிடுகிறார்கள் என்று ஓடிவந்து கதவைச் சட்டென்று திறந்தார். அவர் திறந்து யார் என்று பார்க்கிறதற்குள் இந்த நாடாச்சி பொட்டென்று உள்ளே நுழைந்து விட்டார்கள். வண்டிக்காரன் வண்டியை அடித்துக்கொண்டு தலை பிழைத்தது தம்புரான் செயல் என்று ஒரேஓட்டமாக ஓடிவிட்டான்.

இவர்கள் உள்ளே நுழைந்து பின்புறத்துக்கு வேகமாய்ப் போவதைக் கண்ட நாடான், திடீரென்று எழுந்திருந்தார். மேல்வாரியில் சொருகி வைத்திருந்த திரச்சிமீன் வாலைக் கையிலெடுத்தார். உள்ளே நுழைந்தார். எத்தனை என்று எண்ண முடியாதபடி வீசினார். ரெத்தம் சிந்தியது. ஆணும் பெண்ணுமாக உள்ளே இருந்தவர்கள் எல்லாரும் நடுநடுங்கி, கொன்றுவிடுவாரோ என்று பயந்தார்கள். இன்றோடு காரியம் முடிந்துவிடும் போலிருக்குதே, நாம் போய் செறுத்தா*, அவருடைய கோபத்துக்கு நாமும் ஆளாக வேண்டியதுவருமே என்று சிலர் பயந்தார்கள். அடி தாங்க முடியாத அம்மையாரோ கீழே விழுந்து புழுப்போலே துடிக்கத் துடிக்க, அடி விழுந்துகொண்டே

---

* செறுத்தால் – தடுத்தால்

யிருந்தது. கொன்றுவிடுவாரென்று பிறர் பயந்து நிற்கும் சமயம், அவருடைய அம்மா அறிந்து ஓடிவந்தார்கள். அவர் தங்கையும், 'அண்ணே பழிவந்து சேரும்' என்று ஓடிவந்தார்கள்.

தாயார், 'நாடாங் கொன்னுப்புடாதே' என்றார்கள். கிட்டப் போனால் அடி நம் மேலிலும் விழுந்துவிடும் என்று பயந்து அலறி சத்தம் போட்டார்கள். அதற்குள் அச்சம்பாட்டு நாடானும் அங்கே அவரோடு பேசிக்கொண்டிருந்த வயதான சில பெரியவர்களும் ஓடிவந்து பிடித்துநிறுத்துவதற்குள் அவர்களுக்கும் ஒன்று இரண்டு பட்டது. கிடைத்ததை வாங்கிக்கொண்டு அவரைச் சேர்த்துப் பிடித்து, கடகடவென்று இழுத்துக்கொண்டு போய் கம்பைப் பறித்துவிட்டு, கதவைப் பூட்டிக்கொண்டு, போகவிடாமல் செறுத்துவைத்துக்கொண்டார்கள். அவருக்கும் கோபக்கனல் கண்ணீராகச் சிந்தியது. மைத்துனன் அவருக்கு ஆறுதலாகச் சில வார்த்தை சொல்லி கண்ணீரையும் முகத்தையும் துடைத்தார்.

இதற்குள்ளாக அந்த அம்மாவை அவர் தாயாரும் தங்கையாரும் இழுத்துக்கொண்டுபோய் ஒரு சாய்ப்பு முறியில்* தள்ளி, கதவைப் பூட்டுப் போட்டு பூட்டிவிட்டார்கள். அந்த அம்மையார் அடிதாங்க முடியாமல் உணர்வற்றுக்கிடந்தாள். ரெத்தம் பெருகி ஓடியது. இவர் இன்னும் கோபம் ஆறாமல் ஓடினார். பெஞ்சாதியை அந்த இடத்தில் காணவில்லை. அவள் எங்கேஎங்கே என்று தேடினார். தேடித்தேடி ஓடி ஒருவிடமும் காணவில்லை.

தாயாரிடத்தில் ஓடி, 'அம்மா அவள் எங்கே' என்றார். அவர்கள் பதில் சொல்லாமல் அழுதுகொண்டே நின்றார்கள். 'தங்கை, அண்ணா மயங்கிக் கிடக்கிறாள். இனி அடிக்கக் கூடாது' என்று சொல்லி அழுதார்கள்.

இவர் பூட்டுப்போட்டிருந்த கதவைப் பார்த்து அந்தக் கதவைக் கால் கொண்டு உதைத்தார். திரும்பத் திரும்ப உதைத்தும் கதவு அசையவில்லை. கோடாலி இருக்கும் இடத்தைத் தேடினார். அதற்குள் இவர்கள் திரும்பவும் சத்தம்போட்டு அழுதார்கள். உடனே பக்கத்து வீட்டாரும் எல்லாரும் வந்து கூடிவிட்டார்கள். கோடாலியைப் பறித்துக்கொண்டு திரும்பவும் இழுத்துக் கொண்டு போய் ஓரிடத்தில் இருக்கவைத்து, அவளைத் திரும்ப அனுப்பிவிடலாம், இனி அடிக்கக்கூடாது என்று பலவிதமாய் அவருக்கு இசைந்த முறையில் பேசி, கோபத்தைக் கொஞ்சங் குறைத்தார்கள். தாயார் மகனுக்கு வேண்டிய புத்திகளைச் சொல்லி, "அப்பா நீ வேறே கலியாணம் செய்தாச்சே, அதுக்குப்

---

* முறி – அறை

பிறகு அவளை நீ அடிக்க வேண்டாம், அவள் இனி ஊருக்குப் போகாமல் இங்கேயே இருந்தாலும், நீ அவளைக் காணாதபடி மறைவாக, இந்தப் பக்கத்திலுள்ள வேலைகளைச் செய்துகொண்டு இருந்தால் இருக்கட்டும். நான் அவளுக்கு உள்ள தண்ணியைக் குடுத்து கவனித்துக்கொள்வேன். இனி இப்படி அடித்தால் கோபம் பாவமாய் முடிந்துவிடும். ஒங் கண்ணிலியே காணாமல் நான் பாத்துகிடுவேன்" என்றார்கள்.

அவரும், "எண்ணாவது எங்கண்ணில் கண்டா அண்ணக்கி கொன்னேபோடுவேன்" என்று சொல்ல, தாயாரும் 'சரி' என்று சம்மதித்தார்கள்.

பிறகு அந்த வீட்டுக்குள்ளே அடைத்துப்போட்டு, சாப்பிடுகிற நேரம் பார்த்துச் சோறு கொண்டுபோய் கொடுப்பார்கள். அதைச் சாப்பிட்டும்சாப்பிடாமலும் அந்த வீட்டைவிட்டு வெளியில் வராமலே இருந்தார்கள்.

அவர்களுக்கு அடி காயங்களெல்லாம் பழுத்துச் சலம் வைத்துப் புண்ணாகிவிட்டது. காய்ச்சல், தலைவலி, இருமல் எல்லாம் வந்தது.

காயங்களுக்கும் தைலம் போட்டுத் தடவி, புண்ணுக்கு மருந்து வைத்தும், உள்ளே வறுமத்துக்குள்ள சர்வாங்கமும்* கொடுத்து வந்தார்கள். கொஞ்சம்கொஞ்சமாகக் குறைந்து, புண்ணு ஆறிய பிறகும் எழுந்திருக்காமல் படுத்தபடுக்கையிலேயே கிடந்தார்கள்.

ஆறு மாதமெல்லாம் இப்படியே கழிந்த பிறகு, மருமகளின் கவலையை மாற்றுவதற்கு மாமியார் பனங்குருத்தோலைகளை வாங்கி, அதற்குச் சாயமும் வாங்கிக் கொடுத்து "அம்மா, நீ இப்படியே இருப்பது எனக்குச் சங்கடமாக இருக்கிறது. ஆறாத் துயரம் அழுதால் தீராது. நான் சொல்லுவது, இந்த ஓலையை வார்த்துச் சாயங்காச்சி, பெட்டித் தடுக்கு முடைந்து நேரத்தைப் போக்கிக்கொண்டு இரு. அல்லாமல் இப்படியே அழுது கொண்டிருப்பது சரி இல்லை. அச்சம்பாட்டு நாடானும், எதாவது வேலைகளைச் செய்தால் நேரம் போகும். செய்துகொண்டிருக்கச் சொல்லுங்கள் என்று சொல்லுகிறார். நீ எழுந்து வா. அவர் சொல்லுவது போல எதாவது செய்துகொண்டு இரு" என்று கண்ணீர் சிந்திக்கொண்டு சொன்னார்கள். வருசமும் ஒன்று கழிந்தது.

அப்படியே அவர்களும் செய்யத் துடங்கினார்கள். பனை ஓலையில் பலவிதமான பெட்டித் தடுக்குகளும், பின்னல் பெட்டி,

---

* சர்வாங்கம் – சர்வ அங்கத் தைலம்

முடிச்சுப் பெட்டி, கண்ணிப் பெட்டி, ஈர்க்கினால் கூடைகள், பிளாப் பெட்டி*, தட்டுப்பெட்டி, அரிப்புகள் எல்லாம் செய்தும், விதம்விதமாய்ச் சாயத்தினால் பூக்களும் வர்ணங்களும் போட்டும் பழகினார்கள்.

இன்னும் பலவிதமான நாகரிக வேலைகள் எல்லாம் நன்றாகத் தெரிந்தவர்களாக இருந்தபோதிலும், விதியை யாரால் வெல்லமுடியும் என்று, இவர்களுடைய நிலமைபற்றிக் கவலைப்படாத ஆள்களே அந்த இடத்தில் இல்லை.

மாமியார் சொன்னது போலவே மதனியாரும் சொல்லி வந்ததினால், கொஞ்சம் மனதைத் தேற்றிக்கொண்டு, சில நேரங்களில் ஒரு பெட்டி முடைவார்கள். இப்படிச் செய்தும் செய்யாமலுமாய் இருந்துவந்தார்கள். தடுக்குகளோ, பெட்டியோ செய்துகொண்டிருந்தால் கண்ணீர் தாரைதாரையாகப் பாய்ந்து தோள்சீலை நனைந்து, முடைந்துகொண்டிருக்கிற பெட்டி நனைந்து, கீழே சிந்திக்கொண்டே இருக்கும். இந்த முறையில் கொஞ்ச நாள் கழித்து, மகன் வெளியே போகும் சமயம்பார்த்து மாமியார் அவர்களைக் குளிக்கச் சொல்லுவார்கள். வெளியே வந்து இருக்கச் சொல்லுவார்கள்.

கட்டநாடான் என்பவர் தங்களுக்குள்ள பூர்வீகச் சொத்து களின் கிடப்பை எங்கெங்கெல்லாம் இருக்கிறது என்று கண்டு பிடித்து, அவைகள் தங்களுக்குச் சேர வேண்டியதாயிருந்தால் அந்தச் சொத்துகளுக்கு கோர்ட்டில் கேஸ் போட்டு விவகாரம் பேசுபவராகையினால், அதிக நாளும் பகல் நேரங்களில் கோர்ட்டுக்கு அல்லது நாகர்கோவிலுக்குப் போவது பழக்கம். அவர் மட்டுமல்ல, மற்றபடி மேலவீட்டு நாடான்மார்கள் மூவரும் இப்படிப்பட்ட சொத்துகளுக்கு விவகாரம் பேசி கேஸ் நடத்திக்கொண்டுதான் இருந்தார்கள்.

பொதுச்சொத்துகளுக்கு எல்லாரும் சேர்ந்து கேஸ் போடுவார்கள். பாக்கிச் சொத்துகளில் ஏதாவது ஒற்றியோ ஈடோ இருந்தால், தனித்தனியே கேஸ் போட்டு நடத்திக் கொண்டிருந்தார்கள்.

இப்படி நடத்துவதனால் இந்த கட்டநாடான் நாகர்கோவிலுக்குப் போகிற சமயங்களில், கட்டநாடான் தாயார் மூத்த மருமகளை வெளியே வரச்சொல்லி, களத்துக்குள் நிக்கிற வேப்பமரத்தடியில் இருக்கச் சொல்லியும், அந்த மரத்தில் உதிர்ந்த இலை, பூ, காய்களைக் கூட்டி அள்ளி உரக்குண்டில் போடச் சொல்லுவார்கள்.

---

* பிளாப் பெட்டி – அகலம் அதிகமான, உயரம் குறைந்த பெட்டி

வேப்ப மரத்தில் பழம் உதிருஞ்சமயம், அதைக் கூட்டி வேப்பமுத்தைப் பொறுக்கிக்கொண்டு இருக்கச் சொல்லு வார்கள். இப்படி இருக்கிற சமயங்களில், சில வேளை கோர்ட்டுக்குப் போகும்போது, இன்று விசாரணை இல்லை என்றோ அல்லது அவதி* மாற்றிப் போட்டிருக்கிறது என்றோ அறிந்தால், கட்டநாடான் திரும்பி மத்தியானத்துக்குள் வீடு வந்துவிடுவார். அந்தக் காலம் பஸ் வசதி இல்லாத காலமாக இருந்தாலும், நடப்பதில் கஷ்டம் இல்லாமல் போய் வருவார்கள். அப்படி சிலவேளை வந்துவிட்டால், அந்த அனக்கம்** தெரிந்து கொண்டால், மாமியார் ஓடிவந்து 'அம்மா, நாடான் வந்து விட்டான், வீட்டுக்குப் போயிரு' என்று மூச்சோடுமூச்சாகச் சொல்லுவார்கள். இந்தச் சொல் பாதிச் சொல் காதில் விழு முன்னே மருமகள் ஓடோடிப் போவார்கள். அநத்ச் சமயம் ஏதாவது கல்லோ கம்போ தட்டி இருந்தால், கீழே விழுந்து தலை தெறித்துவிடும். அந்தப்படி ஓடி வீட்டுக்குள் நுழைந்து கதவைச் சாத்திவிட்டு, அழுதுகொண்டு இருப்பார்கள். இப்படியாக இரண்டு, மூன்று வருசம் கழிந்தது. இளையதாரத்தாள் இரண்டு குழந்தைக்குத் தாயானாள்.

நாலாவது தாரமாக வந்த நாகுவன்விளை நாடாச்சிக்கு கூடிப் பிறந்த*** ஆண்பிள்ளைகள் இல்லை. இரண்டு பெண்கள். ஒன்று இவர்கள். இவர்களின் அக்காளைத் தோப்பூரில் கட்டிக் குடுத்திருந்தது. இருவரும் சொத்துகளை இரண்டாகப் பிரித்து, பாதிபாதியாக எடுத்தார்கள். இவர்களுக்குள்ள வீதம் தோப்புகள் வெட்டுக்கு இரண்டாயிரம் தேங்காய் வரை கிடைக்கும். மற்றபடியான காட்டுச் சொத்துகளும் உண்டு.

இவர்கள் தாயார் கூடிப் பிறந்த சிறிய தாயாருக்குப் பிள்ளை இல்லை. அவர்களுக்குச் சொந்த ஊர் மங்காவிளை. பிள்ளை இல்லாததினால் அவளுடைய சொத்துகளையும் இவர்களுக்கே கொடுத்து, இங்கேயே இருந்தார்கள். இப்படி இவர்களுக்கு நிறைய சொத்துகளும், வருமானமும் இருந்தாலும், அனுபவமெல்லாம் கட்டநாடான் கையிலேதான் இருந்தது. இவர்களுக்கு அதிகாரம் ஒன்றும் கிடையாது. மாமியாருக்குக் கீழ்ப்பட்டு, அவர்கள் சொல்படியேதான் நடக்க வேண்டும். ஏதாவது கொஞ்சம் மீறி நடந்தால் அகஸ்தீஸ்வரத்து நாச்சியின் நிலமைதான் தனக்கும் வந்துவிடும் என்ற பயம் இவர்களுக்கு உண்டு.

---

* அவதி – விசாரணை நாள்

** அனக்கம் – அடையாள ஓசை

*** கூடிப் பிறந்த – உடன் பிறந்த

மாமியாருக்குக் கீழ்ப்பட்டு இரண்டு மருமகளும் நடந்து வந்தார்கள். மத்தியானம் சமையல் செய்யும் நேரம் வந்தவுடன், 'அம்மா சோத்துக்கு அரிசி எடுத்துத் தாருங்கள்' என்றால், 'நாளிக்கு ஒன்றும் காப்பக்கா உளக்குக்கு தலை தப்படியும் எடு' என்று சொல்லி எடுத்துக்கொண்டு போகும்வரையிலும் பார்த்துக்கொண்டு நிற்பார்கள். பிறகு உடுத்திருக்கும் சேலை முந்தியில் முடிந்து, இடுப்புக்குள் சொருகிவைத்திருக்கும் சாவியைக் கொண்டு கதவைப் பூட்டிவிடுவார்கள். 'யம்மா மீனு வந்திருக்கிறது' என்றும், திரும்ப ஒரு தரம், 'யம்மா பாவலா மொவா மீங்கொண்டுவந்திருக்கா' என்று உரத்த சத்தத்திலும் சொன்னால், ஓடிவந்து மீனைப் பார்த்து, நாடானுக்குப் பிடித்த மான மீன் இருக்கிறதா என்று கேட்டு, நல்ல மீன் பார்த்து வாங்கிவிட்டு, வேறே கொஞ்சம் சில்லறை மீனும் வாங்குவார்கள்.

'யம்மா மிளகு எடுத்துத்தாருங்க அம்மா, மொளவரச்ச நேரமாயிட்டு' என்றால், உடனே வந்து நாடானுக்குக் கறி வைக்க மிளகுவேறாகவும், மற்றபடி ஒரு குளம்புக்கு வேறாகவும் எடுத்துக்கொடுத்து, தேங்காய் இன்னா இருக்கதை திருவி நல்லா அரைச்சி வை, என்று சொல்லிவிட்டுப்போவார்கள்.

'அம்மா கறி கூட்ட வாருங்கள்' என்பாள். வந்து நாடானுக்குக் கறி வேறே கூட்டி முதலாவது கொடுத்துவிட்டு, மிச்சம் இருக்கும் மிளகில் மாங்காய் அல்லது சேர்ந்த கறி மரக்கறி எல்லாம் சேர்த்து அவியல் ஒன்றும், குழம்பும் வேறு வேறாக நல்ல முறையிலேயே கூட்டிக்கொடுப்பார்கள்.

எதாவது பாவங்கள் வந்து கொஞ்சம் தேங்காய் கொடுங்கம்மாவென்றால், யம்மா இங்கே வந்திட்டு போங்க. பாருவதி கொஞ்சம் தேங்கா கேக்கிறா என்றாலும் வந்து, அவளுடன் கொஞ்சம் பேசிவிட்டு, திருவிவிட்டு வைத்த தேங்காய் இருந்தால் கொடுப்பார்கள். இல்லாவிட்டால் கொஞ்சம் கீறி துண்டாக எடுத்துக் கொடுப்பார்கள்.

இன்னும் சிலர் உப்பு புளி வத்தல் மஞ்சள் என்று வந்தாலும் அவர்களைக் கூப்பிட்டுத் தான் கொடுக்கச்சொல்லுவார்கள்.

பனங்காய் வெட்டிப்போட்டிருந்தால் சிலர் வந்து, சீவி அவிக்கப் பனங்காய் தாருங்கள் என்று கேட்டு எடுத்துக்கொண்டு போய், பனங்காயைச் சீவிவிட்டுக் கொட்டை கொண்டுவந்தாலும் அவர்கள்தான் எண்ணி எடுத்துக்கொள்வார்கள்.

நாலு காசோ, நாலு சக்கரமோ யாராவது கடன் கேட்டாலும் அவர்கள்தான் கொடுத்து வாங்குவார்கள். மகனும் எந்த விஷய மானாலும் தாயாரிடம் கேட்காமல் செய்யமாட்டார்.

கவலை

நாடான் வந்தால் நாலாந்தாரத்தாள் சோறு கொடுப்பாள். எவ்வளவு சாப்பிடுகிறான் என்று பார்த்துவிட்டு, கொஞ் சங் குறைவாகச் சாப்பிட்டு மிச்சம் வைக்கப் போனால், உடனே அவர்கள் உட்கார்ந்து, சோத்தை நன்றாகப் பிசைந்து உருண்டை பிடித்துக் கையில் கொடுத்து, "சாப்பிடு அய்யா, நீ நேத்தைக்கும் மிச்சந்தான் வச்சா. நீ இப்புடியா சாப்புடுவது. நான் புடிச்சிதாறன். நீ தின்னு" என்று சொல்லிச் சொல்லி, இருந்து கொடுப்பார்கள். அவர் மிச்சம் கொஞ்சமும் இல்லாமல் தின்பார். அடிக்கடி இப்படி நடக்கும்.

இந்த வேடிக்கையைப் பார்த்துச் சில வேளைகளில் நாலாந்தாரத்தாள் வெளியே யாராவது பெண்கள் பேசிக் கொண்டிருந்தால், அவர்களை ரகசியமாகக் கூப்பிட்டு, சாத்திப் போட்டிருக்கும் கதவின் இடைவெளி வழியாக உள்ளே பார்க்கச் சொல்லுவார்கள். மெதுவாகப் போய் பார்த்துவிட்டு வந்து "நாலுதாரம் கலியாணம் செய்து, அஞ்சாறு புள்ள பெத்தம் பெறவும், சின்ன புள்ளைக்கிப் புடிச்சி குடுக்கியதுபோல் குடுக்குயதைப் பாருங்க" என்று சொல்லி, ஒருவர் தோளில் ஒருவர் இடித்துக்கொண்டு குலுங்கக் குலுங்கச் சிரிப்பார்கள். தாயாரின் காலம் வரையும் இப்படித்தான் நடந்துவந்தது.

வரிசையாய்ப் பெரிய கிண்ணங்களிலும், தளுவைகளிலும்* சோறு போட்டு, நாடானுக்கு வைத்த கறியில் கொஞ்சம் மற்ற அவியலில் கொஞ்சமுமாக வைத்து, குழம்பு ஒரு சட்டியில் ஊத்தி வைத்துக்கொண்டு, 'அகஸ்தீஸ்வரத்து நாடாச்சி எடுத்துக் கிட்டு போ, நாகுவாமள நாடாச்சி வா, தங்கம் சாப்பிட வாம்மா' என்பார்கள். குழந்தைகளுக்கெல்லாம் தனித்தனியே கொடுத்து, அதுகள் சண்டை போடவிடாமல் பார்த்துக் கைகழுவச் செய்து ஒரு பக்கம் அனுப்பிவிட்டு, இவர்களும் சாப்பிட்டு முடிப்பார்கள். வயிறு நிறையவில்லை என்றோ, கறி கூட்டு கொஞ்சம் என்றோ குறை சொல்லாமல் திருப்தியாகக் கொடுப்பார்கள். சிலவேளை விருந்தாளிகள் வந்தால் இவர்களுக்குக் கொஞ்சம் குறைவாகக் கொடுத்தாலும், அதற்காகக் கோபப்படவோ, முகத்தைக் கறுக்கவோ செய்யாமல் இருந்துகொள்ள வேண்டும். அடுத்த நேரம் திருப்தியாகக் கொடுப்பார்கள். வீட்டுப்பொறுப்புகள் அத்தனையும் இவர்கள் கையில்.

இந்தமுறையில், ஒருநாளும் சண்டை என்பதற்கு இடமில் லாமல், அந்த வீட்டை நடத்திவந்தார்கள். மகனும் எந்த விசய மானாலும், யாருக்கு என்ன கொடுத்தாலும் தாயாரிடம் தெரிவித்து, அவர்களிடம் கலந்து ஆலோசித்துத்தான் செய்வார். ஒரு குடும்பத்துக்கு ஒரு தலைவன் என்ற முறையில் எல்லாப்

* தளுவை – சாப்பிடும் வெண்கலத் தட்டு

பொறுப்புகளுக்கும் அவர்களே தலைமையாக இருந்து நடத்தி வந்தார்கள்.

இரண்டு மருமகளும், முதல் தாரத்திலுள்ள ஒரு பேரப் பிள்ளையும், நாலாந்தாரத்திலுள்ள நாலைந்து குழந்தைகளுக்கும், வேலை செய்பவர்களுக்கும் உள்ள எல்லாப் பொறுப்புகளும் ஏத்து நடத்தி, குற்றங்கண்ட இடத்தில் அவர்களைக் கண்டித்தும், அவர்கள் அதற்கு உள்பட்டு நடக்கவும், இவ்வளவு செல்வங்களும் அவர்கள் கைக்குள்ளாக நடத்திவந்தார்கள்.

நாலாந்தாரத்தாளுக்கு ஐந்து பிள்ளை பிறந்த பிறகு வரை, ஒளித்து மறைமுகமாய் வேலை செய்துவந்த அகஸ்தீஸ்வரத்து நாடாச்சியை, மாமியார் பாத்திரங்கள் பூசவும், பானை, சட்டி கழுவவும் முற்றத்திற்குக் கொண்டுவந்தார்கள். இன்னும் சில நாளில் அடுக்களையில் மிளகு அரைக்கவும், அடுப்பில் தீ பத்தவைக்கவும் செய்யச் சொன்னார்கள். இதற்குள் இளைய தாரத்தாளுக்குப் பிள்ளை ஆறாகிவிட்டது. குழந்தைகளின் உபத்திரவம் கூடுதல். அதனாலே அவளும் எல்லா வேலைகளும் கூடுதல் செய்ய வேண்டியதாயிற்று. நாடான் வந்துவிடுவா ரென்ற பயம் கொஞ்சம் குறைந்தது. அவரைக் கண்டால் தூர ஒதுங்கி நின்று வேலைகளைச் செய்வார்கள்.

அவரும் கண்டாலும் காணாதவரைப்போலப் போய் விடுவார். இந்த முறையிலேயே கொஞ்சநாள் நடந்தது. வேப்ப மரத்தில் ஊஞ்சல் போட்டிருக்கும். சின்னப் பிள்ளைகளாகிய நாங்கள் அந்த மதனியை "குஞ்சாலமாட* வாருங்கள் மயினி" என்று கையைப் பிடித்து இழுப்போம். சாயங்காலம் வேலை முடிந்தபிறகு சிலவேளை மாமியார் பிள்ளைகளுக்குப் பாட்டுச் சொல்லிக் கொடுத்துக் 'கொஞ்சநேரம் குஞ்சாலம் ஆடுங்க' என்றும், 'நாடான் இன்று வீட்டில் இல்லை இருட்டின பெறவு தானே வருவான், போங்க' என்றும் சொல்லுவார்கள்.

கட்டநாடான் தலத்தாரத்து மகளும், அச்சம்பாட்டு அக்காள் மகளும், பழவிளை அக்காளும், நானும் அவர்களுக்கு வேலை செய்துகொடுக்கும் பார்வதியும், எல்லாரும் சேர்ந்து ஆடுவோம். 'மயினி, எங்களுக்குப் பாட்டு சொல்லிவிடுங்கள், நாங்கள் பாடுவோமென' மூத்தையா வீட்டு அக்காள் சொல்லுவாள். 'அவர்கள் பாடுவார்கள். பலவிதமான ராகங்களில் நன்றாய்ப் பாடத் தெரிந்தவர். அவர்கள் பாடும்போது பெரிய ஆள்க ளெல்லாம் கேட்டுக்கொண்டே இருப்பார்கள். எங்களுக்கு அந்த முறையில் பாடத் தெரியாமல், வாயில் வந்தபடி சொல்லுவோம்.' எல்லாரும் கூடிச் சிரிப்பார்கள்.

---

* குஞ்சாலம் – ஊஞ்சல்

எங்களுக்கு விளையாட மரைக்காம்பிள்ளை* செய்து கொடுப்பார்கள். பனங்குருத்தோலையில் ஒரு பெரிய மரைக்காம்பிள்ளை செய்து, அதற்குக் காதுக்கு நாலு நகை; பாம்படம், தண்டட்டி, அரிசித்தளுப்பன், முடிச்சி என்று ஒரு காதுக்கு நாலு நகை – காதில் தொங்கவிடுவார்கள். கழுத்தில் வங்கிக்காறை, காசிமாலை, நூலில்லா மாலை, நாவடக்கு மாலை என்று செய்துபோட்டு, கைக்குப் பட்டணங்காப்பு, தலக்காப்பு, அவல் காப்பு என்று செய்துபோட்டு, பாவாடை சம்பற் தைத்துப்போட்டு, மேலே தாவணி போட்டு, பதிநாலு வயதுப் பிள்ளைக்கு அலங்கரித்ததுபோல அலங்கரித்து, பார்த்தால் ஒரு ஆள்தான் நிற்கிறது என்று சொல்லும்படிச் செய்வார்கள். கை வேலைகளிலும், ஆடல்பாடல் சங்கீதங்களும் நன்றாகப் படித்து நாகரிகமுள்ளவர்களாகவும், அழகுள்ளவர்களாகவும், பெரிய குடும்பத்தில் பிறந்தும், ஒரு பெருமையும் இல்லாமல் எல்லா இன்பங்களையும் மறந்தவர்களாகி, வயிற்றுக் கஞ்சிக்கு வேலை செய்து குடித்துக்கொண்டு, மாமியாரின் உதவியைக் கொண்டு நாள்கழித்துவருகிறார்கள். வரும் விதி வந்தால் எந்த விதியால் மாற்றுவது? இந்த முறையில் நாளைக் கழித்து வந்தாலும், இன்னும் விதி விட்டதா? விடவில்லை, விடவில்லை. இன்னும் என்ன என்னவெல்லாம் செய்யலாமென்று உருப் போட்டுக் கொண்டுதானிருக்கிறது. ஒரு வீட்டுக்குள்ளே மாமியாரின் பெருமையும் இந்த மருமகளின் சிறுமையும் ஒரே இடத்திலேயே கண்டறியும் வாய்ப்பு அந்த வீட்டிலே கண்டு, எல்லாரும் விதியின் கொடுமையை நினைத்து வருந்துவார்கள். தாம் தாம் முன் செய்தவினையை தாமே தாம் அனுபவிப்பார்.

விதியை வெல்ல யாராலும் முடியாது. வருந்தி அழைத்தாலும் வராதது வராது. 'பொருந்துவன போமென்றால் போகா இருந்தேங்கி நெஞ்சம் புண்ணாகி நெடுந்தூரம் துஞ்சுவதே மாந்தர் தொழில்' என்றபடி எண்ணி நெஞ்சம் வருந்திக்கொண்டே நாட்கள் பறந்தன.

செல்வக்குமாரசுவாமி, செல்வக்கனி, அழகியபகவதி, அம்மாத்தங்கம், தங்கம், அம்மாள்கனி, பெரியதங்கம் என்ற முதல் தாரத்திலுள்ள பேரப்பிள்ளை, மகள்பிள்ளை பேத்தி, இவர்களை எல்லாம் அன்பான முறையில் வளர்த்தார்கள். பேரன்மார் இருவரையும் கண்ணை இமை காப்பதுபோல இரவும் பகலும் தன் பக்கத்திலேயே வைத்து வளர்த்துவந்தார்கள். பெரியம்மா சோறு தந்தால்தான் சாப்பிடுவோம் என்று பேத்தியாரைப் பின்தொடர்ந்து திரியும். அவர்களுக்கு விதி

---

* மரைக்காம்பிள்ளை – பொம்மை

முடிவுக்கு வந்துவிட்டது. பிள்ளைகளை விட்டுவிட்டு படுக்கை ஆகிவிட்டார்கள். வைத்தியர்களைக் கூட்டிவந்து நல்ல முறையில் மருந்து கொடுத்துப் பார்த்தார்கள்; பலனில்லை.

கைக்குள் வைத்துக் கவலை மாற்றி நாளைக் கழித்து வந்த மருமகளையும், பேரப்பிள்ளைகளையும் கைவிட்டுப் போய் விட்டார்கள். அய்யோ, அகஸ்தீஸ்வரத்து நாடாச்சி பாவமானார்.

அகஸ்தீஸ்வரத்து நாடாச்சிக்கு மகரத்துச் சனியன் சுற்றிப் பிடித்துக் கட்டி இறுக்கத் துடங்கிவிட்டான்.

மாமியார் பார்த்துவந்த சகல அதிகாரங்களும் இளையவள் கைக்குவந்தது.

மூத்தவளை வெளியே தள்ளுவதற்கு வேண்டிய முறைகளை நடத்தினாலும், மூத்த தாரத்து மகள் பெரியதங்கத்தின் உதவியினாலும், அச்சம்பாட்டு நாடாச்சியின் உதவியினாலும் ஒன்றும் செய்ய முடியவில்லை.

ஏழவாது பிள்ளை வயிற்றில் உருவானது. ஒன்பது மாதம் முடிய பிள்ளைப்பேறுக்குத் தாய்வீட்டுக்குப் போனாள். இவர்களின் விதி விளையாடத் துடங்கியது.

வீட்டிலுள்ள வேலைகள் எல்லாம் இவர்கள் செய்து வந்தார்கள். மூத்தமகள் செல்லப்பிள்ளை. கொஞ்சம் மேல் பார்வை பார்த்துவிட்டு மாமியாரின் பக்கத்திலேயே இருப்பாள். கட்டநாடானும் தனிமை ஆனார்.

சிலவேளை 'அம்மா தண்ணி கொண்டா' என்றால் மகளுக்குக் கேட்காது. இவர்கள் செம்பில் தண்ணியைக் கொண்டு கதவுக்கு அப்புறம் எட்டி வைத்துவிட்டு வந்துவிடுவார்கள். அவர் எடுத்துக்கொண்டு போவார்.

'அண்ணா சாப்பிட வாருங்கள்' என்று அவர் தங்கச்சி சொல்லிவிட்டு, அகஸ்தீஸ்வரத்து நாடாச்சியை அண்ணனுக்குச் சோறுபோடச் சொல்லி, இவர்கள் வாங்கிக்கொண்டு போய்க் கொடுப்பார்கள்.

சிலவேளை அவர்களுக்குத் தேகசுகம் இல்லாமல் இருந்தால் வரமாட்டார்கள். அப்போது இவர் சாப்பிடாமலே இருப்பார். மகளும் வரப் பிந்திவிட்டால். இவர்கள் சோறு, கறி எல்லாம் எடுத்துக் கதவுக்கு அந்தப் பக்கம் வைத்துவிட்டு வந்துவிடுவார்கள். அவர் எடுத்துச் சாப்பிட்டுவிட்டுப் போய் விடுவார்.

அகஸ்தீஸ்வரத்து நாடாச்சி, 'அண்ணனுக்குச் சோறு குடுக்க நான் வரமுடியவில்லை. அங்கே இருக்காரா' என்று கேட்பார்கள்.

கவலை

அதற்கு அகஸ்தீஸ்வரத்து நாடாச்சி, 'நான் எல்லாம் எடுத்து அந்தப் பக்கம் வீட்டுக்குள்ள கொண்டு வச்சிருந்தேன், இப்ப போய் பாத்தேன், சாப்பிட்டிருந்தது' என்றால் ஆச்சரியமாகப் பார்த்துக்கொண்டு சிரிப்பார்கள். அடுத்த நேரம் அவர்கள் வந்ததும் கொடுப்பார்கள். இவ்விதமாக நாள்கள் கழிந்தன.

ஏழுபிள்ளை இளையதாரம் பெறுகிற காலம்வரையிலும் தலைமறைவாய்த் திரிந்த அந்த அம்மாவை அவமானம் பண்ணுவதற்கு விதிகாரப் பாவி சனியன் துடர்ந்துவிட்டான். வாடைக் காத்தடிக்க தாழை பூத்தது போல அவர்கள் வயிற்றில் கர்ப்பம் ஆனது.

விதியின் விளையாட்டே வயிற்றில் பிள்ளையாக உருவானது என்றுதான் சொல்லவேண்டும்.

காரியம் வெளியாவதற்குள்ளாக நாலாந்தாரத்து நாடாச்சி பிள்ளை பெத்து, பதினாறு நாள் கழிந்த உடனேயே வந்து விட்டார்கள். ஒன்று இரண்டு மாதம் கழிந்ததும் செய்தி மெள்ள வெளியானது.

செய்தி அறிந்ததும் நாகுவன்விளை நாடாச்சி பேயாக ஆடத் துணிந்துவிட்டார். இவளைக் கேவலப்படுத்தி, வீட்டை விட்டு வெளியே அனுப்பிவிட வேண்டும் என நினைத்து, அதற்குள்ள முறை நடத்த ஆரம்பித்து, நேரம் இருட்டப்போகும் சமயம், களத்துக்குள்ளே எல்லா இடமும் செடிகளை*த் தூத்துச் சுத்தப்படுத்திப் போட்டுவிட்டு, மறுநாள் காலையில் நாலைந்து பெண்களைக் கூட்டிவந்து, "இன்னா பாருங்க, இங்கே இருந்து மேல ஊட்டுக்குப் போயிருக்கா. செருவயய் துளைத்துக் கொண்டு வண்டிபெரைக்கோடி** போய்க்கிட்டு, மாறி இஞ்ச வந்த தடம். இன்னா வந்திருக்கா பாத்தியளா" என்று சத்தம் போட்டு, மேல வீட்டுக்கும், வழியே போகும் ஆள்களுக்கும் கேட்கும்படி சொன்னார்.

"ஏ, நாகுவமெள நாடாச்சி, நீ இப்படிக் கேவலப் படுத்தாதே. நா நாலஞ்சி நாளா எனக்குச் சுகமில்லாம இருந்த சமயம், தங்கம் ஏங்கிட்டயே இருந்தா. அந்தச் சமயம் அண்ணனுக்குச் சோறு அகஸ்திபுரத்து நாடாச்சி தாங் குடுத்தா. அண்ணன் பேசிக்கிட்டுத்தான் இருந்தாரு. நீ அண்ணனக் கேவலப்படுத்தாத" என்றார்கள்.

"நான் நாசியமெளக்கி போகச்சில அண்ணங்கிட்ட சத்தியஞ் செய்ய சொன்னேன். அவிய வெளக்குல அடிச்சிச் சத்தியம்

---

* செடிகள் – குப்பைகள்

** வண்டி பெரைக்கோடி – வண்டிப் புரையினூடே

பண்ணித்தந்தாவ. இப்ப பேசினாவ எண்ணி சொன்னா நான் நம்புவனா! பொய், அவ கள்ளப்புள்ள உண்டாவி இருக்கா, என் நடையில இனி ஏத்த மாட்டேன். நீ இப்படிச் சொன்னா ஒன்னையும் ஊட்ட உட்டு வெளியில தள்ளியிருவேன். மருவாதியா இருப்பியண்ணா இருந்துக்க" என்றும், இன்னும் வாயில் வந்தவாறெல்லாம் கெட்ட வார்த்தைகளைப் போட்டு விட்டாள்.

அன்று முதல் வீட்டில் சோறும் இல்லை, படுக்க இடமும் இல்லை என்று வந்துவிட்டது. பட்டினி கிடந்தார்கள். திரும்பவும் அவளைக் காணாம அச்சம்பாட்டு நாடாச்சி சோறு கொடுத்தும் கொடுக்காமலும் நாள் கழிந்தது.

சிலவேளைகளில் மேலவீட்டிலிருந்து பத்தாங்காட்டு நாடாச்சியும், மற்றுள்ளவர்களும் காணாமல் கொண்டுவந்து கொடுப்பார்கள்.

இந்தச் செய்தி ஊரெங்கும் பரவியது. இவர்களுக்கு மாதம் ஏழு, எட்டுக்கு வந்துவிட்டது.

அச்சம்பாட்டு நாடானும் இன்னும் சிலரும் வந்து கட்ட நாடானிடம் இதற்கு என்ன முடிவு செய்வது என்று கேட்க, அவர்கள் அவளை அகஸ்தீஸ்வரத்துக்கு அனுப்பிவிட வேண்டும் என்றார். உடனே ஒரு வண்டியைக் கொண்டுவரச்சொல்லி, துணைக்கு ஒரு ஆளையும் கூட்டி அனுப்பிவிட்டார்கள்.

முதல் குழந்தை சேதமாகி அகஸ்தீஸ்வரத்திலிருந்து தனிமையில் வந்து பருத்தி படும் பாட்டிலும் *பத்துரெட்டிப் பாடும் பட்டு, பன்னிரண்டு வருசம், பதினாலு வருசம் வரையிலும் படுகிற கஷ்டங்களுக்கும் என்ன ஏது என்று வந்து எட்டிப் பாராத தம்பி வீட்டுக்குத் திரும்பவும் கர்ப்பவதியாகிக் கண்ணீரைச் சிந்திக்கொண்டே போய்ச் சேர்ந்தார்கள்.

'அட்டமத்து சனியனுக்கு ஆகாது ஆண் பிள்ளை' என்ற சொல்லுக்கிணங்க, ஒரு பெண்பிள்ளை பெற்றார்கள். ஆறு மாதம் கழிந்த பிறகு தம்பி, 'அக்கா நீ இனி உன் வீட்டுக்குப் போ'வென்று சொல்லி, ஒரு வண்டியில் கொஞ்சம் அரிசி கறிச்சாமானும் கொடுத்து அனுப்பிவிட்டார், தம்பி ஓட்டுப்புரை நாடான்.

வந்து வண்டியை விட்டு இறங்கி, மதனியாரின் வீட்டுக்குள் நுழைந்தார்கள். வந்தவளை விரட்ட முடியுமா என்று நினைத்து அன்போடு ஆதரித்தார்கள்.

---

* பருத்தி படும் பாடு – பருத்தியைப் பஞ்சாக்குவதற்கு, அதை மணையில் அரைத்து, கொட்டை நீக்கி, வில்லால் அடித்துப் படாதபாடு படுத்துவார்கள்

இதைக் கண்ட இளையவள் ஓடிவந்து வாசலில் நின்று கொண்டு, "கள்ளப்புள்ள பெத்துக்கொண்டு வந்திருக்க தேவடியாளை இந்தத் தேவடியாச் செறுக்கி வீட்டுல ஏத்தி வச்சிருக்கா. ஒனக்கு இஞ்சயாது ஊடு? என் ஊட்டுல இருக்காத. இருந்தா ஒன்னையும் அவளயும் சேத்து ஊட்டோட போட்டுத் தீய வச்சிப்போடுவேன். ஒன்னய அச்சம்பாட்டு ஊருல கெட்டிக் குடுத்தது. இவளவு நாளும் இஞ்சகெடந்து தின்னுயதும் காணாது எண்ணி, அந்த மாப்பிளக்கள்ளிக்கு இங்க இடங்கொடுத்தவளே, கொடுக்கள்ளி, பரக்கள்ளி, மட்டக்க கள்ளி..." (இந்த வார்த்தைகளை இப்போது சாதாரண பெண்கள் ஏசும் முறையில் அமைத்துக் கொள்ளலாம்.) "அவுசாரித் தேவடியாளையும் புள்ளையையும் கூட்டிவச்சிருக்கா" என்றெல்லாம் பேசிச் சத்தம் போட்டாள். ஆள்கள் வந்துகூட ஆரம்பித்தது. கதவைப் பூட்டிக்கொண்டாள்.

அடுத்தநாள் மூன்றாம் நாளைக்குள் ஏழு ஊரைச் சேர்ந்தவர் களாகியும் அவர்களுக்குச் சொந்தக்காரர்களாகியும் உள்ள நாசுவன்விளை கொளுந்துவேலு, சுப்பையா, வேலாயுதப் பெருமாள் மற்றுள்ளவர்களெல்லாம் வந்து கூடினார்கள்.

"நாடான், இனிமேல் இந்த அம்மாளைக் கேவலப்படுத்துவது சரியில்லை. இதனாலே அச்சம்பாட்டு அம்மாளுக்கும் தொந்தரவாக இருக்கிறது நாடானுக்குத் தெரியவில்லையா? சந்திக்குச் சந்தி ஆள்கள் கூடி, கேவலமாகப் பேசிச் சிரிக்கிறார்கள். ஒக்கச் சிரிச்சா வெக்கமில்லை என்று இருப்பது சரியில்லை. மாதந்தோறும் கொஞ்சம் ரூபாயும் கொடுத்துக் களத்துக்குள்ளே ஒரு பக்கத்தில் ஒரு புரை வைத்துக்குடுத்து, அதில அவளை இருக்கச் சொல்லுங்கள்" என்றார்கள். அவர் பேசாமலிருந்தார்.

"என்னசொல்கிறாக நாடான்?" என்றார் ஒரு பெரியவர். "நீங்க சொல்கிறது போல ஒரு பெர கெட்டிக் கொடுத்து அதிலே இருக்கச் சொல்லுங்க, ரூபாயும் தாறேன்" என்றார் அவர். இரண்டு ஆள்விட்டு ஒரு புரையை அவர்களும் கூடநின்று கட்டி முடித்தார்கள். கொஞ்சம் பானை, சட்டியும் வாங்கிக் கொடுத்து, செலவுக்கு ரூபாயும் கொடுத்தார்கள். இதை எல்லாம் பார்த்துக் கொண்டிருந்தும், இளையவள், நாசுவன்விளை ஊர் ஆள்கள் நிற்பதினால் ஒன்றும் பேச இடமில்லாமல் இருந்தாள்.

'விதித்த விதிதனை விலக்க விரும்பி முன்னாள் ஒருவன் அதிய தலையைச் சிரைத்து அகன்று, பிழைத்துவருவோமென்று, சதியே வருவதறியாமல் தால* நிழலில் போயிருக்க, விதிதான் மொட்டைத்தலை தனிலே விழுமாம் பனையின் கனி தானே' என்ற கதை போல, இனிமேல் கவலை இல்லை என்று நினைத்து

---

* தால – பனை

அகஸ்தீஸ்வரத்து அம்மாள் அந்தப் புரையில் இருந்து காச்சி குடிச்சிக்கொண்டிருந்தார்கள். விதியின் விளையாட்டு மேலே ஏறியது. இவளை இங்கே இப்படி இருத்திவைக்கக் கூடாது என்றும், வைத்திருந்தால் நாசுவமௌக்காரனுவ வந்து ரூபா வாங்கிக் கொடுப்பானே என்றும் நினைத்து, அவளை இதை விட்டு வெளியே விரட்டிவிடவேண்டும் என்று திட்டம் போட்டாள்.

வீடு வாசலெல்லாம் கூட்டி அள்ளிய செடிகளையும்* அடுப்புச்சாம்பலையும் சேர்த்து அள்ளி, நாலைந்து கெட்ட வார்த்தைகளையும் சொல்லிக்கொண்டு ஓடிவந்து, அந்தப் பிரையின் உள்ளே விழும்படியாக வீசித்தட்டுவாள். மீனைக் கழுவிய மீன் தண்ணியையும் செருவையின் மேலே ஊற்றுவாள். அது உள்ளே சிந்தும். சின்னப் பிள்ளையின் பீயை வாரி உள்ளே எறிந்துவிடுவாள். பெரிய மழை பெய்தது. தண்ணீர் அந்த அம்மாவின் புரையைச் சுற்றிக் கெட்டி நின்றதைக் கண்டவள், ஓடி வந்து ஒரு கம்பை எடுத்து, வாசலில் அணைத்திருக்கும் மண்ணைக் குடைந்து தண்ணியைப் புரையின் உள்ளே ஓடச் செய்தாள். புரையின் உள்ளே எங்கும் தண்ணியால் நனைந்தது. திரும்ப உள்ளேயிருந்து கொஞ்சம் மண்ணைத் தள்ளி அந்தத் தண்ணி வராமல் அடைத்துக்கொண்டு இருந்தார் அந்த அம்மா.

மழை வெறித்ததும் அடுத்த நாள் வெளியே வந்து பார்த்தாள். தரை நன்றாய் நனைத்ததனால் புரையைப் பிடுங்கி எறிய இதுதான் தருணம் என்று, ஓலைகளைப் பிரித்துக் களத்துக்கு வெளியே எறிந்தாள். கம்புகளைப் பிடுங்கி எரிக்கக் கொண்டு போனாள். பானை, சட்டி, பெட்டி, துணி, பாய் எல்லாம் தெருவில் ஓரிடத்துக்கு ஒன்றாக வெளியே எறிந்தாள். ஆள்கள் போக்குவரத்தான பெரும்பாதை அது.

அவள் வேலை முடிந்தது. மூத்தாள் வெளியே போய்த் துணிகளை எடுத்து ஒரு வேலி அருகில் வைத்துவிட்டு, ஒரு கிடுவை** எடுத்து வேலி அருகில் நிற்கும் மாமரத்தில் சாத்தி மறைத்து, அதற்குள் அழுதுகொண்டே இருந்தாள். 'தொல்லைதான் விதியில் கண்ட துயரறாக் கூறுதானோ, அல்லவோ சிவனே' என இருந்தாள் வடமலை நோக்கி.

காலையில் வயலைப் பார்த்துவரச்சென்ற மேலவீட்டு இளைய நாடான் வீட்டுக்குத் திரும்பிவரும்போது, வெளியே சாமான்கள் தாறுமாறாய்க் கிடப்பதையும், சரித்துவைத்திருந்த ஓலைக்கிடுவுக்குள் ஒரு ஆள் இருப்பதையும் கண்டு, கிட்டப் போய்ப் பார்த்தார்.

---

* செடி – குப்பை

** கிடுவை – இரண்டு முழத் தென்னை ஓலைகளைச் சேர்த்துப் பின்னிய தடுக்கு

"யாம்மா, இங்க வந்திருக்கிற" என்றார். "மாமா, பெரயப் புடுங்கி வெளியே எறிஞ்சிவிட்டா" என்றாள். ஒவ்வொரு நாளும் நடக்கும் கதைகளை அறிந்திருக்கிறவரானதினால் அவள் முகத்தைப் பார்த்ததும் கோபம் பொங்கி எழுந்தது.

"யே சின்னப்பயலே, யே, வெங்கப்பயலே, மானமென்பதை உணராத கிறுக்குப் பயலே, நாசுவமெளாய சொல்லுக்கு அடங்கி வீட்டுக்க கெடக்குறியே, இந்தப் புள்ள வேலிக்கரையில கெடக்கது நல்லா இருக்கால? நாலு மொளக்கயறு இல்லியா நாண்டுக்கிட்டு நின்னு சாவ? சோத்துப் பொட்டப்பயல" என்று பலவாறாகப் பேசிச் சத்தம் போட்டார்.

உள்ளே இருந்தவர் தடிக்கம்பு ஒன்றைக் கையிலெடுத்துக் கொண்டு ஓடிவந்தார். அவர் வருவதைக் கண்டு இவரும் செருவையிலிருந்த கம்பைப் பிடுங்கிக்கொண்டு, பெலமாகத் தாறும் போட்டுக்கொண்டு ஓடினார். இவர்கிட்ட நெருங்குவதற்குள்ளே நாலாந்தாரத்தாள் அவரைப் பிடித்து இழுத்து வீட்டுக்குள் கொண்டு போய் கதவைப் பூட்டினாள். இவர் கதவில் போய் நின்று பெலமாகக் கதவை உதைத்தார். 'டாம், டாமெ'ன்ற சத்தமும், இவர், "வெளியே இறங்கி வால, சின்னப்பயல, இண்ணைக்கு ஒன்ன சரக்காக்கி* விட்டுத்தான் போவேன். மானமும் மரியாதையும் கெட்ட போக்கிரிப்பயலே" என்று போட்ட சத்தமும் கேட்டு அண்ணன்மார்களும், பிள்ளைகளும் ஓடிவந்து வாயில் வந்தவாறு பேசினார்கள்.

"நீ இந்தப் பொண்ணடிக்குச் செய்த பாவத்துக்கு ஏழாம் நரகத்திலே காளா நரகத்துப் போவா. ஒன் பிள்ளைகள் தொலச்சிக் குடுக்கும்" என்றார் ஒருவர். "ஏ நாசுவமெளயா, ஒம் பொண்ணடி தொலைக்கும்" என்றார் மற்றொருவர்.

எதைச்சொன்னாலும் ஒரு பதிலும் இல்லை. ஆள் வெளியே வரவுமில்லை. பக்கத்திலுள்ளவர்கள் வந்து வேடிக்கை பார்த்து விட்டு, "நீங்கயேஞ் சத்தம் போடுறிய. அவர் ஒரு பதிலும் சொல்ல வில்லயே. அவரவரும் வீட்டுக்குப் போங்க" என்றார். இவரைப் பிடித்து இழுத்து வெளியே கொண்டுவந்துவிட்டு, எல்லாரும் போனபிறகு இவர் வீட்டுக்கு வந்து, உளுந்தங்கஞ்சியை ஒரு பாத்திரத்தில் ஊத்திக்கொண்டுவந்து, "அம்மா இந்தக் கஞ்சியை குடிச்சிகிட்டு இரு. நான் சாயங்காலம் வந்து உன்ன கூட்டிக்கிட்டு போறேன். எதாவது ஒரு முடிவு செய்யலாம்" என்று சொல்லிவிட்டுப் போனார். அவர்கள் அந்தக் கஞ்சியைக் குடித்துவிட்டு இருந்தார்கள். யாரும் துணை இல்லாமல், விதியை நினைத்துப் புலம்பிக்கொண்டிருந்தார்கள்.

---

* சரக்காக்கி – சதையைக் கூறுபோட்டு விற்பனைச்சரக்காக்கி

என் செயலால் ஆவது ஒன்றுமில்லை, இனி தெய்வமே
உன் செயலால் ஆவது என்று உணரப் பெற்றேன், இந்த ஊனெடுத்த
பின் செய்த தீவினையாதொன்றுமில்லை – பிறப்பதற்கு
முன் செய்த வினையோ இங்ஙனே வந்து மூண்டதுவோ

இந்தப் பாடல் துயரப்பட்டு, பலவிதத் துன்பங்களை அனுபவிப்பவர்களுக்கு ஆறுதல் கொடுக்கும். இந்தப் பாடலுக் கிணங்க இவர்கள் கதையும் நடந்துகொண்டுதானே இருக்கிறது. சாயங்கால நேரத்திலும் இளையநாடான் வந்தார்.

"யம்மா, நீ இதிலே இருந்து அழுதுகொண்டிருக்க வேண்டாம். நம்ம வீட்டுக்கு வா. நான் உனக்கு ஜீவனாம்சம் தரும்படி கோர்ட்டில கேஸ் போட்டுப் பணம் வாங்கித்தருகிறேன், எழுந்திரு" என்றார்.

"மாமா, இன்று ராத்திரி முழுவதும் இதிலே இருக்கிறேன், அவர்தான் என்ன முடிவுக்கு வருகிறார் என்று அறிய வேண்டாமா?"

"நீ எத்தனை நாள் இந்த வேலிக்கரையிலே இருந்தாலும் அவன் உனக்கு ஒரு ஒழுங்கும் செய்து தரமாட்டான். நீ பசியோடு இந்த விளங்காட்டுக்குள்ள இருப்பது சரி இல்லை" என்றார்.

"மாமா, நீங்க கஞ்சி கொண்டுதந்துவிட்டுபோன பிறகு, எங்க உரப்பனவிளை அக்கா மகள் – பூமாத்தியன் விளைக்கு வந்தவள் இங்கே வந்தாள். வரும்போது பாத்திரத்தில் சோறுங் கொண்டுவந்தாள். இன்னும் நான் சாப்பிடவில்லை. இன்னா இருக்கு" என்றாள். அவரும் 'நாளைக்கு என்ன ஆகிறது என்று பார்ப்போம்' என்று சொல்லிப் போனார்.

சூரிய பகவானும் இந்த அம்மாளின் துயரத்தைப் பார்க்க மனம் பொறாதவராய்க் கடலில் விழுந்து மறைந்துவிட்டார்.

இருட்டுவேளையில், வில்லிவிளை நாடாச்சி என்ற அம்மையார், கட்டநாடான் தாயாருக்கு நெருங்கிய சொந்தமும் சினேகமும் உள்ளவர்கள், அறிந்து வந்து, இவர்கள் இருக்கும் நிலமையைக் கண்டதும் கட்டநாடானிடம் போய், "அப்பா இந்தப் பிள்ள வெளங்காட்டுக்குள் வேலிக்கரையில இருக்கது உனக்கு நல்லா இருக்கா. கெட்டுன பெண்டாட்டியும் புள்ளையும்தானே, இதுக்கு இனி என்ன ஒழுங்கு செய்யப்போறா?" என்றார்கள்.

அவர் ஒரு பதிலும் சொல்லாமல் இருந்தார். இவர்கள் வெளியில் வந்து, அந்த அம்மாள் இருக்கும் இடத்திற்கு வந்து, "அம்மா நீ ராத்திரி வேளை இந்தக் காட்டுக்குள்ளே, இருக்க வேண்டாம். எனக்க வீட்டுக்கு வா. போவோம் எழுந்திரு" என்றார்.

“உங்க வீட்டுக்கு வந்தா கேவலஞ் சொல்லுவார்கள். இளைய மாமா வந்து கூப்பிடதற்கும் நான் போகவில்லை. இன்று ராத்திரி முழுவதும் இதிலேயேதான் இருப்பேன்” என்றாள்.

“நான் போய் அவனிடம் கேட்டதற்கு ஒரு பதிலும் சொல்லாமல் இருக்கானே. உனக்கு என்ன நன்மை செய்யப் போறான்? ஒன்றும் செய்வதாகத் தெரியவில்லை. செய்யவிடவும் மாட்டாள், அந்தச் சண்டாளி. இருட்டு நேரம் இதில இருக்காத. நம்ம வீட்டுக்குப் போய், நாளைக்கு ஒந்தம்பி வீட்டுக்கு உன்னை அனுப்பிவிடுகிறேன். இங்க இருந்தால் அந்தச் சண்டாளி ஒம்பிள்ளையையும் கொல்லுவா, ஒன்னையுங் கொல்லுவா. வேறே ஒரு நன்மையும் இல்ல. எழுந்திரு” என்று கட்டாயப்படுத்திக் கூட்டிக்கொண்டுபோனார்கள்.

இரண்டு மூன்று நாள் கழித்து, “நீ எனி இங்க வராண்டாம். செத்தாலும் சரி, இருந்தாலும் சரி, என்ன கட்டுப்படுத்தினாலும் சரி என்று ஒந்தம்பி வீட்டிலேயே இரு” என்று சொல்லி அகஸ்தீஸ்வரத்துக்கு அனுப்பிவிட்டார்கள்.

‘பரிசி* கெட்ட தண்ணியைவிடப் பட்டினி நல்லது’ என்று போய்ச் சேர்ந்த அன்று முதல் இன்று வரையும் அந்த அம்மா அங்கே இருக்கிறார்கள்.

‘ஆழமுக்கி முகக்கினும் ஆழ்கடல் நீர் நாழிமுகவாது நானாழி தோழி நிதியும் கணவனும் நேர்படினும் தந்தம் விதியின் பயனே பயன்காண்’ என்று தன்விதிவசத்தை எண்ணி வருந்திக்கொண்டு, தம் வீட்டிலேயே இருக்கிறார்கள். வருசம் பல கழிந்தது.

கட்டநாடான் மகனுக்குப் பெண் தேடினார். சுண்டபற்றிவிளை சண்முகப்பெருமாள் தன் பேத்திக்குச் சிறீதனம் நிறைய கொடுக்கிறான் என்று அறிந்து, அந்தப் பெண்ணைக் கலியாணம் செய்துவைத்தார். மூத்த மகளைப் பருத்திவிளை ஊரில் ஒரு பெரிய குடும்பத்தில், நிறைய சொத்துகள் இருக்கிறது என்று புத்தி குறைவான ஒரு மாப்பிள்ளையைப் பார்த்து அவனுக்குக் கொடுத்தார். மற்ற பிள்ளைகளுக்குக் கலியாணம் ஆகுமுன் படுக்கையில் ஆனார்.

இளைய மனைவி கலியாணம் ஆகாத பெண்பிள்ளைகளுக்கு சொத்து எழுதிக்கொடுக்கச் சொன்னாள். ‘நான் எழுத மாட்டேன், உன்பேரில் இருக்கும் சொத்தைக் கொடுத்தால் போதும்’ என்றார்.

இவருக்கு வாதநோய் வந்தது. கை, கால் விளங்காது. பேச முடியாமலும் எழுந்திருக்க முடியாமலும், ஒரே படுக்கை. ஒரே

---

* பரிசி – மரியாதை

சத்தம். என்ன என்று கேட்பதற்கு ஆளில்லை. மூத்த மகன் வைத்தியரைக் கொண்டுவந்து மருந்து கொடுத்துப்பார்த்தான். சுகப்படவில்லை.

சோறு கேட்டாலும் இல்லை. கஞ்சியும் இல்லை. தண்ணீர் என்றாலும் இல்லை. நாக்குத் திருத்தமாய்ப் பேசவும் முடிய வில்லை. பேதி நீர் படுக்கையில். அதை எடுத்து மாற்றவும் ஆளில்லை. யாரையும் உள்ளே விடவும் மாட்டாள். புண்ணும் புரையுமாய்க் கஷ்டப்படுகிறார் கட்டநாடார்.

அச்சம்பாட்டு நாடாச்சி மகளை அத்திக்கடை வெங்கலத் துக்கு கலியாணம்செய்துகொடுத்துவிட்டு, இனி இங்கே இருக்க வேண்டாமென்று, அவர்களுக்குச் சிறீதனம் கொடுத்த புரயிடத்தில் வீடுகட்டி அங்கேபோய் இருந்தார்கள்.

படுக்கையிலே கிடந்தவரைப் பார்ப்பதற்கு யாரும் இல்லை. நாலாந்தாரத்து மனைவியும் பிள்ளைகளும் வீடுநிறைய இருந்தும் ஒரு உதவியும் இல்லை. சில வேளைகளில் பிள்ளைகள் கஞ்சி கொடுக்கப்போனால், கொடுக்கவிடாமல் வேண்டாமென்று சொல்லிவிடுவாள். அவளைக் காணாமல் ஒரு மகள், கொஞ்சம் அன்புள்ளவள், அடிக்கடி கஞ்சித் தண்ணி எதாவது கொடுத்துப் பார்த்துவந்தாள்.

அவரவர் செய்த வினையை அவரவரே அனுபவிப்பார் என்று சொல்லுவது போல, புண்ணிலுள்ள வாடைகளும், பேதி நீர் நாற்றமுமாக இரண்டு வருசம் வரை கஷ்டப்பட்டு உயிர் பிரிந்தார்.

> தாம்தாம் முன் செய்த வினையைத்தானே அனுபவிப்பார்
> பூந்தாமரையோன் பொறிவளியே போனாலும்
> வேந்தே ஓறுத்தாலும் வென் செயலா ஊரெல்லாம்
> ஒன்றாய் வெறுத்தாலும் போமோ விதி

செல்வக்குமாரசுவாமி வாடகைக்காருடன் அகஸ்தீஸ்வரம் போய், 'மூத்தமா அய்யா இறந்துபோனார்கள்' என்றான். 'எனக்கு அறுக்கத் தாலி கழுத்தில் இல்லை' என்றார் அந்த அம்மா. திரும்பிப்போனான். அவனுக்குக் கடமை முடிந்தது.

மாமன் வீட்டில் வளர்ந்துவரும் பிள்ளை கலியாணப் பருவம் அடைந்தது. ஒட்டுப்புரை நாடான் அந்தப் பிள்ளைக்குச் சிறீதனமும், தாய்க்கு ஜீவனாம்சமும் வேண்டுமென்று கோர்ட்டில் கேஸ் போட்டுத் தீர்ப்பானது. சொத்துகளை ஜப்தி செய்ய நடவடி செய்தார். உடனே செல்வகுமார சுவாமியும் செல்வக்கனியும் சேர்ந்து சொத்தைக் கூடுதலாக எடுத்துவிடுவாரென்று ஆளுக்கு ஐயாயிரமும் கோர்ட்டில் கட்டிவைத்தார்கள். அந்தத் தொகையை

வாங்கிக்கொண்டு மேல்நடவடிக்கை செய்யாமல் விட்டுவிட்டு, அவன் கைவசம் இருந்து கொஞ்சம் ரூபாயும் சேர்த்துச் சிறீதனம் கொடுத்து, அந்தப் பிள்ளையைக் கலியாணம் செய்துகொடுத்தார். அந்த அம்மா இன்றுவரையும் இருக்கிறார்கள்.

புருசன் இறந்தபின் நாலாந்தாரத்து மனைவி கிறிஸ்தவ மதத்தில் சேர்ந்து, பக்கத்துணையில்லாமலே தனியாக ராஜாக்க மங்கலம் துறையிலுள்ள தேவமாதா கோவிலுக்கும், பெரியகாட்டு அந்தோணியார் கோவிலுக்கும் போகவும் வரவும், தோப்புகளுக்குப் போய் மேல்பார்வை இடவுமாகச் சுற்றிக்கொண்டே திரிந்தார். செல்வமகன் மூத்தவன் பந்தைப் பனை மட்டையால் அடிப்பது போல், அவளை அடித்துக் காயப்படுத்தி வீட்டில் போடுவான். கேட்கவில்லை. இளையமகன் தகப்பனார் தேடிவைத்திருந்த திரச்சிவாலைக் கொண்டு அடித்துப் புண்படுத்துவான். வேதனை தீரும் வரை படுத்திருப்பாள். புண்கள் ஆறுவதற்கு முன்னே வெளியேறிவிடுவாள். இவ்விதமாக நாளைக் கழித்து இப்போது கண்ணு தெரியாமலும், இரண்டு மகனுடைய உதவி இல்லாமலும், ஒரு மகள் வீட்டில் இருக்கிறார்கள். முற்றத்தில் முன்னும்பின்னும் படுதாப் போட்டு மறைத்து வைத்த வண்டியில், தலையில் முட்டாங்கு போட்டுப் போய் வருகிற குடும்பத்தில், இந்த அம்மையார் வந்து குடும்பத்தைக் கேவலப் படுத்தியதோடும்விடாமல், எங்கெங்கும் தனியாகப் பகலில் சுற்றித்திரியும் நாகரிகத்துக்குத் தலைவியாய் வந்து சேர்ந்தாள்.

இளையமகன் செல்வக்கனி தனக்குப் பெண் தேடினான். பூமாத்தியன்விளைக்கு வடக்கே உள்ள ஆடறுவிளை என்ற ஊரில் பரம்பரையாகப் பனையேறிவரும் குடும்பம். கொஞ்சம் பணம் சேர்ந்து, சிற்றுப்பணக்காரனமாய் இருந்தான்.

அவன் மகனைச் சவரிமுத்து என்று சொல்லுவார்கள். அவன் காலத்தில் முன்னைவிடவும் கூடுதலாகப் பணம் வந்தது. அவன் மகனுக்கு ஒரு மகள் இருந்தது. அந்தப் பிள்ளைக்கு நல்ல சம்மந்தம் வந்ததால் ஏழாயிரம் ரூபாய்க்குச் சீறிதனம் கொடுப்பேன், நல்ல தென்னந்தோப்பும் நனையுமாய் கொடுக்கலாம் என்று ஒரு துப்பனிடம்* சொன்னான். அந்தக் கோளோடை துப்பன் இந்தச் செல்வக்கனியிடம் வந்து விபரமாகச் சொன்னான். ஏழாயிரம் சிறீதனம் என்றதும் சம்மதித்து, கலியாணம் நடந்தது. பெரிய குடும்பத்தில் பெண் கொடுக்கிறோம் என்ற பெருமை சவரிமுத்து மகனுக்கு. மிகுதியான சந்தோசத்தோடு சீர்வரிசை கொண்டு போகவரச் செய்தான்.

---

* துப்பன் – தரகன்

ஆறுமாதம் ஆவதற்குள் பெண் பிடிக்கவில்லை என்ற குழப்பம் ஏற்பட்டது. சண்டை முற்றித் திரச்சிவால் அடியும் நடந்தது. அந்தப் பெண் அடி பொறுக்க முடியாமல் தனியாகத் தகப்பன் வீட்டுக்கு ஓடினாள்.

கொஞ்சம் நாள் கழிந்துப் போய் கூப்பிட்டான். கூட்டிக் கொண்டு வந்து இன்னும் அடிப்பானென்ற பயத்தினால் வரமாட்டேன் என்று சொல்லிவிட்டாள்.

இன்னும் சிலநாள் கழிந்தது. வரவில்லை. மணிக்கட்டிப் பொட்டல் ஊருக்கு அடுத்த அனந்தசாமிபுரத்தில் ஊர்த் தலைமை நாடானின் குடும்பத்தைச் சேர்ந்த ஒரு பெண்ணை மறைமுகமாய்க் கலியாணம்செய்து வைத்துக்கொண்டான்.

இதை அறிந்த மூத்த தாரத்தாள் கோர்ட்டில் கேஸ் போட்டாள். இருவரும் கோர்ட்டில் மொழி சொல்ல வேண்டி வந்தார்கள். மனைவி கூட்டில் நின்று ‘என்னை வைத்துவிட்டு வேறே கலியாணம் செய்திருக்கிறார்’ என்றாள்.

இப்போதுள்ள அரசாங்கச் சட்டம் பிரகாரம் திரும்பக் கலியாணம் செய்யக் கூடாத காலமானதினால், புருசன் கலியாணம் செய்யவில்லை என்றுதானே சொல்லவேண்டும். மனைவி கூட்டைவிட்டு இறங்கினாள். கணவர் கூட்டில் ஏறினான். வக்கீல் இரண்டாவது கல்யாணம் செய்தது உண்மைதானாவென்று கேட்டார்.

கணவர்: நான் இரண்டாவது கலியாணம் செய்யவில்லை.

வக்கீல்: உமது மனைவிதானே இவள்?

புருசன்: ஆமா.

வக்கீல்: அவள் கேஸ் போடக் காரணம் என்ன?

இவர்: தகப்பன் வீட்டுக்குப் போனவள், என் வீட்டுக்கு வராமல் அங்கே இருக்கிறாள். எனக்கு ஒரு வேலைக்காரி பொங்கிக்கொடுக்கிறாள். நான் கலியாணம் செய்யவில்ல.

என்று சொல்லிவிட்டு இறங்கினான். எப்படியோ கேஸ் இவனுக்கு அனுகூலமாய் முடிந்து வாழ்ந்துவருகிறான்.

6

தன் குடும்பத்தில் பொதுவீட்டில் கிடைத்த பங்கோடு சேர்த்து இளைய நாடான் வீடுகட்டிக் குடிஇருந்தார்.

கோர்ட்டு விவகாரங்களில் மிக வல்லவர். எப்போதும் நாலு ஐந்து கேஸ் வரையிலும் நடத்திக் கொண்டிருந்தார். ஜெயமாகும் என்ற நம்பிக்கை உள்ள கேஸ்களைத்தான் பதிவுசெய்வார்.

அதோடு கூட, நெல்லுக்கடை வைத்து நடத்தி வந்தார். கொஞ்ச நாளில் அதை நஷ்டத்தோடு நிறுத்திவிட்டு, பலசரக்குக்கடை வைத்தார். அதுவும் நஷ்டப்படுத்திக்கொண்டுவரும்போது, சொத்து பாகமில்லாத மூன்று பேருக்குப் பொதுவான சொத்துகளில் தென்னைமரம் வைத்து, ஊரணி வெட்டித் தண்ணீர் விட ஆளும்வைத்து இந்த முறையில் லாபமில்லாத தொழில்களெல்லாம் செய்வார்.

பானைக்கணக்கில் பதனி கிடைக்கும். கோட்டைக் கணக்கில் பயிறு விளையும். ஏராளம் நெல் விளையும். புன்னைக்காய் மாங்காய், ஆயிரக் கணக்கில் தேங்காய் கிடைக்கும். கிடைப்பதெல் லாம் உண்பார்க்குத் தேன் எடுத்துக் கொடுத்தது போல், பொதுச்சொத்துகளில் நடவு வைத்துப் பாதுகாக்கவும், உடமைகளுக்கு கேஸ் பேசுவதிலும், மரங்கள் வளர்ந்து குத்தி வைத்து* காய்பலத்திற்கு வருகிற சமயம் அண்ணன்மாரும், பிள்ளைகளும் பங்குபோட வருவார்கள். இவர் ‘எனக்கு நடவுகூலி கொடுத்துவிட்டுப் பங்கு போடுங்கள்’ என்பார்கள். கோர்ட்டில் கேஸ் பேசி ஜெயமான சொத்துகளையும் பங்கு போடச் சொல்லும்போதும், கோர்ட்டுச் செலவு தந்துவிட்டுப் பங்குபோடுங்கள் என்றும் சண்டை

---

* குத்தி வைத்து – அடிமரம் தெரியும் நிலைக்கு வளர்ந்து

உண்டாகும். ஏறி ஒழிந்த பருவப்பனையும், இறக்கி ஒழிந்த கட்டுப்பாளையும் போக வர பார்த்துக்கொள் என்ற கதை போல் இன்னும் ஒத்தி கிடப்புகளுக்கு கேஸ் இருக்கிறதே, அது விதியானால் எங்களுக்குப் பங்கு தர வேண்டாம் என்று சொல்லு வார்கள். இந்த முறையில் பணத்தை அழித்துக்கொண்டிருந்தார். நாங்களும் ஒரு ஆணும் இரண்டு பெண்ணும் பிள்ளைகளாக இருந்தோம். இரண்டு குழந்தைகள் இறந்து போனது.

எங்கள் தாயாரின் தகப்பனார், எங்களுக்குப் பாட்டனார், நெல்லுக்கடையை வீட்டிலேயே வைத்து நடத்திக்கொண்டிருந் தவர், கொட்டங்காச்சிவிளையில் இருந்து கலியாணம் செய்து வாழ்ந்து வந்தார். இரண்டு பெண்பிள்ளை பிறந்த பின் அவர்கள் இறந்தார்கள். பிறகும் அவர்களின் தங்கையை இரண்டாவது கலியாணம் செய்து, அவர்களும் இரண்டு பெண்பிள்ளை பெற்று மூன்றாவது கர்ப்பம் மாதம் பத்தும் திகைந்துஇருக்கிற சமயம் பாட்டா திடீரென்று இறந்தார். இறந்த மூன்றாவது நாளில் ஒரு ஆண்குழந்தை பிறந்தது. முன்பிறந்த பெண்குழந்தை ஒன்று ஒரு வயதிலும் ஒரு பெண் பதினாலு வயதிலும் இறந்தது. ஒரு ஆண் குழந்தையும் முதல் தாரத்து இரண்டு பெண்ணும் வளர்ந்தன. கலியாணப்பருவம் வந்தது.

பாட்டி தன் மூத்த மகளை மாவிளை ஊரில் கலியாணம் செய்துகொடுத்தார். இரண்டாவது மகளை எங்கள் தகப்பனார் கலியாணம் செய்தார். ஆண்பிள்ளையை மிகச் செல்லமாக வளர்த்துக்கொண்டிருந்தார்கள். பன்னிரெண்டு வயதிலிருந்து இருபத்திரெண்டு வயதுவரையும் அந்த ஆண் நோயால் கஷ்டப் பட்டார். நோய் என்று சொன்னால் காச்சலோ மண்டை இடியோ மற்ற வாத நோய்களோ எதுவுமில்லை. ஒரே வயிற்றுவலி. ஆகாரம் அதிகமாகச் சாப்பிட முடியாது. இருதயத்தில் கோழைகட்டி அடைத்துக்கொள்ளும். வாந்தியெடுக்கும். ஆயாசம். இப்படிப் பத்து வருசம் கஷ்டப்பட்டார். கலியாணம் ஆகவில்லை. பார்க்காத வைத்தியர்களை எல்லாம் வருத்தி மருந்து கொடுத்தும், மாந்திரீகங்கள் செய்தும் பலனில்லை. கோவில்களிலும் கொண்டு இருத்தி, நோன்பு விரதம் அனுசரித்தும் வந்தார்கள்; பலனில்லை.

கடைசியாகத் தாமரைக்குளம் அய்யாவழிக் கோவிலில் கொண்டுபோய் வைத்திருந்த சமயம், அந்தக் கோவிலில் (அய்ங்காத வழியை தங்க நடந்து வந்தேன். அங்கேயும் வந்தாயோ சிறு தும்பையே என்றது போல ஆனது). தெய்வ ஆராதனை நடத்துவது ஒரு பெண். அவள் 'எனக்குக் கனவு நல்லதாய் காணவில்லை, கொண்டுபோய்விடுங்கள்' என்றாள். அவருக்கும் மயக்கம் அதிகமானது. உடன் வீட்டிற்குத் திரும்பினார்கள். வீட்டில் வந்ததும் உயிர் நீங்கினார்.

'பட்ட காலிலே படும், கெட்ட குடியே கெடும்' என்று முடிந்தது. எங்கள் தகப்பனார் அறிந்து, அம்மாவிடம், 'உன் தம்பி தீந்துபோனான், புறப்படு, போவோம்' என்று எங்களையும் கூட்டிக்கொண்டுவந்தார்கள்.

எங்கள் அம்மாவின் அக்காள் புருசன் அறிந்தும் அறியாதவர்போல பல விதத்தில் வழக்குகள் பேசி முடித்துவிட்டு, எல்லாக் கிரியைகளும் முடிந்து எடுத்துக்கொண்டுபோகும் நேரத்தில் வந்தார்.

'நான் வருவதற்கு முன் எப்படித் தூக்கலாம்' என்று பலவிதமான குழப்பங்களை உண்டாக்கி, அடக்கம்செய்து முடிந்தவுடன் எல்லாரும் போய்விட்டார்கள். அவரும் மனைவியையும் மகளையும் கூட்டிக்கொண்டு போனார்.

எங்கள் பாட்டியாரைப் பிடித்து அமர்த்த முடியவில்லை. பலர் சேர்ந்து அமர்த்தியும் தலையைச் சுவரில் முட்டிக் கொண்டும், மார்பில் குத்தியும், எப்படியும் செத்துப்போகணும் என்று வெளியே ஓடுவார். எத்தனை பேர் பிடித்து இழுத்தாலும் தட்டிவிட்டு ஓடுவார்கள். வழிப்பாதையில் போகும் பெண்களும் கிணற்றில் தண்ணீர் இறைப்பவர்களும் கூடி இழுத்து வருவார்கள். ராத்திரிநேரம் கதவைப் பூட்டி ஆள்போக முடியாமல் கட்டிலைப் போட்டும், உரலைத் தள்ளிவைத்தும் ஆள்கள் காவல் இருப்பார்கள்.

ஒரு நாள் பகலில் வெளியே வந்து, மகனை அடக்கி இருக்கும் குழியின் மேலே செங்கல் வளர்த்துக் கட்டி இருந்ததைக் கண்டு அங்கே ஓடி, குழியின் முன்பக்கம் துவாரம்போல் ஒரு வாசல் போட்டு, உள்ளே கூடாகக் கட்டப்பட்டிருந்ததினால் துவாரத்தின் உள்ளே தலையைப் போட்டு, 'மகனே மகனே' என்று சத்தம் போட்டது கேட்டு, எல்லாரும் ஓடிப்போய்ப் பார்த்து, தலையை வெளியே இழுத்துப்பார்த்தார்கள். வர வில்லை. கோடாலியைக் கொண்டு குழியின் துவாரத்தை வெட்டி இடித்து, இவர்களைத் தூக்கிக்கொண்டு வந்தார்கள். இவர்களது துயரம் ஏழு பனையின் ஓலை எழுதி முடித்தாலும் தீராது.

இப்படித் துக்கமும் துயரமுமாய் இருக்கும் சமயம், மூத்த மருமகன் மாவிளைக்காரர் வந்து, சொத்துகளைப் பங்கு வைக்கச் சொன்னார். எப்படி இருக்கிறதென்றால், 'என்னையும் பெண்ணையும் முன்னேவிடுங்கள், செய்யுஞ் சடங்கை பிறகு செய்யுங்கள்' என்பது போல.

எங்கள் தகப்பனார், "இரவு பகலாய் ஓயாத அழுகை. இன்னும் கஞ்சியோ தண்ணியோ நேரே குடிக்கவில்லை.

இந்த நிலையில் பங்குபோடுவது சரி இல்லை. கொஞ்ச நாள் கழியட்டும்" என்றார்.

"அதைப்பற்றி எனக்கென்ன" என்றார் அவர். திரும்பவும் ஒரு மாதம் கழிந்து வந்தார். "பங்கு போடுதியா கேஸ் போடட்டா" என்றார்.

"பங்கு எப்படிப் போடுவது" என்றார் இவர். அவர், "இரண்டாப் போடு" என்றார். "அப்படிப் போடமாட்டேன், மூன்றிலொன்றுதான் செல்லும்" என்றார் இவர். "ஏன் மூன்றில் ஒன்று" என்று கேட்டார் அவர்.

"மூத்தவருக்கு ஆண் பிள்ளை இல்லை. இளையவளுக்கு ஆண்பிள்ளை இருப்பதினால் உங்களுக்கு ஒரு பாகம். ஆண் பிள்ளை கர்மாதி புத்திரன். ஆகையால் அவனுக்கு இரு பங்கு" என்றார். "ஆகா, அப்படியா! நான் பார்த்துக்கொள்ளுகிறேன்" என்றார் அவர். "அவன்தான் ஆண்பிள்ளையா, நாங்கள் சாண்பிள்ளைகளா" என்று சொல்லி கேஸ் போட ஆரம்பித்தார்.

சில ஆள்கள் எங்கள் தகப்பனாரிடம், "அவர் கேஸ் போட்டால் பணச்செலவுதானே. அவளும் பாதி அவகாசி அல்லவா. குழப்பமில்லாமல் பங்குபோட்டுக் கொடும்" என்றார்கள்.

பனங்காட்டு நரி சல சலப்புக்கு அஞ்சுமா என்றது போல, 'பார்த்துக்கொள்வேன்' என்றார் இவர். நாய் குரைத்து நேரம் விடியுமா! அவர் கேஸ் போட்டார். அதோடு விடவில்லை. எங்கள் மாமா ஆயிரம் ரூபாய் கடபத்திரம் எழுதிக் கொடுத்து வாங்கியதாகவும், பலிசையும் முதலும் தரவில்லை என்று பொய்க் கேசும் போட்டார்.

'குலைக்கிற நாய்க்குத் தலை வீங்கும்' என்று கேசை நடத்தினார்கள். கள்ளநோட்டு கேசுக்கு மொழி சொல்ல எங்கள் பாட்டியார் போக வேண்டியதாகி விட்டது.

"நான் அழுத குரலும் சிந்திய கண்ணீருமாக அடச்சிப் பூட்டிய அறைக்குள் கிடக்கிறேன். கோர்ட்டுக்குப் போக வேண்டுமா மகனே" என்று அழுகை போட்டார்கள்.

அவர்களுடைய சொந்தக்காரர்கள் எல்லாரும் அறிந்து வந்து நாள்தோறும் ஆறுதல் சொன்னார்கள். "வராத பொருளுக்கு அழுதால்தான் தீருமா? நீ கோர்ட்டில் மொழி சொல்லாவிட்டால் கேஸ் அவனுக்கு விதியாகிவிட்டால், நமக்கு நஷ்டமல்லவா. பலிசையும், முதலும், செலவும், இளையமருமகன் கட்டிவைக்க வேண்டும். இல்லாவிட்டால் சொத்தை ஜப்தி செய்துகொண்டு

போவான். அப்படி வராமல் நீ போய் மொழி சொல்ல வேண்டும். நாங்களும் கூடி வருகிறோம்" என்றார்கள்.

அவதி நாள் வந்தது. 'வரும்விதி வந்தால் மடியேந்த வேண்டாமா' என்று, வண்டியில் துணையாள்களுடன் போனார்கள். கூட்டில் ஏறி நின்றார்கள். விரித்த தலையும், சிந்திய கண்ணும், வாடிய உடலும் கண்டு கோர்ட்டில் உள்ள முனிசிப் வக்கீல்மார்களும் திகைத்தார்கள்.

வக்கீல்: இந்த கடன் பத்திரம் உங்கள் மகன்தானே எழுதிக் கொடுத்தது?

பாட்டி: 'இல்லை'.

வக்கீல்: கடப்பத்திரம் இருக்கும்போது இல்லை என்று சொல்லலாமா?

பாட்டி: என் மகன் இருக்கிற காலம்வரையிலும் ஒருவருக்கும் நோட்டுப் பத்திரம் ரசீது எழுதிக் கொடுத்துப் பணம் வாங்கியதே இல்லை.

வக்கீல்: இந்த வாதியை உங்களுக்குத் தெரியுமா?

பாட்டி: எனக்குத் தெரியாது. கண்டதுமில்லை. அழத்தங்கரை நாடான் தோப்பில் குப்பக்காச்சைக்கு இருப்பவன் என்று இன்றுதான் சொல்லி அறிந்தேன் என்றதும் கூட்டிலிருந்து இறங்கிவந்தார்கள்.

கேசைத் தள்ளிவிட்டார்கள். சொத்துகளுக்குள்ள கேஸ் இன்னும் தீரவில்லை. கள்ளநோட்டுக் கேஸ் தோல்வியானதும் மாவிளைப் பெருமாளுக்கும் அவருக்கு கேஸ் நடத்தி வந்தவர்களுக்கும் பலவிதமான கவலை உண்டானது.

'அக்கரையான பனையேத்தாம், அதற்கு அருவாளும் கடுப்பும் இரவலாம்' என்றது போல், அவர் கோர்ட்டுச் செலவுக்குப் பணவசதி மிகக் குறைந்தவர். ஆகையால் நிறைய கடன் எடுத்துச் செலவு செய்தும் கேஸ் தோத்துப்போனதினாலும், சொத்துகளுக்கான கேசுக்கு இன்னும் பணம் வேண்டுமே, அடுத்தவாரம் விசாரணை வைத்திருக்கிறது. வக்கீல், 'பீசு தந்தால்தான் விசாரணைக்கு வருவேன்' என்றார். சொந்தக் காரர்களிடம் 'நீங்கள் கடனாகக் கொஞ்சம் ரூபாய் கொடுங்கள்' என்றார்.

'மலையை எடுப்பேன் என்ற ஒருவன், தூக்குங்கள் எடுக்கிறேன்' என்றது போல் "எங்களிடம் பணம் இல்லை,

யாரிடத்திலாவது பலிசைக்குப் பணம் கடனெடுத்துத் தந்தால் நாங்கள் கேசை நடத்துகிறோம்” என்றார்கள்.

இவர் தளர்ந்துவிட்டார். போதுமென்ற மனமே பொன் செய்யும் மருந்து. சமாதானத்திற்கு மூன்றிலொன்று போதும் என்று ஆள்களை அனுப்பினார். சொத்துகளைப் பங்கு போட்டார்கள்.

எங்கள் பாட்டியாரின் வீட்டிலிருந்து எங்கள் தகப்பனார் சகலமும் பார்த்துவருவதனால், வீடும் வீட்டடி பூமியும் எங்கள் தகப்பனாருக்குக் கொடுத்துவிட்டு, மற்ற சொத்துகளை மூன்றாகப் போட்டு, ஒரு பாகம் மூத்தவளுக்கும் இரு பாகம் இளையவருக்கும் பாகம் செய்தார்கள்.

சொத்துகள் சாத்தாங்கோவில் புரயிடம், சம்புகுளத்தங் கரையில் உள்ள மறுகால் புரயிடம், அதன் அடுத்துள்ள முருக்கன் விளை புரயிடம், பனைவிளை ஒன்று, ஐந்து மரக்கால் நிலம் ஒன்றுமாகப் பங்கு போட்டு அவரவரும் எடுத்தார்கள்.

‘கச்சைகெட்டி அருவா தீட்ட, கலசத்துப் பயினி கள்ளாச்சு’ என்றாப்போல் சொத்துபாகம் செய்து முடிந்தும் முடியாமலும் இருக்கும்போது, அண்ணனுக்குக் குடல்வாத சுரம் என்ற காச்சல் உண்டாகி, நாட்டு வைத்தியர் மருந்தில் சுகமாகி, பத்திய பேதத்தினால், காச்சல் திரும்பிப் புலப்பமும் ஜன்னியும் உண்டானது. ரெச்சன்னிய சேனை என்ற புத்தேரி ஆஸ்பத்திரிக்குக் கொண்டு போய், இரண்டு மாதம் இருந்து, போன உயிர் மீண்டாப்போல் அறிவுமயக்கம் தீர்ந்தும் தேகத்தில் உள்ள வீக்கம் வத்தவில்லை. வெள்ளைக்காரன் டாக்டர் ஒருவர் ‘இந்த நோயைக் கண்டுபிடித்து சுகப்படுத்த வேண்டும்’ என்று ஆலோசனை செய்தார்.

நோயாளி படுத்திருக்கும் கட்டிலைச் சுற்றி திரை வளைந்து, சுற்றி நன்றாய் மேலும் துணிகளைச் சுற்றி, உள்ளே இருந்து மூச்சு வெளியே வராமல் மூடி, கட்டிலுக்குக் கீழே தீத் தணலை நீண்ட பாத்திரத்தில் வைத்து அதற்குள்ள பக்குவங்களைச் செய்து மூடினார்கள். தீ வெக்கை உடம்பில் அடிபடவே, வேர்வை சிந்தி மேலே சுற்றிஇருந்த துணிகள் வேர்வையில் நனைந்து, புகை தாங்க முடியாமல் திணறி மூச்சுவிட்டு, உருண்டும் புரண்டும் சத்தமிட்டபோது, திரையைப் பிரித்து வியர்வைத் தண்ணீரைத் துடைத்து, அதற்கு மேல் மருந்து செய்து சுகமானது. இவ்வளவு கஷ்டங்களையும் அனுபவித்து என் அண்ணன் வீடு வந்து சேர்ந்தார்கள்.

வந்து ஒரு மாதம் ஆவதற்குள் எங்கள் தாயார் படுக்கையிலானார்கள். அவர்களையும் அந்த ஆஸ்பத்திரியில் கொண்டு வைத்துப் பார்த்தார்கள். சுகப்படவில்லை.

எங்களைத் தாயில்லாப் பிள்ளைகள் என்று பெயரைத் தந்துவிட்டு மறைந்துபோனார்கள். எங்கள் மாமனார் இறந்து ஒரு வருசம் முடிவதற்குள் இத்தனை குழப்பங்களும் நடந்தன. எங்கள் அய்யா, நடுவய்யா, மூத்தய்யா மூவரும் ஒவ்வொருவருக்கும் இரண்டு இரண்டு தாரம் கல்யாணம் ஆனவர்கள். ஆனால் ஒருவருக்கும் கடைசிக்காலத்தில் பொண்டாட்டிமார் இல்லை.

எங்கள் தகப்பனார் இரண்டாவது தாரம் கலியாணம் வேண்டாம் என்று இருக்கிறார்கள். இந்தச் சமயம் அண்ணனுக்கு வயது பன்னிரண்டு, எனக்கு ஒன்பது, தங்கைக்கு மூன்று வயதுமான சமயம்.

அண்ணனும் நானும், பூமாத்தியன் விளைகுடி பள்ளிக்கூடம் என்றும் திண்ணைப்பள்ளிக்கூடம் என்றும் சொல்லுவார்கள், அதில் இரண்டாவது வகுப்பில் படித்துக்கொண்டிருந்தோம்.

வீட்டுவேலைகளை எங்கள் மாமனார் காலத்திலேயே எங்கள் பாட்டியாருக்கு உதவி செய்துகொண்டு, அங்கேயே இருந்த ஒரு வயதான கிழவிதான் பார்த்துவந்தாள்.

வீடு இந்தநிலையில் இருப்பதைப் பார்த்துப் பாட்டியார் அழுகையை ஒருபுறம் கொஞ்சம் ஒதுக்கி, சிலவேளைகளில் எழுந்திருந்து மேல்பார்வைகளைப் பார்த்தும் வந்தார்கள்.

எங்கள் பாட்டி இடதுகையைத் தலைக்குள் வைத்து ஒரே படுக்கையாயிருந்ததினால், கைவிரல்கள் மடங்காமலும் நிமிராமலும் வளைந்தவாறே நின்றுவிட்டது. தலை காலம் வரையும் குலைந்துதான் கிடந்தது. குளிக்கிறதும் எண்ணெய் தேய்ப்பதும் இல்லை. இப்படி இருக்கும்போது கிழவி வேலை செய்யக் கஷ்டப்படுகிறாள்.

அடுத்த ஊரில் ஒருவன், இரண்டாவது தாரமாக ஒரு கலியாணம் செய்து, ஒரு குழந்தையும் பிறந்த பின்பு, அவளை வேண்டாமென்று தள்ளிவிட்டான். வயிற்றுக்கு ஆகார மில்லாமல் அவள் பிச்சை எடுத்துச் சாப்பிட்டுவந்தாள். ஒரு நாள் எங்கள் வீட்டுக்கு வந்து 'அம்மா சோறு போடுங்கள்' என்றாள். அவள் பெயர் மண்டைக் காட்டாள் என்று சொல்லுவார்கள். இடுப்பில் பிள்ளையும் கையில் சட்டியோடுமாக நின்று அழுத குரலில் சோறு என்று சத்தம் கேட்டு, எங்கள் பாட்டி எழுந்திருந்து பார்த்து, 'நீ ஏன் இப்படிப் பிச்சை எடுக்க வந்தாய்' என்று கேட்டார்கள்.

அழகிய நாயகி அம்மாள்

அவள் தன் கதைகளை விபரமாகச் சொன்னாள். ‘மூத்த தாரத்துப் பிள்ளைகளை வைத்துக்கொண்டு என்னைக் கெட்டினான். ஆறு பிள்ளைகளும் சொல்லிய கோள் வார்த்தை கேட்டு, என்னத் தள்ளிவிட்டான். நடக்கத்தெரியாத புள்ளய வச்சிக்கிட்டு என்ன வேலயச் செய்யமுடியும்,’ என்று கண்ணைத் துடைத்து, மூக்கைச் சீந்தி, குழந்தையின் தலையைத் தடவிக் கொண்டிருந்தாள். ‘நீ பிச்சை எடுக்கவேண்டாம். இங்கேயே இருந்து வேலைகளைச் செய்கிறாயா’ என்று பாட்டி கேட்டார்கள். உறங்க இடமில்லாதவளுக்குத் திண்ணையும் பாயும் கிடைத்தது போலாயிற்று.

வேலையை ஏற்றுக்கொண்டாள். உடனே ஓடையில் போய் நன்றாய்க் குளித்துவிட்டு, பிள்ளையையும் குளிப்பாட்டி வந்தாள். கடையிலிருந்து ஒரு சேலையும் வாங்கிக் கொண்டுவரச் சொல்லி, அந்தச் சேலையும் உடுத்திவிட்டு, அன்று முதல் வேலைகளைச் செய்து வந்தாள். இரண்டு மூன்று பானை பயினி காய்க்கவும், நெல் அவிக்கவும், வாரத்திற்கு ஒரு நாள், இரண்டு நாள் தோப்பிலோ, வயலிலோ வேலை செய்பவருக்குக் கஞ்சி வைக்கவும், சமையல் வேலை செய்யவும், சிறிதும் தயங்காமல் செய்துவந்தாள்.

நெல், வேறே ஆள்விட்டு குத்துவார்கள். எங்கள் தகப்பனார் கோர்ட்டு விவகாரங்களையும் நடத்திவரும் சமயம், தர்மபுரம் கிறிஸ்தவர்கள் அதற்குள்ள பள்ளிக்கூடத்தைப் பெரிதாக்கி, ஏழாவது வகுப்பு வரை வைத்து நடத்திவந்தார்கள். எங்களை அந்தப் பள்ளிக்கூடத்தில் சேரும்படிக் கட்டாயப்படுத்தினார்கள்.

எங்கள் தகப்பனார் கிறிஸ்தவர்களோடு நெருங்கிய சினேகமாய் இருந்ததினாலும், பிள்ளைகளை அங்கே சேர்த்தால் நல்லமுறையில் படிக்கும், நாகரீகமாக வளரும் என்று நினைத்ததி னாலும், எங்களை அங்கே மூன்றாவது வகுப்பில் சேர்த்தார்கள்.

இது பூமாத்தியன்விளைக்காரர்களுக்குப் பிடிக்கவில்லை. கிறிஸ்தவர் பள்ளிக்கூடத்திற்கு இந்துக்களாகிய நாம் பிள்ளை களை விடக்கூடாது என்றார்கள். எங்கள் தகப்பனார் சம்மதிக்க வில்லை. அவர்களுக்கும் இவர்களுக்கும் சண்டை வந்தது. வாய்ப்பேச்சு மீறிக் கைவீச்சும் நடந்தது. எங்களைப் பள்ளிக் கூடத்திலிருந்து மாற்றவில்லை.

அந்தப் பள்ளிக்கூடத்திற்குத் தலைமை உபாத்தியாயராக வும் கிறிஸ்தவக் கோவிலுக்கு உபதேசியாராகவும் பள்ளியாடி என்னும் இடத்திலிருந்து ஒருவர் வந்தார். அவர் நாட்டுவைத்தியம் செய்வதில் மிகச் சிறந்தவராகவும் இருந்தார். அவரிடத்தில்

எங்கள் தகப்பனார் வைத்தியம் செய்யப் படித்தார்கள். மருந்துகள் சேகரிக்கவேண்டும் என்ற எண்ணத்தை மெள்ள அவர் தூண்டினார்.

'நாடாரே நாம் பலவிதமான மருந்துகள் செய்து வைத்தால் நமக்கு ஒரு இடத்திலிருந்து விற்பனை செய்யலாம்' என்றார் அவர். இவர்கள் அதற்குச் சம்மதித்தார்கள்.

வேலை இல்லாத நாசிவன் வீட்டப் போட்டுச் சிராச்சானாம் என்றதுபோல் ஒரு தென்னந்தோப்பை விலை கொடுத்து, அந்தப் பணத்தைக் கொண்டு மருந்துகள் சேகரித்தார்கள்.

மருந்து, மாத்திரைகள், லேகியம், சூரணம், பஸ்பங்கள், எண்ணெய்கள், கசர்வாங்கங்கள், குளம்பு கிருதம் முதலியவை களை விதவிதமாய்ச் செய்தார்கள். வாத நோய்கள், சூலைகள், பக்கவாதம், மேக ரோகம், குட்டம், காமாலை இப்படிப் பலவித நோய்க்கும் தக்கபடியான மருந்துகள் செய்துவைத்தார்கள்.

பிளவை, புண்களுக்குப் பார்வை பார்க்கவும், மருந்து போடவும் உள்ள முறைகளும் நன்றாய்த் தெரியும். பிளவை, புண் உண்டானவருக்கும் ஜன்னிச் சர்வாங்கம், குழந்தைகளுக்குப் பிள்ளைச் சர்வாங்கம், பெரிய திருமேனி எண்ணெய்களும் செய்தாகிவிட்டது. வீட்டையும் பெரியதாக்கி, ஒரு பக்கத்தில் ஒரு கடையும் வைத்து, அந்தக் கடையில் மருந்துகளை விதவிதமாக அடுக்கிவைத்து அலங்காரப்படுத்திவைக்கப்பட்டது. இந்த உபதேசியாரை 'சபைக்கு வேண்டாம், ஊர்ஊராய்த் திரிந்து வைத்தியம் செய்கிறவன் உபதேசி ஆகமாட்டான்' என்று கம்பிளேன்டு உண்டானதும் வேலையிலிருந்து நீக்கப்பட்டார். பின்பு இந்தக் கடையிலிருக்கும் சகலவித மருந்துகளைக் கொண்டு பல இடங்களிலும் சிகிச்சை செய்துவந்தார்கள். கிடைக்கிற ரூபாய்கள் எல்லாம் அவர் கைவசத்திலாச்சு. கொஞ்சங் கொஞ்ச மாக மாத்திரை, மருந்து, எண்ணெய்கள், லேகியங்கள் எல்லாம் ரகசியமாக எடுத்துக்கொண்டுபோய் அவருடைய வீட்டை நிறைத்தார். அவர் சொந்தப் பணத்திலும் செய்வார். 'நாடாரே நானும் கொஞ்சம் மருந்து செய்யப் போகிறேன்' என்று சொல்லிக்கொள்வார். செய்வார். இந்த முறையில் அவர் கைவசம் ஒரு துகை சேர்ந்தது. 'தூது நடந்தவள் தூது நடந்தாள், சும்மா இருந்தவள் சூலானாள்' என்றது போலாச்சு. உடனே கொஞ்சம் பூமி விலைக்கு வாங்கி, அதில் ஒரு வீடு கட்டி எல்லா வசதிகளும் செய்து, குடும்பத்தைக் கூட்டி வைத்துக் கூடி வாழ்ந்துவந்தார். ஆண்பிள்ளை இல்லை. மூன்று பெண் பிள்ளைகளுடன் நல்ல முன்னேற்றமடைந்தார். அந்தப் பக்கத்தில் உள்ளவர்கள் சீனிக்கிழங்கு வாத்தியார் என்று

பெயர் வைத்தார்கள். எந்த நோய்க்கும் அதற்குத் தகுந்த மருந்து கொடுத்துச் சுகப்படுத்திவிடுவார்.

எங்கள் தகப்பனாரும் கோர்ட்டு கச்சேரிக்குப் போகும் போதும், கடைத்தெருவில் சுற்றும்போதும், தோப்பு நிலங்களைப் பார்க்கப் போனாலும் சரி, மடிக்குள் மருந்து டப்பியும் சர்வாங்கத் தைலங்களும் கொண்டுபோவது பழக்கத்திற்கு வந்தது. வக்கீல், கிளார்க்குமாரும் அவர்கள் குடும்பங்களில் யாருக்காவது நோய்கள் உண்டானால், உடன் மருந்து கொடுத்துச் சுகப்படுத்தி வந்தார். இதை அறிந்து பக்கத்திலுள்ளவர்களும் இவர்களிடம் மருந்து செய்யச் சொல்லவும், செய்து சுகப்படுத்தவும், வைத்தியர் என்ற பெயரும் வந்துவிட்டது. இந்த முறையில் தர்ம வைத்தியம் செய்துவந்தார்.

ராஜாங்கம் வக்கீலுக்கு ஜலதோசம் உண்டானது. இருமல் அதிகம். கோர்ட்டுக்கு வரமுடியவில்லை. இதைக்கண்டு என்ன செய்வது என்று யோசனை. பிராமணராயிற்றே என்று எண்ணிக் கொண்டு, காப்பிக் கடைக்குப் போய்ச் சுக்கு காப்பி வாங்கி, இரண்டு முட்டையை அதோடு சேர்த்து மாற்றிமாற்றியடித்து, நுரை கிளம்பச்செய்து, நுரையை மாற்றிச் சுத்தமாக்கி, காச்சல் மாத்திரை சேர்த்துக்கொண்டுபோய் கொடுத்தார். வக்கீல் மருந்தாகவே குடித்தார். மறுநாள் வீட்டிலிருந்து (திரிகடுகு) சுக்கு, மிளகு, திற்பிலி கசாயம் செய்து இரண்டு முட்டையும் மாத்திரையும் சேர்த்து, பாட்டிலில் அடைத்துக்கொண்டுபோய் கொடுத்தார். சாயங்காலம் வீட்டிற்கு வரும்போதும் கடையில் வாங்கிப் பக்குவம் செய்துகொடுத்தார். மூன்று வேளை மருந்து உட்கொண்டதும் இருமல் குறைந்தது. அடுத்த நாள் விசாரணை நடத்த கோர்ட்டுக்குக் கொண்டுவந்துவிட்டார்கள். விசாரணை முடிந்து ஆபீசுக்குப் போனதும் மருந்தின் முறையை அவர் காதில் ஓதினார். அவரும் மந்திரஉபதேசமாக அதை ஏற்றுக்கொண்டார். இருமல் வரும்போது இந்தப் பக்குவத்தைச் செய்து இருமலையே மாற்றிவிட்டார்.

ஆளூர் ரெஜிஸ்தர் கச்சேரிக்கு எங்கள் தகப்பனார் போனார். ஒரு ஒற்றிக்கிடப்புச் சொத்தை விலை கொடுக்க ஆதாரம் எழுதிப் பதிவு செய்யும் நேரம். ரெஜிஸ்தரின் குழந்தைக்குச் சுகமில்லை, மூச்சுவிடமுடியாமல் தியங்குகிறது என்று ஆள் வந்ததும், உடனே அவரும் அவரைச் சேர்ந்தவர்களும் ஓடினார்கள். பெருங்கூட்டம். ஆஸ்பத்திரிக்குக் கொண்டுபோக ஆரம்பித் தார்கள். சுற்றி நின்றவர்களை நெருக்கி உள்ளே நுழைந்தார் இந்த வைத்தியர். “நான் மருந்து கொடுக்கிறேன், குழந்தைக்கு மூச்சுமுட்டு மாறட்டும், பிறகு ஆஸ்பத்திரிக்குப் போகலாம்” என்றார்.

ரெஜிஸ்தர், "நிங்கள் வைத்தியனோ" என்றார். 'இல்லை, தற்கால மருந்து ஒன்று இப்போ செய்கிறேன்' என்று, கொஞ்சம் இஞ்சிச்சாறு கொண்டுவரச் சொல்லி, அதில் இரண்டு விதமான மாத்திரையைக் கரைத்து, பிள்ளைச் சர்வாங்கம் சேர்த்துக் கொடுத்தார். மருந்து உள்ளே போனதும் குழந்தை வாந்தி பண்ண, நெஞ்சுக்குள்ளிருந்து கபம் இளகி வெளியே வந்தது. மூச்சுவிட்டது. கண்ணும் திறந்தது. அழவும் ஆரம்பித்தது. ரெஜிஸ்தருக்குக் கால் கை நடுக்கம் தீர்ந்து, 'ஆஸ்பத்திரிக்குப் போக வேண்டாம்' என்றார். வைத்தியரின் மருந்துப் பக்குவத்தைப் புகழ்ந்தார். "வைத்தியர் முறுக்காம் போடட்டே" என்றார். சாயங்காலத்திற்கு ஒரு வேளை மருந்தும் குளிகையும் தைலமும் கொடுத்து, பக்குவமும் சொல்லிப் பத்தியமும் சொல்லிவிட்டு, கச்சேரி வந்தார். "நிங்ஙளுடே ஆதாரம் பதிக்கான் கொண்டு வரட்டே" என்றார் ரெஜிஸ்தர். பதிவு செய்துவிட்டு வரும்போது, சாட்சி சொல்லிக் கூலி வாங்கவந்து காத்துநிற்கும் ஒருவனை, "குழந்தைக்கு இருக்கிற விதத்தை நீ வந்து சொல்லவேண்டும்" என்று சொல்லிவிட்டு வீடு திரும்பினார்.

இந்த முறையில் கொஞ்ச நாள் கழிந்தது. கதம்பை பாந்து* வைக்கவேண்டும் என்று ஆலோசித்தார். ராட்டுவைத்துக் கயறு முறுக்கும் தொழிலை ஏற்படுத்த ஆரம்பித்தார். அதோடு வீட்டை இன்னும் பெரிதாக ஆக்க வேலைகளும் நடந்தது. தேங்காய் வியாபாரமும் நடந்தது. வீட்டுவேலை முடிந்தும் முடியாமலும் இருக்கும்போதே கதம்பை பாந்து வைத்து நடத்தவேண்டும் என்ற ஆசை வந்தது. கதம்பல் கிடைக்கவேண்டுமானால் தேங்காய் வியாபாரம் செய்ய வேண்டும். பக்கத்து ஊர்களில் உள்ளவர்களின் தேங்காய்களை வாங்கி, ஆள்களைவைத்து உரித்து, வல்லயங்களில்** கட்டி, வண்டியில் ஏற்றி, சந்தைக்குக் கொண்டுபோய் விற்பதற்கும் ஆள்வைத்து, பணம் வாங்கும் முதலாளியாக நிப்பார். அடுத்த நாள் கதம்பலைக் குத்திப் பாந்துவைப்பார்கள்.

ஒரு நாள் தேங்காய் விற்ற பணத்தை மடிச்சீலைக்குள்ளே வைத்தது போக, சில்லறை ரூபாய்களை மடிக்குள்ளே வைத்து, மடிச்சீலையும் அதோடு வைத்துச் சேர்த்து இடுப்பில் நன்றாய்ச் சொருகிவைத்து வீட்டுக்குத் திரும்பிவரும்போது, ஒரு வாய்க்காலில் இறங்கி, கை கால் முகம் கழுவிவிட்டு, மார்பையும் வயிற்றையும் கையால் துடைக்கும்போது, மடி உருவி சரசர வென்று பணம் கால்வாயில் சிந்தியது. ஏக்கத்துடன் தடவி

---

* பாந்து – தேங்காய் மட்டையைப் பள்ளங்களிலுள்ள தண்ணீருக்குள் ஊறவைப்பது

** வல்லயங்கள் – தென்னங்கீற்றில் பின்னிய கூடைகள்

மடிச்சீலையை எடுத்தார். சில்லறை ரூபாய்கள் தொளிக்குள்* ஒழித்துக்கொண்டன. கோபத்தால் ‘மயிரு ஒண்ணே போச்சி’ என்று விறுவிறென்று வீட்டிற்குத் திரும்பினார். அன்றிலிருந்து தேங்காய் வியாபாரம் நின்றது. தெரிந்த வியாபாரிமார்களிட மிருந்து கதம்பல்களை வாங்கி அழுகவைத்துக்கொண்டு வந்தார்.

அழுகிய துண்டுகளை அடித்துச் சவரி** வந்தது. ராட்டு சோங்கு எல்லாம் வந்தது. கயிறு முறுக்கும் ஆள்கள் வந்தனர். வேலை பரபரப்பாக நடந்தது. கணக்குப் பார்த்ததில் நஷ்டம். அதையும் விட்டார். அழுகிஇருந்த கதம்பைகளைப் பாந்தோடு சேர்த்து விலைக்குக்கொடுத்துவிட்டார். ‘ஆழ உழுதாலும் ஆடுவைத்துப் பார்த்தாலும் தாழ உழுதாலும் தலைவிதி தப்பாது’ என்று நிறுத்தினார்.

வீட்டைப் பிரித்துப் பெரியதாக்குவார். கொஞ்ச நாளில் இன்னும் கொஞ்ச இடத்தைக் கூட்டுவார். திரும்பவும் அதைப் பிரித்துவிட்டுச் சிறியதாய்ச் செய்வார். எந்த நாளும் வேலை நடந்துகொண்டே இருக்கும்.

சீட்டுக்களியில்*** மிகுந்த ஆர்வம் உண்டானது. நிறைய நாள் தோற்றுவிட்டு, ஒரு நாள் ஜெயித்தால் ஏக சந்தோசம். மாமியாரிடம் “அம்மா இன்னு சீட்டுக் கழித்ததில் எழுபது ரூபாய் கிடைத்தது” என்பார்.

அவர்கள், “நூறு ரூபா தோத்துவிட்டு எழுபது ரூபாய் கிடைத்தது ரெம்ப சந்தோசம். ஒண்ணு ஒண்ணா வித்து வித்து நாசமாக்கிட்டு, இப்ப சீட்டு களிச்சி தொலச்சியா இல்லியா. இந்த புள்ளயளுக்கு ஒண்ணுமில்லாம ஆக்கிட்டுப் போ” என்பார்கள்.

இதில் சிலவேளை சண்டையும் நடக்கும். அடியும் விழும். திரும்பவும் பேசிக்கொள்வார். இந்தப்படியே வருசமும் நாலு, ஐந்து ஆனது. எங்கள் படிப்பும் ஆறாவது வகுப்பு முடிந்தது, ஏழாவது வகுப்பு துடங்கியது.

ஒருநாள் டிராயிங் பீரிடு. டிராயிங் மாஸ்டர் ஒரு படத்தை போர்டில் வரைந்துகொண்டு நின்றார். அவர் ஆத்திக்காட்டு விளையில் உள்ளவர். பெயர் ராஜேஸ் என்று சொல்லுவார்கள். வகுப்பில் வயதிலும் வளத்தியிலும் கூடிய பையன்கள் பின்னா லுள்ள பெஞ்சில் இருந்தார்கள். அப்போது எனது அண்ணன் பூமாத்திவிளை கண்ணு, பாக்கியநாதன், குருதாஸ், சிலுவை முத்து, சாந்தகுரிசி என்ற பையன்களுக்கிடையில் இருந்த

---

* தொளிக்குள் – சேற்றுக்குள்

** சவரி – தும்பு

*** சீட்டுக்களி – சீட்டாட்டம்

நாடான் கண்ணு என்பவனிடம், "யே கண்ணு, இந்த டிராயிங் மாஸ்டருக்கு மாற்றமாம், உனக்குத் தெரியுமா" என்றார். அவன், "நான் அவரிடம் கேள்கட்டுமா" என்றான். இவர் "கேளு" என்றார். "சார் உங்களுக்கு மாற்றமாமே, அப்படியா?" என்றான். அவர், "யார் சொன்னா" என்றார். "நாடான் சொன்னான்." "அந்தப் பயலைக் கொண்டு போய் ஆத்து மணலுக்குள்ளே வெட்டிப் பூத்துங்கல*" என்றார். அப்புறம் ஒருவரும் ஒன்றும் பேசவில்லை. மணி அடித்தது. மத்தியானம் சாப்பிட எல்லாரும் வீட்டிற்குப் போனோம். நானும் அந்த வகுப்பில்தான் படித்து வருகிறேன்.

அண்ணன் வீட்டிற்கு வந்ததும், "அய்யா, என்னை அந்த டிராயிங் மாஸ்டர் ஆத்து மணலுல வெட்டி பூத்தச் சொன்னான்" என்றார். ஏனென்று கேட்டார். நடந்த கதைகளைச் சொன்னார்.

அய்யா பள்ளிக்கூடம் நோக்கி ஓடினார். "எம்மகனை ஆத்துமணலில வெட்டி பூத்தச் சொன்ன தேவடியா மொவன் எங்கயிருக்கிறான்? அவனை நாங்கொண்டு போயி பூத்திக்கிட்டு வாறேன். ஏம்புள்ளய பூத்தச் சொன்ன அந்தச் செறுக்கி மொவன் எங்கே?" என்று இப்படிப் பலவிதமான பேச்சுகளைப் பேசி, அங்குமிங்கும் எங்கும் தேடினார். அந்தப் பயல் எங்கே என்று ஓடினார். கிடைக்கவில்லை. பக்கத்து வீட்டில் போய் ஒளிந்து கொண்டார்.

மற்ற உபாத்தியாயர்கள் வந்து கூடி என்னவென்று விசாரித்தார்கள். அறிந்தார்கள். 'அவர் சொன்னது குற்றம்தான். தெரியாமல் சொல்லிவிட்டார். உங்கள் பிள்ளை என்று தெரியாது. அவர் இங்கே இல்லை. பாடம் நடத்தும் நேரம் ஆகிவிட்டது. சபையில் சொன்னால் அவரைத் தண்டனை கொடுப்பார்கள்' என்று சமாதானம் சொல்லிஅனுப்பினார்கள். கோபம் தணிந்து, திரும்பிவிட்டார்.

சபைத்தலைவர் சான்றோசியார் பேரன் ஜான் லவ்வையா என்பவர் அறிந்து, அந்த வாத்தியாரைக் கூப்பிட்டு 'நீ சொன்னது குற்றம். படிக்கும் பிள்ளைகளை இப்படிக் குற்றமான வார்த்தைகள் சொல்லக்கூடாது. அதிலும் இது பெரிய இடத்துப்பிள்ளை. இனிமேலும் இப்படிச் சொல்லக்கூடாது' என்று அனுப்பினார்.

இது மற்ற சில வாத்தியார்களுக்குப் பிடிக்கவில்லை. பெரியவிடத்துப் பிள்ளையானால் என்ன? 'பெரியவிடத்துப் பிள்ளையை வாத்தியார் சொன்னது குற்றமாம். அவர் வந்து கேவலமான வார்த்தைகளைப் பேசியது குற்றமில்லையா?' என்று பொறாமையோடு இருந்தார்கள்.

---

* பூத்துங்கள் – புதையுங்கள்

ஒரு மாதம் கழிந்ததும் கால் வருடப் பரிச்சை நடந்தது. முன்னே உள்ள பொறாமையை இதில் தீர்க்கத் துணிந்து விட்டார்கள். மார்க்கு குறைவா காண்பித்தார்கள். நாங்கள் கொஸ்றீன் பேப்பரைக் காட்டி, அனேகமாய்க் கேள்விகள் சரியாய் எழுதியதாய்க் காண்பித்தோம். பரிச்சை எழுதிய பேப்பரைக் கேட்டோம். காணவில்லை என்று சொல்லிவிட்டார்.

இதை அறிந்தார் அந்தப் பள்ளிக்கூடத்தில் வேலைபார்க்கும் ஒருவர். அவரும் ஆத்திக்காட்டு விளை ஊரில் உள்ளவர்தான். பெயர் ஆபிரகாம். ஏழாவது வகுப்புக்கு முன்னால் பாடம் எடுத்து வந்த அவரை எதோ குற்றம் செய்தார் என்று நாலாம் வகுப்புக்கு கிளாஸ் வாத்தியராக மாற்றிவிட்டார்கள். அதனால் அவரை மற்ற வாத்திமார்கள் மதிக்கிறதில்லை. இதைக் கண்டு அந்த ஆபிரகாம் எந்த இடத்திலாவது இவர்கள் குற்றஞ் செய்வார்களா என்று கவனித்துக்கொண்டே இருந்தவர், இந்த இடத்தில் இவர்களைப் பிடிக்கவேண்டுமென்று, எங்கள் தகப்பனாரிடம் ஓடிவந்தார். 'இந்தக் கேசை விடக்கூடாது. மேலதிகாரிக்கு அறிவிக்க வேண்டும்' என்றார்.

இவரும் சம்மதித்தார். உடனே மேலதிகாரிகளுக்கு அறிக்கை பண்ணி, உடனடியாக வந்து பார்வையிடும்படியாக அவர்களுக்கு வேண்டிய ஆள்களை வைத்துத் தூண்டினார். எங்களை இரண்டு வாரம் பள்ளிக்கூடத்திற்கு வரவேண்டாம் என்றார். நாங்கள் பள்ளிக்கூடத்திற்கும் போகாமல் இருந்தால் கேஸ் பெலமாகும். இந்த பயக்களுக்குக் குற்றம் கிடைக்கும். நீர் இதற்குச் சம்மதிக்க வேண்டும் என்றார்.

எங்கள் படிப்பு நின்றது. மேலதிகாரிகள் வந்து பார்த்து, குற்றத்தைக் கண்டுபிடித்தார்கள். சிலருக்கு பயின் அடித்து, சிலருக்கு மூன்று மாதம் வரை வேலை பார்க்கக்கூடாது என்றும், சிலரை வேறு இடத்திற்கு மாற்றவும் செய்தார்கள்.

எங்களை அதற்குப் பிறகு பள்ளிக்குப்போகச் சொன்னார்கள். எங்கள் அண்ணன் 'நான் இனிமேல் போகமாட்டேன்' என்று சாதித்துவிட்டார். அவருக்கு அடிக்கடிக் காச்சல், தலைவலி, வயிற்றுவலி வந்துகொண்டே இருக்கும். இந்தக் காரணங்களும் அதோடு சேர்ந்தது. எனக்குப் பள்ளிக்கூடம் போக நல்ல ஆசை. எங்கள் பாட்டியார் 'நீயும் போக வேண்டாம். பெரிய பிள்ளையாயிருக்கிறாய். இனி எத்தனை நாளைக்குப் போகப் போகிறாய், இதோடு நிறுத்து' என்றார்கள்.

இளையவள் பூமாத்திவிளை பள்ளிக்கூடத்தில் மலையாளம் படிக்கவேண்டும் என்று படித்தாள்.

பகுதி இரண்டு

கவலையின் கதை

என் வாழ்க்கையில் நான் அனுபவித்த இன்ப துன்பங்களும், குடும்பத்தாராலும் என் வினைப்பயனாலும் நான் அனுபவித்த பலவிதமான துயரங்களும் என்னைத் துரத்திக்கொண்டு வந்ததினாலும், வாழ்நாள் பூராவும் இன்பம் ஒரு பங்கானால் துன்பமும் துயரமும் மூன்றுமடங்காகவும், கவலையிலேயே காலங்கழித்துவந்தேன்.

சபாபதி என் கதையை எழுதிக்கொடுக்கும்படி கட்டாயப் படுத்திக் கேட்டதினால், என் கதையும் மற்றுள்ள முன்னோர்களின் வாழ்க்கையின் விபரங்களையும் கதையில் அமைத்து எழுதிப் பழக்கமில்லாமல் இருந்தாலும், நடந்த நடைமுறைகளை அப்படியே எழுதுகிறேன்.

1. நிட்டையிலே இருந்து மனம் துறவடைந்த பெரியோரும்,
நிமலன் தாளினை
கிட்டையிலே தொடுத்து முத்தி பெருமளவும் பெரிய சுகங்
கிடைக்கும் – காம
வெட்டையிலே கதிமயங்கி, சிறுவர்க்கு மணம் பேசி,
விரும்பித்தாலி
கெட்டையிலே தொடுத்து நடுக்கட்டையிலே கிடத்தும் மட்டும்
கவலை தானே

2. அருவினையின் மாபாவி அவளொரு பெண்ணாலே
பெருமையாவுந்தானழிய பேதைப்பருவந்தன்னில்
கருமவினைப் பயனென்ன வில்லியஞ் சூனியம் பல செய்து
இருவினையும் உணராத பாவி
இரு குடும்பத்தையும் கெடுத்துவிட
கவலை என்னும் கதைக்குள்ளானேனே

3. ஆசை என்னும் அலைச்சூழலில் அகப்பட்ட பாவி
நாசை என்றொரு பெண்ணாலே நான் நலங்கெட்டு
வாசமிழந்த மல்லிகைமலர் போல வாடி வதங்கி
தோசனவன் கலியினுடை சூழ்வினைக் கொடுமை சுற்ற
கவலை என்னுங் கதைக்கு நான் ஆளாவேன்

4. தன் தம்பி நலனுக்காகப் பாடுபட்டாள்
பழவையூர் இசக்கி போன்ற கோலம்யாவுஞ் செய்தாள்
என்னைத்தான்கெடுத்தாள், என் விதியின் பலனென்றாலும்
அவள் தம்பிக்கு
நேடிக் கொடுத்தும் ஒரு பலனையும் பெறவில்லை
தம்பி குடும்பம் இருந்த
இடமும் தெரியாமல் போச்சுது

7

ஈத்தாமொழி அந்திக்கடையின் பக்கமுள்ள தென்னந்தோப்பின் இளமணலில் துண்டை விரித்து உக்கார்ந்தார் மாவிளை குமரப்பநாடான். ஆறுமுகக்கண்ணு என்பவர், "கடுவாய் வந்து விட்டார்" என்றார்.

பொன்னையா, "நாமளும் போவோம்" என்றார்.

"கடுவாய் என்ற பெயர் அவருக்கு ஏன் வந்தது?" என்றார் செல்லையா.

"அவர் உரத்த குரலில் பேசும்போது கடுவாய் முழங்குவது போலிருக்கிறதல்லவா, அதனாலே இப்படிப் பட்டப்பெயர் சூட்டிவிட்டார்கள்" என்று சொன்னார். மேல வீட்டு இளைய நாடானும் பேசிக்கொண்டே அவர்கள் இருந்த இடத்தைச் சேர, எல்லாரும் அவரைச் சுற்றி உக்கார்ந்தார்கள்.

ஒருவர் வெற்றிலை வாங்கிவந்தார். எல்லாரும் வெற்றிலைபோடத் தொடங்கினார்கள். இளைய நாடான் பேச்சை ஆரம்பித்தார்.

"என் மகனுக்குச் சுகக்கேடு ஒரு நாளும் தீருதில்லையே. என்ன செய்வது? பலவிதமான மருந்துகளும் நானும், பள்ளியாடி உபதேசியாரும் செய்துபார்க்கிறோம். ஒன்றுபோனால் இன்னொன் றாய் மாறிமாறி வருகிறது" என்றார்.

குமரப்பன் நாடார், "மணவாளக்குறிச்சியில் ஒரு நல்ல ஜோசியன் இருக்கிறான். அவனிடம் போய் ஜாதகத்தைப் பார்க்கலாம், வாறீரா?" என்றார். 'போவோம்' என்றார் இளைய நாடான். கூடி இருந்தவர்கள் 'நாங்களும் வாறோம், எங்களுக்கும் பார்க்கவேண்டும்' என்றார்கள். 'நாளை காலையில் மணவாளக் குறிச்சிக்குப் போக வேண்டும்' என்று தீர்மானித்தார்கள்.

மறுநாள் விடிவெள்ளி உதித்தவுடன் வட்டக்களி ஆறுமுகக் கண்ணு, பொன்னையா இருவரும் தங்கள் ஜாதகங்களை எடுத்துக்கொண்டு வந்தார்கள். இளையநாடான் தன் மகனின் ஜாதகத்தையும் எடுத்துக்கொண்டு மாவிளை ஊருக்குப்போய்க் குமரப்பனையும் கூட்டிக்கொண்டு மணவாளக்குறிச்சி நோக்கி நடந்தார்கள்.

ஜோசியர் பதிவாய் ஜாதகம் பார்க்கும் இடத்தில் வந்தார். இவர்களும் போய்ச் சேர்ந்தார்கள். ஒருவருக்கொருவர் ஊர்ப் பெயர்களைக் கேட்டுஅறிந்தார். ஒவ்வொருவராய் ஜாதகத்தை நீட்டினார்கள். கிரகநிலைகளைப் பார்த்து எழுதி, கூட்டிக் குறைத்து அந்தப் பலன்களைச் சொன்னார். இளையநாடான் கொடுத்தார். அதையும் பிரித்து லக்கனங்களையும் கிரகங்களை யும் எழுதி கணக்குப்படுத்திக்கொண்டார்.

“இந்த ஜாதகத்திற்கு வயது பதினேழு துடங்கி இருக்கிறது. ஜென்மத்தில் சனியன் கொண்ட ஜாதகம், நாலாமிடம் சொந்தமில்லை, தாய்மாமன் ஆகாது. பன்னிரெண்டு வயதில் தாய்மாமனைத் துலைத்துவிட்டு, மாமன் வீடு தனக்குச் சொந்தமாயும், சகல சொத்துகளுக்கும் அவகாசி ஆயிருக்கலாம். தாயாரும் இல்லை. கூடிப் பிறந்தது நாலாக் காணுது. இரண்டு தேய்வு. சகோதரி என்னாளும் நோய்வாய்ப்பட்டவளாகத்தான் இருக்கவேண்டும்.”

“தகப்பனாருக்குப் பொருள்சேதம். எவ்வளவு வருமானம் வந்தாலும் தங்காது. வரவுக்கு மேல் சிலவைக் கொடுத்துக் கொண்டே இருப்பான். சுபகாரியங்கள் நடத்தக்கூடாது. துக்கம் துயரமும் அனுபவிக்கச்செய்யும்” என்றார்.

“இதுவரையும் இந்தப் பலன்கள் நடந்தாலும், இனிமேலாவது நல்ல திசைகள் வருமா” என்றார் குமரப்பன். “பக்கத்துணை இல்லாமல் தனி ஜாதகமாக இருந்தால் எந்த நாளும் துன்பத்தைத் தான் கொடுக்கும். ஆயுள் குறைவையும் உண்டாக்கும்” என்றார்.

ஆகாதகாலம் ஆண்பிள்ளை பிறந்தது. பொல்லாத பிள்ளையாயிருந்தாலும் போடுவாரோ தாய் தகப்பன், என்ற எண்ணத்தோடு தலையை அசைத்துக்கொண்டே இருந்தார்கள்.

ஜோசியர் குறிப்பைத் திரும்பவும் கவனித்துவிட்டு, “தகப்பனார் இரண்டாவது கலியாணம் செய்யவில்லையா” என்றார்.

“பெண்சாதி இறந்து ஆறுவருசம் ஆகுது. கலியாணம் வேண்டாம் என்று இருக்கிறார். இருக்கிற பிள்ளைகள் போதும் என்று இருக்கிறவரை நாம் என்ன செய்வது” என்றார்கள்.

“இரண்டாவது தாரம் கலியாணம் செய்ய பலன் இருக்கிறது. ஆண்குழந்தை பிறந்தால் இந்தப் பையனுடைய கிரகநிலைக்கு மாற்றம் வரும்” என்றார். கட்டாயமாகக் கலியாணம் செய்யச் சொல்லி அனுப்பினார்.

வீட்டிற்கு வந்ததும் எங்கள் பாட்டியார், “சாதகக்காரன் என்ன சொன்னான்” என்றார்கள். அய்யா அவன் சொன்ன தெல்லாம் படிப்படியாய் சொன்னார்கள். பாட்டியாருக்குத் துயரம் தாங்கவில்லை. அழுகைக்கு ஆரம்பித்தார்கள். “அம்மா நீங்கள் அழாதேயுங்கள். இரண்டாவது கலியாணம் செய்யச் சொன்னான். குழந்தைகள் பிறந்தால் இவனுக்க கிரகம் கட்டாய மாய் மாறுமென்றான். அதைப் பற்றித்தான் யோசிக்கிறேன்” என்றார். அப்படியானால் “நீ சட்டணி* ஒண்ணப் பார்த்து முடிச்சிக்க” என்றார்கள்.

அடுத்த நாள் சாயங்காலம் வழக்கம்போல் குமரப்பன் வீட்டிற்கு வந்தார். இளைய நாடான், ‘ஐயா வாருங்கள்’ என்று வரவேற்றார்.

வெற்றிலைத் தாம்பாளத்தை அவர் முன் கொண்டு வைத்தார். வெற்றிலை பாக்கு வாயில் போட்டுச் சவைத்துக் கொண்டே “ஏ கொட்டாங்காச்சிவிளை நாடாச்சி” என்றார். “என்னஅய்யா” என்று சத்தம் கொடுத்தார் பாட்டி. “நேற்று சாதகம் பாக்கப் போனதை அறிந்தீர்களா?” “ஆமா” என்றார்கள். “நீங்க பையனைப் பத்தி வருத்தப்படாதுங்க. அவனுக்கு ஒரு குத்தமும் வராது. ஆண்டவங் காப்பாத்துவான். இப்பக் கலியாணஞ் செய்ய இவரு நம்ம மேலோட்டு நாடான் சம்மதிச்சாப் போதும்” என்றார்.

“இனி சம்மதியாம முடியுமா? நீங்க எல்லாரும் இருக்கிதிய யில்லியா, நல்ல எடமா பாத்து ஒண்ண முடிச்சி வையுங்க” என்று சொன்னார்கள். இந்த வார்த்தையைக் கேட்டதும் சந்தோசம் அவரைத் தூக்கிவாரிவிட்டது.

“பொண் பார்க்கும் விசயத்துக்கு நானாச்சி” என்று உரத்த குரலில் கடுவாய் முழங்கியதுபோல் சொன்னார். இதைக் கேட்டுக்கொண்டே வந்தார் பொன்னையா. வில்லுப்பாட்டுக்குப் பேர் பெற்ற புலவர் ஆகையால், உடனே ஒரு தமாஸ் பாட்டைப் பாடத் துடங்கினார்.

“கொக்கு நாலு குருவி நாலு
கூடியாடி மேயச்சிலே
பக்கம் பாஞ்ச பனங்குருவிக்கு
பகட்டப்பாரடி பள்ளியரே”

---

* சட்டணி – சட்டென்று

என்று பள்ளுப்பாட்டு பாடினார். கூடிச் சிரித்துக்கொண்டு கடைவீதிக்குப் புறப்பட்டார்கள்.

பதிவாய்க் கூடும் இடத்தில் போய் உட்கார்ந்து, பெண் பார்க்கும் விசயத்தைப் பற்றித் துவங்கினார். இவர்களைக் கண்டதும் விளாத்திவிளை பத்தாங்காட்டு நாடான்மார்களும் சிரித்துக்கொண்டே வந்து உட்கார்ந்தார்கள். ஊரிலுள்ள வம்பளப்புகளையெல்லாம் பேசிச் சிரித்து முடித்தார்கள்.

பால்கிணத்தான்விளை பொக்கணம் என்ற செல்லையா வந்து சேர்ந்தார். "வாரும் ஓய், உம்மைத்தான் தேடிக்கொண்டே இருக்குறேன். குருவியும் வந்தது. பனம்பழமும் விழுந்தது போல், வந்துவிட்டீர்" என்றார் மாவிளை நாடான். "என்ன, விசயம் என்ன" என்றார் பொக்கணம். "நம்ம மேலோட்டு நாடான் – இன்னா இருக்கவருக்கு ஒரு சம்மந்தம் பார்க்கணும்" என்றார். விளாத்திவிளை ஆண்டி நாடான் சிரித்துக்கொண்டு, "இவர் கலியாணம் வேண்டாம் என்றல்லவா இருக்கிறார். இப்போது திடீரென்று, பெண் பார்க்கும் கதை எப்படி வந்தது" என்றார். மாவிளை நாடான் எல்லா விபரங்களையும் தெளிவாய் சொன்னார். 'உங்கள் துப்பிலும் பெண் இருக்குமானால் கவனித்துக்கொள்ளுங்கள்' என்றார். பொழுது அடைந்ததும் சிலர் போய்விட்டார்கள்.

செல்லையாவுக்கு நாற்பது வயதிலேயே பல் ஒன்றும் இல்லாமல் விழுந்துபோயிற்று. அதனால் அவருக்குப் பொக்கு வாயாக இருப்பதினால் பொக்கணம் என்ற பெயர் வைத்து விட்டார்கள்.

மாவிளை நாடான், "நான் உம்மளத் தேடிக்கிட்டே இருந்தேன். கும்பிடப்போன தெய்வம் குறுக்கே வந்தது போல் நீரும் வந்துவிட்டீர். நீரும் பெண் பாக்கும் கோளடை துப்பனாச்சே, எங்காவது நல்ல எடங்களில் பெண் இருக்கிறதா" என்றார். அவர் சிறிது நேரம் ஆலோசனையில் இருந்துவிட்டு, அவசரக்கோலம் போட வந்த அம்மா அள்ளித் தெளித்தது போல் ஒரு பெண்ணைக் குறிப்பிட்டார்.

"பொண்ணுக்கு எந்த ஊரு? இடத்தைச் சொல்லும்" என்றார் அவர்.

"தூரத்தில் உள்ளது ஒண்ணுமில்ல. கிட்டத்தான். எனக்க மச்சினன் சாமி தோப்புக்காரனுக்கு ஒரு ஆம்புளப் புள்ளையும் ஒரு பொம்புளைப் புள்ளையும். ஒத்தைக்கொரு பொம்புள்ள தான். நெறய குடுப்பான். நல்ல சம்மந்தங்க வந்தா பாத்துகிடச்

சொன்னான். சொல்லி அஞ்சாறு நாளாச்சி. அது ஒங்களுக்குப் புடிச்சுமுண்ணா பேசுவோம்" என்றார்.

"எவ்வளவுக்குப் போலக் குடுப்பாரு?" என்றார் மாவிளை நாடான்.

"உருப்படி* நெறய போடுவா, தாய்க்காரிக்கி ஒரு புள்ள இல்லியா. தாய் சொந்த ஊரு ஆசாரிபள்ளம். ஆம்புளப் புள்ள இல்லாத சொம்மு** அக்கா. தங்கச்சி மூணுபேருக்கு உள்ளது. இவ வீதத்த பொம்புளப் புள்ளைக்கித்தான் குடுக்கணுமெண்ணி முந்தியே சொல்லிக்கிட்டுயிருந்தா. தவப்பனும் உருப்படி போவ கொஞ்சங் கேட்டா தருவான். நீங்க போயி பாத்துகிட்டு வாருங்க. அதுக்குப் பொறவு நான் போயி பேசி முடிச்சிக்கிட்டு வாறேன்" என்றார். 'சரி' என்று சம்மதித்தார்கள். அவரவரும் வீடு திரும்பினார்கள்.

தோப்புகளுக்கெல்லாம் வேலை செய்யவும், தேங்காய் வெட்டவும், வயச் சோலியும் நெருக்கடியாய் மாவிளை நாடான் வரவில்லை.

மேலவீட்டு நாடானுக்கு இந்த வேலைகளோடு, கோர்ட்டுக்குப் போகும் வேலையும், அதோடு சேர்ந்து தொடர்ந்து நடந்ததினால் ஒருவரை ஒருவர் சந்திக்க முடியவில்லை.

ஒரு வாரம் கழிந்து மாவிளை நாடான் வெற்றிலை போட்டுக்கொண்டு வெளுத்த மடிப்பு வேட்டி உடுத்தி, கசவு போட்ட துப்பட்டாவைத் தோளில் தொங்கவிட்டு, மிதியடியைக் காலில் மாட்டிக்கொண்டு வந்தார்.

வீட்டின் முன்பக்கம் வந்து நின்று, "ஓய் மேலோட்டு நாடான்" என்றார். "ஐயா வாருங்க" என்றபடி மேலவீட்டு நாடான் கதவைத் திறந்தார். பாயை விரித்தார். இருவரும் அதில் இருந்து பேச ஆரம்பித்தார்கள்.

"எதற்காக என்னைத் தேடிவந்தீர்" என்றார்.

"ஒரு வாரமா இந்தப் பக்கமே வரல்லியே எண்ணித்தான் வந்தேன்."

இருவரும் வெற்றிலை போட்டுக்கொண்டே வெளியே பார்க்கும்போது செல்லையா வருவதைக் கண்டார்கள். "ஓய், செல்லையா வாரும் வாரும்" என்றார். அவரும் சிரித்துக் கொண்டே வந்து பாயின் ஒரு புறத்தில் உக்கார்ந்தார்.

---
* உருப்படி – நகை
** சொம்மு – சொத்து

கவலை

"நம்ம சம்பந்த விசயம் என்னாச்சி" என்றார் மாவிளை நாடான். வெற்றிலை இடிக்கும் கல்லையும் கம்பியையும் மண்டைக் காட்டாள் எடுத்துக்கொண்டு வைத்தாள். பாக்கை எடுத்துக் கல்லுக்குள் போட்டுவிட்டுச் செல்லையா சொன்னார். "அம்மங் கொடைக்கி என் மச்சினன் வந்திருந்தான். இதப்பத்திச் சொன்னேன். மாப்பிள்ளையைப் பாக்கணும் எண்ணி சொன்னான். அந்தி ஆவச்சில போலீஸ்டேசன் பக்கத்தில இவரு நின்னாரு. காட்டிக் குடுத்தேன். பாத்தான். இவரு எங்களக் காணயில்லே. நாங்க போயிட்டோம். ராத்திரி, என்ன ஒனக்கு மாப்பிள புடிச்சிருக்கா எண்ணி கேட்டேன்.

மாப்பிளைக்க வயசி தெரியயில்லை. குடுக்கலாம். கூடிப் போனா நாப்பது நாப்பத்தி ரெண்டுதான் இருக்கும். குடும்பம் நமக்கு எவ்வளவோ மேல் குடும்பம். எவ்வளவு கேக்குறாவ? நாம அவியளுக்கு குடுத்துக்கிடமுடியாதே எண்ணான்.

நான் அவங்கிட்ட சொன்னது எப்படின்னா, இந்த சம்மந்தத்தப் பத்திப் பேச நம்ம மாவிள குமரப்பநாடாந்தான் எனக்கிட்ட கேட்டாரு. அப்போ சொன்னது சபையடச்ச* உருப்படியும், ஆசாரிபள்ளத்தில தாய்க்கிக் கெடக்கிற சொத்தும் குடுப்பிய எண்ணி சொன்னே. இப்ப நீ எவளவுக்கு குடுப்பா எண்ணி கேட்டேன். அவனும் அவ்வளவுக்குத்தான் குடுக்க முடியுமெண்ணு சொன்னான்" என்று முடித்தார்.

"சரி, நீங்க மாப்பிளைய பாத்தாச்சி. குடும்ப. கோத்திர மெல்லாம் அறிஞ்சாச்சி. எனி நாங்களும் அங்க போயி பாக்கணுமல்லவா?"

"ஆமா, நீங்களும் போய்ப் பாத்து, புடிச்சா சொல்லுங்க. பேசி முடிவு செய்யலாம்" என்றார்.

"இனி இப்போ சாமித்தோப்பு கோயில்ல கொடி ஏறுமே, போயி திருவிழாவும் பாத்துக்கிட்டு, இந்த சம்மந்த விசயத்தை யும் விசாரிச்சிக்கிட்டு வரலாமே" என்றார்.

"தை மாதம் முதல் கிழமை சாமித்தோப்பில் கொடியேற்றியது. பதினாறாவது நாள் தேரோட்டம் நாளைக்குத்தானே? ஆமா, பொன்னையாவும் வருவான். விடிவெள்ளி உதிச்ச உடனே புறப்படணும்."

இவரும் 'சரி' என்றார்.

சொன்ன நேரத்திற்கு மறுநாள் மூன்று பேரும் புறப்பட்டுப் போய்ச் சேர்ந்தார்கள். அங்குள்ள விசேசங்களை எல்லாம் பார்த்துவிட்டுச் சுற்றிக்கொண்டுவந்தார்கள்.

---

* சபையடைச்ச – எந்தச் சபையிலும் குறை சொல்ல முடியாதபடி

தேரோடி நிலை நின்றதும், இவர்களுக்குச் சொந்தமான ஒரு வீட்டில் போய்ச் சாப்பிட்டுவிட்டு இருக்கும்போது அந்த வீட்டுக்காரரிடம், “சோட்டப் பணிக்கன் தேரிவிளை ஊரை அடுத்து சங்கரன் வளச்சலுக்கு எந்தப் பாதையாக்கும் போகணும்” என்று கேட்டார்.

அவர், “அங்கே நீங்க எதுக்காகப் போறிய” என்றார்.

“ஒரு சம்பந்த விசயமாய் போய்ப் பார்க்கணும்.”

“யாருக்கு” என்றார். “நம்ம சொந்தத்திலிருந்துதான். ஒரு பெண் பேசியிருக்கிறது. அதை விசாரிச்சிக்கிட்டுப் போணும்” என்றதும், அவர் வழியைத் திருப்பிவிட்டார். அந்தப் பாதை வழியே போகப்போக மேலும் கேட்டுக்கொண்டே தலம் போய்ச் சேர்ந்தார்கள்.

பெண்வீட்டுக்கும் பால்கிணத்தான்விளைக்கும் உள்ள சொந்தத்தைப் பற்றி விபரம் சொல்லி, வீட்டையும் அடையாளம் கண்டுபிடித்தார்கள். சாயங்கால நேரம், வீட்டுமுற்றத்தில் நின்று கொண்டு, “குடிக்கக் கொஞ்சம் தண்ணி குடும்மா” என்றார் மாவிளை குமரப்பநாடான்.

அந்தப் பெண்ணின் தாயார் ஒரு தோண்டிப் பட்டையில் குடத்திலிருந்து தண்ணியைச் சரித்துக்கொடுத்தாள். அதை வாங்கி ஒரு வாய் குடித்துவிட்டு, அடுத்தவர் பொன்னையாவிடம் கொடுத்தார். அவரும் வாயைக் கொப்பளித்து முகத்தைக் கழுவி ஒரு வாய் குடித்தார். மாப்பிள்ளைக்காரருக்கு வீட்டைப் பார்த்ததும் தண்ணி குடிக்க மனமில்லை. வேண்டாமென்றார். கொஞ்சம் தள்ளிப்போய் நின்று பேசத் துடங்கினார்கள்.

“போவோம், புறப்படுங்கள்” என்றார் மாப்பிள்ளை.

“ஏன்” என்றார் மாவிளை நாடான்.

“இந்த வீட்டுலயா பொண்ணெடுக்குறது? அந்தப் பொம்புளய பாத்தாலே தண்ணி குடிக்க மனமில்லை. தாயைப் போல பிள்ளை நூலைப்போல சேலை என்பது உங்களுக்குத் தெரியாதோ? தள்ளயப்போலத்தான் புள்ளயும் இருக்கும். கரும்பிசாசுபோல இருக்கா. வாண்டாம் போவோம்” என்றார்.

மாவிளை நாடான் சிரித்துக்கொண்டே, “போவுலாம், கொஞ்சம் பொறும்” என்று சொல்லிவிட்டு, பக்கத்து வீடுகளைப் பார்த்தார். இவர் தண்ணி குடித்த வீட்டுக்குப் பக்கத்து வீடு கொஞ்சம் பெரிய வீடாகத் தெரிந்தது. அதற்கு அடுத்த வீடு அதை விடவும் பெரிய வீடாகவும், அந்த வீட்டின், பக்கத்தில்

நின்ற மாடுகளை ஒரு பையன் கைசாலை* கதவைத் திறந்து உள்ளே பத்திக்கொண்டு போனதையும், பெரிய வைக்கப் படப்பு கூட்டியிருப்பதையும் பார்த்து இவருக்குக் காட்டினார். அந்த வீட்டின் முன்பக்கத்தில் நின்ற ஒருவரை இவருக்குக் காட்டி, "இவர்தான் இந்த வீட்டில உள்ளவராக இருப்பார். சாடையைப் பார்த்தால் அப்படித்தான் தெரியுது. அந்த நடையில ஒரு பொம்புள நிக்கிறது பாரும்" என்று சொல்லிக்கொண்டு நிக்கிற சமயம் அந்த வழியே ஒரு பையன் வந்தான்.

"ஏத்தம்பி இங்க வா" என்றார். அவன் வந்து "என்ன" என்றான். "அன்னா நிக்கிறவர் அந்த வீட்டுக்காரர் தானே" என்றார். அவன் "ஆமா" என்றான். "இந்த வீட்டுக்கு அடுத்த வீடெல்லாம் இவருக்குச் சொக்காறமார் வீடா வேறேயா?" என்றார். "அது இவருக்கு சின்னய்யா மக்களுக்க ஊடு" என்று சொல்லிவிட்டுப் போனான் பையன்.

"ஓ மேலோட்டு நாடான், இன்னுங் கொஞ்சநேரம் நின்னு நல்லா விசாரிச்சிக்கிட்டுப்போவோம்" என்று, அந்த இடத்தை விட்டுச் சற்றுத் தள்ளிப்போய் ஒரு மறைவான இடத்தில் நின்றார்கள்.

சூரிய பகவானும் இந்தப் பெண்ணை இவர் எடுப்பது சரியில்லை என்று கோபம் கொண்டவன் போல மறைந்தான். முகம் தெரியாத இருள் பரவியது.

நள மகாராஜனின் உடம்பில் போய்ச்சேர, சனி பகவான் ஏழு வருசம் காவலிருந்து, முடிவில் அவர் காலில் தண்ணீர் படாத சிறு இடைவழியே நுழைந்துவிட்டானென்று கதையில் சொல்லுவது போல, இந்த இளைய நாடானையும் பெண்டாட்டி இறந்த ஏழாவது வருசம், இரண்டாவது ஒரு பெண்ணைக் கெட்டி விளையாட்டுப் பார்க்கவேண்டும் என்று விரும்பினவனாய், இந்தப் பெண் வீட்டுப்பக்கம் கொண்டுவந்துவிட்டு, இருட்டு வேளையில் அவர் கண்ணு வழியே உள்நுழைந்தது போல, ஒரு அதிசயத்தைக் காட்டினான்.

ஒருவர் முகம் ஒருவருக்குத் தெரியாமல் மறைகிற நேரம். அந்தப் பாதை வழியே, ராத்திரி நேரம் இருக்கும் முகூர்த்தத்தில் தாலி கட்ட, ஒரு மாப்பிள்ளையும் அவனைச் சேர்ந்த ஆள்களும் கூட்டமாய் முன்னும்பின்னும் காந்தா விளக்கு** வெளிச்சம் பிரகாசிக்க, மேளத்தொனி முழங்க, ஆரவாரமாய் வந்து

* கைசாலை – வீட்டைச் சுற்றி அமைந்த கோட்டைச் சுவர்

** காந்தா விளக்கு – பெட்ரோமாக்ஸ் விளக்கு

கொண்டிருந்தார்கள். கொட்டுச்சத்தம் கேட்டவுடன் பக்கத்து வீட்டிலுள்ளவர்களெல்லாம் வந்து கூடினார்கள்.

இவர்கள் பார்க்கப் போயிருக்கும் பெண்வீட்டாரும் வந்து நின்றார்கள். அதில் முன்பக்கம் இவர்களுக்குக் குடிக்கத் தண்ணி கொடுத்த அந்த அம்மாவும், அவள் தங்கச்சியும் நின்றார்கள். பெண் அவர்களின் பின்புறமாய்ச் சற்று மறைந்து நின்றாள்.

முன்பாக நின்ற இருவரும் அக்காளும் தங்கையும். கூடிப் பிறந்த தங்கச்சியைப் பெண்ணின் சிறிய தகப்பனாருக்குக் கலியாணம் செய்து, இருவரும் ஒரே இடத்தில் இருப்பவர் களானதினால் இருவரும் ஒன்றாய் நின்றார்கள். அந்த இளையவள் நல்ல சிவத்த நிறம். புதுப் பெண்ணானதினால் நிறைய நகைகளும் போட்டிருந்தது. பார்வைக்குக் கலியாணம் ஆகாத இளம் பெண்ணைப்போல் காட்சியளித்தாள்.

இவர்களைக் கண்டதும், பெண்ணைப் பார்க்க வேண்டும் என ஆசையோடு நிற்கும் நாடான்மார் மூன்று பேரும் கலியாணக் கூட்டத்துடன் போகிறவர்களைப்போல அந்தப் பெண்கள் நிற்கும் பக்கத்திற்குப் போனார்கள்.

இவர்கள் கிட்ட நெருங்குவதைக் கண்டதும் பெண்ணும் சிறிய தாயாரும் வீட்டிற்குள் ஓடி நுழைந்தார்கள். இவர்கள் கண்ணுக்குள் அகப்பட்டது சிறிய தாயாரின் உடல் நிறமும், நகையின் ஒளியும், இளமைப் பருவமும். கண்ட மூன்று பேரும் விலகித் தூரத்தில் போய் நின்றார்கள்.

"அந்தப் பெண்ணின் தாயாரும் சந்தேகத்துடன் வீட்டில் போய், இவனுவ கொஞ்ச முன்னுக்கு வந்து தண்ணி கேட்டானுவ, இப்ப கூட்டத்தோட கூட்டமா வந்து, கிட்ட நின்னு பாத்துக்கிட்டுப் போறானுவளே, கோளோடத் துப்பனும் அவனச்சேந்தவனுவளும் பொண்ணப் பாக்கணும் எண்ணி வந்திருப்பானுவளோ" என்றாள். "அப்புடி பாக்க வாறதுக்கு கோளொடத் துப்பன் எவன் வந்தான்? ஒருவேள, ஈத்தாமொழி செல்லையா அண்ணன் வந்து ஒரு நாளு ஒரு துப்புச் சொன்னாரே. அந்த ஆளுவளாத்தான்யிருக்கும். ஆளுவளப் பாத்தாலும் ஒரு மாதிரியாத்தான் இருக்கு. செல்லையா அண்ணா வந்தாருண்ணா அறியலாம்" என்றாள்.

இந்த மூன்று பேரும் பெண்ணைக் கவனிக்கவில்லை. சிறிய தாயாரைத்தான் பெண்ணென்று, நிச்சயமாய்ச் சொன்னார் குமரப்ப நாடான். பொன்னையாவும் "அதாத்தானிருக்கும். இல்லாட்டா நம்மளக் கண்டவுடனே ஓடமாட்டா. அவ கூடயும்

ஒருத்தி போனதுபோல இருந்தது. அது அடுத்த வீட்டுக்காரியளா இருந்தாலும் இருக்கும்" என்று சொல்ல, குமரப்ப நாடான், "பொண்ணு அந்த செவப்பிதான். எல்லாஞ் செல்லையா கிட்ட கேட்டாத்தெரியுமே. இனி போவோம்" என்று புறப்பட்டார்கள். வீடு வந்து சேர்ந்தார்கள்.

வீட்டில் வந்ததும் இளைய நாடான் மாமியாரை, "எம்மா" என்றார்.

அவர்களும் "என்ன?" என்றார்கள்.

"நாங்க அந்தப் பெண்ணைப் பாத்துக்கிட்டு வந்திட்டோம்" என்றார்.

"பாத்ததில எப்புடி இருக்கா?"

போய் வந்த விபரங்களை விபரமாகச் சொன்னார். "ஆள் கூட்டத்தோட போய்க் கிட்ட நின்னு பாத்தோம். நல்ல செவப்பு. உருப்படியும் நிறைய கெடக்கு. வீடு மட்டுந்தான் சின்னதாயிருக்கு. தாய்க்காரி ஒரு மயிருக்கும் ஆவாது. கறு கறுண்ணி இருக்கா" என்றார்.

மாமியாருக்குப் பழைய காரியங்களெல்லாம் நினைவுக்கு வந்தது. "யப்பா நீ சொல்லுயதப் பாத்தா எனக்கு நல்லதாத் தெரியயில்ல. முந்தியே என் புள்ளைய கெட்டிக்கிட்டு, குடும்பங் கொறஞ்ச எடத்தில பொண்ணெடுத்துப்புட்டேன் எண்ணி என்னையும் ஏசினா. எம்புள்ளயயும் அடிச்சிக் கொன்னா, இப்படிப்பட்ட இடத்துவள்ல எடுத்துக்கிட்டு ஆப்புட்டுக்கிடாத.* கொள்ளும்வரை கொண்டாட்டம், கொண்டபின் திண்டாட்டம் எண்ணிச் சொல்லுவது போல வந்திராம, நல்லா யோசிச்சிச் செய்" என்றார்.

"அதுக்கு, மாவெள நாடாந்தானே பொறுப்பா நின்னு எல்லாக் காரியங்களையும் பேசுறார். அவரு என்ன அப்படி வெவரங் கொறஞ்சவரா? வரட்டும் பாப்போம்" என்றார்.

அடுத்தநாள் அந்திக்கடை சந்திப்பில் எல்லாரும் ஒன்றுகூடி இருக்கும்போது, செல்லையாவும் வந்தார்.

"என்ன, நேத்து தேரோட்டம் பாக்கப் போனியளா?"

"ஆமா."

"தேர் எப்ப நெலைக்கு நின்னு?"

“பதினொரு மணிக்குப் போல தேரோடி நெலய்க்கு நின்னுட்டே”

“நம்ம காரியங்களைப் பத்தி விசாரிச்சிக்கிட்டுதானே வந்திருப்பிய?”

“ஆமா, போனோம், வீடு ரொம்பச் சின்ன வீடாத்தானே இருக்கு ஓய்.”

“இல்லய்யா பெரிய வீடுதான்.”

“இல்லையே, நாங்க பக்கத்து ஆளுககிட்ட ஒம்ம பேரச் சொல்லி கேட்டு அறிஞ்சி, அந்த வீட்டுல போய்த் தண்ணி கேட்டோம். ஒரு கறுத்த பொம்புள தண்ணிய ஒரு தோண்டிப் பட்டயில ஊத்தித்தந்தா. அவதானே ஒம்ம மச்சினம் பொஞ்சாதி” என்றார்.

“ஆமா, அவ ஆளு நல்லா இருந்தவதான். இப்ப சொகமில்லாம கனபாடுபட்டுப் பொளச்சா. அந்தால என் மச்சினன் பொண்ணுக்க சாதவத்தக் குடுத்துப் பாத்ததில மூணு மாத்தைக்கி வீட்டவிட்டு வெலவி இருக்கணுமுன்னு, யாதவக்காறஞ் சொன்னானாம். அதனாலதான் அந்த சின்ன ஊட்டுல வந்து இருக்கான், இனி பெரிய ஊட்டுக்குப் போயிருவான். அதுக்கு அடுத்தால இருக்க இந்தப் பெரிய ஊடுதான் அவ்விய அண்ணன் தம்பி ரெண்டுபேருக்கும் இப்ப வச்சது. ஒரு பக்கம் மூத்தவனுக்கு ஒரு பக்கம் எளயவனுக்கு என்று இதமாய் சொல்லி, குத்துக்காளையச் சரட்டைப்பிடித்து அடக்குவது போல் அடக்கிப் பேசிவிட்டார். அய்யோ பாவம், எல்லாம் உண்மை என்று இவர்கள் எல்லோரும் நம்பிக்கொண்டார்கள்.”

கொஞ்ச நேரங்கழித்து பொன்னையா என்பவன் செல்லையாவைப் பார்த்து, “புள்ள எப்படீ, மேலோட்டு நாடானுக்குப் பொருத்தமா இருக்குமா? கறுப்பா, செவப்பா சொல்லும்” என்றார்.

“புள்ளையப் பத்தி ஒண்ணும் யோசிக்காண்டாம். நல்லாத் தான் இருக்கா” என்றார் செல்லையா. “ஓ, நான் புள்ள கறுப்பா, செவப்பா எண்ணு கேக்கிறேன்.” “செவப்புத்தான், அவருக்குப் பொருத்தமான புள்ளத்தான்” என்றார்.

இவர்களும் நாம் கண்டது பொண்ணுதான் என்று நிச்சயமாய்த் தீர்மானித்தார்கள்.

“சரி, இனி நிச்சயமாய் எவ்வளவுக்குக் குடுப்பார்கள் என்பதைப் பற்றிக் கேட்டுச் சொல்லும்” என்று அனுப்பினார். அவரும் எழுந்து போய்விட்டார்.

அடுத்த நாள் காலையில் இந்த விபரங்களை எல்லாம் அறிந்து வரலாமென்று சங்கரன் வளச்சலுக்குப் போனார். வீட்டில் மச்சினன் இல்லை. அந்த அம்மா, "என்ன அண்ணே வாரும்" என்று பாயை விரித்துப்போட்டாள். அதில் உட்கார்ந்தார்.

யோகச் சேமங்களை விசாரித்துக்கொண்டு, "என்ன விசயமாய் வந்தீரண்ணே" என்றாள்.

இவரும் அவர்கள் சேமத்தை விசாரித்துவிட்டு, "மச்சினனைக் கண்டுக்கிட்டுப் போகலாமென்னுதான் வந்தேன். களத்துக்குப் போனவர் என்னும் வரயில்லியோ" என்றார்.

"இண்ணைக்கு உப்பும் பாத்தி போட்டு பாரம் வச்ச போயிருக்காவ. வாறதுக்கு நேரம் ஆவத்தாஞ் செய்யும்" என்றாள். திரும்பவும், "என்ன காரியம் சொல்லுமே" என்றாள்.

அவர் விசயத்தைச் சொன்னார்.

"ஆமாண்ணே, முந்தாநேத்து அந்தியாவச்சில ரெண்டு மூணு ஆம்புளய வந்து தண்ணி கேட்டாவ, நான் குடுத்தேன், இங்கிநோடி சுத்திக்கிட்டுத் திரிஞ்சாவ" என்று எல்லாம் விபரமாகச் சொன்னாள்.

"ஆமா நேத்து கோயிலுக்கு வந்துக்கிட்டு, இங்கேயும் வந்தாவுளாம்" என்று அவர் விபரமாய் எல்லாம் பேசிக் கொண்டிருக்கும் சமயம், பெண்ணின் தகப்பனாரும் மகனும் வந்தார்கள்.

இவரைக் கண்டதும், ஒருவருக்கொருவர் சேமம் விசாரித்துக்கொண்டு பக்கத்தில்வந்து உட்கார்ந்தார். "என்ன விசயமாய் வந்தீர்" என்று மெள்ளக் கேட்டார் தகப்பனார். "சம்பந்த விசயத்தைப் பத்தித்தான் கேக்க வந்தேன்" என்றார் செல்லையா.

"எப்படிப் பேசிக்கிட்டு வந்தீர்" என்றார்.

"நீ சொன்னதுபோல ஆசாரிப்பள்ளத்துச் சொத்தும், உருப்படியும் போட்டுத் தருவோமேண்ணு சொன்னேன். அதுக்கு அவர்களுக்குச் சம்மதமில்லை. அந்தப் புள்ளக்கப் பேரனுக்க காலத்துக்குப் பெறவுதானே, கெடய்க்கும். அதுனால தவப்பனார் கொஞ்சங் குடுப்பார்ண்ணா முடிக்கலாமெங்கிறார்கள். நீ என்ன சொல்லுயா?"

"ஓ மச்சான், ஆசாரிப்பள்ளத்துச் சொத்து அவ்வளவும் அவளுக்குத்தான இருக்கு. அதுக்கு மேலயுங் கேட்டாக் குடுக்க முடியுமா" என்றார்.

“நீ இப்படிச் சொன்னா முடியாது. முந்தா நேத்தைக்குத் தேரோட்டம் பாக்க வந்ததுபோல இங்கேயும் வந்து, ஊட்டையும் பாத்துக்கிட்டுப் புள்ளயயும் பாத்துக்கிட்டு, ஒம் பொஞ்சாதிக்கிட்ட தண்ணியும் வாங்கிக் குடிச்சுக்கிட்டுப் போயிருக்காவ.

நேத்து ராத்திரி நானும் அங்க போனயெடத்தில எல்லா வெவரத்தையும் அறிஞ்சேன். ஊடு சின்னதாயிருக்கு எண்ணாரு. நா அதுக்கு ஒந்தம்பி ஊட்டடத்தான் ஒனக்க ஊடுண்ணி சொன்னேன். நம்பிக்கிட்டானுவ.”

“புள்ளயும் தாயப்போலத்தான இருக்கும். தாயும் ஒரு மாதிரியாயிருக்கா எண்ணெல்லாங் கேட்டாவ. நான் அதுக்கெல்லாம் வேற வேறயாச் சொல்லி வச்சிருக்கன். நீ எங்க தேடித் திரிஞ்சாலும் இப்படி சம்மந்தம் கிடையாது. அதுநால நாஞ் சொல்லுயதக் கேளு. ஒனக்க தென்னந்தோப்புல பாதிய ரெண்டாயிரம் ரூபாய்க்கு ஒத்தி எழுதிக் குடுத்து, கலியாணத்தை வைக்கியது நல்லது. என்ன சொல்லுயா?” என்றார்.

“ஒம்ம வார்த்தய நான் தள்ளயில்ல. தோப்ப ஒத்தி குடுத்தா, நான் சீட்டு புடிச்ச ஒடனே ரூவாயக் குடுத்திருவேன். அப்போ பணத்தை வாங்கிக்கிட்டு தோப்ப உட்டுர சம்மதிப்பாவண்ணா, ஒம்ம சொல்ல தட்டயில்ல, எழுதிக் குடுப்பேன்” என்றார். அவரும், “சரி, அதுக்கு நானாச்சி, நீ அதப்பத்திப் பயப்படாதே. நான் போயி எல்லாஞ் சரிப்படுத்திக்கிட்டு நாலு நாளு களிச்சி வாறென்” என்று சொல்லிவிட்டுப் புறப்பட்டார்.

அடுத்த நாள் செல்லையா குமரப்ப நாடான் வீட்டுக்குப் போனார். “ஓய், வாரும்” என்றார். இருவரும் ஒரு இடத்தில் இருந்துகொண்டு “என்ன, சம்மந்த விசயம் என்னாச்சி” என்றார்.

“நீங்கள் கேட்டதுபோலத் தரலாம்” என்று சொன்னார் செல்லையா.

“தகப்பனார் சொத்து குடுப்பாரா?”

“ஆமா, அவனுக்க தோப்புல ரெண்டாயிரம் ரூவாய்க்கு ஒத்தி எழுதித் தருவான். சீட்டுப் புடிச்ச பணம் கைக்கு வந்த உடனே நீங்க பணத்த வாங்கிக்கிட்டு ஒத்திய உட்டுரணும். உருப்படி ஒரு புள்ள என்றதினால நாம சொல்லாமலே நெறய போடுவான். அதப்பத்தி நீங்க கேக்காண்டாம்” என்றார்.

‘சரி’ என்று சொல்லிவிட்டு, இருவருமாக மேலவீட்டு நாடான் வீட்டிற்கு வந்தார்கள். பக்கத்தில் கிடந்த ஒரு பெஞ்சியில் போய் மூன்று பேரும் இருந்தார்கள்.

மாவிளை நாடான் இளைய நாடானைப் பார்த்து, "செல்லையா சம்மந்தத்தைச் சரிப்படுத்திவிட்டு வந்திருக்கிறார். நீர் என்ன சொல்லுகிறீர்" என்றார்.

"எப்படிச் சரிப்படுத்தியிருக்கிறார்?"

"நாம கேட்டதுபோல ரெண்டாயிரம் ரூபாய்க்கு ஒற்றியும், தகுந்த முறையில் உருப்படியும், ஆசாரிப்பள்ளத்துச் சொத்தும் தந்து, மேலுள்ள சீர் வரிசைகளும் செய்வதாகச் சொல்லுகிறார். இனி நீரும் இதைப்பற்றி வேறே ஒன்றும் நினைக்க வேண்டாம். குடும்பத்தைப் பற்றியும் ரொம்ப குறை சொல்வதற்கில்லை. பால்கிணத்தான்விளை குலசேகரன் குடும்பம் நமக்குத் தெரிந்தது தான். என்ன சொல்லுகிறீர். சொல்லும்" என்று திரும்பவும் கேட்டார்.

சிறு சிரிப்பாய்ச் சிரித்துக்கொண்டு "உங்களுக்கு எப்படியும் கலியாணத்தை முடிவு பண்ணிவிட வேண்டும் என்ற எண்ணம்தான் இருக்கிறதா?" என்றதும், அவர், "உமக்குக் கலியாணம் முடிக்கவேண்டும் என்பது நான் மட்டுமா சொன்னேன். மணவாளக்குறிச்சி ஜோசியன் என்னிடத்தில் கட்டாயமாய்ச் சொன்னது உமக்குத் தெரியாதா?" என்றார்.

"இந்தச் சம்மந்தத்தைப் பற்றி உங்களுக்கு சம்மதமானால் முடிப்போம்" என்றார்.

செல்லையாவைப் பார்த்து "சம்மந்தத்தை ஸ்திரப்படுத்தி கலியாணத்துக்குக் கேட்டுவாரும்" என்றார்.

உடனே செல்லையா, "அப்படியானால் பரிசம் குடுப்பதுக்கு நாள் குறிப்பிட்டுச் சொல்லுங்கள்" என்றார்.

"பரிசம் குடுக்கிறது என்றும் நிச்சயாம்பலம் என்றும் வேண்டாம்" என்றார் மாப்பிள்ளை நாடான்.

"அப்படித் தர வேண்டுமானால் கலியாணத்தன்று பரிசத்தக் குள்ளதாக ஒரு பிச்சி வெள்ளை மாலை செய்துகொண்டு வருவோம், இப்போ ஒன்றும் வேண்டாம்" என்றார் மாவிளை நாடான்.

"இந்தத் தை மாசமும் அடுத்த மாசியும் கழித்துத்தானே கலியாணம் வைக்கலாம்" என்றார் செல்லையா.

"தையும் மாசியும் கழிந்ததும் பங்குனியில் உங்களுக்கு எப்ப கலியாணம் வைக்க வசதிப்படுமென்று சொல்லுவீரே அப்போ

நாளைக் குறித்து முகூர்த்தா சாத்து எழுதிக்கொள்வோம்" என்றார் குமரப்பன். செல்லையாவும் 'சரி' என்று சொல்லிவிட்டார். வீட்டுக்குப் போனார்.

மாவிளை நாடான் மேலவீட்டு நாடானைப் பார்த்து, "ஓ மாப்புள, நாஞ் சொல்லுவதக் கேளும். இப்ப இருக்க நிலைமைக்குத்தக்க இந்தச் சம்மந்தம் மோசமில்ல. நாம கேட்டது போல தாறதுக்குச் சம்மதிச்சிருக்கான். தனக்கெளியது சம்மந்தம் என்று சொல்லுவதுபோல, இது உமக்கு அமைப்பான சம்மந்தம். இதைப்பற்றி வேறே ஒன்னும் யோசிக்கவேண்டாம். தைரியமாய் இரும்" என்று சொல்லிவிட்டுப்போனார்.

8

மாதங்கள் இரண்டு கழிந்தன. பங்குனி மாதம் துவக்கத்தில் பெண் வீட்டிற்குப் போய் அங்குள்ள காரியங்களைப் பற்றிக்கேட்டார் செல்லையா. “உருப்படியெல்லாஞ் செய்யக் குடுத்தாச்சி. காது உருப்படியும், கழுத்துக்குக் காசிமாலையும், செய்து வாங்கியாச்சி. காப்பு செய்ய குடுத்திருக்கு. அட்டியல் இன்னைக்கு ஆசாரி கொண்டுவருவான். மாட்டி, கொண்டப்பூ, தாழம்பூ, காலுருப்படியும் செய்யணும். மேல்சிலவுகளுக்குள்ள பணத்துக்கும் ஒரு சீட்டப் புடிச்சென். இன்னும் பணந்தரயில்ல. இந்த மாத்தை யில் கட்டாயந் தந்திருவேன் எண்ணு சொன்னான் அவன் தந்திட்டாமுண்ணா கலியாணத்தை வச்சிரலாம்” என்றார் பெண்ணைப் பெற்றவர்.

“இந்த மாசத்தில் வைக்க முடியுமா?”

“இந்த மாசம் வைக்க வசதிப்படாது. சித்திரை துவக்கத்தில வச்சிரலாம்” என்றார்.

“கல்யாணத்துக்கு நாள் குறிச்சாண்டாமா?” என்றார் செல்லையா.

“இந்த மாசக் கடைசியிலே நாங்க நாலஞ்சி பேரு அங்க வாறோம். இல்லன்னா நீங்க இங்க வாருங்க. நாள் குறிச்சிப் பேசலாம்” என்றார் பெண்ணின் தகப்பனார்.

“அங்க உள்ள ஆளுகள இங்க வரச் சொல்லுயத விடவும், நீங்க வாறதுதாஞ் சரி. நீங்க வாறதுக்கு ரெண்டு நாளுக்கு முன்னால் என்னத் தெரியப் படுத்திக்கிட்டு வாருங்க” என்றார். அவரும் ‘சரி’ என்றார். சாப்பிட்டார். வெற்றிலை போட்டார். வீடு திரும்பினார்.

நாலு நாள் கழித்து ஒரு நல்லநாள் காலையில் பெண் வீட்டாரும் செல்லையாவும் மாப்பிள்ளை வீட்டுக்கு வந்து சேர்ந்தார்கள்.

மாப்பிள்ளையைச் சேர்ந்தவர்களும், அவருடைய அண்ணன்மாரும் வந்தார்கள். ஜோசியரும் மாவிளை நாடானும் வந்தாச்சு. முதலில் வெற்றிலை போட்டுவிட்டு, முகூர்த்தச் சாத்து எழுத ஆரம்பித்தார்கள். பனைஓலையில் இரண்டு துண்டு எடுத்து ஏடுபோல் அமைத்து அதன் தலைப்பில் கடவுள் துதி எழுதிவிட்டு, மாப்பிள்ளை, பெண்ணின் பெயரையும் ஊரையும் வைத்து, மாதம் தேதியும் வைத்து, பக்கம், நக்ஷத்திரம், கிரகங்களும் அமைத்து எழுதி, மஞ்சள் தடவி எல்லாரும் அறியும்படியாய் வாசித்தார். வாசித்த பிறகு ஒரு துண்டு மாப்பிள்ளைவீட்டார் கையிலும், இன்னொரு துண்டைப் பெண்வீட்டார் கையிலுமாகக் கொடுத்தார். அவர்களும் கும்பிட்டு, துண்டை வாங்கி வாசித்து, சித்திரை மாதம் நாலாந்தேதி கலியாணம் என்று ஒருவர்க்கொருவர் பேசிக் கொண்டிருக்கும்போது, 'சாப்பிட எழுந்திருங்கள்' என்ற சத்தம் வந்தது. செம்பில் தண்ணீர் கொண்டுவைத்து, பாயை விரித்து, இலையைப் போட்டதும், எல்லோரும் கை, கால், முகங்கழுவி உட்கார்ந்தார்கள். திருப்தியாய்ச் சாப்பிட்டு கை, வாய் கழுவிவிட்டு வெற்றிலை போடும்போது ஒருவர்க்கொருவர் சந்தோசமாய் பேசிக்கொண்டும், ஜோசியருக்குக் கொடுக்கும் தட்சிணை இருதிறத்தாரும் கொடுத்துவிட்டு, பெண்வீட்டுக்காரர்கள் புறப்பட்டார்கள்.

மாப்பிள்ளையின் அண்ணன்மார்கள் "நம்ம இளையவனுக்கு எந்தயிடத்திலும் 'லக்கி' தான். தலத்தாரக்காரனுக்குக் கிடைப்பதுபோல சிறீதனத்தோட பொண்ணு வந்திட்டே" என்று பொறாமையான பேச்சுகளையும் பேசிக்கொண்டார்கள். அன்றிலிருந்து கலியாணச் சோலிகளும் ஆரம்பிக்கத் துடங்கின.

இந்தக் காலம் உள்ளதுபோல் 'லட்டர்' (எழுத்து) கொடுத்து சொந்தக்காரர்களை அழைக்கிற பழக்கம் அந்தக் காலத்தில் இல்லை.

வெற்றிலையும் பாக்கும் வைத்துத்தான் கலியாணத்தை அறிவிப்பார்கள்.

அந்த முறையில் வெற்றிலை வைத்து நெருங்கிய சொந்தமும் சினேகமும் உள்ளவர்களை அழைத்து, ஊருக்குச் சோறு போட்டு,

விருந்தினர்களுக்கும் சாப்பாடு முடிந்தது. வண்ணான், நாவிதனுக்கு பெட்டிச்சோறு கொடுத்து, சில சொந்த வீட்டுக்கும், அரிசி கொடுத்த வீடுகளுக்கும் பெட்டிச்சோறு அனுப்பி, முதல் நாள் கலியாணம் முடிந்தது.

'மேளம் மாப்பிள்ளை வீட்டுக்கு வேண்டாம். பெண் வீட்டுக்குப் போய் இறங்கி, பிறகு போட்டால் போதும்' என்று நிறுத்திவிட்டார்கள்.

ராத்திரி மூன்று மணி நேரத்துக்கெல்லாம் மாப்பிள்ளையை அலங்கரித்து எல்லாரும் புறப்பட்டார்கள். பேழைப்பெட்டி எடுத்துப்போக சகோதரி இல்லை. பூமாத்திவிளையிலுள்ள மாமன்மகன் பெண்சாதி, பேழைப்பெட்டி எடுத்தாள். மாப்பிள்ளையின் தோளத்தானாக, மாவிளை குமரப்பநாடான் இருந்தார். மற்ற ஆள்களோடும்கூடிப் புறப்பட்டார்கள். மாவிளை நாடான் முன்னாலேயே மச்சினன் முறை உள்ளவரானதினாலும் மற்றவர்களைவிட வயதிலும் கூடுதலானவராகையினாலும் அவரை மாப்பிள்ளைத் தோழனாக வைத்தார்கள்.

அந்தக் காலம் மோட்டாரும் பிளசரும் இல்லாததினால் வில்வண்டி கெட்டிப் புறப்பட்டார்கள். பெண்வீடு போய்ச் சேர்ந்ததும் மேளக்காரன் மேளத்தை அடித்தான்.

மேளச்சத்தம் கேட்டதும், பெண் வீட்டார் எதிர்மாலை போடுவதற்கு மேளத்தோடும், ஆள்களோடும் வந்து, மச்சினத்தான் மாலை மாற்றி, சந்தனம் பன்னீரு தெளித்து அழைத்துக்கொண்டு போனான்.

பெண்ணுக்கு மாமன் கலியாணம் முடிந்ததும் மாப்பிள்ளை யும், பெண்ணையும் மணவறையில் உட்காரவைத்து, மற்றவர்கள் சுற்றிநின்றுகொண்ட சமயம், மாப்பிள்ளைப் பெண்ணின் நிறம் எப்படி என்று பார்த்தார். பார்க்க முடியவில்லை. தலையிலிருந்து கால்வரையும் முட்டாங்கு போட்டு இழுத்து மூடி இருந்தது. மாப்பிள்ளைக்குப் பார்க்கமுடியாத வருத்தத்தினால், பெண் தலைகுனிந்து இருந்தது போல இவருக்கும் தலைகுனிந்தது.

மனவருத்தத்தோடு தலைகுனிந்து இருக்கும் சமயம், பெண்ணின் கால்விரல்களில் அணிந்திருக்கும் வெள்ளி நகைகளுக்கிடையே இருக்கும் பெருவிரல், மூடிஇருக்கும் துணியின் வெளியே இவர் பார்க்கும்படியாய்த் தலைகாட்டியது. திடீரென்று கண்டார். கறுப்பாய்த் தெரிந்த விரலின் நிறம் இவர் நெஞ்சில் கல்லைத் தூக்கிப்போட்டதுபோல் போட்டுவிட்டது. இவருக்கும் முகம் வியர்த்துப் பலவிதமான யோசனையில் ஆழ்ந்தது.

மாப்பிள்ளைத் தோளத்தான் தாலியை எடுத்துக்கொடுக்க, எல்லாப் பெரியவர்களும் தொட்டுக்கொடுக்க, அருள் குறைந்த முகத்தோடு தாலியை வாங்கி இரு கைகளாலும் பெண்ணின் கழுத்துக்கு நீட்டினார். பேழைப்பெட்டிக்காரி திருபூட்டும் சமயம், மேளத்தொனியும் குரவைமுழக்கமும் சங்குநாதத்தோடும் பூவை அள்ளி எறிந்து மலர்மாரி சொரிய சகல வைபவத்தோடும் திருச்சரடு பூட்டினார்.

பெண்ணின் தகப்பனார் நீர்வார்த்து, பெண்ணைக் கைப்பிடித்துக் கொடுத்தார். மைத்துனன் பாலும் பழமும் கொடுத்தான். இருபுறத்திலும் உள்ள சொக்காரர்களும் பால் வார்த்து, அனந்தரம் செய்தார்கள். விளக்கெடுத்தவர் முன்னால் வர, பெண்ணும் மாப்பிள்ளையும் அதன் பின்னாலும், பேழைப் பெட்டிக்காரி அவர்களுக்குப் பின்னாலுமாய் மணவறையைச் சுற்றி வீடு புகுந்தார்கள்.

சிறிது நேரத்துக்குள்ளே 'இலை வெட்டியாச்சா, பந்தி வையுங்கள்' என்ற சத்தம் வந்தது. எல்லாரும் சாப்பிட உட்கார்ந்தனர்.

அந்தக் காலத்திலுள்ள சாப்பாட்டுமுறையில், அந்த இடத்திலுள்ள பழக்கம்போலப் பரிமாறினார்கள். சிலர் சாப்பிட்டனர். சிலர் வைப்பு* நல்லா இல்லை என்றார்கள். சிலர் சாப்பிடாமல் எழுந்தார்கள். சாப்பாடு முடிந்த சற்று நேரத்துக் கெல்லாம் வெற்றிலை தட்டுப்பெட்டிகளில் கொண்டு வைக்கப் பட்டது. எல்லாரும் வெற்றிலை போட்டுக்கொண்டு வெளி இடங்களில் போய்ப் பார்க்கவும், சிலர் அவர்களுடைய சொந்தக் காரர்கள் வீடுகளுக்குப் போய் விசாரிக்கவும் போய்விட்டு வந்தார்கள். அதற்குள்ளே பெண்ணையும் மாப்பிள்ளையையும் வாழவிடுங்கள் என்றார்கள்.

வாழவிடும்போது அனுப்பும் சாமான்களை எல்லாம் வேறுவேறாக, ஒரு பெட்டியில் முறுக்கு, ஒரு பெட்டியில் அரிசி, இன்னும் ஒரு பெட்டியில் மசாலை, மற்றும் சில்லரைச் சாமான்களும் வைத்து, மாமியார்ப் பண்டம் என்று ஒரு கட்டு வெற்றிலை, அதற்குத் தகுந்த காஞ்சபாக்கு, புகையிலை, இருபத்தைந்து முறுக்கும் வேறாக ஒரு கொட்டப் பெட்டியில் வைத்து, வாழவிட்டார்கள்.

பெண்ணும் மாப்பிள்ளையும் புறப்பட்ட பின்பு, வீடு காணப் போவதற்குள்ள காரியங்களைச் செய்தார்கள்.

---

* வைப்பு – சமையல்

மாப்பிள்ளையும் பெண்ணும் மாப்பிள்ளை வீட்டு வாசல் பக்கம் வந்தவுடன் மஞ்சள் சோறு, பருத்திக்கொட்டை, இவைகளைத் தலைசுற்றி எறிந்துவிட்டு, வீட்டுக்குள் அழைத்து வந்து உக்காரவைத்தார்கள்.

உடனே 'வீடுகாண' வருகிறவர்களுக்கு மாப்பிளை வீட்டில் சமையல் செய்ய ஆரம்பிக்கப்பட்டது. சமையல் முடிந்ததும், முடியாமலும் இருக்க வீடு காண எல்லாரும் வந்துவிட்டார்கள்.

வெங்கலப் பாத்திரங்களோடு முறுக்குப் பெட்டிகள். அரிசி, காய்கறி வகைகள், பழக்குலை, மசாலைச் சாமான்கள், உப்பு, புளி, வெற்றிலைக் கெட்டு, வாழைஇலைக்கெட்டு, சுண்ணாம்பு வரையும் வீடு நிறைய சாமான்கள் கொண்டுவந்து சேர்த்தார்கள். ஆணும் பெண்ணும், குழந்தைக் குட்டிகளும், மாமியார் மாமன்மார், மச்சினமார்களும் வந்துசேர்ந்தார்கள்.

எல்லார்க்கும் வெற்றிலை வழங்கப்பட்டது. தட்டுப்பெட்டி களில் இருக்கும் வெற்றிலை, பாக்குகளை சில உள்ளீட்டுக் களவாணிப் பெண்கள் எடுத்து மறைத்து வைத்துக்கொண்டு, வெற்றிலை காணாது இன்னும் போடுங்களென்று கேக்கவும், எல்லாரும் வெத்திலை போட்ட பொறவு இந்தப் பொட்டி நெறய கொண்டுபோனியே, எப்படிச் செலவாயிட்டு என்று கோபத்தோடு சொல்லும் சத்தமும், ஒருவரைஒருவர் விசாரித்துப் பேசும் சத்தமும் சேர்ந்து ஒரே இரைச்சலாக இருக்கும்போது, 'சமையல் ஆகிவிட்டது. இலை வெட்டியாச்சா, பந்தி வையுங்கள்' என்ற சத்தம் வந்தது.

எல்லாரும் உட்கார்ந்தார்கள். சில பேர் இலைகளைப் போட்டுக்கொண்டே போனார்கள். சிலர் கறிவகைகளை விளம்பினார்கள். சிலர் சோத்துப்பெட்டிகளிலிருக்கும் சோத்தை இலையில் போட்டுக்கொண்டேபோனார்கள். இன்னுஞ் சிலர் தோண்டிப் பட்டைகளில் பருப்புக்குழம்பை எடுத்துவந்து சோத்தில் ஊத்திக்கொண்டு போனார்கள். அதற்கு மேலே ஒவ்வொரு பப்படத்தைப் போட்டார்கள். இந்த முறையில் சாப்பாடு நடந்தது. முதல் பந்தி, இரண்டாம் பந்தி, மூன்றாம் பந்தி வரை கழிந்தது. பாவங்களுக்கு வெளியில் பந்திவைத்து சாப்பாடுபோட்டுக்கொண்டிருக்கும்போது, சுருள் வைக்கத் துடங்கினார்கள்.

பக்கச் சுருள் என்று சொல்கிறது பெண்ணின் தகப்பனாரின் சகோதரி பிள்ளையாகிய மருமக்கள்மாருக்கும், பெண்ணின் தாயாரின் கூடிப் பிறந்த சகோதரிமார்களின் மருமகன்களுக்கும் முதலாவது சுருள் வைத்துக்கொடுத்துவிட்டு, அதன்பிறகு இந்த

மாப்பிள்ளையின் சொக்காரன்மார்களுக்கும் ஐந்து ரூபாய் வீதம் ஒவ்வொருவருக்கும் கொடுத்துவிட்டு, மொத்தச் சுருளாக நூறு ரூபாயும் மடிச்சீலையோடு தாம்பாளத்தில் வெற்றிலையின் மேலே வைத்து மச்சினன், மாப்பிள்ளையிடம் கொடுத்து, திரும்ப வாங்கிப் பெண்ணின் கையில் கொண்டுகொடுக்க அவள் வாங்கிவைத்தாள்.

திரும்பவும் வெற்றிலைபோட்டுக்கொண்டு வீடு காண வந்தவர்கள் எல்லாரும் கும்பிட்டுக்கெட்டி* கொடுத்துவிட்டுப் புறப்பட்டார்கள்.

கோளொடைதுப்பன் செல்லையா சொன்னார். "உள்ளூடி** எழுகளிக்கும்*** சாமானெல்லாம் வேறாகக் கொண்டு வந்திருக்கு. எண்ணெய், கோழி, – துணிகள் எல்லாம் அந்த சாமான்களோட இருக்கு; நாங்க போய் வாறோம்".

பெண்ணின் தாயும், தகப்பனும் வந்து மகளிடம், "அம்மா அழாதே, நல்ல நாள் பாத்துக் கூப்பிட வருவோம்" என்றார்கள். தாயார் மகளைக் கட்டிப்பிடித்து அழுதுகொண்டு, "நாலு நாளையில் ஒன்னக் கூப்பிட அண்ணன் வருவான், அழாதே" என்று ஆறுதல்சொல்ல, மற்ற பெரியம்மை, சின்னம்மைமார்களும் பெண்ணுக்குத் தைரியம் சொல்லிப் புறப்பட்டார்கள்.

'சாணான் கருப்பட்டி தின்னது அறுதி' என்று ஏழைகளுக்கும் நல்லமுறையில் சாப்பாடு முடிந்தது.

கலியாணம் முடிந்தது.

---

* கும்பிட்டுக் கெட்டி – மணமக்கள் உறவினர்களின் பாதம் தொட்டு வணங்கும் போது அவர்கள் கொடுக்கும் பரிசு
** உள்ளூடி – திருமணத்தன்றே மாப்பிள்ளை உறவினருக்கும் பெண் வீட்டார் அளிக்கும் விருந்து
*** ஏழுகளிக்கும் – ஏழாம் நாள் விருந்து, அசைவம். மணமகனின் சொக்காரன்மாருக்கு மட்டும்

கவலை

9

வீட்டில் கட்டநாடான் தாயாரும், அச்சம்பாட்டு நாடாச்சியும் இன்னும் பூமாத்தி விளையில் உள்ள பெண்கள் இரண்டு பேரும் இருந்தார்கள். அந்தச் சமயம் இளைய நாடானாகிய மாப்பிள்ளை தன் மனதிலிருந்து வருத்தங்களை யெல்லாம் சொல்லத் துடங்கினார்.

"எம்மா கேட்டியளா, இந்த பொக்கணந் தாயோளி என்னக் கெடுத்துப்புட்டானே" என்றார். எல்லாரும் என்னத்துக்கென்றார்கள்.

"இந்த சம்மந்தம் பேசின உடனே அங்க போய் பார்க்கப்போனோம். அந்த ஊடு, பன்னிக்குடிலு போல இருந்து. கொமரப்பன் குடிக்கத் தண்ணி கேட்டார். இவளுக்க தாய்க்காரி ஒரு தோண்டியில தண்ணி ஊத்திக் குடுத்தா. அப்பமே எனக்கு மனமில்ல. இவளுக்க செறியாளப்* பாத்துக்கிட்டு இவதாம் பொண்ணு எண்ணிச் சொன்னான் கொமரப்பன். பாத்துக்கிட்டுவந்த மறுநாள் பொக்கணத்துக்கிட்ட கொமரப்பன், சின்ன ஊடாட்டுத்தானே இருக்கு ஓய் எண்ணி கேட்டாரு. அதுக்கு அந்தத் தேவுடியாமொவன், அந்த ஊடு இல்ல, அதுக்க கிட்ட இருக்க பெரிய ஊடுதான் இவனுக்க ஊடு. அண்ணனுக்குந் தம்பிக்குஞ் சேந்த ஊடு எண்ணி மழுப்பிட்டார். பொண்ணு எப்படிண்ணு கேட்டதுக்கு, செவப்பாட்டு அழகா இருக்கா, நான் அப்புடி ஒரு மாதிரியா உள்ள பொண்ணா இருந்தா சம்மதிப்பேனா எண்ணி மெரட்டிட்டான்.

கொமரப்பனும் அவங்கூடச் சேந்து படுகுழியில தள்ளி, இந்தக் கருவாலிப் பொண்ணக்கெட்ட ஆக்கிபுட்டானுவளே! பொண்டாட்டி செத்தா, எனி கலியாணம் வேண்டாம் எண்ணு இருந்த என்ன,

---

* செறியாள் – சிறிய அன்னை

ஏழு வருசத்துக்குப் பிறகு இப்படிக் குண்டுக்கத் தள்ளிப் புட்டானே!" என்றார்.

எங்கள் பாட்டம்மை சொன்னார்கள். "நான் முன்னுக்கே சொல்லத்தானே செய்தேன். நல்லாப் பாத்து, யோசிச்சு ஒரு காரியங்களச் செய்யனும். அவனுவ சொன்னானெண்ணு முன்னும்பின்னும் பாராம கலியாணத்தச் செய்து, கொண்டு வச்சிக்கிட்டு, எனி குலம் குத்திப் பேசுவது நல்லா இல்லை" என்றார்கள்.

கட்டநாடான் தாயார் சொன்னார்கள். "ஏ அப்பாவு, ஒனக்குக் கலியாணமெண்ணி அறிஞ்ச ஒடனே மூத்த அப்பாவு கிட்ட கேட்டேன். அவனும் நல்ல சம்மந்தம், நெறய சீதனமுங் குடுக்கானுவ மய்னீ. பிள்ளையும் நம்ம பால்கெணத்தான் வெள செல்லையாவுக்க மாமியா பேத்தி, மோசமில்ல எண்ணு சொன்னான். இப்ப நீ சொல்லுயதக் கேட்டா சங்கடமாயிருக்கே" என்றார்கள்.

"மய்னீ, கேட்டியளா, நான் மணவறயில போயிருந்த ஒடனே இவளப் பாத்தேன். சாட தெரியாம செறிக்கிமாருவ மூடிப் பொதிஞ்சிப்புட்டாளுவ. நான் கமுந்தே இருந்தேன். அப்போ இவ காலு பெருவெரலு வெளிய தெரிஞ்சதக் கண்டேன். உடனே இவ கறுப்புத்தானெண்ணு அறிஞ்சிக்கிட்டேன். ஓடிருவோமா எண்ணு நெனைச்சேன். ஓடுனா கொமரப்பன் உடமாட்டனே, கேவலத்துக்கு ஆளாகிவிடுவோமேண்ணு இருந்தேன். ஏழு வருசமா சும்மா திரிஞ்ச என்ன இப்பிடிக் கொண்டு தள்ளுனானுவளே. இவனுவ ஒரு நாளும் வெளங்கிக்கிட மாட்டானுவ" என்று சாபம் போட்டார்.

"மாமியாக்காரி ஒருத்தி வந்தாளே, அவளப் பாத்தா எப்படி இருக்கா? அரப்பன ஒயரத்தில இருக்கா. கையில ரெண்டு வெள்ளிச் சந்தாரையும் போட்டுருக்கா. வெத்திலக்கற பத்தி கறுத்த பல்லு நாலும் நீண்டு வளஞ்சி, தாந்த சுண்ட* ஒட்டிப் புடிச்சிக்கிட்டு இருக்கு. பாக்கச்சில நம்ம வட்டக்களி ஒல குடையான் பொண்டாட்டிய பாத்ததுபோல இருக்கா.

மாமங்காரன் ஒரு கட்டயனாயிருக்கான். ஒரு ஒறப்பீசாத்தியும்** எக்குக்க*** செருவிவச்சிருக்கான். ஒரு தோர்த்து முண்ட**** தோளுல போட்டுக்கிட்டு நம்ம பரல் தரகன் பெரிய வெளக்காரனப் போல இருக்கான்.

---

* சுண்டை – உதட்டை

** ஒறப்பீசாத்தியும் – உறையில் போட்டு இடுப்பில் செருகும் பிச்சுவா கத்தி

*** எக்குக்க – இடுப்பில்

**** முண்டு – ஈரிழைத் துண்டு

மச்சினன்காரன் ஒருத்தன் வந்தானே அவனக் கண்டியளா? ஆளு எப்புடி இருக்கான்? சொக்கப்பன போல! காலுங்கையும் உப்பளத்துல வேலசெய்து காய்ப்புப் புடிச்சித் தடிச்சிருக்கு. கடப்பொறத்துக்காரன் மரியக்கண்ணுதான்! கொட்டு முழக்கம் இல்லாவிட்டாலும் குரவை முழக்கமாவது வேண்டாமா?"

இப்படி இவர் ஒவ்வொருவரைப் பத்தியும் இவருடைய மனவேதனைகளைக் கேலியாகச் சொல்ல, கேட்டுக்கொண்டிருந்தவர்கள் கொஞ்சங் கொஞ்சமாகச் சிரித்து, முடிவில் குலுங்கக்குலுங்கச் சிரித்துவிட்டார்கள். எங்கள் பாட்டியார் ஒருநாளும் சிரிக்காதவர்களுக்கும் லேசாய்ச் சிரிப்பு வந்தது.

இவர் தன் மனதிலுள்ள வருத்தங்களைஎல்லாம் சொல்ல அச்சம்பாட்டு நாடாச்சி கிட்ட வந்து நின்னு, "சின்னையா, இனிமேல் நீங்க இப்படி எல்லாஞ் சொன்னா தன் பல்லைத் தானே குத்தி நாத்துவது போல ஆகும். வெளியே உள்ள ஆளுக நம்மளத்தான் கேவலமாகச் சொல்லுவாங்க. அவரவருக்கும் குடுத்துவச்சதுதான் கெடய்க்கும்" என்று பல விதமாகச் சொல்லிப் பேச்சை நிறுத்தினார்கள். திரும்பவும் "நீங்க இப்ப ஆளுகளெல்லாம் கறுப்பு, அழகு இல்லை என்னு சொன்னாலும் சின்னம்மய்க்கு நெறய உருப்படி போட்டிருக்கு. சொத்து குடுத்துருக்கு, இப்ப பாக்க கறுப்பாயிருந்தாலும், ரெண்டு மாசங்கழிஞ்சா நல்ல நெறம் வந்திரும். கவலப்படாம இருங்க" என்று ஆறுதல் சொன்னார்கள்.

அவரும் 'எழுதாப்பொறிக்கு* அழுதால் தீருமா' என்றது போல, அவரவருக்கும் அமைச்சபடிதான் நடக்கும். விதியின் விளையாட்டு நடக்கிறது என்றும், தன்னைத்தானே தேற்றிக் கொண்டு மேலுள்ள காரியங்களைப்பார்க்கத் துணிந்தார்.

பெண்ணைப் பார்க்கப் பக்கத்துவீட்டுப் பெண்களெல்லாம் வருகிறார்கள். வந்து பெண்ணின் நகைகளைஎல்லாம் பார்வை இடுகிறார்கள்.

காதுக்கு நாலு உருப்படி: பாம்படம், தண்டட்டி, முடிச்சு, அரிசித் தளுப்பன். நாலு நகையும் சேர்ந்துக் காதை இழுத்துத் தோளில் புரளுகிறது. மேல் காதில் தேருவாளி வீசறிமுருகு.

தேருவாளித் தண்டோடு ஒருபுறம் அணைத்து மறு அற்றம் கொண்டையில் சொருகி, இருபுறத்துக்கும் மயிர் மாட்டி, அதன் நடுப்பக்கம் கொண்டைப்பூ, அதற்கு மேலே தாழம்பூ.

கழுத்தில் வெள்ளைக்கல்லும் சிவப்புக் கல்லும் பதித்துச் செய்த பதைக்கத்தோடு சேர்ந்த அட்டியல். ஒரு பவுனுக்கு

---

* எழுதாப்பொறிக்கு – எழுதி உரிமைப்படுத்தப்படாத லாபத்துக்கு

ஐந்து கொண்ட காசு ஒவ்வொன்றுக்கும் இடைஇடையே ஒரு இடைமணியோடு கோர்த்த காசுமாலை. மாப்பிள்ளைப் பரிசத்துக்குக் கொடுத்த பிச்சிவெள்ளை மாலை, தாலியோடு சேர்ந்த சித்துருமாலை, அதைக் கழுத்துரு என்றும் சொல்லு வார்கள். இவ்வளவும் சேர்ந்து கழுத்தில் பிரகாசிக்கிறது.

கைக்குப் பட்டணக் காப்பு, அவல் காப்பு, கொலுசுக் காப்பு என்று மூன்று காப்புகள் முன்கையில் அழகு காட்டுகிறது. காலில் பட்டத் தண்டை, அதற்குக் கீழே பாதசரம், ஐந்து விரலுக்கும், பெருவிரலுக்கு அடுத்த விரலில் பீலி, அடுத்த விரலில் மையிலடி சுண்டுவிரல் தாங்கி, பெருவிரல் தாங்கி, பெருவிரல் தாங்கியோடும், சுண்டுவிரல் தாங்கியோடும் சேர்ந்து, ஐந்து விரலுக்கும் கீழாக ஐவர்ணம் என்ற நகைகளும் அணிந்திருந்தது. 'ஆனை வரும் பின்னே மணி ஓசை வரும் முன்னே' என்றது போல இவர்கள் நடக்கும்போது 'சிலீர், சிலீர்' ரென்று ஓசை கேட்டுக்கொண்டிருக்கும்.

இவ்வளவு அலங்காரமாக நகைகள் அணிந்திருந்தாலும், முகத்தைப் பார்த்தால் நகைகளுக்குப் பொருத்தமான லெச்சணம் கொஞ்சமும் இல்லாமலிருந்தது.

நல்ல கறுத்த நிறம், சீரான உயரம். அதற்குத் தகுந்த உடல் பருமன் இருந்தும் முகத்தோற்றம் ஒருவருக்கும் பிடிக்கவில்லை. இருட்டு வீட்டுக்க இருத்தினால் விளக்கு வேண்டாமென ஒருவருக்கொருவர் மெதுவாய்ச் சொல்லிக்கொள்ளுவார்கள்.

நிறம் இப்படி இருந்தாலும், பேச்சுவார்தைகளாவது கொஞ்சம் திருத்தமாக இருக்குமாவென்று பார்த்தால், அதுவும் அப்படித்தான் இருக்கிறது.

'அரு, இரு' என்றும் 'அருல வாறரு யாரு' என்றும், 'அருல கெடக்கர இஞ்ச எடு' என்றும் சொல்லுவார்கள். இதைப் பார்த்துப் பக்கத்துவீட்டுப் பெண்களெல்லாம் முகத்தைத் திருப்பி, ஒருவரைஒருவர் பார்த்து முணுமுணுத்துக்கொண்டு, இளைய நாடான் பொண்டாட்டியா இது என்பார்கள். சிலர், விடியவிடிய ராமாயணங் கேட்டும் விடிஞ்ச எடத்துல சீதைக்கு மாப்பிள ஆருண்ணது போல பொண்ணுவந்திருக்கு என்பார்கள்.

இப்படி இருக்க ஏழாவது நாள் கழிக்க உள்ள சாமான்கள் கொண்டுவரப்பட்டது. சொக்காறன்மார்களை எல்லாம் கூட்டிச் சோறு போட்டு ஏழு கழித்தார்கள்.

பதினைந்தாவது நாள் கழிக்கும் விருந்துக்குக் கூப்பிட வண்டி கொண்டு தகப்பனார் வந்தார். மாப்பிள்ளை நாடான். "நான் போக மாட்டேன், எனக்குக் கேவலமாயிருக்குது" என்றார்.

குமாரப்ப நாடானும் இன்னும் சிலரும் அந்தச் சமயம் அங்கு வந்தவர்கள், "ஓ மாப்பிள, நாஞ் செய்ததெல்லாம் உமக்குப் பிடிக்காமல் நீர் என்னைக் கோபித்தாலும், நான் பொறுத்துக் கொள்ளுவேன். முதல் தடவையாக நல்லப்பம்* கூப்பிட வந்தால், நீர் போகத்தான் வேணும். கட்டாயமாய் போய், ஒரு நாளாவது நின்றுவிட்டு அடுத்த நாள் வந்துவிடுங்கள்" என்று இதமாகப் பேசினார். அவரும் உரலுக்குள் தலைபோட்ட பின் உலக்கைக்குத் தப்பமுடியுமா என்பதுபோல் பெண்ணும் மாப்பிள்ளையும் வண்டியில் ஏறிப்போனார்கள்.

வண்டிக்காரன் வண்டியைத் துரத்திக்கொண்டு போய் வீடு சேர்ந்ததும், அந்தப் பெரியவீட்டு மாமனாரின் முற்றத்தில் கொண்டுபோய் நிறுத்தினான்.

வண்டி நின்றவுடனே அந்த வீட்டிலுள்ள மாமனாரும் பிள்ளைகளும் ஓடிவந்தார்கள். வண்டியிலிருந்து இறங்கிய மருமகனை வாருங்களென்று கையைப்பிடித்து அவருடைய வீட்டுக்குக் கூட்டிக்கொண்டு போனார். கட்டிலில் உட்காரச் செய்து, வெற்றிலைத் தாம்பாளத்தை முன்னே வைத்து வெற்றிலை போடச்சொல்லி, இவர் பக்கத்திலேயே இருந்து, கோர்ட்டு விபகாரங்களைப்பற்றியும், சொத்துசுகங்களைப் பற்றியும் பேசிக்கொண்டே இருந்தார்.

சிறிது நேரத்துக்கெல்லாம் சாப்பிடச் சொன்னார். இருவரும் பிள்ளைகளும் சாப்பிட்டார்கள். இந்தமுறையிலேயே மூன்று நாள் கழிந்தது.

பெரிய வீடும் பெரிய வீட்டு மாமனாரும், அவர் வீட்டி லுள்ள ஆண்களும் பெண்களும் மற்ற எல்லா நடைமுறைகளும் இவருக்கு நல்ல பிடித்தந்தான். இந்தமுறையில் மூன்றுநாள் கழித்துச் சகலவிதமான வரிசைகளுடனும் வீட்டுக்கு அனுப்பி வைத்து, மறுவீடும் கண்டு, சுருள் வைத்துக்கொடுத்து, சாப்பிட்டுச் சந்தோசமாக வீட்டுக்கு வந்தார்கள். நமக்குக் குடுத்துவைத்தது நமக்கென்று சந்தோசமாக இருந்தார்கள். எட்டாப்பழத்துக்கு நொட்டை** விட்டால் கிடைக்குமா?

வேலைகளைச் செம்மையான முறையில் திருத்தமாகச் செய்யத் தெரியாமலும், கறிவைக்கத் தெரியாமலும், சண்டையும் சச்சரவும் அடிக்கடி நடக்கும். மீன் கழுவிக் கறி வைக்கத் தெரியாது. மீனிலுள்ள செதிலை அருவாமணையில் வைத்து

---

* நல்லப்பம் – முதல் முறை
** நொட்டை – ஆசையோடு நாக்கைச் சப்புக் கொட்டுவது

இருபுறமும் இழுத்து, நடுப்பக்கம் உள்ள செதிலை இளைத்துத் தள்ளிவிட்டு நீண்ட தூவல்களை லேசாய் இடம்விட்டு அறுத்துவிட்டு, அருகுகளிலிருக்கும் செதிலோடு லேசாகக் கழுவி, மிளகும் தேங்காயும் நல்லா அரைக்காமல் 'நருநரு' என்று அரைத்துப்போட்டு, உப்பு புளி கரைத்தால் மேல் கோச்சலை எடுத்துவிட்டு, சதையோடு சேர்ந்த தோல், சிறிய புளியந்தோடு, உப்பு மண் இவைகளைத் தெளித்துவிடாமல் அப்படியே லேசாய்க் கைகொண்டு அரித்துவிட்டு, கொதிக்கவைத்து இறக்குவார்கள். 'தச்சன் அடித்தான், கிடாவு இழுத்தது'* என்றது போல, சாப்பிடும் போது மணலும் அரைபடாத கொத்தமல்லித் தோலும் புளியின் சதையும் சேர்ந்து சவைபடும். எங்கள் தகப்பனார் கோபத்தோடு வாரி முகத்தில் எறிவார்.

'மரக்கறி வைக்கத் தெரியாது.' தாளிக்கிறது எப்புடி, என்று கேட்பார்கள். எங்கள் பாட்டியார் போய் மிளகு எடுத்துக் கொடுத்து, அரைக்கச் சொல்லிக் கவனித்து, இன்னும் கொஞ்சம் நல்லா அரைச்சிக் கொண்டா என்றும், கறி கூட்டிக் கொடுத்தும் பழக்கப்படுத்துவார்கள். மீனை அவர்கள்தான் அறுத்து, செதில் நன்றாய் எடுத்து, சுத்தமாய் கழுவிக் காட்டிக்கொடுப்பார்கள்.

மரக்கறி வைக்கும்போதும், தாளிதம் பண்ணும்போதும் பக்கத்தில் நின்று, உள்ளியை அரிந்து சட்டியில் போட்டு வதக்கச் சொல்லி, அதன்பிறகு எண்ணெய் விடச்சொல்லி, கடுகு வெந்தயம் போட்டு பொரித்த உடனே கறியை விட்டுமூடி, பக்குவப்படுத்தச் சொல்லிக்கொடுப்பார்கள். அன்றைக்கு நல்ல முறையாயிருக்கும்.

அடுத்தநாள் இதுபோல் வைக்கச் சொல்லுவார்கள். ஆனாலும் நல்ல பழக்கத்துக்கு வராமல், குற்றங்குறையாகவே செய்வார்கள். எங்கள் தகப்பனார் வாயில் வந்தவாறு கேவலமாய்ப் பேசி அடிப்பார்.

'தல்லிப்** பழுக்கிறது பழமா, தானே பழுக்கிறது பழமா' என்பது போல சொல்லிக்குடுத்தாலும் தெரியவில்லை, என்ன செய்வது என்று வருத்தப்படுவார்கள். புட்டு அவித்தால் மாவைத் தண்ணி சேர்த்து விரவத்தெரியாமல், சேர்த்துப் பிசைந்து துண்டுதுண்டாய் குழலில் அள்ளிப்போட்டு, தேங்காய்த் திருவுக்கு மேல் மாவை நிறைய அள்ளிப்போட்டு, கிழங்குப்புட்டு போல் ஒரே நீளமாய்த் தட்டிவைப்பார்கள். சவைக்கும்போது பல்லோடும் ஒட்டிக்கொள்ளும்படி இருக்கும்.

---

* எருமை முட்டாள தச்சன் கலப்பையை மோசமாய்ச் செய்தான். முரட்டு கடா அதை முரட்டுத்தனமாய் இழுத்தது

** தல்லி – அடித்துக் காயப்படுத்தி

தோசைக்கு மாவு அரைப்பதும் அப்படித்தான். கொளுக்கட்டை போல, ஒரு தோசை ஒரு தட்டுப்பெட்டி நிறைந்துவிடும்படிப் பெரியதாய் இருக்கும். 'பிறவிக்குணத்துக்கு மட்டைவைத்துக் கெட்டினால் தீருமா' என்பது போல் செய்வார்கள்.

இவையெல்லாம் இப்படி இருந்தாலும், பேச்சாவது கொஞ்சம் திருந்துமாவென்றால் திருந்தவில்லை. 'விடியவிடிய மழை பெய்தாலும் ஒட்டாங்கண்ணி முளைக்குமா' என்ற கேள்விதான். பேச்சைத் திருத்திப் பேச நினைத்துப் பேசினால், நாக்குக்குக் குழப்பமாய் ஒரு புது பாசை பேசுவது போலிருக்கும். 'வாறது' என்று சொல்லுவதற்கு 'வாதது' என்றும், 'அதில வாறதாரு' என்று சொல்லுவதற்கு 'அருல வாததாரு' என்றும் சொல்லுவார்கள். எல்லோருக்கும் சிரிப்பு வரும்.

நாங்கள் சிரிப்பதைப் பார்த்து வெக்கப்பட்டு, எழுந்து வெளியே போய்விடுவார்கள். இப்படிக் குழப்பமாய் நாட்கள் கழிந்துவந்தன.

வாணியங் கிணத்துத் தண்ணியை தினமும் குளித்துக் கொண்டு வருவதினால் முகத்திலிருந்த முள்ளுச்சிரங்கு போன்ற முகப்பருவெல்லாம் உதிர்ந்து, அதிலுள்ள கருவங்கு போல் இருந்த தழும்புகளும் கொஞ்சங்கொஞ்சமாய் மாறிவந்தது. 'நல்ல உடம்புக்கு நாழி தண்ணி' என்பதுபோலும் திருந்தி வந்தது. 'சாமைக்கதிரும் சக்கிலிப்பெண்ணும் சமைந்தால் தெரியும்' என்பார்கள். இந்த அம்மையாருக்கு கலியாணத்துக்குப் பிறகுதான் அந்தப் பழமொழிக்குச் சரியான திருத்தங்கள் வந்துகொண்டே இருந்தது.

இரண்டு மாதம் கழிந்து மூன்றாவது மாதத்தில் இளைய நாடானின் மூத்த மகள்* சமைந்தாள். தகப்பனார் பஞ்சாங்கம் பார்த்து நல்ல நாள் என்று சந்தோசத்தோடு ஊருக்கெல்லாம் சொல்லும்படி ஆள்விட்டு, அவர் அண்ணன்மார்க்கும், கட்ட நாடானுக்கும், அச்சம்பாட்டு நாடாச்சி மற்ற எல்லாருக்கும் ஆள்விட்டு, மேளக்காரர்களையும் வருத்தினார். கொட்டுச்சத்தங் கேட்டதும் எல்லாரும் வந்து கூடினார்கள்.

தலைக்குத் தண்ணீர்விட்டு, கூட்டிஇருத்திய பின் வந்தவர் களுக்கெல்லாம் பழமும் வெற்றிலையும் விளம்பினார். வந்தவர்கள் மேளக்காரனுக்குத் தம்மானம் என்று ரூபாய்களும் கொடுத்துவிட்டுப் போனார்கள்.

---

* மூத்தமகள் – இந்நூலின் ஆசிரியர்

மூன்றாவது நாள் மாத்துமுறை என்று எல்லோரும் வந்து, மாத்துக் குடுத்து முடிந்தது. சாப்பாடுபோட்டு, வெற்றிலை வழங்கி, பண்டம், பலகாரம் கொண்டுவந்த பெட்டிகளுக்கு வெற்றிலை போட்டுக் கொடுத்துஅனுப்பினார்கள்.

சடங்கு என்று வைக்காமல், வேப்பிலைச் சடங்கு என்று அண்ணந்தம்பி வீட்டுக்காரர்கள் மட்டும் வந்து சடங்கு கழித்தார்கள். ஒரு சட்டியில் தீத்தணலைக் கொண்டுவந்து, நெல்லு, பயறு, பருத்திக் கொட்டை என்று ஒவ்வொன்றையும் தலை சுற்றித் தீயில் போட்டு, தீச்சட்டியைத் தாண்டி வரச்சொல்லி சடங்கு கழிக்கப்பட்டது.

'தங்கச்சி சமைந்தது பூச நட்சத்திரம். திங்கள் கிழமை. ரொம்ப நல்ல நாள்' என்று அச்சம்பாட்டு நாடாச்சி துல்லியமாய்ச் சொன்னார்கள்.

சித்திரவதை செய்து சிறைச்சாலையில் அடைக்கும் நாளென்று அவர்களுக்குத் தெரியவில்லை.

சிலநாட்கள் கழிந்ததும், மண்டைக்காட்டாளை அவள் புருசன் வந்து 'வீட்டிற்கு வா' என்றான். அவள் 'நான் வரவில்லை' என்றாள்.

எங்கள் பாட்டியார், "அவள் இங்கே வந்து ஏழு வருசமாச்சு. நீ அவளை வெளியில வெரட்டி அவள் இரந்து குடிச்சிக்கிட்டுத் திரிச்சா. இப்ப கூப்பிட வந்திருக்கியே என்ன சொல்லு?" என்றார்கள்.

"மூத்தோடியா புள்ளயளும் இவளும் சண்ட போட்டு, அந்த புள்ளைகள் அழுறதப் பார்த்து நான் இவள வாண்டமூண்ணு வெரட்டுனென். இப்ப பொம்புளப் புள்ளயளக் கெட்டிக் குடுத்தாச்சி. பயவ கலயாணஞ் செய்து வேறயா வெலவிட்டான். எனக்குக் காச்சித் தர ஆளுல்ல. அதுநால கூப்புட வந்தன். நீங்க அவளை வரச்சொல்லுங்க அம்மா" என்றான். சரி 'கல்லானாலும் கணவன் புல்லானாலும் புருசன்' என்பது போல, "எனி அடிக்க புடிக்கச் செய்யாம வச்சி, மரியாதயா உள்ள தண்ணி குடுப்பியண்ணா கூட்டிக்கிட்டுப் போ" என்று கட்டாயப்படுத்தி அனுப்பிவிட்டார்கள். 'இருந்த வெள்ளத்தை வந்த வள்ளம் தள்ளிக்கொண்டு போனது போல்', அவள் போனபிறகு தண்ணி எடுக்கவும், நெல்லு குத்தவும், வெளி வேலைகளைச் செய்யவும், வேறே ஆள் வைத்துவிட்டு வீட்டு வேலைகள் எங்களைச் சேர்ந்தது.

அதற்குள்ளே சாமித்தோப்புக்கு, விருந்துக்கும் போய் ஒரு வாரம் இருந்து திரும்பப் போய் கூட்டிவந்தார். மாசப்பிறப்பு,

பொங்கல், தீபாவளி, ஓணம் முதலிய நல்ல நாளைக்குள்ள படிகளும் துணிகள் பலகாரங்களும் கொடுத்து அனுப்புவார்கள். சமையல் வேலைகளை இருவருமாகச் செய்வோம்.

எங்கள் வீட்டுக்குக் கோயில்பூசாரியாகிய ஐயரின் பெண்சாதியும், தாயாரும் அடிக்கடி வருவார்கள். அவர்களிடத்தில் எங்கள் தகப்பனார் எம்மா என் மகளுக்குக் கறிகள் வைக்கவும், பலகாரங்கள் செய்யவும், கோலங்கள் போடவும் சொல்லிக் கொடுங்களென்று சொல்லுவார்.

அவர்கள் ஒவ்வொரு நாளும் ஒவ்வொரு கறிகளுக்குள்ள பக்குவங்களைச் சொல்லித்தருவார்கள். அந்தப் பக்குவத்திலே செய்து பழகிவந்தேன். எங்கள் சின்னம்மாவும் பழகிக் கொண்டார்கள்.

இப்படி நாள்தோறும் ஒவ்வொரு கறிகளும், அவியல், தீயல், பொரியல் என்றும், புளிக்கறி, சாம்பார், சமச்சகறி, ரசம், பருப்பு, பச்சடி என்றெல்லாம் சொல்லித்தருவது போல நாங்களும் செய்து பழகிவந்தோம். ‘பிராமணப்பிள்ளை நண்டு பிடிக்கப் பழகியது போல’ நாடான் மகளாகி நானும் கோலங்கள் போடவும் சமையல் செய்யவும் பழகிக்கொண்டிருந்தேன். எங்கள் சித்தியாரும் பழகினார்கள்.

ஆனால் பேச்சு இன்னும் சரியாய்த் திருந்தவில்லை எங்கள் சித்தியாருக்கு.

வாணியங்கிணத்துக்குத் தண்ணி எடுக்கவரும் வாணியப் பெண்கள், காளியன் தோப்புக் குடிமக்கள், வெள்ளாங்குடியிலுள்ள பெண்கள் எல்லாரும் தண்ணி இறைக்கத் தோண்டிப்பட்டை எடுக்க வருவார்கள். சிலர் விறகு வாங்குவார்கள். வந்தால் கொஞ்ச நேரம் இருந்துபேசி, வீட்டிலுள்ள விசயங்களைப் பற்றி பாட்டியாரிடம் கேட்டுஅறிவது பழக்கம். சித்தியாரோடும் பேசும்போது அவர் பேச்சைத் திருத்திச் சொல்லுவார்கள். சில வார்த்தைகள் திருந்தாத சமயம் கூடிச் சிரிப்பார்கள். சில சமயங்களில் அவர்களுடைய சொந்தப் பேச்சிலேயே சொல்லி விடுவார்கள். ‘ஐந்தில் வளையாதது ஐம்பதில் வளையுமா’ என்று குறைவாகச் சொல்லுவார்கள். அடுத்தநாளும் வந்து கூடுகிற சமயம் பேச்சைத் திருத்துவதுதான் அவர்களுக்கு வேலையாயிருக்கும். ‘அடிமேல் அடி அடித்தால் அம்மியும் நகரும்’ என்றது போல் நாக்குப் பழக்கங்கள் கொஞ்சம் கொஞ்சமாய்த் திருந்தி ஏகதேசம் நல்லமுறைக்குத் திருத்திவிட்டார்கள்.

இவ்வளவு தூரம் பரிகாசம் பண்ணவும், சிரிக்கவும், கேவலஞ் சொன்னாலும் எங்கள் சித்தியார் முகத்தில் ஒரு

நாளும் கோபப்படவோ, குற்றமான வார்த்தைகளைச் சொல்லவோ, முகத்தில் கோபக்குறிகள் தெரியவோ இல்லை. எங்கள் தகப்பனார் கோபம் வரும்போது வாயில் வந்தவாறு தாறுமாறாகப் பேசுவார், அடிப்பார். அந்தச் சமயம் எங்கள் பாட்டியாரின் பக்கத்தில் போய்ப் பதுங்கிக்கொள்வார்கள். ஒரு வார்த்தை பேச ஒரு நாளும் கண்டதில்லை. 'அகத்தின் அழகு முகத்தில் காட்டும்' என்றதுபோல் முகத்தைப் பார்த்தால் தெரியாதா, பயமே குடி கொண்டிருக்கும். ஓடிஒளிவது தவிர எதிர்த்து யாரிடத்திலும் பேசியதில்லை. யார் எப்படிக் குறை சொன்னாலும், சரி நாம் நல்லமுறையில் திருந்தவேண்டும் என்பதுதான் அவர்கள் எண்ணம்.

இவர்களின் நல்ல குணத்தைக் கண்டு அந்தப் பெண்களும் மற்றுள்ளவர்களும் சிரித்துப் பரிகாசம் செய்தவர்களெல்லாம் இப்போது புகழ்ந்துபேச வந்துவிட்டார்கள். பேச்சு வார்த்தை திருத்தக் குறைவாக இருந்தாலும், 'அந்த அம்மாள் நல்ல குணமுள்ளவள்' என்ற நற்பெயர் எங்கும் பரவியது. எங்களுக் குள்ளேயும் ஒரு நாளும் ஒரு வித்தியாசம் தெரிந்ததில்லை. 'மூத்த குடியாள் பிள்ளை, இளைய குடியாள் தள்ளை, என்று வித்தியாசமாய் நடந்ததும் இல்லை.

இந்தக் காலத்துப் பெண்கள் புருசன் வீட்டுக்கு வந்து விட்டால், அவர்கள் முகத்தில் அளவுக்கு மீறிய பெருமையும், அகங்காரமும் காணுவதால், அன்பு, ஆசாரம் என்ற நல்லொழுக்கங்களைக் காணமுடியவில்லை.

பொதுவாகப் பெண்களுக்குப் பிறந்தஇடத்துப் பழக்க வழக்கங்கள் ஒரு விதமாகவும், புகுந்தஇடமாகிய புருசன் வீட்டுப் பழக்கமுறை பிறிதொரு விதமாகவும்தான் அதிகமும் எங்கெங்கும் இருக்கும். இது எல்லாருக்கும் தெரிந்ததே.

இந்தக் காலத்துப் பெண்கள் சுதந்திரம் என்ற முறையில் அதை விட்டுவிடுகிறார்கள். அவள் பெற்றோரும் அதையே ஏற்றுக்கொள்கிறார்கள். ஒற்றுமை என்பதைப் பெற்றோர்களும் கவனிக்கிறதில்லை. மகள் எந்த முறையைக் கைக்கொள்ளு கிறாளோ அதையே அவர்களும் பின்பற்றுகிறார்கள்.

எந்தப் பெண்ணும் புதுப்பெண்ணாக வந்த துவக்கத்தில் பழக்கத்தைப் பொறுத்தும், புருசன் வீட்டு நடைமுறை தெரியாமலும் குற்றங்குறையாகத்தான் வேலைகள் செய்யவும், பேச்சுகள் பேசவும் செய்வார்கள். இதுவும் உலகறிந்த விசயம்தான்.

மாமியாரோ மதனி சம்மந்திமாரோ மற்றுள்ள யாராகிலும் 'யம்மா இதை இப்படிச் செய்வதை அப்படிச் செய்' என்று

சொல்லிவிட்டால் உடனே முகத்தைக் கறுத்துக்கொண்டு, காதில்எடுக்காமல், அவர்களுக்குத் தெரிந்தமுறையிலேயே செய்கிறார்கள். திரும்ப ஒரு தரம் 'அப்படிச் செய்யாதே' என்று சொல்லிவிட்டால், உடனே மண்டையில் அடித்து அழுகிறார்கள். 'நான் நிறைய சீதனங் கொண்டு வந்தவள், எனக்கு ஏன் வேலை செய்யவேண்டுமென்றும், எனக்குத் தெரிந்தபடி செய்வேன், யாருக்கென்ன' என்றும் தெம்பாகப் பேசுகிறார்கள்.

'சீதனம் கொண்டுவந்தவர்களானாலும், வேலைகளை அந்தந்த இடத்துக்குத் தகுந்தவாறு செய்யவேண்டும். நீ இப்படி அழுவதும் கோபிப்பதும் சரி இல்லை' என்று சொல்லிவிட்டாலும், வேறு எதாவது சொல்லிவிட்டாலும், பெற்றோரிடத்துப் புகார் சொல்லி, புருசனிடத்திலும் இங்கு நடப்பது ஒருவிதமானால் அவனிடம் சொல்லுவது வேறுவிதமாகச் சொல்லி, அவன் மனதையும் மாற்றிவிடுகிறார்கள். கொஞ்ச நாளைக்குள்ளே குழப்பங்களும் சண்டைகளும் வந்துவிடுகிறது.

மாமியாக்காரி, "வேலை குற்றங்களுக்குத்தானே உன்னிடம் இப்படிச் செய்வதை அப்படிச் செய்தால் நன்றாயிருக்குமென்று சொன்னே. நீ உன் புருசனிடம் நடந்ததை விட்டுவிட்டு வேறாகச் சொல்லி பகையை உண்டாக்குவது சரியா" என்றால், "ஓம்மொவன நீயே வச்சிக்கிடப்புடாதா? பொண்ணு ஏன் கட்டுனா?" என்றெல்லாம் சொல்லிப் பகையை வளர்த்துவிடுகிறார்கள்.

புருசனிடத்தில் அவள் மனதில் நினைத்ததை எல்லாம் தலையணைமந்திரமாக ஓதுகிறாள். அவனும் மந்திர வார்த்தை யாக ஏற்றுக்கொள்கிறான். எல்லாரையும் அவனும் பகைக்கிறான். நடந்ததைச் சொன்னால், 'நீங்கள் சொன்னதும் செய்ததும்தான் குற்றம்' என்கிறான்.

'இனிய பிறவியையும் இன்பமுள்ள தாயாரையும் கடுகவே மறக்கவைத்தாள் என் கட்டழகிப் பொண்டாட்டி' என்ற பழங்கதைக்கு இணங்கி, பெண்டுக்கு அடியானாகி, "நம்மைக் காண விடமாட்டார்கள், வேறே எங்காவது போய்விடுவோம்" என்று வேறு பிரிந்துவிடுகிறார்கள்.

இளையநாடான் பெஞ்சாதி இந்தப் புதுமுறையில் நடந்து கொள்ளவும் இல்லை. தாயார் வீட்டிற்குப் போய்விடவேண்டும் என்று அப்போ நினைக்கவும் இல்லை. எப்படியாவது நல்ல முறையில் திருந்திவிடவேண்டும் என்று, நாளேறநாளேற நன்றாய்த் திருந்தி நல்ல பெயரும் பெற்றுவிட்டார்கள்.

சில சமயங்களில் எங்கள் தகப்பனார் சாப்பிட வரும்போது, "நாடாச்சி, ஒங்க அய்யா சாப்புட வாறவ, நீ சோறு போட்டுக் குடம்மா" என்று சொல்லுவார்கள்.

நான், "நீங்க போட்டுக் குடுத்தா என்ன" என்று சொல்லுவேன். "அது நீ குடுத்தா ஒண்ணுஞ் சொல்லமாட்டார்கள். நாங் குடுத்தா எதாவது ஒரு குற்றஞ் சொல்லுவார்கள்" என்று சொல்லுவார்கள்.

எங்கள் பாட்டியாகிய பெரிய அம்மை நாங்கள் குற்றம் செய்தால் கடினமாகக் கோபிப்பார்கள். எங்கள் சின்னம்மயைத் தாயும் பிள்ளையும் போலவே அன்பாக வைத்திருந்தார்கள். இவ்விதமாக மாதங்கள் கழிந்து ஒரு வருசம் ஆனது.

இவர்களுக்கு வயிற்றில் கர்ப்பம் ஆகியும் ஏழு மாதம் ஆனது. தகப்பனார் இன்ன நாள் கூப்பிட வருவோம் என்று சொல்ல வந்தார். வந்தவரிடத்தில் எதோ ஒரு சிறிய குற்றத்தை மனதில் வைத்துக்கொண்டு என் தகப்பனார் விடமாட்டேன் என்றார். அவரும் போய்விட்டார். நாலைந்து நாள் கழிந்து, தாயும் தகப்பனும் இன்னும் இரண்டு பெண்களுமாய்க் கூப்பிட வந்தார்கள்.

எங்கள் தகப்பனார் 'பிடித்தான் சாய்த்தான், பின்துடர்ந்தான் மாற்றான்' என்று, ஒரே பிடிவாதமாக விடமாட்டேன் என்றார். தாயும் மகளும் ஒருவரை ஒருவர் கெட்டி அழுதார்கள். எங்கள் பெரியம்மை எவ்வளவோ சொல்லியும் எங்கள் தகப்பனார் பிடிவாதமாய்ப் போகவேண்டாம் என்று சொல்லிவிட்டு வெளியே போய்விட்டார்.

"பொக்கணும் கெடுத்தானே! பெரிய இடம் இதப்போல கெடயாதுண்ணி சொல்லி தாலியறுத்துக் குடுத்தானே! பாவி! நான் என் புள்ளயக் காணாம தாயத்த புள்ளயாகிவிட்டாளே!" என்று சொல்லி அழுதாள் தாயார். ரகசியமாகத் தாயும் மகளும் என்ன பேசினார்கள் என்பது யாருக்கும் தெரியாது. தாயார் போய்விட்டாள்.

'பாம்பறியும் பாம்பின்கால்' என்றது போல் தாயார் போன பிறகு சித்தியார் அழுகையை மாற்றிவிட்டு, எப்போதும் போல எல்லாரிடமும் சந்தோசமாய் இருந்துகொண்டார்கள். நாலைந்து நாள் கழிந்தது.

10

சனிபகவான் இருவரையும் பிரித்து வைத்து விட்டான் என்று சொல்லும்படி, ஒருநாள் பகல் நேரத்தில் ஒருவருக்கும் தெரியாமல் தன்னுடைய நகைகளும் துணிகளும் எடுத்து மறைத்து வைத்துக் கொண்டு, ராத்திரி சாமம் மறிந்த நேரம் மூன்று மணி நேரத்துக்குள் எழுந்திருந்து, எங்கள் தகப்பனாரிடம் 'கிணத்தில் போய் குளிச்சிக்கிட்டு வாறேன்' என்று சொல்ல, அவரும் உறக்கச்சடவில் 'போ' என்றார். அன்போடும் ஆசையோடும் பக்கத்தில் வைத்திருக்கும் பெரியம்மையிடமும் சொல்லாமல், நகைப்பொட்டணத்தையும் எடுத்துக்கொண்டு, தனியாகவே தாய் வீட்டுக்கு, 'அட்டையைப் பிடித்துத் தொட்டிலில் போட்டால் அது புழுக் குழியைத் தேடி ஓடுவதுபோல,' ஓடிவிட்டாள்.

இவர் பதிவாய் முழிக்கும் நேரம் ஐந்து மணிக்கு எழுந்து, வாய் கொப்பளித்து வெற்றிலை போட வந்தவர் குளித்துவிட்டு வாறேன் என்று சொல்லிப் போய் 'நேரமாச்சே காணவில்லையே' என்று, எழுந்து போய் கிணற்றைப் பார்த்தார். இல்லை, துணி காயப்போடும் இடத்திற்கு வந்தார். அங்குமில்லை.

வீட்டில் வந்து "எம்மா இவா குளிச்சப் போறேண்ணு சொன்னா. நேரம் விடியிற வேளை யாச்சு. காணவில்லையே" என்றார். பெரியம்மை உடனே தட்டின்* மேலே போய், நகை வைத்திருந்த பெட்டியைப் பார்த்தார்கள். காணவில்லை. துணிகளைப் பார்த்தார்கள். இல்லை. கீழிறங்கி வந்து, "உருப்படியும் இல்லை சீலத் துணியும் ஒண்ணும் காணவில்ல. தாய் வீட்டுக்கு விடமாட்டேனென்னு சொன்னதுனால அங்கதாம் போயிட்டாளோ, தெரியயில்லியே! பாவிமட்ட நடுச்சாமத்தில

* தட்டு – மாடி

ஒத்தயில எறங்கிப் போயிட்டாளே" என்று மார்பில் அடித்துக்கொண்டார்கள்.

'ஆழ விழுந்த வயிறும்* அங்காடிப்பட்ட மனமுமாக' கையில் ஒரு பிரம்பை எடுத்துக்கொண்டு எங்கள் தகப்பனார் ஓடினார். ஆபத்து வந்ததே என்று முன்னும் பின்னும் பார்த்துப் பார்த்து ஓடினார். தாமரைக்குளம் ஊர்வரை (சுமார் 20 கிலோ மீட்டர் தூரம்) ஓடியும் கண்ணில் காணவில்லை. சாமித்தோப்பு ஊரும் கடந்துச் சங்கரன் வளைச்சல் போய்ச்சேர்வதற்கு சற்று முன்னாலே அந்த அம்மாள் போய்ச்சேர்ந்தாள். உடனே தாயாரிடம் 'நான் தனியாக ஒருவரிடமும் சொல்லாமல் வந்து விட்டேன்' என்றாள்.

தாய்க்காரி 'அய்யோ' இனி இங்கே வந்து கண்டுவிட்டால் கொன்னு போடுவானே, என்று பயந்து, அவள் தங்கச்சி வீட்டில் கூட்டிக்கொண்டுபோய் மறைந்து இருக்கச்சொல்லி இருத்தி விட்டு, வெளியே வந்து இவர் வருகிறாரா என்று பார்த்துக் கொண்டே இருந்தாள். நேரமும் கிழக்கு வெளுத்துவிட்டது.

இவரும் போய்ச்சேர்ந்தார்.

"மகா இங்கே வந்தாளா" என்று உரத்த குரலில் கேட்டார்.

"ஏ பாவீ! எம் புள்ளய அடிச்சிக் கொன்னுக்கிட்டு இஞ் சயில்ல தேடி வந்திருக்கான் சண்டாளன்" என்று சத்தம் போட்டு ஒப்பாரி வைத்தாள்.

இப்படி இவள் சொல்லி முடிப்பதற்குள்ளே, "அடி செறுக்கி என்ன சொன்ன" என்று சொல்லிக்கொண்டே கையிலிருந்த பிரம்பையும் ஓங்கிக்கொண்டே ஓடினார் என் தகப்பனார்.

அவள் ஓடி வீட்டுக்குள் நுழைந்து கதவைப் பூட்டிக் கொண்டாள்.

இவர் வாயில்வந்தவாறு பேசிக்கொண்டே, கதவைக் காலால் உதைத்தார்.

இந்தச் சத்தங் கேட்டதும் பக்கத்துவீட்டுச் சொந்தக்காரர் களெல்லாம் ஓடிவந்து என்னவென்று விசாரித்தார்கள்.

இவர் நடந்த காரியங்களைச் சொல்லாமல், "எடுக்கத் தகாத இடத்தில பொண்ணெடுத்து கேவலத்துக்காளானேன்" என்றார்.

அந்தப் பெரிய வீட்டில் உள்ளவர் ஓடிவந்து வீட்டுக்காரரிடம் போய் என்னவென்று விசாரித்தார். அவர் 'மகள் தனிமையாய் ராத்திரி வந்துவிட்டாள்' என்றார்.

---

* ஆழ விழுந்த வயிறு – குழி விழுந்த வயிறு

கேட்டதும் தலைகுனிந்து கொஞ்சநேரம் நின்றுவிட்டு, மறைத்துவைத்திருந்த அம்மாள் இருக்கும் இடத்திற்குப் போய் பார்த்துவிட்டு வெளியே வந்து, கோபத்தோடு பேசிக்கொண்டே நிற்கும் மருமகன் பக்கத்தில் வந்தார்.

"அய்யா, ஈத்தாமொழி நாடான், வாருங்கள். உங்கள் முன்னோர்கள் செய்த புண்ணியத்தினாலும், தெய்வ உதவியாலும், ஆபத்து ஒன்றும் இல்லாமல் வந்து இங்கதான் இருக்கா. ஆனால் அழிந்தவர் யாருமில்லை. வையகத்தில் பெண்ணாலழிந்தவர் போத உண்டு. பொம்பளைக்கு அறிவு யாது? அறிவு கெட்ட பொண்ணால ரெண்டு எடத்துக்கும் கேவலமாச்சு. இப்ப இந்தப் பொண்ணாப் பொறந்தவ, சத்தம் போட்டு ஊரைக் கலச்சிட்டா. நீங்க பெரிய எடத்துப்புள்ள. சத்தம் போடாம வாருங்க" என்று, ஒவ்வொன்றாய் சொல்லிச்சொல்லித் தள்ளிக்கொண்டு போய் அவருடைய வீட்டுக்குக் கூட்டிக்கொண்டு போனார். இவருடைய கோபத்தைத் தணிப்பதற்கான வார்த்தைகளைச் சொல்லி சமாதானப்படுத்திப்பார்த்தார்.

இவருக்குக் கோபம் தணியவில்லை. திரும்பவும் அவர், "அய்யா, நீங்க இப்ப கோவம் பாவமா போய் ரெண்டு அடிய அடிச்சாலும் மோசம் வரும். அவா சும்மா இருக்கவளா? நிறைசூலியாயிருக்க. நான் இப்ப போய் பாத்தேன். ராத்திரி ஒத்தயில ஓடி வந்ததுனால உள்ள நடுநடுக்கமும், நீங்க என்ன செய்வியளோ என்கிற சங்கடமும் சேந்து, தண்ணியா வேத்து மயங்கிக்கெடக்கா. பாத்து எனக்கும் பயமாயிருக்கு" என்றார்.

"வெத்தில போடுங்க" என்றார். "கொஞ்ச நேரத்துக்குள்ளே பல்லுத்தேச்சி காப்பி குடிக்க வாருங்க" என்றதும், இவர் "எனக்கு காப்பியும் வேண்டாம், ஒரு மயிரும் வேண்டாம்" என்று சொல்லிவிட்டு வீட்டிற்கு வந்துசேர்ந்தார்.

வீட்டில் வந்து எங்கள் பெரியம்மையிடம் நடந்த கதைகளைச் சொல்ல, அவர்களுக்கும் தன் கவலைகளுக்கு மேலாக இந்தக் கவலையும் ஒருபுறம் வருத்தியது. 'உலை வாயை மூடினாலும் ஊர் வாயை மூட முடியாதல்லவா.' ராத்திரி இறங்கிப் போய்விட்டாள் நாடான் பொண்டாட்டி என்ற பெயர் ஊர்எங்கும் பரவியது. சிலர் சங்கடப்பட்டார்கள். சிலர் ரொம்ப சந்தோசப்பட்டார்கள். "எங்களுக்கு மேலானவர்கள் இல்லை என்று பகட்டுவார்களே, நாங்கள் முட்டாங்குக்காரக் குடும்பம், வெளியே வராதவர்கள் என்றெல்லாம் சொல்லுவார்களே, இப்ப எளய நாடான் பொண்டாட்டி ராத்திரி எறங்கி ஓடிட்டாளே, எனி எல்லாரு

மூக்கப் புடிச்சிக்கிட்டுச் சாவட்டு” என்றும், இன்னும் பல விதமாகவும் சொல்லிச் சிரித்தார்கள்.

இந்த வார்த்தைகள் குடும்பத்தார்கள் எல்லாரையும் குறைப்படுத்தியது. பக்கத்துவீட்டுக்காரி அச்சம்பாட்டு நாடாச்சியிடம் இந்தக் கதையை லேசாகத் துடங்கினாள்.

அதற்கு அவர்கள் “நீ இப்படிச் சொல்லவேண்டாம். எங்க குடும்பத்தில் பிறந்த பெண்கள் யாராவது போனாலோ இல்லது இளைய நாடானோடப் பெறந்தாளோ, மகளோ இப்படிப் போனால் எங்களை நீ குறை சொன்னா அது சரி. இவள் ஒன்னப்போல உள்ள ஒரு கொறஞ்ச குடும்பத்தில் உள்ளவளானதினால ‘கொலத்துக்குத் தக்க கொணமும் இருக்கு’ எண்ணு சொல்லுவது போல, அவ போனா. எங்களுக்கு கொற இல்ல” என்று சொன்னார்கள்.

இவ்வாறாக ஒரு மாதம் கழிந்ததும், ஓடிப்போன அம்மாளுக்கு மாதம் எட்டு முடிந்தது. ஒன்பது துவக்கத்தில் குழந்தை பிறந்தது. எங்கள் தகப்பனார் கோர்ட்டுக்குப் போன இடத்தில், ஒரு ஆண் குழந்தை பிறந்ததாகவும், நாள் சரியாகாதது போல் இருக்கிறது என்றும் அறிந்தார். இன்னும் ஒருவாரத்துக்குள் குழந்தை இறந்துபோனது என்றும் அறிந்தார். மேலும் மேலும் தீராத கவலைக்குள்ளானார். என்ன செய்வார்? விதியை வெல்ல யாராலும் முடியுமா? முடியவே முடியாது என்று வருந்திக் கொண்டிருந்தார்.

காந்தவாதத்தில் கஷ்டப்பட்ட அம்மாள் மூன்று நாலு மாதமான பிறகு சுகமாகி, தான் செய்த குற்றத்தை உணர்ந்தும், பிள்ளை இறந்த கவலையும் சேர்ந்து மனதை வருத்த, அழுத கண்ணும் தளர்ந்த மனமுமாய் ‘வாழாப் பிள்ளை தாயோடு’ என்றதுபோல் இருந்தாள்.

ஆறு மாதத்துக்குப் பிறகு தகப்பனாரிடத்தும் சிற்றப்பனார், பெரியப்பனாரிடத்திலும் அவர்களுக்கு வேண்டியவர் களிடத்திலும் சொன்னாள்.

அவளுடைய பரிதாபநிலமையைப் பார்த்து, இவள் இங்கே இருந்தால் அழுது செத்துப்போவாள் என்று நினைத்துக் கொண்டு, நாமாள் நாலு பேராப் போய் அவரை சமாதானப் படுத்திவிட்டு வரலாமென்று, அதற்கு வேண்டிய ஆள்கள் சிலரைக் கூட்டிக்கொண்டு வந்தார்கள்.

வந்தவர்களைக் கண்டு இளையநாடான் என்னவென்று விசாரித்தார். வந்தவர்கள் சில வார்த்தைகளைச் சங்கடமாகச்

சொன்னார்கள். ஒருவர் அந்த அம்மாள் இருக்கும் நிலையைப் பற்றிச் சொன்னார். ஒருவர் 'அய்யா, நடந்ததெல்லாம் நீங்க மனம் பொறுக்கணும்' என்றார். இளையநாடானுக்கு மேலும் மேலும் கவலைகளானாலும், கோபம் அதிகப்பட்டுக்கொண்டிருந்தவர் சொன்னார். "நான் ஒரு ஆண் குழந்தைக்காகத் தெரியாத்தனமாய் உங்களிடத்தில் வந்து பெண்ணைக் கெட்டி, கேவலத்துக்கும் ஆளாகி, பிறந்த பிள்ளையும் குடுத்துவைக்காமல் போய்விட்டது. எனக்கு அவள் எனி வேண்டாம்" என்றார்.

அங்கிருந்து வந்தவர்களில் ஒருவர் அவர்கள் ஊருக்குப் பக்கத்து ஊராகிய ஆண்டித்தோப்பு என்னும் இடத்திலுள்ள கிறிஸ்தவர்களைச் சேர்ந்தவர். அவர் இந்த இளைய நாடானுக்கு நெருங்கிய சிநேகமுள்ளவர் ஆனதினாலும், இவர் கையைப் பிடித்துக்கொண்டு, கோபம் மாறும்படி கிறிஸ்தவக் கதைகளையும் சொல்லிவிட்டு, வேறு நாட்டுநடப்புக் கதைகளையும் சொன்னார்.

"நாலு நாளைக்கு முன்னால் நான் அந்த அம்மாளைப் பார்க்கப் போனே. அவர் இருக்கிற நிலமையப் பார்த்து 'இவ இங்க இருந்தால் செத்துப்போவாள்' என்று நினைத்தேன். அவள் செய்த குற்றத்தயும், பிள்ளை இறந்ததும் சொல்லி அழுது, நேரே சாப்பிடாமலும் இருக்கிறவள், என்னைக் கண்டதும் 'மாமா, நான் செய்த குத்தம் பொறுத்து, என்னக் கொண்டு விட்டுருங்க'ளென்று அழுதாள். அவள் இருக்கிற நிலைமயப் பாத்துத்தான் நான் இங்க வந்தேன். நீங்கள் பெரியயிடத்துப் புள்ள. அவள அங்கே இருத்தினா உங்களுக்கு மேலும் மேலும் கேவலந்தான். அறிவு கொறஞ்ச எடத்தில உள்ளது. நான் கூட்டிக்கொண்டு வந்து விட்டுறேன். நீங்க கோபத்தக் குறைக்கணும்" என்று சொல்லி எங்க பாட்டியாரிடமும் சமாதானமாய்ச் சொல்லிவிட்டுப் போனார்கள்.

நாலய்ந்து நாள் கழிந்தது. வயிற்றில் பிள்ளையும் கையில் ஐயாயிரம் ரூபாய்க்குள்ள நகைகளும் கொண்டு நடுச்சாமத்தில் தனிமையாக ஓடிப்போன அம்மாளை, சொல்லவேண்டிய புத்திமதிகளையுஞ்சொல்லி, 'படிகடவாத பாவைமார்களைப் போல்' ஒரு வில்லுவண்டியில் முன்னும் பின்னும் படுதாப் போட்டு மறைத்து, ரெண்டு பெண்களும் நாலைந்து ஆண்களும் துணையாகக் கூட்டிக்கொண்டு வந்துவிட்டார்கள்.

வந்ததும் பெரிய அம்மையாரைக் கட்டி அழுதாள். இவள் வந்ததைக் கண்டு 'கிணறு வெட்டப் பூதம் வந்ததுபோல' பல ஜாதிப் பெண்களும் வந்து கூடினார்கள். ஒவ்வொருவரும் குற்றங்குறைகளைச் சொல்லிக் கோவப்பட்டு, நாங்களெல்லாம்

நீ ஒரு பெரிய குடும்பத்தில் வந்திருக்கிறாய் என்று குற்றங்குறை களைத் திருத்தி, பேசத் தெரியாத உன்னை நல்லமுறையில் பேசப்பழக்கி, நல்லவளென்று சொல்லிவந்த பெருமை எல்லாம் ஆற்றில் கரைத்த புளி ஆக்கிவிட்டாயே, என்று சொல்லிப் பேசினார்கள்.

கோர்ட்டுக்குப் போன இளையநாடானும் சாயங்காலம் வந்தார். ஆள்கள் கூடி இருப்பதைக் கண்டு வந்துவிட்டாளென்று நினைத்துக்கொண்டு வீட்டுக்குள் நுழைந்தார்.

காறித் துப்பிக்கொண்டு, கையும் ஓங்கிக்கொண்டு ஓடினார். அம்மாளுக்குத் துணையாக வந்த கிறிஸ்தவப் பெரியவர் ஓடிப் போய் பிடித்தார்.

அந்த அம்மாள், "நாஞ் செய்த குத்தத்தயெல்லாம் பொறுத்துக்கிடுங்க. எனி ஒங்க சொல் மீறி நடக்க மாட்டேன்" என்று அழுது மன்னிப்புக் கேட்டாள். பெரியம்மையாரும், "எப்பா எனி அடிச்சி புடிச்சி என்ன செய்ய? பானையா சட்டியா மாத்தி எடுக்க. எனி இருந்துக்கிட்டுப் போட்டு. நாய அடிச்சி பல் இளி பாக்கவா" என்றார்கள்.

அன்று ராத்திரி வந்தவர்களெல்லாம் தங்கிவிட்டு, மறுநாள் வீட்டுக்குப் போனார்கள். இவரும் கோர்ட்டுக்குப் போனார். 'கோடிக் குற்றம் செய்தாலும் கொண்டணைப்பான் கொழுநன்' என்றது போல் கொஞ்சநாள் பேச்சில்லாமல் வந்தது. வருசமும் ஒன்று கழிந்தது.

ஒரு வருசத்துக்குப் பிறகு இரண்டாவது பிள்ளை உண்டாகி இருந்தாள். ஒன்பதாவது மாதம் தகப்பனார் வந்து, "நான் புள்ளய கூட்டிக்கிட்டு போறேன். சந்தோசமா அனுப்பி விடுங்க" என்றார். மேலும், "மகளை ரெண்டு வருசமாக் காணாம தாய்க்காரி ஏம்புள்ளய காணாமா இருக்க முடியல்ல. காணுவனோ, காணாமத்தான் போறனோ எண்ணி எந்த நேரமும் அழுது எழுந்திருக்கக்கழியாதவளா இருக்கா" என்றும் சொன்னார். இளையநாடானுக்கு அங்கே விட மனமில்லை. இருந்தாலும் உள்பயம் இன்னும் எப்படியோ?

'முன்ன பட்ட புண் முதுகினில் இல்லையோ? மோசம் போய் பின்னும் ரோசம் வந்துவிடக் கூடாதே' என்று அனுப்பி விட்டார். 'கட்டா கருவாட்டுக்குச் சுட்டாலும் சுணை* இல்லை' என்றது போல அந்த அம்மாள் திரும்பவும் தாய் வீடு போய்ச் சேர்ந்தவள், பத்து மாதமும் திகைந்து ஆண் குழந்தை பெற்றாள்.

---

* சுணை – சுரணை

அம்மாளுக்குக் காந்தவாதம் பிடித்து வருத்தியது. குழந்தைக்குத் தாய்ப்பால் இல்லை. குழந்தைக்குக் கொடுக்கவேண்டிய முறையிலுள்ள பக்குவம் செய்யத் தெரியாமல், குழந்தை நாளுக்கு நாள் தேய்ந்துகொண்டே வந்தது. எல்லா விவரங்களும் அறிந்தும் இளைய நாடான் பார்க்கப் போகவும் இல்லை.

மூன்று மாதமாய்க் கஷ்டப்பட்டு, கரையேறி, நாலாவது மாதம் தாயும் சேயுமாய் வீடுவந்துசேர்ந்தார்கள். தாயைப் பார்த்தால் தாயைப் போலும் இல்லை. சேயைப் பார்த்தால் சேயைப் போலும் இல்லை. 'ஆளப் பாத்தா அழகுபோல, ஆளுக்க வேலையப் பாத்தா எழவு போல' என்பார்கள்.

குழந்தை தலையும் முகமும் ஒரு பனங்கொட்டைபோலவும், கயிற்றுத் துண்டை ஒட்டிவைத்ததுபோல் கழுத்தும், இரண்டு சுள்ளிக்கம்பு போன்ற கையும் காலும், சுரிப்புச் சுரிப்பாய்ச் சுருங்கிய தோலும், சிவப்பு நிறமும், அழுவதற்குச் சக்தியற்ற குரலும், அரைக்கண் பார்வையுமாய்க் காட்சியளித்தது. அரை (இடுப்பு) என்று சொல்லும் இடத்தில் வெள்ளை நூலைக்கெட்டி இருந்தது. அதில் சுற்றிப் புலிநகமும், நரிப்பல்லும் பனை ஓலையில் நறுக்கெழுதி மடித்து நூலில் கெட்டிய துண்டும், அரையைச் சுற்றித் தொங்க, கழுத்தில் நாய் வேப்பங்காயும் நூலில் கோர்த்து, நடுமத்தியில் செம்பினால் செய்த நாய் உருவையும் சேர்த்துக் கோர்த்துப் போட்டிருந்தது. குழந்தைக்கு நகைக்குப் பதிலாக இந்த மாலைகள் போடப்பட்டிருந்தன.

தகப்பனார் ஆண் குழந்தை என்றதும் ஆசையினால் வந்து பார்த்தார். அணிந்திருந்த ஆபரணங்களை எல்லாம் அறுத்தெறிந்தார். மேலே போட்டிருந்த துணியையும் களத்தி எறிந்தார். கையில் கட்டி இருந்த மஞ்சள் நூலையும் அறுத்து எறிந்துவிட்டார்.

பசுவின் பால், சவ்வரிசிக் கஞ்சி, கூவரகுக் கூழ் இவைகளை வேளைக்கு ஒன்றாகக் குழந்தைக்கு ஆகாரம் கொடுத்து பெரியம்மா வளர்த்தார்கள். குழந்தைக்குச் சுருங்கிக்கிடந்த தோல் நிமிர்ந்து, பிள்ளை என்று சொல்லும் அளவுக்கு வந்து, சிரித்து விளையாடி இருக்க, தவழப் படித்து, இரண்டு வயது பருவம் வந்தது.

அம்மாவுக்கு மூன்றாவது கர்ப்பம் வந்தது. பத்து மாதம் ஆகும் வரையிலும் கூப்பிட யாரும் வரவில்லை. வீட்டிலேயே இருந்து ஆண் குழந்தை பிறந்தது. காந்தவாதம் வராமல் இருக்க மருந்துகள் செய்ததினால் வாதம் வரவில்லை. ஆனா குழந்தை நாலு மாதம் ஆனதும் இறந்துபோனது. ஒரு வருசமும் கழிந்தது.

கர்ப்பமானாள். மாதங்கள் திகைந்தது. யாரும் வரவில்லை. நாலாவதும் ஆண் குழந்தைதான் பிறந்தது. காந்தவாதம் வரவில்லை. குழந்தைக்குத் தாய்ப்பாலும் இல்லை. கூவரகுக் கூழும், சவ்வரிசிக் கஞ்சியும், பசுவின் பாலும் கொடுத்து வளர்த்தார்கள். குழந்தை நல்லமுறையில் வளர்ந்துவந்தது.

நாலு பிள்ளை பெற்று இரண்டு பிள்ளையாவது கிடைத்தது. 'போதும் என்ற மனமே பொன் செய் மருந்து' என்று சொல்வது போல, போதும் என்ற ஆசையோடு பிள்ளைகளுக்குப் பெயரிட்டார். மூத்த குழந்தைக்கு 'துன்பம் தீர்க்கவந்தவன் என்று பெருமைப்பட்டு, 'ராஜா'வென்று பெயரிட்டார்.

கோர்ட்டில் வக்கலாத்துப் பேசுகிற வக்கீலுக்கு ராஜாங்கம் என்று பெயர். அவரை எப்போதும் ஞாபகப்படுத்துவதற்காக அந்தப் பெயரை இளைய மகனுக்கு ராஜாங்கம் என்றும் பெயர் கட்டி, நாளொரு மேனியும் பொழுதொரு வண்ணமுமாக வளர்த்தார்கள்.

இளையநாடானுக்கு மூன்று ஆணும் இரண்டு பெண்ணும், ஆக ஐந்து பிள்ளைகளும் வளர்ந்தன.

11

இளைய நாடானுக்கு முதல் தாரத்தில் பிறந்தது இரண்டு பெண்ணும் ஒரு ஆணும். உள்ளதில் இளையமகளாகிய சின்னத்தங்கம் என்பவளுக்கு அழகிய சௌந்தரி என்று பெயர். கூப்பிடுவது சின்னத்தங்கம்.

சின்னத்தங்கம் தாயில்லாத பிள்ளையாக இருந்ததால் செல்லப்பிள்ளையாகவே வளர்ந்தாள். பூமாத்தியன்விளை பள்ளிக்கூடத்தில் படித்து முடித்த பின், பக்குவமடைந்து வீட்டிலானாள்.

வீட்டிலான பிறகு சமையல் வேலை என்பதை எட்டிக்கூடப் பார்க்கமாட்டாள். காலையிலும் மாலையிலும் வீடு, முத்தம் பெருக்குவாள். இரண்டு வேளையும் பாத்திரங்கள் பூசுவாள். மற்ற எந்த வேலையிலும் ஈடுபடமாட்டாள். சில வேளைகளில் மிளகு அரைத்துத் தரச்சொன்னால் மாட்டேனென்று ரெண்டு வெடிவெடிப்பாள். திரும்பத்திரும்பச் சொன்னால், உபத்திரவம் பொறுக்காமல் வந்து, எடுத்துவைத்திருக்கும் மிளகை அம்மியில் வைத்து அரைக்கத் தெரியாதவள் போல குழவியை உருட்டிக் கொண்டே இருப்பாள். ‘இழுத்து அரச்சிச் சீக்கிரமத் தந்திரு’ என்று யாராவது சொல்லிவிட்டால் அப்படியே வைத்துவிட்டுப் போய்விடுவாள். எங்கள் பெரியம்மையார் சிலவேளைகளில் தலையில் குட்டிவிட்டு, பழைய காலத்து முறையில் இரண்டு வார்த்தைகளைச் சொல்லி ஏசுவார்கள். இவளும் அதேபோலப் பேசிச் சண்டைபோடுவாள்.

புதுக்குடியிருப்புக் குட்டிக்கண்ணு வந்து பொறந்திருக்காள் என்று சொல்லுவார்கள். அவள் “நீ தான்ளா குட்டிக்கண்ணு” என்று திரும்பச் சொல்லுவாள். சண்டை போட்டுவிட்டு கொஞ்ச நேரம் அழுவதும், கொஞ்சநேரம் கோபமாய் இருப்பதுமாய் நேரம் போக்குவாள்.

ஒரு நாள் வேலை செய்யமாட்டேனென்று சண்டை போட்டு எல்லாரையும் ஏசினாள். அந்தச் சமயத்தில் எங்கள் தகப்பனார் இவள் பேசுவதை எல்லாம் கேட்டுக்கொண்டே வந்தார். ரெண்டு அடி போட்டு, "எனி இப்படி ஒருத்தரையும் ஏசாதே" என்று தன் வாயில் வந்தவாறு, "செறுக்கியுள்ளா, பொம்பிய உள்ளா" என்று பேசிவிட்டு வெளியே போய்விட்டார். அவர் போன உடன், செத்துப் போணும் என்று நினைத்து எங்கள் தகப்பனாருடைய மருந்து டப்பியைத் திறந்து, நாலு மாத்திரை களை எடுத்து ஒருவருக்கும் தெரியாமல் தின்றுவிட்டாள்.

சிறிது நேரத்துக்கெல்லாம் வாந்தியும் பேதியும் உண்டானது. கொஞ்சநேரம் கழிந்ததும் மயக்கம் வந்தது. இவள் ஏதோ மருந்தை எடுத்துத்தான் தின்றிருப்பாள் என்று கேட்டுப் பார்த்தோம். சொல்லவில்லை. ஓடஓட வாந்திபேதி. என்ன செய்வது? ஒருவருக்கும் தெரியவில்லை. சுக்கு, மிளகு, கசாயம் கொடுத்தோம். குடிக்கவில்லை. 'மன முரண்டுக்கு மருந்துண்டா' என்பது போல் ஒருவரும் பேசவில்லை.

கொஞ்சநேரம் கழிந்து எங்க தகப்பனார் வந்து, அறிந்து கேட்டார்கள். சொல்லவில்லை. 'அடிப்பேன் சொல்லிவிடு' என்றதும் பயந்து, "ஒங்க டப்பியிலிருந்த மாத்திரையைத் தின்றேன்" என்றாள்.

அது வாளம் சேர்ந்த மாத்திரை. விசமருந்து ஆனதினால் வாந்தி பேதியும் மயக்கமும் வந்தது என்று அந்த மாத்திரையை முறிக்கும் வேறு கசாயமும் மாத்திரையும் சேர்த்துப் பக்குவப் படுத்திக் கொடுத்தும் வாந்திபேதி குறைந்து சுகம் வந்தது. 'இந்த மருந்தை ஏன் தின்னா' என்று கேட்டதற்கு, 'நீங்கள் அடித்ததி னால் செத்துப்போகணும் என்று தின்னேன்' என்று சொன்னாள். 'இனிமேல் இப்படி நீ தின்றால் நானே உன்னை கொன்று போடுவேன், மரியாதையா இருந்துக்கோ'வென்று அதட்டினார் அய்யா.

அவள் வீட்டில் ஆவதற்கு முன்னால் ஒருநாள் நெல் அவித்த குட்டுவத்தை ஓடையில் கொண்டுபோய்க் கரியைக் கழுவிக் கொண்டுவரப்போனாள்.

இவள் குட்டுவம் கழுவப்போனதும் இசுலாம் தெருவிலிருந்து நன்றாய் பழகிய ஒரு வாலிபப்பையன் – கலியாணமாகும் பிராயம் உள்ளவன் – குளிப்பதற்கு வந்தான்.

இவள் கரியைக் கழுவிக்கொண்டே நின்றாள். அவன் 'தங்கம், சீக்கிரம் கழுவிவிட்டு விலகு. எனக்குக் குளிக்கணும்,' என்று சொன்னான். அவனை எப்போதும் விளையாட்டுப்

பேச்சுகள் சொல்வதுபோல அன்றும் 'நீ இங்கே குளிக்க வேண்டாமென்று' சொல்லிக்கொண்டு நின்றாள்.

அவன் கிட்ட வந்து "அது என்னத்தப் போட்டுக் களுவுயா" என்றான்.

அவள் "அதா ... பன்னிக்குடல் கழுவுயேன்" என்றாள். அவனுக்குக் கோபம் வந்தது. என்ன செய்வான் பாவம், பன்னி என்ற வார்த்தை அந்த ஜாதிக்காரர்களுக்குள் சொல்லுவார்கள். மற்றவர்கள் சொல்லிவிட்டால் உடனே அடித்துவிடுவார்கள். இப்படி இருக்க, அவள் சொன்னதும், இது பெரிய இடத்துப் பிள்ளை ஆச்சே, நம்மோடும் எப்போதும் விளையாட்டுப் பேச்சுகள் பேசுவது போலச் சொன்னாலும் இதைத் தட்டிவைக்க வேண்டும் என்று எங்க வீட்டுக்கு வந்தான். அவன் வருவதற்கு முன்னாலே இவளும் குட்டுவத்தையும் தூக்கிக்கொண்டு வீட்டில் வைத்துவிட்டு, எங்கள் பழய வீட்டுக்கு ஓடிவிட்டாள்.

அந்த சாய்புப் பையன் வெளியே நின்று, "நாடான் நாடான்" என்று கூப்பிட்டான். எங்க தகப்பனார் "தம்பீ என்ன" என்று கிட்டப் போனார்கள். அவன் நடந்ததைச் சொல்லி விட்டு, காதுக்குள் ரகசியமாய், "பண்ணிக்குடலைக் கழுவுயேன் என்று பிள்ளை சொன்னது" என்றான். ஆனால் "ஓங்க புள்ள ஆனதுநால நான் இண்ணு உட்டுட்டேன். மற்ற எதாவது பிள்ளைகள் சொல்லி இருந்தால் அடிச்சிக் கொன்னு ஆத்திலே போட்டிருப்பேனென்பது உங்களுக்கே தெரியுமில்லயா" என்றான்.

தகப்பனாருக்கு உள்ளே சிரிப்பு, வெளியே கோபமாய், 'சின்னத்தங்கம், சின்னத்தங்கம்' என்று உரக்கக் கூப்பிட்டார். சத்தமில்லை. 'அது எங்கம்மா' என்றார். 'அவள் வெளியே ஓடிவிட்டாள்' என்று சொன்னோம். 'குட்டி கொழுத்தாலும் கொழுப்பு வழுக்கு' என்பார்கள். "தம்பி அது வெளியே விளையாட ஓடிட்டு, வரட்டும்!" என்றார். அவன், "அண்ணா அதை அடிக்கக்கூடாது, இனிமேலும் இப்படிச் சொல்லாதே என்று அதட்டிச் சொன்னால் போதும். பள்ளி நாயனாணயாய் அடிக்கக்கூடாது" என்று சொல்லிவிட்டுப் போனான்.

இவள் நேரம் இருட்டுகிற சமயம் வீட்டுக்கு வந்தாள். வந்தவுடன், "யாமுட்டீ நீ அந்த துலுக்கப் பையனிட்ட அப்புடிச் சொன்னா" என்றார். அவள், "அவன் யாங்கிட்ட என்னத்தப் போட்டுக் கழுவுறா எண்ணான். நான் பன்னிக்கொடல போட்டு கழுவுயன் எண்ணி சொன்னேன்" என்றாள். எல்லாருக்கும் ஒரே சிரிப்பு. தகப்பனார், "செறுக்கியுள்ளா இனிமே இப்படிச் சொன்னா ஒன்ன கொன்னுபோடுவேன்" என்றார். "ஆமா

கொல்லுவாவுளே" என்று சொல்லிவிட்டுப்போனாள் அவள். வேலைகள் செய்யச் சொன்னால் உடனே சண்டைக்கு வருவாள் என்று அவளிடம் ஒருவரும் ஒன்றும் சொல்லமாட்டோம். அவள் தானாகவே எதையும் செய்தால் செய்வாள். இந்த முறையில் இருந்துவருகிறாள். அழகிய சவுந்தரி அம்மாள்.

இளையநாடானின் மூத்த மகனுக்கு நிஜப்பெயர் அழகிய மனகாவலப் பெருமாள். பள்ளிக்கூடத்தில் நாடான் என்று பெயர். வீட்டில் அய்யாவென்றும் அப்பாவென்றும் சொல்லுவார்கள். இவருக்கு சகோதரர்கள் பிறந்தால் நோய் குறையுமென்று ஜோசியன் சொன்னான். ஆனால் இரண்டு சகோதரர்கள் பிறந்தும் நோய் தீரவில்லை. எந்த நாளும் தலைவலி, வயிற்றுவலி, உமட்டல், அஜீரணம் என்று சொல்லுவார். வயலுக்குப்போய் சுற்றிப் பார்த்து வருவார். தோப்புகளில் விழுந்த ஓலைமட்டை களைக் கீறி சாம்பாத்திமார்களை முடையச் சொல்லுவதும் விலைக்குக் கொடுப்பதும்தான் சோலி.

வைத்திய சாஸ்திரங்களை (வாகடங்கள்) எப்போதும் இரவும் பகலும் படிக்கவும் மற்றும் ராமாயணம், பாரதம், நளன்சரித்திரம் அரிச்சந்திரப்புராணம் என்ற கதைகளையும் படித்துப் பொழுதுபோக்கிக்கொண்டிருந்தார் அழகிய மன காவலப்பெருமாள் அய்யா.

இளையநாடானின் மூத்த மகளாகிய அழகியநாயகி அம்மாள் என்பவளாகிய நான் பள்ளிக்கூடத்தில் படிப்பு முடிந்த பின்பு, வீட்டில் ஆனதும் வீட்டு வேலைகளைச் செய்யப் பழகிவந்தேன்.

வீடு முற்றம் பெருக்கி, வரிப்பிடித்து வீடு மெழுகவும், பாத்திரங்கள் தேய்க்கவும், பானைச்சட்டி கழுவி, சமையல் செய்வதும் கொஞ்சநாள் நானே செய்தேன். தெரிந்தும் தெரியாமலுமாய்ச் செய்தேன்.

எங்கள் வீட்டுக்குப் பக்கத்திலுள்ள பல ஜாதிப் பெண்கள் வருவார்கள். கோவில் பூசாரி ஐயரின் பெண்சாதிப் பிள்ளைகளும் வருவார்கள். நான் அவர்களிடமிருந்து கோலம் போடவும், வரி வரியாய்ச் சாணியினால் வீடு மெழுகவும் கேட்டும், அவர்கள் செய்துகாட்டித் தந்தும் பழகினேன்.

கறிகள் வைக்கும் முறைகளும் நாளைக்கொன்றாய்ச் சொல்லிக்கொடுப்பார்கள்.

கவலை

நான் அந்தமுறையில் செய்வேன். முறுக்குச் சுத்தவும், மற்ற பலகாரங்கள் செய்யவும் சொல்லித்தருவார்கள்.

நான் எல்லாவற்றையும் அவர்கள் சொல்லித்தரும் முறையில் செய்து, நாளாகநாளாக வீட்டுவேலைகள் எல்லாம் என் வசத்தில் வந்தது.

காலையில் கஞ்சி வைக்கவேண்டிய நாள் கஞ்சிக்கென்று வேறாக நெல் அவித்துக் குத்திவைத்திருக்கும். உளுந்து தோல் எடுத்த பருப்பு தனியாக இருக்கும். அந்த அரிசியும் பருப்பும் சேர்த்துக் கஞ்சிவைத்து, தேங்காய்ப் பால் எடுத்து கஞ்சியில் விட்டு ஆறவைப்பது முதல் சோலி.

சிலநாள் தோசை, சில நாள் பிட்டு, இன்னும் சில நாள் தயிரும் பழைய சோறும். இந்த முறையில் மாறிமாறிச் செய்ய வேண்டும்.

சிலநாள் அந்திக்கடையில் பெரிய மீன் வந்துவிட்டால், நாலு ரூபாய், ஐந்து ரூபாய் விலையுள்ள மீனை நாலைந்து பேர் சேர்ந்து வாங்கிப் பங்குபோட்டு எடுப்பார்கள். எங்க அய்யா சிலவேளை அதை வாங்கி ஓடையில் கொண்டு போய்ச் சுத்தப்படுத்திக் கொண்டு வருவார்கள். நான் அரைத்துக் கொடுப்பேன். அவர்களே கறி கூட்டிக் கொடுப்பார்கள். கறி காய்ந்துகொண்டுஇருக்கும்போது பக்குவம் பார்த்து இறக்கி, எல்லாரையும் சாப்பிடக் கூப்பிடுவார்கள்.

தழுவைகளில் சோறுவைத்துக் கொடுப்பேன். மீன் துண்டுகளை நிறைய எடுத்துவைத்து, குழம்புவிட்டுத் தருவார். எல்லாரும் சேர்ந்து சாப்பிடுவோம். 'தின்னுங்கள் மக்களே, இன்னும் மீனு வேணுமா'வென்று கேட்டுத் திரும்பவும் வைத்துக் கொடுத்தும் சாப்பிட்டு முடித்த பிறகு, எதாவது கதைபேசி உறங்கப் போவோம். மறுநாள் காலையிலும் பழையசோறும் மீன்கறியும் தின்றுதீரும்.

பெரியம்மை வெண்ணையை உருக்கி ஆற வைப்பார்கள். அந்தச் சமயங்களில் எங்கள் தகப்பனார் வீட்டில் இருந்தால் அந்த நெய்யை வேறாகத் தெளிவாக வேறு பாத்திரத்தில் பாதி நெய்யை ஊற்றிவிட்டு, ஏகதேசம் உளக்கு நெய்யும் அதின் அடியில் படிந்த கக்கத்தையும்* சேர்த்து ஒரு சருவச்சட்டி நிறைய சுடுசோற்றில் சேர்த்து, நன்றாய்ப் பிசைந்து, ஒரு தேங்காய் அளவு உருண்டைபிடித்து ஆளுக்கு ஒரு உருண்டை தருவார்கள். நாங்கள் அந்த உருண்டையை வாங்கித் தின்றுகொண்டிருக்கும்

---
* கக்கம் - மண்டி

சமயம், "தின்னுங்க மக்களே, இப்போ இப்படித் தின்னால் தான் பிற்காலத்தில் நம்ம அப்பன் இப்படித் திங்கச் சொல்லித் தந்தானே. நம்மளுக்கு மாடு வளக்கணும், பால் கறந்து குடிக்கணும், வெண்ணையும் நெய்யும் திங்கணும் எண்ணு அறிவு உண்டாகும்" என்று அன்பாகச் சொல்லுவார்கள்.

"எந்தச் சாமான்களும் எந்தப் பண்டங்களானாலும் செறுப்பத்திலே* செய்யவும், திங்கவும் பழகினால்தான் வருங்காலத்தில் அதைச்செய்து தின்னும் ஆசை வரும். நான் சொல்லுவதைக் கவனமாகக் கேட்டுக்கிடுங்கள்" என்று சொல்லுவார்கள்.

சமையல்வேலை முடிந்த பிறகு உள்ள இடைவேளைகளில், வைத்திய சாஸ்திரங்களைப் (வாகட நூல்) படிக்கச் சொல்லி ஒவ்வொரு பாட்டுகளையும் எழுதி, பாராமல் படிக்கச் சொல்லு வார்கள். நானும் அண்ணனும் பாராமல் படித்துச் சொல்லுவோம்.

நான் அடுப்படியில் வேலைபார்த்துக்கொண்டிருக்கும் சமயங்களில், அண்ணா படித்துக்கொண்டிருக்கும் சத்தத்தை நான் கேட்டு மனதிலாக்கிக் கொள்ளுவேன். அய்யா வந்தவுடன் பாட்டுகளைப் பாராமல் சொல்லச் சொல்லுவார்கள். அண்ணன் சில வார்த்தைகளைத் தவறாகச் சொல்லுவார். நான் தவறில்லாமல் சொல்லிவிடுவேன். அண்ணனுக்குக் கோபம் வரும். எங்கள் தகப்பனார் வெளியே போன பிறகு எங்க பெரியம்மையாரை கூப்பிட்டு, "எம்மா, இவா நான் படிக்கியதக் கேட்டு எல்லாம் பாராமப் படிச்சிக்கிடுயா. இவா பொம்புளப் புள்ளதானே. இவளுக்கு இந்தப் படிப்பெல்லாம் என்னத்துக்கு?" என்பார்.

நான் உடனே, "ஒங்கிட்ட கேட்டுக்கிட்டா நான் படிக்கியது? எங்க அய்யா படிக்கச் சொன்னதுனால படிக்கியன். ஒனக்கென்ன" என்று கோபமாய்ச் சொல்லுவேன்.

எங்கள் பெரியம்மையார் ஓடி வந்து, "இந்தப் படிப் பெல்லாம் பொட்டச்சிக்கு என்னத்துக்கு? நீ எங்க போய் வைத்தியம் பண்ணப் போப்போற?" என்று மண்டையில் பலமாகக் கொட்டிவிட்டு, "அவன் ஆம்புளப் புள்ள எதையும் படிப்பான். நீ படிக்காண்டாம்" என்பார்கள்.

நான் அழுதுகொண்டு இருப்பேன். அய்யா வந்தவுடன், 'அய்யா, நான் படிக்கவேண்டாமாம். அண்ணந்தான் படிக்கணுமாம்' என்று சொல்லுவேன். 'சொன்னது ஆரு' என்பார். பெரியம்மை என்பேன்.

---

* செறுப்பம் – சிறு வயது

“கௌட்டுப் பெண்ணாப் பொறந்தவளுக்கு என்னது தெரியும்மா. ஆம்புளப்புள்ள எண்ணும் பொம்புளப்புள்ள எண்ணும் இருக்கா? எல்லாப் புள்ளயும் படிக்க வேண்டியதுதான” என்பார்.

“இவா படிச்சி என்னத்துக்கு? எங்க போய் வயித்தியஞ் செய்யப் போறா? ரெண்டு பேரும் எப்ப பாத்தாலும் சண்டை போடுறாவ. அதுனால இவா படிச்சாண்டாம், அவன் படிச்சா போதும்” என்பார்கள் பெரியம்மையார்.

“உங்களுக்கு ஒண்ணுந் தெரியாது. பழயகாலத்து ஆளு. நான் பெருமய்க்கு வேண்டிப் படிக்கச் சொல்லல்ல. வயித்தியம் பண்ணி பணம் தேடுறதுக்கும் இல்ல. . . அது எந்தப் புள்ளயானாலுஞ் சரி, படிச்சிருந்தா அதுகளுக்குப் பிற்காலத்துக்கு உதவுமே என்கிற எண்ணந்தான். ஒரு காச்சலோ, மண்டைக் குத்தோ வந்தா, ஒரு மருந்தச் செய்து தின்னுக்கிடும். வைத்தியனத் தேடி ஓடாண்டாம் எண்ணு தான் படிக்கச் சொல்லுகிறேன்” என்பார்கள் தகப்பனார்.

“சரியம்மா படி கொப்பன் படிக்கச் சொன்னா நான் அத செறுக்குறது என்னத்துக்கு? நீயும் படியப்பா, ரெண்டு பேரும் சண்டை போடாமப் படியுங்க” என்பார்கள் பெரியம்மை.

வைத்திய சாஸ்திரங்கள் அதிகமும் பாட்டுகளாகவே இருக்கும். அதற்குத் தகுந்த ராகங்களோடு பாடப் பழகவேண்டுமென்பது தகப்பனாரின் ஆசை. அதற்காக துலுக்கர் தெருவில் உள்ள ஒருவர், அவரைத் துட்டுமாறி என்றும் காசுமாறி என்றும் சொல்லுவார்கள்.

அவருக்கு இப்படிப் பெயர் வரக்காரணம் திருவிதாங்கூர் நாணயம் இருந்த காலத்தில், ஒரு ரூவாய்க்கு இருபத்தெட்டுச் சக்கரமும், பிரிட்டீஸ் ரூபாய்க்கு இருபத்தெட்டரைச் சக்கரமும், ஒரு சக்கரத்துக்கு பதினாறு காசும் இருந்தப்போ, இவர் வடசேரி சந்தையில் சில்லறையான சக்கரமும், ஒத்தைக் காசுகளும் சேர்த்துக்கொண்டுபோய், ஒரு ரூபாய்க்குச் சில்லறையாக காசு சக்கரம் கொடுத்தால் ரூபாய்க்கு எட்டுக்காசு குறைத்துக் கொடுப்பார். சில்லறைக்கு அவசியப்பட்டவர்கள் ரூபாய் கொடுத்து சில்லறைச் சக்கரம் காசைக் குறைவாக வாங்குவார்கள். அதனால் அவருக்கு துட்டுமாறி என்றும் காசுமாறி என்றும் பெயர் வந்தது.

எங்கள் தகப்பனார் அவரைக் கூட்டி வந்து, இந்த வைத்திய சாஸ்திரப் பாட்டுக்களை பாடச் சொல்லுவார்கள். அவர் பலவிதமான ராகங்களிலும் பாடுவார்.

வைத்திய சாஸ்திரம் முற்காலத்து முனிவர்களால் எழுதப் பட்டது. புலிப்பாணியார் போகமுனி, அகஸ்தியர் முனி என்று சொல்லப்பட்ட முனிவர்கள் பல விதமான ராகங்களிலும் பாடி இருக்கிறார்கள் அல்லவா.

சர்வாங்கம், லேகியங்கள், மாத்திரைகள், குழம்பு, பஸ்பங்கள், சூரணங்கள், கிருதங்கள், கசாயங்கள் என்று எல்லாம் ஒவ்வொரு முறையாகப் பாடுவார். குழம்பு என்ற முறையில் பாடுவதில் ஒரு வரி

நாரிய தென்னாரி நாட்டினில் வளர்ந்து நிற்கும்
நாரங்காய் குழம்பைக் கேளடி
ஆயதினம் புகழும் ஆயமாமுனியுரைத்த
மாயமதாம் காரியத்தை மனதினில்
நினைந்து மகிழ்ந்து கேளடீ

என்று கும்மிப் பாட்டாகப் பாடுவார். பிள்ளைச் சர்வாங்கம் என்ற பாட்டு

நல்லதொழில் ஒன்று சொல்வேன்
நானிலத்து மதலைகளுக்கு நவிலரிது
சூச்சம் வல்லாரை சிறு நெருஞ்சி வில்லை
கையான் வரிசங்கு தோடை நொச்சி
வேளைகுழி மீண்டான் மூசறண்டம்
நிலவேர் களியான குளியானை மேளிகொண்ட
துடைக்கயிறு கரும்பிடம் நாகம்

என்று ஊஞ்சல் பாட்டாகப் பாடுவார்.

அவர் பாடுவதை நான் கேட்டுக்கொண்டே இருப்பேன். அவர் போனபிறகு அவர் பாடியதுபோல நான் பாடுவேன். எங்கள் தகப்பனாருக்கு மிக்க சந்தோசமாயிருக்கும்

புத்தரிசி சாப்பிட நாள் பார்க்க வேண்டும். பஞ்சாங்கத்தை எடுத்துப் பார்க்கச் சொன்னார். நான் பஞ்சாங்கத்தை எடுத்து விரித்துப் பார்த்தேன். ஒன்றும் பார்த்துச் சொல்லத் தெரிய வில்லை. அவர்களே பார்த்துக்கொண்டார்கள்.

நாலைந்து நாள் கழிந்ததும் ஈழுவன்விளை ஊரில் உள்ள மயிலேறியார் என்பவர் எங்கள் தகப்பனாருக்கு முறைக்கு மாமன். ஒரு நாள் கடைத் தெருவில் இவர்கள் கூட்டத்தில் இருந்து பேசிக்கொண்டிருக்கும்போது, "அம்மான், நம்ம பிள்ளை களுக்கு ஜோஸியம் பார்க்கச் சொல்லிக் கொடுப்பீர்களா" என்றார். அவர் "சரீ சொல்லிக் கொடுக்கிறேன்" என்றார். இருவருமாக வீட்டிற்கு வந்தார்கள்.

அய்யா என்னையும் அண்ணனையும் கூப்பிட்டார். நாங்கள் கிட்டப் போனோம். "மக்களே, ஒங்க ரெண்டு பேருக்கும் போத்தி பஞ்சாங்கம் பார்க்கவும் ஜாதகம் பார்க்கவும் சொல்லித் தருவார்கள். படியுங்கள்" என்றார்.

அந்த போத்தி ஒரு நோட்டுபுக்கில் நட்சத்திரங்களின் பெயரும், ராசி கிரகங்களின் பெயரையும் எழுதி, தெய்வ வணக்கமும் எழுதி, விளக்கேத்திவைத்து, தேங்காய், பழம், வெற்றிலை, பாக்குவைத்து, இந்த நோட்டுபுக்கையும் வைத்தார். எங்கள் தகப்பனார் தெக்ஷணையும் வைத்தார்கள். சாம்பிராணி புகை கொடுத்துக் கும்பிட்டு திருநீறு தந்து பூசியபின், நோட்டு புக்கைக் கையில் வைத்துக்கொண்டு, "தேங்காயும் தெக்ஷணை யும் எனக்கு, புத்தியும் வித்தையும் உனக்கு" என்று சொல்லி ஏட்டை எங்கள் கையில் தந்து வாசிக்கச் சொன்னார். நாங்கள் தனித்தனியாக வாசித்தோம்.

அவர் அதை எங்களுக்குத் தெரியும்படியாகத் தெளிவாய் விளக்கிச் சொல்லித்தந்தார்.

அடுத்த நாளும் கடைநேரம் வருவார், சொல்லிக் கொடுப்பார். நாங்கள் எழுதித்தந்ததெல்லாம் பாராமல் படித்த பிறகு, இரண்டு பாட்டு எழுதித்தந்து பாராமல் படிக்கச் சொன்னார்.

> அன்னமே பருதிக்கெட்டாம்
> அம்புலிக் கொன்பான் சேய்க்கு மன்னிய
> இரு மூன்றாம் வாளிரவிக் காறாம்
> புதனுக்கு ஏழாம்

என்று இந்தப் பாட்டும், இன்னும் பல பாட்டுகளும் பாராமல் படித்த பின் குமரேசர் சதகம், சூடாமணி, உள்ளமுடையான் என்ற புத்தகங்கள் வாங்கச் சொன்னார்.

எங்கள் தகப்பனார் வாங்கித்தந்தார்கள். அதிலுள்ள பாட்டு களின் கருத்துகளைச் சொல்லித்தந்து பாராமல் படிக்கச் சொல்வார்.

பஞ்சாங்கத்தை எடுத்து நாள் பார்க்கச் சொல்லி, நட்சத்திரம், பக்கம், ராசி, கருநாள், நல்லநாள் என்றெல்லாம் சொல்லித் தருவார். நாளாக நாளாகக் கொஞ்சங் கொஞ்சமாய்ப் பார்த்துப் பழகி வந்தோம். அண்ணாவியான போத்திக்கும் அந்திக்கடைச் சிலவுக்கு இரண்டு மூன்று என்று வாங்கிக்கொள்வார். அவருக்குக் கடைசிச்சிலவு கழிந்தது. எங்களுக்குப் படிப்பு வந்தது.

அந்திக்கடையில் புஸ்தக வியாபாரி புஸ்தகம் விற்பதைக் கண்டால், எங்கள் தகப்பனாருக்குப் பிடித்தமான நல்ல கதை

புஸ்தகங்களையும், பாட்டு புஸ்தகங்களும் வாங்கி வருவார்கள். என்னைப் படிக்கச் சொல்லுவார்கள். நான் படிக்கும்போது எல்லாரும் கேட்டுக்கொண்டிருப்பார்கள்.

எங்கள் தகப்பனார் அவர்களுக்குத் தெரிந்த மட்டும் விளக்கிச் சொல்லி, உற்சாகப்படுத்திப் பேசுவார்கள். இரவு பத்து மணி வரையிலும் படிப்பேன். அதற்குப் பிறகு எல்லாரும் உறங்கப் போவார்கள்.

நடராஜ பத்து, ராமர் தோத்திரம், நந்தனார் கீர்த்தனை, சரஸ்வதி பூஜை சிந்து, பிள்ளையார் அகவல், கந்தர் சஷ்டிக் கவசம் என்றெல்லாம் நிறைய வாங்கிக் கொடுப்பார்கள்.

இந்தப் புஸ்தகங்களிலுள்ள பாட்டுகளைச் சரியான ராகங்களில் பாடுகிறவர்களைக் கூட்டிவந்து பாடச் சொல்லுவார்கள். நானும் அண்ணனும் அதைக் கேட்டுப் பாடுவோம். நான் அவர்கள் பாடுவதுபோல சரியான முறையில் பாடிவிடுவேன். அண்ணன் கோபப்படுவார். இரண்டு பேரும் சண்டை போடுவோம். எங்கள் பாட்டியம்மை வழக்குத் தீர்ப்பார்கள். எங்கள் தகப்பனார் வந்தபின் கேஸ் விசாரணைக்கு வரும். பெரியம்மையும் சின்னத்தங்கமும் சாட்சி சொல்லு வார்கள். பேரன் ஆண்பிள்ளை என்று அவருக்காக வேண்டி பாட்டி கள்ளச்சாச்சி சொல்லுவார்கள். நான் அழுவேன். எங்கள் தகப்பனார் பிள்ளை என்றால் எல்லாம் பிள்ளைதான். நீங்கள் அவள் படிக்கிறதைப் பற்றிக் கோபப்படக்கூடாது என்று கோபப்படுவார்கள். என்னைச் சமாதானப்படுத்துவார்கள். இந்த முறையாக 'இளமையில் கல்வி சிலையில் எழுத்தென்று' சொல்லுவது போல் படித்துவந்தேன். இதோடுகூட மலையாள பாஷையும் படித்தேன். அதோடுகூட பெண்களுக்கு எழுதப் படிக்கத் தெரியாத அந்தக் காலத்தில் இங்கிலிஸ் என்ற முறையில் 26 எழுத்தையுமாவது படித்தேன்.

எங்கள் தகப்பனார் கோர்ட்டுக்குக் கொண்டுபோவதற் காகத் தமிழிலும் மலையாளத்திலும் அந்தக் காலத்துக் கூட்டெழுத்தில் எழுதி இருக்கும் ஆதாரங்களை* வாசிக்கச் சொல்லுவார்கள். நான் சில கூட்டெழுத்துகளை வாசிக்கத் தெரியாமல் திக்கித் திக்கி வாசிப்பேன்.

எங்கள் தகப்பனாருக்குக் கோபம் வரும். காறி முற்றத்தில் தூ'வென்று துப்பிவிட்டு "ஒங்கள என்ன எளவுக்கு 'பத்துப் பதினஞ்சி வருசமா படிக்க வச்சேன். சின்னக் கூதியுள்ளயா, ஆத்திரத்துக்கு ஒரு தாளுத்துண்டு பாக்கச் சொன்னா,

* ஆதாரங்கள் – பத்திரங்கள்

ஒண்ணும் ஒரு செறிக்கியுள்ளைக்குந் தெரியுவுல்ல” என்று எங்க அண்ணனையும் சேர்த்து ஏசுவார்.

அவர் போடுகிற சத்தத்திலும், பார்க்கிற பார்வையிலும் நாங்கள் நடுங்கி ஒடுங்கி, கிடுகிடுவென ஆடிக்கொண்டு, ஆதாரத்திலுள்ள எழுத்துகளை நன்றாய்க் கவனித்துப் பார்ப்போம். அவருடைய கோபாவேசம் எங்கள் கண்ணைத் திறந்து, கூடுதலான வெளிச்சத்தைக் கொடுப்பதுபோல, சில எழுத்துகளைக் கண்டுபிடித்துக்கொள்வோம். அந்த எழுத்தோடு தெரிந்த சில எழுத்தைச் சேர்த்து வாசிக்கும்போது, அவர் அந்த வார்த்தையைக் கொண்டு இன்னதுதானென்று புரிந்து கொள்வார்.

இப்படியே நாளுக்கு நாள் பார்த்து வாசித்து, பிறகு எந்த ஆதாரங்களும் வாசிக்கப் பழகிக்கொண்டோம்.

மலையாள ஆதாரங்களும் வாசிப்பேன். இந்த முறையாக எனக்குப் படிப்பை வளர்த்து அதில் ஆசையாய் ஊட்டியது என் தகப்பனார்தான். அன்றைக்கு அவ்வளவு கஸ்டப்படுத்திப் பலவிதமான படிப்புகளையும் படிக்க வைத்தது அவர்கள்தான். படிப்பும் அறிவும் அவரவர் மூளைநுட்பம் இருந்தால்தான் வரும். ஆனாலும் தூண்டினால்தானே விளக்கு எரியும் என்பது போல, அவர் என் அறிவு வளர்ச்சியைத் தூண்டிவைத்ததினால்தான் இன்று இந்தக் கதையை எழுதுகிறேன்.

அவர் எனக்குத் தேடித்தந்த தனம் இந்தப் படிப்பாகிய அறிவுவளர்ச்சிதான். சீதனமாகக் கொடுத்து நான் வாங்கி வந்ததும் இந்தப் படிப்புதான்.

12

இந்தக் கல்வி அறிவுகளை என் தகப்பனாரிடத்திலிருந்து நான் படிக்கும்போது எனக்கு வயது இருபது. என் வாழ்க்கையின் வரலாறான இந்தக் கதை எழுதுகிற இப்போது எனக்கு வயது அறுபத்தி ஒன்று போய் அறுபத்தி இரண்டு நடப்புக்கு வந்திருக்கிறது.

நான் இப்போது சில வருசமாகச் சிறைவாசமிருக்கிறேன். எல்லாருக்கும் ஒரு குற்றம் செய்தால் இத்தனை வருசம் என்று இருக்கும். எனக்கு ஆண்டவன் கட்டளை விதிவசத்தால் ஆயுள் உள்ள மட்டும் ஆயுள் தண்டனை. இந்தத் தண்டனைக்கு நான் என்ன குற்றம் செய்தேன் என்று தெரியவில்லை. இது முன்வினைப்பயனால் கிடைத்தது.

இந்தச் சிறையில் அகப்பட்ட அன்று முதல், நான் சிறகொடிந்த பறவை போலும், காலொடிந்த மிருகம் போலும், துணையிழந்த பெண்ணாகத் தனித்திருக்கும் எனக்குத் துணையாக இருப்பது புத்தகங்கள்தான். என்னைப் போன்றவர்களுக்கு மனதைத் தேற்றிக்கொள்ளுவதற்கான கதைகளையும், பாடல்களையும், பல கதைகளிலும் பார்த்து, பொழுது போக்கிக்கொள்ளுவதற்கு நான் அன்று படித்த படிப்பு இன்றைக்குத் துணை செய்கிறது.

இப்போ கதைகளும் வாசிக்கமுடியாத நிலையிலிருக்கிறேன். ஆனால் எனது மகன் அருமைச் செல்வன் 'அம்மா உங்கள் கதையை எழுதுங்கள்' என்று நோட்டும் பென்னும் வாங்கிக் கொடுத்தான்.

அவனுக்குக் கதைகள் எழுதுவதற்கு இந்தக் கதை உதவியாக இருக்கும் என்றுதான் எழுதச் சொன்னான்.

கவலை

அறுபது வயது ஆன பிறகும், யாரும் துணையின்றி, தன்னந்தனியாய்ச் சிறைச்சாலையில் இருக்கும்போதும், கதை எழுதிப் பொழுதுபோக்குவதற்கும் உதவியாக இருக்கிறது. 'எழுத்தறிவித்தவன் இறைவனாகும்' என்று எனக்கு எழுத்துகளை அறிவதற்குக் கண்ணைத் திறந்துவைத்தது என் தகப்பனார்தான்.

மேலும் கிறிஸ்தவச் சபையைச் சேர்ந்த ஒரு அம்மையாருக்குச் சபையிலிருந்து சம்பளம் கொடுத்து, ஊர் ஊராக எழுத வாசிக்கத் தெரியாத பெண்பிள்ளைகளுக்கு வீடு தோறும் போய்ப் படித்துக் கொடுக்கும்படிச் சொல்லிஅனுப்பினார்கள்.

அவர்களின் பெயர் நாகோமி என்பார்கள். அந்த அம்மையார் வீடுவீடாய்ப் போய்ச் சொல்லிக் கொடுப்பார்கள். எங்கள் குடும்பத்திலுள்ள கட்டநாடான் மகள், அச்சம்பாட்டு நாடாச்சி மகள், மூத்தய்யா வீட்டு அக்காள் எல்லாருக்கும் அந்த அம்மாதான் எழுதப் படிக்கச் சொல்லிக்கொடுத்தார்கள். அந்தக் காலத்தில் எங்கள் குடும்பத்துப் பெண்பிள்ளைகளைச் சிறுபிள்ளையிலும் வெளியேவிடாமல் வீட்டுக்குள்ளேயே வைத்து வளர்ப்பது பழக்கமாக இருந்ததினால், எழுத வாசிக்கச் சொல்லிக்கொடுத்தார்கள். எங்கள் வீட்டிற்கும் வருவார்கள். எங்க பாட்டியம்மையிடம் இருந்து பேசிக்கொண்டிருக்கும்போது, நான் எனக்குத் துணிகள் தைக்க, பாவாடை, ரவிக்கை, ஜாக்கற்றுகள் வெட்டித் தைக்கச் சொல்லித்தரும்படி கேட்பேன். அவர்கள் சொல்லித்தருவார்கள்.

மேலும் நூல்களினால் பூக்கள் போடவும், லேஞ்சி தைக்கவுமாக அந்தக் காலத்திலுள்ள பலவிதமான வேலைகளும் அவர்களிடமிருந்து படித்தேன்.

பனைஓலையில் பலவிதமான வர்ணங்கள் போட்டு, பெட்டி, தடுக்கு முதலியவைகள் செய்யவும், சாரஓலையில்* கடவப் பெட்டி, கொட்டப் பொட்டிகளும், இறவை வட்டி, கிணத்தில் தண்ணி இறைக்க தோண்டிப்பட்டை, மடக்குப் பட்டைகள் என்று எதைக் கண்டாலும் உடனே அதைப் பார்த்துச் செய்வேன்.

'சித்திரமும் கைப்பழக்கம், செந்தமிழும் நாப்பழக்கம்' என்று, காண்பதையெல்லாம் உடனுடன் செய்ய ஆசை. திரும்பத் திரும்பச் செய்து எப்படியாவது செய்துவிடுவேன்.

எங்கள் வீட்டுப்பாதை வழியே புஸ்தகவியாபாரி வெள்ளிக் கிழமைச் சந்தைக்குப் புஸ்தகங்கள் விற்கப் போவான். நான்

---

* சார ஓலை – கொஞ்சம் முற்றிய ஓலை

எங்கள் பெரியம்மையிடம் போய், "யம்மா, யாவாரி புத்தகங் கொண்டு போறான். வாங்கி தாருங்கம்மா" என்பேன். 'கூப்பிடு' என்பார்கள். நான் கூப்பிடுவேன். அவன் புஸ்தகக்கெட்டைத் திண்ணையில் இறக்குவான். ஒவ்வொன்றாக எடுத்துப்பார்த்து சூது துகிலுரிதல், அல்லி அரசாணி மாலை, பவளக்கொடி மாலை, முத்துப்பட்டன் கதை, நல்லதங்காள் கதை என்ற குறைந்த புஸ்தகங்களைக் குறைந்த விலைக்கு நாலு சக்கரம், சில புஸ்தகம் ஏழு சக்கரம் என்று ஒன்று இரண்டாக வாங்குவோம். பகல் நேரங்களில் வம்பளந்து பொழுதுபோக்க வருகிற பெண்கள் இந்தப் புஸ்தகக் கதைகளைக் கேட்க ஆசைப்படுவார்கள்.

நானும் ஒரு நாளைக்கு ஒன்றாக எங்கள் தகப்பனார் வீட்டில் இல்லாத சமயங்களில் படிப்பேன். அந்தப் பெண்கள் கேட்டுக்கொண்டே இருந்துவிட்டு, சிரித்துக்கொண்டு உற்சாகத் துடன் திரும்ப அதை எடுத்துச்சொல்லி வேடிக்கை பேசுவார்கள்.

ஒருநாள் முத்துப்பட்டன் கதை படித்துக்கொண்டிருக்கும் போது, எல்லாரும் ஆசையாய்க் கேட்டுக்கொண்டிருக்கும் சமயம், எங்கள் தகப்பனார் திடீரென்று வந்துவிட்டார்கள். "அது என்ன புஸ்தகம்மா" என்றதும், "முத்துப்பட்டன் கதை" என்றேன். என்னைச் சீறிப் பார்த்தார். நான் வெளியே போய்விட்டேன். இருந்த பெண்களும் எழுந்து ஓடினார்கள்.

"இந்த கெழட்டு மூளி கையில சக்கரம் அதியப்பட்டு போச்சி. என்னத்தயெல்லாமோ வாங்கிக் குடுத்து, கூட்டம் போட்டு நாடவம் போட ஆக்குறா" என்றார்.

"அறுவப்பயல, யார மூளி எங்குறா?" என்று முணு முணுத்துக் கொண்டு படுக்கைக்குப்போனார்கள் எங்க பாட்டி.

"யம்மா, இனிமேப்பட்டு இந்த கதய்கள் அவ சொன்னா எண்ணி நீ படியாத, " என்றார். "ஆட்டய்யா" என்றேன். "எனி எண்ணாவது கண்டால், ஒந்தலையத் திருவி எறிஞ்சிருவேன். மரியாதயா இருந்துக்க" என்று சொல்லிவிட்டுத் தள்ளிப்போய் நின்று, "கத படிக்கியா கத. முத்துப்பட்டங் கத. சின்ன கூதியுள்ளய்க்கி கத கெடச்சிருக்கு பாருங்க" என்பார். செம்பை எடுத்து தண்ணியைக் கோரி முகத்தைக் கழுவி, கை, கால் கழுவி, வாயைக் கொப்பளித்துவிட்டு, வாய் நிறையத் தண்ணீரோடு வந்து முகத்தில் கொப்பளித்து, அதோடு 'த்தூ' வென்று துப்பிவிட்டு, கடைத்தெருவிற்கு வம்பளக்கப் போவார்.

பெரியம்மை, "மயிர புடுங்குவான் தாயோளி" என்று சொல்லிவிட்டு ஒப்பாரி துடங்குவார்கள். அன்று சாப்பாடு மில்லை. அவர் வாறார் என்று அறிந்தால் நிறுத்திவிடுவார்கள்.

அடுத்த நாள் சாயங்காலம் அய்யா வந்து மெள்ள, 'யம்மா'வென்பார். சத்தமில்லை. அடுத்த உரத்த சத்தமாய், 'யம்மா'வென்று இழுத்துச்சொல்லுவார். இவர்கள் 'என்னெ' என்பார்கள்.

"இந்த ஓலக்காறப்பய சக்கரங் கொண்டந்தானா?"

முணுமுணுவென்று மொனங்கிக்கொண்டு, "இல்ல" என்று வேடிப்பாகச் சொல்லுவார்கள்.

"தேவிடியா மொவன், நேத்தே கொண்டாறன் என்ணான. தாயோளிய நாங் கண்டுக்கிட்டு" என்று சொல்லிவிட்டு, "கடைச் செலவுக்குச் சக்கரங் கெடக்கா" என்பார். பதில் இல்லை. 'என்ன' என்றதும், "இல்ல" என்று உரத்த சத்தம் வரும். போய் விடுவார்.

இவர்களுக்குள் மாமியார், மருமகன் என்ற பேதங் கிடையாது. தாயும் மகனுமாகவே சந்தோசமாகவும் பேசுவார்கள், திடீரென்று சண்டை வந்து ஏச்சும் போடுவார்கள். சிலவேளை கையும் நீட்டுவார். அடுத்த நாள் மறந்தும்விடுவார்.

அழுக்குச் சீலையும், மீன் நாற்றமும், பரட்டத் தலையு மாய்ப் பாவங்கள் வந்தால் இவருக்குப் பிடிக்காது. அப்படி யாராவது வந்தால், மெள்ள வந்து இருக்காரா என்று பார்த்து விட்டு, இருந்தால் பேசாமல் போய்விடுவார்கள். இல்லை என்றால் முற்றத்துக்குள் வந்து, எதாவது பேசுவார்கள். இது அந்தக் குடும்பத்தாருடைய குணம். இப்பவும் அழகப்பன் அண்ணா வீட்டிலும் இப்படித்தான் யாரையும் உள்ளே வரவிடமாட்டார்.

நல்லொழுக்கங்களை வேணுமட்டும் பழகிக்கொண டிருக்கும்போது தீயஒழுக்கம் ஒன்றை அதோடு பழகிக் கொண்டேன்.

'நூற்றைக் கொடுத்தது குறுணி' என்பதுபோல் வெற்றிலை தின்னும் பழக்கம்தான்.

எல்லாரும் கூடி இருந்து வெற்றிலை தின்னுவார்கள். எங்கள் சின்னம்மையார், நாடாச்சி 'உனக்கு வெத்தில வேணுமா' என்பார்கள். நான் கிட்டப்போயி இருப்பேன். பாக்கும் வெத்திலையும் முதலில் தந்தார்கள். பிறகு போயிலை போடச் சொன்னார்கள். ஒரு நாளைக்கு ஒருநேரம் தின்னு, பிறகு இரண்டுநேரமாகி, மூன்று வேளை, நான்கு வேளை என்றும் வந்துவிட்டது. பிறகு இல்லாமல் முடியாதென்றும் வந்துவிட்டது.

எங்க தகப்பனார் துவக்கத்தில் கவனிக்கவில்லை. பாட்டியார் 'தின்னாதே' என்று கட்டாயப்படுத்தினார்கள். நான் வெளியில் வைத்து அவர்களைக் காணாமல் தின்றுவிட்டு, அடுக்களையில் வேலைபார்க்கப் போய்விடுவேன்.

சின்னத்தங்கம் சொல்லிக்கொடுப்பாள். நான் தின்னவில்லை என்று பொய் சொல்லிவிட்டு, வாயைக் கொப்பளித்துத் துடைத்து விடுவேன். அதோடுநிறுத்தாமல், திரும்பவும் காணாமல் தின்பேன். "நமக்கென்ன, என்னனும் மண்ணாப் போட்டு" என்பார்கள்.

நல்லா தின்னப் பழகிய பிறகு, பள்ளியாடி உபதேசியார், 'நாடாச்சி நீ வெற்றிலை நிறுத்து' என்றார். நான் நிறுத்திப் பார்த்தேன். நாலு ஐந்து நாள் தின்னவில்லை. பல்லு வலிக்கிறது, வாய் புளிக்கிறது, தின்னாமல் முடியாது. மற்ற எல்லாரும் தின்பதைப் பார்த்துக் கொதியாயிருக்கும். திரும்பவும் காணாமல் தின்னப் பழகினேன்.

'பானையில் சோறிருந்தால் பாப்பாத்தி பாராமல் போடுவாள்' என்றது போல், வீட்டுக்குள் வெற்றிலை இருந்தால் தின்னாமல் இருக்கமுடியுமா? முடியவில்லை. பிறகு எங்கள் தகப்பனாரும், "பழகியாச்சி எனி தின்னுக்கிட்டுப் போட்டு" என்றார்கள். இளைய மகள் சிறுபிள்ளையிலேயே வெற்றிலை தகப்பனாரிடம் இருந்தே தின்னப் பழகினாள். பதினாறு வயதிற்குப் பிறகு பழகிய இந்தக் கெட்ட பழக்கம் இன்றுவரையும் நிறுத்தவில்லை. மனம் வருந்தும்போது இந்த வெற்றிலை ஒரு துணை போலும் உதவுகிறது.

ஒன்பது வயதில் எனக்கு வயிற்றளைச்சல் வந்ததிலிருந்து இடைஇடையே வயிற்றுவலி, மேல்யேப்பம், காச்சல், இருமல் என்று அதிகம் வேலைசெய்துவிட்டால் உடனே வந்துவிடும். அப்பக்கப்போது பள்ளியாடி உபதேசியார் எங்கள் வீட்டிலே இருந்து வைத்தியம் செய்துவந்ததினால் உடனுடன் மருந்து தந்து சுகப்படுத்துவார்.

இந்த நிகழ்ச்சிகளெல்லாம் முன்னும் பின்னுமாய் நடந்து கொண்டிருக்கும்போது, எங்கள் சிற்றன்னையாரும் முதலாவதுள்ள பிள்ளைப்பேறு குழப்பங்கள் தீர்ந்து, இரண்டாவது பிள்ளை பெற்று, நான்கு மாதம் கழிந்து வீடு வந்து சேர்ந்தார்கள்.

'அண்டைவீட்டுக் கஞ்சி ஆறஆற, கொண்டவன் வீட்டுக் கஞ்சி, கொதிக்கக்கொதிக்க,' என்ற கதைபோல் பிறந்த வீட்டுச் சுகங்களைக் குறைத்து, புகுந்தவீடுதான் தஞ்சம் என்ற

எண்ணத்தோடு பிள்ளையையும் வளர்த்துக்கொண்டு, வீட்டு வேலைகளையும் செய்ய ஈடுபட்டார்கள். ஆனால் எந்தக் காரியங்களையும் எப்படிச் செய்யவேண்டுமென்பதை எங்க பெரியம்மையிடம் கேட்டு, என்னோடும் கலந்துதான் செய்வார்கள். இளையவளாகிய சின்னத்தங்கம் என்பவளும் தகப்பனாருடைய கோபத்துக்குப் பயந்து கொஞ்சம் கூடுதலாக வேலைகள்செய்யவந்தாள்.

அடுப்படிவேலை எனக்குத்தான் பொறுப்பாக இருந்தாலும், பக்க வேலைகளையும் வெளிவேலைகளையும் சித்தியார் பார்த்து வந்ததினாலே எனக்கு வேலை குறைந்தது.

வீட்டிலாகி வருசம் ஐந்து முடிந்து, ஆறு என்ற நம்பருக்கு வந்தது. இளையவள் வீட்டிலாகி ஒன்று கழிந்து இரண்டானது.

13

வருசங்கள் கடந்துபோய்க்கொண்டிருக்கும் போது, ஈயாந்தெங்கு* நாடாச்சியின் மகள் பிள்ளைகளான பேரப்பிள்ளைகள், நாலு பெண் பிள்ளைகளை என்னிடத்தில் படித்துக்கொடுக்கும் படி ஏற்பாடு செய்தார்கள். அவர்கள் குடும்ப விவரம்.

பூமாத்தியன்விளை ஊரில் எங்கள் தகப்பனாரின் தாய்மாமன் வழியைச் சேர்ந்த ஒரு பாட்டனாருக்குப் பெயர் மாயப் பெருமாள். இவருக்கு இரண்டு ஆண்பிள்ளைகள் இருந்ததில், மூத்தவருக்குத் தாமரைக்குளம் ஊரிலிருந்து பெண் எடுத்து, நாலு ஆணும் மூன்று பெண்ணும் என்று பிள்ளைகளோடும் செல்வமாய் வாழ்ந்துவந்தார்.

இளையவருக்கு ஈயாந்தெங்கு ஊரிலிருந்து பெண் எடுத்தார். அந்த அம்மா தலைக்குழந்தை வயிற்றில் ஏழு மாதமாயிருக்கும்போது, காலரா தீனத்தில் புருசன் இறந்துபோனார். அவளை சகோதரர்கள் கூட்டிக்கொண்டுபோய், அங்கே இருந்து ஒரு ஆண்குழந்தை பெற்றாள். அந்தக் குழந்தையை அங்கேயேவைத்து வளர்த்தாள். பதினெட்டு வயதாகி மேசர் என்ற பருவம் வந்த பின்பு, தகப்பனாருக்குள்ள வீதம் சொத்துகளை பையனி மாமன்மார்கள் வந்து கேட்டார்கள். மூத்தவர் கொடுக்க மாட்டேன் என்றார். ‘ஊரான் வீட்டுச் சொம்மு, உப்பு போடாமத் தின்னு’ என்று, சொத்துகளை ஒன்றுசேர்த்து அனுபவித்துக் கொண்டார். ஈயாந்தெங்குக்காரர்கள் கோர்ட்டில் கேசாக்கி, விதி கிடைத்து, ஒழிப்பித்து, பாகம்செய்து எடுக்க எவ்வளவோ பணம் செலவு. அவ்வளவும் அவர்களே தன் கையிலிருந்து செய்து, நாலைந்து வருசம் கேஸ் பேசி, பாகம்செய்து எடுத்துக் கொடுத்து,

* ஈயாந்தெங்கு – இப்போது அதன் பெயர் ஈசன் தங்கு

தாயையும் மகளையும் பூமாத்திவிளை ஊரில் அவர் முன்னிருந்த சொந்த வீட்டில் கூட்டிவந்து குடியேற்றிவைத்தார்கள்.

அங்கே இருந்துவரும்போது, சங்கரங்குழி சுப்பையா நாடான் மகளைச் சம்மந்தம் பேசி முடிவுசெய்து, கலியாணம் ஆனது. ஆனால் குடும்பத்தில் குழப்பங்கள் ஏற்பட்டுக் கொண்டிருந்ததினால், அங்கு இருக்கவேண்டாம் என்று, வாணியன் கிணற்றைச் சேர்ந்த அவர் சொந்த பூமியில் வீடு கெட்டி, அங்குக் குடி இருந்தார்கள்.

அவருக்கு நாலு பெண்குழந்தைகள் பிறந்தது. நாலாவது குழந்தை பிறந்த ஆறாவது மாதத்துக்குள் திடீரென்று கணவர் மரணமானார்.

அவர் உத்திரம் முதக்காலில் பிறந்தவரென்றும், முப்பத்தி ரெண்டு வயது கழிவது கஸ்டம் என்றும் முன்பே சொல்லு வார்கள். அதுபோல முப்பத்திரண்டாவது வயதில், வீட்டில் அயனக் கொடை* நடத்தி, இரண்டு கோட்டை அரிசி பொங்கி, எட்டாந் திருவிழா அன்று ஏழைகளுக்குத் தருமம் கொடுத்து விட்டு, திருவிழா நடத்திவிட்டு, மாசி மாதத் திருவிழா ஒன்பதாந் திருவிழாவுக்குத் திருச்செந்தூருக்குப் போய்விட்டு வந்தவர், உடனே படுக்கையாகித் தீர்ந்துபோனார். ‘பட்ட காலிலே படும் கெட்ட குடியே கெடும்’ என்பது போல, அந்தக் குடும்பம் நிலைகுலைந்துவிட்டது.

சொக்காரன்மார் பிள்ளைகள் திரும்பவும் சொத்துகளை அழிமதி செய்யத் துடங்கினார்கள்.

சங்கரன்குழி சுப்பையா நாடான் வந்து குழப்பங்களைத் தீர்த்துவைத்தார். இந்தக் குழந்தைகள் நாலும் பெண் குழந்தை களாக இருந்தாலும் கொன்றுபோடுவார்கள் என்ற பயத்தினால் பள்ளிக்கூடத்திற்கு விடாமல், வீட்டில் வைத்து எழுத்துகளைச் சொல்லிக்கொடுத்துக் கொண்டிருந்தார்கள். இப்படியே இரண்டு மூன்று வருசம் கழிந்தது.

ஈயாந்தெங்கு நாடாச்சிக்கு எங்கள் தகப்பனார், முறைக்கு மருமகன்.

ஒருநாள் எங்கள் தகப்பனாரைக் கண்டு, “நாடான் என் பேரப்பிள்ளைகளுக்கு உங்கள் மகளைப் படித்துக்கொடுக்கச் சொல்லுவீர்களா?” என்று மெள்ளக் கேட்டார்கள்.

“மாமீ, பிள்ளைகளைப் பள்ளிக்கூடத்திற்கு ஏன் விட வில்லை” என்றார்.

---

* அயனக் கொடை – அன்னதானக் கொடை

“பங்காளிகளின் கொடுமைக்குப் பயந்து பள்ளிக்கூடத்துக்கு விட தாய்க்கு மனமில்லாமல், வீட்டில்வைத்து எழுத்துகளைச் சொல்லிக்கொடுத்துவருகிறார்கள். உங்கள் மகள் பள்ளிக்கூடத்தில் படிச்சவளானதினால், பிள்ளைகளுக்குச் சொல்லிக் கொடுக்கத் தெரியுமே என்றுதான் உங்களிடம் கேட்டுப்பார்க்கச் சொன்னாள்” என்றார் சங்கரன்குழி நாடாச்சி.

“படித்துக்கொடுப்பாள், நீங்கள் பிள்ளைகளைக் கூட்டிக் கொண்டு வாருங்கள்” என்றார் அய்யா.

மருமகளிடம் போய் மாமியார் எல்லாவற்றையும் விபரமாய் சொல்லி, அவர்களும் சம்மதித்து, பிள்ளைகளுக்குப் புதிய துணிகள் உடுத்தித் தலைசீவிப் பின்னலிட்டு, புத்தகப் பையும் கையில் கொடுத்துஅனுப்பினார்கள்.

பேத்தியார் பிள்ளைகளைக் கூட்டிக்கொண்டு எங்கள் வீடு வந்து சேர்ந்தார்கள்.

எங்கள் தகப்பனார் என்னைக் கூப்பிட்டு, “அம்மா, உன் மாமன் பிள்ளைகளுக்கு நீ படித்துக்கொடு” என்றார்கள். அவர்களுக்குள்ளே உள்ள சண்டை, சச்சரவு பற்றிப் பெரியவர்களுக்குள் பேசிக்கொண்டார்கள்.

அன்றுமுதல் நான் பிள்ளைகளுக்குப் பாடங்களைச் சொல்லிக்கொடுத்துவந்தேன். மூத்த பிள்ளையின் பெயர் தாயம்மை. கூப்பிடுவது பெரிய நாடாச்சி. இரண்டாவது பிள்ளைக்குப் பெயர் மனோன்மணி. கூப்பிடுவது செல்ல நாடாச்சி. மூன்றாவது பிள்ளையின் பெயர் ஜானகி அம்மை. வேறு பெயர் இல்லை. நாலாவது பிள்ளையின் பெயர் ருக்குமணி. கூப்பிடுவதும் அதே பெயர்தான்.

நாலாவது பிள்ளையாகிய ருக்குமணிக்கு இன்னும் ஏடுதுடங்கவில்லை.

நான் பூமாத்தியன்விளை பள்ளிக்கூடத்து அண்ணாவி ஏடு துடங்கிக்கொடுப்பதுபோல், பனைஓலையில் ஏடு செய்தேன். ஓலையில் நுனியை இரண்டாகக் கொஞ்சங் கீறிவிட்டு, பண்டியை* வாந்து தள்ளிவிட்டு, நுனியில் கீறிய இலக்கை இருகரைக்கும் சுருட்டிப் பண்டிபிடித்து, தலைப்பை வட்டமாக நறுக்கித் தள்ளிக்கொண்டு, நடுப்பாகத்தில் வட்டத்துளை போட்டு, மூன்று இலக்குகளையும் ஒன்றாய்ச் சேர்த்து ஏடாக்கி, அதில் எழுத்தாணியால் ‘ஓம் கணபதியே நமா’, என்று முதலாவது எழுதி, ‘ஹரி நமோத்சிந்தம்’ என்று அதை ஒத்தை எழுத்தாக

---

* பண்டி – ஓலை இலக்கின் நடுவில் துருத்திக் கொண்டிருக்கும் பகுதி

எழுதி, அதற்குப் பிறகு ‘அ, ஆ’ என்ற எழுத்துகளையும் எழுதி, நிறைவிளக்கு, நிறைநாளி, பிள்ளையார் உருவம் பிடித்து வைத்து சாம்பிராணிப் புகை காட்டி, தூபம் கொடுத்து, சந்தனம் குழைத்துப் பூசை முடித்து எல்லோருக்கும் சந்தனமும் திருநீறும் கொடுத்து, பின் ஏட்டை எடுத்து எழுத்துகளைப் பிள்ளைக்குச் சொல்லிக்கொடுத்தேன்.

என் தகப்பனாருக்கு மிக்க மகிழ்ச்சியளித்தது. மற்றுள்ளவர் களும், பிள்ளையின் பாட்டியாரும், இதைப் பார்த்துக்கொண்டு நின்ற பெண்களும் சந்தோசத்தினால் சிரித்துக்கொண்டார்கள். பெருமை பாராட்டினார்கள்.

பிறகு அந்த ஏட்டை மாற்றிவிட்டு, ஒண்ணாம் பாடப் புத்தகமும், சிலேற்றும் வாங்கி எழுதவும் வாசிக்கவும் படித்தது.

மூத்தவளாகிய பெரிய நாடாச்சிக்கு மூன்றாம் வகுப்புப் புத்தகமும், இரண்டாவது பிள்ளை செல்ல நாடாச்சிக்கு இரண்டாம் பாடப் புத்தகமும், சொல்லிக்கொடுத்தேன். மூன்றாவது பிள்ளையின் பெயராகிய ஜானகியம்மை என்ற பெயரில் அம்மை என்ற சொல்லைக் குறைத்துவிட்டு ஜானகி என்று பெயர் போட்டேன். அதைப் பிள்ளையின் தாயாரும் சம்மதித்துக்கொண்டார்கள்.

ஜானகியும் ருக்குமணியும் ஒன்றாம் பாடப் புத்தகம் வாங்கிப் படித்தார்கள்.

மூன்றாம் பாடம் படிக்கிற பிள்ளை மூன்றாம் வகுப்புக் கணக்குகளும் எண்சுவடி, வாய்ப்பாடுகளும், இரண்டாம் பாடம் படிக்கும் பிள்ளைக்கு இரண்டாம் வகுப்புக் கணக்குகளும் வாய்ப்பாடும், ஒன்றாம் பாடம் படிக்கும் பிள்ளைகளுக்கு ஒண்ணுலகமும் சொல்லிக்கொடுத்துவந்தேன்.

ஒரு வருசம் முடிந்தபின், அந்தப் புத்தகங்களை மாற்றி விட்டு அடுத்த புத்தகமும், அடுத்த முறையில் கணக்குகளும் சொல்லிக்கொடுத்தேன்.

அந்தக் காலத்தில் உள்ள கணக்குகள் இந்தக் காலம் போல இல்லை. நான் பள்ளிக்கூடத்தில் படித்த முறையிலேயே சொல்லிக் கொடுத்துவந்தேன்.

பாடப்புத்தகம், பூமி நூல், சரித்திரம் என்ற புத்தகங்களி லுள்ள பாடங்களை, அதிலுள்ள கருத்துகள் மனதில் பதியும் படியாய்ச் சொல்லிக்கொடுப்பேன். பிள்ளைகளும் கவனமாய்க் கேட்டு மனதிலாக்கும், திரும்பக்கேட்டால் பாராமல் சொல்லுவார்கள்.

கிருஷிசாஸ்திரம்*, பொருள் பாடம் என்ற பாடப் புத்தகங்களும் படித்துவந்தார்கள்.

தமிழ் பாடத்திலுள்ள செய்யுள் பாட்டுகளுக்குக் கருத்துச் சொல்லி, அர்த்தம் நோட்டில் எழுதிப் படித்துவந்தார்கள்.

ரெண்டு கணக்குப் போட்டுக்கொடுத்து, செய்துகொண்டு வந்து காட்டுங்க, திரும்பவும் கணக்குப் போட்டுத் தருவேன் என்று அடுப்பங்கரையில் வேலை செய்யப்போவேன்.

சித்தி பானை, சட்டிகளைக் கழுவி, சோத்துக்குத் தண்ணி ஊத்திக்கொண்டு வைப்பார்கள். நான் தீ பத்தவைத்து, அரிசி போடுவேன். கொஞ்சங்கழித்ததும், "யம்மா கறிக்கி என்ன செய்ய" என்பேன். "மீங்காறி வாறாளா பாப்போம். வரயில்லண்ணா முருங்க எல உருவி வச்சிருக்கு. அந்த வாழத்தண்டயும் அரிஞ்சி கூட்டுவச்சி வெறுங்கறியும் வச்சிலாமே" என்பார்கள். இதற்குள்ளே மீன்காறி கோவளத்தாள், மணக்குடியாள் என்று பெயர் சொல்லுகிற பெண்கள் வீட்டுக்கு ஒருவராக, "ஏ நாடாச்சி" என்று சொல்லிக்கொண்டே வந்து, "ஜேஸ் மாரியசூசே" என்று பெட்டியை இறக்குவாள். படுத்திருக்கும் பாட்டியார், "ஐயே மொவனே" என்று பெருமூச்சுவிட்டுக்கொண்டு, மீன்பெட்டியின் பக்கம் இருந்து மீன்விலை கேட்பார்கள். "ரெண்டு வெள மீனை எடுத்துத் தட்டில் வைத்துக் கேளுங்க" என்பாள் மீன்காரி.

"நீ சொல்லு."

"இது ரெண்டு பணம். அது ரெண்டரப் பணம்" என்பாள்.

"கண்ண மூடிக்கிட்டு வெல சொல்லாத, வரவேண்டிய வெலயச் சொல்லு."

"என் மக்க பேரு சத்தியம், மாதாவாண, நான் நல்லப்பம் ஒங்க நடயில பொட்டி எறக்கி, ஆண உடுவுரன். கட்டுமுண்ணா எடுங்க, கட்டாட்டு தள்ளுங்க. ருவாலுக்கு** ரெண்டு எண்ணு யாவரி எடுத்துப் போடுராவு. குட்டக்கார அள்ளிக்கிட்டு ஓடுராவு. மேவுமுண்ணா எடுங்க" என்று பெட்டியைத் தூக்குவா.

"ரெண்டு பணமுண்ணா எடுத்துப் போட்டுட்டுப் போ."

பெட்டியைத் தலையிலே வச்சிக்கிட்டே மீனைத் தூக்கித் தந்துவிட்டு ஓடுவாள்.

சில வருசங்களுக்கு முன்னால், நாமெல்லாம் சக்கரமென்ற பெயர் மாற்றி, அணாவென்று சொன்னோம் அல்லவா. இப்போ

---

* கிருஷிசாஸ்திரம் – விவசாய நூல்

** ருவாலுக்கு – ரூபாய்க்கு

அணா மாறி பைசா என்று வந்துவிட்டது. வயதானவர்கள் இப்பவும் அணாவென்றுதானே அதிகமும் சொல்லுகிறார்கள்.

இதுபோல நாங்கள் சிறுபிள்ளைகளாய் இருக்கிற அந்தச் சமயமும் அதற்கு முன்னாலே பணமென்று சொல்லுகிற பழக்கத்தைக் கொண்டு, சக்கரமென்று சொல்லாமல் பணம் என்று சொல்வார்கள். ஒரு ரூபாய்க்கு ஏழு பணம். ஒரு பணத்துக்கு நாலு சக்கரம். ரெண்டரைப் பணம் என்றால் பத்து சக்கரம். மீன்காரிகள் அதிகமும் ரூபாய் என்று சொல்லுவ தில்லை. ரூபாலு, சக்கராலு, பிறகு அணாலு என்றும்தான் சொல்லுவார்கள். இப்போ எல்லார் ஜாதிப் பேச்சும் மாறி ஒன்றாகிவிட்டது. சுதந்திரத்தின் செய்கை.

வெத்திலை, பாக்கு போடுகிற சமயம், சித்திக்கு ரெண்டு வெத்திலையும் பாக்கும் கூடுதலா கொடுக்காவிட்டால் பங்கு எடுக்கமாட்டார்கள். இரண்டு வெத்திலைகூடக் குடுத்து, "வெத்தல இன்னா கெடக்கு, பேயே எடுத்திட்டுப்போ" என்று பெரியம்மை குடுப்பார்கள். அதை எடுத்து வெத்திலை போட்டுக் கிட்டுத்தான் சித்தி மீன் அறுக்கப் போவார். வெத்திலையும், பாக்கும் ஒன்றாய்ச் சேர்த்து சவைத்து, நாக்கை நீட்டி "நல்லா செவந்திருக்கா" என்று பார்த்து, வாணீரைத் துப்பிப் பார்த்த பிறகு, ஒரு துண்டுப் போயிலையைச் சுருட்டி அப்படியே கன்னத்துக்குள் வைத்துக்கொண்டு, மீதி இருக்கும் வெத்திலையைச் சுருட்டி மடியில் வைத்துக் கெட்டி இறுக்கிச் சொருகிவிட்டு, மீன் கழுவப் போவார் சித்தி. எங்க பெரியம்மை பக்கத்திலிருந்து அறுக்கும் முறையைச் சொல்லிக்கொடுப்பார்கள்.

நான் அதற்குள்ளே மிளகு அரைப்பேன். பெரியம்மை கறி கூட்டித் தருவார்கள். சோத்த வடிச்சிக்கிட்டு, கறிகளையும் காச்சி இறக்கிவிட்டு, அடுப்பங்கரையும் திண்ணையும் செடி தூத்து அள்ளிவிட்டு, கை கால் முகம் கழுவித் துடைத்துக்கொண்டு, பிள்ளைகள் படிக்கிற இடத்துக்குப் போவேன்.

நான் பிள்ளைகளைப் பாடங்கள் படிக்கவோ, கணக்குச் செய்யவோ சொல்லிவிட்டு, அந்தப் பக்கம் அடுப்படியில் வேலை பார்க்கப் போனவுடனே, சின்னத்தங்கம் அந்தப் பிள்ளைகளோடு பேச்சுக்காலுக்கு வந்துவிடுவாள்.

'வளதொள வைக்கப்படப்பென்று' பேசி, அந்தப் பிள்ளைகள் வீட்டுப் பேச்சும், 'உங்களுக்கு எத்தன பாவாட ரவுக்க இருக்கு? உருப்படி செய்திருக்கா? இந்தக் கம்மலு மட்டுந்தா செய்திருக்கா? விருந்துவீட்டுக்குப் போச்சில பட்டுப்பாவாட உடுத்துக்கிட்டுத் தானாப் போவா?' என்றெல்லாம் கேப்பாள்.

பிள்ளைகள் அவள் கேக்கிறதுக்கெல்லாம் பதில் சொல்லி, சிரித்து விளையாட்டு நடக்கும். யக்கா, “மூத்தக்கா வந்தா சத்தம் போடுவாவ” என்று சொல்லுகிறதும் எனக்குக் கேட்கும். நான் வேலை பார்க்கும்போது ஒன்றும் சொல்லாம வேலைபார்ப்பேன்.

“வந்தா என்ன, வந்தம் பொறவு படிச்சா போதும்” என்று திரும்பவும் பேச்சுத் துடங்குவாள்.

நான் வாறதக் கண்ட உடனே, பிள்ளைகள் சிலேற்றை எடுத்து முகத்துக்கு நேராய் மறைத்துப் பிடித்து, முணுமுணுவென்று சுண்டு அசைக்கவும், கை விரல்களை மடக்கவும் நிமுக்கவும் செய்வார்கள். கணக்குச் செய்தாச்சா என்று சொல்லி சிலேற்றை வாங்கிப் பார்ப்பேன். பாதிவர செய்திருக்கும்.

நான் கோபமாய்ப் பாத்துக்கிட்டு, “ஒங்க பெரியம்ம ஒங்கள படிக்கவிட்டாவளா, பழக்கம் உட உட்டாவுளா? நான் அப்பறம் போன ஒடனே, என்னேரமும் இப்படித்தான பழக்கம் உடுதிய, எனி ஒங்க பெரியம்மட்ட சொல்லிக் குடுத்துப்புடுவேன்.”

“மேயும் மாட்ட நக்கும் மாடு கெடுக்குமாம், அதுபோல அவ ஒங்கள படிச்ச உடாம எப்பமும் பழக்கம்விட வந்திருவா. அவளுக்கு வேலயாச் சோலியா? ரெண்டு முத்தமும் அந்தியும் வெள்ளனையும் தூத்து அள்ளுவா. வேற அவளுக்குச் சோலி இல்ல. பழக்கம்விட யாரு வருவா எண்ணி பாத்துக்கிட்டே இருப்பா” என்பேன்.

“எனக்கப் பேச்ச ஏன் எடுக்கா சவமே?” என்பாள் சின்னத்தங்கம்.

“அந்தப் புள்ளையள படிச்ச உடாம ஏன் சவமே கெடுக்குறா” என்பேன்.

“அம்ம பீத்த வாத்திச்சி வந்திட்டாவ, இனி ஒருத்தரும் பழக்கம் விடாதிய” என்றும், “அவ்விளுக்குத்தான் படிச்சத் தெரியும், வேற ஒருத்தருக்கும் தெரியாது” என்றும் பொரிந்து தட்டுவாள். நான் அவளுக்கு மேலாக எரிஞ்சிவிழுவேன்.

எங்க பெரியம்மா, “அங்க என்ன” என்பார்கள். “ரெண்டு பேருஞ் சண்ட போடுயாவ” என்பார் எங்க சித்தி. “அவா குட்டிக்கண்ணு, வேல சோலி ஒண்ணுமில்லாம திமுளங்காளை போல தின்னுக்கிட்டுத் திரியியா இல்லியா” என்பார்கள் பெரியம்மையார். உடனே சண்டை அங்கே திரும்பிவிடும். வாயில் வந்தவாறு ஏசுவாள். அவர்கள் வந்து, மண்டையில் கொட்டி, புடிச்சித் தள்ளுவார்கள். சண்டை அழுகையாக மாறி முடியும்.

மதியம் சாப்பிடப்போகும் நேரம் வரும். "போய் சாப்பிட்டுக்கிட்டு வாருங்க" என்பேன். "எக்கா எங்க பெரியம்மகிட்ட சொல்லாதுங்கக்கா, எங்கம்ம அடிப்பாவ" என்று பிள்ளைகள் சொல்லும். "சொல்ல மாட்டேன், நீங்களும் இப்படி ரொம்ப நேரம் விளையாடப்படாது" என்பேன். "ஆட்டு அக்கா" என்று சாப்பிடப் போவார்கள் பிள்ளைகள்.

பிள்ளைகள் சாப்பிட்டு வருவதற்குள் நாங்களும் சாப்பாட்டை முடித்துவிட்டு வருவோம்.

மதியம் சாப்பிடப் போவதற்கும், நாலுமணி ஆனால் வீட்டுக்குப் போவதற்கும், நேரம் அறிய மணி கிடையாது. முத்தத்தில் விழும் வெயிலை அடையாளம் வைத்துக் கொள்வோம்.

மதியத்துக்குப் பிறகு, எனக்கு வேலை குறைந்த நேரம், எனக்குத் தெரிந்த அளவுக்குப் பாடங்களும் கணக்குகளும், மனக்கணக்குகளும், மற்ற எல்லாம் சொல்லிக்கொடுப்பேன். நாலு மணிநேரம் வந்தால் கொஞ்சநேரம் வீட்டு விசயங்களும் மற்றும் விளையாட்டுப் பேச்சுகளும் பேசிவிட்டு, தோட்டத்தில் நிற்கும் காய்கறிச் செடிகளையும் பூச்செடிகளையும் பார்த்துக்கொண்டு, வாடாப்பூ, பச்செல, நாலுமணிப்பூ, பொன்னாவரைப்பூ முதலிய பூக்கைளயும் பறித்துத் தலையில் வைத்துக்கொண்டு, வீட்டுக்குப் போவார்கள்.

சங்கரங்குளியிலிருந்து விருந்துக்கு வருவார்கள் பிள்ளைகள். சங்கரங்குளி சுப்பையா நாடானுக்கு ஐந்து தாரம். ஐந்தாவது தாரத்துக்குப் பழவிளை நாடாச்சிக்கு இரண்டு பெண்பிள்ளைகள். அந்த இரண்டு பிள்ளைகளும் அக்கா வீட்டுக்கு விருந்துக்கு வருவார்கள்.

இந்தப் பிள்ளைகள் படிக்கவரும்போது அதுகளும் கூடவரும். வந்தால் இந்த நாலு பிள்ளைகளும் படித்துவிட்டு வீட்டுக்குப்போகிறது வரை, கூடவே இருந்து படிக்கிறதைப் பார்த்தும், விளையாட்டுக் கதைகள் பேசியும் வெளியே போய் பூச்செடிகளைப் பார்த்தும் நேரம் போக்கிக்கொண்டு, அந்தப் பிள்ளைகள் போகிறபோது கூடிப்போவார்கள்.

ஈயாந்தெங்கிலுள்ள ஆணும் பெண்ணும் அடிக்கடி விருந்துக்கு வருவார்கள். இந்தப் பிள்ளைகள் விளக்கு முன்னிருந்து ராத்திரி படிக்கும்போது அதைக் கேட்டுக் கொண்டும், நோட்டில் எழுதிக்கொடுத்திருப்பதைப் பார்த்தும், 'உங்களுக்கு ஆரு படிச்சுத் தந்தது' என்று கேட்பார்களாம். 'கீளோட்டு அக்கா' என்று இவர்கள் சொல்வார்களாம். இதைப்

பற்றிப் பிள்ளையின் தாயும் வந்த விருந்தாள்களும் பேசிக் கொள்வதை மறுநாள் அந்தப் பிள்ளைகள் என்னிடம் சொல்லுவார்கள்.

பாடங்களைப் படித்துப் பாட்டுகளுக்கு அர்த்தங்களும், கணக்கு வாய்ப்பாடு எல்லாம், ஒவ்வொரு பிள்ளைகளிடமும் கேட்டுச் சொல்லிக் கொடுத்தும், சாயங்காலமானவுடன், வீட்டுக் கணக்கு போட்டுக்கொடுத்து முடித்துவிட்டு, கொஞ்சநேரம் வீட்டு விசயங்களைப் பற்றி எப்போதும் பேசுவதுபோலப் பேச ஆரம்பிப்போம்.

“யக்கா நேத்து எங்க பெரியம்மய்க்க அண்ணன் மக்க ரெண்டு பேரு, எங்க ஊட்டுக்கு வந்திருந்தாவுளா, நாங்க ராத்திரி வெளக்கு முன்னிருந்து படிச்சமா, படிச்சுக்கிட்டு, நான் கணக்கு செய்தன். நாடாச்சியும் கணக்குத்தான் செய்தா. ஜானகியும், ருக்குமணியும் வாய்ப்பாடு படிச்சாவ.

அப்பொ அந்தச் செல்லமும், தங்க நாடானும் எங்க நோட்டயெல்லாம் எடுத்துப் பாத்துக்கிட்டு, ‘ஒங்களுக்கு படிச்சித்தாறது ஆரு எண்ணி கேட்டாவுளா, நாங்க ‘கீளோட்டு அக்கா’ எண்ணிச் சொன்னோம்.

அந்தால அவரு எங்கம்மகிட்ட, ‘யக்கா நாங்க முந்தி இங்க நின்னு படிச்சச்சில அந்த ஊட்டுல இருந்து நாடான், நாடாச்சிண்ணு ரெண்டு பேரு படிச்சாவுளே, அந்தப் புள்ளயா படிச்சு குடுக்குவு’ எண்ணு கேட்டாரு.

எங்கம்ம ‘ஆமா, எண்ணு சொன்னாவ. “அப்படியாக்கா? நீங்க படிச்சச்சில அவ்வியளும் படிச்சாவுளா?”

“ஆமா, ஈயாந்தெங்கு தங்கநாடானும், செல்லம் துரைசாமி யும், நானும் அண்ணனும் சேர்ந்து பள்ளிக்கொடத்துக்குப் போவோம்” என்பேன்.

“அவரு எங்க நோட்டுகளப் பார்த்தும், பள்ளிக்கொடத்தில வாத்தியாரு எங்களுக்கு அர்த்தம் எழுதிப் போடுயதுபோலத்தான் எழுதிக்குடுத்திருக்கா. ‘புள்ளயள எனி பள்ளிக்கொடத்துக்கு வேண்டா. இங்கதானே படிச்சாப் போதும்’ எண்ணிச் சொன்னாரு. எங்கம்ம, ‘பள்ளிக்கொடத்துக்குப் போறியளா, இங்க படிச்சிதியளா, எண்ணி எங்ககிட்ட கேட்டாவ. நாங்க பள்ளிகொடத்துக்குப் போகமாட்டோம். இங்க தாம் படிப்போம் எண்ணிச் சொன்னோம்” என்று கதையாகச் சொல்லும்போது, எங்கள் தகப்பனார் கேட்டுக்கொண்டேயிருந்து சிரிப்பார்கள். அண்ணன், பெரியம்மை, சித்தி, சின்னத்தங்கம் எல்லோரும் கேட்டுக்கொண்டே இருப்பார்கள்.

எங்கவீட்டுக்குச் சதா பேசி பொழுதுபோக்க வரும் பெண்களும், நான் பிள்ளைகளுக்குப் பாடங்கள் சொல்லிக் கொடுக்கும்போது பக்கத்திலிருந்து பார்த்துக்கொண்டே யிருப்பார்கள்.

அந்தப் பிள்ளைகள் நாலும் நாங்கள் இரண்டு பேர் இந்த ஆறு பேரும் ஒன்றாய் இருந்து படிக்கிறதும், பேசுகிறதையும் அந்தப் பெண்கள் பார்த்துக்கொண்டு, 'இந்தப் பிள்ளைகளை மேல்ஜாதிப் பிள்ளைகள் கூட்டத்தில் கொண்டுவிட்டா இன்ன சாதி எண்ணு சொல்லமுடியுமா?' என்பாள் ஒருத்தி. 'சொல்ல முடியாது' என்பாள் ஒருத்தி. 'ம்' என்று தலை அசைப்பாள் ஒருத்தி. இப்படி ஒவ்வொருவரும் ஒன்றுஒன்றைச் சொல்லி விட்டு, எங்கள் பெரியம்மையைப் பார்த்து, "யம்மா, நம்ம புள்ளயள கூட்டத்தில உட்டா என்ன சாதி எண்ணு சொல்ல முடியாதம்மா" என்பாள் ஒருத்தி. அவர்கள் முகத்தைத் தடவிக்கொண்டே லேசாய்ச் சிரிப்பார்கள். "இன்னும் நாலஞ்சி புள்ளய சேர்ந்தா ஒரு பள்ளிக்கொடம்போல இருக்கும்" என்பார்கள். "ஓம்மவா பாஞ்சாலியக் கொண்டு சேத்துக்கோ" என்று இன்னொருத்தி சொல்லுவாள். "அவ ஆளாகிவிட்டாளே" என்பாள். "இல்லைண்ணா கொண்டு சேத்திருவா" என்றும், பலவிதமாகச் சொல்லுவார்கள். 'ஆலை இல்லா ஊருக்கு இலுப்பைப்பூ சர்க்கரை' என்பது போல, அந்தக் காலத்துப் பெண்களுக்கு எழுதப்படிக்கத் தெரியாததினால் இங்கே பிள்ளைகள் படிக்கிறதும், சொல்லிக்கொடுக்கிறதையும் பார்த்து, அதிசயமாய் நினைத்துப் பெருமை பாராட்டுவார்கள்.

அந்தப் பிள்ளைகளின் பேத்தியார் சிலவேளைகளில் வருவார்கள். எங்க பெரியம்மையிடம் கொஞ்சநேரம் பேசிக் கொண்டு, பிறகு நாங்கள் இருக்கும் இடத்துக்கு வந்து, "புள்ளய நல்லா படிச்சியாவுளா அம்மா" என்பார்கள்.

நான், "ஆமா கண்ணம்மா" என்பேன்.

"ஒண்ணுந் தெரியுவு இல்ல. அடி குடுத்துப் படிச்சிக் குடுக்கச் சொல்லுங்க எண்ணியில்லா சொன்னா. சொன்னது இவளுவளுக்க அம்மதான். நேத்தக்கி என்னதோ கேட்டாளா, தெரியாதுண்ணிச் சொன்னாளா" என்பார்கள்.

"ஒங்க அம்ம என்னது கேட்டதுக்கு நீ தெரியாதுண்ணிச் சொன்னாம்மா" என்பேன்.

"யக்கா, நீங்க நேத்து 'கலையாகிக் கொம்பாகி காட்டகத்தே நிற்கும்' எண்ணி ஒரு பாட்டு பாராம படிச்ச சொன்னிய யில்லியா, அத நான் ராத்திரி படிச்சிக்கிட்டு உறங்கப் போனன்.

அப்ப அம்ம பாராமச் சொல்லச் சொன்னா. நான் தெரியாது எண்ணன். அதுக்கு எங்க அம்ம ஒண்ணுஞ் சொல்ல இல்ல. இவிய கௌவி இங்க வந்து பொய் சொல்ல வந்திருக்காவ" என்று கோபமாய்ச் சொல்லிவிட்டு, எல்லாப் பிள்ளைகளும் சேர்ந்து சத்தம் போட்டுப் படிப்பார்கள்.

நான் சிலவேளைகளில் எதாவது பாராமல் கேட்டால், தெரிந்தும் தெரியாமலும் சொல்லும். "போ, ஒண்ணும் சொல்லத் தெரியயில்ல" என்று கோபத்தோடு சத்தமாய்ச்சொல்லி விட்டால், பயந்து முகம் வியர்த்து, கவனமாய்க் கொஞ்ச நேரத்துக்குள் சொல்லிவிடும்.

ஒரு பிள்ளை சிலவேளை கொஞ்சம் அழ ஆரம்பித்தா, அடுத்த பிள்ளை நீ அழுதா அம்மட்ட போய் சொல்லிக் குடுப்பேனென்று சொல்லும். அந்தப் பிள்ளை அழுவதை நிறுத்திவிடும்.

'இளமையில் கல்வி சிலையில் எழுத்து' என்பதுபோல், பிள்ளைகள் எதானாலும் நன்றாய்க் கவனித்து, மனதில் பதித்து, மறக்காமல் வைத்துப் படித்துவந்தார்கள். நான் தகப்பனார் வீடுவிட்டு, பொட்டல் அடப்புவிளை வருகிறது வரையும் பிள்ளைகள் இவ்விதமாக என்னிடத்தில் ஐந்து வருசமாகப் படித்து வந்தார்கள். சுற்றுப்பக்கத்தில் உள்ளவர்கள் எல்லாம் 'வாத்திச்சி' என்று பெயரும் வைத்தார்கள்.

இந்தப் பிள்ளைகள் என்னிடம் படிக்கவந்து துவக்கம், ஆறு மாதத்துக்குள்ளே எங்க மூத்தய்யாவின் இரண்டாவது தாரம் பெண்சாதி பத்தாங்காட்டு நாடாச்சி இறந்துவிட்டார்கள்.

இறந்தவர்களுக்குப் பதினாறு கழிவதற்குள்ளே இரண்டு குழந்தைகளுக்கும் சுகமில்லாமல் காச்சல் வந்தது. இந்த வீட்டில் இருந்தால் பிள்ளைகளும் செத்துப்போகுமென்று, வீட்டைவிட்டு வருசங் கழிகிறவரை வேற எங்காவது போய் இருக்கவேணும் என்று வீடு பார்த்தார்.

எங்க வீட்டில் தெக்கு நாலுகட்டு முத்தமும் வீடும் அதிகம் பருமாற்றம் இல்லாமல் கிடந்தது. இந்த இடத்தை வந்து பார்த்து, மூத்தைய்யா எங்க அய்யாகிட்ட மெள்ளக் கேட்டார். எங்க அய்யாவுக்கும் அவருக்கும் ஏற்கனவே ஒரு நாளும் பிடிக்காது.

'தம்பியிடம் சொல்லாமல் எப்படி வந்து இருப்பது' என்று எண்ணிக்கொண்டு, வீட்டுக்குள் வந்து, "ஏ, இளய நாடான் கேட்டியா?" என்றார். இவர் பதில் சத்தம் கொடுக்கவில்லை.

அவர் தானாகவே திரும்பவும் சொல்லுகிறார். “யே” என்றார். இவர் “என்ன” வென்றார்.

“பத்தங்காட்டுக்காரிக்கு குழிமுறகளிச்ச அண்ணே ரெண்டு புள்ளயளுக்கும் காச்சலு. என்னும் எழுந்திருக்கயில்லை. ஊடு தூக்கம் புடிச்சிப் போச்சி. இந்த ஒரு வருசமும் கழியும் மட்டும் இதுலதான் ஒரு பக்கத்தில வந்து இருக்கலாம் எண்ணு பார்க்கேன். நீ மறுத்துச் சொல்லிராதே அப்பா” என்று சொன்னார். அண்ணன் சொல்வதைக்கேட்டுத் தம்பி ஒரு பதிலும் சொல்லவில்லை.

எங்க பெரியம்மையிடம் போய், “யம்மா கொட்டாங்காச்சி வெள நாடாச்சி, நான் புள்ளயள இண்ணு ராத்திரி இங்கதாங் கூட்டிக்கிட்டு வரப்போறென்” என்று சொன்னார். அண்ணன் சொல்வதைக் கேட்டுத் தனிக்குடித்தனம் பண்ணிக் கொண்டிருந்தார்கள்.

மூத்த அய்யாவுக்கு முதல் தாரத்தில் ஒரு ஆணும், ஒரு பெண்ணும், இளையதாரத்தில் மூன்று ஆணும், இரண்டு பெண்ணும். ஆக ஏழு பிள்ளைகளும் தகப்பனாரும். அவர்களைப் பற்றியும் அவர்களுக்கு உபத்திரவமில்லை. மூத்த தாரத்து மகள் எனக்கு அக்காள், அப்போது வீட்டிலாகியிருந்தாள்.

மூத்தைய்யா வீட்டுச் சின்னப்பிள்ளைகள் ஐந்தும், படிக்க வருகிற பிள்ளைகள் நாலும், நாங்களும் அக்காளும் மற்ற பெரிய ஆள்களும், வருகிற பெண்களும் சேர்ந்து, ஒரு குட்டிப் பள்ளிக்கூடம்போலவே காட்சியளித்தது.

இதைப் பார்த்துக்கொண்டே இருப்பார் எங்க மூத்தைய்யா. என்னைப் பார்த்து, “மக்கா” என்பார். “உன்னப் பார்த்தா எங்க அத்த அகஸ்தீஸ்வரத்து நாடாச்சிய பாத்தது போல இருக்கு. என்ன வளத்தது எங்க அத்த தான். நீ எனக்குத் தான் புள்ளயா பொறந்திருக்கணும். என்னதோ என்தம்பிக்கு வந்து பிறந்திருக்கா” என்று சொல்லிக்கொண்டே மீசையை முறுக்கிக்கொண்டிருப்பார்.

கடைத்தெருவுக்கு வம்பளக்க வந்த குமரப்பநாடான் எங்க மூத்தய்யாவைக் கண்டதும், “என்ன மாப்ளெ” என்று வெளித்திண்ணையில் உக்கார்ந்து பேசிக்கொண்டிருக்கும்போது, இந்தப் பிள்ளைகள் படித்துவிட்டு வீட்டுக்குப் போவதைப் பார்த்து, “இது யாரு வீட்டுப் பிள்ளய? இங்க படிச்சிக் குடுக்கது யாரு” என்பார்.

“இது நம்ம ஈயாந்தெங்கு அத்த மகள் புள்ள பேத்திமாரு. என் மச்சினன் செத்த பொறவு அந்த மாயப்பெருமா பேரப் புள்ளய சின்னப் பயவ இப்பமும் தேங்கா வெட்டி அழிச்சி அக்குறுமஞ் செய்யுதாமமுல்லியா, அதினால பயந்து இந்தப் புள்ளயள பள்ளிக்கொடத்துக்கு விடாம, பயந்து நம்ம புள்ளய படிச்சிக் குடுக்கச்சொல்லி, இங்க வந்து படிச்சிக்கிட்டுப் பொகுவு மாப்ளே” என்றார்.

“அது ஒம்ம தம்பி மவ நல்லா படிச்ச புள்ள. நல்லாச் சொல்லிக் குடுப்பா. எங்க அனந்தம்மையும், நாடாச்சியும் ஒண்ணா ஒரே கிளாசிலதான் படிச்சாவ. ரெண்டு பேரும் நல்ல மூள உள்ள புள்ளய. யாரு என்ன செய்யிறதக் கண்டாலும், உடனே அதப்பாத்து அது போலச் செய்வா எங்க அனந்தம்ம. ரெண்டு பேரும் ஒரே சாடை, ஒரே வளத்தி. நம்ம வீட்டு நடைகள்ல குனியாம நிமர்ந்து போறாவ. நாமெல்லாம் குனிஞ்சு தான் போறோம்” என்று தமாஸ் பண்ணுவார் குமரப்ப நாடான்.

“அது, மாவெள நாடான் கேட்டியா, எங்க தகப்பனார் செத்த பெறவு எங்கள வளர்த்தது எங்க அத்த. ஒங்களுக்குத் தெரியுமில்லியா?” என்பார். “ஆமா ஆமா, சரியாச் சொல்லட்டீரு. அவியளும் கட்டஆளாத்தான இருப்பாவ. எனக்கு நல்லாத் தெரியும்” என்று கடுவா முழங்கியதுபோல உரக்கச் சிரிப்பார்.

14

இந்தச் சம்பவங்களுக்கு முன்னும் பின்னுமாய், எங்களுடன் கூடி விளையாடிக் கொண்டும், பேசப் பழகிக்கொண்டும் இருந்தது ஒரு மைனா. மைனாவின் கதையும் பலர் புகழ்ந்து சொல்லி வந்தது, பின் துயரமாய் முடிந்தது.

எங்கள் அண்ணா விளைக்குப் போய்விட்டு வரும்போது ஒரு பையனிடமிருந்து ஒரு மைனாக் குஞ்சி வாங்கிக்கொண்டு வந்தார். ஒரு கூடு விலைக்கு வாங்கி, அதில் அடைத்துப்போட்டு ஆகாரம், புட்டான், பழம், தவிடு, தண்ணிம்பிள்ளை இவைகளைக் கொடுத்து வளர்த்தோம்.

கொஞ்சநாள் கழித்துச் சிறகைப் பாதியில் வெட்டி, வீட்டுக்குள் விட்டிருந்தோம். அது வெளியே போகாமல் எங்கள் கூடவே திரியும். நாங்கள் இருக்கும் இடத்தில் அதுவும் வந்து இருந்து, அதன் பாகளைச் சொல்லிக்கொண்டிருக்கும்.

அந்தச் சமயம் நாங்கள் 'அக்கக்கா கள்ளன்' என்று அடிக்கடி சொல்லிக்குடுப்போம். எங்கள் கையில் வந்து அது ஆறு மாதத்துக்கெல்லாம் நாங்கள் சொல்லும் வார்த்தைகளைக் கொஞ்சங் கொஞ்சமாய் சொல்லவும், ஒரு வருசத்துக்குள் தானாகவே சகல கலையும் கற்றுக்கொண்டது. நெல்லைக் குத்துகிறவள் பெரிய பானையை ஓடாக எடுத்து நெல்லை வைத்துத் துவைப்பாள். ஓட்டின் விளிம்பில் இருந்து உமி இல்லாத அரிசியை எடுத்துக்கொண்டு ஓடும். அரிசி தீட்டும் போது உரப் பெட்டியில் வந்து இருக்கும். நெல்லுக் குத்துகிறவள் எப்படியோ உலக்கையை நிறுத்திவிடுவாள். வாய் நிறைய அரிசி எடுத்துக் கொண்டு பறந்து போய்விடும். தேங்காய் திருவிக் கொண்டிருக்கும் சமயம், ஓடி வந்து ஒரு குத்துத் தேங்காய் எடுத்துக்கொண்டு போகும்.

எப்பவும் ஒரு சருவத்தில் தண்ணி அதுக்குக் குளிச்ச வேறயா வைக்கணும். இல்லாவிட்டால் குட்டுவத்தில் இருக்கும் தண்ணியில் இறங்கிவிடும். குட்டுவ விளிம்பைச் சுற்றிச்சுற்றி எச்சம் போட்டுத் தண்ணியை அழுக்குப்படுத்திவிடும்.

ஒரு பாத்திரத்தில் தண்ணி கோரிவைத்தால், அதுக்குள் இறங்கி, சிறகை ஆட்டி அசைத்து, தலையைத் தண்ணிக்குள்ளே முக்கிக் குளிக்கும்; பார்க்க அழகாக இருக்கும்.

குடத்தின் பக்கம் பாத்திரம் பூசவும், பானை சட்டி கழுவவும், பெரிய பலகை போட்டிருக்கும். அந்தப் பலகையின் அடிப்பாகம் மண்ணோடு சேர்ந்து தண்ணிம் பிள்ளை கூடு வைத்திருக்கும். பலகையின் பக்கம் மைனா வரும்போது, பலகையைத் தூக்கி விடுவேன். இங்கே இருக்கும் தண்ணிம் பிள்ளையை எடத்து விழுங்கிவிடும். உற்சாகமாய் ஒரு இடத்தில் போய் படுத்து உறங்கிட்டுத் திரும்ப வரும். செல்லப் பிள்ளையாகப் பின்னால் திரியும். எந்தச் சமயமும் ‘அக்கா, அக்கா’ என்று சொல்லி ஒவ்வொருவர் பின்னாலுும திரியும்.

ராஜா குழந்தையாக இருந்தான். அவனைக் கண்டால், “ஏ ராஜா வாடே” என்று சொல்ல அவன் பின்னால் திரியும். ‘அக்கா’ என்ற வார்த்தை தவிர வேறு ஒரு வார்த்தையும் நாங்கள் சொல்லிக்கொடுக்காமலே, அது நாங்கள் சொல்லுகிறதைக் கேட்டு எல்லா வார்த்தைகளும் பழகிக்கொண்டது. ‘நாயே போ, பூச்ச போ, கோழி போ’ என்று அடுக்கடுக்காய்ச் சொல்லும். ஆளு வந்தால் ‘அக்கக்கா கள்ளன், கள்ளன்’ என்றும், மாடு வந்தால் ‘ம்பா, ம்பா’ என்றும் கூப்பிடும்.

அய்யா சாப்பிட வரும்போது பின்னால் வரும். நாங்கள் அந்தக் காலம் ‘சாப்பிட வாருங்கள்’ என்று சொல்லும் பழக்கம் இல்லை. ‘கஞ்சி குடிச்ச வாருங்க, கஞ்சி குடிச்சியளா’ என்றுதான் கேட்போம். அந்த மைனாவும் அதைக்கேட்டு ‘கஞ்சி குடிச்சியா’ என்று யாரையும் கேட்கப் பழகிக்கொண்டது. அய்யாவைக் கண்டால் ‘அய்யா, அய்யா’ என்று சொல்லிக்கொண்டே பின்னால் வரும்.

சாப்பிடும்போது ஒரு பூனையும், அதன் குட்டி ரெண்டும் – ஆக மூன்று பூனைகளுக்கு இடையில் இது அங்குமிங்கும் ஓடித் திரியும். எங்க அய்யா சோத்தை வாரிப் பூனைக்கு வைப்பார்கள். இந்த மைனா அதைக் கொத்த ஓடும். பூனை சீறும். அய்யா ஒரு கம்பைக் கையில் வைத்து, பூனையின் தலையில் தட்டித்தட்டி, மைனாவைப் பழக்கப்படுத்துவார்கள். சிலவேளை பூனை சீறிவிழும். அந்தச் சமயம் பெலமாக ஒரு

அடிவைப்பார்கள். பூனை சத்தம் போட்டுக்கொண்டு ஓடும். மைனா பூனையின் வாலைக் கொத்தி இழுக்கும்.

வீட்டுக்குள் இந்த அட்டகாசங்களைச் செய்து, வெளியிலும் போய் தறித்த மரத்தின் மூடுகளில் இருந்து கொண்ட பூனை, நாய், கோழி விரட்டவும், யாராவது வந்தால் விடாமல் செறுத்துக் கொத்தவும் தலைப்பட்டது. வீட்டுக்குள் வருகிறவர்கள் பயந்து, 'நாடாச்சி மைனாவைப் பிடிச்சிக்கோ, கொத்த வருது' என்று சத்தம் போடுவார்கள். இந்தச் சத்தங் கேட்டு நாங்கள் யாராவது வந்து மைனாவைப் பிடிச்சி கூட்டுக்கள்ளே அடச்சாத்தான் வருவார்கள்.

விறகு வாங்க வருகிறவர்களுக்கும் பயம், தண்ணி இறைக்க, தோண்டி எடுக்க வரவும் பயம். மீன்காரி முதல் எல்லாரும் நாயைக் கண்டு பயப்படுவதுபோல் பயப்படுவார்கள்.

ராஜாவும் ராஜாங்கமும் அழுவதுபோல் அழும், சிரிப்பது போல் சிரிக்கும். இருமுவது போல் இருமும். இதைக் கேட்கும் போதும் பார்க்கும்போதும் ஆச்சர்யமாய் இருக்கும்.

தெய்வானை என்பவளும், அவள் அக்காமாரும், அம்மை யும், இப்படி நாலைந்து பேர் ஓலைமுடைய வருவார்கள். மைனா அவர்களிடம் போய் பேச்சு ஆரம்பிக்கும். அதுகள் என்ன மைனா என்றோ, எங்க வந்தா என்றோ ஒருவார்த்தை சொன்னால், இது, 'நீ கஞ்சிகுடிச்சியா' என்று சொல்லும். அந்தப் பிள்ளைகள் சிரித்துக்கொண்டு ஓடிவந்து "நாடாச்சீ, மைனா என்ன சொல்லுவு?" என்று கேட்கும். "நீ கஞ்சி குடிச்சியா எண்ணு கேக்குது. ஒனக்கு செவி ஓட்டையா" என்று சொல்லுவேன். அந்தப் பிள்ளைகள் சந்தோசம் தாங்காமல் துள்ளிக் குதிக்கும். மைனா அதுக காலைப் பற்றிப் பிடித்து, ரெத்தம் வரக் கொத்திப் பிச்சிவிடும். அதுக அழுதுகொண்டே ஓடும்.

சாயங்காலம் அந்திக்கடை நேரத்தில் வடக்கே பத்தங்காடு, விளாத்திவிளை, வயிராகுடி, தாராவிளை, அனந்த நாடான் குடியிருப்பு ஊர்களிலுள்ள ஆணும் பெண்ணும் பிள்ளைகளும் அந்தக் கடையில் மீன் வாங்க வருவார்கள். எங்க வீட்டுப் பக்கம் வருகிறபோது இந்த மைனா மரத்து மூடடில் இருந்து, 'லாஞ், லாஞ், லாஞ்' வென்று பாட்டுப் பாடிக்கொண்டிருக்கும். அதைப் பார்த்துக்கொண்டும் கேட்டுக்கொண்டும் போவார்கள்.

எங்களுக்குப் பதிவாக ஒரு கண்ணம்மை அந்திக்கடை யில் மீன் வாங்கித் தருவார்கள். அவர்கள் எங்கள் வீட்டுப்பக்கம் வந்ததும், வெளியில் நின்று, "ஏ, ஆத்தோ கடைக்கு விலை இருக்கா" என்று சத்தம் போட்டுக்கொண்டே வருவது பழக்கம்.

இந்தச்சொல்லை அந்த மைனா சொல்லப் படித்துக்கொண்டது. அந்தக் கண்ணம்மை, "யாத்தோ" என்று சொல்லிக்கொண்டு திண்ணப் பக்கம்வருவதற்குள், இந்த மைனா, "யாத்தோ" வென்று சத்தம் போட்டுக்கொண்டு, பறந்து வந்து திண்ணையில் இருக்கும். 'யாத்தோ கடைக்கி வெலை இருக்கா' என்று சத்தம் போட்டுச் சொல்லும்.

வடகாட்டு நாடான்மார்கள் அய்யாவைக் கண்டால், மேலோட்டு நாடான், "ஒங்க ஊட்டுல ஒரு மைனா கெடக்காமே" என்பார்கள். இவர் "ஆமாய்யா" என்பார். "நல்லாப் பேசுமா?"

"பேசுவதாப் பாக்கணுமானா வாருங்க."

"சரி, வாறோம்."

உடனே அய்யா என்னைக் கூப்பிட்டு, "எம்மா, அந்த மைனாவப் புடிச்சி அடச்சிரு. ரெண்டு மூணு பேரு அதுக்க பேச்சக் கேக்க வாறாவ" என்பார்கள். நான் விசிலடிச்சிக் கூப்பிடுவேன். உடனே வரும். புடிச்சிக் கூட்டுக்குள்ளே போடுவேன். வெளி வாசல் கதவைத் திறந்தா மைனாக்கூடு நேரே தெரியும். அந்த ஆளுக நடையில நின்னு கேட்டுக்கிட்டு நிற்பார்கள். சின்னப் பிள்ளைகள் உள்ளே வந்து பேச்சு கேட்கும். மைனா சிரிக்கும், அழும், இருமும், ராஜாவைக் கூப்பிடும், 'கடைக்கா வந்தா? கஞ்சி குடிச்சியா?' என்றெல்லாம் சொல்லும். இதைக் கேட்டுப் பிள்ளைகள் சிரிக்கும். அதும் சிரிக்கும்.

எங்க தகப்பனார் கோர்ட்டுக்குப் போய்விட்டு ராத்திரி வந்தாலும், வந்த உடனே, சத்தம் கேட்டதும், 'அய்யா, அய்யா'வெனக் கூப்பிடும். கோபத்தோடு வருகிற சமயங்களில் மைனா கூப்பிட்டால், "சவத்துக்குப் பொறந்த பயலுக்கத, என்ன?" என்று பதில் குடுப்பார். அது 'ராஜா சொல்லச் சொல்ல கேக்றானில்ல' என்று சத்தம் போடும். அவர் கோபம் தீர்ந்து சிரித்துவிடுவார்.

விடியக் காலத்தில் காளியன் தோப்புக் குடிமக்கள் வீட்டில் கொட்டடித்துப் பழகுவதற்கு தவுலை அடித்துச் சத்தம் 'டுண், டுண்' என்று கேட்கும்போது, இதுவும் அப்படியே சொல்லும். பிறகு அவன் படபடா அடிக்கும்போது டுண் டுண் டுண், டுண் டுண் டுண் என்று சொல்லிக்கொண்டே இருக்கும்.

அவன் குழல் வாசிக்கத் துவக்கும்போது 'பீ, பீ, பீ' என்பான். பிறகு 'பீப்பீ, யீயீயீ' என்றதுபோல் கேட்கும். மைனாவும் இதே மாதிரியாகச் சொல்லும். எங்க அய்யா எழுந்த உடனே பதிவாய் வெற்றிலை போடும் இடத்தில் வந்து இருந்து

'ராமா, ராமா' என்றும், 'கோவிந்தா, கோவிந்தா' என்றும் சொல்லிக் கொடுப்பார்கள். அது, 'க்ராமா, க்ராமா', 'கூந்தா, கூந்தா' என்று சொல்லும். நாராயணா என்றால் அது 'ரா ரா ரா' என்று சொல்லும்.

எங்களைப் போல அதுவும் ஒரு செல்லப்பிள்ளையாக, எல்லாப் பேச்சுகளும் படித்துப் பாட்டுப் பாடவும் கடவுள் வணக்கம் சொல்லவும் படித்து, செல்லப் பிள்ளையாக எங்கும் சுற்றித் திரிந்தது. மைனாவின் பெயர் ஊரெங்கும் பரவியது.

கட்ட நாடானின் தாயாரும் தங்கச்சியும் மைனாவின் பேச்சைக் கேட்கவேண்டி வந்து, ஒருநாள் பகல் பூராவும் இருந்து, கேட்டுக்கொண்டு போனார்கள்.

கட்ட நாடானிடம் போய், "இளைய அப்பாவு ஊட்ல ஒரு மைனா கெடக்குவு. அது என்னதெல்லாஞ் சொல்லுவு" என்றார்கள்.

"காட்டுக்குள்ள மைனா சத்தம் போடுவதுபோல சத்தம் போடும். ஒங்களுக்கு அது பேசினது போல இருக்கும்" என்றார் அவர்.

"இல்ல அண்ணா, நான் நேத்து கனநேரம் கேட்டுக்கிட்டு இருந்தேன். அது சின்னப் புள்ள சொல்லுவது போல சொல்லுவு அண்ணா" என்று அதன் பேச்சுகளெல்லாம் சொன்னார்கள்.

"அப்படின்னா அது நம்ம வீட்டில வச்சிப் பேசமுண்ணா, போய் வாங்கிக்கிட்டு வாருங்க" என்றார்.

அடுத்த நாள் காலையிலே அவருடைய அம்மை ஒரு பையனையும் கூட்டிக்கிட்டு எங்க வீட்டுக்கு வந்தார்கள். "ஏ அப்பாவு, நம்ம நாடான் இந்த மைனா பேசுவதக் கேக்க ஆசப்படுயான். நான் கொண்டுபோயி கொஞ்சநேரங்கழிச்சி குடுத்துவிடுயேன், கொண்டு போகட்டா" என்றார்கள்.

எங்க அய்யாவுக்குக் குடுக்க மனம் இல்லை. தரமாட்டேன் என்று சொல்ல நா எழவும் இல்லை.

"அது மய்னீ, பழக்கம் இல்லாத ஆளுகளக் கண்டா பேசாதே" என்றார்.

"இந்தக் கூட்டுக்கப் போட்டுக்கொண்டு போயி வச்சா, கொஞ்சநேரம் கழிச்சம் பிறகு என்னதாவது ஒண்ணு சொல்லாமலா இருக்கும்? கொண்டு போயி பார்ப்போம். அது

ஒண்ணும் பேச இல்லண்ணா, ஒடனே குடுத்துவிட்டுருவேன்" என்றார்கள் அவர்கள்.

"தரமாட்டேன் எண்ணா ஒங்களுக்கு மனவருத்தமா இருக்கும். அதுனால தாறேன், கொண்டுபோங்க. கூட்டத் தொறந்தா வெளியிலே சாடிரும். அதுனால, பாத்துக்கிட்டுப் பேசயில்லன்னா குடுத்து உட்டுருங்க" என்று சொல்லி மைனாவைக் கூட்டுக்குள்ள போட்டு, கூட்டுக்கதவை இறுக்கமாப் பூட்டி மயினி கையில் கொடுத்தார்கள் அய்யா. அவர்களும் கொண்டு போனார்கள்.

கூட்டைத் தாவாரக் கம்பில் கெட்டித் தூக்கியதும், வீட்டுக் காரர்களும் கட்ட நாடானும் பிள்ளைகளும் வந்து கூட்டைச் சுற்றி நின்றார்கள். பழக்கமில்லாத ஆள்களைக் கண்டதும் சாதாரணமாக அது வெளியே சுற்றித் திரியும்போது பாம்பு களைக் கண்டால் பயந்து சத்தம் போடுவதுபோல் சத்தம் போட்டுக்கொண்டு, கூட்டுக்குள்ளே துள்ளித்துள்ளிச் சாடியதாம்.

'கொஞ்ச நேரம் கழிச்சி பேசுமானால் பார்க்கலாம்' என்று விலகிப்போய்விட்டார்களாம்.

கட்ட நாடான் கண்ணில் காணாமல், அகஸ்தீஸ்வரத்து நாடாச்சி மறைந்து ஒளிந்து இருந்த காலம். அகஸ்தீஸ்வரத்து நாடாச்சி இப்போது அவர் காணும்படியாய்ப் பயம் இல்லாமல் வீட்டுவேலைகள் செய்துவந்த சமயம். ஆனதினால் அந்த அம்மாள் கொஞ்சம் புட்டைக் கையில் வைத்துக் கூட்டுக்கு உள்ளே நீட்டினார்கள். அது கையைக் கொத்திப் பிடுங்கியது. இனி, கூட்டைத் திறந்து உள்ளே வச்சா தின்னுமா பார்ப்போம் என்று கூட்டைத் திறந்ததும், மைனா வெளியில் சாட, பக்கம் கிடந்த பூனை பிடித்ததும் சரியாய் முடிந்தது. 'கீச்'சென்ற சத்தத்தோடு அது கொண்டுஓடிவிட்டது.

"அய்யோ, மைனாவைப் பூன பிடிச்சிக்கிட்டு ஓடுவு" என்று அந்த அம்மா சத்தம் போட்டதும், எல்லாரும் ஓடி வந்து பார்த்தார்களாம். காணவில்லை. என்ன செய்வார்கள், விதி முடிந்தது.

'தென்னை மரத்தில் தேள் கொட்ட பனை மரத்துக்கு நெறி கெட்டியது போல' எல்லாரும் கூச்சலிட்டு அழுதார்கள். "ஏ அவுத்தியரத்தா, ஏ கிறுக்கி, நீ ஏன் போய் கூட்டத் துறந்தா" என்று மாமியார் சத்தம் போட, புருசன் அடித்துப்போடுவார் என்று அவர்கள் வீட்டுக்குள் போய் கதவைப் பூட்டிக்கொண்டார்கள்.

"அய்யய்யோ, அடைக்கலமா என் கையில தந்தானே அப்பாவு. நான் அவனுக்கு இனி என்ன சொல்லுவேன்" என்று வயிற்றிலும் மார்பிலும் அடித்துஅடித்து அழுதார்கள்.

எங்களுக்கு இந்த விபரங்கள் ஒன்றும் தெரியாமல் இருக்கும் சமயம், எங்க மூத்தய்யா, "ஏ இளைய நாடான், நீ அந்தப் பொம்புள வந்து கேட்டா எண்ணி மைனாவ எப்படிக் குடுத்து விட்டாடே" என்று சொல்லிக்கொண்டு வீட்டுக்குள்ளே வந்தார்.

எங்க எல்லாருக்கும் மனதில் ஒரு குத்து குத்தியது. எங்க அய்யா, "ஏன் அதுக்கு என்ன" உடம்பு சிவக்கக் கேட்டார்கள்.

"யே, அது அடுத்த ஊட்டுக்கு போனா பேசாது எண்ணு ஒனக்குத் தெரியாதா? நீ அத எப்படி குடுத்து உடலாம்!"

"ஆமா, அதுக்கு இப்ப என்ன" என்று கேட்டதும், "அவ, அகத்தியபுரத்துக் கிறுக்கி புட்டு குடுக்கக் கூட்டுக்கதவத் தொறந்தாளா, அது வெளியில சாடியிருக்கு. பூன புடிச்சிக் கொண்டு போயிட்டு. ஒரு இடமும் காணவில்லை."

"அய்யோ, பிள்ளையார் பிடிக்கப்போய் குரங்காய் முடிந்த கதை ஆச்சு. அய்யோ, பூனைக்கு எர குடுக்கவா நான் புள்ளையா வளத்தேன்" என்று மார்பில் அடித்து அலறிச் சத்தம்போட்டார் அய்யா.

"அய்யோ, கொல்லுயதுக்கா யாங்கையில இருந்து வாங்கிக்கிட்டுப் போனா, பாவி மட்ட கேக்காமக் கொண்டு போயி கொன்னுப்புட்டாளே. அவா கொல்லணும் எண்ணு நெனைச்சித்தான் வந்திருப்பா" என்று மார்பில் அடி மேல் அடியாய் அடித்து அழுதார்.

தம்பி அடித்து அழுகிறதை அண்ணன் தடுத்து, "ஏ, இனி நீ இப்படி அடிச்சிச் சாவயா போறா! அடியாதே. நெறுத்து. அந்தப் பொம்பளய ஒண்ணுஞ்சொல்லி ஏசாதே. நெறுத்து" என்றார்.

"அய்யோ, எனக்கு ஆறு புள்ள இருந்ததுல ஒரு புள்யைக் கொண்டு போய் கொன்னுப்புட்டாளே" என்று திரும்பவும் மார்பில் அடிப்பார், அலறிச் சத்தம் போடுவார்.

இதுகளைப் பார்த்து நாங்களும் எல்லாரும் கூடிச் செத்த வீட்டில் அழுவதுபோல் அழுதோம். எங்க மூத்தையா, எங்க எல்லாரையும் சத்தம்போட்டு ஏசி, அழுகையை நிறுத்தினார். ஆனாலும் எங்கள் ஏக்கமும் கண்ணீரும் நிற்கவில்லை.

அழுகைச்சத்தம் கேட்டு வழியே போனவர்கள் எல்லாம் வந்து செத்த வீட்டில் கூடுவதுபோல் கூடினார்கள். 'என்ன' என்று கேட்டார்கள்.

"மண்டையில் மூள உள்ளவனா இருந்தா அவன் அந்தப் பொம்பளகிட்ட கூட்டோட தூக்கிக் குடுப்பானா" என்று தம்பி மேல் குத்தம் சொல்லிக் கோபத்தைக் குறைத்தார் மூத்தையா.

"குடுத்ததுல இப்ப என்ன? செத்தாப் போச்சி" என்று எல்லாரும் கேட்டார்கள்.

"ஆமா, பூன புடிச்சித் தின்னுப்புட்டு."

'அய்யா'வென்று அவர்களும் வாயில் கை வைத்து அழுது, மூக்கைச் சீந்தினார்கள்.

அன்று மத்தியானம் ஒருவரும் சாப்பிடவில்லை. அழுகை யும் மாறவில்லை. எங்கள் மூத்தையா ராத்திரிவரை இருந்து, எல்லாரையும் அழுகை மாத்தி, சாப்பிடச் செய்தார்.

செத்த வீட்டில் துட்டி கேக்க வருவதுபோல பல ஆணும் பெண்ணும் பிள்ளைகளும் வந்து கேட்டார்கள். அது பேசுகிற பேச்சுகளை எல்லாம் சொல்லி அழுதுவிட்டுப் போனார்கள்.

மூன்று வருசமாக எங்களை விட்டுப் பிரியாமல் இருந்த மைனா எங்களை விட்டுப்பிரிந்து பூனைக்கு இரையாகி மறைந்துவிட்டது.

15

எங்க மூத்த அய்யாவும் பிள்ளைகளும் ஒரு வருசம்வரை எங்க வீட்டில் இருந்து, பிறகு அவர்கள் சொந்தவீட்டுக்குப் போய்விட்டார்கள்.

படிக்கவரும் பிள்ளைகள் எப்போதும் போலவே ஒருநாளும் சண்டை சச்சரவு என்பதில் லாமல் படித்துக்கொண்டிருந்தார்கள். பிள்ளைகள் படிக்க வந்து சேர்ந்து இரண்டு வருசம் கழிந்து, மூன்றாம் வருசம் ஆனது. எனக்கும் எட்டு வருசம் என்று கணக்கு வந்தது.

எட்டாம் வருசக் கடைசியில், நல்ல மரத்தில் நரை விழுந்தது போல் எனக்குக் காச்சல் வந்தது. பழக்கமாய் மருந்து செய்வதுபோல் பள்ளியாடி உபதேசியார் வந்து மருந்து செய்தார். பத்துப் பதினைந்து நாள் சிகிச்சை செய்து சுகப்படவில்லை. குடல்வாத சுரம் என்ற பெயருக்கு வந்துவிட்டது. அதற்கு வேண்டியமுறையில் மருந்தை மாற்றிச் செய்தார். குறையவில்லை.

காச்சல், புலப்பம், எழுந்து ஓடுவது, யாரையும் பேசுவது என்று, ஜன்னி சீதம் உண்டானது.

உபதேசியார் பயந்துவிட்டார். "நாடாரே, நான் எவ்வளவோ மருந்து செய்தும் காச்சல் இறங்க வில்லையே. சாஸ்திரமுறையில் மூன்று, அஞ்சு, ஏழு, ஒன்பது, பதினொன்று, பதிமூன்றுக்குள் இறங்கா விட்டால், மூன்று மாதம் தொண்ணூறு நாள்வரை அவதி. இதைத்தான் அவதிசுரம் என்பது.

பூமாத்திவிளை முத்தம்மைக்கும் நம்ம நாடாச்சிக்குக் காய்ச்சல் உண்டான அன்றுதான் காய்ச்சல் ஆரம்பித்தது. ஆனால் அவளுக்குப் பதிமூன்று நாள் கழிந்த உடன் காச்சல் குறைந்து கொண்டே வருகிறது. இவளுக்கு அதிகப்பட்டு, இப்போ ஜன்னி ஆரம்பித்திருக்கிறது. நான் மருந்து

அழகிய நாயகி அம்மாள்

செய்து, இதில் எதாவது குற்றங்குறை வந்தால், என்னைப் பொல்லாப்பு சொல்லவரும். அதனால் நான் முன்னக்கூட்டிச் சொல்லுகிறேன். எனக்கு மருந்து செய்ய மனமில்லை.

நாகர்கோவிலில் மத்தியாஸ் என்பவர் ஆஸ்பத்திரி ஆரம்பித்து, நல்லமுறையில் மருந்து செய்கிறார். அங்கே கொண்டு போய்விடுவோம். எனக்கு அதுதான் நல்லதாய்த் தெரிகிறது" என்றார்.

இவருக்கு அது சரியாய்த் தோன்றவில்லை. செத்துப் போனால் போச்சு. பிழைத்து வந்தால், நாளைக்கு ஒரு குறையாகப் பலரும் சொல்லுவார்கள் என்று நினைத்து, "பத்து வயதுக்குமேல் பொம்புளப் புள்ளைகளை வெளியே விடாமல் வீட்டுக்குள் அடைத்துவைத்து வளர்க்கும் இந்தக் காலத்தில், வீட்டில் ஆகி இருக்கும் இந்தப் புள்ளய நான் ஆஸ்பத்திரிக்குக் கொண்டு போகமாட்டேன். நானே மருந்து செய்கிறேன். செத்தாலும் சரி, பிழைத்தாலும் சரி, வாறத நானே ஏத்துக்கொள்ளுகிறேன்" என்று சொன்னார்.

உபதேசியாரும் பதில் சொல்லமுடியாமல், "ஒம்ம விருப்பம் போல செய்யும்" என்று சொன்னார்.

இனி மருந்து என்ன பக்குவத்தில் செய்யலாமென்று இருவரும் ஆலோசித்து, இனி ஜன்னிக்கூறு குறையவேண்டு மானால் கண்டூச முறையில்* தான் மருந்து செய்யவேண்டு மென்று உபதேசியார் சொன்னார்.

'சரி' என்று சம்மதித்து, மருந்துகள் சேகரித்தார்கள். தங்கம், வெள்ளி, பவளம், உத்திராச்சம், கோரோசனை, கலைமான் கொம்பு, காண்டாமிருகத்தின் கொம்பு, யானைத் தந்தம், காச்சல் குறைவதற்குக் கடுகாதி மாத்திரையும், நவமருந்து என்று சொல்லுகிற இந்த ஒன்பது மருந்துகளும் சேகரித் தார்கள். பொன்னும், வெள்ளியும், பவளமும், எங்க சித்தி கழுத்தில் போட்டிருந்த கழுத்துருவின் இடையில் கொடுத்திருக்கும் இடைமணியும், பவளமும், கால்விரலில் போட்டிருந்த வெள்ளி மோதிரம் போன்ற வளையத்தையும் கழத்திக் கொடுத்தார்களாம். மற்ற மருந்துகள் விலைக்கு வாங்கினார்கள்.

வெள்ளப்பூடு, இஞ்சி இவைகளோடு முருங்கைப் பூ, முசறு முட்டை** வேண்டும். முசறுமுட்டையும் முருங்கைப்பூவும் ஒவ்வொரு நாளும் கிடைக்கக்கூடிய இடங்களில் போய்

---

* கண்டூச முறை – விஷப்பொருள்களில் மருந்து செய்யும் முறை

** முசறு முட்டை – ஒரு வகை சிவப்பு எறும்பு. மரங்களில் பெரிய இலைகளைச் சேர்த்துப் பெரிய கூடு கட்டி வாழும். கடிக்கும்

கஷ்டப்பட்டு அண்ணனும் மற்ற ஆள்களும் எடுத்துவந்து சேர்ப்பார்கள்.

வெள்ளைப் பூண்டு தோலுடைத்து அரிசி ஆக்கி ஒரு கை அளவு, முருங்கைப் பூ, முசறு முட்டை ஒரு கை, இஞ்சி அந்த அளவு எடுத்து, சதைத்து, * துணியில் பொட்டணம் கெட்டி வைத்து, ஒரு பாத்திரத்தில் தண்ணியை வைத்து, மேல் வாயில் துணியைக் கெட்டி, அதன்மேல் இந்தப் பொட்டணத்தை வைத்து மூடி, அவித்துப் பக்குவமாய் அவிந்தபிறகு எடுத்து, அதைச் சாறு பிழிந்து, அந்தச் சாறோடு பிள்ளைப்பால் ஒரு வேளைக்கு ஆழாக்கு சேர்த்து, மேலே சொன்ன மருந்துகளைச் சேர்த்து, சாணக்கல்லில் இந்தச்சாறு விட்டு, ஒரளவுக்கு உரசி, மாத்திரையும் அதில் சேர்த்து, சன்னிச் சர்வாங்கமும் சேர்த்து, வாங்கிக் குடிப்பதற்கு அறிவு இல்லாததினால் வாயை ஆப்பக்கணை கொண்டு தென்னித்** திறந்து, கரண்டியில் கோரி விடுவார்களாம். இப்படி ஒரு நாளைக்கு இரண்டுவேளை மருந்து செய்தார்கள்.

இந்தச் சமயம் எனக்குத் தெரியாதல்லவா, அறிவு வந்த பிறகு பார்த்து அறிந்தேன். பிள்ளைப்பால் ராஜாக்கமங்கலம் மீனவர்குடியில் ஒரு நாளைக்கு இரண்டுவேளை போய் வாங்குவது ரொம்பக் கஷ்டமாக இருந்தது. என்னிடம் படித்து வந்த பிள்ளைகளின் வீட்டில் வேலைபார்த்து வந்த வேலைக்காரன் பொண்டாட்டியோட சண்டைபோட்டு, அவளைக் கொஞ்சநாளாகத் தள்ளிவைத்துவிட்டான். அவள் வீட்டுக்கு வீடு தண்ணி எடுத்துக் குடுத்தும், நெல்லுக் குத்தியும் பிழைத்துவந்தாள். எங்க வீட்டுக்கும் அந்தச்சமயம் அவள் இந்த வேலைகளைச் செய்துவந்தாள். அவளுக்கு ஒரு வயதில் கைப்பிள்ளை இருந்தது. அவளிடம் ஒருவேளை பாலுக்கு ஏற்பாடு செய்தார்கள். அவள் பெயர் லெச்சிமி.

“லெச்சிமி, புள்ளக்கி மருந்துக்கு ரெண்டு நேரமும் பரக்குடிக்கிப் போய் பாலு வாங்கப் போவமுடியல்ல. அதுநால நீ ஒரு நேரத்துப் பால் குடுப்பியா” என்று எங்க பெரியம்மா கேட்டார்களாம். அவளும், “இந்தப் புள்ளக்கி மருந்துக்குப் பாலு நான் தராம இருப்பனா. பய நச்சா புச்சா கடிச்சி, ரெண்டு சோத்துப்பருக்க நுள்ளித்திங்க படிச்சதுனால, ஒரு நேரத்துப் பாலு நாந்தாறேன்” என்று சொன்னா.

“நீ ஓம் பொரைக்கி*** போக வேண்டாம். இங்கதானே இருந்து, நேரத்துக்கு உள்ள சோத்தயுந் தின்னுக்கிட்டு,

---

* சதைத்து – ஓரளவு நசுக்கி

** தென்னி – தெம்பி

*** பொரைக்கி – குடிசைக்கு

இதுவளுக்குச் செத்த கைஉதவியுஞ் செய்துக்கிட்டு இரு" என்று சொன்னதுக்கு, அவ சம்மதிச்சா. உடனே ஓடையிலே போய் குளிச்சிக்கிட்டு வரச்சொல்லி, வேறே சீலையுங் குடுத்து, இங்கே இருந்து மருந்துக்குப் பால் கொடுத்தாள்.

இந்த முறையிலே மருந்து தினமும் இரண்டுவேளை தவறாமல், உரசி மருந்து சேர்ப்பது பெருங்கஷ்டமாய், உடல் வேதனையும் மனவேதனையும் சேர்ந்து, அழுதுகொண்டே மருந்து உரசுவதைப் பார்த்து, எல்லோரும் சேர்ந்து அழுவார் களாம். பார்க்க வாறவர்களும் பலவாறாகச் சொல்லி அழுது விட்டுப் போவார்களாம். அண்ணனும் மருந்து சேகரிக்க வெளியே போகும்போது, 'இப்ப எப்படி இருக்கய்யா' என்று கேட்டால், அழுதுகொண்டே சொல்லிவிட்டு, முருங்கைப்பூ, முசறு முட்டைகள் இருக்கும் இடம் தேடிப்போய் எடுத்து வருவார்.

'அழுதழுதும் பிள்ளை அவளே பெறுவாள்' என்பதைப் போல், உடல் வருத்தத்தைத் தாங்கிக்கொண்டு, கடினமான மிருகங்களின் கொம்புகளை உரசி, மருந்தைச் சேர்த்து, வாயைத் திறந்து ஊத்திக்கொண்டே வந்தார்கள். ஊழ்வினையின் பயனால் காச்சல் கொஞ்சம் கொஞ்சமாய்க் குறைந்து, அறிவு மயக்கமும் குறைந்து, கூப்பிட்டால் கண்ணைத் திறக்கவும், அதற்குப் பின் நாக்கை அசைத்துப் பேசவும், அவதி நாள்களும் கழிந்து வந்தது.

போஞ்சி* போகும் என்ற உயிர் மீண்டுவந்தது. மீண்டு வந்துவிடும் என்ற முத்தம்மாள் உயிர் போஞ்சி போய்விட்டது.

அங்கே போய்ப் பார்த்தும், இங்கே வந்து பார்த்தும் இருந்த சுற்றுப்பக்கத்தில் உள்ளவர்களுக்கு இந்தச் சம்பவம் ஓர் ஆச்சரியத்தை உண்டாக்கியது.

"குடுக்கப்பட்ட மருந்துகளையும் தண்ணியையும் வாங்கி குடிச்சிக்கிட்டுக்கிடந்த பூமாத்திவிளை நாடான் மொவா செத்துப் போச்சே. ஓர்ம ஒணர்ச்ச ஒண்ணுமில்லாம கெடந்த எளய நாடான் மொவா பொச்சிக்கிட்டே" என்ற பேச்சுக்கிடம் வந்தது.

இப்படிப் பலரும் பலவாறாய்ப் பேச, எனக்குக் காச்சல் நாளுக்கு நாளாய் குறைந்து, நல்ல சுகத்துக்கு வந்தது. கஞ்சித் தெளிவு தண்ணி குடித்து நாலைந்து நாளைக்குப் பிறகு பொடியரிசிக் கஞ்சி ஒருநாள் தந்தார்கள்.

---

* போஞ்சி – புகைந்து

‘ஒட்டக்கூத்தன் பாட்டுக்கு ரெட்டத்தாள்’ என்றது போல் காச்சல் அடுத்த நாள் திரும்பிவிட்டது.

‘அய்யோ கெட்டேனே’ என்று அய்யா அடித்தார் வயத்தில். ‘சும்மா இருந்தால் சுகங்கிடைப்பதெக் காலம்’ என்று திரும்பவும் அதேமுறையில் மருந்து தந்தார்.

என்னைச் சுற்றிப்பிடித்த கொடுவினைகளெல்லாம் கூடி, என் தகப்பனாரும் எங்கள் வீட்டாரும் படுகிற கஷ்டங்களைப் பார்த்து, மனமிரங்கி, இனி பின்னால் பாத்துக்கொள்ளலாம் என்று விலகியதுபோல, காச்சல் நல்ல சுகத்துக்கு வந்தது. மாசமும் நாலு ஆனது. ‘முட்டையிடும் சட்டைகழத்தும் மூன்று மாதம் அடை கிடக்கும், நாக்கை நீட்டும், படமெடுக்கும் நாயணாண பாம்புமில்லை’* என்ற கதையைப்போல், நாக்கை நீட்டிப் பேசவும் ‘கஞ்சி’ என்று கேக்கவும் வந்துவிட்டது.

கஞ்சித் தெழுவுத் தண்ணி குடிச்சி, பொடியரிசிக் கஞ்சி குடிச்சி, சோத்தக் குடுத்துப் பாருங்க என்று சொல்லி, சோறு ஒருநேரம் இரண்டுநேரம் தின்னு பார்த்து, இனி எண்ணெய் தண்ணி வைக்கலாம் என்ற அளவுக்கு வந்தது.

தலைமுடியைப் பார்த்தால் ஒன்றுக்கொன்று சேர்ந்து சாமியார் சடை வளர்த்தது போல, ஒரே சடையாய் மண்டை ஓட்டோடு சண்டை போட்டுக்கொண்டிருந்தது.

இந்தச் சடையை மாத்த வேறுவழி இல்லை என்று, ஒரே வழியாய்க் கத்திரிக்கோலைக் கொண்டு கத்தரித்துவிட்டார் என் தகப்பனார்.

இந்தக் காலத்து நாகரீகத்துக்கேற்ற முறையில் லேடீஸ் கிராப்பு ஆக்கிவிட்டார். எண்ணெய் வைத்து, தண்ணி வைத்து, உடம்பிலிருந்து அழுக்குத்தோலைக் கழுவித் தள்ளிக் குளிச்சி வந்த பின், எலும்போடு ஒட்டிய தோலும், ஒடுங்கிய முகமும், கம்பு போன்ற கையும் காலுமாய், கட்டைத்துண்டுக்குத் துணியைச் சுற்றிவைத்தது போலிருக்குது என்று பலரும் சொன்னார்கள்.

உபதேசியார் வந்தார். நான் இருந்த சாடையப் பார்த்து, “நாடாச்சி ஒரு வலுமண்டை, அதுநாலதான் இந்தக் கெடி பொளச்சி வந்தா. இனி அவளுக்கு ஒரு நாளும் சாக்காலம் இல்லை” என்று சாபம் போட்டதுபோலச் சொல்லிவிட்டு, கண்ணில் பெருகிய கண்ணீரை விரல்கொண்டு துடைத்து உதறிவிட்டு, “எனி உடம்பு தேறுவதற்கு லேகியம் செய்து கொடுக்கணும்” என்று சொன்னார்.

---

* ஒரு விடுகதை – விடை, பனங்கொட்டை

அவர் போட்ட சாபக்கேடுதானோ, எதோ இவ்வளவு நாளும் எத்தனையோ துன்பங்களும் துயரங்களும் சுகக் கேடுகளுக் கெல்லாம் ஆதரவற்று, யாரும் துணையில்லாப் பாவியாய் இந்தச் சிறைச்சாலையில் அடைபட்டு, ஜன்னல் கம்பி இடை வழியே எட்டிஎட்டிப் பார்த்துப் பெருமூச்சு விட்டுக்கொண்டு இருக்கிறேன். அப்படி நினைத்துக்கொண்டே கதை எழுதுகிறேன். வரும் வரும் வினை எல்லாம் தாங்கி, மனதை வலுப்படுத்தி, உடம்பைக் கெடுத்து, எது வந்தாலும் சரி, அத்தனையும் அனுபவித்துத்தான் ஆகவேணும் என்ற மனத்தைரியத்தோடும் காலங்கழிக்கிறேன்.

இந்த அடப்புவிளைக்கு நான் வரும்போது எனக்கு வயது 26. இப்போ வயது 63. இடையில் பட்ட 37 வருசமும் எத்தனை எத்தனையோ விதமான கஷ்டங்களுக்கும் கவலைகளுக்கும் ஆளாகி, உயிரிழந்து, பொருளிழந்து, உடல் வருந்தி, நோய்ப்பட்டு, இப்போ 18 வருசமாச் சிறைப்பட்டு ஆதரவின்றி, தன்னந்தனியாய், கூட்டுக்கிளி போலும், வேடன் வலையில் அகப்பட்ட மான் போலும் பரிதவித்துக்கொண்டிருக்கும் இந்த அறுபத்து மூன்று வயதில், என் வாழ்க்கைச் சரித்திரமான இந்தக் கதையை எழுதுவதற்கு என் மகன் பி.எஸ்.கே. பக்தவத்சலன் என்ற சபாபதி தாளும் பென்னும் வாங்கித்தந்து எழுதச்சொன்னான். நானும் எழுதுகிறேன்.

இந்த வயதில் கண்ணு தெரியாமலும், உடல் பெலம் இல்லாமலும் இருந்து, சாக்காலம் இன்னும் வரவில்லையே என்று வருந்திக்கொண்டு இருக்கிற இந்தச் சமயத்தில், கதை எழுத முன்வந்திருக்கிற நான், அந்தக் காலத்தில் எப்படிச் சாவேன், சாகமாட்டேன் அல்லவா.

> ‘வருந்தி அழைத்தாலும் வாராது வாரா
> பொருந்துவன போமின் என்றால் போகா
> இருந்தேங்கி நெஞ்சம் புண்ணாகி நெடுந்தூரம்
> துஞ்சுவதே மாந்தர் தொழில்’

என்ற இந்தப் பாட்டு என் கதைக்குப் பொருத்தமானது.

கதை எழுதிக்கொண்டேவந்த நான் கவலையில் இறங்கி விட்டேன், போதும்.

எலும்போடு ஒட்டிய தோலும், நாளுக்கு நாள் சுரிப்புகள் நிமிர்ந்து, சதைப்பிடித்து, முகமும் விரிந்து, நாலைந்து மாதத்துக்குள் நல்ல நிலைமைக்கு வந்தது.

நாலு மாதமாகப் படிப்பை நிறுத்திவிட்டு, ஒவ்வொரு நாளும் வந்து பார்த்துப்பார்த்து, அழுது அழுது, முகம் வீங்கிக் கொண்டிருந்த எனது பள்ளிப் பிள்ளைகள் நால்வரும் புத்தகப் பையையும் கையில் தூக்கிக்கொண்டு திரும்பவும் படிக்க வந்து சேர்ந்தார்கள். பிள்ளைகளின் பெரியம்மையார்கூட வந்து, எனக்குக் காச்சல் வந்து கஷ்டப்பட்ட சமயம் அவர்கள் அடைந்த கவலைகளைப் பற்றிச் சொல்லி, அவர்கள் வீட்டுக்கு வருகிறவர்கள் இதை அறிந்து கவலைப்படுவதையும் எங்க பெரியம்மயிடம் சொல்லி வருத்தம் தீர்த்துக்கொண்டு, என்னிடம் வந்து, "யம்மா புள்ளயள பள்ளிக்கொடத்துக்கு உடுலாம் எண்ணு சொன்னா. அதுவ நாங்க பள்ளிக்கொடத்துக்கு போமாட்டோம், அக்காளுக்குக் காச்சல் உட்டாச்சில்லியா, எனி அவிய கிட்டத்தாம் படிப்போமென்று சொல்லுவு. அதுநால நீ படிச்சிக் குடு" என்று சொன்னார்கள். வீட்டில் அய்யா, பெரியம்மை எல்லாரும் சம்மதித்தார்கள். அன்றிலிருந்து எப்போதும்போலப் படித்துவந்தார்கள். வீட்டுவேலைகளும் முன்போலவே எல்லாம் செய்துகொண்டு நாள்கள் கழிந்துகொண்டேவந்தன.

16

ஒரு மாங்கொட்டையோ பிலாக் கொட்டையோ முளைக்க வச்சி, அது முளைத்து இலைவிட்டு வளர்ந்து, நாலு ஐந்து வருசத்தில் கொண்டை கெட்டி, வருசத்துக்கு ஒரு கொம்பு விட்டுப் படர்ந்து, பூத்துக் காய்க்கும் பருவத்துக்கு வருவது போல, எனக்கும் வருசங்கள் ஒன்று ஒன்றாய்க்கழிந்து எட்டு, ஒன்பது, பத்து என்ற பெயருக்கு வந்தது. பிள்ளைகளும் படிக்க வந்து ஐந்து வருசம் ஆனது.

வயதான ஆண்களும் பெண்களும் சில வேளைகளில் பேச்சுக்கு வருகிறவர்கள். “நாடாம் புள்ளயள இப்படியே வச்சிருக்கியளே, இதுகளுக்கு ஒரு சம்மந்தம் கிம்மந்தம் பாக்கவேண்டாமா? நாளு காணாதா?” என்றால், அய்யா, “வரட்டும் பார்ப்போம்” என்பார். “நானுங் கவனிக்காம இருக்கயில்ல. நாளும் நேரமும் வந்திட்டுண்ணா தன்னால முடியும்.”

“நாடான் அது சரிதான், இருந்தாலும் புள்ளயளுக்கு உருப்படி கிருப்படி ஒண்ணு செய்ய அனக்கமில்லியே” என்பார்கள்.

“உருப்படியா ஓடிப்போச்சி. அதெல்லாம் வான்னா வராதா. இதெல்லாம் நீங்க நெனைக்கியது பொல இல்ல. நான் நெனச்சா ஒடன் வரும்.”

“இப்ப நடக்கு ஏத்த நல்ல சம்மந்தங்க ஒண்ணயுங் காணயில்லியே. தூண்டுனாத்தான வெளக்கு எரியும்” என்பாள் இன்னொருத்தி. “வரும் வரும்னு நினைச்சிக்கிட்டே இருந்தா வாறது என்னிக்கி” என்பாள் ஒருத்தி “நாமளும் ஒரு துப்பங் கிப்பன்கிட்ட சொல்லிவச்சி ஓடிச்சாடி பாக்காம வாரது நாடான். எங்க வீரம்மய்க்கி எங்க ஊட்டுக்காறரு இப்புடித்தான் சொல்லிக்கிட்டே

இருந்தாரு. பொறவு நானாட்டே ஆளுககிட்ட சொல்லிவச்சி, ஓடிச்சாடி பாத்துக்கொண்டு வந்துதான் கலியாணம் முடிஞ்சு" என்று முடிச்சிப்போட்டுப் பேசுவா.

"அவர் இப்ப குடுக்கப் போக்கத்தவரா? தக்கபடியா சொத்திருக்கு. அய்யாயிரம் ரூவாயில சீட்டு கெட்டுறார். ரெண்டு புள்ளைக்கும் உருப்படிக்குத் தாராளங்காணும். நம்மளப் போலயா" என்று பொறாமைப் பேச்சுகளைப் பேசுவார்கள் மூத்தய்யா, நடுவய்யா என்பவர்கள். இவர்களுடைய பொறாமைப் பேச்சு சீட்டு ரூபாய்க்குக் கண் விழுந்தது போலாச்சு.

ஏழாவது சீட்டில் அய்யா பிடித்தார். ஒரு வருசம் வரையும் ரூபாய் கொடுக்காமல், சீட்டு முன்பன் இந்த மாதம், அடுத்த மாதம் என்றும், இந்த வாரம், அடுத்த வாரம் என்றும் நகட்டிக்கொண்டே போனான். சொன்ன அவதி* எல்லாம் நடைமேல் நடை நடந்தும் கிடைக்கவில்லை. கோர்ட்டில் கேஸ் போட்டார்கள். அவன் 'ரெண்டாவது சீட்டிலேயே முறிந்து போச்சு, பணம் தரவில்லை' என்று எதிர்வழக்குப் பேசினான்.

இவர் சீட்டு தோறும் பணம் கொடுத்து வாங்கிய ரசீதுகளைக் கொண்டு கோர்ட்டில் காட்டினார். அவன் 'இது கள்ள ரசீது' என்றான்.

இவர் அவனுடைய கையெழுத்து அடையாளத்தை கோர்ட்டிலேயே வைத்து எழுதச்சொல்லியும், சாட்சிகளைக் கொண்டும், அவன் சொல்லுவது கள்ளம் என்று இவருக்கு கேஸ் தீர்ப்பானது.

அவன் திரும்ப கேஸ் அப்பீல் செய்தான். அதும் இவர்களுக்கே தீர்ப்பானது. ஆனால் மூன்று நாலு வருசத்துக்குப் பிறகு தொகையை கோர்ட்டில் கட்டிவைத்தான்.

புலிவாயில் அகப்பட்ட மாமிசம் திரும்ப ஒருவனுக்குக் கிடைக்குமா என்றதுபோல், கோர்ட்டில் கட்டிய பணம் இவருக்குக் கிடைக்குமா? வக்கீல் பீஸ் என்றும், குமாஸ்தா பீஸ் என்றும், வக்கீல் எடுத்தது போக மீதி கிடைத்த பணமும் புல்லில் சிந்திய தவிடு போலானது. நானும் எட்டாப்பழத்துக்கு நொட்டயிட்டது போல, சீட்டுப்பணம் கிடைத்தவுடன் அய்யா உருப்படி செய்து தருவாரென்று நொட்டையிட்டுக் கொண்டே இருந்து ஏமாந்தேன்.

கோர்ட்டில் எப்போதும் நாலைந்து கேஸ் நடத்திக் கொண்டிருந்தார். ஒன்று ஜெயமானால் அதை நடவடி நடத்தி,

* அவதி – நாள்

சொத்தை ஏலத்துக்குக் கொண்டுவந்து, விலை கொடுத்து, அந்த ரூபாயைக் கொண்டு இன்னொரு கேசைப் பதிவு செய்தார்.

தனக்கு அனுகூலமாகும் என்றுள்ள சொத்துகளுக்குத்தான் கேஸ் போடுவார். ஆறு, ஏழு வருசம் வரையிலும் சில கேசுகளை எதிர்பாகம் உள்ளவன் விடாப்பிடியாய் நடத்தினாலும், இவரும் அதைத் துடர்ந்து நடத்தி ரிக்கார்டுகள் ஆஜராக்கி, எவ்வளவு ரூபாய் சிலவு ஆனாலும் முயற்சி குன்றாமல் ஒரு வக்கீலுக்கு இரண்டு வக்கீல் போட்டுப் பேசவைத்து, கேசை அடித்து எடுத்துவிடுவார்.

காலம் வரையும் கோர்ட்டில் கேஸ்களை வியாபாரம் செய்வதுபோல் இருந்தது. ஒரு சமயம் தர்மபுரம் கிறிஸ்தவ சபையிலுள்ள உபதேசியார் சான்றோசியார் என்பவரின் பேரன் ஜான் லவ்வய்யா என்பவனிடம் ஆயிரத்தி ஐநூறு ரூபாயில் ஒரு சீட்டுக் கெட்டி, அதைப் பிடித்தார். இது நடந்தது எங்கள் மாமன் இறந்த பின். அண்ணனுக்குச் சுகமில்லாமல் இருந்த சமயம்.

புத்தேரி ஆஸ்பத்திரியில் ரூபாய் சிலவானதும், சீட்டுப் பணம் கட்டத் தவறிவிட்டது. மாவிளைப் பெருமாளின் துண்டுதலினால் லவ்வையா கேஸ் போட்டு, தீர்ப்பாகி, பணத்துக்கு இவரை வாரண்டு வைத்துப் பிடித்துக்கொண்டான். இவர் பணத்தை கோர்ட்டில் கெட்டிவிடுவேன் என்று மோசலெடுத்து* வெளியில் வந்தார். பணம் கெட்டவேண்டிய அவதி நாளைக்கு முந்தின நாள் வரைக்கும் பணம் கிடைக்கவில்லை.

பணங்கெட்டுகிற அன்று ரெஜிஸ்தர் கச்சேரியில் போய் ஒருவனுக்கு ஒரு நிலத்தை ஒற்றி எழுதிக்கொடுத்து, பணம் வாங்கிக்கொண்டு, நேரம் பிந்திவிடக்கூடாதே என்று ஓடினார். அவன், காலையில் இவர் அவனுடைய வீட்டுக்கு வருவார் என்று எதிர்பார்த்திருந்துவிட்டு, கோர்ட்டுக்கு வந்தான். அவனைக் கண்டதும் “கேசை ராஜி கொடுப்போம், பணம் கொண்டு வந்திருக்கேன், வா போவோம்” என்றார்.

“அவன் என் வீட்டுக்குப் பணத்தைக் காலையில் கொண்டு வந்தால் என்ன? நான் கள்ளப்புள்ளியா? ஏமாத்திப் போடுவேன் என்று தானே வரவில்லை. இன்னைக்கு ராஜி கொடுக்க மாட்டேன்” என்றான். அவனை வீட்டில் அப்பாவு என்று பேர் சொல்லுவார்கள்.

“ஏ அப்பாவு, நீ அப்படி ஒண்ணும் நினைக்காதே. நான் உன் வீட்டுக்கு வரப்புடாது என்னிஇருக்கயில்ல. பணம்

---

* மோசல் – நிபந்தனையுடன் விடுதலை

கெடய்க்காம நேத்து பூராவும் அலைஞ்சி திரிஞ்சி, ஒரு நிலத்த ஒத்தி எழுதிக் குடுத்து, பணம் வாங்கி ரெஜிஸ்தர் கச்சேரியி லிருந்து ஓடியே வந்தேன். வீட்டுக்கு வர நேரங் காணாது, இண்ணு கத முடியாது எண்ணு நெனச்சி நேரே கோட்டுக்கு வந்தேன். போவோம் வா" என்றார்.

"நீர் சொல்லுயதெல்லாம் சும்மா. நான் பணத்த யாமாத்திப் போடுவேன் எண்ணுதான் நீர் வரவில்லை. நாளைக்குப் பாத்துக்கிடலாம் போவும்" என்றான்.

இவருக்குக் கோபம் அளவுக்கு மீறிவிட்டது. கச்சேரி வாசல் முன்பக்கம் இவர்கள் பேச்சு நடத்தியதை இரண்டு போலீஸ் பக்கத்தில் கேட்டுக்கொண்டே நின்றான். கச்சேரிக்குப் பல காரணமாய் வந்த ஆள்கள் கூட்டமாய்க் கூடிநின்ற இடத்தில் இவன் வரமாட்டேன் என்று சொன்னதும், இரண்டு கை நிறைய மண்ணை அள்ளி அவன் தலை மேலோடி தட்டிவிட்டு, "நீ ஒரு நாளும் வெளங்கிக்கிடமாட்டா" என்றார்.

அவன் இங்கிலீஸில் இரண்டு வார்த்தை சொல்லி ஏசினான். இவர் "மயிருக்குப் பொறந்த பயல, ஒன்னயு ஒன் இங்கிலீசயும் நான் அறியமாட்டனாலே" என்றார்.

கூட்டங்கூடி நின்றவரும், போலீசாரும் கிட்ட நெருங்க, கோர்ட்டுக்குள்ளே இருந்த வக்கீல்மார்களும் அங்கே என்ன என்று பார்க்க, இவர் நடந்த கதையைச் சொல்ல, வக்கீல் அவனைக் கோபிக்க, அவன் அழகான தலையில் அள்ளிப் போட்ட மண்ணு, மேலு பூராவும் சிந்தியது. கண்ணு, மூக்கு, வாய் நிறைந்தது.

கதையை அறிந்ததும் வக்கீல், "ராஜி அர்ச்சியை* எழுதிக் கொடுத்துப் பணத்தை வாங்கு, இல்லையானால் அவர் கோர்ட்டில் கட்டிவிட்டுப் போவார்" என்றார்.

அவன் மண்ணைத் துடைத்துக்கொண்டே வீட்டுக்குப் போனானாம். இவர் கோர்ட்டில் பணத்தைக் கட்டிவிட்டு வந்தார்.

நாலைந்து நாளாக இந்தக் கதையை அறிந்தவர்கள் அந்திக்கடைச் சந்தியில் கூடிக்கூடிச் சிரித்துப் பொழுது போக்கினார்கள்.

இன்னொரு சமயம், கோர்ட்டுக்குள்ளே கூட்டில் ஏறி நின்று மொழி சொல்லிக்கொண்டு நின்றார். வக்கீல் வாய்மொழி

---

* ராஜி அர்ச்சி – சமாதான விண்ணப்பம்

கேட்டதும், அதைத் திரும்பத்திரும்பப் புரட்டிப்புரட்டி எதிர் பாகத்து வக்கீல் கேட்டார். திரும்பத்திரும்பக் கேட்டதும் இவருக்குக் கோபம் வந்தது. "எழவுடுத்த எழவுல, எத்தின நேரஞ் சொல்லணும். மாறிமாறி கேட்டு பெரட்டலாமெண்ணா கேக்குதிய" என்றார். வக்கீல்மார்கள் அவர்களுக்குள்ளே சிரித்துக்கொண்டார்களாம். முனிசீப் கூட்டிலிருந்து இறங்கிப் போகச் சொன்னாராம். இப்படி கோர்ட்டும் கேசும் இவருக்கு விவகாரக்கடை யாவாரக்கடை போலவே, சரக்கு கொண்டு போடுவதும், விற்பனை செய்வதும், கிடைக்கிற லாபத்துக்கு மேல் சரக்கெடுத்துப் போடுவதும் போலவே நடத்திவந்தார்.

'மாசாத்தான் தேடும் முதல் மலையளவும் கடலளவும், அத்தனையும் அழிப்பதற்கு அவன் பொறந்தான் கோவலன்' என்று கிழவிமார் பாடுவார்கள்.

இவர் காலத்திலே ஐந்து இடத்திலிருந்து கொள்ளியத்த சொம்மும், சீதனச்சொம்மும் தகப்பனார் உடமையுமாய்க் கிடைத்தது.

தகப்பனாருடைய சொத்தின் வீதம், கீளோட்டும் முதலாளி சொத்து வீதம், ஈத்தாமொழி முதலாளி சொத்து வீதம், எங்க மாமன் சொத்து, எங்க அம்மாவின் சீதனம், இரண்டாவது தாரம் சீதனமும் சொத்துகளும், அவ்வளவு சொத்துகளுக்கும் இவர் கொடுத்துவைத்தவராக இருந்தும், 'நாவாயான் தேடி வைத்தான், நல்ல வாயான் ஆடிக்கெடுத்தான்' என்று, அப்போதைக்கப்போது ஞாபகத்துக்கு ஒன்றிரண்டு போட்டுவிட்டு, வித்துச் செலவு செய்வார். ஒவ்வொரு சொத்து வித்து ஒரு தொழில் செய்வார். 'ஆதாயமில்லாமலா செட்டி ஆத்தோடு போறான்' என்று எல்லாரும் சொல்லுவார்கள். இவர் கடை வைத்து கச்சவடம்* நடத்தினார். வைத்தியம் செய்வேனென்று மருந்து சேகரித்து வைத்தியம் செய்தார். கதம்பை பாந்து வைத்து நடத்தினார். இப்படித் தொழில் செய்து, கை முதலை ஆத்தில் அள்ளித் தட்டிவிட்டு இவர் கரைஏறி வந்துவிடுவார். இப்படியே சொத்துகளைத் தொலைத்ததோடு விட்டாரா? இல்லை. விட வில்லை. இன்னும் எத்தனையோ கொடுமைகளை நடத்தினார்.

ஒத்தைக்கொரு செல்லப்பிள்ளை என்றும், நிறைய உருப்படி போட்டு ஆசை பார்க்க வேணுமென்றும், எங்க சித்திக்கு உச்சியிலிருந்து உள்ளங்கால் வரையும் போட்டு அனுப்பினார்கள்.

---

* கச்சவடம் – வியாபாரம்

அத்தனையும் ஒன்றுஒன்றாகக் கழத்திக்காண்டுபோய் துலைத்தார். காதுக்கு ஒரு பாம்படமும் கழுத்துருவும் தவிர, மருந்துக்குக்கூட ஒரு மணி எடுக்கமுடியாமல் துலைத்துவிட்டார். எனக்குக் காச்சல் வந்தபோது, அவர்களுடைய தங்க நகையும் வெள்ளி நகையும் தான் உதவியாயிருந்தது. அந்த நகைகளை நாளுக்குநாளாய்க் குறைத்து, ஒத்தைப் பாம்படம் என்ற பெயருக்கு ஆக்கிவிட்டார்.

கையில் நிறையப் பணம் வைத்துச் சிலவு செய்வார். ஒரு நல்ல துணி எடுத்துக்கேட்டால், "அது இப்ப என்னத்துக்கு? ஒரு துணி எடுக்கிற பணத்துக்கு ரெண்டு துணி எடுத்தா அடிச்சி தொவச்சி உடுக்கப்பெலக்கும். பட்டும் பருவட்டமும் மூலயில வச்சி புட்டுலு* வெட்டிட்டுப் போறதுக்கா" என்பார்.

"ஒண்ணுஒண்ணா வித்துவித்து, வேலக்காரனுக்கும் வெட்டிக்காரனுக்கும் கோர்ட்டுக்கும் குடுத்துக்குடுத்துத் தொலச்சியத, இந்த புள்ளயளுக்கு என்னதுங் கொஞ்சம் உருப்படியாவது செய்யப்புடாதா" என்று சிலவேளைகளில் பாட்டியார் சொல்லுவார்.

"ஓ, ஓடிப்போச்சி, நாளு பிந்திப்போச்சி, இந்தப் பொண்ணாப் பொறந்தவளுக்கு என்னேரமும் இதுதாம் பேச்சு" என்பார்.

"ஆமா, நாளு காணாது. எட்டு பத்து வரியம் ஆகுவுல்லியா, காணாது. முள்ளு மொளச்ச வச்சிருக்கு. கால்காயிக்க பண்டமும் இல்லாம ஊட்டுக்க அடச்சிப் போட்டுருக்கு" என்று முணுமுணுத்துக்கொண்டே சொல்லுவார்கள் பெரியம்மை.

பாட்டியாரின் சொந்தச் சொத்தா மறுகால் புரயிடத்தை விலைகொடுத்து, அந்தப் பணத்தைவைத்து வைத்தியம் செய்யப் போகிறேன் என்று மருந்தும் மாத்திரையும் சேகரித்துக் கொண்டிருக்கிற சமயம். ஒரு ஆசாரி புதுசாய்ச் செய்த கம்மல்களை விலைக்குக்கொடுக்கக் கொண்டுவந்தான்.

"நாடான், நல்ல கம்மலு கொண்டுவந்திருக்கேன். நல்ல வேலப்பாடு போட்டுச் செய்திருக்குப் பாருங்க" என்று எடுத்துக் காட்டினான். இவர் வாங்கிப் பார்த்துவிட்டு விலை கேட்டார். அந்தச்சமயம் பவுன் பதிநாலு ரூபாயாக இருந்தது. இந்தக் கம்மல் பதினைந்து ரூபாய் சொன்னான். இவர் "வேண்டாங் கொண்டு போ" என்றார்.

பாட்டியம்மைக்குக் கம்மலை விட மனமில்லை. கட்டாய மாய் வாங்கச் சொன்னார்கள்.

---

* புட்டுலு – அந்துப் பூச்சி

“வெலக்கம்மலா வாங்குயது? பித்தாளயிலே பவுனப் பூசி வச்சிருப்பான். நமக்குப் பவுன் எடுத்துச் செய்யலாம்” என்று சொல்லிவிட்டார்.

பள்ளியாடி உபதேசியார் கம்மலைப் பாத்துக்கிட்டு, “நாடாரே, நல்ல பவுனில் செய்தது. நல்ல சிவப்பு சன்னம் (சிவப்புக் கல்லு) வைத்து அரும்புக்கெட்டி செய்திருக்கிறது. குத்தமில்லை. இன்னா பாரும்” என்று எடுத்துக்காட்டினார்.

“உங்களுக்குத் தெரியாது சார். ஆசாரிமாருக்க தந்திரம். உள்ளுக்கு அவ்வளவும் பித்தாளயாயிருக்கும்” என்றே பிடிவாதமாய்ச் சொன்னார்.

“இந்தக் கல்லு வச்ச கம்மலுக்குப் பித்தாள சேக்க முடியாது. இது திறந்தகெட்டு. இதில எப்படிப் பித்தாள சேக்க முடியும்” என்றதும், ஆசாரி, “நாடான், இதுல கள்ளஞ்செய்திருக்கு, கலப்பு சேத்திருக்கு எண்ணு நீங்க அறிஞ்சா, ஆறு மாசங்கழிச்சி அறிஞ் சாலும் சரி, ஏங்கிட்ட கம்மலத் தந்தால் நான் ரூபாய்த் தந்து கம்மலை வாங்கிக்கிடுவேன். சத்தியமாய் சொல்லுகிறேன், நான் அப்படிக் கள்ளம் செய்தா இந்த ஊருக்குள்ள லாந்த முடியுமா” என்றான். உபதேசியார், “நாடாரே, இப்ப இந்தக் கம்மல ரூபா கொடுத்து நீர் வாங்கும். பிறகு உமக்கு மனமில்லாவிட்டால், நானே ரூபாய் தந்து வாங்கிக்கிடுவேன்” என்று உறுதியாய்ச் சொன்னார்.

ஒருவாறு சம்மதித்து விலையை நிச்சயப்படுத்தினார்.

ஆசாரி, பதினைந்து ரூபாய் என்றவன், பிறகு பத்து ரூபாய் என்றான். கடைசியில் ஒன்பது ரூபாயாக விலை முடித்து, ஏழு ரூபாய் கொடுத்து வாங்கித்தந்தார்.

அந்தக் காலத்தில் ஏழு ரூபாய்க்கு வாங்கிய கம்மலுக்கு இந்தக் காலம் இப்போ பவுன் நானூறு ரூபாயாக இருக்கிறதல்லவா. அரைப் பவுனுக்கு ரெண்டு கம்மல் செய்ய இருநூற்றி ஐம்பது.

ஏழு ரூபாய்க்குக் கம்மல் வாங்கித்தந்தார் என்று எழுதி இருப்பதை வாசிப்பவர்கள் ஏளனம் செய்வார்கள். பவுன் பதினாலு ரூபாய்க்கும் இப்போது நானூறு ரூபாயாக இருக்கிறதையும் பாத்தால் கேவலமாகத்தான் தோணும்.

ரெண்டு மூக்குத்தி செய்து தரச்சொல்லி பெரியம்மையிடம் கேட்டேன்.

அவர்கள் பழக்கமான ஒரு ஆளிடம் சொல்லி, ஒரு கல்லு மூக்குத்தியும், ஒரு கடுகுமூக்குத்தியும் மூணு ரூபாய் குடுத்துச் செய்து தந்தார்கள்.

காதிலே கல்லு பதித்தக் கம்மல் போடுவது அந்தக் காலத்தில் அபூர்வமாய் கிறிஸ்தவரில் சிலருக்குத்தான் உண்டு. வடிகாதும் பாம்படமும் அதிகம்.

கம்மல் காது இந்துக்களுக்கு இல்லை. முதலாவதாக கிறிஸ்தவர்கள் கம்மல் காதும், பவுனில் செய்த பூக்கம்மலும் போடப் பழகினார்கள். காத்துப்பூ என்று சொல்லுவார்கள். கிறிஸ்தவர்களுக்கும் நாற்பது வயதுக்கு மேலுள்ளவர்களுக்கும் வடிகாதுதான்.

முதல்முதல் என் தரத்துப் பிள்ளைகளுக்கும், என்னிலும் பத்து வயதுக்குக் கூடுதல் உள்ள கிறிஸ்தவப் பெண்களுக்கும் தான் கம்மல்காது வந்தது.

எங்கள் குடும்பத்தில் மூத்தய்யா மகளுக்கும், கட்டநாடான் மகளுக்கும், முதலாவது, கிறிஸ்தவர்களைப்பார்த்து, நம்ம பிள்ளைகளுக்கு இனிமேல் வடிகாது வேண்டாம் என்று, கம்மல் காதும், காதுபூவும் செய்துவைத்தார்கள். முதலாவது நாகரீகம் வளர ஆரம்பித்த காலம் அதுதான்.

உபதேசியார் கிறிஸ்தவரானதினால்தான் கல்லுப் பதித்தக் கம்மல் கட்டாயம் வாங்கவேண்டும் என்று வற்புறுத்தி வாங்கச் சொன்னார்.

இந்தக் கம்மலும் மூக்குத்தியும் நான் காதிலும் மூக்கிலும் போட்டிருந்ததைப் பார்த்து, நாடான் நாகரிகமா மகளுக்குக் கல்லுவச்ச கம்மலும் மூக்குத்தியும் செய்துபோட்டிருக்காரு என்று பெருமைப்பட்டார்கள்.

சிலர், "அவனுக்கென்ன இதுஞ் செய்வான், இதுக்கு அப்புறமும் செய்வான். பணமிருக்குல்லியா" என்று பொறாமைப்பட்டார்கள்.

இவ்வளவு பெருமையோடும் பொறாமையோடும் எனக்குக் கிடைத்த கம்மலும் மூக்குத்தியும் சேர்த்து பத்து ரூபாய் உருப்படிகள் என் தகப்பனார் வீட்டு உடமை.

வடகாட்டிலும் தெற்குக் காட்டிலும் உள்ள விளைகளி லிருந்தும் புன்னக்காய்களை அடித்துக் கொண்டுவந்து குவித்திருக்கும். சில சமயங்களில் பரலுக்கு நல்ல விலை இருக்கிறது என்று அறிந்தால் வடகாட்டு நாடாமாரும் நாடாச்சிமாரும் கடவங்களிலும் சாக்குகளிலும் சுமந்து கொண்டுவந்து, அந்திக் கடையில் வாணியனுக்கு விலைக்குக் கொடுத்து, கடைச் சாமான் வாங்கிக் கொண்டு போவார்கள்.

விலைவாசி அதிகமுள்ள சமயம், வாணியன்மார், அந்தக் காய்களை வாங்குவதற்கு ஒருவரை ஒருவர் மத்தறம்* போட்டு, வழிப்பாதையில் விளைக்கு ஒருவராய்க் காவல் இருந்து வாங்குவார்கள்.

இளைய நாடான் வடகாட்டு நாடாமாரைக் கண்டால், நீங்கள் கொண்டுவருகிற புன்னக்காயை நம்ம வீட்டுல கொண்டு வந்து போடுங்கள். நான் உங்களுக்கு ஆயிரத்துக்கு ஒரு சக்கரம் வாணியன் கொடுப்பதைவிடக் கூடுதல் தருகிறேன் என்று சொல்வார். அவர்கள், ஒரு சக்கரம் என்பது செமட்டுக்கூலிக் காகவும், அந்திக்கு மீனு வாங்கவும் காணுமே என்று சம்மதித்து, கொண்டுவருகிற காய்களை வீட்டுக்குக் கொண்டுவந்து போடுவார்கள்.

இப்படிப் பலரும் கொண்டுவந்து போடுவதால் நிறைய குவிந்துவிடும். பரலுக்கு விலை கூடின உடனே எங்களை தவுக்கச்** சொல்லுவார்.

சித்தியும் சின்னத்தங்கமும் அடுப்பங்கரை வேலை இல்லாதவர்கள் கூடுதலாகக் தவுப்பார்கள்.

நான் அடுப்பங்கரை வேலை முடிந்த பிறகு, பிள்ளைகள் படித்துக்கொண்டிருந்தால் தெரியாத தவறுகளைச் சொல்லிக் குடுத்துக்கொண்டும், இரண்டு கணக்குப் போட்டுக் குடுத்து செய்யச்சொல்லியும், அந்தச் சமயம் கொஞ்சம் காய்களைத் தவுப்பேன்.

ராத்திரி நேரம் எல்லாரும் சேர்ந்து அரிந்து*** போடுவோம். பரல் காய்ந்த உடனே, அவர் பரலை விலைக்குக் கொடுப்பார். நாங்கள் அந்தத் தோட்டை**** அவரவரும் தனித்தனியாய்க் காயப் போட்டு, கூட்டிவைப்போம். சுண்ணாப்பரத்தி, சுண்ணாம்புச் சங்கு***** நீத்துவதற்கு புன்னக்காதோடு கேட்டு வருவாள். அவளுக்கு விலைக்குக் கொடுப்போம்.

ஒரு கடவம் தோட்டுக்கு இரண்டு சக்கரம். சிலவேளைகளில் ஒண்ணரைச் சக்கரமும் தருவாள்.

---
* மத்தறம் – மல்திறம் (போட்டி)
** தவுக்க – உடைக்க
*** அரிந்து – புன்னக் காயின் உள்ளே இருக்கும் தங்கநிறப் பரலைக் கத்தியால் இரண்டாக நறுக்குதல்
**** தோட்டு – மேல் ஓடு
***** சங்கு – சிப்பி

அவர்கள் நாலு கடவம் விலைக்குக் கொடுத்தால், நான் ஒரு கடவம் கொடுப்பேன். இந்தச் சக்கரத்தை நாங்களே வைத்துக் கொள்வோம்.

தனித்தனியாகக் கோழி வளர்ப்போம். அது விடுகிற முட்டைகளையும் விலைக்குக்கொடுப்போம். ஒரு முட்டை அந்தச் சமயம் நாலு காசு. பத்து முட்டை வித்தால் ரெண்டரைச் சக்கரம் கிடைக்கும். அதையும் சேர்த்துவைப்போம்.

சில சமயங்களில் ஓலை முடைய ஆள் கிடைக்காது. சாம்பாத்திமாருக்கு வயக்காட்டு நாத்து நடவு, களைபறி என்று நெருக்கடியாயிருக்கும். முடைந்த ஓலைக்கு விலையிருக்கும். ஓலையும் கூடிக் கிடக்கும். அதைக் கீறி காயவச்சி முடையச் சொல்லுவார்.

சித்திக்கு ஓலை முடையத் தெரியாது. அப்போ அடுக்களை வேலைகளை அவர்கள் செய்வார்கள். நாங்க ரெண்டு பேரும் ஓலை முடைவோம். அதோடு படிப்பும் நடந்துகொண்டுதானிருக்கும்.

ஒரு சக்கரத்துக்கு எட்டுப் பூட்டு ஓலை முடையணும். நாலு கீத்து ஓலை ஒரு பூட்டு. இப்படி எட்டுப் பூட்டு முடைந்தால் ஒரு சக்கரம். ஒவ்வொரு நாளும் ஒரு சக்கரத்துக்கு, சில வேளை குறைவாகவும் முடைந்து இப்படி நாள்தோறும் முடைந்து சேர்த்துவிடுவோம்.

ரெண்டு கெட்டுக்குச் சேர்ந்துவிடும். ஒரு கெட்டு ஓலை என்பது இருபத்தைந்து பூட்டு. வியாபாரி ஓலை கெட்ட வந்து ஓலையைக் கெட்டிப் பணத்தைக் கொடுப்பான். ஒரு கெட்டு ஓலையின் விலை பத்துப் பத்தரை பணம் இருக்கும். ஒரு பணம் என்பது நாலு சக்கரம். ஏழு பணம் ஒரு ரூபாய். ஒரு கெட்டு ஓலை ஒண்ணரை ரூபாய்க்கும் சிலவேளை ரெண்டு ரூபாயாகவும் விற்கும். தேங்காய் நூற்றுக்கு மூணு ரூபாயாகவும், நெல்லு கோட்டைக்கு ஐந்து ரூபாயாகவும் இருந்தது.

ஓலை வித்துப் பணம் வாங்கினால் எங்களுக்கு முடைந்த கூலியைக் கொஞ்சங் குறைத்துத்தருவார். தாறதை வாங்கிச் சேர்த்துவைப்போம். கொஞ்சம் கொஞ்சமாய் எங்களுக்கும் ரெண்டு ரூபாய், மூன்று ரூபாய் சேர்ந்துவிடும்.

விறகு விக்குற சக்கரம் எங்க பெரியம்மையைச் சேரும். சில வேளை மீனு வாங்கவும் மேல் சிலவுகளையும் செய்வார்கள்.

சில வேளைகளில் கடைச்சிலவுக்கு ரூபாய் இல்லாம லிருந்தால் எங்களிடம் அய்யா ரூபாய் கேப்பார். நாங்க பேசாம இருப்போம்.

“ஏ, ஏய் என்ன செய்யியா.” திரும்ப “ஏட்டீ” என்பார். சித்தி பெரியம்மை பக்கம் போய் ஒதுங்கி, “ரூவா கேக்குறாவம்மா” என்பார்.

“நீ கூட்டிவச்சி எங்க கொண்டுபோறதுக்கு வச்சிருக்கா.” “சீல எடுக்கணும்” என்பார்கள். “எடுக்கலாம் பொறவு, இப்ப இல்லண்ணி சொன்னியண்ணா ஏசுவான். கேட்டதக் குடு. மிச்சத்த வச்சிக்க சீல எடுக்க” என்பார்கள்.

ரெண்டு ரூவாய் எடுத்து, அவர்கிட்ட கொண்டு போட்டுட்டுப் போவார்கள். அவர் ரூபாய எடுத்திட்டு சீறிப் பார்த்துக்கிட்டே போவார்.

நாலு நாள் கழித்து என்கிட்ட கேப்பார். நான் என்கிட்ட சக்கரமில்லை என்று சொன்னா, “சக்கரத்த என்ன செய்தா? எடு, பிறகு தாரேன்” என்பார்.

“எனக்கு நல்ல சீலயில்ல, ஒரு சீல எடுக்கணு அய்யா” என்பேன். “நான் எடுத்துத் தறேன் ரூவாயக் கொண்டா. ஒண்ணுக்கு மூணு எடுத்துத் தாறேன்” என்று கள்ள ஆணையிட்டு வாங்குவார். பிறகு தரமாட்டார்.

இன்னும் ஒருசமயம், “சின்னத்தங்கம், என்ன செய்யியாம்மாம்” “ஒண்ணுஞ் செய்யல்ல அய்யா” என்பாள்.

“ஒங்கிட்ட இருக்கதுல ரெண்டு ரூவா தா மக்களே” என்பார். அவள், நான் தரமாட்டேனென்று சாதிப்பாள்.

“நான் ஒனக்கு எடுத்துத் தாறன் மக்களே” என்பார்.

“ஆமா, எடுத்துத் தாறியாயில்லியா – பறங்கிபத்தின சீல” என்று சொல்லுவாள். அவள், “நீ தாற ரூவாய்க்கு வட்டிபோட்டு தாறென். நீ ஒனக்கு மனம் புடிச்ச சீல எடுத்துக்க. தா, மக்களே” என்று இணக்கமாய் கேப்பார். “வட்டிபோட்டுத் தாறேன்” என்று சொன்னால், “அப்ப நான் தருவேம்” என்பாள்.

திரும்ப ஒருநாளும் ஒருவருக்கும் பணம் திரும்பத் தந்த தில்லை. அடுத்த நாளும் கேப்பார். நாங்க ‘தரமாட்டோம்’ என்போம். ஏசுவார்.

“சின்னக் கூதியுள்ளய, அவரவர் மட்டுல பணச் சம்பாத்தியம் பண்ண பொறப்புடுவு. காணுமுண்ணா வச்சிக்கிடுங்க. பட்டுச் சேலை எடுக்கப் போறவுளா. செறுக்கியுள்ளய” என்று பேசிக்கொண்டே நாலு தேங்காய பறிச்சி உரிச்சிக் கொண்டு போய் வித்துச் செலவு செய்வார்.

பெரியம்மா, "பொம்பிளமாருவ இப்பமே செறுவாட்டுத்தேட்டங் கூட்டுயாளுவ. எனி இவளுவளுக்குக் கப்பங்கெட்டி அனுப்புயதுக்கு இது காணுமே! ஒண்ணும் வேண்டாமத்தானே வெளியில போவாளுவ" என்று பரிகாசமாகப் பேசுவார்கள்.

நாளுக்கு நாள் ஏச்சும் பேச்சும் ஆரம்பமாச்சு. வெள்ளாடிச்சி, வாணிச்சி, காளியந்தோப்பு நாவுச்சிகளெல்லாம் வாணியங்கெணத்துக்குத் தண்ணியெடுக்க வரும்போது, கோடிச்சீலை எடுத்து உடுத்துக்கிட்டு எங்க வீட்டுக்கு வருவது பழக்கமல்லவா. 'அப்படி வரும்போது, எங்களுக்கும் இந்த மாதிரி சீலை எடுக்கணும்' என்று சொல்வோம்.

"ஓங்கிட்ட பணம் இருக்குண்ணா எடு" என்பாள் கெழவி. நாங்க ஆளாளா, என்கிட்ட ரெண்டு ரூவா இருக்கு. சித்தி, என்கிட்டயும் ரூவா இருக்கு, சின்னத்தங்கம், யாங்கிட்டயும் மிருக்கு. இந்த மாதிரிச் சீல எடுக்கணும் என்று அடுக்கடுக்காய் சொல்லுவோம்.

சேலைக்காரன் சத்தம் கேட்ட உடனே, "யம்மா எம்மா சீலக்காரன் சத்தங் கேக்குவு இல்லியாம்மா" என்று மெள்ள சொல்லுவோம். "கொப்பன் எங்க? வெளியில வைக்கப்படப்புக் கிட்ட நிப்பாருண்ணா பாத்து கூப்புடச் சொல்லுங்க" என்பார்கள்.

"ஏய்யா, சீலக்காறன் போறான் கூப்புடுங்கய்யா" என்றால், "இஞ்ச இப்பொ பணம் ஆருகிட்ட இருக்கு, போகட்டும், வாண்டாம்" என்பார்.

நாங்க, எங்ககிட்ட பணமிருக்குண்ணு சொன்னா தனக்கு வாங்கிக்கிடுவாரென்று பயந்து பேசாம நிற்போம். பெரியம்மா, மெள்ள எழுந்திருந்து, "யே, சீலயக் கொண்டா" என்று சொல்லுவதற்குள், இவரும் வந்துவிடுவார்.

"யப்பா, அவளுவகிட்ட ரூபா இருக்காம். சீலசீலண்ணு இருக்க ஊடுயாளுவயில்ல. எப்படியும் எடுக்கவேண்டியது, எடுத்துக் குடு" என்பார். பேசமலே நிப்பார்.

சேலைக்காரன் கெட்டை எறக்கி அவிழ்த்து, சேலைகளை எடுத்துப் போடுவான். அவரவருக்கும் பிடித்தமுள்ளதைச் சாடை சொல்லுவோம். விலை தீத்து அய்யா எடுப்பார். நாங்க ரூபாய் குடுப்போம். சீலைக்காரன் போவான். இவர் ஏசுவார்.

"பிச்சக்கார கூதியுள்ளய. ஒரு ஆத்திரத்துக்கு நாலு சக்கரங் கேட்டா இல்லை, இல்லண்ணிருவு. கூட்டி வச்சிச் சீலை எடுக்கப் படிச்சிருக்கு" என்பார்.

இப்படி அவர் வீட்டில் இல்லாத வேளைகளிலும் ரூபாய் சேர்ந்தால் சீலை எடுப்போம்.

இது நாங்க மட்டும் இப்படி எடுப்பதில்லை. மூத்தய்யா வீட்டு அக்கா, கட்ட நாடான் மகள், எல்லாரும் அவர்கள் கையில் எதாவது ரூபாய் கிடைத்தால், அவர்களுக்குப் பிடித்தமான சீலைகளை எடுப்பார்கள். இந்தக் காலத்திலும் வீட்டிலான பிள்ளைகள் தனக்குப் பிடித்தமான துணிகளைத் தன் கையிலிருக்கும் மிச்சமீதிகளைக் கொண்டு எடுத்து உடுத்துவது பழக்கமாகத்தானிருந்துவருகிறது.

பூமாத்திவிளை அருமத்தங்கம் என்பவர் ஈத்தாமொழி கடைக்குள் தையல்மிசின் வைத்துத்துணி தைப்பார். சிலவேளை எங்க பாட்டியாரிடம் வந்திருந்து பேசிக்கொண்டிருப்பார். நாங்கள் “மாமா, எங்களுக்கு ரவுக்கத்துணி தைக்கணும், ஒரு துணிக்கு எத்தன சக்கறம் ஆகும்” என்று கேப்போம். கூலியோடு சேர்த்து எட்டுச்சக்கரம் பத்துச்சக்கரம் சொல்லுவார். பெரியம்மா கிட்ட, யம்மா சக்கரம் குடுக்கட்டா என்று கேப்போம். குடுக்கச் சொல்லுவார்கள். ஆளுக்கொரு துணிக்குச் சக்கரம் குடுப்போம்.

அவர் துணி எடுத்துத் தச்சிக் கொண்டுவந்து தருவார். சிலவேளை சேலைக்காரனிடம் துணி எடுத்து நானே தைப்பேன். இப்படி தச்சிப் போடுவதைக் கண்டால் சிரித்துக்கொள்வார்.

“இப்படிச் செய்து பழகுறதுதான் நல்லது மகளே. அவரவர் காரியத்துக்கு அவரவரே செய்து பழகுவதுதான் நல்லது” என்று மெச்சிப் பேசுவார்.

நடுவய்யா வீட்டு மூத்த அண்ணன் ஜவுளிக்கடை வச்சி நடத்தின சமயம். பட்டுச்சீல வந்திருக்கு என்று லெச்சிமி சொன்னாள். சித்தி ‘எனக்கு வேண்டாம்’ என்றார்கள். நானும் சின்னத்தங்கமும் ரெண்டு பட்டு எடுத்துக்கிட்டு வரச்சொன்னோம். ஏழு ரூபாய்க்கு ரெண்டு பட்டு எடுத்துக்கிட்டு வந்தா லெச்சிமி. பட்டுச்சீலை என்பது எப்படிப்பட்டது? நல்லது எது என்றும், சாயம் எப்படி என்றும் தெரியாத காலமாகையினால், கண்டவுடன் ஆசையோடு ரூபாய் கொடுத்து வாங்கினோம். எனக்குப் பச்சை நிறமும், அவளுக்கு மஞ்சள் நிறமுமாய்க் கிடைத்தது.

தகப்பனார் கோர்ட்டுக்குப் போனபிறகு, ஒருநாள் உடுத்திக் கிட்டு அவர் வாறதுக்குள்ளே அவுத்து மடிச்சிப் பெட்டிக்குள் வைத்து மூடிவைத்துக்கொண்டோம். சித்தியும் பெரியம்மையும் தகப்பனாரிடம் சொல்லவில்லை.

இப்படி அவர் இல்லாத சமயங்களில் உடுத்துஉடுத்து அழுக்காக்கி, ஒருநாள் தண்ணியில போட்டு நனைத்துத் தொவச்சேன். "அந்தோ ஆசையெல்லாம் பாழாச்சே. பட்டுச் சேலையிலிருந்த பளபளத்த பச்சைநிறம் தண்ணியோடு சேர்ந்து போச்சே. சுத்தமான வெள்ளைநிறம் உள்ள வெள்ளச்சேலை என்கையில ஆச்சே", என்று அழுதேன். "கொப்பன் கண்டா ஏசுவானே, ஒருத்தருஞ் சொல்லாதுங்க" என்று சொல்லிவிட்டு "சவத்த மடிச்சி காணாம ஒளிச்சி வை." 'நீ வறுக்கத்து* கெட்டவாதான்' என்றும் சொன்னார்கள் பெரியம்மை. நான் காலம் வரையும் வறுக்கத்துக் கெட்டவளாகவே ஆனேன்.

சின்னத்தங்கம் அவளுடைய பட்டுச்சேலையையும் தண்ணியில் நனைத்துப் பார்த்தாள். அது மஞ்சள் நிறம் மாறி, இளஞ்சிவப்பு நிறமாய் இருந்தது. 'பரவாயில்லை. சொந்த நிறம் போனாலும் வேற ஒரு நிறமாவது இருந்துக்கிட்டே ஒஞ்சக்கரம் நல்ல சக்கரந்தான்' என்று சொன்னார்கள். அவள் அந்தப் பட்டுச் சேலையை ரெம்ப நாளக்கிவச்சி உடுத்திக்கொண்டாள்.

இப்படிக் கூட்டிக்கூட்டி வைத்துப் பறி கொடுக்கும் கூட்டுத் தேனீயைப் போல, தனித்தனியாய்க் கூட்டிவைத்து மிச்ச மில்லாம செலவு செய்துகொண்டிருந்தோம். இவ்வாறு நாள்கள் கழிந்து கொண்டே வந்தன.

ஒருநாள் தகப்பனார், "ஏ அய்யா கேட்டியா" என்றார். அது என் கல்யாணப் பேச்சு.

மகன்: என்னய்யா

தகப்பனார்: அண்ணக்கி வந்தானே, மத்தவன், அவனப் பத்தி நேத்து அந்திக்கடையில விசாரிச்சேன்.

மகன்: அ.அ.. எப்புடி ?

தகப்பனார்: சொத்துவஸ்தெல்லாம் கொஞ்சம் இருக்கு எண்ணது போலச் சொன்னான். ஏரு மாடு வச்சி உழப்போவா னாம். குடும்பத்தில கொறவில்ல. நம்ம செருப்பங்கோட்டுக் காறருக்க சொக்காறந்தான். அலஞ்சிக்கிட்டுத் திரியியானுவ, பயவ.

மகன்: ஆமா ஆமா, உழப்போறவன்தானெ. இங்க வாத்திச்சி பட்டத்தில வச்சிருக்கிதிய. அவனுக்கு 'பருத்தி' கொட்ட ஆட்டவும் புளியங்கொட்ட அவுச்சவுந்தான் காணும்.

---

* வறுக்கத்து – யோகமற்று

தலைக்கோழி கூவுனால உழப் போகணும்ண்ணு கஞ்சி ஊத்தச் சொல்லுவான். கொஞ்சம் பிந்துனா உழவுக் கம்பெடுத்து அடி போடுவானே, நமக்கது வாண்டாம் அய்யா.

தகப்பனார்: (கொஞ்சம் சிரிச்சிக்கிட்டு), நீ சொல்லுயது சரி தாம்டே எனி வந்தாமுண்ணா தள்ளி உட்டுரட்டா மக்களே.

மகன்: அந்தச் சம்மந்தம் நமக்கு வாண்டாம் அய்யா. தள்ளி உட்டுக்கிட்டு வேற எதும் வருமுண்ணா பாக்கலாம்.

ஒரு மாதத்துக்குப் பிறகு ஒருத்தன் வந்து, "நாடான் வாரும்" என்றான். "என்ன காரியமா வந்தீரு."

"சும்மா இப்புடீ வந்தன். ஒங்க புள்ளக்கிச் சம்மந்தங்க எதும் அமஞ்சிருக்கா?"

"வந்துக்கிட்டுத்தான் இருக்கு. நமக்கு அமைப்பா வரணுமில்லியா. ஒம்ம துப்புல இருக்கோ."

"இல்ல, நம்ம வட்டக்களி வைத்தியனாரு மெள்ளக் கேட்டுப்பார்க்கச் சொன்னாரு. மூவாயிரத்துக்குத் தந்தாலும் பொதுமெண்ணதுபோலச் சொன்னாரு."

"அப்படியா? கடைக்கு வந்திரோ."

"ஆமாய்யா."

"ஆ, கட கூடுய நேரமாச்சே."

"ஆமா. நாம் போறேன்."

அவன் போனபிறகு, "வெளியே முத்தத்துல நின்னு, பிச்சக்காரக் கூதிமொவன் எவ்வளவு தைரியமா ஏங்கிட்ட சம்மந்தங் கேக்க வந்திருக்காம்பாரு. செருப்பக் களத்தி அடிச்சி உடணும். நான் போட்டுண்ணு உட்டுட்டன். புளுக்கத் தாயோளி சொல்லிவிட்டுருக்கான் பாருங்களாம்" என்றார்.

பேரனும் பேத்தியாரும் சேர்ந்து, "சொல்லி உட்டது ஆரு?" என்றார்கள்.

மெள்ள வெளிக்குக்கேளாம், "வட்டக்களி தலையாட்டிச் சொல்லி உட்டானாம். எவ்வளவு கொழுப்பேறியிருக்குப் பாருங்க."

"முந்தாநாளு விடிமுன கூலிக்கிக் குத்தி, குத்துமித் தவுடு* தின்னுக்கிட்டுக் கெடந்த பயலுக்கு, அங்குனயும் இங்குனயும் ஓடி ஓடி வைத்தியஞ் செய்து, ஊரான் சக்கறங்காசு எல்லாங்

---

* குத்துமித் தவுடு – உமித் தூளோடு கலந்த தவிடு, மட்டமானது

களவாண்டு, மூணு காசுக்குப் போலச் சொத்து தேடிருக்கான் எண்ணு அவனுக்கு நாம் பொண்ணு குடுக்கணுமாம்.

நேத்து அந்திக் கடயில மூணெலக்குத் தென்னங் குட்டயில* அழுவநெத்தலி வாங்கி அவுச்சித் தின்னுக்கிட்டு, சீலையில தொடச்சிக்கிட்டு, பீச்சிக்கிட்டுத் திரிஞ்ச பயலுக்க மொவனுக்கு, நான் பொண்ணு குடுக்கணுமாம். எப்படி இருக்கு" என்பார்.

"நூ நெறுத்தல்லியா. வழிப்பாதையில கேட்டுக்கிட்டு பொறவஞ் சிரிப்பான்" என்பார் மாமியார்.

மகனும், "சத்தம் போடாதுங்கய்யா" என்பார்.

"மலையாளம் பெருத்த சீமையிலே மாப்பிள்ளைக்குப் பஞ்சமாம் என்ற கதையாச்சே" என்றார்கள் பாட்டியார்.

"வயிராக்குடியிருப்புக்காரன் ஐயாயிரத்துக்குக் கேக்கான். தாற எடத்தில எடுங்க எண்ணேன். கொய்ய மௌக்காறரு ஏழாயிரம் தந்தால் எடுக்கலாமெண்ணாரு. சம்மந்தம் நல்லதுதான். ஏழாயிரம் தொகை கொடுக்கமுடியுமா" என்பார்.

"ஐய்யாயிரம் ஏழாயிரம்" என்ற சொல் காதிலே கேட்டுக் கேட்டு, இவருடைய மனம் இடியோசை கேட்ட நாகம் போல நடுங்கியது.

'வாறவனெல்லாம் ஐயாயிரம் ஏழாயிரம் என்று கேக்கிறானே. ரெண்டு பொட்டப்புள்ளக்கும் பதினய்யாயிரம் ஆகிப்போகுமே. நமக்கு காலம்வரை கோர்ட்டுச் சிலவுக்கும் போக மூணு ஆம்புளப் புள்ளயளுக்கும் பங்கு வச்சா, அதுகளுக்கு என்ன கிடைக்கும்' என்று தனக்குள்ளே யோசித்து, அவர்களுக்கு நாளுக்குநாள் மனம் வெறுப்பு வந்தது.

'சும்மாயா சொன்னா பழையவன்**. உள்ளதுதானே. வைக்கப்படப்புக்கு ரெண்டு மொட்ட எருமையும், வாழுற வீட்டுக்கு ரெண்டு பொட்டப் புள்ளையும் எண்ணிச் சொன்னது போல, நம்ம காரியமும் நட்டத்துக்கு வந்துவிட்டதே', என்று பிள்ளை என்ற பாசம் இருதயத்தை விட்டு மறந்து பறந்து போய்விட்டது.

அவர் பணம் என்னும் ஆசையினால் பிணம் போலாகி விட்டார். இப்படி இவர் மனவேதனையில் திரியும் சமயம், நான் ரெண்டு ரூபாய்க்கு ஒரு காப்பிக்கலர் சேலை எடுத்து

* தென்னங் குட்டயில – தென்னை இலக்கில் பின்னிய சின்ன பை. ஏழைகள் பயன்படுத்துவது.

** பழையவன் – பழைய கால ஆட்கள்

உடுத்திஇருந்தேன். அதைப் பார்த்துக் கோபங்கொண்டு, "நீ ஒம்மனம் போல சீல எடுத்து உடுத்திருக்காயில்லியா, எனி ஒரு நாளும் நான் ஒனக்குச் சீலை எடுத்து தரமாட்டேன்" என்று கோபத்தோடு கொடுஞ்சாபம் போட்டார்.

எனக்கு ஒன்பது வயதில் என் தாயார் இறந்து, பிறகு தாயில்லாப்பிள்ளை என்று கஷ்டப்படுத்தாமலும், நாகரீகமற்ற அந்தக் காலத்தில் படிக்கவைத்து, மேலும் மேலும் நல்ல அறிவுகளைச் சொல்லித்தந்து, நல்ல கருத்துள்ள பலவிதமான படிப்புகளையும் படிக்கச்சொல்லி, ஆள்களை வைத்துச் சொல்லித் தந்தும், வாழ்க்கைக்கு வேண்டிய முறைகளைச் செய்து அனுபவிக்க வேண்டிய அறிவுகளை எல்லாம் செய்துகாட்டித் தந்தும், 'கண்ணே பொன்னே' என்று அன்பான வார்த்தைகளைச் சொல்லி வளர்த்து ஒரு நாளும் கடுத்த வார்த்தைகளைச் சொல்லி அறியாத தகப்பனார், இந்தக் கடுமையான வார்த்தையைச் சொல்லி சாபம் போடவும் வந்துவிட்டார்.

எனக்கு வாழ்க்கைக்கு வேண்டிய அறிவுகளையெல்லாம் படிக்கவைத்து, எனக்குக் கண்ணைத் திறந்துவைத்தது என் தகப்பனார் என்று இந்தக் கதையிலேயே பெருமையாக எழுதினேன்.

இப்போ, கோடேறியவன் ஓடேறுவான் என்றது போல. சொத்துகளை வித்து, கோர்ட்டுக்கே இறை இறைத்துக்*கொண்டு திரிகிற ஆசையினால் பொட்டப்பிள்ளைகளைத் தனக்கு இடைஞ்சலாகவும் சத்துருவாகவும் நினைத்து, இந்தக் கொடிய வார்த்தையைச் சொன்னார்.

நஞ்சும் அமுதமும், நல்லதும் கெட்டதும் ஒரே இடத்தில் தான் உண்டாகிறது.

உயிருக்கு இருப்பிடமாகிய உடம்பை வளர்ப்பதும் ஆகாரந்தான். அந்த ஆகாரமே கொஞ்சம் பிசகிவிட்டால் உயிரை அழித்துவிடுகிறது. உணவு, உயிரை வளர்ப்பதும் கெடுப்பதும் போல, என் தகப்பனாரே என்னை அமுதமாக வளர்த்து, இப்போ நஞ்சாக மாறிவிட்டார். என் விதியும் அவரோடு சேர்ந்து விளையாடத் துணிந்ததனால் அவருக்குப் புத்தியும் மாறியது.

தலைவன் மயங்கினால், சகலரும் மயங்குவார் என்று, என் தமையனாரும் அவருக்கு உள்பட்டுவிட்டார். துணை யற்றவளானேன்.

---

* இறை – இறை என்பது அரசனுக்குக் கொடுக்கும் பணம். வீண்செலவு என்பது பொருள்

'அஞ்சாறு பெண் பிறந்தால் அரசனும் ஆண்டி ஆவான்' என்று பழமொழி சொல்லுவார்கள்.

இவர் இரண்டு பெண்பிள்ளைகளோடு ஆண்டியைப் போல் ஆகிவிட்டார். மனம் பலவிதமாய்ப் பாவித்து ஊரில் நடக்கிற நடைமுறைகளைப் பார்த்துப்பார்த்து ஏக்கங் கொண்டு தன்னாலே புலம்பவும் வந்துவிட்டது. "எனப்போல உள்ளவனுவ பொட்டப் புள்ளயளுக்கு ஒண்ணுங்குடுக்காம எதமா தள்ளி உட்டுருயானுவ. மூகுவெட்டி மொவளுக்கு, ஒண்ணுந்தர வேண்டாம், பொண்ணத் தந்துருண்ணி கேட்டு கல்யாணமும் வச்சாச்சி. நாசுவமெள வெள்ளச் சுப்பையா ஒடப்பொறந்தாள ரெண்டாந்தாரமா எட்டுக்காயி துட்டுங் குடுக்காம எதமா தள்ளிஉட்டுட்டா.

"இஞ்ச வாறவனெல்லா அய்யாயிரத்துக்குத் தருவியா, ஏழாயிரத்துக்கு தருவியா எண்ணி கேக்குயானே. தேவடியா மொவனுவ தேடித்தந்திருந்தானுவளோ. அவனுக்க அப்பன் ஒடம இஞ்ச இருக்கவா செய்யிது அள்ளி குடுக்குயதுக்கு" என்று அவர் மகனிடம் சொல்லிச்சொல்லி வேதனைப்படுவார். மகனும் "நமக்குக் கூடுதலாக் குடுக்க முடியாதய்யா, எவனாவது தந்தது போதும் எண்ணு வந்தா பாத்துக் குடுக்கலாம் வரட்டும்" என்று தகப்பனாருக்கு ஆறுதல் சொல்லிச் சமாதானப்படுத்துவார். இப்படியே நாள்கள் கழிந்துகொண்டேவந்தது.

பூமாத்தியன் விளை மூத்த வைத்தியனாரின் மகளை மணிக்கட்டிப்பொட்டலில் கலியாணம்செய்துகொடுத்தார்கள். அவள் இந்த இளையநாடானிடம் தன்னுடைய சொக்காறனுக்குப் பெண் கேட்க வந்தாள்.

17

ஈத்தாமொழி நாடான் குடும்பத்து முன்னோர்கள் காலத்தில், அவர்களுடைய அம்மன் கோவிலைச் சேர்ந்த ஏழு ஊரில் ஒரு ஊராகிய நாசுவன் விளை என்ற ஊரில், பனை ஏறிப் பிழைத்து வந்த ஒரு குடும்பத்தில், ஆண்டி, குப்பயன் என்று இரண்டுபேர் அண்ணனும் தம்பியுமாய் இருந்து வாழ்ந்துவந்தார்கள்.

அதில் இளையவனாகிய குப்பயன் பக்கத்து வீட்டில் புருசன் இறந்து இளவயதுள்ள ஒரு விதவையாய் இருந்த பெண்ணைக் காதலித்தான். இதை ஊரிலுள்ளவர்கள் கண்டு ஊர்த்தலைவரான முதலாளியிடம் அறிவித்தார்கள்.

அந்தக் காலத்தில் பக்குவமடைந்து வீட்டிலாகி இருக்கும் பெண்களும், புருசனை இழந்த பெண்களும் குற்றப்பட்டவர்கள் என்று கண்டால், அவர்களை நடைவிளக்கெரிந்து சுட்டுவிடுவார்கள். சிலரை வெளிக்குத் தெரியாமல் வெட்டிக்கொன்று கட்டுப் போடுவார்கள். சிலரைச் சொந்தஊரை விட்டுத் துப்புத் தெரியாமல் வெளிஊருக்கு அனுப்பி விடுவார்கள்.

வடக்கே சில ஊர்களில் உள்ளவர்கள் அதிகமும் இந்த மாதரி இனங்களாகவே சொல்லுவார்கள். நாளாக நாளாக வெட்டிக் கொல்லாமல், வெளியூருக்கு அனுப்பிவிடுவதுதான் பழக்கமாயிருந்தது. இப்படி நடந்துவருகிற காலத்தில், இந்தக் குப்பயனையும் அந்தப் பெண்ணையும் வெளிஊருக்கு அனுப்பவேண்டும் என்று ஏழு ஊரிலுள்ளவர்களும் தலைமை முதலாளியிடம் சொல்ல, அவர் அந்தக் குப்பயனையும் அந்தப் பெண்ணையும் கூட்டி வரச்செய்தார்.

அந்தச் சமயம் இப்படி உள்ளவர்களைக் கொல்லாமலே, அதிகமும் வெளிஊருக்கு நாடுகடத்துவதென்று தள்ளிவிடுகிற காலமாயிருந்தது. வெளியூருக்கு விரட்டிவிடுவது பழக்கத்துக்கு வந்துவிட்டதனால், இவர்களைப் பார்த்து, நீங்கள் ரெண்டு பேரும் இந்த இடத்தைவிட்டு வேறு இடத்துக்குப் போய் விடுங்களென்று சொன்னார். அந்தக் குப்பயன் முதலாளி காலில் விழுந்து கும்பிட்டு, "அய்யா எங்கள் குடும்பம் உங்களுக்குப் பரம்பரையாய் அடிமைகளாக இருந்து வருகிறோம். நான் செய்த குற்றத்தைப் பொறுத்து, என்னை வெளியூருக்குத் தள்ளாமல், இங்கேயே ஆள் சஞ்சாரமில்லாத காட்டுப்பக்கம், ஒரு இடத்தில் ஒதுக்கி இருத்துங்கள்" என்று மன்னிப்புக் கேட்டான்.

முதலாளியும் அவன் பேரில் அன்புள்ளவராக இருந்தவ ராகையால், அவனையும் அந்தப் பெண்ணையும் ஊருக்கு வடக்கே, செம்பட்ட ஓடைக்கு வடக்கே, (முன்காலத்தில் செம்பட்ட ஓடை பாயும் இடம் இடுவையாய் இருந்ததாம்; பின்பு பேச்சிப்பாறை தண்ணி வந்தபிறகு அது சம்புக்குளத்து கால்வாயாக மாறி செம்பட்ட ஓடை' என்று பெயர் வந்தது. அந்த இடுவைக்கு வடக்கே) செத்தவர்களைப் புதைக்கும் காடாக இருந்த இடத்தில் ஒருபுறத்தில் இவர்களைப் போய்க் குடி இருக்கச்சொல்லி, ஏழு ஊர்க்காரர்களும் சம்மதித்து அங்கே அனுப்பினார்கள். இவர்கள் இருவரும் தாலிக்குப் பகரம் பூமாலையைக் கழுத்தில் போட்டுக் கலியாணம் செய்து, அந்த இடத்தில் இருந்துவந்தார்கள். அன்று முதல் அவர்கள் இருந்த இடத்துக்குப் பூமாத்தியன்விளை என்று பெயராகிவிட்டது.

இப்படி இவர்கள் வாழ்ந்து வருங்காலத்தில், திருவிதாங்கூர் மகாராஜா பத்மநாபபுரத்திலிருந்து சுசிந்தரத்துக்குப் படை களுடன் பவனி வந்தார். போலிசார் சந்தடி விலக்கிக்கொண்டு வருகிற சமயம், வள்ளியாவிளை முதலாளி அவருடைய படைகளோடு அந்தப் பாதையின் எதிராக வந்துவிட்டார்.

இதை போலிசார் அரசருக்குச் சொல்ல, அரசர் இந்த நாடானுக்குத் தண்டனை விதிக்கச் சொன்னாராம். இதை அறிந்த நாடான் என்ன செய்வதென்று யோசனை செய்தார்.

இவருக்கு வேண்டியவர்களாகிய பத்மநாபபுரத்திலுள்ள பிராமணர்களில், அரண்மனையில் வேலைசெய்துவரும் ஒரு பிராமணனிடம், இந்த ராஜாவின் தண்டனையை மாற்ற உபாயங் கேட்டார்.

அந்தப் பிராமணன் தன் மனைவி அரண்மனையில் அம்மச்சிக்கு வேலைசெய்து வருகிறதினால், அவளிடம் சொல்லி,

அம்மச்சியிடம் அறிவித்து, அவள் வழியாய்த் தண்டனை விதிக்காமல் மாற்றிவிடுகிறேன் என்றான்.

அரண்மனையில் வேலைபார்க்கும் பெண்களை அச்சி என்று சொல்லுவார்கள். அரண்மனை வேலைகளைத் தலையான அச்சிமார்கள் கீழ்உள்ள அச்சிகளைக் கொண்டு நடத்தி, மேற்பார்வையாக இருந்து, ராஜாவுக்கு அம்மச்சிக்கும் உள்ள குற்றேவல் செய்துவருவார்கள். இப்படி உள்ளவர்கள் ராஜாவுக்கு நெருங்கிய சினேகமுள்ளவர்களாக இருப்பதால், அந்தப் பிராமணன் தன் மனைவியிடம், இந்த நாடானுடைய குற்றத்தை மாற்றிவிடும்படிச் சொல்லிவிட்டான்.

அவளும் சம்மதித்து, ராஜாவிடம் இதமாகச் சொல்லி, தண்டனை இல்லாமல் மாற்றிவிட்டாள்.

இதை அறிந்த நாடான், சந்தோசத்தினால் அந்தப் பிராமணனுக்கு நன்றிக் கடன் செலுத்த வேண்டி ஆலோசனை செய்து, தனது புரயிடத்தில் ஒன்றாகிய குப்பயன் என்கிற பூமாத்தியன் இருந்துவருகிற புரயிடத்தில் ஐந்து ஏக்கர் பூமியை தாணுமாலயன் சுவாமி கோவில் வகையாக விட்டுக்கொடுத்து, அந்தச் சொத்திலுள்ள அனுபவத்தைப் பிராமணனும் அவன் சந்ததிகளின் பின்னுள்ளவர்களும் தலைமுறையாக அனுபவித்துக் கொள்ளும்படி எழுதிக்கொடுத்தார்.

அன்று முதல் அந்தப் புரயிடத்தைப் பூமாத்தியன்விளை என்ற பெயரோடு அந்த பிராமணன் அனுபவித்துவந்தான். அந்தப் புரயிடத்தை பூமாத்தியன் பிராமணனிடமிருந்து குத்தகைப் பாட்டமாக எடுத்து, பாட்டப் பணத்தைப் பிராமணனுக்குக் கொடுத்துவிட்டு அனுபவித்துவந்தான்.

பூமாத்தியனின் காலத்துக்குப் பிறகு, அவனுடைய பிள்ளைகள் பரம்பரையாய் அனுபவித்து வந்தார்கள். இவர்களுக்குப் பின்னுள்ளவர்களில் ஈனமுத்து மூர்த்தி, ஓரன், மாயப்பெருமாள் என்று வந்தவர்களும் அந்தப் புரயிடத்தை அவரவரும் பங்கு போட்டு அனுபவத்தை எடுத்துக்கொண்டு பாட்டப்பணத்தை ஒண்ணாகச் சேர்த்துப் பிராமணனுடைய பின்அவகாசிகளிடம் கொடுத்துக்கொண்டு, புரயிடத்தைத் தனது சொந்த பூமிபோல நடவுகள் நட்டும், வீடுகள் கெட்டிக் குடியிருந்தும் வந்தார்கள். பின்பு பூமாத்தியனின் வம்சம் என்ற பெயர் நாளுக்கு நாளாக மாறிவிட்டது. பலரும் குடியேறி பூமாத்திவிளை நாடான்மார்கள் என்ற பெயருக்கு வந்துவிட்டது. பூமாத்தியன்விளை ஊர் என்ற பெயரும் வந்தது.

ஈனமுத்துவின் காலத்துக்குப் பிறகு, அவர் மகன் சுப்பிரமணியன் வள்ளியாவிளை கீழவீட்டு முதலாளிக்கு நிலம் புரயிடங்களைப் பார்வையிட்டு, விசாரிப்புக்காரனாக வேலை செய்துவந்தார். அவருடைய சகோதரியை விதிவசத்தால் மேலவீட்டு நடுவுநாடானுக்கு கீழவீட்டு முதலாளி குடும்பக் கெடுதிக்குக் காரணமாக மூன்றாவது தாரமாகக் கெட்டிவைத்தார். அந்த அம்மா இந்த நாடான் குடும்பம் நிலை குலைந்து போவதற்கு ஏதுவான மூன்று பிள்ளை பெத்தாள். குடும்பப் பெயரும் குறைந்தது.

இந்த ஈனமுத்து சுப்பிரமணியனின் சித்தப்பனாருக்கு ராமய்யா, அன்பய்யா என்று இரண்டு பிள்ளைகள் இருந்தார்கள். அந்த ரெண்டுபேரும் வைத்தியத் தொழில் செய்து வந்ததினால் மூத்த வைத்தியனார், இளைய வைத்தியனார் என்று சொல்லுவார்கள்.

இந்த மூத்த வைத்தியனாரின் மகளைப் பொட்டலில் கலியாணம் செய்துகொடுத்திருந்தது. அவளுடைய புருஷன் கூடிப் பிறந்த தம்பி கலியாணம் வேண்டாம் என்று சாமியாராய் இருந்தாராம். சேர்ந்த பலரும் இவர் இப்படி இருப்பதைப் பார்த்து, அண்ணனுக்குப் பிள்ளை இல்லை, தம்பி சாமியாக இருப்பது சரி இல்லை என்று சொல்ல, அண்ணனும் மற்றுள்ளவர்களும் தம்பியைக் கலியாணம் செய்யும்படிக் கட்டாயப்படுத்திவிட்டு, இவர்கள் சம்மந்தம் பார்க்கத் துடங்கினார்கள்.

'அவசரக்காரனுக்குப் புத்தி மட்டு' என்பதுபோல, பல இடங்களிலும் பொண்ணு தேடித்திரிந்தார்கள்.

மூத்தவரின் பொண்டாட்டி பூமாத்திவிளை நாடாச்சி பல இடங்களிலும் துப்புப் போட்டு விசாரித்துக்கொண்டு எங்கள் வீட்டுக்கு வந்தாள்.

என் தகப்பனாருக்குப் பூமாத்திவிளை நாடாச்சி மாமன் மகள். இவர் அத்தை மகன். இவள் வீட்டிலாகியிருக்கும் சமயம், இளையநாடானின் வாலிபப்பிராயத்தில் இந்த அம்மாள் அவரைக் கேலியாக வேலைப்படுத்தினாள் என்று ஒரு கதை சொல்லுவார்கள்.

இந்த பூமாத்திவிளைக்காரி அப்போது வீட்டிலாகி இருந்தாள். இவள் அழகாயிருப்பாளாம். வீட்டுக்குப் பின்பக்கம் மறைவுக்காக அடைத்துவைத்திருந்த செருவையைத் துளைத்து, இவர் உள்ளே பார்ப்பது பழக்கமாயிருந்ததை இவள் கண்டு, இவரைக் கேவலப்படுத்த வேண்டுமென்று, ஒருநாள் இவர் பார்த்துக்கொண்டு நின்றதைக் கண்டு, சாணியை சட்டி நிறையக்

கரைச்சி செருவையின் மேலே ஊத்திவிட்டாள். வெளியே நின்ற இவருக்குத் தலையும் உடம்பும் நனைந்தது. வெக்கப்பட்டுக் கொண்டு ஓடையைத் தேடி ஓடினாராம். இவர் ஒடுவதைப் பார்த்த மச்சினன்மாரும் பிள்ளைகளும் சேர்ந்து சிரித்தார்கள் என்று கதை சொல்லுவார்கள்.

இப்படிக் கேலி பண்ணி விளையாடியவள், அவருடைய பிள்ளை தனக்கும் பிள்ளை என்ற எண்ணம் இல்லாமல், தன் புருசன் கூடிப் பிறந்த சொக்காரனுக்குப் பெண் எடுப்பதற்குப் பெண் பேச வருகிறாள். முறைகெட்ட மூதேவி. சண்டாளி. இந்தச் சண்டாளனும் யாரானாலும் சரி, காசு சிலவு இல்லாமல் கேட்டு வந்தால் குடுத்திருவோமே என்று எதிர்பார்த்து இருக்கிறாரே. அவள் காசு வேண்டாம், பெண்ணைத் தந்தால் போதும் என்று வாறாள். நல்ல பொருத்தம். இது விதியின் விளையாட்டு, நடத்தியது.

பூமாத்திவிளை நாடாச்சி தம்பியைத் துணைகொண்டு வீட்டுப் பக்கம் வந்ததும், தம்பி, "நீ வீட்டுக்குள்ளே போ அக்கா, நான் கடைக்குப் போறேன்" என்று போனார்.

அவள் உள்ளே நுழைந்ததும், "என்ன வள்ளியாவெள நாடான் சொகந்தானா" என்றாள். இவர், "இதாரு, ஏ அம்மாளு, வா வா" என்று இருக்கச் சொன்னார். மாமன் மகளாச்சா "எம்மாளு என்ன வரமாட்டியே, எப்படி வந்திட்டா" என்றார்.

"இப்புடீ வந்தேன் ஒரு காரியமா" என்று சொல்லிக் கொண்டே நாலாபக்கமும் சுற்றிச்சுற்றிப் பார்த்தாள். ஆளுகளை யும் பார்த்துக்கொண்டு "இது ஈயாந்தெங்கு சின்னம்மைக்க பேத்தியாமாருவயில்லியா, இஞ்சதாம்படிச்சி யாவுளோ" என்றாள்.

"ஆமா, நாலஞ்சி வருசமா இங்கினதான் வந்து படிச்சிக்கிட்டு இருக்கு. பள்ளிக்கொடத்துப் பாடம் போல மூத்தவ சொல்லிக் குடுப்பா" என்று பெருமையாய்ச் சொன்னார்.

"இது தாமரகுளத்தம்மாளா? உருப்படி எல்லாம் நெறைய போட்டுருக்குண்ணி சொன்னாவுளே. ஒண்ணயுங் காணவில்லை? அம்புடயுங் களத்தி காசு மாறிப்புட்டீரோ?"

"ஆமா, நாளுக்குநாளா துன்பமும் நோயும்நொடியுமா வந்துக்கிட்டுண்ணா மனுசன் என்ன செய்வான். போன வருசம் மூத்தவளுக்குக் காச்சலு வந்து நாலு மாசமா இழுத்திட்டுல்லியா, அது அஞ்சாறு சக்கரஞ் செலவாச்சி. செத்துத்தானே பொளச்சா. ஒங்க சின்னயா மொவ – அந்தப் புள்ள முத்தம்ம செத்த சமயம்

இவளை ஆரு பொளைப்பா எண்ணி சொன்னா. அதோடு கோர்ட்டுக்கு செவவுங் கூடத்தான்" என்றார். இப்படியே பேசிப் பேசி அவள் பேச்சு முடிஞ்சு அவர் பேச்சு ஆரம்பித்தார்.

"எம்மாளு ஒங்க ஊட்டுக்கார அவ்வாளுக்கு இப்ப வேல எங்க."

"அவிய ரெண்டு பேரும் செங்கோட்டையில் அஞ்சாறு வரியமா வேல பாத்துக்கிட்டு, இப்பத்தான இஞ்ச வந்தாவ. இப்பொ, தமயனுக்குப் பறக்கயிலக் கெடச்சிருக்கு. தம்பியாருக்கு கொட்டாரத்தில"

"அங்க தங்கி இருக்காவுளா, வந்திருவாவுளா"

"இவருக்குக் கிட்டத்தான, வந்திருவாரு. எளையவரு அங்கதா தங்கி இருக்காரு. சனிக்கெளமை நாயித்துக்கிழமை படிப்பு இல்லாத நாளு வருவாரு."

"ரெண்டுவருக்கும் சம்பளங் கனமாயிருக்குமே? சொத்துகள்ல போடுயாவுளா, என்ன செய்யியாவ?"

"சம்பளமா இவருக்கு நூறு ரூவாக்கிட்ட இருக்கு. அவருக்கு கொஞ்சங் கூடுதலா இருக்காதா? சொத்துகள்லதான் போடுயாவ. சொத்துகள்ல போட்டா அத பாக்கிறதாரு. சொத்தயே பாக்க ஆளு இல்லாம கெடந்து அழியுவு."

"ஏன், இப்ப இஞ்சதான வேல. சொத்து பாக்கமாட்டாவுளா."

"கூட்டம் போட்டுப் பேசுறதுக்கு பொறசங்கம்* எங்க நடக்குவு எண்ணி பாத்துக்கிட்டு திரிவாவ. சொத்தப் பாப்பாவுளா. பணத்த பேங்குல போடுவாவ."

"குஞ்சமெளயில எங்க அத்தய்க்கிக் குஞ்சமெள நாடாமாரு குடுத்த சீதனச்சொத்து ரெண்டு ஏக்கரு கூடுவலா கெடக்கு. அம்புடும் பனங்காடு. அதுல போய் பயினி வேண்டி காச்சப் போறதாரு. அது அங்க கெடந்து அழியுவு. புள்ளயாரத்துல உள்ள சொத்துல சக்க மாங்கா காய்ச்சா பர்வைக்காரனுக பாட்டம் எடுத்து, பாதியத் தருவானுவ. குஞ்சன்வெள பத்துக்குள்ள ஒரு கோட்ட வெதப்பாடு இருக்கு. அதயும் பாட்டங் குடுத்துருவாவ. வீட்டுப்பக்கம் உள்ளதுகள நான்தான் பாத்துப் பறிக்கவோ பாட்டங்குடுக்கவோ செய்வேன்."

இவ்வாறெல்லாம் சொல்லிவிட்டு, கடைசியில், "நான் ஓம்ம புள்ளய அவருக்கு எடுக்கலாமே எண்ணி நெனைச்சி வந்தன்" என்று, மெள்ள வெளிக்குக் கேளாததுபோல் துவக்கினாள்.

* பொறசங்கம் – பொதுக்கூட்டம், பக்திப் பிரசங்கம் முதலியன

அந்தக் காலத்தில் சம்மந்தப் பேச்சு பேசுகிற சமயம், பெண்ணோ மாப்பிளையோ பக்கத்தில் இருக்கும்போது பேச மாட்டார்கள். மறைமுகமாகத்தான் பேசுவார்கள். ஒரு வீட்டுக் குள்ளே முணுமுணுவென்று பேசினாலும் கேக்காமல் இருக்குமா. கேட்டாலும் கேளாட்டாலும் தலைகவிழ்ந்து பேசுவது அந்தக் காலத்துப் பழக்கம்.

இவர்கள் எவ்வளவு மெள்ளப் பேசினாலும், எல்லாருக்கும் கேட்கும்படியாகவும், சில சமயங்களில் அதிகம் கேளாமலும் பேச்சை நடத்திக்கொண்டிருந்தார்கள்.

இவர் அவள் அப்படிச் சொன்னவுடனே, சந்தோசத்தோடே சிரித்துக்கொண்டே, "அம்மாளு, நீ சொல்லுயத நான் சம்மதிக்க மொறையில்லியே. என் புள்ள மொறக்கி ஒனக்கும் புள்ள தானே. நீ எந்த மொறயில ஒஞ் சொக்காறனுக்குக் கேக்க வந்தா."

"நீ இப்படிக் கேப்பீருண்ணு நானும் முந்தியே நெனைச்சன். பூமாத்திவெளக்காரளுக்கும் ஒங்களுக்குந்தானே சொந்தம். அதுநால நானும் ஒங்களுக்குச் சொந்தக்காரி. இதத் தள்ளும். வேறெ பொட்டலுல எங்க சொந்தக்கார ஒங்களுக்கு ஒரு வழியிலேயுஞ் சொந்தமில்லியே. எனக்கு இப்ப புள்ளயா குட்டியா? என் காலங் கழிஞ்சா, எனக்கு மொறயும் என்னோடே தீந்து போவுமே. இதுநால எனக்கு மொறயத் தள்ளிக்கிட்டு, எனி நடத்தவேண்டிய மொறயப் பாரும்" என்று அணச்சி எதமாப் பேசினான்.

அவள் இப்படிச் சொல்லுவதை எல்லாம் இவர் காது கொடுத்துக் கேட்டுக்கொண்டே இருந்தார்.

குருவியும் வந்து பனம்பழமும் விழுந்தது போல், இவர் மனதில் எண்ணிக்கொண்டிருந்த எண்ணம் நிறைவேறும் சமயம் வந்துவிட்டது என்ற சந்தோசம் மேலும் மேலும் பொங்கியது. ஆனாலும் ஒன்னு கேட்கிறார். "அம்மாளு, நீ மொறயத்தான் மாத்தி வச்சிட்டாலும், அவாவெளல்லாஞ் சைவக்காராளாச்சே. மீனு எறச்சி முட்ட ஒண்ணு ஆவாதே. எங்களுக்கு அதெல்லாமில்லாம முடியாதே. எங்க புள்ளயும் அதெல்லாங் கூட்டாம* இருக்காதே."

"அது ஆம்புளயதான் கூட்டமாட்டாவ. நான் மீனு எறச்சி தின்னாமயா இருக்கன். பொம்புள எல்லாருந் திங்கத்தாஞ் செய்வாவ. எங்க மாமன் இருக்கச்சிலயும், தெருவுல மீம் பொட்டி கொண்டு எறக்குயதக் கண்டா, 'ஏ அம்மாளு மீனு வந்திருக்கு, வாங்கி அவியுங்க', எண்ணிச் சொல்லுவாரு. நாங்களும் வேண்டி

* கூட்டாம – உணவைச் சேர்க்காமல்

அவுச்சித் தின்னுக்கிட்டு, குளிச்சிக்கிட்டு ஊட்டுக்கு வருவொம். அதப்பத்தி ஒண்ணும் பாக்காண்டாம்" என்றாள்.

இளையநாடான் அவர் கதையைத் துவக்கினார்.

"சரியம்மாளு, அஞ்சாறு நாளு களியட்டு பாப்போம். இப்போ எனக்கு எடஞ்சல் சமயம் ஊற ஊற கோடு* கொண்டு போகுவு சக்கரத்தயெல்லாம். இன்னா பாரு, எவ்வளவு உருப்பபடி போட்டுக்கிட்டு வந்தா, ஒண்ணுமில்லாம உரிஞ்சி வித்துப் புட்டேன். புள்ளயளுக்கும் ஒரு உருப்பபடியும் இன்னுஞ் செய்யி மில்ல. உருப்படிக்கிண்ணு நம்ம மணவெளக்காறங்கிட்ட ஒரு சீட்டக் கெட்டுனன். அந்தச் சண்டாளன் புடிச்சிட்டு பணந்தாராம கோட்டுக்குப் போய் நாலஞ்சி வருசமா வெவகாரம் பேசி, கடைசியில ஒண்ணுக்கும் ஒதவாம அவனுக்கும் இவனுக்குமா குடுத்துச் சீரழிஞ்சி மண்ணாப் போச்சி. எனி சொத்தில கைவச்சாத்தான இது சரி நடத்துலாம். இப்ப நம்ம ஆத்திரமெண்ணு ஒருத்தனுவகிட்டக் கேட்டா, ஒண்ணுக்குப் பாதியா கேப்பான். அதுனால அஞ்சாறு நாளு களியட்டு, பாப்போம்" என்றார்.

அவள் அதோடு விடவில்லை.

"அவியளுக்க எண்ணம் இந்த சித்திரமாத்த லீவ்ல சட்டுப் புட்டுண்ணி ஒண்ண பாத்து முடிச்சிரணும் எண்ணிப் பாக்குறாவ. நானும் ஒத்தப் பேரா இருக்கமில்லியா, இப்பிடி இதுல முடிச்சிக்கிட்டா, ஒண்ணுக்கொண்ணா நம்ம நாளையும் கழிச்சிக்கிட்டுப் போவலாமே எண்ணித்தான் ஓம்மகிட்ட விரும்பிச் சொல்லுயன். சொத்துவஸ்த்து, ஊடுவாசலப் பத்தி ஒமக்குப் பார்க்க வேண்டியதில்லை. அம்புடுமே அவியளுக்குத் தானே. நான் பெய்யி ஆம்புளய கிட்டச் சொல்லுயன். அங்கயும் கலியாணச்செலவுக்குக் கொஞ்சம் ஆவாதா. ஒருவேள அவியட்ட இருந்து கொஞ்சம் எடுக்கலாமெண்ணி உண்டுமுண்ணா கேட்டுப் பார்த்துக்கிட்டு இஞ்சவரச் சொல்லட்டா?"

"அம்மாளு, இப்படிச் சொத்து வித்து நடத்தணுமெண்ணா நாளாகத்தாஞ் செய்யும். அதுக்கு முந்தி கலியாணம் வச்சணு முண்ணா, நீ ஆம்புளயகிட்டக் கேட்டு, தருவாவ எண்ணா வரச்சொல்லு."

"வள்ளியாவெள நாடான், நா உம்மகிட்ட சீதனம் எவ்வளவு தருவீரு, உருப்படி எவ்வளவு போடுவீரு எண்ணு கேக்க இல்லை. அவியளும் அதப்பத்தி ஆசப்படயில்ல. ஓம்ம புள்ளக்கி ஓம்ம பிரியம் போல குடுத்துக்கிடும். எங்க

* கோடு – கோர்ட்

ஊட்டுல வெங்கலப்பாத்திரமெல்லாம் நெறய கெடக்கு. அவிய வட்டுல்கள்ல சாப்புடமாட்டாவ. எலதுண்டு, ஓலப்பட்டயல்ல தான் திம்பாவ. வெங்கலப் பாத்திரமும் சீராகக் கொஞ்சம் குடுத்தாப் போதும்" என்று பேச்சை முடித்தாள்.

இவருக்கு அவள் சொல்லுகிறதை எல்லாம் கேட்டுக் கேட்டு, நாம் நினைத்துபோல நிறைவேறிவிட்டது என்ற சந்தோசம்.

பழம் நழுவிப் பாலில் விழுந்தது போலத் தூக்கிவாரிப் போட்டுவிட்டது. மெத்த மகிழ்ச்சியாய், "அம்மாளு, சாப்புடு" என்றார்.

"வாண்டாம். வரச்சில சாப்புட்டுக்கிட்டுத்தான் வந்தென்" என்றாள்.

"இல்ல, நீ என் ஊட்டுக்கு ஒருநாளும் வந்திட்டுல்ல. இண்ணய்க்கி ஒரு நல்ல காரியமா வந்துக்கிட்டு, சாப்புடாமப் போகப்புடாது, சாப்புடு. ஏயி என்ன செய்யியா? அம்மாளுக்குச் சோறு குடு" என்றார். சோறு போட்டுக்கொண்டு வாறதுக்குள்ளே அவள் எழுந்து பாட்டியாள் படுக்கைஅறைக்குள் நுழைந்தாள். சிறிது நேரம் பழங்காலத்துப் பேச்சுகளைப் பேசினார்கள். வெளியே வந்து வாய்கொப்பளித்து, சாப்பிட உட்கார்ந்தார். திருப்தியாய் மீங்கறியுஞ் சோறும் தின்று முடித்து, பழங்காலத்துப் பேச்சுகளைத் தொடர்ந்து பேசிக்கொண்டு, வெற்றிலை போட்டுக்கொண்டு புறப்பட்டாள்.

புறப்படும்போது, "நாலுநாளைக்குள்ள அவியள வரச் சொல்லுயேன், நீரு கலயாணத்துக்குள்ள ஒழுங்கச் சொல்லி உடும். நான் போயிட்டு வாறேன்" என்று போனாள்.

என் தகப்பனார் எப்படி நினைத்துஇருந்தாரோ அந்த எண்ணத்தை நிறைவேற்றுவதற்கும், என்னைப் பிடித்துச் சிறையில் அடைத்துக் கஷ்டப்படுத்தி, ஒரு வேலைக்காரியாக ஆக்குவதற்கும், என்னைப் பிடித்து ஆட்டம் பார்ப்பதற்குக் காத்து இருந்த கிரகமாகிய சனியனைப்போல் வந்து என் வாழ்க்கைக்கு வேண்டிய எல்லாவற்றையும் வேண்டாம், பொன்னோ பொருளோ பாத்திர பண்டம் முதலிய ஒன்றுமே வேண்டாம் என்றும், ஒருவன் வளர்த்த ஒரு பசு மாட்டை இன்னொருவன் விலைபேசி, விலையைக்கொடுத்து வாங்கிக் கொண்டுபோய் கட்டுத் தறியில் கட்டிவைத்துக் கஷ்டப்படுத்துவதுபோல, என்னைக் கொண்டுபோய் ஒன்றும் கொண்டுவராதவள் என்று சொல்லி, கேவலமாகக் கூடிக்கூடிச் சிரிக்கவும், அவள்

நினைத்ததை நிறைவேற்றி, அவர்களுக்குள் உள்ள குடும்பப் பகையை என்னிடம் காட்டிப் பகை நிறைவேற்றவும் நினைத்து, ஒன்றும் வேண்டாம் நான் பணம் தாறேன் நீ பொண்ணைத்தா என்று, 'எரந்து குடிச்ச மணியாறனுக்கு, பிச்ச எடுத்த வெளக்கு வை என்று சொல்லுவதுபோல' பெரும் பண்ணையாக மழுப்பிப் பேசி, என் தகப்பனாரை வலை வீசி வலைக்குள் சிக்கவைத்துவிட்டுப் போனாள்.

அவள் போன பிறகு மாமியாரை 'எம்மா எம்மா'வென்று கூப்பிட்டார்.

"ஏன் என்னத்துக்கு" என்று வெறுப்பாகச் சத்தம் குடுத்தார்கள்.

"பூமாத்திவெளக்காரி தந்தது போதும் எண்ணு சொல்லுயா. குடுத்துருவமா" என்றார்.

பூமாத்திவெள மூத்த வயித்தியம் பொண்டாட்டிக்க கூடப் பொறந்தவந்தான பொட்டலு அம்மங்கோயிலுல பூச வச்சிய அம்மன் கொண்டாடியாரு. அவருக்கு மொவன் மூத்தவனுக்குத்தான இப்ப இஞ்ச வந்துக்கிட்டு போறவளக் கெட்டியிருக்கு என்று கேட்டார்கள். அவர் "ஆமா, ஒங்களுக்கு தெரியாதாக்கும்" என்றார். "எனக்குத் தெரியாமலா கேக்கேன். இவளக் கெட்டியிருக்கவனுக்க கூடப்பொறந்தவந்தான் ஒரு நொண்டி. இப்ப அம்மங்கோயிலுக்குப் பூச வச்சிக்கிட்டு இருக்கான் எண்ணி சொல்லுவாவ. அவனுக்கா பொண்ணு கெட்டி குடுக்கப்போறா" என்று சொன்னார்.

"அவனுவ, அண்ணந்தம்பிமாரு ரெண்டு பேரும் படிச்சி வாத்தியாரு சோலி பாக்குயானுவ. நீங்க தெரியாமச் சொல்லுதிய."

"ஆமா, எனக்குத் தெரியாதில்லியா, வயித்தியன் ஊட்டுக்கு வாறவனுவள. ஆளு அழவு போல இருப்பானுவ. ஒருத்தன் கால இழுத்துக்கிட்டு நடப்பானே அவன எனக்குத் தெரியாதா? ஊரு ஊரா பள்ளிக்கொடத்துல வேல பாத்துகிட்டு திரியியவனுவ. அந்த ஊட்டுக்கு நான் பொயிருக்கென், எனக்குத் தெரியாதாக்கும்" என்றார். "இப்புடி அவனுக்குக் கொண்டு குடுக்கத கடலுக்குத் தள்ளிருலாமே" என்றார். இவருக்குச் சம்மந்தத்தை விட மனமில்லை. மழுப்பிப் பேசினார். இப்படி நாலைந்து நாளாக இந்தப் பேச்சு நடந்துகொண்டிருந்தது.

அடுத்த ஞாயிற்றுக்கிழமையன்று பூமாத்திவிளைக்காரி புருசனும், அவருடைய சித்தப்பனார் மகன் கந்தசுவாமியும்,

அருமைத்தங்கமும் வந்தார்கள். அருமைத்தங்கம் "அத்தான்" என்றதும், இளையநாடான் 'அய்யா வாருங்க வாருங்க' என்று வரவேற்றார்.

வீட்டுக்குள் கிடந்த பெஞ்சியை அருமைத்தங்கமும் இவருமாகப் பிடித்துக்கொண்டு போய் வெளித்திண்ணையில் போட்டு, "அய்யா உக்காருங்க" என்றார்.

அய்யா: ஒங்களுக்கு வெத்திலயும் வாண்டாமெ.

வந்தவர்: வெத்தில போடுறதில்ல.

இவர்: மச்ச மாம்சம் கூட்டாத சைவக்காரளாச்சே.

அவர்: ஆமா. உயிரக் கொன்னு திங்கறது பாவமில்லையா.

இவர்: அதுல என்ன பாவமிருக்கய்யா.

அவர்: உயிர்களைக் கொன்னு திங்கறது மிருகத்த மிருகம் கொன்னு திங்கறது போல. அப்படி நம்மளும் திங்கறதா.

இவர்: அப்ப, நாங்கெல்லா மிருகமா

என்று சொல்லிச் சிரித்தார். எல்லாரும் கூடிச் சிரித்துக்கொண்டு ஒருவருக்கொருவர் மேலும் மேலும் சைவக் கதைகளையே பேசி நேரம் போக்கிக்கொண்டிருந்தார்கள்.

"அத்தான், நம்ம சம்மந்த காரியத்தப் பத்தி கேக்க வந்தோம். என்ன சொல்லுதீரு" என்று அருமைத்தங்கம் துவக்கினார்.

"அது கேட்டியா அருமத்தங்கம். அம்மாளு வந்து விரும்பிக் கேட்டா. நானுங் குடுக்கலாமெண்ணுதான் நெனக்கியன். ஆனா பணங் கையில வந்தாத்தானே வாக்குக் குடுக்கலாம். ஒரு தோப்ப வெல குடுக்கலாம் எண்ணு நெனச்செென். ஒண்ணு ரெண்டு பேரு கிட்ட சொல்லி வச்சன். அவனுவ அர்த்தங்* கொறச்சி கேக்கானுவ. குடுக்க முடியுமா. அதுநால, நம்ம நெனச்சது போல இப்ப ஒண்ணும் நடத்த முடியாது. இத பத்தித்தான் நாலஞ்சி நாளா எப்பிடீண்ணு முளிச்சிக்கிட்டுஇருக்கன்" என்றார்.

"நாஞ் சொல்லுயென், இங்க வாரும்" என்று வீட்டுக்குள் கூட்டிக்கொண்டு வந்தார் அருமைத்தங்கம். "அத்தான் – அக்கா இங்க வந்திக்கிட்டு போன ஒடனே அவியகிட்ட இங்க உள்ள சீரெல்லாஞ் சொல்லி, இப்ப கலியாணம் வச்சணுமுண்ணா கய்யில பணமில்லாம இருக்காரு. நீங்க ஒங்க வழியா என்னதும் கொஞ்சஞ் குடுப்பியளுண்ணா இப்ப வச்சிரலாமெண்ணு

* அர்த்தம் – விலை

சொல்லியிருக்கா. அப்புடிண்ணா நாமளே கொஞ்சங் குடுத்து இப்ப கலியாணத்த வச்சிரச் சொல்லுவோமெண்ணு சொல்லத் தான் வந்திருக்காவ" என்றார்.

இவர் "சே, அப்புடீ அவ்வியகிட்டப் பணம் வாங்கிக்கிட்டு நாம கலியாணம் வச்சா, நமக்குக் கேவலமில்லியா அருமத்தங்கம்" என்று ஒரு மளுப்பு போட்டார்.

"அத்தான், நீரு இப்புடி ஒண்ணும் நெனச்சாண்டாம். அவிய அப்டி உள்ள ஆளுவ இல்ல. நீரு ஒண்ணும் பேசவேண்டாம். நாஞ் சொல்லிச் சரிப்படுத்துவென், போருமா. வாரும்" என்று வெளியே அவர்கள் இருக்கும் இடத்தில் போய் இருந்து இந்த அத்தானை பெஞ்சியில் உக்கார வச்சி, அந்த அத்தானிடம் பேச ஆரம்பித்தார் அருமைத்தங்கம்.

"சம்மந்தம் தாறதப்பத்தி வள்ளியாவெள மச்சினனுக்கு நல்ல மனந்தான். ஆனா இப்ப கைப்பணமில்லாமத்தான் பிந்தட்டும்ண்ணு சொல்லுயாரு. அதுனால் அத்தான் நீங்க முன்கூட்டி கொஞ்ச குடுத்தாத்தான் முடியும். அவருக்கு ஒணங்ககிட்ட பணம் வாங்க மனமில்லாம இருக்காரு" என்றதும் வந்தவர், "நீங்க அப்படி ஒன்னும் நினைக்கவேண்டாம். ஒங்களுக்குச் சம்மந்தம் தாறதுக்கும், எங்களுக்கு எடுக்கவும் சம்மதமானால் நாம் ரெண்டுபேரும் ஒண்ணுதானெ. நாங்க இப்போ கலியாணம் வச்சிரலாமெண்ணு நெனய்க்கிறோம். நீங்க பணவசதி இல்லாமத்தானே பிந்தட்டும்ண்ணு சொல்றிய. அதுனால் நானிப்போ ஒங்களுக்கு அய்நூறு ரூபா தாறென். இதப்பற்றி ஒரு வித்தியாசமும் நினைக்கவேண்டாம். என்ன சொல்றிய."

"எனக்கு உங்களிடம் பணம் இப்படி வாங்க மனமில்லாமத் தானிருக்கு. நீங்க கட்டாயப்படுத்துயதுனாலே கலியாணத்துக்குப் பெறகு கையில பணம்வந்தால்தான் தருவென். அப்படிண்ணா தாருங்க."

"சரி. நான் பணந்தாறென். நாங்க இங்க வந்தாச்சு. இனி நீங்களும் பொட்டலுக்கு வரனுமில்லியா. மச்சினனும் நீங்களுமா வாருங்க. கலியாணத்துக்கு நாளும் சரிப்படுத்திவிடலாம். கட்டாயமாய் வாருங்கள்" என்று சொல்லிப் புறப்பட்டார்கள்.

18

உலகத்தாரெல்லாம் சம்மந்தம் பேசினால் முதலாவது சாதகப்பொருத்தம் இருக்கிறதா வென்று பார்த்துச் செய்வது பழக்கம். இந்தக் கதையி லுள்ள இரு திறத்தாருக்கும் அந்த எண்ணம் இல்லை.

'என்னையும் பெண்ணையும் முன்னே விடு, செய்யும் சடங்கைப் பின்னே செய்' என்று பெண்கள் கதை சொல்லுவது போலும், நாளும் கிரகமும் நலிந்தவர்க்கில்லை என்று நடத்தத் தலப்பட்டார்கள்.

ஒரு வாரம் கழிந்தது. அருமைத்தங்கம் வந்து, "அத்தான் பொட்டலுக்குப் போவோமா" என்றார். "எண்ணக்கி போணும். நாளைக்க ஞாயித்துக் கெழம, வீட்டுல இருக்க நாளு. நம்ம போயிக்கிட்டு வந்திருவொம்."

இவர் சம்மதித்தார்.

அடுத்த நாள் காலையில் ரெண்டு பேரும் புறப்பட்டுப் போனார்கள்.

போய்ச் சேர்ந்ததும், "வாருங்கள் உக்காருங்கள்" என்றார்கள். "என்ன வள்ளியாவெள நாடாஞ் சொகந்தானா" என்றாள் பூமாத்திவெள அம்மாளு.

யோகச் சேமம் விசாரித்து முடிந்தது. ஒரு சந்தி* வேலையும் முடித்துப் பூசையும் முடித்தார். சப்பாடும் போட்டு முடிந்தது.

கலியாணக் கதையைத் துவக்கினார்கள். "கலியாணம் இந்த மாதம் வைக்கலாமா" என்றார்.

"இந்த மாசம் நாளு போயிட்டுல்லியா. அடுத்த மாசமும் கலியாண மாசந்தானெ. புள்ளய்க்கி வீட்டுச் சவுரியத்தைப் பாத்துத்தானே கலியாணம் வைக்கலாம்."

---

* ஒரு சந்தி – பூசை

மூத்தவர் பஞ்சாங்கத்தை எடுத்து முகூர்த்த நாள் பார்த்தார். "இந்த சித்திரயில நாளில்லை. வாற வைகாசியில வைக்கலாம். வைகாசி மாதம் துவக்கத்தில் வைக்கலாமா" என்றார். "பத்தாந் தேதிக்கு முன்னேயும் இருபதாந் தேதிக்குப் பின்னேயும் உள்ள நாளில் வைப்போம்" என்றார் இளைய நாடான்.

"வைகாசி இருபத்தி நாலாந்தேதி நல்ல முகூர்த்தம் இருக்கிறது" என்று நாளைக் குறிப்பிட்டுச் சொன்னார். இவரும் சம்மதித்தார்.

பலிசைக்குப் பணம் கேட்டு எத்தனை ஊர் அலைந்தாரோ தெரியாது. கடைத்தேங்காய எடுத்து வழிப்பிள்ளையாருக்கு அடித்தது போல, அய்நூறு தாறேன் என்று சொன்னவர் அறுநூறு ரூபாயாகக் கையில் கொடுத்தார்.

இளைய நாடான் கையில் ரூபாயை வாங்கினதும் சர்க்கரைப் பந்தலில் தேன் மாரி பொழிந்தது போல் சந்தோசம் பெருக்கெடுத்தது.

கைப்பணமானாலென்ன கடனெடுத்த பணமானால் அவருக்கென்ன. ஆரு பொண்டாட்டிய ஆரு கொண்டு போனா லென்ன. ஆத்தங்கரப் பீயை வெள்ளங் கொண்டு போனா நமக்கென்ன, நாம் நினைத்ததுபோல நமக்குப் பணம் கிடைத்ததே என்ற சந்தோசத்தோடு "அய்யா, பொயிட்டு வாறேன். அம்மாளு பொயிட்டு வாறேன்" என்று வழியனுப்பிவிட்டு வீடு திரும்பினார்.

வீடு வந்து சேர்ந்ததும், 'யம்மோ எம்மோ' வென்றார். அவர்கள் என்ன என்றதும், "நீங்க என்னவெல்லாமோ சொன்னியளே, அப்புடிக் குத்தமா தெரியயில்லமா. நாம் பாத்தன். முட்டுக்குக் கீழே கறண்டக் காலுகிட்ட லேசா, சூம்பலா இருக்கு. நடக்கச்சில ஒண்ணுந் தெரியயில்ல. பிறக்கும் மாசம் இருவத்தி நாலாந்தேதி கல்யாணத்தையும் வச்சிர நாளு நிச்சயப்படுத்திக்கிட்டு, பணமும் தந்தாவ, வாங்கிட்டு வந்திட்டேன். இது நமக்கு நல்ல தோதான சம்மந்தம். நீங்க வேற ஒண்ணும நெனச்சாண்டாம்" என்றார்

"ஒனக்கு பிரியமுண்ணா நடத்து. நானென்ன சொல்லுவேன்."

கொஞ்ச நேரத்தில மூத்த தமயனார் வந்தார். "யே எளய நாடான்" என்றார். இவர் 'என்ன'வென்றார்.

"நீ இண்ணு பொட்டலுக்குப் போனியோ" என்றார் அண்ணன்.

"ஆமா" என்றார் இவர்.

“பேசி முடிச்சாச்சா”

“ஆமா.”

“பூமாத்திவெள வயித்தியன் மொவளுக்க கொளுந்தனுக்கா குடுக்கப்போறா. சாமி ஊட்டுக்காறனுவ நம்மள மதிப்பானா” என்றார் அண்ணன்.

“நீரு மொடப்புல்லு முக்குறுணி வெள்ளத்த செறுத்தது போலயா செறுக்கீறு, சாமியூட்டுக்காறன் குடும்பத்துல கூடிப் போனானா? பனயேறிக் கூதிமொவனுவளத் தெரியாதா? என்னத்துக்கு மதிச்சமாண்டான்? அவனுவளோடயுங் கூடுனவந்தான், குஞ்சமெளக்காறனுக்க மொவா புள்ளதானே. நம்மளப் போல அவனும் நாடாங்குடும்பந்தானெ. எனி இதோடயும் பெரிய குடும்பம் எங்க போய் பாக்க. வகய்க்காகாத பயவ எல்லாம் அய்யாயிரத்துக்குத் தருவியா. ஏழாயிரத்துக்கு தருவியாங்கான். எனக்கிட்ட எங்க இருக்கு குடுக்க. இவன் தந்தது போதும் என்கிறான். சர்க்கார் சோலி பாக்குயவனுக்கு குடுத்தா என்ன” என்று அடுக்கினார்.

“யே, ஒம்மனம் போலச் செய்யப்பா. சாமி ஊட்டுக் காறனுவ. நம்மக் குடும்பத்தச் சேந்தவனுவயில்லியா. வேற ஒரு எடத்துல குடுத்தா ஒண்ணுமில்ல. இது மொறயில்லாத சம்மந்தம். அதுனால அவனுவ கொறயா சொல்லுவானுவ எண்ணு சொன்னன்” என்றும் “சொல்லப்போனா, பாத்திரமறிந்து பிச்சையிடு. கோத்திரமறிந்து பெண்ணைக் கொடு” என்றும் சொன்னார்.

கலியாணம் என்ற பெயர் ஊரெங்கும் பரவியது. அறிந்தவர்களெல்லாம் குடும்பங்குறைந்த இடம் என்று குறையாகச் சொன்னார்கள்.

சித்திரை மாதம் கழிந்து வைகாசி பிறந்தது. வீட்டுக்கு வேலை செய்ய ஆரம்பித்தார். வீட்டு வேலை துவக்கிய உடனே என்னிடம் படித்து வந்த மாணவியரும் படிப்பை நிறுத்தினார்கள்.

ஐந்து வருசம் என்னிடமே படித்துவந்ததினால், தச்சணை கொடுக்க வேண்டும் என்று பிள்ளைகளின் தாயாரும் பாட்டியும் சில வெங்கலப் பாத்திரங்களை வாங்கி குருதச்சணையாகத் தந்தார்கள்.

குட்டுவம், குடம், குத்துப்போணி, குட்டுவம் போல உள்ள சருவம் இரண்டு, வாளிச்சருவம், வெங்கல அகப்பை, தம்ளர், செம்பு என்று பத்து சாமான்கள் வாங்கித்தந்தார்கள்.

இந்தப் பாத்திரங்களைக் கண்டதும் அவருக்கு ஒரு சுமை குறைந்தது. குடுக்கிற நாயன் கூரையைக் கௌப்பிக் கொடுப்பான் என்பது உண்மைதான்.

இந்தச் சமயம் இவருக்கு வெட்டுக்கு மூவாயிரம் தேங்காய் கிடைக்கக்கூடிய தென்னந்தோப்பு இருக்கிறது.

இரு பூவுக்கும் இருவத்தஞ்சி முப்பது கோட்டை நெல் விளையும் நிலம் இருக்கிறது.

காட்டுச் சொத்துகளிலிருந்து பயினி புன்னக்காய் என்றெல்லாம் வருமானங்கள் வருகிற சமயம்.

இவர் ஏதுமற்றவர் போல அவர்களிடத்தில் இருந்து ரூபாய் வாங்கி எல்லா செலவுகளும் அந்த ரூபாயைக்கொண்டே செய்து முடித்து, தனக்கும் கொஞ்சம் லாபமும் எடுக்கலாமே என்ற எண்ணத்தோடு வேலைகளை ஆரம்பிக்கத் துடங்கினார்.

கிழவிமார்கள் இதற்கு ஒரு கதை சொல்லுவார்கள். 'அந்த நாடும் இந்த நாடும் அடக்கிச் சோறு வச்சி, காலேரைக்காப் பணம் மொய் பிரிஞ்சி. கௌவன் தடிக்கம்புக்கு பூணு போடச் சொல்லுகிறான். கெழவி, ஈர்க்கு விளிம்பங் கண்டாங்கி கேக்காள். தம்பி உறுமாக் கெட்டச் சொல்லுறான். சின்னப்புள்ள துப்பட்டிக்கழுகிறாள்' என்று சொல்லுவார்கள். அது போலவே இவரும் செய்தார்.

நாலு கட்டுத் திண்ணையும் முத்தமும் சிமெண்டு போட்டு, சுவருக்கு ரிப்பேர் பார்த்து, வெள்ளயடித்து, வீட்டு வேலையை முடித்தார். முடித்துவிட்டு, கோட்டாத்துக் கடைக்கு உருப்படி விலைக்கு வாங்கப்போனார். பதினாலு ரூபாயாக இருந்த பவுன் நாளுக்கு நாள் விலையேறி பத்தொன்பது ரூபாயாக இருந்த அந்தச் சமயம், மாத்துக் குறைந்த பழைய உருப்படியான ஒரு சங்கியில அட்டியலும் அதோடு சேர்ந்த சுட்டியும் சேர்ந்து அறுவத்திரெண்டு ரூபாயாக வாங்கினார். காலில் போட இரண்டு கொலுசு பன்னிரெண்டு ரூபாய்.

அறுவத்தி ரெண்டும் பன்னிரெண்டும் எழுவத்தி நாலு ரூபாய்க்கு உருப்படியும் வாங்கிவந்தார்.

விலை கொடுக்கும் மாட்டுக்குக் கயிறு மாற்றிக் கொடுக்கப் போடும் பூட்டாங்கயிறு போல, இந்த அட்டியலை அவரே என் கழுத்தில் பூட்டினார்.

கொலுசைச் சித்தி கையில்கொடுத்து என் காலில் போடச்சொன்னார். விலங்கு போடுவது போல என் காலில் போட்டார்கள்.

உருப்படிக் காரியம் முடிந்தது. வெங்கலப் பாத்திரம் இலவசமாய்க் கிடைத்தது. போதும் என்று மனம் திருப்தியாக வேறு வேலைகளைப் பார்த்தார்.

வெத்திலை வைத்துக் கலியாணமென்று யாரையும் அறிவிக்க வில்லை. வாயினால் சொல்லி அவருக்கு வேண்டிய ஆள்களை அழைத்தார். கலியாணத்துக்கு வேண்டிய அரிசி கறிச்சாமான் எல்லாம் தயாரித்து வந்துசேர்ந்தது.

கலியாணமென்று வெளிக்குத் தெரியாத முறையில், கொட்டு குரவை என்ற சத்தமும் இல்லாமலே, கலியாணத்தைத் துவக்கி ராத்திரி குடும்பத்தாரெல்லாம் வந்து, மாத்துக் குடுத்து, சோத்த வச்சி, சாப்பாடு முடிந்ததும் அவரவரும் வீட்டுக்குப் போனார்கள்.

மறுநாள் காலையில் கொட்டுச்சத்தம் கேட்டதும், ‘மாப்புள வந்தாச்சி’ என்றதும், திரும்பவும் எல்லாரும் வந்தார்கள்.

எதிர்மாலை போட்டுக் கூட்டிவந்து தாலியைக் கெட்டி, இரு திறத்தாரும் செய்யவேண்டிய கடமைகளையும் செய்து முடிந்த பின்பு, என் தகப்பனார் கைப்பிடித்துக் கொடுத்தார். கடமையை முடித்தார்.

முகூர்த்தச் சாப்பாடு போட்டு முடிந்தது. குடும்பத்தாரும் சாப்பாட்டை முடித்து வீட்டுக்குப் போய்விட்டார்கள்.

பூமாத்திவிளை நாடாச்சி ரெண்டு இரவல் காப்பு கொண்டு வந்து என் கையில் போட்டாள்.

எங்க பாட்டியாரின் அண்ணன் மகன் பூங்குடியிருப்பு சிறீ கிருஷ்ணன் ஒரு கொண்டப்பூ கும்பிட்டுக் கெட்டியாகத் தந்தார். இனத்துக்கு ஒன்றாக எல்லா உருப்படியும் சேர்ந்துவிட்டது என்று அவருக்கு மெத்த சந்தோசம்தான்.

பூமாத்திவிளை அம்மாளு, “வள்ளியாவெள நாடான் புள்ளய வாழ உடுறதுக்கு நேர ஆகுவுல்லியா. ஒங்க ஆளுவள ஒருத்தரையுங் காணயில்லியே” என்று சொன்னாள்.

“அம்மாளு, போனாப் போட்டு, வந்தா வரட்டு. நமக்கென்ன ஓம்புள்ளய ஒங்கையில புடிச்சித் தந்திருக்கன். நீ கூட்டிக்கிட்டுப் போ” என்று உற்சாகமாய்ச் சொன்னார்.

அவள் யாராவது கூடவந்தால் கொஞ்சம் பெருமையா யிருக்குமே என்று நினைத்தாள்.

இவருக்கு அண்ணன்மாரையோ, மக்கள் மருமக்களையோ போய்வாருங்களென்று கூப்பிட மனமில்லை.

வாழவிடுகிற சாமான்கள் என்றும், ஏழு கழிக்கிற சாமான் என்றும் ரெண்டு, மூன்று பெட்டிச் சாமான்களை எடுத்து வைத்தார்.

'வந்தவன் தலையிலே வழிச்சமெடு, போறவன் தலையிலே பொட்டணச்செமடு' என்று சொல்லுகிற கதையும், இவர் பெண்ணை அனுப்புகிற கதையும் ஒன்றாக, பெட்டிகளைக் கொண்டுவைத்து, கூட்டிக்கொண்டு போங்கள் என்று பூமாத்தி விளைக்காரி கையில் என்னைப் பிடித்துக்கொடுத்தார்.

பெட்டிகளையும் வண்டியிலேற்றி பெண்ணையும் ஏற்றிக் கொண்டு, வந்தவர்கள் எல்லாம் புறப்பட்டு வீடுபோய் சேர்ந்தார்கள்.

எனக்கு இருவத்தஞ்சு வயது. வைகாசி மாதம் ஒன்பதாம் தேதி முடிந்தது. இருவத்தாறு பிறந்த அந்த வைகாசி மாதம் இருவத்தி நாலாந் தேதியன்று, பிறந்த இடம் விட்டு, யாரும் துணையில்லாத அனாதையாய், புகுந்த இடமாகிய பொட்டலூரிலுள்ள அடப்புவிளையில் வந்துசேர்ந்தேன்.

19

காரங்காட்டு ஊரிலிருந்து வெளியேறி, பொட்டல் ஊரில் வந்து குடியேறி வாழ்ந்து வந்த காரங்காட்டான் குடும்பத்தைச் சேர்ந்த பின்சந்ததியரான நாராயணன் தெய்வமாடியாரின் குடும்பத்திலுள்ள ஒருவருக்கு வெளிஊரிலிருந்து ஒரு பெண்ணை எடுத்தார்கள். அந்தப் பெண்ணின் கூடிப் பிறந்த அவளுக்கு இளையவளாகிய அவள் தங்கச்சியைப் பொட்டலுக்குப் பக்கத்து ஊராகிய புள்ளையார்புரத்தில், அவர்களுக்குத் தகுதியான குடும்பத்தில் உள்ள ஒருவருக்குக் கலியாணம் செய்துகொடுத்து, இரு குடும்பமும் வாழ்ந்து வருகிற காலத்தில், இளையவளாகிய புள்ளையார்புரத்துக்காரியின் புருசன் இறந்துபோனார். புருசன் இறந்ததும் சொக்காறன்மார்களின் கொடுமை தாங்காமல், பிள்ளைகளையுங் கூட்டிக்கொண்டு, அந்த ஊரைவிட்டு விலகி, மூத்தவளின் சொந்த ஊராகிய பொட்டல் ஊரில் வந்து வீடுகெட்டி, அக்காளும் தங்கையும் ஒற்றுமையாக வாழ்ந்து வந்தார்கள்.

அக்காளின் பிள்ளைகளும், தங்கையின் பிள்ளைகளும் ஒன்றுக்கொன்று சினேகம் மாறாமல் அண்ணன், தம்பி, அக்காள், தங்கை என்ற உரிமையோடு, ஒரே குடும்பமாக வாழ்ந்துவந்தார்கள். பிள்ளைகளும் வளர்ந்து கலியாணப்பருவம் வந்ததும், தன் மகளுக்குப் பல இடங்களிலும் மாப்பிள்ளை தேடினார்கள்.

குஞ்சன்விளை என்ற ஊரில் ராஜ பட்டயம் பெற்று வாழ்ந்து வந்த நாடான் என்ற அந்த ஊர்த் தலைவருக்குத் தன் மகளைக் கலியாணஞ் செய்துகொடுத்தாள்.

ஆண்மக்களுக்கு வேறு வேறு இடங்களில் இருந்து கலியாணம் செய்து வாழ்ந்துவந்தார்கள்.

அக்காளும் தங்கையுமாய் ஒரு ஊரிலேயே வாழ்ந்து வருகிறவர்களுடைய குடும்பத்தில், மூத்தவளின் சந்ததி பெருஞ் செல்வத்தோடு பெருகி வாழ்ந்துவந்தது.

இளையவளின் குடும்பம் நாளுக்கு நாள் தேய்ந்தும், செல்வம் குறைந்தும், தேய்ந்த குடியாகவே இருந்தது. மூத்தவள் குடும்பம் ஆலமரம் வளர்ந்து விழுதூன்றிச் செழித்து நாலாப்பக்கமும் படர்ந்து வளர்வதுபோலும் வளர்ந்துவந்தது.

இவர்களில் இன்னொரு பிரிவு பணவசதி குறைந்து, ஏழைகளாக இருந்தாலும், 'கெட்டுக் கிடந்தாலும் நட்டுக் கிட' என்று சொல்லுவதுபோல், ஊரெங்கும் அவர்கள் குடும்பத்தின ராகவே இருக்கிறார்கள்.

இளையவளின் குடும்பம் பேடு அடித்துப் பொந்து விழுந்த நாவல் மரம் போல் நாலு கொப்புகளோடு நின்று, ஒரு கொப்பு தளுத்தால் அடுத்த கொப்பு பாறிபட்டுப்* போவதும், நிக்கிற கொப்பு இரண்டு கொப்பு விட்டுத் தளிர்த்துவரும்போது அதிலும் ஒன்று தேய்ந்துபோவதும் இன்றுவரையும் இரண்டு வீடு ஒரு வீடு என்றுதானிருந்துவருகிறது. ஆனால் வறுமையும் இல்லை, செல்வமும் இல்லை. 'கெட்ட குடி வாழும், செத்த குடி வாழாது.'

குஞ்சன்விளையில் கலியாணஞ் செய்துகொடுத்த இளைய வளின் மகள் ஆணும் பெண்ணும் என்று பிள்ளைகளும் செல்வச் சிறப்புடனும் வாழ்ந்துவந்தாள்.

அவள் புருசனான குஞ்சன்விளை நாடான் பட்டம் பெற்ற நாடான் என்ற பெயரோடு, அந்தப் பிடாகையைச் சேர்ந்த எட்டு இடத்துக்குத் தலைவராகவும், பெருங்குளத்து ஊரில் ரெஜிஸ்தர் கச்சேரி வைத்து, அந்தக்கால முறைப்படி வெள்ளோலைப் பத்திரம் செய்துகொடுக்கும் ரெஜிஸ்தராக இருந்து நடத்திவந்தார்.

ரெஜிஸ்தர் என்ற பேரும் பெரும்புகழுடனும் வாழ்ந்து வரும் சமயம், பிள்ளைகளும் வளர்ந்து வாலிபப் பருவத்திற்கு வந்தனர்.

அந்தச்சமயம் அந்த நாடானுடைய கூடிப் பிறந்த சகோதரியை வள்ளியூரில் கல்யாணம் செய்துகொடுத்து, அவளும் பிள்ளைச்செல்வமும் பொருள்செல்வமும் பெற்று இருந்தாள். அவளுடைய மகன் ஒருவன் இந்த நாடானிடம் வந்து, அவர் மகளை முறைப்பெண்ணானதினால் தனக்குக் கலியாணம் செய்துதரும்படி கேட்டானாம்.

---

* பாறிபட்டு – சத்து இல்லாமல் மெலிந்து

அவர் நான் இனிமேல் வள்ளியூருக்குப் பெண் தரமாட்டே னென்று மறுத்துச் சொன்னார். அவன் கோபத்தோடு போய் விட்டான்.

இரண்டு மூன்று மாதங்கழிந்த பிறகு, தன் மாமனார் பெண் தரமாட்டேனென்று சொன்னதினால், எப்படியாவது தூக்கிக் கொண்டு வந்து கலியாணம் செய்யவேணும் என்று தீர்மானித்து, அதற்கு வேண்டிய ஆட்களோடு குஞ்சன்விளை வந்தான்.

வந்தவன் சாயங்கால நேரத்தில் பொழுது அடைவதற்குக் கொஞ்ச முன்னால் நாலைந்து மாம்பழங்களை மடியில் வைத்துக்கொண்டு வந்தான். இவனுக்குத் துணையாக வந்தவர்களை எல்லாம், நீங்கள் வீட்டைச்சுற்றி மறைமுகமாய் நின்றுகொள்ளுங்கள் என்று சுற்றிக் காவல்வைத்துவிட்டு, அந்த நாடானின் வீட்டுச் சுவர் ஓரமாய் நின்ற மாமரத்தில், கொண்டுவந்த மாம்பழத்தோடும் மேலே ஏறி மறைவாய் இருந்துகொண்டான்.

நாடானுடைய வீட்டு உள்முத்தத்தில் அவருடைய மகளும் அடுத்தவீட்டு அக்கா தங்கைமாரும்கூடி இருந்து நூல் நூத்துக் கொண்டிருந்தார்கள். அந்தச் சமயம் மாமரத்தின் மேல் இருந்தவன் ஒரு மாம்பழத்தை எடுத்து இவர்கள் கூடி இருக்கும் இடத்தில் எறிந்தான்.

மாமரத்திலிருந்து மாம்பழம் விழுகிறது என்று ஓடி எடுத்தாளொருத்தி. அடுத்தவள் அறுத்துப் பங்குபோட்டு எல்லோரும் திம்போமென்றாள். சரி என்று அறுத்து ஆளுக்குக் கொஞ்சமாகத் தின்றார்கள். இந்த மாவிலுள்ள பழம் போலில்லை. வேறு ருசியாக இருந்தது.

இந்த மாவிலுள்ள பழம் இல்லியே. இது ஏது என்று சொல்லிக் கொண்டு நிற்கும்போது, இன்னும் இரண்டு மூன்று பழங்கள் வந்து விழுந்தன. இதைக் கண்ட பிள்ளைகளெல்லாம் கள்ளனென்று பயந்து அவரவர் வீடுகளுக்குள் ஓடி ஒளிந்தார்கள்.

இந்த நாடானின் மகள் கட்டிலில் படுத்திருந்த தன் பாட்டனாரிடம் ஓடிப்போய், “கண்ணப்பச்சீ, தீவெட்டிக் கொள்ளக்காரன் வந்திட்டான்” என்றாள். அவர் திணறிக் கொண்டே, “மக்கா ஓடி ஒளிச்சிப் பொளச்சிக்க” என்றார்.

அவர் பாவம் வயதான கிழவர். அவரால் என்ன செய்ய முடியும்? அந்தச் சமயம் வீட்டில் வேறே யாருமில்லையாம். இவள் வீட்டிலுள்ள தட்டுக்கு மேலே ஏறி, மூங்கில் தண்டயத்தினால் செய்த ஏணியை மேலே தூக்கி மறைத்துவைத்துவிட்டு,

மேல்கூரையைப் பிரித்து வெளியே ஓடலாமென்று ஓலையை அவுத்தாள்.

அந்தக்காலத்திலுள்ள வீடுகளெல்லாம் இந்தக் காலத்துப் பழைய வீடுகளை விடவும் வேறுவிதமாயிருக்கும். பனங்கம்பு களைக் கனங்குறைந்த சின்னக் களுக்கலாகக்* கீறி, தலப்பில் ஒரு துளைபோட்டு, சிறு உருண்டையான நீளக்கம்பில் அங்கு மிங்குமாய்ச் சேர்த்து, மேலே மோடு கூட்டி, கூட்டுவளையோடு சேத்து இறுக்கி, பட்டியலுக்குப் பகரம் பனமட்டையை ரெண்டாய்க் கீறி, களுக்கல் கம்பு மேலே வரிச்சியாகக் கெட்டி, அதன் மேலே பனை ஓலையை விரித்துக் காயவைத்துக் கட்டி இருப்பார்கள். இவள் அந்தப் பனை ஓலையை அவுத்துவைத்துக் கொண்டு, பனைமட்டையை முறித்து நுழைந்துபோவதற்கான வெளி உண்டாக்கி அதன் வழியே நுழைந்து, வீட்டுச்சுவரோடு சேர்த்துக்கட்டி இருந்த மாட்டுத் தொழுவத்தின் மேலே இறங்கி, ஒருபக்கம் மறைந்துநின்றாள்.

அவள் பனைமட்டையின் உள்ளே நுழையும்போது, கழுத்தில் போட்டிருந்த கோர்வை மாலை அந்தப் பனைமட்டையில் சிக்கி, அத்து மட்டையோடு சுற்றிக்கொண்டிருந்தது. அவள் கவனிக்க வில்லை. மரத்திலிருந்தவன் பிள்ளைகள் ஓடுவதைக் கண்டு, அவனும் மரத்தைவிட்டு இறங்கி, மாமன் வீட்டுக்குள் நுழைந்து பிள்ளையைத் தேடிவரும்போது, கட்டிலில் படுத்திருந்த கிழவரைக் கண்டான்.

அவரிடம் போய், "போத்தி, ஒம்ம பேத்தி எங்க" என்று கேட்டான்.

அவர் கிழவராக இருந்தாலும் அறிவில் வல்லவரானதி னால் நல்லமுறையாகச் சொன்னார்.

"அப்பா, அவா மாமன் வீட்டுக்குப் போயிருக்கா" என்றார்.

அவன், "ஒங்க வீட்டுப் புள்ளைகளெல்லாம் வெளிய உடமாட்டியளே. மாமன் வீட்டுக்கு எப்புடிப் போவா" என்று கேட்டான்.

அவர் சொன்னார், "பொட்டலுல அம்மங்கொட நடத்துய சமயமெல்லாம், பேத்தியாரு வந்து கூட்டுகிட்டுப் போவா. இப்பமும் அங்கெ அம்மங் கொடயில்லயா. அதுனால வந்து கூட்டிக்கிட்டுப் போனாள்" என்று எதமாகச் சொன்னார்.

அவனும் அதை நம்பவில்லை. வீடு முழுவதும் தேடிப் பார்த்தான். தட்டுக்குப் போகிற (பாதை) உடம்படி வாசலுக்கு

* களுக்கல் – மெலிந்த நீண்ட கம்பு

அடைப்புப் பலகை (கதவு) இல்லாததினால், திறந்தவெளியாய் தெரிந்தது. மேலே பார்த்தான்.

அவள் நுழைந்துபோகும்போது கழுத்தில் கிடந்த பொன்மாலை அத்து, பனமட்டயில் சுற்றி இருந்தது அவன் கண்ணுக்கு தெரிந்தது. உடனே வெளியில் வந்து "ஏ, லக்காளி* இங்கதான்யிருக்கா வாருங்கள்" என்று கூப்பிட்டான். எல்லாவனும் வீட்டுக்குள்ளே வந்தார்கள். இதற்குள் நேரமும் இருட்டிவிட்டது.

அவள் மாட்டுத்தொழுவிலிருந்து வெளியே சாடி ஓடி, பக்கத்திலிருந்த இசக்கி அம்மன் கோவில் முன்பக்கம் கூட்டமாய் நிறுத்திஇருந்த உருவங்களுக்கிடையில் போய் நுழைந்து ஒளிந்து கொண்டாள்.

அவன் தட்டுக்கு மேலேஏறி மாலையின் ஒளி தெரிகிற இடத்துக்குப் போனான். மாலை மட்டையோடு சுற்றிக்கொண்டிருப்பதையும், நுழைந்து வெளியேபோன அடையாளத்தையும் பார்த்து ஏமாந்தான். கீழே இறங்கி வெளியேபோய் எல்லாருங்கூடி எங்கெங்கெல்லாமோ பார்த்தான். இருட்டு நேரம், காணமுடியவில்லை. பாவம் என்ன செய்வான். திரும்பவும் வீட்டுக்குள் வந்து எல்லா இடமும் சுத்திப் பார்த்தான். ஒரு வீட்டுக்குள் பருத்திக்கொட்டைப் பானை இருந்தது. எடுத்துக்கொண்டு வந்து முத்தத்தில் போட்டு ஒடச்சான். அதுக்குள்ளே ஒரு துணிமுடிப்பு இருந்தது. அதை எடுத்து அவிழ்த்துப்பார்த்தான்.

அவள் கால்விரலில் போடப்பட்ட பீலியும் முந்தாங்கி மோதிரமும் இருந்தது. அதை எடுத்துக் கல்லுலேவைத்து தல்லி எறிந்துவிட்டு வெளியேபோய், அவளிருக்கும் கோவில் பக்கம் நின்ற ஆலமரத்தின் அடியில் போய் நின்று, 'தேடி வந்த மான் ஓடிவிட்டதே' என்று கூடிவந்தவர்களிடம் சொல்லிக் கவலைப் பட்டான். கூடிவந்தவர்கள் 'இன்னும் ஒருநாள் வந்தா எப்படியும் பிடிக்கலாம். இண்ணைக்கு இருட்டுவேளை, கண்டுபிடிக்க முடியாது. ஊருக்குப் போவோம் வா' என்றார்கள். போய்விட்டான்.

அவன் சொன்னதை எல்லாம் கேட்டுக்கொண்டேயிருந்த அந்த அம்மா, அவன் போனதும், உருவங்களுக்கு இடையி லிருந்தவள் மெள்ள வெளியில்வந்து வீடு சேர்ந்த உடன், "கண்ணப்பச்சீ" என்றாள்.

ஏக்கத்தோடே கிடந்த கிழவர் "மக்கா, எப்புடித் தப்புச்சி வந்தா" என்றார். எல்லாத்தையும் விவரமாகச் சொல்லி, "யாக்கியம்ம காத்ததுனால தப்பிச்சி வந்தேன்" என்றாள்.

---

* லக்காளி – தேடும் நபர்

‘சிறைகாக்குங் காப்பெவன் செய்யும் மகளிர் நிறை காக்குங் காப்பே தலை.’

கச்சேரிக்குப் போயிருந்த தகப்பனாரும் மற்ற எல்லாரும் வந்து, நடந்த கதையை அறிந்து கவலைப்பட்டு, இனி என்ன செய்வதென்று ஆலோசித்தார்கள். கிழவனார் சொன்னார், “யப்பா, நான் அவா மாமன் ஊட்டுக்குப் பொயிருக்கா எண்ணு சொன்னதினாலே, எனி அவள மாமன் மொவனுக்குக் கெட்டிக் குடுத்திரு” என்றார். எல்லாரும் சரிதானென்று சம்மதித்தார்கள்.

பொட்டலுக்கு ஆள்விட்டு மாமனாரை வரச்சொல்லி, அவரிடம் எல்லா விசயங்களையும் சொன்னார்கள். அவரும் சரி என்று சம்மதித்தார்.

மாமன் மகனுக்கு அந்த அம்மாவைக் கலியாணம் செய்து கொடுத்து, பணிக்கந்தட்டு என்கிற விளையைச் சீதனமாகக் கொடுத்தார்.

சந்தோசமாய் இவர்களும் இவர் குடும்பத்தைச் சேர்ந்தவர் களும் வாழ்ந்துவந்தார்கள்.

வாழ்ந்து வருகிற சமயம் ஒரு நாள் குஞ்சம்விளை நாடாச்சியின் மாமியார் மருமகளிடம் சொன்னாள், “அம்மா ஒனக்கு ஒங்க அப்பச்சி தந்த சீதனச் சொத்திலுள்ள வருமானம் ஒஞ் செலவுக்குக் காணாது. தலைக்கெண்ணெயும், ‘வண்ணாங்கொத்து பழஞ்சோத்துக்கும் காணாது.’ அதுனால என்ன ஒரு சொத்து ஒங்க அப்பச்சிகிட்டக் கேட்டு வாங்கிக்கிட்டு வா” என்று சொன்னாள்.

அவா தகப்பனாரிடம் போய், “அப்பச்சி, நீரு எனக்குத் தந்த சொத்துல வாற வருமானம் ஏஞ் செலவுக்குக் காணாதாம். என்னும் மேச்செலவுக்குச் சொத்து வேங்கிட்டு வா எண்ணி எங்க மாமியாரு செல்லுயாவ. அதுநால நீரு சொத்தெழுதித் தந்தாத்தான் நான் ஊட்டுக்குப் போவென்” என்று சொன்னாளாம்.

தகப்பனார் “அம்மா நீ ஊட்டுக்குப் போ. நாளைக்கு ஒன் ஊட்டுக்காரனப் பெருங்கொளத்துக் கச்சேரிக்கு வரச்சொல்லு. நான் சொத்தெழுதிக் குடுத்துருவேன்” என்று சொல்லி மகளை வீட்டுக்கு அனுப்பினார்.

அவள் வந்து, “ஓய் எங்க அப்பச்சி சொத்தெழுதித் தருவாரு. நீரு பெருங்கொளத்துக் கச்சேரிக்கு போவுவீராம்” என்று சொன்னாள்.

அவர், “எனக்குச் சொத்து வாண்டாம். நான் போமாட்டேன்” என்று சொல்லிவிட்டார்.

மறுநாள் கச்சேரிக்குத் தகப்பனார் வந்தார். மருமகன் வர வில்லை. உடனே இந்த அடப்புவிளையை மகளுக்குச் சீதனமாக எழுதி, அந்த வெள்ளோலை ஆதாரத்தை வேறொரு ஆளிடம் கொடுத்தனுப்பினாராம்.

இப்படி இந்தக் குஞ்சம்விளை நாடாச்சி கொண்டு வந்த சீதனச்சொத்துதான் பணிக்கந்தட்டும் அடப்புவிளையும். அவர்கள் குடும்பத்துச் சொத்துதான், புள்ளையார்புரத்திலுள்ளது. அதை விலைகொடுத்தவர்கள் கொடுத்ததுபோக, கைவசம் வைத்து அனுபவிக்கிறவர்கள் இன்றுவரையும் அனுபவித்து வருகிறார்கள்.

இவர்களுடைய பங்காளிகளில் ஒருவருக்கு ஆண்பிள்ளை இல்லாமல் ஒரே பெண்மகள். அவளைக் குஞ்ச நாடானின் குடும்பத்தில் ஒருவருக்குக் கலியாணம் செய்துகொடுத்தார். அவருடைய சொத்தும் அந்த மகளோடு சேர்ந்து அந்தக் குடும்பமும் நின்றுவிட்டது.

இவர்களுடைய குடும்பம் நாளுக்கு நாள் குறைந்து கொண்டே வந்தாலும், தெய்வவழிபாடும் பக்தியில் சிறந்தவர் களாகவும் இருந்ததாகவே கதை சொல்லுவார்கள்.

குஞ்சம்விளை நாடாச்சிக்கு ஒரு ஆண் குழந்தை பிறந்தது. அந்தக் குழந்தை வளர்ந்து வாலிபப் பருவம் வருவதற்கு முன்னே தகப்பன் இறந்துபோனார்.

புருசன் இறந்தபிறகு குஞ்சன்விளை நாடாச்சி தன் சாமர்த்தியத்தினால் சொத்துகளிலுள்ள வருமானங்களையும் எடுத்துக்கொண்டு மகனையும் வளர்த்துவந்தாள்.

ஒரு சமயம் பணியந்தட்டுப் பிலாவில் ஒரு பெரிய சக்கை* காய்த்திருந்ததாம். அந்தச் சக்கையைக் கள்ளன் பறிச்சிக்கொண்டு போகாமல் காவல் காக்க வேண்டும் என்று நினைத்தாளாம். அந்தச் சமயம் இவர்களுடைய வீடு மேலத்தெருவில் தெற்குப் பக்கம் நாராயண நாடான் (இப்போதும் இருந்துவருகிற அகஸ்தீஸ்வரத்து நாடாச்சி நாராயண நாடான்) என்பவர்களுடைய வீட்டின் பக்கம் இருந்தது. முன்னாலே அம்மங்கொண்டாடியார் என்ற பெரியவரின் காலத்தில் பொட்டலூர் தீப்பிடித்து எரிந்ததாகக்

---

* சக்கை – பலாக்காய்

கதை சொல்லுவார்களல்லவா, அந்தச் சமயம் இவர்கள் வீடும் தீப்பிடித்து எரிந்துபோனதினால் அந்த இடத்தைவிட்டு இந்த அடப்புவிளையில் வந்து குடியேறினார்கள் என்று சொல்லுவார்கள்.

குஞ்சம்விளை நாடாச்சி, சக்கை விளைகிறது வரையும் காவல்காக்க நினைத்து, அந்தப் பிலாமரத்தின் பக்கம் ஓலப்புரை கெட்டி, தாயும் மகனும் ராக்காவல் காத்துவந்தார்கள்.

இவள் இப்படிக் காவல் செய்வதைச் சாமி வீட்டுக் குடும்பத்தைச் சேர்ந்தவர்கள் அறிந்து, முறைகாரர்களானதி னாலும், இந்தச் சக்கையைப் பறிச்சிக் கொண்டுவந்திட்டா, இவா என்ன செய்வா பார்ப்போமென்று' சக்கை விளைகிற பருவத்தில் ரெண்டுபேர் போய் ராத்திரிவேளை பறித்துக்கொண்டு வந்து விட்டார்கள். அந்த அம்மா காலையில் எழுந்திருந்துபோய் சக்கையைப் பார்த்தாள், காணவில்லை. உடனே தடத்தைப் பார்த்துத் தடம் போயிருக்கிற வழியே இவளும் போய், சாமி வீட்டு முன் வந்து நின்றாள்.

இவளுக்கு மச்சான் என்ற முறை உள்ள ஒருவர் கண்டு, “குஞ்சமௌ நாடாச்சி விடியக்காலம் வந்துருக்கே. என்ன காரியம்” என்றார்.

“பணியன் தட்டுப் பிலாவுல கெடந்த சக்கயப் பறிச்சிக் கொண்டு வந்திருக்கில்லியா, அத எடுக்கவந்தேன்” என்று சொன்னாள்.

அவர், “நீ சக்க பறிச்ச ஆளக் கண்டியா” என்றதும், “ஆளக் காண இல்லண்ணா என்ன, தடந் தெரியாதா” என்றாள்.

வீட்டுக்குள்ளே இருந்த அவர் தகப்பனார் வந்தார். ‘என்னம்மா’ என்றார். இவள் “யாஞ் சக்கயயிஞ்ச எடும்” என்றாள்.

அவருக்கு மருமகளானதினால் “ஏ, குஞ்சமௌ நாடாச்சி, நீ வௌங்காட்டுக்கப் பெர கெட்டி காவல் இருக்கா எண்ணு ஒங் கொளுந்தமாருவ ஒன்ன பரியாசம் பண்ணணுமுண்ணு பறிச்சிக் கொண்டுவந்து வச்சிருக்கானுவ. எடுத்துக்கிட்டுப்போ” என்று சக்கையைக் கொடுத்தாராம். இவள் “நான் எடுத்துக்கொண்டு போக மாட்டேன்”. “சக்க பறிச்ச பிலா மூட்டுல கொண்டு போடுங்கள்” என்றாள். இப்படிச் சமத்துள்ளவளாக சொத்து களையும் பார்த்து மகனையும் வளர்த்துவந்தாள்.

அந்த மகன் சிறந்த பக்தி உள்ளவராகவும், நோன்பு விரதங்கள் அனுசரித்து வளர்ந்தார். கலியாணப் பருவம் வந்ததும், பல

இடங்களிலும் பெண்பார்த்து, முடிவில் வில்லிவிளை ஊரில் தனக்குத் தகுதியான குடும்பத்தில் பெண்பேசி முடிவுசெய்து கலியாணத்தை நிச்சயப்படுத்தி தாலி கெட்டப்போனார்களாம். பெண்வீட்டுப் பக்கம் போய் எல்லாரும் கூடி நின்றார்கள்.

எதிர்மாலை போட்டு அழைக்கப் பெண் வீட்டார் வரப் பிந்தியது. ஏதோ குடும்பக்குழப்பத்தினால் சண்டையிட்டு, குழப்பம் தீர்ந்து வரப் பிந்தியது. இவர்கள் கால்கடுக்க மனம் வருத்திக்கொண்டே நின்றார்கள். முகூர்த்தநேரமும் கழிந்து, அதற்குப்பிறகு தர்க்கந் தீர்ந்துவந்து, எதிர்மாலை போட்டுக் கூட்டிக்கொண்டுபோய் தாலிகட்டிமுடித்து சாப்பாடு முடித்து, பெண்ணையும் மாப்பிள்ளையையும் வாழவிட்டார்கள்.

20

மாப்பிள்ளைக்குத் தன்னையும் தன் கூடி வந்தவர்களையும் வெகுநேரம்வரை நிறுத்திவிட்ட கோபம் தீராமலே இருந்ததினால், புறப்படுகிற நேரத்தில் எழுந்து நின்றுகொண்டு, இந்த வில்லிவிளை ஊர் இன்றிலிருந்து இனிமேல் ஒரு நாளும் வாழாது என்று சாபம் போட்டுவிட்டு, பெண்ணையும் கூட்டிக்கொண்டு ஆட்களோடும் வீடு வந்து சேர்ந்தார்.

அவர் போட்ட சாபத்துக்குப் பிறகு அந்த ஊர் இன்றுவரையும் முன்னேற்றமில்லாமல் அழிந்து போயிற்று. குடும்பத்து நாடான்மார் யாரும் அங்கு இல்லை.

இவர் தெய்வ வழிபாட்டிலேயே அதிகமும் நாளைக் கழித்துவருகிற சமயம், சுவாமித்தோப்பு முத்துக்குட்டி சுவாமியின் அவதார காலமும் துடங்கியது.

இவரும் சுவாமித்தோப்புக்குப் போய் சுவாமியைச் சினேகங்கொண்டு, தானும் ஒரு பக்தனாகக் காண்டகங்கள் படிக்கவும், நடனம் ஆடவும் துடங்கி, இருவரும் ஒருவருக்கொருவர் கைகோர்த்து ஆடுவார்களாம்.

இவர்கள் ஆடும்போது பக்கத்தில் நிற்கும் சுவாமியின் சீடன்மாருக்கு இவர்கள் இருவரையும் யார் யார் என்று ரூபம் தெரியாமலே ஆடுவார் களாம். அதனால் இவர்களுக்கு அடையாளம் தெரியும்படி, சுவாமியின் காலில் பனை ஓலை இலக்கைக் கீறிக் கெட்டிவிடுவார்களாம். இந்த பக்தனின் காலில் நாருத் துரும்பைக்* கெட்டி விடுவார்களாம். இருவரும் ஆடும்போது சுவாமி

* துரும்பை – பனை நாரிலிருந்து எடுக்கப்படும் தும்பு

என்ன சொல்லிப் பாடுகிறார் என்றும் இவர் என்ன சொல்லிப் பாடுகிறார் என்றும் கவனித்துக்கொண்டு நிற்பார்களாம். சுவாமி பாடும் காண்டகத்துக்கு ஏற்றதாக அடுத்து இவர் பாடுவதைக் கேட்டு, இவரும் தெய்வ அருள் பெற்றவர்தானென்று போற்றுவார்களாம்.

கோயிலில் மதியப் பூசை நேரம் படிக்கிற ஓம் படிப்பு சுவாமி பாடியது என்றும், உச்சைப் படிப்பு இந்த பக்தன் பாடியது என்றும் சொல்லுவார்கள்.

இப்படிப் பல வருசங்களாக சுவாமியோடு ஆடியும் பாடியும் வருகிற சமயம், இவர் குடும்பத்து ஆண்களும் பெண்களும் இவர்களைச் சேர்ந்தவர்களும் முதல் கிழமைதோறும் கோயிலுக்குப் போய் குளித்துக் கும்பிட்டு வருவார்களாம். ஒருநாள் கோயிலுக்குப் போய் திரும்பி வருகிற சமயம், ஒரு இசக்கி அம்மன் கோவில் முன்பக்கம் கூட்டமாய் நிற்கிற உருவங்களைப் பார்த்துப் பரிகாசமாய், "இவிய எல்லாரு இப்புடி புள்ளயள எடுத்து வச்சிக்கிட்டு நிச்சியாவுளே. சோலி வேல இல்லாட்டு ராட்டுங் கொட்டயும் வச்சி கொட்ட நூக்கப்புடாதா" என்று ஒருத்தி சொன்னாள். எல்லாருங் கூடிச் சிரித்துக்கொண்டு வந்தார்களாம். பாதிவழி வந்ததும் பரிகாசஞ் சொல்லிச் சிரித்தவளுக்கு புத்தி மாற்றமுண்டாகி, எனக்கு ராட்டும் கொட்டயுந் தா என்று சொல்லிக்கொண்டே வீடு வந்தாள். வீட்டிலும் இப்படியே சொல்லி ஆடிக்கொண்டே இருந்தாளாம். பிறகு அடுத்த ஞாயிற்றுக்கிழமை கோவிலுக்குப் போய், சுவாமி கையால் தண்ணி ஓதி எறிந்து மாற்றினர், சுகமடைந்தாள் என்று சொல்லுவார்கள்.

சுவாமியோடு இவர் ஆடிப்பாடிக்கொண்டு வருகிற காலத்தில், இவர் சுவாமியோடு ஆடுகிற காலம் முடிவுக்கு வந்ததோ என்னதோ தெரியாது. சில வருசங்களுக்குப் பிறகு சுவாமியிடம் மனம் வெறுத்து, இந்த இடத்துக்கு இன்று வந்தது தான், இனிமேலும் வரமாட்டேன் என்று சொன்னாராம்.

சுவாமி இவரைப் பார்த்து, 'உனக்கு என் கண்ணைக் கொடுத்திருக்கேன். நீ போய், என் தங்கை முத்துமாலை பொட்டலில் கமுத்திக் கெட்டிய மாடத்துக்குள் இருக்கிறாள். அவளுக்கு அறுவத்திநாலு கொடை கழிந்த மறுநாள், உன் நெஞ்சில் மூணு தட்டு தட்டுவேன். என்னோடு வந்து சேர்வாய் என்று திருவாய் மலர்ந்தருளினாராம்.

பக்தனாகிய இவரும் கோயிலை விட்டு வெளியேறி தாமரைக்குளம் ஊர் ஆத்துக்குள் இறங்கி கை, கால் கழுவி,

மூன்று நேரம் தண்ணியை எடுத்து வாய் கொப்பளித்து, மூன்று நேரமும் இனிமேல் இங்கு வரமாட்டேன் என்று சொல்லிவிட்டு வந்தாராம்.

வந்தபின்பு அம்மங்கோவில் பூசையேற்று நடத்திக் கொண்டிருந்தார்.

சுவாமி சொன்ன சொல் போலவே, இவருக்கு இரண்டு ஆண் பிள்ளைகளும் இரண்டு பெண்ணுமாகப் பிள்ளைகள் பிறந்தன.

பிள்ளைகளும் வளர்ந்து வந்தன. கோவில் பூசையும் சரிவர நடத்திக்கொண்டு, எல்லாரோடும் ஒற்றுமையாய் வாழ்ந்து வந்தார். மூத்த மகனுக்கு சுவாமி என் கண்ணைத் தந்தேனென்று சொன்னதினால் கூப்பிடுவது சாமிக்கண்ணு என்றும், சொந்தப் பெயர் சிவசங்கரப் பெருமாள் என்றும் பெயரிட்டார். இளைய மகனுக்குச் சின்ன நீலன் என்றும் பெயரிட்டு வளர்த்துவந்தார். ஒரு மகளுக்கு வள்ளியம்மை என்றும் சொல்லுவார்கள்.

இவருடைய தகப்பனாரின் சிறிய தகப்பனாரும், அதற்கு முந்தின சொக்காரன் பிள்ளைகளும் சேர்ந்து நாலைந்து குடும்பமாக இருந்ததில், முதலாவதே ஒருவருக்கு ஆண்பிள்ளை இல்லாமல், ஒரே பெண் பிள்ளை இருந்ததைக் குஞ்சம்விளையில் கலியாணம் செய்துகொடுத்து, அந்தக் குடும்பம் நின்று போச்சு.

இவர் காலத்திலும் ஒருவருக்கு ஆண் பிள்ளை இல்லாமல் மூன்று பெண் பிள்ளைகளாக இருந்தது. தகப்பனார் இறந்து பின்பு அந்தப் பிள்ளைகள் கோயில்விளை ஊரில் தாய்மாமன் வீட்டில் இருந்தன.

கோயில்விளை பண்ணையார் குடும்பம் என்று சொல்லு வார்கள். அங்கே தாயும் பிள்ளைகளும் போய் இருந்து வாழ்ந்தனர். அதில் இரண்டு பிள்ளைகளைப் பேயோட்டு குருக்களய்யா வழியில் அண்ணனுக்கும், தம்பிக்குமாய்க் கலியாணம் செய்து கொடுத்தார்கள். இளையவளைச் சூரப்பள்ளத்து வாலதாணுவுக்கு இரண்டாவது தாரமாகக் கொடுத்து, மூன்றுபேரும் பிள்ளை களோடும் வாழ்ந்தார்கள். அந்தக் குடும்பமும் நின்றுவிட்டது.

அதற்குப் பிறகு இவருக்குத் தம்பி என்ற முறையில் ஒருவர் இருந்தார். அவருக்கும் ஒரே பெண் மகள். அவளை வண்ணான் விளையில் கலியாணம் செய்து கொடுத்தார். அந்த அம்மாளுக்கு ஒரு மகனும் ரெண்டு மகளும் பிறந்தார்கள். அவர்களுடைய மகனைத்தான் வண்ணாவிளை தங்கக்கண்ணு நாடான் என்று சொல்லுவார்கள். அவருடைய பிள்ளைகள் இப்போது வரையும் நல்லநிலையில் இருக்கிறார்கள்.

அந்தப் பெரியவருடைய காலத்தில் குடும்பப் பிரிவு சொக்காரன்மார்கள் என்பதே இல்லாமல், இவர் தனிமையானார். பட்ட காலிலே படும் கெட்ட குடியே கெடும் என்றது போலானது.

பின்பு இவருடைய பிள்ளைகள் வளர்ந்து பக்குவமடைந் தார்கள். மூத்த மகளை முகிலன்விளை ஊரில் கலியாணம் செய்துகொடுத்தார். அவர்களுக்கு ஒரு பெண் பிள்ளை பிறந்தது. ஒரு காலும் ஒரு கையும் குற்றப்பட்டதாக இருந்தது.

இளைய மகளைப் பூமாத்தியன்விளை ஊரில் மூத்த வைத்தியனாகிய ராமய்யா என்பவருக்குக் கொடுத்தார். அந்த அம்மா ஒரு பெண் பிள்ளையும் ஒரு ஆண்பிள்ளையும் பிறந்ததும் இறந்துபோனார்கள்.

மூத்த மகனுக்குக் குஞ்சன்விளை ஊரில் தன் தாய் மாமன் மகனுடைய மகளை முறைப்பெண்ணாக எடுத்தார்.

இளைய மகனுக்கு வடலிவிளை ஊரிலிருந்து பெண்ணெடுத்தார்.

தன் குடும்பத்திலுள்ள பிரிவுகள் எல்லாம் தேய்ந்து அழிந்து போய், இவர் தனிமையாகி ஒரே வீடாகி இருந்து திரும்பவும் இவருடைய பிள்ளைகளால் இரண்டு குடும்பம் ஆனார்கள்.

சுவாமித் தோப்பு சுவாமியை இவர் விட்டுப் பிரிகிற சமயம் சுவாமி சொன்னது போல, அம்மன்கோவில் அம்மங்கொடை வருசத்துக்கு மூன்றாக இருவத்தொரு வருசம் அறுபத்தி மூன்று கொடை கழிந்து அறுபத்தி நாலாவது கொடை கழிந்த மறுநாள், சொல்லிவிட்டது போல் இவருடைய வாழ்நாள் முடிவுக்கு வந்ததும், நெஞ்சில் மூன்று வலி வலித்து மூன்று விக்கல் விக்கிக் கொண்டு உயிர் பிரிந்தார். சுவாமியோடு கலந்தார்.

குஞ்சன்விளை நாடாச்சியின் மகன் சிறு பிராயம் முதல் தெய்வ பக்தனாயிருந்து, மனைவி மக்களுடன் வாழ்ந்து, உயிர் அடங்கிப் போன பின்பு, அவருடைய மூத்த மகன் சுவாமி என் கண்ணை உனக்குத் தந்தேன் என்று சொன்ன அவதார புருசனாக வந்து பிறந்தவர்ணு சுவாமிக்கண் என்ற பெயரோடு தகப்பனாரின் காலத்துக்குப் பிறகு கோவில் பூசையை ஏற்று நடத்திவந்தார்.

இவர் ஞான அறிவும், ஞானக் கண்ணொளியும் பெற்றவர். எல்லாரோடும் அன்பு செலுத்தி, அவர்களுடைய இன்ப துன்பங்களைத் தன்னுடையது போல் நினைத்து, அவர்களுக்கு வேண்டிய உதவிகளைச் செய்து எல்லோராலும் பாராட்டப்பட்டு வந்தார்.

கவலை

இவர் அம்மங்கோவிலில் பூசை செய்வதற்கு வேண்டிய வேலைகளைச் செய்துகொண்டிருக்கும் சமயம், பூசை நேரம் வந்து சாமி கும்பிட்டுத் தனக்குள்ள குறைகளைச் சொல்லி தண்ணி ஓதி எறிந்தால் தேகசுகம் கிடைக்குமென்றும், திருநீறு வாங்கவும் பலரும் வந்து காவல் இருப்பவர்கள், அய்யா ஏன் இன்னும் பூசை ஆகவில்லை என்று கேப்பார்களாம்.

அதற்கு அவர் அம்மைமார்கள் இன்னும் பூசை ஏற்கும் இடத்துக்கு வரவில்லை, ஊஞ்சல் ஆடிக்கொண்டிருக்கிறார்கள் என்றும், சில சமயம் பாண்டி ஆடிக்கொண்டிருக்கிறார்களென்றும் சொல்லுவாராம்.

அவர்கள் பூசை ஏற்கும் சொந்த இடத்துக்கு வந்தாச்சு என்று அறிந்த பின், பொங்கலும் பிரசாதமும் வைத்துப் பூசை முடித்து வந்து கும்பிட்டு நிற்கிறவர்களுடைய குறைகளைக் கேட்டு, பேய் பிடித்தவர்களுக்குத் தண்ணி ஓதி எறிந்தும், உடல் நலங்குறைந்தவர்க்குத் திருநீறு அள்ளி எறிந்தும், பிரசாதமும் திருநீறும் கொடுத்து அனுப்புவாராம்.

கோவிலில் இருக்கும் அம்மைமார்கள் இவர் கண்ணுக்குத் தெரிவதும், பேய் பிடித்து வந்தவர்களைக் கண்டவுடன் இவர்களுக்கு இன்ன பேய் பிடித்திருக்கிறது என்று சொல்லி விடுவதாலும், அம்மன் பேரில் மிகுந்த பத்தி உள்ளவராயும் இருந்து வருவதனாலும், இவர் அம்மங்கொண்டாடியார் என்று பெரும் புகழுடன் யாவராலும் மதிக்கப்பட்டுவந்தார்.

சாமி வீட்டுக் குடும்பத்தார்கள் எல்லாரும் அம்மங் கொண்டாடியார் பெரியப்பா, அம்மங்கொண்டாடியார் சின்னய்யா என்றும், அண்ணன் தம்பி என்ற முறையும் சொல்லி வந்தார்கள்.

அக்காள் குடும்பத்திலுள்ள சாமி வீட்டு நாடான்மார்கள் குடும்பம் தெய்வமாடியார் (சாமி கொண்டாடியார்) குடும்ப மென்றும், தங்கையின் குடும்பம் அம்மங்கொண்டாடியார் குடும்பமென்றும், ரெண்டு குடும்பத்தாரும் தெய்வ வழிபாட்டில் சிறந்தவர்களாக இருந்ததினால் ரெண்டு குடும்பத்தாரும் ரெண்டு விதமான பெயரும் பெற்று, ஒருவருக்கொருவர் ஒற்றுமையாய், இரண்டு குடும்பமும் ஒரு குடும்பம் போலவே ஒற்றுமையுடன் வாழ்ந்தார்கள்.

இவர்களின் முன்னோர் காலத்தில் பொட்டலிலும், இதைச் சுற்றியுள்ள மற்ற ஊர்களிலும் குடிப்பதற்கும், குளிப்பதற்கும் தண்ணி கிடையாது. பொட்டலிலுள்ளவர்களும் காத்தாடித்

தட்டு இலந்தயடித் தட்டு புள்ளயார்புரம் ஆத்திக்காட்டுவிளை யிலும் உள்ளவர்கள் எல்லாரும் பெருங்குளத்துக்குப் போய் தண்ணி எடுத்து, தலையில் ஒரு பானையும் இடுப்பில் ஒரு குடமும் கையில் ஒரு தூரைக் கலயமும்* நிறைய தண்ணி எடுத்துக்கொண்டு போவார்கள்.

பொட்டல் ஊருக்குக் கிணறு வந்தது.

இந்தக் கஷ்டத்தை இவர்கள் அனுபவித்துவரும் சமயம், அம்மன் அருளால் நீல சுவாமியின் பூந்தோட்டத்தின் முன்பக்கம் கிணறு வெட்டும்படி அம்மங்கொண்டாடியாருக்கு சொப்பனம் கண்டதாம். இவர் சொப்பன விபரங்களைச் சாமி வீட்டுக்காரர் களோடும் கலந்துபேசி, கிணறு வெட்ட ஆலோசனை பண்ணிச் சொப்பனங்கண்ட இடத்தில் கிணறு வெட்டினார்கள்.

எண்பது அடி ஆழம் தோண்டின பிறகு, ஊற்றுக் கண்ணு துலங்கி தண்ணி நாற்பதடி வரை பெருகியதாம். இதைக் கடலூற்று என்று சொல்லுவார்கள். தண்ணி பெருகி இருப்பதைப் பார்த்து, கிணறு வெட்டினவர்கள் கல்லுக் கெட்டுவதற்குக் கிணத்துக்குள் இறங்கப் பயந்து இறங்கமாட்டோம் என்றார்கள். என்ன செய்வதென்று ஒருவருக்கும் தெரியவில்லை.

இந்தப் பெரியவராகிய அம்மங்கொண்டாடியார், நானே கிணத்துக்குள் இறங்கிக் கல்லு கெட்டுவேன் என்று அதற்கு வேண்டிய வசதிகளைச் செய்து, கிணத்துக்குள் இறங்கிக் கல்லுக் கெட்டினார். மேல் துவளம்** வரிக்கல்லினால் கெட்டிக் கிணத்து வேலையை முடித்தார்.

அன்று முதல் பக்கத்து ஊரிலுள்ளவர்களும் இந்தக் கிணத்தில் வந்து தண்ணி எடுத்துக்கொண்டுபோவார்கள்.

இந்தப் பெரியவர் சிறுபிராயத்திலேயே கொத்து வேலை, ஆசாரி வேலை செய்து பழகி இருந்தார் என்று சொல்லுவார்கள்.

சாமி வீட்டைச் சேர்ந்த சிலரும் இவரும் வில்லுப்பாட்டு பாடுவதில் வல்லவர்களாக இருந்தார்கள். அம்மங்கோயிலுக்கும் சாமி வீட்டுக்கும், ஊரிலுள்ளவர்களில் நன்றாகப் பாடத் தெரிந்தவர்களோடு இவர்களும் சேர்ந்து பாடுவார்கள்.

இவர்களுடைய பாட்டுக் கேக்க ஆசைப்பட்டுச் சில வெளி ஊர்களிலுள்ளவர்கள் இவர்களை அவர்கள் கோவிலில் வில்லுப் பாட்டுக்குக் கூட்டிக்கொண்டு போய் பாடச் சொல்லுவார்களாம்.

---

* தூரை – சிறிய மண்குடம்
** துவளம் – பூமியின் மேல் தெரியும் கிணற்றுச் சுவர்

ஒரு சமயம் வள்ளியூர் என்று சொல்லக்கேட்ட ஞாபக மிருக்கிறது. பாண்டிக்காட்டில் எதோ ஒரு ஊருக்குப் பாடப் போனார்களாம். மத்தியானச் சாப்பாட்டுக்குப் பாவக்காயில் ஒரு கூட்டும், பாவக்காயிலேயே ஒரு கொழம்பும் வச்சிச் சோறு போட்டார்களாம். அந்தக் கறி இவர்களுக்குப் பிடிக்கவில்லை யாம். எல்லாரும் சாப்பிடாமல் பார்த்துக்கொண்டே இருந்தவர் களை இந்தப் பெரியவர், "யாஞ் சாப்புடாம பாத்துக்கிட்டே இருக்கிறிய, சும்மாச் சாப்பிடுங்க, ஒடம்புக்கு நல்ல பெலந்தான்" என்று பரிகாசமாகச் சொல்லிச் சாப்பிடச் செய்தார். அவர்கள் பசியின் கொடுமையால் கொஞ்சம் சாப்பிட்டார்கள்.

இந்தக் கறி மிச்சம் இருந்தால் இதைத்தானே ராத்திரி சாப்பாட்டுக்கும் கொண்டு வருவார்கள். அதனாலே இப்பமே இந்தக் கறியை செலவாக்கி விடணும் என்று இவர் நினைத்தார். இவர்களுக்குச் சோறு போட்டவரைக் கூப்பிட்டார். அவர் வந்ததும் "இந்த பாவக்காக் கறி என்ன பக்குவத்தில் வச்சிய. நல்ல ருசியாயிருக்கே" என்றாராம். அவர் கறி வச்ச பக்குவத்தைச் சொன்னார். இந்தப் பெரியவர் "அந்தக் கறியிலே மிச்சங் கிச்சங் கெடக்குமுண்ணா பாத்து ஊத்திக்கொண்டாருங்க, நாங் குடிச்சிருயேன்" என்றார்.

சமையல் செய்த வீட்டுத்தலைவர் நினைத்தார். நம்ம பாவக்கா பக்குவம் இவர்களுக்கு நல்லாப் புடிச்சிருக்கு என்று சந்தோசமாய் மிச்சமிருந்த கறியைச் சேர்த்து ஊத்திக் கொண்டு வந்து வச்சாரு. இவரு பட்டயில ஊத்திக் கொஞ்சமும் மிச்சம் வைக்காமலே குடித்துவிட்டு, போதும் ராத்திரிக்கு இந்தக் கறி வேண்டாம் என்று சொல்லிவிட்டு எழுந்திருந்தார்களாம். இப்படிக் கதை சொல்லக் கேட்டிருக்கிறேன். அறிவு மிகுந்தவர் என்றும் இப்படிப் பல கதைகள் சொல்லுவார்கள்.

நடுக்காட்டுக்குள்ளே, செந்தாமரை பூத்துது போல பொட்டல் ஊருக்குள்ளே இந்தக் கிணறு வந்ததும், பக்கத்து ஊரிலுள்ள வர்களும் இந்தக் கிணத்திலிருந்து தண்ணி எடுத்துக் குளிக்கவும், குடிக்கவும் தாராளமாய்த் தண்ணியைச் செலவு செய்துவந்தார்கள்.

தண்ணியை இழுத்து இறைக்கிற கஷ்டம் கூடுதலாக இருந்தாலும், தண்ணி தாராளமாய்ச் செலவு செய்யக் கிடைக்கிற சந்தோசத்தோடு எல்லாரும் தண்ணி எடுத்துவந்தார்கள்.

மாசி, பங்குனி மாதம் கோடை காலத்து வெயில் சமயம். கிணறுகள் எல்லாம் வத்தித் தண்ணி குறையும் சமயம். இந்தக் கிணத்தில் தண்ணி இருக்கிற அளவுக்குக் குறையாமலும், மழைக்

காலங்களில் தண்ணி கூடாமலும் ஒரே அளவாய்த்தான் இருக்கும். இன்றுவரையும் அப்படியேதானிருக்கிறது. இந்தக் கிணத்துத் தண்ணி மற்ற இடங்களிலுள்ள தண்ணியைவிட ருசி உள்ளதாகவும், உடல்நலத்துக்கு நல்லதாகவும் இன்றுவரை உதவுகிறது.

இப்படி அதிசயமும் பெருமையும் உள்ள இந்தக் கிணத்தில் கெடுமதி கண்ணுக்குத் தோற்றாது போல, ஒரு கிறுக்கி மதிலின் மேல் ஏறிச் சுற்றி ஓடும்போது கால் தவறிக் கிணத்துக்குள்ளே விழுந்தாள்.

விழுந்தவளை உடனே கரை ஏற்ற முடியாமல், இரண்டு மூன்று நாள் அங்கேயே கிடந்தது. கிணத்துக்குள் இறங்கிப் பிணத்தை எடுக்க ஆளில்லை. எல்லாரும் பயந்து முடியாது என்று சொல்லிவிட்டார்கள்.

இவர் நானே இறங்கி எடுக்கிறேன் என்றார். வல்லவனுக்குப் புல்லும் ஆயுதம் என்று, ஒரு கடவப் பெட்டியின்* இரு பக்கமும் வடத்தைக் கெட்டி, அந்தப் பெட்டியைக் கிணத்துக்குள் இறக்கி, இவரும் ஒரு பெட்டிக்குள் இருந்து உள்ளே இறங்கி அந்தப் பிணத்தை கடவப் பெட்டிக்குள் எடுத்து வைத்து வடத்தை இழுக்கச் சொன்னார். வெளியே நின்றவர்கள் இழுத்துக் கரையேற்றி, இவரும் வெளியே வந்தார்.

மூன்று நாலு நாள் கிறுக்கிப் பிணம் கிணத்துக்குள்ளே கிடந்ததினால் தண்ணியைத் தூருவாங்கி மாத்த நினைத்து, குட்டுவங்களை வடத்தில் கெட்டித் தண்ணியை இறைத்தார்கள். தண்ணி கொஞ்சமும் குறையவில்லை. நம்மால் முடியாதென்று நிறுத்தினார்கள். கிணத்தில் ஒருவரும் தண்ணி இறைக்கவில்லை.

இந்தப் பெரியவர் என்ன செய்வதென்று யோசனை செய்தார். இறைத்த கிணறு ஊறும், இறையாக் கிணறு பாழ் என்று ஆகிவிடாமல், அம்மங்கோயில் பூசைக்கு இவர் கிணத்தில் வந்து தண்ணி இறைத்துக்கொண்டு போய் பூசை செய்தார்.

இதைக் கண்டதும் ஊர்ச்சனங்கள் எல்லாம், அம்மங்கோயிலில் அம்மைக்குப் பூசை செய்ய அம்மங்கொண்டாடியார் தண்ணி எடுத்துக்கொண்டுபோனார். நம்மளும் போய் தண்ணி எடுப்போம், அம்மைக்கு ஆகக்கூடிய தண்ணி நமக்கு ஆகாதா என்று எல்லாரும் முன்போல எடுத்துவந்தார்கள்.

---

* கடவப் பெட்டி – பனை ஓலையில் பின்னப்பட்ட மூடியில்லாத அகலமான பெட்டி

பொட்டல் அம்மங்கோவிலுக்கு வருசத்துக்கு மூன்று அம்மங் கொடை நடத்திவந்தார்கள். பங்குனி, ஆடி, கார்த்திகை. பங்குனி மாதத்தில் முதல் செவ்வாய்க்கிழமையிலும், ஆடியில் கடைசி செவ்வாய்க்கிழமை, கார்த்திகை மாசம் கடைசி செவ்வாயிலும் அம்மங்கொடை நடத்துவார்கள்.

ஊரில் உள்ளவர்கள் பிள்ளைகளுக்கு அடிக்கடி சுகமில்லாமல் காச்சல், வயிற்றுவலி என்று வந்தால், அம்மங்கோவிலுக்கு நேருவார்கள். ஆம்புளப்புள்ளைகளுக்குக் குத்தி வெட்டம் எடுப்போம் என்றும், பொம்புளப்புள்ளைகளுக்குக் கைவிளக்கு எடுப்போம் என்றும் நேர்ச்சை நேர்ந்து கொள்வார்கள். இரண்டு தடவை, சிலர் மூன்று தடவை எடுப்பதாகவும் நேர்ந்து கொள்வார்கள்.

நேர்ச்சைக்கடனுள்ள பிள்ளைகள் ஆணும் பெண்ணும் அம்மங்குடை வருகிற நாளை அம்மங்கொண்டாடியாரிடம் கேட்டுக் கணக்குப் பண்ணி, நாப்பது நாளைக்கு முன்னே விரதமிருப்பார்கள். அப்படி விரதமிருக்கும் பிள்ளைகள் எல்லாம் இவர்கள் வீட்டில்தான் இந்த நாப்பது நாளும் இருந்து விரதம் அனுசரித்துவருவார்கள். தினமும் இரண்டு வேளையுங் குளித்து, மச்சமாம்சம் கூட்டாமல், மத்தியானம் ஒருவேளை சாப்பிட்டு, மற்ற இரண்டு நேரமும் வேறு எதாவது பலகாரங்கள், பழங்கள் தின்றுகொண்டிருப்பார்கள்.

கோவிலில் கொடை துடங்கினால் வேண்டிய சாமான்கள் எல்லாம் இவர்கள் வீட்டிலிருந்துதான் சரிப்படுத்திக்கொண்டு போவார்கள். பூசைக்கு வேண்டிய பச்சரிசி, வெளக்குக்கு எண்ணெய், விறகும், முத்துச் சொரிவதற்கு நெல் அவித்துக் குத்தி அரிசியாக்கிக் கொண்டுபோவார்கள். அம்மங்கோவிலிலிருந்து எப்போதும் அம்மங்கொண்டாடியார் வீட்டுக்கு ஆட்கள் வந்தும் போயும், விருந்துக்கு வருகிறவர்கள் கூட்டமும், பிள்ளைகளின் சத்தமும், கைவிளக்கு எடுக்கும் பிள்ளைகளின் கூட்டமுமாய், அம்மங்கோவிலில் பாதி அம்மங்கொடையும், அம்மங்கொண்டாடியார் வீட்டில் பாதியுமாக நடக்குமென்று சொல்லுவார்கள்.

அம்மங்கோவிலைச் சுற்றி வாகனம் எடுத்துச் சுற்றுகிற நேரங்களில், கைவிளக்கு எடுக்கும் பிள்ளைகள் மாவில் தண்ணி விட்டுப் பிசைந்து புதுத் தட்டுப் பெட்டிகளில் வைத்து, நடு மத்தியில் துணியினால் பந்தம்போல் முறுக்கி எண்ணெயில் நனைத்து, அதில் விளக்கு ஏத்தி மாவுக்கு மேல் அழுத்தமாய் வைத்து, எண்ணெய் ஊற்றிக்கொண்டிருப்பார்கள்.

ஆண்பிள்ளைகள் ரெண்டு பேரை ஒருவர் முகத்தை ஒருவர் பார்த்து நிற்கச் செய்து, இரண்டுபுறத்து இடுப்புச் சதையில் ஊசி கொண்டு குத்தி, அதின் உள்ளே நூலைக்கோத்து, இரண்டு பேருக்கும் ஒரே நூலை சேர்த்துக் கோத்து, கொஞ்சம் இடம்விட்டு நூலைக் கெட்டிவிடுவார்கள்.

செவ்வாய்க்கிழமை வாகனம் எடுக்கிற நேரத்துக்கு முன்னால், குத்தி வட்டம் கைவிளக்கு எடுக்கிற பிள்ளைகளின் பெற்றோரும் குடும்பத்தாரும், விருந்துக்கு வந்த விருந்தாளிகளும் ஊர்ச் சனங்களும் கொட்டுமேளத்தோடு கோவிலில் இருந்து புறப்பட்டு, அம்மங்கொண்டாடியார் வீட்டில் வந்து பிள்ளைகளை அலங்கரிப்பார்கள். பெண்பிள்ளைகளுக்குத் தலை சீவி பந்துக் கொண்டை போட்டு, அதன் மேலே நிறைய பூவைச் சுற்றிக் கெட்டுவார்கள். புதுச்சேலை உடுத்தி, காதில் போட்டிருக்கும் குணுக்குகளைக்* கழத்திவிட்டு இரவலுக்கு நகைகள் வாங்கிக் கொண்டு வந்து காதுக்கு மூன்று நகைகளும் போட்டு, கழுத்தில் கோர்வை மாலை காசி மாலையும், கைக்குச் சந்தாரை சொருகும், தோளுக்கு நெளிவும் அணிந்து, காலுக்குத் தண்டை பாதசரமும் போட்டு அலங்கரித்து, கைவிளக்கு வட்டியைக் கையில் கொடுப்பார்கள்.

ஆண்பிள்ளைகளுக்குத் தலை சீவி, கொண்டை போட்டு, அவர்களுக்கும் பூச்சுற்றிப் புதுவேட்டி உடுத்தி, இடுப்பைச் சுற்றிக் கச்சை இறுக்கிக் கட்டி, கழுத்துக்குக் குவளை, கைக்கு வெள்ளி, காலுக்கு சதங்கையும் போட்டு அலங்கரித்து, இவர்களை முன்னால் நிறுத்தி, சொந்தக்காரர்கள் பக்கத்தில் வர, பிள்ளைகளை ஆடல்பாடலுடன் கூட்டிக்கொண்டு அம்மங்கோவில் போய்ச் சேர்வார்கள்.

வாகனம் எடுத்த உடன், இவர்கள் பின்னால் குத்தி வெட்டம் ஆடிக்கொண்டும், கைவிளக்கை ஏந்திக்கொண்டும் போவார்கள். வாகனம் கோவில் சுற்றி இறக்கிய பின், இவர்களும் அம்மன் சன்னதி முன்வந்து விளக்கை இறக்கித் திருநீறு கொள்ளுவார்கள். புதன்கிழமை பகலிலும் வியாழக்கிழமை விடியக்காலமும், வாகனம் எடுக்கும் நேரங்களில் இவர்களும் கைவிளக்குக் குத்திவெட்டம் பிடித்துச் சுற்றிவந்து நேர்ச்சைக் கடனை முடிப்பார்கள்.

வியாழக்கிழமை வாகனம் எடுத்து இறக்குவதற்கு முன், மாரியம்மைக்கு முத்துச் சொரிகிறவர்கள் சமையல் செய்து ஒரு கிடாய் வெட்டிக் கறி சமைத்து வைப்பார்கள்.

---

* குணுக்குகள் – ஈயத்திலான வளையங்கள்

ஊரில் உள்ளவர்கள் தனித்தனியாய் முத்துச் சொரிவார்கள். அவர்களும் தனியாய் ஒரு கிடா வெட்டி சமையல் செய்து வைப்பார்கள்.

வாகனம் ஊரில் தெருச்சுற்றி வந்து இறங்கியதும், கம்பம் வாணவேடிக்கை முடித்த பின், உள்கோவில் பூசை முடித்து மாரியம்மைக்கு முத்துச் சொரிந்து பூசை முடித்து, சொடலை மாடனுக்குக் கிடாவெட்டி, மத்த தெய்வங்களுக்கும் வெட்ட வேண்டிய கிடாய்களெல்லாம் வெட்டி முடித்து, விடியக்காலம் பொங்கலிட்டுப் பூசை முடிப்பார்கள்.

வெட்டின கிடாய்களை வரிப்பிரகாரம் பங்குபோட்டு, முத்துச் சொரிந்த சோறு கறிகளும் பங்குபோட்டு எடுப்பார்கள். அவரவரும் தனித்தனியாய் முத்துச் சொரிந்த சோறு, கறி இறைச்சி எல்லாம் வீட்டுக்குக் கொண்டு போய் உண்டு மகிழ்ந்து, பச்சை இறைச்சிகளைச் சொந்தக்காரர்களுக்குக் குடுத்தும், காய வைத்துக் கொடிக்கறி போட்டும் வைப்பார்கள். அம்மங்கொடை என்றால் அம்மங்கொடையாகவே நடத்துவார்கள்.

21

திருவிதாங்கூர் மகாராஜா முன்காலத்தில் பத்மநாபபுரம் என்னும் இடத்தைத் தலைநகரமாகக் கொண்டு அரசு புரிந்து வருகிற சமயம், அவருடைய பட்டத்துயானைக்குக் காலில் ஒரு முளை* காலின் உள்ளே இறங்கிவிட்டதாம். அதை ஒருவராலும் எடுக்கமுடியாமல், யானையின் கால் பழுத்துச் சலம் வைத்து, யானை படுக்கையில் கிடந்தது.

அரசர் இந்த யானையின் காலில் இருக்கும் முளையை எடுப்பவர்களுக்குப் பரிசு கொடுப்பதாகப் பறை அறிவித்தார். இதை அறிந்து நங்கூரன் பிலாவிளை என்ற இடத்தில் நாடான்மார்களுக்குள்ளே பனையேறும் தொழில் செய்துவந்த ஒருவர் போய், நான் யானை காலில் இருக்கும் முளையை எடுக்கிறேன் என்று சொன்னார்.

யானையை அசையாமல் சங்கிலிகளால் கட்டிப் பிடிக்கச்செய்து, இவர் கவிழ்ந்து படுத்துக்கொண்டு முளையைப் பல்லினால் கடித்து இழுத்து எடுத்து விட்டார்.

காலுக்குள்ளே இருந்த சலம் தெறித்து இவர் முகத்தை மூடிக்கொண்டதாம். இதைக்கண்ட அரசர் இவருக்கு நங்கூரம் பிலாவிளையின் சுற்றுப் பக்கமுள்ள நிலங்களைப் பரிசாக அவருக்குப் பதித்துக்கொடுத்து, வரிசைகளும் கொடுத்து, ஆனைமுடம் தீத்தான் என்று பட்டப்பெயரும் கொடுத்து அனுப்பினார் என்று சொல்லுவார்கள்.

---

* முளை – மூங்கில் முனை, வாத ரட்டை, ஓணான்

அந்த ஆனைமுடம் தீர்த்தவருடைய பின்சந்ததியில் ஒருவருக்கு ரெண்டு பெண்பிள்ளைகள் இருந்தது. அதில் மூத்தவளைக் கேசவன்புதூர் அய்யா குட்டியாரின் தம்பிக்கு செல்லக்* கலியாணம் செய்துகொடுக்க விரும்பி, அந்த மகளைப் பத்து வயதில் கலியாணஞ் செய்துகொடுத்தார். பன்னிரெண்டாவது வயதில் அவர் இறந்தார். இவள் தாலி அறுத்தாள். தாலி அறுத்து நாலைந்து மாதங்களுக்குப் பிறகு சமைந்தாள். அவள் செய்த வினையோ, பெற்றோர் செய்த வினையோ முடிந்தது. வீட்டைவிட்டு வெளியே இறங்காமல் இருந்தாள்.

அந்தக் காலத்திலிருந்து இந்த சுதந்திரக் காலம் வருவதற்கு முன்னாலே, இந்த நாடான்மார் ஜாதியில் தாலி அறுத்தால் திருப்பிக் கெட்டுகிற பழக்கமே கிடையாது. அந்தப் பெண்களும் கற்புநெறி தவறியதில்லை.

சிற்சில இடங்களில் வகைமோசமாய்த் தவறு வந்து விட்டால், அந்தப் பெண்ணை வெட்டிச் சுட்டுவிடுவார்கள். சிலர் நடைவிளக்கெரித்துக் கொல்லுவார்களாம். சிலர் நாடு கடத்தி விடுவார்கள் என்று கதை அறிந்திருந்தோம்.

அன்று முதல் வாழ்க்கையின் பருவகாலங் கழிகிறது வரை வெளியில் இறங்காமலே இருந்தாள். அவளுக்கு இளையவளைப் பொட்டல்காரங்காட்டான் வழியிலுள்ள மேலத்தெரு துரை சுவாமியின் சிறிய தகப்பனாருக்குக் கலியாணஞ் செய்து கொடுத்து, அவர் காட்டுப்பண்ணித்தட்டு என்கிற அவர் சொந்த பூமியில் வீடு கட்டி வாழ்ந்துவருகிற சமயம், இரண்டு ஆண் குழந்தைகளும் பிறந்த பின்பு, சித்தறுப்பறுத்து** வீட்டில் இருக்கிறவளின் தகப்பனார் இறந்தார். அதற்குப் பிறகு தாயும் மகளும் இளையவளின் வீட்டில் வந்திருந்து, அந்தப் பிள்ளை களை வளர்த்துக்கொண்டிருந்தார்கள்.

இப்படி வருசம் பல கழிந்துவருகிற சமயம், இந்த அம்மாள் ஒருநாள் தாயார் வெத்திலை வாங்கிக் குடுக்கவில்லை என்று, வீட்டிலிருந்து வந்து பொன்னுமுத்துநாடான் வீட்டுப் பக்கமுள்ள இடுவையின் வேலி அருகில் நிற்கிற வாராச்சி*** மரத்தின் பக்கம் நின்று, யாராவது கடைக்கு வருகிறார்களா என்று பார்த்துக் கொண்டு நிற்கிற சமயம், அந்த வாராச்சியின் மேலிருந்து அவள்

---

* செல்லக் கலியாணம் – பெண் ருதுவாகும் முன் கல்யாணம் செய்து கொடுத்தல்
** சித்தறுப்பறுத்து – கன்னி அழியாமல் தாலி அறுப்பது
*** வாராச்சி – வாதரட்டை

அழகிய நாயகி அம்மாள்

முன்னால் கல்லை எடுத்துப்போட்டது போல் விழுந்த சத்தம் கேட்டது. இவள் திடீரென்று பயந்து நடுங்கிப் பார்த்தாள். ஒரு தெண்டல்* ஓடுவதைக் கண்டு காறித் தூவென்று துப்பி 'நீயா என்னைப் பயங்காட்டினாய்' என்று சொல்லிவிட்டு வீட்டுக்குப் போய்விட்டாள்.

அன்றிலிருந்து காச்சல், வயிற்றுவலி, தலைக்கிறக்கம் பசி இருந்தாலும் சாப்பிட மனமில்லை. ஒரே மயக்கம். இப்படியே ஒரு மாதம் வரையும் இருந்தது. கசாயம் போட்டுக் குடுத்தாலும் குறையவில்லை. நாட்டு வைத்தியன்மார் மருந்திலும் தீர வில்லை. ஏன் இப்படி இருக்கிறது என்று எல்லாரும் கேட்டார்கள். இவள் வாராச்சி மூட்டில் பயந்து வந்த கதையைச் சொன்னாள். இது பேய்பிடி என்று, அம்மங்கோவிலுக்குப் போனால் தீரும் என்று தாயும் மகளும் கோயிலுக்கு வந்தார்கள்.

இவர்கள் வருகிற சமயம் அம்மங்கொண்டாடியார் கோவிலில் இருந்து திரிமுறுக்கிக்கொண்டே இருந்தவர் கண்ணுக்குத் தெரியும்படியாகக் கோட்டை மதிலுக்கு மேலே ஒரு உருவம் தெரிந்ததாம்.

இவர் அதைப் பார்த்து, கல்லுப்படிக்காரன் கோட்டை மதிலைச் சுற்றுகிறானே, இங்க எதுக்கு வந்தானென்று வெளியே பார்த்தார். இவர்கள் தாயும் மகளும் வருவதைக் கண்டார். அவர்களும் கோயில் கோட்டைக்குள் போய்ச் சேர்ந்தார்கள்.

என்ன விசயமென்று கேட்டார். அவள், "ரெண்டு மாதமாக சுகமில்ல. மருந்து குடிச்சும் சுகப்படயில்ல" என்றாள். இதைக் கேட்டுக்கொண்டே இருந்தவர், கொஞ்ச நேரங் கழித்து "யம்மா, நீ கல்லுப் படிக்காரன காறித் துப்பினியாமே" என்று கேட்டார்.

அந்த அம்மா பயந்து, "நாங் கல்லுப்படிக்காறரன காண யில்ல. இந்த காச்சலு வந்த அண்ணு வெத்தில வாங்க ஆள் பாத்து நின்னா, முன்னுக்கு ஒரு தெண்டலு உளுந்து ஓடிச்சி. நாம் பயந்து காறி துப்பிக்கிட்டுப் போனேன்" என்றாள்.

இவர் கையில் திருநீறு எடுத்து வச்சிக்கொண்டு, "கல்லுப்படிக்காரா, நீ அவளுக்குத் தெரியாம மறஞ்சி நின்னு அவளப் பயங்காட்டுனதுனாலே, அவ காறித் துப்புனா. நீ செய்தது சரி இல்ல" என்று வழக்கு தீத்துக்கொண்டு, அம்மனுக்குப் பூசை செய்துவிட்டுத் திருநீறும் தண்ணியுங் கொண்டுவந்து, திருநீற்றை அள்ளி அந்த அம்மா முகத்தில் எறிந்து தண்ணியும் ஓதி எறிந்து போகச்சொல்லி அனுப்பிவிட்டு, இவர்களையும் வீட்டுக்குப் போகச்சொன்னார்.

---

* தெண்டல் – ஓணான்

இந்தக் கதையை அந்தக் காட்டுப்பண்ணித்தட்டு நாடாச்சி என்பவர்கள் அடிக்கடி சொல்லுவார்கள். நானும் கேட்டிருக்கிறேன். இப்படி எத்தனையோ கதைகள் சொல்லுவார்கள்.

ஒரு சமயம் ஒரு குடிமகன் மேளத்துக்குப் போய்விட்டு, நடுச்சாம நேரத்தில் வீட்டுக்கு வருகிற பாதை பெருங்கொளத்துப் பாலத்தில் வரும்போது, அந்தப் பாலத்தின் ஒரு கரையில் ஒரு கிழவி இருந்தது போல அவன் கண்ணுக்குத் தெரிந்தது. அவன் பெருங்கொளத்து வாணிச்சி என்று நினைத்து நீ இப்ப இதுல ஏன் வந்துருகா என்று சொல்லிவிட்டுப் போனானாம்.

அன்று முதல் அவனுக்குக் காய்ச்சலும் வயற்றுவலியும் ஒரு நாளும் தீரவில்லை. ஒரு மாதம் கழிந்தபிறகு பொட்டல் அம்மங்கோயிலுக்கு அவனைச் சேர்ந்தவர்கள் கூட்டிக்கொண்டு வந்தார்கள். அவனோடு துடர்ந்துவந்த வாணிச்சி இசக்கி வந்து கோட்டைக்கி வெளியே நின்றதை இவர் கண்டு, இந்த இசக்கி இவனோடு வந்தவள்தான் என்று அறிந்து, அவனிடம் என்ன வென்று கேட்டார். அவன் நடந்ததைச் சொன்னான்.

இவர் அந்த இசக்கியிடம், 'அம்மா தெரியாமல் சொன்ன குற்றம் நீ பொறுக்கவேணும். உனக்கு ஒரு பொங்கலும் பொங்கி, ஒரு கோழியும் பெலி தருவான், நீ விலகிவிடு' என்று சொல்லி சமதானப்படுத்தி அனுப்பினார்.

கோயிலில் அம்மனுக்குப் பூசை முடித்துத் திருநீரும் தண்ணியும் ஓதி எறிந்து, 'யே, நீ பயந்து வந்த இடத்தில இருந்தது வாணிச்சி இசக்கி. அவள் பொல்லாதவள். அவளைத் தள்ளி விடுவது கஷ்டம். அன்பாய்ச் சொல்லி வணங்கினால் விலகுவாள். அதனால் நீ பயந்த இடத்தில் ஒரு பொங்கலிட்டு, ஒரு கோழியும் அறுத்துக்கொடு' என்று அனுப்பினார்.

அம்மங்கோவில் காரியங்களைச் செய்துகொண்டும், பேய் பிடித்தவர்களுக்குப் பேய் விலக்கியும், நோய் பிடித்தவர்களுக்கு நோயை மாற்றியும் அம்மன் அருளோடு நடந்துகொண்டிருந்தார்.

இதோடு சாமி வீட்டிலிருக்கிற நீல சுவாமி இசக்கியம்மை கோயிலுக்குப் போய் வணங்குவதைத் தன் வீட்டில் வைத்து வணங்கவேண்டும் என்று, இவர் வீட்டுக்குள் ஒரு மொறியில் வைத்து வாரத்துக்கு ஒருநாள் கோழி ஒரு சந்தி என்றும் மற்ற நாள் நித்திய ஒரு சந்தி என்றும் செய்து வணங்கிவந்தார்கள். இதை மேல வீட்டுச்சாமி என்று சொல்லுவார்கள்.

இவர்களுடைய குடும்பத்து தெய்வம் மூர்த்தி மாடன் கோவில். இவர்களின் முன்னோர் புள்ளயார்புரத்தில் வைத்து வணங்கி வந்ததைப் பொட்டலுக்கு வந்தபிறகு இங்கே வைத்து வணங்கி வந்ததாகச் சொல்லுவார்கள். அது நாளடைவில் அழிந்து போனது என்றும் சொல்லுவார்கள்.

அந்தக் கோவில் அழிந்தும் அழியாமலுமாய் இருக்கிற சமயம், அந்த இடத்தில் நின்ற புளியமரம் நிறையக் காய்த்திருந்த சமயம், பின்னக் காட்டு விளை கடையில் மீன் வாங்கிக்கொண்டு வந்தவளில் ஒருத்தி அந்த பீடத்தின் மேல் ஒரு காலை ஊன்றிக்கொண்டு புளியங்கொப்பைப் பிடித்துக்கொண்டு புளியங்காய்களைப் பறித்து மீன் இருந்த தோண்டிக்குள்ளே வைத்தும், திரும்பவும் பறித்துக்கொண்டு நிற்கும்போது, ஒரு பாம்பு அவள் சேலையைக் கொத்தி இழுத்துக்கொண்டே இருந்ததாம். அவள் ஓடம் பூச்சி முள்ளு இழுக்கிறதென்று நினைத்துக்கொண்டு திரும்பிப் பாத்தாள். பாம்பு படமெடுத்து மெலெழும்பி நின்றதாம். இவள் அலறிக்கொண்டே ஓடிப் போய் மீன் தோண்டியைத் தூரஎறிந்துவிட்டு, கையைத் தலையில் வைத்து 'அய்யா மூர்த்தி மாடச்சாமி, நாந் தெரியாமச் செய்த குத்தத்தை பொறுக்கணும்' என்று சொல்லிக் கும்பிட்டு, கையைக் கொண்டு வாயில் அடித்துக்கொண்டும் நின்றாளாம். பாம்பு கோபம் அமந்து செடிக்குள் போனதாகக் கதை சொல்லுவார்கள்.

சிவன் கோவில் என்று வீட்டுக்குள்ளே வைத்துச் சைவப் பூசையாக நடத்துவார்கள். அதைத் தெக்குவீட்டுச் சாமி என்பார்கள். அந்தக் கோவிலைச் சேர்ந்தவர் முகிலன் விளையில் உள்ள சில குடும்பங்களும், கீரிவிளையில் உள்ளவர்கள், புள்ளயார்புரத்திலுள்ளவர்கள் என்று நிறைய ஆள்கள் சாமி கும்பிடவும், ஒரு சந்தி நடத்தவும், கலியாணம் நடத்துகிறவர்கள் சுவாமிக்குப் பட்டுத்துணிகள் எடுத்துவைத்து வெற்றிலை, பாக்கு, பழம், திருமாங்கலியமும் வைத்துக் கும்பிட்டு எடுத்துக் கொண்டுபோவார்கள்.

இந்தக் கோவிலைச் சேர்ந்தவர்கள் வீட்டில் யாருக்காவது சுகமில்லாமல் இருந்தால், அந்த வீட்டிலுள்ள பெரிய ஆள்கள் வந்து சுவாமியைக் கும்பிட்டு, பட்டு எடுத்து வைப்பேன் என்று, ஒரு சந்தி நடத்துவேன் என்றும் நேர்ந்து திருநீறு வாங்கிக் கொண்டு போவார்கள்.

இந்தக் கோவிலுக்கு வெள்ளிக்கிழமைதோறும் ஒரு சந்தி நடத்துவார்கள். கோயிலைச் சேர்ந்த பக்கத்து ஊரிலுள்ளவர்களில் சிலரைக் கோவிலில் வெளியே உள்ள வேலைகள், கெண்டி செம்பு என்ற பாத்திரங்கள் பூசவும், ஓலைவெட்டி பட்டை பிடிக்கவும், சமையல் செய்யும்போது கூடநின்று உதவி செய்யவும் வைத்திருப்பார்கள். அவர்களை நம்பியான் என்று சொல்லுவார்கள்.

கோவிலுக்கு உள்ளே பெண்கள் போகமாட்டார்கள். ஒரு சந்தி நடத்துவதற்குள்ள நெல்லைக் கோயிலுக்குள்ளே வைத்து அவித்துக் காயப்போட்டுக் குடுப்பார்கள். பெண்கள் குளிச்ச ஈரத்துணியோடு நின்று, நெல்லைக் குத்தி அரிசியைக் கொடுப்பார்கள்.

மாடு சாணி போடுகிற சமயம் பார்த்துக் காவல் நின்று, சாணியைக் கையில் ஏந்திக்கொண்டு வந்து மெழுகு சமையல் செய்வார்கள். முருங்கைக்காய், துவரம் பருப்பு என்று அனேக விதக் காய்கள் சாமிக்கு ஆகாதென்று எடுக்கமாட்டார்கள். ஆகக் கூடிய காய்களைத் தனித்தனியாய்க் கறி வைத்து சிறு பயறுக் குழம்பும் தாளிதம் பண்ணாமல் வைத்துப் பாயாசம், பழம், வெற்றிலை, பாக்கு வைப்பார்கள்.

பூசை பண்ணுகிற சமயம் கதவைப் பூட்டிவிட்டு, வாயில் துணியைக் கெட்டிக்கொண்டும் சோறு கறிகளைப் பட்டையில் எடுத்துவைத்தும், மணி கிலுக்கித் தீபம் கொடுத்துப் பூசை கொடுப்பார். பூசை செய்யும் நேரம் பூட்டி இருக்கும் கதவுக்கு முன்பக்கம் வெளியில் நின்று, பல ஊரிலிருந்து வந்தவர்க ளெல்லாம் கும்பிட்டுக்கொண்டே நிற்பார்கள்.

பூசை முடிந்தவுடன் மணி கிலுக்கும் சத்தம் நின்றுவிடும். பூசை முடிந்துவிட்டதென்று தோப்புக்கரணம் செய்து குனிந்து கும்பிட்டு விலகிவிடுவார்கள்.

சாமிக்குப் படைத்த பட்டையில் ஒரு பட்டை சோறு எடுத்துப் பூசை செய்கிறவர் சாப்பிட்டுக்கொண்டு வந்துதான் கதவு திறந்து, எல்லாருக்கும் திருநீறு கொடுத்துச் சாப்பிட பந்தி இருக்கச் சொல்லுவார். பூசை செய்த பட்டையிலிருக்கும் சோறு நம்பியான்மாருக்கு தானப் பிரகாரம் அவரவர்களுக்குக் கொடுத்துவிட்டு, மற்றவர்களுக்குப் பானையிலிருக்கும் சோறும் கறிகளும் விளம்புவார்கள். ஒவ்வொரு கிழமையும் தன் சொந்தச் சிலவில் ஒரு சந்தி நடத்துகிறவர்கள், வீட்டுக்கும் சோறு, கறி, பாயாசம், பழம், வெற்றிலை கொடுத்து அனுப்புவார்கள்.

இப்படித் தெக்குவீட்டு ஒரு சந்தி, மேலவீட்டு ஒரு சந்தி என்று வெள்ளிக்கிழமைதோறும் நடத்திவந்தார்கள்.

வீட்டுக்கு வெளிப்பக்கம் மின்னணவுச் சாமிக்கு மின்னணவு* என்று வச்சிக் கொடுப்பார்கள். அதற்கு இருவத்தொரு படி நெல் அதில் மூன்று படி நெல் கொளுக்கட்டைக்கு எடுத்துவிட்டு, பதினெட்டுப் படி நெல் அவித்துக் குத்தி சமையல் செய்து, நல்ல பெரிய மீனாய்ப் பார்த்து வாங்கிக் கறி வைத்து, கொழுக்கட்டையும் அவித்துவைப்பார்கள். சிவனுக்கென்று தனியாகப் பொங்கி மரக்கறிகளும் வைத்திருப்பார்கள்.

முதலாவது இரண்டு பனைஓலை சுவர் பக்கம் சாத்தி, அதற்குள் மறைவாகச் சோறு கறியும் கொழுக்கட்டையும் வெற்றிலை பாக்கும் வைத்துப் படைத்து, அதற்குப் பிறகு வண்ணகுல மாடனுக்கும் வண்ணகுல மாடத்திக்கும் தனித் தனியாய் மீன்கறியும் சோறும் கொழுக்கட்டையும் வெற்றிலையும் வைப்பார்கள்.

ஈனனுக்கும் ஈன குல இசக்கிக்கும் தனித்தனியாய் மீன் கறியும் சோறும் கொழுக்கட்டையும் வெத்திலை பாக்கும் பழைய காலத்து நனைவு போயிலையும் சுண்ணாம்பும் வைப்பார்கள்.

மாடு கன்றுகளுக்கு நோய்நொடி வராமல் பாதுகாத்து, புல்லுள்ள இடங்களைப் பார்த்து மேயவிட்டுக் கொண்டுவந்து வீடு சேர்ப்பதற்காகவும், நிறைய பால் பெருக்கவும் கெட்டுச் சோறு என்று ஒரு வாலாம்பட்டையிலை சோறு, மீன்கறி துண்டும், கொழுக்கட்டை, வெற்றிலை, பாக்கு, சுண்ணாம்பு, போயிலை, பழம் எல்லாம்வைத்து அதைப் பொதிஞ்சி மடக்கிக் கெட்டி வைத்து, ஒவ்வொரு படைப்புக்கும், முதலாவது சிவனுக்கும் தீபம் கொடுத்து, மற்ற படைப்புகளுக்கெல்லாம் தீபம் கொடுத்துப் பூசை முடிப்பார்கள்.

இப்படிப் பூசை செய்கிற சமயம், ஒருநாள், அம்மங் கொண்டாடியாரின் பொண்டாட்டி குஞ்சம்விளை நாடாச்சி கொழுக்கட்டை அவுச்சி எடுத்து, ரெண்டு கொழுக்கட்டையை ஒளிச்சிவச்சிக்கிட்டு மற்ற வேலைகளைச் செய்யும்போது, விறகுக்கடியிலிருந்து ஒரு தேள் விரலில் கொட்டிவிட்டதாம். கையில் தேள் கொட்டிட்டு எண்ணு சொல்லி சத்தம் போட்டார் களாம். அம்மங்கொண்டாடியார், “நீ ஈனனுக்க கொழுக்கட்டய ஒளிச்சி வச்சா, அவன் ஒங்கையில் கடிச்சான். நீ ஒளிச்சி வச்சதக் கொண்டுவந்து அவனுக்க படைப்புல்ல வச்சிரு” என்று சொன்னார்.

---

* மின்னணவு – மீன் உணவு என்பதன் திரிபாக இருக்கலாம்

பாவம் அந்த அம்மாவுக்குக் கொழுக்கட்டை தின்ன ரொம்ப ஆசையிருந்ததுனால ஒளிச்சிவச்ச, அது தெய்வத்துக்கு பொறுக்கவில்லை. கையைக் கடிச்சிக் கேவலப்படுத்திவிட்டது.

வண்ணலமாடன் என்பது வண்ணான் இனத்தைச் சேர்ந்த சாமி. துணிகளைக் களவு போகாமலும், சாயங் கலையாமலும், நாள்பட பெலக்கணுமென்றும் அவனுக்குச் சோறும் கறியும் படைத்துவந்தார்கள்.

ஈனன் என்பது மாடு மேய்க்கும் சாம்பார்களின் இனம். மாடுகளுக்கு நோய்நொடி வராமலும், புல்லுள்ள இடங்களில் மேய்ந்து புஸ்டியாய் வளர்ந்து, நிறைய பால் கறக்கவும் வேண்டி, அந்த சாமிக்குச் சாப்பிடச் சோறும் தூரத்து இடங்களில் மேய்க்கப் போகும்போது சாப்பிடக் கட்டுச்சோறும் வைத்து, பண்டம் பலகாரங்களுடன் வணங்கி வந்தார்கள்.

இப்படி வீட்டுக்கு உள்ளும் புறமும் சாமியும், நடத்தி வந்தார்கள். இவர்கள் வீட்டில் குழந்தை பெற்றவர்களுக்கு வெந்நீர் விட்டுக் குளிக்க மாட்டார்களாம். மிளகுக் கறியும் கொடுக்காமல், பச்சத் தண்ணியில் குளித்து, வீட்டில் உள்ளவர்களுக்கு வைக்கும் மரக்கறியும் மற்ற சாமான்களும்தான் கொடுப்பார்களாம்.

குழந்தை பெற்றவர்களும், வீட்டுக்கு ஆகாத சமயமும், வீட்டுக்கு வெளியே ஒரு புரை கெட்டி வைத்திருக்கும். அந்த நாள் கழிகிறது வரையும் அதிலேயேதான் இருப்பார்கள். சைவ மென்றால் முழுதும் சைவமாகவே வாழ்ந்துவந்தார்கள்.

22

அம்மங்கொண்டாடியாருக்கு இரண்டு ஆண்பிள்ளைகள் பிறந்து வாழ்ந்துவந்தன. இவர் தம்பிக்கும் இரண்டு ஆண்பிள்ளைகள் இருந்தன.

அவர் தம்பி, அண்ணன் வெளியூர்களுக்கு எங்காவது போயிருந்தால் அம்மங்கோவிலுக்கு பூசை செய்வார். அம்மங்கொடைச் சமயங்களிலும் கூடி நின்று உதவிசெய்வார். மற்ற சமயங்களில் சொத்துகளையும் சுற்றிப் பார்த்துக்கொண்டு வருவார். அதிகமும் தெருவில் உள்ள வீட்டுத் திண்ணைகளில் போயிருந்து, வம்பளப்புக் கதைகள் பேசிக்கொண்டிருப்பதுதான் சோலி, வேறு வேலை ஒன்றுமில்லை.

இப்படி இவர் வீட்டுக்கு வீடு போயிருந்து பெண்களுடன் பேசிப் பொழுதுபோக்குவது இவர் பொண்டாட்டி வடலிவிளை நாடாச்சிக்குப் பிடிக்கவில்லை. இளைய மகன் கந்தசுவாமி, கைப்பிள்ளையாய் இருக்கும் சமயம், புருசனைக் கோபமாகப் பேசினார்களாம். “ஓய், நீர் இந்த வீட்டிலுள்ள கூடுதல் கொறவு என்ன ஏதென்று ஒண்ணும் பார்க்கிறதே இல்ல. எந்த நேரம் பார்த்தாலும் சின்னப்புள்ள மொவளுக்க ஊட்டுப்புறத் திண்ணை மண்ண, குண்டியால தறச்சித்* தட்டிக் கிட்டே இருக்கீரே, எனி அவள் போதும் உமக்கு” என்று சொன்னார்களாம்.

இவருக்குக் கோபம் வந்துவிட்டது. “ஏ வடலி வெளையா, நீ இண்ணு முதல் எனக்குப் பொண்டாட்டியில்ல. நான் ஒனக்குப் புருசனுமில்ல. நீ எனக்கு தங்கச்சி. நான் ஒனக்கு அண்ணனென்று நெனச்சி நடந்துக்க” என்று சொல்லி, அன்றுமுதல் அவர்களோட பேச்சில்லாம இருந்தாராம். அதற்குப்

---

* தறச்சி – தேய்த்து

பிறகு பிள்ளைகள் இல்லை என்று சொல்லுவார்கள். இவர்களுடைய பிள்ளைகள் நாலு பேரும் வளர்ந்துவந்தார்கள்.

அந்தக் காலத்தில் அம்மை விளையாட்டு என்று சொல்லுகிற காலரா நோய் கார்த்திகை, மார்கழி மாதங்களில் உண்டாகி, சில குடும்பங்களில் ஒருவருமே இல்லாமல் அழித்துவிடும். சில குடும்பங்களில் ஒன்று ரெண்டு ஒதுக்கிப் போட்டுவிட்டு, மற்ற எல்லாரையும் கொண்டுபோய்விடும். வருசந்தோறும் இந்த நோய்க்குத் தப்பிப்பிழைத்தவர்கள் மறுபிறவி பிறந்தது போல இருந்துவந்தார்கள்.

வைசூரி என்ற நோய் வந்தாலும் குடும்பங்களைக் குருடாக்கி விட்டுவிடவும் செய்யும்.

இந்தப் பயங்கரமான சமயம், சிலர் பயந்து நடுங்கி அம்மங்கொண்டாடியார் என்ற இந்தப் பெரியவரைக் கூட்டிக் கொண்டு போவார்களாம். இவர் கோவிலில் போய் திருநீறு எடுத்துக்கொண்டு நோயாளியின் மேல் போட்டுத் தடவி, திசை நோக்கிப் பொங்கலிட்டுக் கோழி பலி கொடுத்து, நோயாளியின் பக்கத்திலிருந்து கொண்டு, வீட்டுக்காரர்களுக்குத் தைரியஞ் சொல்லிக்கொண்டிருப்பாராம்.

இப்படி இவர் தெய்வங்களை வருந்தி, பெலி கொடுத்துப் பூசைகள் செய்வதால், ஊரிலும் சுற்றுப்பக்கங்களிலும் நோய் குறைந்துவிடுமாம். செத்துப்போகும் என்ற நிலையில் இருந்த சிலர் பிழைத்ததாகவும் ஆச்சர்யமாய்ச் சொல்லுவார்கள். பெரியவர்களைக் கண்டால் பயம் ஒதுங்கும் என்பார்கள்.

இந்தச் சமயம் இவர் தம்பிக்கு இந்த நோய் உண்டாகிவிட்டது. வாந்தி, பேதி உண்டாகி, எந்த மருந்துக்கும் அடைபடாமல் அதிகப்பட்டு, கண்மூடி, மூச்சுத் திணறி, நீர் அடைத்து, வயிறு ஊதி, தீர்ந்துபோகும் என்ற நிலைக்கு வந்துவிட்டதாம்.

இவர் திருநீற்றை அள்ளிப் போட்டும் பலிக்கவில்லை. தனது தம்பி என்ற துயரத்தால் அழுது, தெக்குவீட்டுக் கோயிலுக்குள் இருந்த காவிப் பட்டு ஒன்றை எடுத்துவந்து தம்பியின் உடலைப் பொதிந்து மூடி, என் தம்பியைக் கூட்டிக்கொண்டு போனால் இந்த சிவ வேடத்தோடு கொண்டு போங்கள் என்று சொல்லி, திருநீறும் அள்ளிப் போட்டுவிட்டுக் கொஞ்சம் தூரந் தள்ளிப் போய் இருந்தாராம்.

எல்லாரும் தீந்து போச்சுதென்று ஒப்பாரி போட்டு அழுது கொண்டிருக்கும் சமயம், நோயாளிக்கு நீர் இறங்கி வயிறு ஊதி

இருந்தது குறைந்து, கண்ணைத் திறந்தாராம். தண்ணீர் கேட்டு வாங்கிக் குடித்துச் சுகப்பட்டதாகச் சொல்லுவார்கள். இவர் தெய்வங்களுக்குப் பக்தனாகவும் ஊர்ச்சனங்களுக்குத் தெய்வ மாகவும் இருந்துவந்தார்.

சாமி வீட்டைச் சேர்ந்த குடும்பத்திலிருந்து ஒரு பெண்ணை அளத்தங்கரை ஊரில் கெட்டிக் குடுத்தார்கள். வீடு காணப்போகும் சமயம், பெட்டி சுமக்கச் சிலருக்கு மனமில்லாமல் நேரம் பிந்தியதாம். உடனே அம்மங்கொண்டாடியார் ஒரு பெட்டியைத் தோளில் தூக்கி வைத்துக்கொண்டு , ஒருவரையும் எதிர்பாராமல் நடந்தாராம். இதைக் கண்ட மற்றவர்களெல்லாம் பெட்டிகளைத் தூக்கிக்கொண்டு பிள்ளைகளின் தலையில் ஏற்றிக்கொண்டும் மற்ற பெண்களும் ஆண்களும் நடந்துபோனார்களாம்.

அந்தக் காலத்தில் இவர்கள் பண்ணையார் என்ற பேரோடு இருந்தும் வண்டி, வாகனங்களில் ஏறிப்போகாத நாகரிகம் குறைந்தவர்களாகவேதான் இருந்திருக்கிறார்கள்.

இவர்கள் போய்ச் சேர்வதற்கு முன்னாலே அவர் போய் வீடு சேர்ந்து, முதலாவது பெட்டியை இறக்கியதைக் கண்டு அங்கிருந்த பெரியவர்களாகிய ஆண்களும் பெண்களும் ‘எங்களுக்கு முதலாவது செல்வங் கொண்டு வந்து தந்த தெய்வமே வாரும்’ என்று கையைத் தலையில் வைத்துக் கும்பிட்டு உக்கார வைத்தார்களாம்.

அவருடைய தெய்வீக உணர்ச்சியை ஒவ்வொரு கதை களிலும் சொல்லிப் புகழ்வார்கள்.

ஒருநாள் சாமி வீட்டில் சாமி வீட்டு நாடான்மாரும், மற்றுள்ளவர்களும் அளத்தங்கரை நாடான்மாரும், அம்மங் கொண்டாடியாரும் பேசிக்கொண்டிருந்தார்களாம். மத்தியானம் ஒரு சந்தி முடிந்து சாப்பிடப் போகும் நேரம், கூட்டத்திலிருந்த ஒருவர், “நாம சோத்த வெரவி அள்ளித் திங்கிறதுல செம்மயா, பாக்க அழகா திங்குறது எப்பிடி” என்று கேட்டாராம்.

இன்னொருவர், “நாம இப்ப சாப்படத்தானே போறோம், ஆரு செம்மயா திங்கிறா எண்ணு பாப்பமே” என்றார். எல்லாரும் சாப்பிட சம்மணம் போட்டு இருந்தார்கள். பட்டைகளில் சோறு கொண்டு வந்து வச்சார்கள். எல்லாரும் சோத்த வெரவிப் பிசைந்துகொண்டே எப்படி அள்ளித் திங்குறது என்று ஒருவர் முகத்தை ஒருவர் பார்த்துக்கொண்டிருந்தார்கள்.

அம்மங்கொண்டாடியார் ஒருவரையும் எதிர்பாராமல், சோத்தை ஐந்து விரலாலும் சேர்த்துக் கசக்கிப் பிசைந்து, கையில்

உள்ளும் புறமும் கறியும் சோறும் குழுகுழாய் ஒட்டி இருக்க, கை நிறைய வாரி, வாய் நிறைய வைத்து, இருபுறத்துச்சுண்டுகளும் சோறு ஒட்ட, அள்ளி அள்ளி விழுங்கிக்கொண்டே இருந்தாராம். இதைப்பார்த்து எல்லாரும் கூடிச் சிரித்தார்களாம். இவா ஒக்கச் சிரிச்சா வெக்கமில்லை என்று விழுங்கிக்கொண்டே இருந்தாராம். சாப்பிட்டு முடித்துவிட்டு, "எல்லாரும் ஏஞ் சிரிச்சிய" என்றாராம். அதில் ஒருவர் "இப்புடித்தாஞ் சாப்புடுகிறதோ" என்றார். இவர், "இப்படி பந்திக்கு முந்து படைக்குப் பிந்து என்று சாப்புடாம, வேறே எப்புடிச் சாப்புடணும்" என்றாராம். அவர், "உம்மச் செயிக்க ஒருவராலும் முடியாது" என்றாராம். இவர், "ஓங்களப் போல ஒருத்தருக்க மொகத்த ஒருத்த பார்த்துக்கிட்டே இருந்தா, சோறு எப்புடி வயத்துக்க போகும்" என்று அவர்களைப் பரிகாசம் பண்ணினார்.

ஒருநாள் இவர் சின்னையாக்கண்ணு நாடான் வீட்டுத் திண்ணையில் இருந்து பேசிக்கொண்டிருந்தார். அடுத்த வீட்டு அம்மாமார்களும், சின்னையாக்கண்ணு நாடான் பொண்டாட்டியும், எல்லாரும் சேர்ந்து இவரிடம் கதை பேசிக் கொண்டிருக்கும்போது, அம்மங்கொண்டாடியார் சின்னையாக்கண்ணு நாடான் பொண்டாட்டியைப் பார்த்து, "ஏ மாஞ்சாங்குடியிருப்பு நாடாச்சி, செத்தோல வார்ப்புக் கருப்பட்டி எடுத்துட்டு வா" என்றார்.

அந்த அம்மா கிளு கிளா இருந்த பானைக் கருப்பட்டியை ஒரு பனங்காய் நெட்டுலயாவது வச்சி கொண்டு வராமல், கையில் எடுத்துக்கொண்டு வந்து வச்சிக்கிட்டு, அவர் மச்சான் என்ற முறை உள்ளவர் என்று நினைக்காமல், "ஓய் கையப் புடியும்" என்று சொன்னார்களாம். இவர் பேசாமல் இருந்துகொண்டார். அவள் திரும்பவும், "கையப் புடியும் ஓய்" என்றாள்.

இவர், "எம்மா, நான் ஓங் கைய்யப் புடிச்சா சின்னையாக் கண்ணு என்ன உடுவானா" என்றார். அந்த அம்மா திரும்பவும், "ஓய் பரியாசமா பண்ணுறீரு ஓய். வேணுமுண்ணா கைய்யப் புடியும்" என்றாள். இவர் சிரித்துக்கொண்டே, "நீ எனக்கு வேண்டாம், நான் ஓங் கைய்ய புடிச்சா சின்னையாக்கண்ணு சண்டய்க்கு வருவான்" என்று கொழுந்தியாரென்ற முறையில் கேலி பண்ணினார். பக்கத்திலிருந்தவர்கள், "நீ அவரைக் கய்யப் புடிச்சச் சொன்னா அவரு எப்படி புடிப்பாரு? ஒரு ஏனத்தில் வச்சிக் குடு" என்றார்கள். அந்த அம்மா வெக்கப்பட்டுப் போனார்கள். கேலி பண்ணுபவரைத் தக்க முறையில் கேலி பண்ணியும், ஆபத்து வேளையில் உதவி செய்கிறவர்களுக்கு

நல்லமுறையில் உதவி செய்தும், பெருமையோடும் வாழ்ந்து வந்தார்.

இம்முறையில் வாழ்க்கை நடத்தி வருகிற காலத்தில், பிள்ளை களும் வளர்ந்து பள்ளியில் படிக்கும் பருவம் வந்தது. இந்த அடைப்பு விளையில் முன்பக்கம் இப்போது ரோடாக இருக்கிறது. முன்னால் ஆழமான கிடங்கு இடுவையால் மாம்புக் கள்ளியும் பாம்புக் கூட்டமுமாய் இருந்த இடத்தில் திண்ணைப் பள்ளிக்கூடம் வைத்து, சொத்தவிளையிலிருந்து ஒருவர் இங்கே வந்திருப்பது, இவர்கள் வீட்டிலயே சாப்பிட்டுக்கொண்டும், பிள்ளைகளுக்குப் படிச்சிக் கொடுத்துவந்தார், அந்தப் பள்ளிக் கூடத்தில் இவர்களும் மற்ற பிள்ளைகளும் படித்துவந்தார்கள்.

இந்தச் சமயம் ஆங்கிலேயரின் ஆட்சிக்காலம் வந்தபிறகு, பள்ளிக்கூடங்களும் படிப்பும் வளரத் துடங்கியது. இவர்கள் தங்கள் பிள்ளைகள் நாலு பேரையும் நாகர்கோவிலில் படிக்க வைத்தார்கள். அந்தச் சமயம் ஏழாம் வகுப்பு படித்தால் சர்க்கார் வேலை பார்க்கலாம். ஒன்பது படித்துவிட்டால் இந்தக் காலத்து பி.ஏ. படிப்புக்கு சரியான* வேலை கிடைக்கும் என்றிருந்தது. இவர்கள் நாலு பேரும் ஏழாவது வகுப்பு வரை படித்தார்கள். இங்கிருந்து நாகர்கோவில் வரையும் நடந்துபோய் படித்து வந்தார்கள். சாமி வீட்டுப் பிள்ளைகளும் சேர்ந்து படித்ததாகச் சொல்லுவார்கள்.

இவர்கள் ஏழாவது வகுப்பு படித்து முடித்து, தகப்பனாரின் காலத்துக்குப் பிறகு இவருடைய இளைய மகன் மேலும் படிக்க விரும்பினார். அப்போது எப்பே பீ.ஏ. என்ற படிப்பும், அதற்குப் பள்ளிக்கூடங்களும் வளரத் தலைப்பட்டன. இவர் எப்பே என்ற வகுப்பில் படித்து ஒரு பாடம் பெயிலாகி, படிப்பைக் குப்பையிலே போட்டுவிட்டு சர்க்கார் வேலை பார்க்க விரும்பினார்கள்.

இவர்கள் ஏழாவது வகுப்பு படித்து முடித்தபிறகும், முன்னாலேயும், தகப்பனாரோடு சேர்ந்து அம்மங்கோவில் பூசைகளும் செய்துவந்தார்கள். அம்மங்கொண்டாடியாரின் இளைய மகனுக்குச் சிறு பிராயத்தில் கால் குற்றப்பட்டு, நடக்க முடியாமல் தவழ்ந்து, ஏட்டை வாயில் கடித்துப் பிடித்துக் கொண்டுபோய் சொத்தவிளை வாத்தியாரிடம் படித்து வந்ததாகவும், பிறகு வளர வளரக் கால் ஊன்றி, அதற்குப் பிறகு நடந்து போவதற்குத் திருந்தியதாகச் சொல்லுவார்கள். படிப்பு முடிந்து கோவில் காரியங்களைப் பார்த்துக்கொண்டிருந்தார்கள்.

---

* சரியான – நிகரான

கவலை

அம்மங்கொண்டாடியாருடைய கூடப்பிறந்த சகோதரி ரெண்டு பேரிலும் மூத்தவளை முகிலன்விளையில் கலியாணம் செய்து கொடுத்து, அவளுக்கு ஒரு பெண்பிள்ளை பிறந்தது. அந்தப் பிள்ளைக்கு வலது கையும் காலும் பாலவாதத்தினால் குற்றப்பட்டு வளர்ந்து வந்தது. சிறுபிராயத்தில் தாயும் தகப்பனும் இறந்தார்கள். அந்தப் பிள்ளையை மாமன்மாராகிய இவர்கள் வளர்த்துவந்தார்கள். அந்த அம்மாளுக்கு வலிய நீலி என்று பெயர்.

வளர்ந்து பருவமடைந்த பிறகு தர்மபுரத்துப் பெரியவன் வழியில் உள்ள ஒருவருக்குக் கெட்டிக்குடுத்து, நாலைந்து வருசத்துக்குள் அவர் இறந்தார். இவளுக்குப் பிள்ளையும் இல்லை. திரும்ப மாமனார் வீட்டிற்கு வந்துவிட்டார். அவள் கதை முடிந்தது.

இளையவளைப் பூமாத்தியன்விளை மூத்த வைத்திய னாருக்குக் கொடுத்து, அவளுக்கு ஒரு மகளும் ஒரு மகனும் பிறந்தது. அந்த அம்மா இறந்தார்கள். பின்பு அந்த அம்மாவின் மகள் ஸ்ரீராம லெச்சுமி என்ற பெயரோடு வளர்ந்து பருவமடைந்து இருந்தாள். அவள் தம்பி பெயர் அருமைத் தங்கம். தகப்பனார் இரண்டாவது கலியாணம் செய்தபின், இவர்கள் கஷ்ட நிலையில் தகப்பன் வீட்டில் இருந்த சமயம், அக்காளும் தம்பியும் தனியாகப் பொங்கிக்கிட்டு இருந்தார்கள்.

இவர்கள் இப்படி இருக்கிற சமயம், அம்மங்கொண்டாடியார் தன் மூத்த மகனுக்குக் கலியாணம் செய்யவேண்டும் என்று நினைத்து, பூமாத்தவிளைக்குப் போய், தன் மைத்துனரான ராமையா என்று சொல்லுகிற மூத்த வைத்தியனாரிடம் போய் தன்னுடைய தங்கை மகளை அவர் மகனுக்குக் கொடுக்கும்படி கேட்டார். அவரும் சம்மதித்தார். இருவருக்கும் சம்மதம் ஆனதும் பரிசப்பணம் கொடுத்து கலியாணத்துக்கு நாள் குறித்ததும், பெண்ணுக்குக் காதுக்கு ரெண்டு உருப்படியும் மேல் காதுக்கு தேர் வாழி மே முருகும் போட்டுக்கொடுத்தார்.

அந்த அத்தை மகளான உத்தமியை மாமன் மகனான தன் மகனுக்கு முறைப்பெண்ணாக எடுத்தார்.

தனது மூத்த சகோதரி மகளான முகிலன்விளை நாடாச்சி என்பவள் சாமி வீட்டு நாடான்மார்களின் தாயார் இறந்த பிறகு வீட்டுக் காரியங்களைக் கவனிக்கத் தகுதியான ஆள்களில்லாத தினால், இந்த முகிலன்விளை நாடாச்சி சாமி வீட்டில் போயிருந்து எல்லாக் காரியங்களையும் நடத்திக்கொண்டிருந்தார்கள். சாமி வீட்டுக்காரர்கள் மூன்று பேருக்கும் கலியாணம் ஆகிறவரையும் அங்கேயே இருந்தார்கள். இந்த மூன்று பேரையும் முகிலன்விளை

நாடாச்சி மூத்த நாடான் தங்கையா சின்ன நாடான் என்று சொல்லுவார்கள்.

அம்மங்கொண்டாடியாரின் பிள்ளைகளும் அவர் தம்பி பிள்ளைகளும் அம்மன் கோவில் காரியங்களை நடத்திக் கொண்டிருக்கிற சமயம் அவர் தம்பி காலமானார்.

சில வருசங்கள் கழிந்தபிறகு ஒரு அம்மங்கொடையன்று பகலில் உடல்நலக்குறைவால் இறந்தார். செவ்வாய்க்கிழமை ராத்திரி அம்மங்கொடை ஆரம்பித்து வில்லுபூட்டி முதல் பூசை கழிந்தது. மறுநாள் புதன்கிழமை மத்தியானம் வாகனம் எடுத்துப் பூசை முடிக்கும் முன்னாலே, இவருக்கு ஆயாசக் கேடாயிருந்ததும், பிள்ளைகள் இருவரும் கோவிலை விட்டு வீட்டுக்கு வந்துவிட்டார்கள்.

வந்ததும் மத்தியானப் பூசை ஆரம்பிக்கும் நேரத்தில், அம்மங்கொண்டாடியார் என்று பெயர்பெற்ற பெரியவரின் உயிர் உடலை விட்டுப் பிரிந்து தெய்வத்தோடு கலந்து தெய்வீகமாய் விளங்கினார்.

செய்ய வேண்டிய சடங்கு முறைகளைச் செய்து முடித்தார்கள். அம்மங்கொடை முடக்கமானது. சாமி வீட்டுக் காரர்களும் அவர் சொக்காறன்மார்கள் எல்லாருங் கூடி சண்டை ஆரம்பித்தார்கள்.

"அம்மங்கொண்டாடியாருக்கு சீவம் போயிட்டு, அவருடைய மூத்த மகன் நாடான்தானே எல்லாச் சடங்கும் செய்யட்டும், எளயவனை அம்மங்கோவிலில் மதியம் வாகனம் எடுத்துப் பூசை முடிந்தபிறகு போகச்சொன்னோமே. ஒருத்தர் சொல்லையும் கேக்காம பூசையை முடக்கப் போட்டுக்கிட்டுப் போயிட்டானே. அம்மங்கொட மொடங்கிப் போச்சே" என்று இவர்கள் கோவில் பூசை எங்களுக்கு வேண்டாமென்று விட்டு விட்டு விலகினார்கள்.

அதன் பிறகு பறக்கையிலிருந்து குருக்கள் பண்டார இனத்தைச் சேர்ந்த மாலைகெட்டியார் என்பவரைக் கோயில் பூசை செய்ய ஏற்படுத்தினார்கள். நாலைந்து வருசங் கழிந்ததும் ஊர் குழப்பம் தீராமல், சண்டையும் சச்சரவு வந்து அம்மங்கொடை இல்லாமல் முடங்கிக்கிடந்தது.

நானும் போனேன், நாதியத்துப் பேயும் போச்சு என்றது போல, அம்மங்கொண்டாடியாரும் போனார். அம்மங்கொடையும் நடத்தாமல் போனார்கள்.

இந்தச் சம்பவங்களுக்கு முன்னும் பின்னுமாகக் கந்தசாமியின் அண்ணன் அழகு நீலனுக்கு பேயோட்டு குருக்கள் அய்யா குடும்பத்திலிருந்து கலியாணம் செய்து, கொஞ்ச நாளையில் ஒரு ஆண் குழந்தை பிறந்தது. குழந்தை பிறந்த நாலைந்து மாதத்துக்குள்ளாக அவரும் இறந்தார்.

கல்லைக் கழுவினவன்* கரையேறமாட்டான் என்பது போலாச்சுது.

முகிலன்விளை நாடாச்சி சாமி வீட்டில் இருந்தார்கள்.

அம்மங்கொண்டாடியாரின் மக்கள் இருவருக்கும் அரசாங்கத்திலிருந்து உபாத்தியாயர் வேலை கிடைத்தது. ரெண்டு பேரும் செங்கோட்டை என்னும் இடத்திற்குப் போய் அங்கேயே தங்கி வேலை பார்த்துக்கொண்டிருந்தார்கள்.

முகிலன்விளை நாடாச்சி சாமி வீட்டில் உள்ள காரியங்களை நடத்திக்கொண்டிருக்கும்போது. மூத்த நாடான் என்பவருக்கு ஈத்தாமொழியிலிருந்து தன் தாய் மாமன் மகளைக் கலியாணம் செய்தார்கள். நடுவு நாடான் என்கிற தங்கையாவுக்கு முகிலன்விளை சிறீபத்மநாப குட்டி நாடான் என்பவரின் மகளை எடுத்தார்கள். இளைய சின்னாநாடானுக்கு முகிலன்விளை பொன்னையா என்பவரின் மகளையும் கலியாணம் செய்து தனித்தனியாய்க் குடும்பம் நடத்திவந்தார்கள்.

அதில் மூத்தவருக்குப் போனதுபோக ஒரு ஆணும் ஒரு பெண்ணும் இருந்தனர். அவருடைய மனைவியாகிய ஈத்தாமொழி நாடாச்சி இறந்துபோனார்கள்.

இரண்டாவது தாரமாகப் பணகுடியிலிருந்து கலியாணம் செய்து, அவர்கள் ஒரு பிள்ளை பெத்து செத்துப் போனது. பிறகு பிள்ளைகளில்லை. செல்வச்செருக்கினால் கர்வம் அடைந்து கொண்டிருந்தார்கள்.

இப்படி இவர்கள் தனியாகப் பிரிந்த பின்பு, இந்த முகிலன்விளை நாடாச்சி முகிலன்விளையில் தனக்கு ஒரு சொந்த வீடு கட்டி, அதில் இருந்து சீட்டு வைத்து நடத்திக்கொண்டு அதிலுள்ள லாபங்களை பலிசைக்குக் கொடுத்தும், பணத்தைச் சேர்க்கத் துடங்கிக்கொண்டும், பொட்டலிலும் முகிலன்விளையிலுமாய் இருந்துவந்தார்கள்.

இந்தச் சமயம் குஞ்சன்விளை நாடாச்சியும் வடலிவிளை நாடாச்சியும் இறந்தார்கள்.

---

* கல்லைக் கழுவினவன் – சிலையைக் கழுவிப் பூசை செய்பவன்

கந்தசாமி திருவனந்தபுரத்தில் கிளார்க்கு வேலையில் இருந்து பிறகு, வேலை கஷ்டமென்று வேலையை விட்டுவிட்டு வீட்டில் வந்து, கல்லுப்படி வீட்டு வெளித்திண்ணையில் தாயம் போட்டுப் பொழுது போக்கிக்கொண்டிருந்தார்.

செங்கோட்டையில் வேலை பார்த்துக்கொண்டிருந்தவர்கள் ரெண்டு பேருக்கும் அங்கே வேலை மாற்றமாகி இங்கு வந்து, மூத்தவர் பறக்கையிலும் இளையவர் நுள்ளிவிளை, கண்டம்விளை என்றெல்லாம் கொஞ்சநாள் வேலையிலிருந்து, கொட்டாரத்துக்கு வந்து வேலை பார்த்துக்கொண்டிருந்தார்.

முகிலன் விளை நாடாச்சி கந்தசாமிக்குச் சோறு பொங்கிக் கொடுத்துக்கொண்டு, வேலைக்காகத் தாயில்லாத அனாதையான ஒரு பிள்ளையைத் துணைக்குவைத்து, கந்தசாமிக்குச் சோறு பொங்கி வைத்துவிட்டு சாமி வீட்டில் போய் இருந்தும் முகிலன்விளைக்குச் சீட்டுப்பணப் பிரிவுக்குப் போயும் சீட்டுகளை நடத்திக்கொண்டும் கிடைக்கிற லாபங்களில் மாமன் மக்களுக்கும் கொடுத்தும் உதவி செய்துவந்தார்கள்.

ஒருசமயம் நடுவுநாடான் என்பவர் இவர்கள் செங்கோட்டையி லிருந்து வந்தவுடன், இவர்களுடைய தகப்பனார் கடனாக வாங்கி யிருந்த ரூபாயைத் தரும்படி கேட்டார். இவர்கள் கொடுத்து விட்டார்கள்.

கந்தசாமியின் தகப்பனார் வாங்கியிருந்த ரூபாயைக் கந்தசாமி கொடுக்கமுடியாமல் இருந்தார். நடுவு நாடன் கந்தசாமியை அவருடைய வீட்டுக்கு வரச்சொன்னார். இவரும் போனார். எனக்கு நீ தரவேண்டிய பணத்தைத் தராமல் உன்னை வெளியே விடமாட்டேன் என்று இருத்திக்கொண்டார்.

கந்தசாமி பணத்தைக் கொடுக்கவும் முடியாமல், வெளியில் வரவும் முடியாமல் திணறிக்கொண்டு இருந்தார். இவருக்கு அத்தை மகளாகிய முகிலன்விளை நாடாச்சி முகிலன்விளையில் இருந்தவள் இந்தச் செய்தி அறிந்து பொட்டலுக்கு வந்து, சாமி வீட்டுக்குப் போய், எல்லா விஷயங்களையும் விபரமாய் அறிந்து கொண்டு நடுவுநாடான் என்பவரிடம் போய், ஏ தங்கையா நீ எனக்குத் தரவேண்டிய பணத்திலிருந்து கந்தசாமி உனக்குத் தரவேண்டிய பணத்தை எடுத்துக்கிட்டு கந்தசாமியை வெளியே விடு என்றார்கள். தங்கையா என்பவர் அதற்குச் சம்மதிக்காமல் வழக்குப் பேசினார். உங்களுக்கு நான் தரவேண்டிய பணத்தை எனக்கு அவன் தரவேண்டிய பணத்துக்காக நான் எடுக்க மாட்டேன். அவன் தகப்பன் வாங்கிய கடனை அவன்தான் தரணும் என்று வழக்குப் பேசினார்.

கவலை

முகிலன்விளை நாடாச்சி, “என் பணமும் என் மாமன் பணமும் ஒண்ணுதான். நீ எங்கள வேறாகப் பிரிச்சிப் பேசாதே. யாம் பணத்த எடுத்துக்கோ, யாம் மாமன் மொவன வெளியே உடு” என்று சண்டை போட்டுக் கந்தசாமியைக் கூட்டிக்கொண்டு வந்ததாகவும், அதிலிருந்தே இவர்களுக்குள் சாமி வீட்டுத் தங்கையாவுக்கும் இவர்களுக்கும் பகை வளர்ந்ததாகவும் கதை சொல்லுவார்கள்.

அம்மன் கோவிலில் அம்மங்கொடை நடத்தாமல் முடங்கிக் கிடந்ததனால், ஊர்க் குழப்பங்களும் மேல்மேலும் வளர்ந்து கொண்டே வந்தது. திரும்பவும் அம்மங்கொடை நடத்த ஆரம்பித்தார்கள்.

ஏகாம்பரமும் இவர்களும் இன்னும் சிலரும் கிடாய் வெட்டக்கூடாது என்றார்கள்.

சாமி வீட்டுக்காரர்களும் ஊர்க்காரர்களும் முற்காலத்தில் நடத்திவந்தது போலவே, கிடாய் வெட்டித்தான் நடத்தணும் என்றார்கள்.

மூத்தநாடான் என்பவர், “நாலஞ்சி பயக்க படிச்சிக்கிட்டோம் எண்ணு துள்ளூறானுவ, நான் கிடாய் வெட்டித்தான் கொட நடத்துவேன்” என்றார்.

கிடாய் வெட்டக்கூடாது என்ற பார்ட்டியிலுள்ளவர்கள் புதன்கிழமை மத்தியானம் வாகனம் எடுத்து இறக்கிய பிறகு தெருவில் வைத்து இவர்கள் செலவில் கஞ்சி வச்சி, ஏழைகளுக்குத் தருமம் செய்யவேணும் என்று கஞ்சித் தருமம் ஊத்தினார்கள்.

அவர்கள் கிடாவெட்டிக் கொடுத்துக் கொடை நடத்தினார்கள். இப்படி நாலைந்து தடவை அம்மங்கொடை நடந்தது. பிறகு நடத்தாமலே குழப்பம் ஏற்பட்டது.

அவர்கள் சொக்காரன்மார்களுக்குள்ளேயே வழக்குகள் ஏற்பட்டு, அம்மன் கொடை நடத்தாமலும், நடத்த வேண்டாம் என்றும் முடிவு பண்ணினார்கள்.

இந்தக் குழப்பங்கள் உண்டாவதற்கு முன்னாலே, பொட்டல்விளை நாடான் என்பவர் ஊர் முதலாளியாக இருந்தவரை மாற்றிவிட்டு, மூத்த நாடான் என்பவர் ஊர் முதலாளியாக வந்த பின்பு அம்மங்கொடை நிறுத்தமும் வந்தது.

23

ஊர்க் குழப்பங்கள் இப்படியாக முன்னும் பின்னுமாய் நடந்துகொண்டிருக்கிற சமயத்தில், நடுவுநாடான் கந்தசாமியைப் பிடித்து வீட்டுக்குள் அடைத்து வைத்தும், முகிலன்விளை நாடாச்சி, தான் தேடிய தோட்டத்திலிருந்து பணத்தைக் கொடுத்துத் திருப்பிக்கொண்டு வந்தும், அந்தக் கந்தசாமிக்கு சோறு பொங்கிக் கொடுத்துக் கொண்டிருப்பதனால், அதற்கு வேண்டிய செலவுகளில் கட்டப்பட்டதைத் தான் போட்டு நடத்திக்கொண்டும் வந்தார்கள்.

இதற்கு முன்னாலே மூத்த மாமனின் இளைய மகன் காலேஜில் எப்பே என்கிற வகுப்பில் படிக்கும் போது, ராமன்புதூரில் வீடு வாடகைக்கு எடுத்து, இவர் அங்கே போயிருந்து அவர்களுடைய சொந்தச் செலவில் சமையல் செய்துகொடுத்தும் வந்தார்கள்.

அக்காள் மகளாகிற இந்த முகிலன்விளை நாடாச்சி மாமன் மக்களுக்கு இப்படி உதவி செய்து வரும் சமயம், தங்கச்சி மகளாகிய பூமாத்தியன்விளை நடாச்சி என்பவள் தன் செலவுக்கே காணாத குறைவா சொத்துகளிலிருந்து வருகிற வருமானங்களையும், ரெண்டுபேருடைய சம்பளத்திலிருந்து வருகிற மிச்சமீதிகளில் இவள் கையில் கிடைக்கிறதையும் சேர்த்துவைத்துக்கொண்டிருந்தாள்.

இந்தப் பூமாத்திவிளை நாடாச்சிக்குப் பல வருசங்களாகப் பிள்ளைகள் இல்லாமல் இருக்கிறதினாலும், தன்னுடைய தம்பி அருமைத்தங்கம் வறுமையால் வாடுகிறவனாக இருக்கிறதினாலும், இவள் தேட்டை எல்லாம் தம்பிக்கே கொடுத்து தம்பியை ஆளாக்கிவிடவும் நினைத்து, இவள் கையில் கிடைக்கிற காசுகளை எல்லாம் தம்பிக்குக் கொடுக்கத் துணிந்துவிட்டாள்.

சக்கை, மாங்காய், கொல்லாங்கொட்டை* நெல்லு, அரிசியும், இவர்கள் சம்பளம் வாங்கிச் செய்துவிட்டு, மிச்சமீதி ஏதாவது வீட்டில் வைத்திருந்தால் அதை அவர்களைக் காணாமல் எடுத்து விடுவாள். காணவில்லையே என்று கேட்டால் நானுங் காணவில்லை, யார் எடுத்தார்களோ, எனக்குத் தெரியாது என்று சொல்லிவிடுவாள். சில சமயங்களில் முகிலன்விளைக்காரி எடுத்திருப்பாளென்றும், கந்தசாமியிடம் கேட்டுப்பாரும் என்றும் வீண்பழி சுமத்துவாள்.

அதனாலே அக்காளுக்கும் தங்கச்சிக்கும் சண்டை உண்டாவதும், ஒருவருக்கொருவர் பேச்சு வார்த்தையில்லாமலும் ஆனது. என்ன சண்டை போட்டாலும் எவ்வளவு ஏச்சிப் போட்டாலும், பூமாத்திவிளைக்காரி களவு செய்கிறதும், சாமான்களை ஒதுக்கி வாரத்துக்கு ஒரு பெட்டிச் சாமான்களும் ரூபாயும் தம் வீட்டுக்குக் கொண்டுபோவதை நிறுத்தவில்லை. (வாயால் வருகிற சீதேவியைக் காலால் உதைத்துத் தள்ளுவது போல தள்ளிக்கொண்டே இருந்தாள்). இதனால் வீட்டில் ஓயாத சண்டையும் நடந்துகொண்டே இருந்தது.

வீட்டில் இருந்து இரண்டு நாள் சமையல் செய்வாள். சமையலுக்கு வேண்டிய அரிசி, கறிச்சாமான்களைக் கூடுதலாக வாங்கிப்போட்டால், அடுத்தநாள் இருபங்குச் சாமான்களும் அரிசியும், பத்து ரூபாயாவது காணாமல் எடுத்துக்கொண்டு தம்பி வீட்டுக்குக் கொண்டுகுடுத்துவிட்டு, ரெண்டு மூன்று நாள் கழித்தபிறகு வருவாள்.

மூத்தவராகிய அண்ணன் சோறு, கறி எல்லாம் பொங்கி இளையவராகிய தம்பிக்கும் கொடுத்து, தானும் சாப்பிட்டுக் கொண்டு பள்ளிக்கூடத்துக்குப் போவார்கள். இப்படி இவள் நடத்துவதைப் பார்த்து, முகிலன்விளை நாடாச்சியும் கந்தசாமியும் அவர்களைச் சேர்ந்தவர்களும் இளையவரைக் கலியாணம் செய்யச் சொல்லிக் கட்டாயப்படுத்தினார்கள். அவர் சம்மதித்தாலும் சம்மதிக்காவிட்டாலும் சரி, நம்ம ஒரு சம்மந்தத்தை பார்த்துப் பேசி முடிவுசெய்தால் சம்மதிப்பார் என்று எல்லாரும் கூடி ஆலோசனை பண்ணிக்கொண்டு பெண் பார்க்கத் துடங்கினார்கள்.

இளையவருக்குக் கலியாணம் செய்யவேண்டும் என்ற பேச்சு வந்தது பூமாத்திவிளை நாடாச்சிக்கு நெஞ்சில் கல்லைத் தூக்கிப்போட்டது போல வேதனை உண்டானது.

நமக்குப் பிள்ளையில்லை. இவ்வளவு நாளும் நம்ம மனம்போல நடத்திக்கொண்டிருந்தோமே. எனி இன்னொருத்தி

---

* கொல்லாங் கொட்டை – முந்திரிக்கொட்டை

வந்தால் நம்ம நேட்டத்துக்கு* இடைஞ்சல் வருமே என்றும், இதற்கு என்ன செய்வது என்றும் ஆலோசனை பண்ணிக்கொண்டு, தம்பி வீட்டுக்குப்போய் அவனோடும் கலந்து, நமக்குப் பிடித்தமான இடங்களில் சம்மந்தங்கள் உண்டுமானால் பார்க்கலாம் என்று நினைத்து பூமாத்தியன்விளைக்கு வந்தாள்.

தம்பிக்கு உடனே வள்ளியாவிளை மச்சினன் சம்மந்தங்கள் வந்தா பார்த்துக்கொள்ளச் சொன்னது நினைவுக்கு வந்தது.

அக்காளைப் பார்த்து, "நம்ம வள்ளியா எளய மச்சினன் சம்மந்தங்கள் வந்தா பார்த்துக்க எண்ணு முன்னாலே சொல்லி இருந்தார். அதுனால நீ தானே போய் கேட்டுப்பாரு." என்று சொன்னார்.

அவள் வந்து என் தகப்பனாரை, மாம்சத்தைக் காட்டிப் புலியைக் கூட்டுக்குள்ளே தள்ளுவது போல, பணத்தைக் காட்டி அவள் இருதயமாகிய கூண்டுக்குள் அடைத்துவிட்டாள்.

நான் இந்தக் குடும்பத்திலுள்ள பல காகங்களுக்கிடையில் வந்து அகப்பட்ட ஒரு அன்னம் போலவும், ஓநாய் கூட்டத்துக்குள்ளே வந்து சேர்ந்த ஆட்டுக்குட்டி போலவும் வந்துசேர்ந்தேன். என்னுடைய நடைமுறைகளெல்லாம் இவர்களுடைய இருதயத்துக்குள் பொறாமை என்னும் ஆமையாக நுழைந்து நாளுக்கு நாள் என்னைத் துன்புறுத்தத் தலைப்பட்டார்கள். விதியின் செயல்.

புதுப்பெண்ணைப் பார்க்க வருபவர், கலியாணத்துக்கு வந்த விருந்துக்காரப் பெண்களெல்லாம் சுற்றிஇருந்தார்கள். பேயோட்டு நாடாச்சிமாரும், வண்ணான்விளை தங்கக்கண்ணு நாடானுடைய அம்மையும் அக்காமாரும் சேர்ந்து பேச்சு ஆரம்பித்தார்கள்.

"நீ சின்னப்புள்ளயா இருக்கச்சிலே ஒங்க அம்ம செத்துப் போனாவுளொ. அம்மா" என்றாள் ஒருத்தி. "பொம்பளப்புள்ளைக்கு தாயிருந்து நடத்துயது போல இருக்குமா" என்பாள் ஒருத்தி.

"புள்ள மட்டும் அழவோல இருக்குவு" என்பாள் ஒருத்தி. "கலியாணம் வாண்டாம் எண்ணித் திரிஞ்ச என் மாமன் மொவனுக்கு ஈத்தாமொழி நாடாங்குடும்பத்தில் இருந்து ஒரு பொண்ணாவது வந்து கெடச்சில்லியா, சொத்து வஸ்த்தெல்லாங் கடவுளு குடுப்பாரு" என்பாள் ஒருத்தி.

* நேட்டம் – சம்பாத்தியம்

“எழுந்திரம்மா, வெத்தில திம்பியாம்மா, எடுத்துத் தின்னும்மா” என்று எடுத்துத் தந்தாள் ஒருத்தி. இப்படி வந்தவர்களெல்லாம் பேசிப்பேசி நேரம் போக்கிக்கொண்டிருந்தார்கள்.

பூமாத்தியன்விளை நாடாச்சி ஒரு வட்டில் நெறைய சோறைக் கொண்டு வைத்துவிட்டு, “சோத்த எடுத்துத் தின்னம்மா” என்று சொல்லிவிட்டுப் போனாள்.

கொஞ்சநேரங்கழிச்சி வந்து, “அய்யே சோறு அந்தால இல்ல இருக்கு” வேற ஊடு எண்ணியா திங்காம வச்சிட்டா” என்று சொல்லிக்கிட்டு எடுத்துக்கொண்டு போனாள்.

முகிலன்விளை நாடாச்சி ஒரு தலையணை கொண்டுவந்து வச்சிக்கிட்டு, “ஈத்தாமொழி நாடாச்சி, ஒனக்க அத்தான்* இந்தத் தலவாணியை தலைக்க வச்சக்கிடச் சொல்லித் தந்தான்” என்று சொல்லி, தலைக்கு உயரமாக வைத்தார்கள்.

கலியாணத்துக்கு வந்த விருந்துக்காரர்களும் அவரவர் வீட்டுக்குப் புறப்பட்டார்கள். கும்புட்டுக் கெட்டி என்று நாலு சக்கரம், ஏழு சக்கரம், சிலர் ஒரு ரூபாய் என்று தந்தார்கள். முகிலன்விளை நாடாச்சி ஐந்து ரூபாய் தந்தார்கள். இப்படித் தந்துவிட்டு வீட்டுக்குப் போனார்கள்.

மூன்றாவது நாளாச்சு. “இண்ணைக்கி பணகுடி நாடாச்சி பாக்க வாறாளாம்” அவா வந்தா ஒங்கிட்ட நல்லாப் பழக்கங் கேப்பா. நீ அதிசயமா பேசப்புடாதுண்ணு ஒனக்க அத்தான் சொல்லச் சொன்னான். நீ அவா பழக்கங் கேட்டா அதிசயமா பேசாம இப்ப இருக்கது போல இருந்துக்க” என்றார்கள்.

மதியந் திரும்பி மூணுமணிக்குப் போல ஒரு கூட்டம் ஆளுகள் வந்தார்கள். பணகுடி நாடாச்சி, மாஞ்சாங்குடியிருப்பு நாடாச்சி, அளத்தங்கர நாடாச்சி, கலசரங் குடியிருப்பு நாடாச்சி மாருகளெல்லாம் வந்து சுற்றி உக்கார்ந்தார்கள். பணகுடி நாடாச்சி மொகத்தையும் ஒடம்பையும் பார்த்துக்கிட்டு “சின்னப் புள்ளயாத்தானெ இருக்கு. சாட எல்லாம் நம்ம தங்கத்தப் போலதானே இருக்கு. நெறந் தங்கத்தோட கொஞ்சங் கூடுதலா இருக்கு” என்றார்கள்.

அளத்தங்கர நாடாச்சியப் பார்த்து சிரிச்சிக்கிட்டே, “ஆமா. நீங்க ரெண்டுபேரும் மாறி மாறி மாமியாராச்சே” என்றார்கள். எல்லாங்கூடி ஒரே கூட்டமாகச் சிரிச்சிக் கும்மாளம் போட்டுக் கிட்டு, “இங்க உள்ளவங்க எனக்கு மாமன்மாரு. எங்க வீட்டுக்கார

* அத்தான் – கணவரின் அண்ணன்

எல்லாரும் இந்த ஈத்தாமொழி நாடாச்சிக்கி மாமன்மாராச்சே” என்றதும் முகிலமௌ நாடாச்சி “ஏ பணகுடி நாடாச்சி, ஒங்களுக்கு ஈத்தாமொழிக்காரருக்குமுள்ள மொறயில, ஒன்ன மாமியாருண்ணிதானே இவா சொல்லுவா” என்று சொன்னதும், உடனே அவங்க, “அதெப்புடி, எனக்கு இங்க உள்ளவிய எங்க அம்ம வழி மாமன்மாரில்லியா. நான் சின்ன புள்ளயிலேயே மாமன்மார் எண்ணுதானே சொல்லுவேன். இப்பமும் எனக்கு மாமன்மாருதானெ” என்றார்கள்.

“அப்படியெண்ணாலும் ஒங்களோடயும் இந்த ஈத்தாமொழி நாடாச்சி வயசு கொறஞ்சவதானெ. அதனால நீங்க ஈத்தாமொழி மொறயிலதானே மருமொவாண்ணு தாஞ் சொல்லணும்” என்று ஒருவருக்கொருவர் சொல்லிச் சிரிச்சு நேரம் போக்கினார்கள். ஆனால் அந்தப் பணகுடி நாடாச்சி அன்றிலிருந்து இன்று வரையும் அவர்களுக்குள்ள உரிமையை விடாமல், ஈத்தாமொழி நாடாச்சி வரப்பட்டதா. இருக்கப்புடாதா. இப்ப போணுமாக்கும் என்றுதான் பொதுவாகச் சொல்லுவார்கள். வா, போ என்று ஒரு நாளுஞ் சொன்னதில்லை.

இது ஆச்சர்யம் இல்லை. பூமாத்தியன்விளை நாடாச்சியின் புருசனாகிய எனது அத்தானும் ஒருநாளும் அவர் காலம் வரையிலும் வா, போ என்றவரில்லை. ஈத்தாமொழி நாடாச்சி, இதை செய்திரணும், அதை எடுத்திரணும், ஈத்தாமொழி நாடாச்சி இப்படிச் சொல்லியிருந்து என்றே சொல்லுவார்.

அளத்தங்கர நாடாச்சி, “புள்ளய்க்கி உருப்படி ஒண்ணும் கனமா போடயில்லியே” என்று கேட்டார்கள். “இனிச் செய்து குடுப்பாரு, நிச்சநெலச்ச வச்ச கலியாணமில்லியா” என்றார்கள் முகிலன்விளை நாடாச்சி.

“நல்ல சீலயளுங் கொண்டு வரயில்லியாக்கும்” என்றார்கள் கலயங்குடி நாடாச்சி. “இனி கூட்டிக்கிட்டுப் போயி குடுத்து விடுவாக” என்றாள் பூமாத்தியன்விளை நாடாச்சி.

பணகுடி நாடாச்சி, “என்னைய யாருண்ணு தெரியுமா” என்று என்னிடம் கேட்டார்கள். தெரியாதுண்ணு தலைய ஆட்டினேன். “நான் தூர உள்ளவாயில்ல. ஒங்க சொந்தக்காரி தானெ. பேசாம இருக்கதென்னத்துக்கு” என்று சொல்லி, கொஞ்ச நேரம் என்னவெல்லாமோ கேட்டார்கள்.

பூமாத்தியன்விளை நாடாச்சி, “காப்பி குடிக்க வாருங்க” என்று கூப்பிட்டாள். எல்லாருங் காப்பி குடிச்சி, வெத்தில போட்டு, வீட்டுக்குப் போனார்கள்.

நாலாவது நாள், இண்ணு நல்ல நாளு. மேல ஊட்டுக்கு* ஒரு சந்திச் சோலி பாக்கச் சொல்லி முகிலன்விளை அக்காளும் மூத்த அத்தானாரும் வந்து சொன்னார்கள்.

பேயோட்டு ஊரிலிருந்து கலியாணத்துக்கு வந்த கனகம் என்ற ஒரு பிள்ளையை வீட்டுக்குவிடாமல் இங்கேயே விட்டிருந்தார்கள். அந்தப் புள்ளை வந்து, "மாமீ எழுந்திருங்க. குளிச்சிக்கிட்டு மேலவீட்டுக்குச் சோறாக்கப் போணுமாம் வாருங்க" என்று கையப் புடிச்சி இழுத்துக்கொண்டு போய் குளிக்கிற இடத்தில் கொண்டுவிட்டாள். நானும் குளிச்சேன். குளிச்சி முடிச்சதும், அந்தப் புள்ள "மேல ஊட்டுக்குப் போவோம் வாருங்க" என்ற சொன்னது. நான் "அங்க ஆளு நெறய இருக்கு, வரமாட்டேன்" என்று சொன்னேன்.

கந்தசாமி, "ஏ அக்கா மணி பதினொண்ணாச்சி. ஓரிசந்திச் சோலி பார்க்கதுயாரு" என்று சத்தம்போட்டுச் சொன்னார். இந்தப் புள்ள போயி, "மாமா, மாமிய கூப்புட்டன். அவிய அங்க நெறய ஆளு இருக்கு. வரமாட்டென் எண்ணிக்கிட்டு இருக்காவ" என்று சொல்லுச்சி. அப்புடி வேற ஆளு ஒருத்தருமில்லியே எண்ணு சொல்லி ஒரே சிரிப்பாச் சிரிச்ச சத்தங் கேட்டுது. கொஞ்சங் கழிச்சி பூமாத்தியன்விளை நாடாச்சி வந்து, "நம்ம ஊட்டு ஆளுவதான இருக்காவ. வேற ஒருத்தரும் இல்ல. இவ்வியளும் இப்ப வெளியில போயாச்சி, நீ வா" என்று கூட்டிக்கிட்டுப் போனாள். அந்தப்புள்ளயும் நானும் சோறு கறி எல்லாம் வச்சு வேலைகளை முடிச்சோம்.

பூமாத்திவிளைக்காரி புருசனான பெரியவர் மேல வீட்டு சாமிக்குப் பூசை வச்ச சோறு கறி எல்லாம் எடுக்க வந்தாரு. நானும் வேற ஒரு இடத்தில் போயி நின்னேன். அந்தக் கனகம் என்ற புள்ளை, "அந்த மாமி மூத்த மாமனைக் கண்ட ஒடன நெல்லுக் குத்துப்புரைக்க போய் நிச்சியாவ" என்று சொல்லியிருக்கு. ஒடனே பூமாத்திவெளக்காரி வந்து, "அங்க ஒருத்தரும் இல்ல, வந்திரு" என்று சொன்னாள். அவள் கூட வந்தேன்.

முகிலன்விளை நாடாச்சி வந்து, "ஊட்டுக்கார ஆளுவளக் கண்டு இப்புடி ஒளிப்பாவுளாக்கும்" என்று சிரிச்சாள். கந்தசாமி துள்ளித் துள்ளிச் சிரிச்சிக்கிட்டு, பூமாத்திவிளைக்காரிகிட்ட வந்து, "இப்புடி பயறுறது என்னத்துக்கு? அங்க உள்ள ஆளுவ எல்லாம் இப்படி ஒளிச்சித்தான் இருக்குமோ" என்று சொன்னான். அவள், "அவிய ஆளுவ எல்லாம் இப்புடித்தான் யிருப்பாவ அப்பா. நீ ரெண்டு மூணு நாளைக்கி இந்தப் பக்கத்துக்கு அதியமா

---

* மேல ஊட்டுக்கு – மேற்கு அறையில் இருக்கும் நீல சுவாமிக்கு

வராத" என்று அவரைப் பரிகாசம் பண்ணினாள். அவர், "நான் வந்தால் ஆளு வெளியிலே வராதோ" என்றார்.

இப்படி இவர்களின் சம்பாஷணை முடிவதற்குள், சாமிக்குச் சோறு கறி எல்லாம் படைத்துப் பூசை முடித்து, திருநீறு வாங்கிக் கொண்டு வந்து தந்தாள். நானும் வாங்கினேன்.

கொஞ்ச நேரத்துக்குள்ளே 'சோறு போட்டுக் குடுக்க வா' என்று சொன்னாள். திரும்பவும் நேரமாகுது இல்லியா என்று சொல்ல, வா நானும் வாறேன் என்று சொல்லிக் கூட்டிக்கிட்டுப் போனாள். அங்கே ஒரு கோரம்பாயிலே மூணு சாமிமாரும் இருந்தாங்க. மூணு இலையும் முன்னுக்குப் போட்டு வச்சிருந்தது. சோத்த எலயில போட்டுக்குடு எண்ணு சொன்னாள். நீங்க போட்டுக்குடுங்க என்று சொல்லிவிட்டு, அங்குப் போகாமல் நின்னேன். அவள் சோறு இருந்த சருவத்தை எங்கையில தூக்கித் தந்து, "நானு இங்கதான நிச்சியேன், நீ சோத்தக் கொண்டு போ, நான் கறிய எடுத்துக்கிட்டு வாறேன்" என்று சொன்னாள். நான் சோத்துச் சருவத்தக் கையில வாங்கினேன். அவள் கறிய** எடுத்துக்கிட்டு வா என்று கூட்டிக்கிட்டுப் போனாள்.

நான் சோத்த எலயில வச்சேன். கறியத் தந்தாள். அதையும் வாங்கிவிட்டு கூட்டு எல்லாம் எடுத்து வச்சிக்கிட்டு இந்தப் பக்கம் வந்துட்டேன். மோரு ரசம் எல்லாம் அவர்களே உட்டு சாப்புட்டார்கள்.

அரனும், அரியும், பிரம்மாவும் போல மூன்றுபேரும் சாப்பிட்டுக்கொண்டிருக்கும் சமயம், கந்தசாமி வீட்டிலிருந்து முகிலன்விளை நாடாச்சி ஓடிவந்து பார்த்துக்கொண்டு நின்றார்கள்.

மும்மூர்த்திகளைப் போல மூவரும் சாப்பிட்டு எழுந்திருக்கும் நேரம், அந்த முகிலன்விளை நாடாச்சி, "ஏ சீனி, நீ தின்ன எலயில கொஞ்சம் போல சோறு வச்சிக்கிட்டு எழுந்திரு" என்று சத்தம் போட்டுச் சொன்னாள். அவள் போட்ட சத்தம் ரோட்டுக்கும் அந்தப் பக்கம் வரையும் கேட்டிருக்கும். இப்படித் திரும்பத்திரும்பச் சொன்னார்கள். நடுவு சாமி, "என்னத்துக்கு" என்றார்.

"ஈத்தாமொழி நாடாச்சிய அதுக்க கூடத்தானே சோறு போட்டு திங்கச் சொல்லணும்."

"எச்சில் சோறு தின்னக்கூடாது" என்றார் நடுவுசாமி.

"ஒனக்கு தெரியாதய்யா. எலயில மிச்சச் சோறு வச்சணும். அதுக்கக்கூட சோறு வச்சித்தான் அவ திங்கணும். பழய ஆளுவ

எல்லாரும் அப்படித்தானே வைப்பாவ" என்று திரும்பத் திரும்பச் சத்தம் போட்டுச் சொன்னார்கள்.

கந்தசாமி மேலத் தெருவெல்லாங் கேக்கும்படியாய்க் குனிந்தும் நிமிர்ந்தும் துள்ளித் துள்ளிச் சிரித்தார். பெரியசாமியும் அவர் சிரிக்கிறதைப் பார்த்து முகிலன்விளை நாடாச்சி திரும்பத் திரும்பச் சத்தம் போட்டுச் சொல்லுவதையும் பார்த்து, அவருக்கும் சிரிப்பை அடக்கமுடியாமலே சிரித்தார். அவர் சிரித்ததும் எல்லாரும் சேர்ந்தே சிரித்துக்கொண்டு எழுந்திருந்தார்கள்.

அந்த நடுவுசாமி, சாப்பிட்ட இலையில் ஒத்தச் சோறுகூட இல்லாமல் வழிச்சி எடுத்த கையை முன்னும் பின்னுமாக நக்கிக் கொண்டு, முணுமுணு என்று முனங்கிக்கொண்டு, எழுந்து போனார். அந்த இலையையும் எடுக்கவிடாமல் செறுத்துக் கொண்டார்கள்.

"எத்தின நேரஞ் சொல்லியும் என் சொல்லைக் கேட்டா மில்லியே. படிச்சவனெல்லாம் இப்புடித்தான் இருப்பானுவ. இப்புடி வளிச்சி நக்குவது. வறுக்கத்துக்கேடு" என்றார்கள்.

ஒருத்தர் சாப்பிட்ட எச்சில் சோத்தை அடுத்தவர் சாப்பிடறது பாவம் எண்ணு ஒனக்குத் தெரியாமச் சொல்றா அக்கா, என்று சொல்லிவிட்டுப் போனார்கள்.

என்னைச் சாப்பிடச் சொன்னார்கள். நானும் ஒரு இலையை எடுத்துப்போட்டு உக்காந்தேன். நான் போட்ட இலையைக் கையிலெ எடுத்துக்கிட்டு, "அவந் தின்ன எலயில நீ தின்னு" என்று ஒரு வெடி போட்டாள். கந்தசாமி வெளியே நின்று, "உடாத அக்கா" என்றார். பூமாத்திவிளைக்காரி, "நீ அப்பறம் போ அப்பா" என்றார். சாப்பாடு முடிந்தது.

சாயங்கால வேளை எங்க அப்பச்சி வந்துசேர்ந்தார். பூமாத்தி விளை நாடாச்சி, "இன்னா வள்ளியாவெள நாடான் வாறாவ" என்றாள். பெரியசாமியும் கந்தசாமியும் "வாருங்க. உக்காருங்க" என்று உற்சாகமாய்ச் சொன்னார்கள்.

"மக்கா, என்ன செய்யியா மக்களே" என்றார் அய்யா.

'என்னய்யா' என்று சொல்லிக்கிட்டு கிட்ட வந்தேன். எட்டிப் பாத்துக்கிட்டு ஒரு சிறு சிரிப்பு சிரித்தார். பூமாத்தியன்விளை நாடாச்சி தட்டுப்பெட்டியில் வெத்திலை கொண்டு வச்சா.

"நாளைக்கு வண்டி கொண்டு வருவேன். வா மக்களே" என்றார். உடனே நாள் பார்த்தார்கள். "நல்ல நாள்தான், விடலாம்" என்றார் மூத்தவர்.

பூமாத்திவிளை நாடாச்சி சாப்பிடச் சொன்னாள். இவர் வேண்டாமென்றார். "இல்ல, இண்ணக்கித்தான் நல்லப்பம் ஒம்ம மொவா சோறு பொங்குனாள். மேலோட்டுக்கு ஒரியந்தி வச்சி, எல்லாருஞ் சாப்புட்டோம். அதுனால இண்ணைக்கி நீரும் சாப்புடணும்" என்றாள். தண்ணியக் கொண்டு குடுத்தாள். சோறு கறி எல்லாம் மேலவீட்டுக்குள்ளே இருந்து எடுத்துக்கொண்டு வச்சி, என்னைப் போட்டுக் குடுக்கச் சொன்னா. நான் போட்டுக் குடுத்தென்.

மகள் செல்வம் பொழிந்த இடத்தில் வந்து சேர்ந்திருக் கிறாள் என்று பெருமகிழ்ச்சியோடு சாப்பிட்டார். வெற்றிலை போட்டுக்கொண்டு, நாளைக்கு வெள்ளன வருவேனென்று சொல்லிவிட்டு, அம்மாளு வரட்டா என்றார். அவ ஆட்டும் என்றாள். சாமிமார் எல்லாரையும் எட்டிப் பார்த்து நாளைக்கு வாறேன் என்று விட்டுப்போனார்.

மறுநாள் காலையில் வில்லு வண்டியுங் கொண்டு வந்து சேர்ந்தார்.

வண்டியைக் கண்டவுடன், மேல வீட்டு ஒரிசந்தியை முடிச்சு எல்லாரும் சாப்பிட்டதும் புறப்படுங்கள் என்றார்.

கலியாணத்துக்கு வந்த கனகமென்ற பிள்ளையையும் எனக்குத் துணையாக அனுப்பினார்கள்.

அந்தப் பிள்ளையும் தலை சீவிக் கண்ணாடியில் முகம் பார்த்துப் பொட்டு வைத்து, சந்தனப்பொட்டுக்கு மேலே குங்குமப் பொட்டு வைத்துக்கொண்டு நின்றது. முகிலன்விளை நாடாச்சி கண்டு, "ஒனக்கு கண்ணாடியில மொகம் பாத்து பொட்டு வச்ச படிச்சித் தந்தது ஆரு? பொம்புளப்புள்ள கண்ணாடி பாக்கப்புடாது. பொட்டு வச்சப்புடாது. இனிமேப்பட்டு கண்ணாடி கையில எடுக்காதெ" என்று சத்தம் போட்டுச் சொல்லி, கண்ணாடியைப் பறித்தார்கள்.

அந்தக் காலத்தில் பெண்கள் கண்ணாடியில் முகம் பார்க்கும் பழக்கம் கிடையாத காலமாக இருந்தது. பெண்கள் பொட்டு வைத்தால் மாமனுக்குப் போதாது என்று சொல்லுவார்கள். நாளுக்கு நாளாக அந்தப் பழக்கம் மாறிக்கொண்டுவந்தது. சிற்சில இடங்களில் பழைய முறையிலேயே நடந்துவந்தது.

இந்தப் பொட்டலூர் அந்தச் சமயம் முழுப் பட்டிக்காடாக வும், நாகரீகம் என்பது கொஞ்சமும் தெரியாதவர்களாகவே அரு இரு என்ற பேச்சு மாறாதவர்களாகவும், எங்குப் பார்த்தாலும்

பனை ஏறிக் கூட்டங்களுமாகத்தான் இருந்தார்கள். எங்கே பார்த்தாலும் வில்லுப்பாட்டுச் சத்தம்தான் கேட்டுக்கொண்டே இருக்கும்.

நான் கொஞ்சநாள் கழிந்தபிறகு இந்த ஊரைப்பற்றி ரொம்ப இழிவாகச் சொல்லுவேன்.

ஈத்தாமொழி ஊரிலுள்ள பழக்கவழக்கஞுக்கு இந்த ஊர் ரெம்பக் குறைவாகவும், நாகரீகமென்பது இல்லாத இடம், முழுப்பட்டிக்காடு என்றும் சொல்லுவேன்.

முகிலன்விளை நாடாச்சி நான் சொல்லுவதை எதிர்த்து, அப்படி நீ சொல்லுவது போல இல்லை, எங்க ஊரு பொட்ட லுண்ணு சொன்னா எல்லா ஊருக்காரர்களும் பெருமையாகச் சொல்லுவார்களே. "நீ இப்படிச் சொல்லாதே" என்பார்கள்.

இதைக் கேட்டுக்கொண்டே இருக்கிற மூத்தவர் முகிலன் விளை நாடாச்சி பக்கத்துக்கு வருவார். "எக்கா, நீ விறுதாச் சண்ட போடாதே. ஈத்தாமொழி ஊர் ரெம்ப நாகரீகமுள்ள இடந்தான், ஒனக்குத் தெரியாது. நம்ம பொட்டலூரு பட்டிக்காடுதான்" என்று சொல்லுவார்.

அன்று அந்தக் கனகமென்கிற பிள்ளையைப் படாதபாடு படுத்தியதைக் கண்டதும் எனக்கும் அழுகை வந்தது. பிறகு அழுகையை மாற்றிச் சமாதானப்படுத்தினார்கள்.

மூத்தவர் இளையவராகிய தம்பியைப் புறப்படச் சொன்னார். எல்லாரும் வந்து சாமி கும்பிட்டுத் திருநீறு வாங்கினோம்.

ஆனால் திருநீறை நெற்றியில் பூசப் பயந்து, அந்தக் கனகமும் நானும் பூசாமல் நின்றோம். அதைக்கண்ட மூத்தவர் திருநீறை நெற்றியில் பூசச் சொன்னார். பிறகு பூசினோம்.

இந்த இடத்தில் வெண்ணீறு காப்பணியும் பழக்கந்தா னிருந்து வந்தது.

நான் புறப்பட்டு வெளியில் வந்தவுடன் பூமாத்திவிளை நாடாச்சி வந்து "ஒங்க குடும்பக்காற வெளியில வரச்சில தலையில முட்டாங்கு போட்டுத்தானே வருவாவ. அப்புடி நீயும் தலையில முட்டாங்கு போட்டுகிட்டு போ" என்று சொன்னார்.

எனக்கு அவர் சொன்னது பிடித்தமாகத்தான் இருந்தது. ஏனென்றால் தலையிலெ சீலை போட்டு மூடி இருந்தால் பக்கத்தில் நிக்கிறவர்களைப் பாராமலே வண்டிக்குள்ளே போய் இருந்துவிடலாம் என்று நினைத்து, தலையில் சீலையைப் போட்டு மூடிக்கொண்டேன்.

வண்டி நிக்கிற இடம்வரையும் எல்லாரும் வந்தார்கள். நாங்கள் மூன்று பேரும் வண்டியில் ஏறினோம். வண்டி புறப்பட்டது.

அத்திக்கடை என்னும் இடத்தில் வண்டி வந்த உடன், வண்டியிலுள்ள படுதாவை நீக்கி அய்யா என்னைப் பார்த்து, "யம்மா நான் கோட்டுக்குப் போறேன். நீ வீட்டுக்குப் போ" என்றார்.

வண்டிக்காரனிடம், "நீ வண்டியைக் கொண்டு போ, நான் வாறென்" என்று சொல்லிவிட்டுப் போனார்.

வண்டிக்காரன் வீட்டு முன்பக்கம் வண்டியை நிறுத்தினான். நாங்கள் இறங்கி வீடு சேர்ந்தோம்.

எங்க பாட்டியார் வந்து விசாரித்தார்கள்.

எங்க பெரியம்மை மாவிளைக்காரியின் மருமகன் ஆசீர்வாதம் என்பவரும் அங்கே இருந்தார்.

எங்க பாட்டியார் ஆசீர்வாதம் என்னவரைக் கூப்பிட்டு, "எப்பா ஆசிவாதம், பொட்டலுக்காற அடுத்த ஊடுகள்ல சாப்புட மாட்டாவ எண்ணு சொன்னாவுளே. ஒனக்க மாமனும் கோட்டுக்கு போய்யாச்சே எனி இவனுக்குச் சோறு பொங்கி குடுக்க வேண்டாமா, அதுக்கு என்ன செய்யியது" என்று கேட்டார்கள்.

அவரும், "ஆமா. அவரு அடுத்த ஊட்டுல சாப்புடாதவரு, அவருக்கு வேறெயா ஒரு எடத்துல வச்சிப் பொங்கி குடுக்குயதுதாஞ் சரி" என்று, ஒரு தெத்துக் கிடுவை எடுத்துக் கொண்டு வந்து நாலு கட்டுத் திண்ணையிலெ ஒரு பொறத்துல அடச்சி, வீடுபோல மறச்சிக் கெட்டி, இதுக்குள்ள வச்சி பொங்கிக் குடுண்ணு சொன்னார்.

சித்தி, அரிசி மரக்கறி பாத்திரம் வெறகு எல்லாங் கொண்டு வந்து வச்சி, பொங்கச் சொன்னார்கள்.

நான் அதுக்குள்ளெ வச்சிச் சோறு பொங்கினேன். ஆசீர்வாதம் தட்டுமுட்டுச் சாமான் எல்லா வாங்கிக்கொண்டு வந்து தந்துவிட்டு, கொழுந்தி என்ற முறையில் பரிகாசம் பண்ணிக் கொண்டே திரிந்தார்.

மத்தியானம் எல்லாருக்கும் சாப்பாடு முடிந்தது. சாயங்காலம் கோர்ட்டுக்குப் போனவர் வீட்டுக்கு வந்தார். மருமகனைப் பார்த்து அய்யா சாப்பிட்டுருந்தா என்று பெருமையாகவும், சந்தோசமாகவும் கேட்டுக்கொண்டு வீட்டுக்குள் வந்து, கிடுவு வச்சி அடச்சி இருந்ததை எட்டிப்பார்த்துக்கிட்டு, "இதுல என்னத்துக்கு அடச்சிருக்கு" என்று பாட்டியிடம் கேட்டார்.

“அது எல்லாருக்கும் ஒண்ணாட்டு பொங்கினா பொட்டலுக்காற சோறு திங்கமாண்டானெண்ணு, ஆசிர்வாதம் வேறயா பொங்கி குடுக்கச் சொல்லி, அடச்சிக் குடுத்தான்” என்று சொன்னார்கள். இவருக்குக் கோபம் வந்து பாட்டியாரை சீறிப் பார்த்துக்கொண்டே, “ஒண்ணா பொங்குனா திங்க மாட்டானோ? ஏன் திங்க மாட்டான்? என் ஊட்டுல தின்னாதவன் பொண்ணெடுக்க ஏன் வந்தான்” என்று முணுமுணுத்துக் கொண்டே சீறிப் பேசினார். பக்கத்தில் நின்றவர்கள் சத்தமாய்ப் பேசவிடாமல் நிறுத்தினார்கள். எல்லாரையும் சீறிப் பார்த்து விட்டு வெளியே போய்விட்டார்.

அடுத்த நாள் ஏழு கழிக்க பொட்டலிலிருந்து ஆள்கள் வந்தார்கள். மூத்தவரும், கந்தசாமியும், ராசப்பா தகப்பனார், அவர் தம்பி, பொட்டல்விளை நாடான், சாமிநாடான் இன்னும் இரண்டு மூன்று பேர்களும் வந்தார்கள்.

நாலைந்து கறிகளும் கூட்டுவானும் பப்படம் பாயசம் என்றெல்லாம் வச்சி, எண்ணெய் தேய்த்துக் குளித்துச் சாப்பாடு போட்டோம்.

அவர்கள், ஏழு கழிக்க மரக்கறிச் சாப்பாடுதான் போடுவார்களோ என்று பரிகாசம் பண்ணினார்கள். இவர் ஐயா சைவக்காரர்களும் அசைவக்காரர்களும் சேர்ந்து சாப்பிட வந்திருக்கிறீர்களே. நான் ரெண்டு விதமாய் போட்டால் இவர்களுக்குப் பிடிக்காது என்று ஒரே விதமாய்ப் போட்டேன். நீங்களும் சந்தோசமாச் சாப்பிட வேண்டியதுதான் என்றார்.

அவர்களும் சந்தோசமாய்ச் சாப்பிட்டுவிட்டு வீட்டுக்குப் போனார்கள்.

அடுத்த நாள் காலையில் எங்களை வீட்டுக்கு அனுப்ப அய்யா ஏற்பாடு செய்தார். எனக்கு ரெண்டரை ரூபாய்க்கு ஒரு சேலையும் ஒரு ஜம்பறும் எடுத்துத் தந்தார். அந்தக் கனகம் என்ற பிள்ளைக்கு ரெண்டு ரூபாய்க்கு ஒரு சேலையும் ஜம்பறும் எடுத்துக் கொடுத்தார். மருமகனுக்குத் துணி எடுத்துக்கொடுக்காமல் ரூபாயைக் கொடுத்து, “நீங்கள் கதர் துணி உடுக்கிறதனால் நீங்களே எடுத்துக்கிடுங்கள்” என்று சொன்னார்.

ரெண்டு பெரிய பெட்டிகளில் அரிசி, முறுக்கு, காய்கறி, மிளகு சாமான், வெற்றிலை, பாக்கு எல்லாச் சாமான்களும் வச்சி வண்டியில் ஏற்றி அனுப்பினார். வீடு வந்து சேர்ந்தோம்.

24

பூமாத்திவிளைக்காரி சொல்லுவது போலக் கேட்டு, வீட்டுவேலைகளை எல்லாம் செய்து கொண்டிருந்தேன்.

நாலுநாள் கழிந்ததும் திருவனந்தபுரத்துக்கு ட்ரெயினிங் படிக்கப்போவதற்கு ஆர்டர் வந்தது.

பதினாறு கழியும் முன்னாலே படிக்கப் போக வேண்டியதாகிவிட்டதே என்று எல்லாரும் கொஞ்சம் வருத்தப்பட்டுக்கொண்டார்கள்.

ஆடு நனையிது என்று ஓநாய் அழுதது போல, பூமாத்தியன்விளை நாடாச்சியும் ரொம்பத் துயரமாய்ப் பேசி அழுதுகொண்டாள்.

பதின்மூன்றாவது நாள் மேலவீட்டுக்குக் கலியாண ஒரு சந்தி நடத்திவிட்டு, பதினாலாவது நாள் என்னை ஈத்தாமொழியில் கொண்டு விட்டு விட்டு, பதினைந்தாவது நாள் திருவனந்தபுரம் போக ஏற்பாடு செய்தார்கள்.

மேலவீட்டு ஒரு சந்தி நடத்தி, அவர்கள் வேண்டிய ஆள்களையும் கூப்பிட்டார்கள். ஆணும் பெண்ணுமாக ஆள்களும் வந்தார்கள்.

பூசை முடித்து எல்லாருக்கும் நல்ல முறையாகப் பப்படம் பாயாசத்தோடு சாப்பாடு போட்டு முடிந்தது.

வந்தவர்களும் நாற்பத்தொண்ணு கழியு முன்னே வெளியே படிக்கப்போவது சரி இல்லை, போக வேண்டாம் என்றார்கள். இவர்கள் அதற்குச் சம்மதிக்கவில்லை.

இந்தப் படிப்பு இப்போ தவறிவிட்டால், இனிமேல் இடம் கிடைக்காது. ஆகையால் கட்டாயமாய்ப் போகத்தான் வேண்டும் என்று

என்னை ஈத்தாமொழியில் கொண்டுவிட்ட பிறகு அடுத்த நாள் பதினைந்தாவது நாள் திருவனந்தபுரம் போய்ச்சேர்த்தார்கள். நான் படிப்பு முடிகிறவரையிலும் ஈத்தாமொழியில் இருந்தேன்.

என் தகப்பனார் ஆட்டம் ஆடி பாட்டுப் பாடத் துடங்கினார். "படிச்சப் பெயிருக்கானாம் படிச்ச. எனித்தானெ படிச்சப் போற பிராயம். நாளுகாணாது. படிச்சப் போணுமுண்ணே நெனச்சிருந்தானுவ எண்ணா, படிப்ப முடிச்சிகிட்டு வந்து கலயாணஞ் செய்யப்புடாதா? பிச்சக்கார கூதிமொவனுக்கத. பொண்ணக் கெட்டி இஞ்ச கொண்டு உட்டுக்கிட்டா போணும், படிச்சவனுவளுக்கு அறிவு இருக்காது?" என்று கொஞ்ச நேரம் ஆடுவார்.

அடுத்த நேரம் வந்து "யம்மா கேட்டியளா, பூமாத்தியமௌக்காரி என்ன ஏமாத்திப்புட்டாளே" என்பார். "அங்க ஒரு மயிருமில்லியாமெ. ஆனை இருக்கு பூன இருக்குண்ணு மெரட்டுநாளே செறுக்கி. அம்புடும் பொய். இந்த சம்பளத்த வாங்கித்தானெ காலங்கழிச்சிக்கிட்டு இருந்திருக்கானுவ. சம்பளமும் நூறு நூத்தம்பது எண்ணு சொல்லிட்டாளெ. ஒருத்தனுக்கு ஏழு ரூவாயாம், ஒருத்தனுக்கு இருவது ரூவாயாம்.

அரக்கோட்ட வெதப்பாடு கெடக்காம். அது ஒத்தியாம். நாலஞ்சி ஏக்கருபோல காட்டுச்சொத்துக் கெடக்காம். அதுல என்ன மண்ணாங்கட்டி கெடச்சுமோ, திங்கிறதுக்குப் போல சக்கயும் மாங்காயுங் காக்குமா இருக்கும். குஞ்சமௌயில சொத்துக் கெடக்குண்ணு சொன்னாளே. அம்புடும் பொய். வயித்தியன் மொவளுக்க சொல்லக்கேட்டு, நானும் உள்ளது தானெண்ணு நம்பிட்டென். என்னை, நரிய சில்லா நண்டு ஏச்சது போல ஏமாத்திப்புட்டாளே பொம்பிய" என்பார்.

"இந்த கலியாணத்துக்கு ரெண்டாயிரம் ரூவா கடந்தானே எடுத்திருக்கானுவ. அதுலதானே எனக்கு ரூவா தந்திருக்கானுவ. எனி இந்தப் பயவளுக்கு ஒரு மயிருங் குடுக்கப்புடாது" என்பார். இப்படி ஒவ்வொரு நாளும் புலம்பிப் புலம்பி நாள் கழிந்து வந்தது.

ஆவணி மாதம், ஓண லீவு வந்தது. திருவனந்தபுரத்திலிருந்து பொட்டலுக்கு வந்து, அடுத்த நாள் அண்ணனும் தம்பியுமாக ஈத்தாமொழிக்கு வந்தார்கள்.

எங்க தகப்பனார் வீட்டில் இல்லை. பாட்டியார் வந்து விசாரித்தார்கள். வந்தவர்களுக்கு எதாவது கொடுக்கவேண்டாமா என்று நினைத்து, ரெண்டு விடலை* பறிச்சிக் குடுக்கச் சொல்லி

* விடலை – இளநீர்

அண்ணனிடம் சொன்னார்கள். நாலு விடலை பறிச்சி வெட்டி அவர்கள் ரெண்டுபேருக்கும் கொடுத்துவிட்டு, தம்பி ராஜாவுக்கு ஒண்ணு ராஜாங்கத்துக்கு ஒண்ணுமாகக் கொடுத்தார்.

இவர்கள் விடலையை ஆசையோடு குடித்தார்கள். கொஞ்ச நேரம் பாட்டியாரிடம் பேசிக்கொண்டு, இனி நான் பூமாத்தி விளைக்குப் போகிறேன் என்று சொல்லிவிட்டுப் போனார்.

இவர்களுக்கு ராத்திரிச் சாப்பாடு தனியாய்ப் பொங்காமல், அடுக்களையில் வைத்துச் சமையல் செய்துகொடுத்தோம்.

இன்னும் ரெண்டுநாள் கழிந்தபின், கந்தசாமியும் மூத்தவரும் வந்தார்கள். அண்ணைக்கும் மூணு விடலை பறித்துக் குடுத்தார்கள். விடலையைக் குடித்துவிட்டு மூன்றுபேரும் சேர்ந்து வீட்டுக்குப்போய்விட்டார்கள்.

அடுத்தநாள் எங்கள் தகப்பனார் மரத்தில் விடலை பறித்திருப்பதைப் பார்த்துவிட்டு வீட்டில் வந்து, “மரத்திலெ வெடலை எதுக்குப் பறிச்சா” என்று அண்ணனிடம் கேட்டார்.

அத்தானுக்குப் பறிச்சி குடுத்தேனென்று சொன்னார். “அவனுவளுக்கு வெடல பறிச்சிக் குடுக்கச் சொன்னதாருல? எப்புடில நீ வெடலப் பறிச்சிக் குடுத்தா” என்று ஏசினார்.

“அம்ம பறிச்சிக் குடுக்கச் சொன்னா அய்யா” என்று மகன் சொன்னார். “அந்த கெளவி என் தென்னமரத்தில உள்ள வெடலய எல்லாம் வெட்டி அழிச்ச துணிஞ்சிட்டா. அவளுக்கு தன்மூப்பு அதியப்பட்டுப் போச்சி. இந்த கெளட்டு மூளிக்கி. இவா பாட்டுக்குத்தானெ கெடக்கணும்.

வாறவனுவ வந்தாமுண்ணா வந்துக்கிட்டு போக மாட்டானா? வெடல குடியாம போய்க்கிட மாட்டானா? இன்னும் இப்படி நாலு நாளு வந்தானுவெண்ணா என் மரத்திலெ கெடக்குற வெடல எல்லாம் தொலைஞ்சி போவுமே.

இனி மேம்பட்டு எண்ணைக்காவது மரத்தில நீ வெடல பறிச்சிக் குடுத்தியண்ணா, ஒன்கால வெட்டி மொறிச்சி போடுவெம்லெ, சின்ன கூதி மொவன. வாறவனுக்கெல்லாம் வெடல வெட்டிக் குடுத்துக்கிட்டு திரியியாம் பாரு” என்று தூசணமான கெட்டவார்த்தைகளைச் சொல்லி ஏசினார்.

இவர் பேசுவதைக் கேட்டு ஒருவரும் பதில் சொல்லாமல், பயந்து நடுங்கி ஒடுங்கி, அவர் நிற்கிற இடத்துக்கு வராமல் வெளிப்பக்கத்தில் போய் நின்றோம். இந்தமுறையில் ஓண லீவு கழிந்தது.

ஒரு மாதங் கழிந்தபிறகு, ஒருநாள் ஏங்கிட்ட வந்து, "மக்கா இண்ணு கோர்ட்டுக்குக் கொண்டு போக ரூபாயில்ல. ஓங் கொண்டைப் பூவ களத்தி ஊட்டுல தானெ வச்சிருக்கா. அத தா மக்களே. கொண்டுபோய் ஈடு வச்சிக்கிட்டுத் தேங்காய் வெட்டுன ஒடனே திருப்பித் தந்திருவென்" என்று சொன்னார். பெரியம்மையாரும், திருப்பித்தருவான் குடு என்று சொன்னார். நானும் "செணந்* திருப்பித் தந்திருங்க அய்யா" என்று சொல்லி, கொண்டைப் பூவை எடுத்துக் கொடுத்தேன்.

"ஒரு மாத்தைக்குள்ளே திருப்பித் தந்திருவேன் மக்களே" என்று சொல்லிவிட்டு வாங்கிக்கொண்டு போனார்.

ஒரு மாதம், இரண்டு மாதம், மூன்று மாதமும் கழிந்தது. திருப்பித் தரவில்லை. நான் கொண்டைப் பூவைத் திருப்பித் தாருங்க அய்யாவென்று கேட்டேன். "நீ ஊட்டுக்குப் போறதுக்குள்ள கட்டாயந் திருப்பி தந்திருவென் மக்கா" என்று சொன்னார். நானுந் தருவார் என்று நம்பிக்கொண்டே இலவு காத்த கிளியைப் போலக் காத்திருந்தேன்.

அது, இவர் எனக்குச் செய்துதந்த உடமையும் இல்லை. என் அம்மாவின் மாமன் மகன் எனக்கு கலியாணத்தன்று கும்பிட்டுக் கெட்டியாகத் தந்த உடமை.

இரண்டாவது கிறிஸ்துமஸ் லீவும் வந்தது. அந்த லீவுக்கும் எல்லாரும் சேர்ந்து வந்தார்கள்.

இவர், நான் கடைக்குப் போயிட்டு வாறேன் என்று புறப்பட்டார். எங்கள் பெரியம்மையார், "வந்தவனுவளுக்கு என்னதாவது குடுக்க வேண்டாமா" என்று கேட்டார்கள். வாங்கிட்டு வாறெனென்று சொல்லிவிட்டுப் போனார். போனார் போனார் ஒரே போக்காகப் போனார்.

எங்க பாட்டியார் கடையிலிருந்து பேயம்பழம் வாங்கிக் கொடுத்து அனுப்பினார்கள். மூணு நாளைக்கு முட்டயுஞ் சோறும், மூணாவது நாள் பெட்டியுங் கையும் போலாச்சுது.

அவர்கள் போனபிறகு அய்யா வந்தார். மூத்தவரும் கந்தசாமியும் போய்விட்டார்கள். மருமகன் இருப்பதைப் பார்த்து, "அய்யோ நான் வாறதுக்கு முந்தி போயிட்டாவுளாக்கும், இருக்கச் சொல்லப்படாதா அய்யா" என்று மிரட்டிப் பேசிக்கொண்டே

---

* செணம் – சீக்கிரம்

வீட்டுக்குள் வந்தார். "இன்னம்மா. இத கறிவச்சி செணம் நாடானுக்கு சோறு குடு மக்களே" என்று கையிலிருந்த கத்தரிக்காயும் மிளகாயும் என் கையில் தந்தார்.

அந்தக் கத்தரிக்காயைக் கறி வைச்சி ராத்திரி சாப்பாடு முடிந்தது. மறுநாள் காலையில் காப்பிக் கடையிலிருந்து இட்லியும் சட்னியும் வாங்கிக்கொண்டு கொடுக்கச் சொல்லித் தந்தார். காலையில் காப்பி குடித்து முடித்துவிட்டு, நான் திருவனந்த புரத்துக்குப் போய்விடுவேன் என்று எல்லாரிடமும் சொல்லி விட்டுப் போனார்கள். அந்த லீவும் கழிந்தது.

இன்னும் ஒரு மாதம் கழிந்த பிறகு கொண்டைப் பூவைத் திருப்பித் தரும்படி பெரியம்மாவிடம் கேட்டேன். அவர்களும் "எனி படிப்பு முடிஞ்சால கூப்புட வருவானே, அவளுக்கு கொண்டப் பூவத் திருப்பி குடுக்கபடாதா" என்றார்கள்.

"அத நான் வெலைக்குக் குடுத்துப்போட்டேன். வேணும் முண்ணா ஒண்ணு வாங்கிக் குடுத்திருயேன். காணுமுண்ணா கொண்டுபோகச் சொல்லுங்க" என்று சொன்னார். நான் இரண்டு மூன்று நாளாக அழுதேன். அழுதாலென்ன பலனொன்றுமில்லை. துக்க மிகுந்தவர்கள் அழுவார்கள். துதி மிகுந்தவர் தொழுவார் என்பது போலவே, போனது. போனதுதான் போச்சுது என்று யாரும் பதில் சொல்லுவாருமில்லை.

பெரிய லீவு வந்தது. படிப்பை முடித்துவிட்டு வந்து, "வீட்டுக்கு எப்போ விடுகிறீர்கள்" என்று கேட்டார்கள்.

அய்யா, வீட்டுக்குப்போயிட்டு நாலு நாளைக்குள்ளே வந்துவிடுங்கள். அனுப்பிவிட்டிருவேன் என்று சொன்னார். அன்று தங்கிவிட்டு அடுத்த நாள் வீட்டிற்குப் போனார்கள்.

வீட்டுக்கு அனுப்புவதற்கு அரிசி கறி சாமான்கள் குடுக்கணுமே. நெல்லு அவுச்சி குத்தச் சொன்னார். ஒரு குட்டுவம் நெல் அவுச்சிக் குத்தி அரிசியாக்கி வைத்தார்கள் சித்தி.

மிளகு சாமானும், வெத்திலை பாக்கு எல்லாம் வாங்கிக் கொண்டு வந்தார். ஒரு சீலையும் வந்தது. நான் அந்தச் சீலையைப் பார்த்து அழுதேன் அழுதேன் ஒரே அழுகையாய் அழுதேன்.

பத்து முழம் நீளம். ஒண்ணரை வீதியில் அடுப்புச் சாம்பல் நிறத்தில் பத்து வயது ஆன பிள்ளைகளுக்கு அந்தக் காலத்தில் எடுத்துக்கொடுக்கிற சித்தாடை. சீலையைப் பார்த்து இது எனக்கு வேண்டாம். நான் இந்த சீலையைப் பொட்டலுக்குக் கொண்டுபோனால் எல்லாருஞ் சிரிப்பார்கள் என்றேன்.

முன்னாலே எடுத்துத் தந்த சீலையைப் பார்த்து எல்லாருஞ் சிரித்து, இந்தச் சேலையை என்னத்துக்கு வாங்கிக்கொண்டு வந்தா என்று சொன்னார்கள்.

உடுக்கப் பத்தாத இந்தச் சீலையை நான் கொண்டு போனால், முன்னைவிடவும் கூடுதலாகக் கேவலஞ் சொல்லி ஏசுவார்கள். எனக்கு வேண்டாமென்று பாட்டியிடம் சொல்லி அழுதேன்.

பக்கத்து வீட்டுக்காரி நீலிப்பிள்ளை மகள் பார்வதி கூலிக்குக் குத்திப் பிழைக்கிறவள். புருசன் பனை ஏறி, பரம ஏழை. அங்கே வந்தவள் நான் அழுகிறதைப் பார்த்து, "ஏம்மா இப்படி அழுதுக்கிட்டு இக்கா" என்று கேட்டாள்.

"தகப்பன் எடுத்துக் குடுத்த சீல அய்யச் சீலயாம். எல்லாருஞ் சிரிப்பாவுளாம். வாண்டாம் எணிக்கிட்டு இருந்து அழுதுகிட்டுருக்கா" என்று பாட்டி சொன்னார்கள்.

அவள், "சீலை எங்க இருக்கு பாப்பொம்" என்று கேட்டாள். எங்க சித்தி சீலையை எடுத்துக்காட்டினார்கள். அவர் பெருவிரலை மூக்கில் வைத்துக்கொண்டு, சீலையைப் பார்த்துக்கொண்டே நின்றாள்.

கொஞ்ச நேரங்கழிச்சி, "இந்தச் சீலய அந்த ஊருக்கு உடுத்துக்கிட்டுப் போனா எல்லாருஞ் சிரிச்சி கேவலஞ் சொல்லுவாவ. ஒங்களுக்குத்தானே கேவலம். இந்தச் சீலய எடுக்காண்டாம். யாங்கிட்ட ஒரு சீல இருக்கு. நாலு நாளய்க்கு முன்னதா எடுத்தெ. அது இப்ப உள்ள புது தினுசு. அந்த சீலய சிங்கிடிச் சேலை எண்ணு சொன்னான் யாவாரி. கூட்டத்துக்கு உடுக்க நல்ல சீல. கொண்டு வாறோம் பாருங்க" என்று ஓடிப்போய் எடுத்துக்கொண்டு வந்தாள்.

சித்தி சீலையை விரிச்சிப் பார்த்து, "இது நல்ல சீல. நாடாச்சிக்கு உடுத்தா அழகுபோல இருக்கும். இத எடுத்துக் குடுங்கம்மா" என்று கௌவிகிட்ட சொன்னாள்.

"அப்ப பார்வதி இந்தச் சீலய அவளுக்குக் குடு. நான் ஒனக்கு ரூவாயத்தாறென். எத்தன ரூவா பார்வதி" என்றார்கள்.

"நாலு ரூவாம்மா."

"நான் தாறென். அவங் கண்டா யாசுவான். அவனக் காணாமத்தான் தரணும். ரெண்டு நாளூ களிச்சித் தாறென்" என்றார்கள். அவளும் "எண்ணைக்குந் தாருங்க" என்று சொல்லிக் கிட்டு, போய்விட்டாள்.

எனக்கு அந்தச் சிங்கிடிச் சேலையைக் கண்டதும், முன்னால அய்யச் சீலை என்று ஏங்கி ஏங்கி எவ்வளவுக்கு அழுதேனோ அவ்வளவுக்கு சந்தோசம் வந்துவிட்டது. சித்தியும் சின்னத்தங்கமும் நல்ல சீல கெடச்சிக்கிட்டு என்று சந்தோசப்பட்டார்கள். "இங்க வச்சி உடுக்காதெ. கண்டால் கொப்பன் ஏசுவான். அங்கெ கொண்டு போய் உடு" என்று சொன்னார் கெளவி. நான் சீலயை சாமான் வச்சிருந்த பெட்டிக்குள்ளே வச்சி மறச்சி வச்சிருந்தென்.

மறுநாள் எங்க தகப்பனார் எல்லாச் சாமானமும் வாங்கி யாச்சா என்று வந்து பெட்டியை நீக்கிப் பார்த்தார். சீலையைக் கண்டார். இது யாது சீலைம்மா என்று கேட்டார். "அது நீ எடுத்து குடுத்தச் சீலை வாண்டாம் அய்யச்சீல எண்ணு அழுதா. அந்தால நம்ம பார்வதி அவளுக்கு உடுக்க எடுத்து வச்சிருந்தத, இவ அழுவத பாத்துக்கிட்டு கொண்டு குடுத்தா" என்று சொன்னார் பெரியம்மா.

"அந்தத் தேவுடியா மொவ பார்வதி உடுக்க எடுத்தச் சீலய இந்த பொம்பிய உள்ளே வெண்டி வச்சிருக்காளாக்கும். நான் ரூவா குடுத்து அவா வாங்குவாள், பாப்பொம்.

இந்த தேவுடியாவுள்ளக்கி நான் எடுத்துக் குடுத்த சீல அய்யமாப் போச்சாம். அங்க உள்ளவளுவ பட்டும் பருவட்டமும் உடுத்து லாத்துயாளுவ, நமக்கு, அப்படி உடுக்கணும் எண்ணுல்ல நிச்சுவு செறுக்கியுள்ள.

அந்த கண்டாறோளி மொவா பரக்கள்ளி தேவடியாவுள்ள, அந்த சீலய உடுத்துக்கிட்டு ஆரிய வித்தகாட்டப் போறாளாம். இஞ்ச இருக்கவளுவளுஞ் சேர்ந்து தானே படங்காட்டுயாளுவ. ஒங்க மனம்போல நடக்கட்டும்" என்று சொல்லி அறுத்துக் கிழிச்சார். யாரும் பதில் பேசவில்லை. அவருடைய பேச்சை விலையற்ற பேச்சாகத் தள்ளிவிட்டு, அவர் வெளியே போன பிறகு, எல்லாருஞ் சேர்ந்து சிரித்தார்கள்.

மறுநாள் காலையில் வந்தவர்கள், வீட்டுக்குப் புறப்படச் சொன்னார்கள். இவர் உடனே வண்டிக்காரன் வீட்டுக்குப் போய் வண்டியைக் கொண்டுவரச்சொல்லி, அவனும் வண்டியைக் கொண்டுவந்தான்.

கிழவி இவர் வாங்கி வைத்திருந்த சாமான்களை எல்லாம் பிரித்துப்பார்த்து நேர்பாதி சாமான்களை ஒவ்வொரு பொதிகளி லிருந்தும் எடுத்துக்கொண்டு, பொதியல்களைத் திரும்ப மடக்கி வைத்தாள்.

அவர் மூன்று மரக்கால் அரிசி எடுத்து வைத்திருந்தார். அவள் அதில் ஒரு மரக்கா அரிசி எடுத்துவிட்டு, இரண்டு மரக்கால் அரிசி வைத்தாள். முழம் அளக்கும்போது சாண் சறுக்கியது போல், கிழவி சாமான்களை எல்லாங் குறைபடுத்தினாள்.

தம்பி ராஜா சாமான் வைத்திருக்கும் பெட்டியை எடுத்துக் கொண்டு போய் வண்டியில் வைத்தான். கடிக்க கருப்புக்கட்டி கொடுக்காத சுற்றத்தார் கடைத்தெருவைக் கடத்தி வழிவிட்டது போல, போய் வாருங்கள் என்று வழி அனுப்பினார்கள். ராஜா, ராஜாங்கமும்கூட வந்தார்கள். வண்டியில் ஏறி வீடு வந்து சேர்ந்தோம்.

25

வீடு வந்து சேர்ந்ததும் பூமாத்தியன் விளைக்காரியின் உத்தரவின் பிரகாரம், அவள் சொல்லுக்குக் கீழ்ப்பட்டு வேலைகளைச் செய்தேன்.

அடுத்தநாள் காலையில் மேல வீட்டுக்கு ஒரு சந்தி வேலை முடித்துவிட்டுவந்து, பாத்திரங்களைப் பூசுவதற்காக எடுத்துவைத்தேன். ஒரு தம்ளரைக் காணவில்லை.

அந்தத் தம்ளர் எனக்கு குருதச்சணையாக வாங்கித் தந்த பாத்திரங்களைச் சேர்ந்ததாகையி னால், பூமாத்தியன்விளை நாடாச்சியிடம் தம்ளரைக் காணவில்லை, எங்கே இருக்குது என்று கேட்டேன். அங்ஙன எங்ஙனயும் இருக்கும், பார்த்து எடு என்றாள். எல்லா இடமும் பார்த்தேன், காணவில்லை.

முகிலன்விளை நாடாச்சி, கந்தசாமியிடம் போய், "ஏ! கந்தசாமி, ஈத்தாமொழி நாடாச்சிக்க தமுளரைக் காணயில்லயாமே. பூமாத்திவெளக்காரி எடுத்து ஒளிச்சி வச்சிருப்பா. இல்லாம அது வெற எங்க போவும்" என்றாள்.

இதைக் கண்டுபிடிக்க வேண்டும் என்ற ஆசை உண்டானது. கந்தசாமிக்குப் பூமாத்தியன்விளைக்காரி செய்கிற களவுகளைக் கண்டுபிடிப்பதிலும், அவள் செய்கிற குற்றங்களை எடுத்துச்சொல்லி சண்டை போடுவது பழக்கமானதினாலும், குறும்புத்தனமாய் குற்றம் கண்டுபிடிப்பதிலும் குறைசொல்லுவதிலும் இயற்கை ஆர்வமுள்ளவராகையினாலும், இதைக் கண்டுபிடிக்கத் தீவிர முயற்சிசெய்தார்.

பொட்டல்விளை நாடானின் மூத்த மனைவியாகிய அளத்தங்கரை நாடாச்சியின் வீட்டில் தம்ளர் இருப்பதாக எப்படியோ கண்டு பிடித்துவிட்டார். நாலு சக்கரத்துக்கு அடகு வச்ச தாகவும் அறிந்தார்.

பூமாத்திவிளை நாடாச்சி இதை அறிந்து, அளத்தங்கரை நாடாச்சிக்கு நாலு சக்கரத்தையுங் கொடுத்துவிட்டு தம்ளரை வாங்கிக்கொண்டு வந்து, ஒருவருக்கும் தெரியாமல் சமையல் புரைக்குள்ளே இருந்த பழைய சுண்ணாம்புக் குத்துச் சாந்துக் கூட்டத்துக்கு* மேலே லேசாய் வெளியே தெரியும்படியாகவும் மறைத்து வைத்துவிட்டாள்.

அடுத்தநாள் காலையில் அளித்திண்ணையில் எல்லாரும் கூடி இருக்கிற சமயம் வந்து, "தம்ளரைக் காணயில்ல எண்ணாளே, அந்தக் குத்துச் சாந்து கூட்டத்துக்க கெடக்கு இல்லியா" என்றாள்.

கந்தசாமி போய் எடுத்துக்கொண்டு வந்தார். "இத குத்துச் சாந்து கூட்டத்துக்குள்ள கொண்டுவச்சது யாரக்கா. நீங்க சாந்து கொளச்சி வச்ச சமயம் அதுல ஆம்புட்டுருக்கு. சாந்து கல்யாணத்துக்கு முந்தியே கொளச்சி வச்சதுக்குள்ள இது எப்புடி போச்சி அக்கா. இந்த தம்ளரை நான் நேத்து காலையிலே அளத்தங்கர அக்கா வீட்டுல பாத்தேன். இண்ணைக்கு நீ குத்துச் சாந்துக்க இருக்குண்ணு சொன்னா, இது எப்படி இங்க வந்தது" என்று சொன்னார். ரெண்டு பேருக்கும் சண்டை வந்தது.

இவள் கந்தசாமி வீட்டுக்குப் போய், அவரைத் தாறுமாறாய் பேசிவிட்டு வருவாள். அவர் அங்கிருந்து இங்கே வந்து பேசுவார், பரிகாசம் பண்ணுவார். கேவலஞ் சொல்லி ஏசுவார். இப்படி இருவரும் அங்கும் இங்குமாக ஓடிக்கொண்டே திரிந்தார்கள். இது வீட்டுக்காரச் சின்னசாமியாகிய இளையவருக்குப் பிடிக்க வில்லை.

கந்தசாமி எந்த நேரமும் இந்த இடைக்கதவு வழியாய் இங்கும் அங்குமாய் ஓடுகிறான். இந்தக் கதவைப் பூட்டினால், அவன் வெளிப்பக்கத்தோடு இங்கே வருவான் என்று கந்தசாமி வீட்டுக்கும் நான் இருக்கிற வீட்டுக்கும் இடையில் உள்ள இடைக் கதவைப் பூட்டிவிட்டார்கள்.

கதவைப் பூட்டி இருப்பதைப் பார்த்து, நான் அந்தக் கதவைப் பூட்டினதாக நினைத்து, பொறாமை என்னும் ஆமையை மனதில் முதல் தடவையாக பதித்துவைத்தார் கந்தசாமி.

கதவைப் பூட்டின அன்று சாயங்காலம், தமையனாரிடம் வந்து "அண்ணா, கந்தசாமி வீட்டிலிருந்து இந்தப் பக்கம் நம்ம வீட்டுக்கு வருகிற கதவைப் பூட்டிவிட்டேன்" என்று சொன்னார்கள். அவருக்குப் பிடிக்கவில்லை. "தங்கம் நீ கதவைப் பூட்டியது சரி இல்லை, கந்தசாமி பொறாமைப்படுவான்.

---

* சாந்துக் கூட்டத்துக்கு – சுண்ணாம்புச் சாந்துக் குவியல்

வேறு யாரும் அறிந்தாலும் நீ செய்தது குற்றம் என்றுதான் சொல்லுவார்கள்” என்றார்.

சொன்னால் சொல்லட்டும், கதவு திறக்க வேண்டாமென்றார் தம்பி. இரண்டு நாள் திறக்காமல் இருந்தார்கள். மூன்றாவது நாள் முகிலன்விளைக்குப் போயிருந்த அக்காள் வந்ததும், கந்தசாமி, ‘அக்கா கேட்டியா கதையை’ என்றார். அவர்கள் ‘என்ன விசயம்’ என்றதும், ‘நம்ம வீட்டுக்கும் வடக்கு வீட்டுக்கும் உள்ள இடைக்கதவை, வந்து மூணு நாள் ஆகிறதுக் குள்ளே பூட்டியாச்சுது’ என்றார்.

முகிலன்விளை நாடாச்சி வெளிப்பக்கத்தோடு வீட்டில் வந்து, “ஏ! மூத்த நாடான், நம்ம கந்தசாமி ஊட்டுக்குப் போற கதவ ஈத்தாமொழி நாடாச்சி பூட்டிக் கிட்டாளாமே, என்னத்துக்கு பூட்டுனா. மூணு நாளாவுறதுக்கு முன்னெயே இப்புடியும் செய்ய வந்துட்டாளா” என்றார்கள்.

அவர் இவர்களுடைய கோபத்தை மாற்றுவதற்காகவும், தம்பி பூட்டினான் என்று சொன்னால் ஒருவரும் சம்மதிக்க மாட்டார்கள், அவன் இப்படிச் செய்யமாட்டான் என்றுதான் சொல்லுவார்கள். ஈத்தாமொழி நாடாச்சிதான் குற்றவாளி ஆவாள் என்று நினைத்து, குற்றத்தை எல்லாம் தன்பேரில் போட்டுப் பதில் சொன்னார்.

“நான்தான் கதவு பூட்டுனேன் அக்கா, ஈத்தாமொழி நாடாச்சி பூட்டுனதாக ஒனக்குச் சொன்னதாரு” என்று கேட்டார். “கந்தசாமி சொன்னான்” என்றார்கள்.

“அவா பூட்டச்சில கந்தசாமி கண்டானா. அவன் அறிவில்லாமச் சொல்லியிருக்கிறான். கதவு நான்தான் பூட்டினென்” என்றார்.

அவர்கள், “நீதான் யாம் பூட்டுனா?”

“அது பூமாத்திவெள நாடாச்சியும் கந்தசாமியும் எப்ப பார்தாலுஞ் சண்ட போடுறாங்கயில்லியா. அதுநால சண்ட தீருறதுவரையும் இருக்கட்டென்று பூட்டினேன்” என்று சொல்லிவிட்டுப் போய் கதவைத் திறந்துபோட்டார்.

கந்தசாமி நம்பவில்லை. ஒருபோதும் அண்ணன்மார்கள் பூட்டவே மாட்டார்கள். இது நான் செய்ததுதான் என்றும் பிடிவாதமாக முகிலன்விளை நாடாச்சியிடம் சொன்னார். அவர்கள் நான் அப்படிச் செய்யமாட்டேன் என்பதாகச் சொல்லித் தடுத்தார்கள்.

பிறவிக்குணத்துக்குப் பேய்க்குக் கொடுத்தாலும் தீராது என்பதுபோலவே அவர் நம்பவில்லை. என் பேரிலுள்ள பொறாமை விடாமலும், அண்ணன்மார்களின் அன்பையும் தள்ளாமலும், எப்போதும் போலவே சினேகமாய் இருந்துவந்தார்.

குற்றஞ் செய்யாதவர்களை இவர்கள் குற்றஞ் செய்வார்கள் என்று நிச்சயமாய்ச் சொல்லுவதையும், குற்றஞ் செய்தவர்களை இவர்கள் இந்தக் குற்றஞ் செய்யவேமாட்டார்கள் என்று நிச்சயமாய் சொல்வதையும் அன்றுதான் முதல் தடவையாகக் கண்டறிந்தேன். இது என் விதியின் பலன் என்பதையும் தன்னைத் தானே அறிந்து வருந்தினேன்.

இதற்கு முன்னும் பின்னுமாக ஒரு மாதத்துக்குள்ளாக ஒருநாள், ஒருவரும் வீட்டில் இல்லை. நான் தனிமையாக இருக்கும் சமயம், சுண்டட்டிவிளை சாமிநாதன் என்பவரைக் கந்தசாமி கூட்டிக்கொண்டு வந்து, பூமாத்திவிளை நாடாச்சி வீட்டுக்குள்ளிருந்து நான் இருக்கிற வீட்டுத் திண்ணைக்கு வருகிற கதவின் பக்கம் வந்து பேச்சு மூச்சில்லாமல் மௌனமாய் நின்றிருக்கிறார்கள். நான் இவர்கள் நிற்பது தெரியாமல் வீட்டுக் குள்ளிருந்து திண்ணைக்கு வந்தேன். வருகிறபோது இவர்கள் நிற்பதைத் திடீரென்று கண்டு யாரோவென்று பயந்து வீட்டுக்குள் ஓடினேன்.

நான் ஓடுவதைப் பார்த்து ரெண்டு பேரும் கையைக் கொட்டி பெலமாகச் சிரித்தார்கள்.

நான் உடல் நடுங்கி கிடுகிடென்று ஆடி, வியர்த்துப் படுத்து விட்டேன்.

அவர்கள் சிரிப்பும் கைகொட்டும் தீரவில்லை. எனக்கு உடல் நடுக்கம் மாறவில்லை.

கொஞ்ச நேரத்துக்குப் பிறகு, எங்கிருந்தோ பூமாத்திவிளை நாடாச்சி வந்தாள்.

அவளைக் கண்டதும் துள்ளித்துள்ளிச் சிரித்தார்கள். "யக்கா நீ அங்கெ போய் ஆளு எப்புடி இருக்குண்ணு பாரு" என்று சொல்லிச் சிரித்தார் கந்தசாமி.

அவள் நான் படுத்திருந்த இடத்தில் வந்துநின்று, "யம்மாளு அது வேற ஒருத்தருமில்ல, எங்க சின்னம்ம மொவன், சுண்டட்டிவெள சாமிநாதன். நீ அவனக் கண்டு யாம் பயந்தா. வேறெ ஆளுவண்ணா ஊட்டுக்குள்ள வருவாவுளாக்கும், நம்மச்

சொந்த ஆளு எண்ணதுநால அறப்பு* இல்லாம வந்தான். நீ இப்புடி பயறாத, எளந்திரு" என்று சொன்னாள்.

அந்தக் கந்தசாமியின் போக்கிரித்தனமான குணத்தைக் கண்டு அன்றிலிருந்து அவன் மேல் எனக்கு வெறுப்பு. அவனைக் கண்டால் ஒதுங்கி ஒளித்துத்தான் வேலைகளைச் செய்வேன். நான் ஒதுங்கி நடப்பதைக் கண்டும் அவனிடம் நான் பேசவில்லை என்றும் பொறாமை மேலும் வளர்ந்தது.

இப்படி இருக்கிற சமயம், வீட்டுக்காரராகிய இளைய சாமி என்னிடத்தில், நீ கந்தசாமிகிட்ட பேசக்கூடாது. அண்ணனிடத்திலும் அதிகமாய் பேசக்கூடாது என்று கட்டளை இட்டார்கள். கந்தசாமியிடம் பேசக்கூடாது என்பதை நானும் சரி என்று சம்மதித்துக் கொண்டேன்.

அண்ணனிடம் பேசக்கூடாது என்றதை என் மனம் சம்மதிக்கவில்லை.

'கந்தசாமியிடம் நான்பேச மாட்டேன். உங்கள் அண்ண னிடம் பேசாமல் இருக்கக்கூடாது. அது சரி இல்லை. அவர் வீட்டுக்குப் பெரியவர், வயதிலும் பெரியவர். நீங்கள் இந்த வீட்டுக் காரியங்கள் எதுவுமே பார்க்கிறதாக இல்லியே. எல்லாப் பொறுப்பையும் அவர்தானே பார்க்கிறார். இப்பவுங்கூட பூமாத்திவிளைக்காரர்கள் தம்பி வீட்டுக்குப் போய் மூன்று நாள் ஆச்சே. வீட்டிற்குத் தேவையான சாமான் எதாவது வாங்கணுமாவென்று அவர்தானே கேக்கிறார். நான் வேணும் வேண்டாமென்று சொல்லாமல் இருக்க முடியுமா?

அப்படி நான் பேசாமல் இருந்தால், ஒருவருக்கொருவர் பகை உண்டாகும். இப்பவும் நீங்கள் கதவைப் பூட்டினீர்கள். பகைக்கு நான் ஆளானேன். இதுபோல இன்னும் பகை உண்டாகும். எது எப்படியானாலும் அவரிடம் பேசாமல் இருப்பது சரி இல்லை. நீங்கள் இப்படிச் சொல்லக்கூடாது' என்று சொல்லி, அவர் எதாவது சாமான்கள் வாங்க வேண்டுமா என்று கேட்டாலும், சில வேளை நானே இன்ன இன்ன சாமான் வாங்கணும் என்று சொல்லவும் பேசவும் செய்துவந்தேன்.

இவரிடம் பேசுவதைப் பார்த்து கந்தசாமிக்கு, அண்ணனிடம் பேசுகிறாள். நம்மட்ட பேசவில்லை என்ற பகை மேலும் மேலும் வளர்ந்தது.

இன்னும் சிலநாள் கழிந்தபிறகு, ஒருநாள் பனை ஏறி காலையில் பனைக்கு வரவில்லை. இவருக்குப் பள்ளிக்கூடத்துக்கு

---

* அறப்பு – தயக்கம்

நேரம் ஆகிவிட்டது. பூமாத்திவிளைக்காரி தம்பி வீட்டுக்குப் போய்விட்டாள்.

கந்தசாமியைக் கூப்பிட்டு, பனை ஏறி வந்த உடனே பயினியய் வாங்கி குடுத்துரு என்று சொல்லிவிட்டுப் போயிருக்கிறார். ஆகட்டும் என்று சொல்லிவிட்டு, இவரும் கல்லுப்படி வீட்டுத் திண்ணைக்குத் தாயம் போட போயிருக்கிறார்.

வீட்டில் சிலவேளை வந்து கதவு திறக்கிறதும், ஊளைப் பாட்டுப் பாடுவதும், திரும்பக் கதவைப் பூட்டுவதுமாகச் சத்தம் கேட்கும். பயினி எடுத்துக்கொண்டு வரவில்லை. சாயங்காலம் மூத்தவர் பள்ளிக்கூடத்திலிருந்து வந்து, "கந்தசாமி பயினி எடுத்துத் தந்தானா" என்று கேட்டார். நான் "இங்க கொண்டு வரயில்ல" என்று சொன்னேன்.

கொஞ்ச நேரங்கழித்து வந்த கந்தசாமியிடம், "பயினி எடுத்தியா" என்று கேட்டார். அவர் இல்லை என்றார். ஏனென்றார். "அது பயினி எடுக்க ஏங்கிட்ட ஒருத்தருஞ் சொல்ல இல்லயே" என்றார். அதற்கு மூத்தவர், "நான் பள்ளிகொடத்துக்கு போகிறபோது ஒங்கிட்ட சொல்லிக்கிட்டுத்தானே போனேண்டா" என்றார்.

அண்ணன் சொன்னதை நான் கவனிக்கவில்லை என்று பொய்யாகச் சொன்னான்.

நான் பேசவில்லை என்ற கோபம் இந்த பொய்யுஞ் சொல்ல வந்தது. அவருக்குப் பிடிக்காத விசயங்கள் என்ன நடந்தாலும் நான் செய்ததாகவும், நான் சொன்னதாகவும் தெருவில் பலபேர் கூட்டத்தில் சொல்லி இன்றுவரையும் பகையாளியாகவும் ஆகி விட்டார்.

வெற்றிலை தின்னக்கூடாது என்று என் வீட்டுக்காரர் சொன்னார்கள். நான் வெற்றிலையை நெறுத்தமாட்டேன். எத்தனையோ தடவை நெறுத்திப் பார்த்தும் நெறுத்த முடியவில்லை. பள்ளியாடி உபதேசியார் வெற்றிலை தின்பதை நிறுத்தச் சொன்னாரென்று நெறுத்தினேன். பல்லுவலியும் தந்தச்* சூலையினால் முகம் பூராவும் வீக்கம் போட்டுக் கஷ்டப்பட்டேன். பிறகு அவர்தான் மருந்து தந்து சுகப்படுத்தினார். ஆனதினால் வெற்றிலை நெறுத்தமுடியாது என்றேன்.

தமையனாரிடம் போய், "அண்ணா, வீட்டுல வெத்தில கொடுக்கக்கூடாது என்று சொல்லணும். அப்பொதான் இவள் வெத்திலை திங்கிறத நெறுத்துவாள்" என்று சொன்னார்கள்.

---

* தந்தம் – பல்

அன்றைக்கு பூமாத்திவிளை நாடாச்சி எனக்கு வெற்றிலை தரமாட்டேனென்று சொல்லிவிட்டார்கள்.

நான், என்னை மீங்கறி கூட்டக் கூடாது என்று சொன்னீர்கள். நெறுத்திவிட்டேன். இப்போ வெற்றில தின்னக் கூடாது என்றால் நான் நெறுத்த மாட்டேன் என்று முகிலன்விளை அக்காளிடம் சொல்லி அழுதேன்.

இதைக் கேட்டதும் தமையனார் தம்பியைக் கூப்பிட்டு, "நீ வெத்திலை தின்னாதே என்று சொல்லாதே. மீனு தின்னாமலே நெறுத்தி விட்டாள். வெத்திலையைக் கட்டாயப்படுத்தினால், அவள் வெத்திலையும் திம்பேன், மீனும் தின்னுவேன் என்று சொல்லிவிட்டால், நம்ம என்ன செய்யமுடியும். இந்த மட்டோடெ மீன நெறுத்தி, வெத்திலயத் தின்னுட்டுபோட்டு. நீ சத்தம்போடாதே" என்று சமாதானப்படுத்தினார்.

நான் ஈத்தாமொழியிலிருந்து வரும்போது எனக்கு வெத்திலைத் தட்டம் வேணுமென்று கேட்டேன்.

சித்தி, எனக்க தாம்பாளத்தை நீ கொண்டு போவென்று சொல்லி, எடுத்துத் தந்தார்கள். அந்தத் தாம்பாளத்தில் வெற்றிலை போட்டு, யாராவது வந்தால் கொடுப்பேன்.

ஒருநாள் ராத்திரி யாரோ வெளிஊரிலுள்ளவர்கள் வந்து பேசிக்கொண்டிருந்தார்கள். அவர்களுக்கு இந்தத் தாம்பாளத்தில் வெற்றிலை போட்டுக் கொடுத்தார்கள்.

மறுநாள் காலையில் போய் தாம்பாளத்தைப் பார்த்தேன். காணவில்லை. எங்கே என்று கேட்டேன்.

பூமாத்திவிளைக்காரி "நாங்காணயில்ல" என்று சொன்னாள். அவள் புருசனார் "இதுலதானே இருந்தது, ஆரெடுத்தா" என்றார். நான் தேடிப்பார்த்தேன். கிடைக்கவில்லை.

இன்னவிதமாய்ப் போச்சுதென்று துப்புத் தெரியாமலே போய்விட்டது.

பூமாத்தியன்விளை நாடாச்சியின் சொல்லுக்குட்பட்டு வேலைகளைச் செய்துகொண்டிருந்தேன்.

காலையில் துவைத்துக் குளிச்சிவிட்டு, மேலவீட்டுச் சமையல் புரையில் ஒரு சந்தி வேலை முடித்தபிறகு, மற்ற வீட்டுவேலைகள் எல்லாஞ் செய்து, பாத்திரங்களைப் பூசிக் கழுவிவைப்பேன்.

மூத்தவர் குளிச்சி பூசை முடித்துச் சாப்பிடுவார். அதற்குள்ளே பூமாத்திவிளை நாடாச்சி ஒரு சருவம் சோறும் கறியும் எடுத்துக்கொண்டு வந்து, அவள் தம்பி மகள் கோமதியும் அவளும் சாப்பிடுவார்கள்.

இளையவர் பாத்திரத்தைக் கொண்டுபோய்க் குடுப்பார்கள். மூத்தவர் சோறும் கறியும் எடுத்துவைத்துக் கொடுப்பார். அதைக் கொண்டுவந்து சாப்பிடுவார்கள். மீதி இருப்பதை நான் காலையிலும் மத்தியானமும் சாப்பிடுவேன்.

நாள்தோறும் இப்படியே நடக்கும். நான் இந்தப் பாத்திரத்திற்கு அச்சயபாத்திரம் என்று சொல்லுகிற அமுத சுரபி என்று பெயர் வைத்தேன்.

நான் அச்சயபாத்திரம் என்று சொல்லும்போது எல்லாரும் சிரிப்பார்கள். கந்தசாமி பொறாமைப்படுவார். அண்ணன், தம்பிக்குப் பள்ளிக்கூடத்துக்குக் கொண்டு போகச் சோறு கட்டி வைப்பார். தம்பி சோத்துப்பொதியைக் கையில் எடுத்துக் கொண்டு, “அண்ணா வரட்டுமா” என்பார்.

“தங்கம் பொயிட்டு வா” என்பார் அண்ணா.

நான் வீட்டிலுள்ள வேலைகளை எல்லாஞ் செய்வேன். நெல்லு அவிக்கவும், பயினி காய்ச்சவும், சாணி அள்ளிப் போடவும், மற்ற எல்லா வேலைகளையும் செய்வேன்.

சாயங்காலம் அவள் தருகிற அரிசியைச் சோறு பொங்குவேன். கறி வைக்கச்சொன்னால் வைப்பேன்.

வெள்ளிக்கிழமைதோறும் தெக்குவீட்டு ஒரு சந்தி நடத்துவார்கள்.

அன்று தோசைக்குப் போடச் சொல்லுவார்கள். ஐந்து மணியிலிருந்து ஒன்பது மணிவரை மாவரைக்கிற சோலி. மறுநாள் காலையிலிருந்து பதினோரு மணி வரையிலும் காப்பி ஓட்டல் வைத்து நடத்துவது போல வேலை நெருக்கடியாய் இருக்கும். எல்லா வேலையும் நானே செய்வேன்.

பூமாத்தியன்விளை நாடாச்சி பெரியவருக்கும் அவள் தம்பி மகளுக்கும் அவளுக்கும் சேர்த்துப் பதினைந்து தோசை வரை எடுத்துக்கொண்டு போவாள். வீட்டுக்காரர்களும் முகிலன்விளை நாடாச்சியும் காப்பி குடித்தபிறகு கந்தசாமிக்குக் கொண்டு போவாள். பேயோட்டு நாடாச்சி லோகிதனுக்கும் எடுப்பாள். எல்லாருக்கும் கொடுத்து ஹோட்டல் வேலை முடிய பதினோரு மணி வரை ஆகும்.

தெக்குவீட்டு ஒரு சந்தி வேலை முடித்து, வெளிஊரிலிருந்து வந்தவர்கள் சாப்பிட்டு, அவர்களை அனுப்புவதற்குள், இரவு மணி மூன்றாகும். அதுவரையிலும் வேலையும் ஓய்வில்லாமல் நடக்கும்.

சீனிக்கெழங்கு தின்னப்பண்ணி செவிய அறுத்தாலும் நிற்காது என்று சொல்லுவது போல, தோசை ருசியாயிருக்கிறது. ஆகையால் என்னாளும் காலையில் தோசையைத் தின்றுவிட்டு, மத்தியானத்திற்கும் பள்ளிக்கூடத்திற்குக் கொண்டு போகலாம். ராத்திரி ஒரு சந்தி வச்சி சாப்பிட்டால் போதும் என்று அண்ணனும் தம்பியும் ஒரு புதுச்சட்டம் பாசாக்கினார்கள்.

அன்றிலிருந்து ஒரு வாரமாக சாயங்காலம் தோசைக்கு அரைக்கிறதும், காலையிலிருந்து பத்து மணிவரை தோசை சுட்டு விளம்புவதும் எனக்கு வேலை.

இப்படிச் செய்ய என்னால் முடியாது என்று சொன்னேன். தண்ணி எடுக்கிற பொன்னம்மை மாவரைத்துத் தருவாள் என்று சொல்லி, அவளை ஏற்பாடு செய்தார்கள். அவள் இரண்டு நாள் அரைத்தாள். மூன்றாவது நாள் எனக்கு வேறே வேலை இருக்கிறது. என்னால் முடியாது அண்ணே என்று விலகிவிட்டாள்.

இரண்டு நாளாக லோகிதனை உதவி செய்யச் சொன்னார்கள். அவனும் விலகிவிட்டான்.

அதன்பிறகு அந்த உத்தியோகம் நிறுத்தப்பட்டது. லீவு நாள்களில் போட்டால் போதும் என்று சட்டத்தை மாற்றிப் போட்டார்கள்.

ஒருநாள் தோசைக்குப் போடுவதற்கு கொஞ்சம் பொடி அரிசியும், அதோடு சேர்ந்த சாவி அரிசியுமாய் சேர்த்து காலே அரைக்கால் பக்கா (முக்கால் படி அரிசி) கொண்டு வந்து தந்தாள். “நாளைக்கு படிப்பு இல்லியா தோச பண்ணச் சொன்னாரு. நீ இந்த அரிசிய தோசைக்கி போடு” என்று சொன்னாள்.

அந்த அரிசியை உரலில் போட்டு, தீட்டிப் புடச்சி பார்த்தேன். நல்ல அரிசியாக இல்லை. “இந்த அரிசியிலெ தோச சுட்டா நல்லா இருக்காது. கொளுக்கட்ட போல இருக்கும்” என்று சொன்னேன்.

“வேற அரிசி இல்ல. இதத்தானே போடு, நல்லா இருக்கும்” என்று சொன்னாள். நான் தண்ணியிலே போட்டு நல்லாக்கழுவி அரைச்சு வச்சி மறுநாள் தோசை சுட்டேன். எடுத்துக் கொண்டு போய் எல்லாருக்குங் குடுத்தாள். கந்தசாமிக்கும் லோகிதனுக்கும்

விளம்பி முடிந்தபிறகு, முகிலன்விளை நாடாச்சிக்கும் கொடுத்து, நாங்களும் முடித்த பிறகு, மூத்தவர் வந்து முகிலன்விளை நாடாச்சியிடம் கேட்டார். "யக்கா இண்ணக்கி தோச நல்லா இல்லயே ஏன்" என்று கேட்டார்.

அவர்களும் "ஆமா இண்ணக்கி என்நேரத்த போல இல்லயே. நாடாச்சி இண்ணக்கி தோச இப்புடி அவுச்சிருக்கா" என்று சொன்னார்கள்.

சாவி அரிசியும் இடிஞ்சரிசியுமாய் இருந்த அந்த அரிசியில் தோசை சுட்டால் இப்புடித்தான் இருக்கும் என்று சொன்னேன்.

"நேத்து தோசய்க்கு இடிஞ்ச அரிசியத்தான் தந்திருந்துதோ" என்றார் மூத்தவர். "ஆமா" என்று சொன்னேன்.

உடனே பூமாத்திவிளைக்காரியிடம் போய், "நீ நேற்று தோசைக்கு இடிஞ்சரிசிய ஏங்குடுத்தா" என்று கேட்டார். "அரப்பக்கா நல்ல அரிசி இருந்தத அளத்தங்கர அக்காளுக்கிட்ட வாங்கி இருந்த கடத்துக்கு குடுத்தேன். நல்ல அரிசி வேறெ இல்ல. அதிநால நல்ல அரிசிக்கூட கொஞ்சம் இடிஞ்ச அரிசியும் போட்டுக் குடுத்தென்" என்று சொன்னாளாம்.

உடனேயே அவள் அளத்தங்கரை நாடாச்சி வீட்டுக்குப் போய், "யக்கா கேட்டியளா எங்க ஊட்டு காரியத்த. இவரு என்ன வெரட்டிருவாரு போல இருக்கு" என்று சொன்னாள்.

அவர்களும் "என்னத்துக்கு" என்று கேட்டார்கள். "அது அவருக்க தம்பியா பொண்டாட்டி கோளுச் சொல்லிக் குடுக்கா."

"எனக்கு எனி இஞ்ச இருக்க எடமில்ல" என்று சொன்னாளாம். சொல்லிவிட்டு வீட்டு நடமுறைகளையெல்லாஞ் சொன்னாளாம்.

"தம்பியா பொண்டாட்டி என்ன சொன்னாளோ அதுபோல கேட்டு நடக்காரு. அவா வேண்டச் சொன்ன சாமானங்கள ஓடனெ வெண்டி குடுத்திருயாரு. எல்லாம் அவள் மனம் போல தானெ நடத்துயாரு" என்று சொல்லி அழுதாளாம்.

அதற்கு அடுத்த நாள் முகிலன்விளை நாடாச்சி அளத்தங்கரை அக்கா வீட்டுக்குப் போனார்களாம். அவர்களிடத்தில் அளத்தங்கரை நாடாச்சி எல்லா விபரங்களையும் சொல்லி, "நீங்க எல்லாரும் ஒண்ணு சேர்ந்து பூமாத்திவெள நாடாச்சி – புள்ள கொள்ளி இல்லாதவளக் கட்டப்படுத்தலாமா என்றும், நாடான் தம்பி பொண்டாட்டி சொல்லியது போல

கேட்டு நடக்கலாமா. அவா நேத்து வந்தவா கையில அதிகாரத்த குடுத்துக் குடுத்து, பூமாத்திவெள நாடாச்சிய வெரட்டாதுங்க" என்று சொன்னார்களாம்.

முகிலன்விளை நாடாச்சி எல்லாங் கேட்டுக்கொண்டு வந்து மூத்தவரிடம் எல்லா விசயங்களையும் சொன்னார்கள்.

அவர் சொன்னார், அவா ஈத்தாமொழி நாடாச்சியை மட்டும் கேவலப்படுத்தவில்லை. நம்ம எல்லாரையும் சேர்த்துத் தான் கேவலப்படுத்துகிறாள் என்றும் வருத்தப்பட்டுக் கொண்டிருந்தார்.

ஆடி மாதம் பயறு விளைந்தது. பயறு பறித்துக்கொண்டு வந்து, வெயிலில் போட்டு அடித்து, கற்கையாகிய மேல் தோடை ஒதுக்கி விட்டு, ஒரு பெரிய நாருப்பெட்டியில் அள்ளிவைத்திருந்தது. அடுத்தநாள் நான் அதைப் புடைத்து எடுக்கப்போனேன். அவள் 'நீ புடைக்க வேண்டாம். நான் புடைச்சி எடுப்பேன். நேரம் கனமா ஆகிவிட்டு இல்லியா, மேலோட்டுக்கு ஒரியந்திச் சோலி பாக்கப் போ' என்று சொன்னாள்.

நான் போய்விட்டேன். இவள் பயறைப் புடைத்து பொக்குப் பயறும் செடியும் ஒதுக்கிவிட்டு, நல்ல பயறு என்று அந்த நாருப் பெட்டியில் நிறைய இருந்த பயறை அரைப்பெட்டி ஆக்கி வைத்திருந்தாள்.

அதைப் பார்த்து அவள் புருசனாகிய மூத்தவர், "நேத்து இந்த பெட்டி நிறைய இருந்த பயறு இண்ணு அரைப்பெட்டி தானே இருக்கு. ஏன்" என்று கேட்டார்.

அதற்கு அவள் சொன்னாள். "ஆமா, நேத்து செடியுஞ் செத்தயுமா அள்ளி வச்சதுனால பொட்டி நெறய இருந்தது" இண்ணு பொடச்சம் பொறவு இவ்வளவுதான் இருக்கு என்று சொன்னாள்.

அந்தப் பெட்டி ஏழு மரக்கால் நெல் பிடிக்கும். இப்போ இருப்பது ஐந்து மரக்கால்தானிருக்கும். இரண்டு மரக்கால் பயறைக் காணாமல் மறைத்துவிட்டாள் என்று சொன்னார்கள்.

வயல் அறுத்துச் சூடு அடிக்கிற சமயம் நெல்லைக் கூட்டி வைத்திருந்ததை, ரெண்டு நாருப் பெட்டியில் அள்ளச் சொன்னாள். நாடாங் கண்டா சத்தம் போடுவாரே என்று பயந்து சொன்னான் வேலைக்காரன்.

கவலை 285

“நாடான் வந்தா நாஞ் சொல்லுவேன், நீ நெல்லை அள்ளி பொன்னம்ம வீட்டுல கொண்டு வச்சிக்கிட்டு வா” என்று சொன்னாள்.

சூடடிக்கிறவன் அள்ளப் பயந்து நின்றான். “நீ இந்தப் பாட்டியிலே நெல்லள்ளி கொண்டு வச்சாட்டு அடுத்த வரியம் ஒனக்கு சூடடி இல்லண்ணு நெனச்சிக்கெ” என்று பயமுறுத்தினாள்.

அவன் பயந்து, ரெண்டு பெட்டியிலும் அள்ளி வைப்பான். உடனே ரெண்டு பையன்களின் தலையில் ஏத்தி பொன்னம்மை வீட்டுக்கு அனுப்புவாள்.

பொலி வீசி அளந்த நெல்லை அளித்திண்ணையில் தட்டிப் போட்டிருந்தது. விடியக்காலத்துக்குள் ஒரு பெட்டி அள்ளி, பொன்னம்மை தண்ணி எடுக்க வந்தவளிடம் கொடுத்து விட்டாள்.

மூன்று பெட்டி நெல்லும் ஒரு கோட்டை குறையாமல் இருக்கும்.

முற்றத்தில் வெயில் வந்தஉடனே நெல்லை அள்ளிக் காயப்போட்டுத் திரும்பவும் அளந்தார்.

பத்து மரக்கால் நெல் குறைகிறதே என்று சொன்னார். அது கோட்டைக்கு மூணுமரக்கால் காயப்போட்டு அளந்தால் குறையும் என்று முழுப்பொய்யைச் சொல்லி மறைத்து விட்டாள்.

கடைச் சாமானம் வாங்கிவந்த உடனேயே, ஒவ்வொரு சாமானையும் பிரித்து நேர்பாதியை வேறாக எடுப்பாள்.

எண்ணெய், பருப்பு, உளுந்து, கடலை, தேங்காய், மல்லி, வற்றல், கடுகு, சீரகம், மிளகு, பூடு என்று எல்லாச் சாமான்களும் எடுத்து ஒளிச்சு வைப்பாள்.

நெல்லுக் குத்துவாள். பொன்னம்மை அவள் மழுக்கி* போட்ட அரிசியைத் தீட்டுவதற்கு முன்னாலே, இரண்டு பக்கா அளவுக்கு அள்ளிக்கொண்டு போவாள். பூமாத்தியன்விளைக்குப் போக நினைக்கிற அன்று, காலையில் குளித்துவிட்டு வந்து ஒரு சந்தி வேலை அவளே செய்வாள்.

பூசை முடிந்த உடன் ஒரு பெரிய சருவம் நிறைய சோறும் கூட்டுக்கறிகளும் எடுத்துக்கொண்டு வேறாக வைத்துக்

* மழுக்கி – நெல் குத்தும் வேலை மூன்று கட்டமாக நடைபெறும் துவைத்தல், மழுக்குதல், தீட்டுதல்

கொண்டு, சாப்பாடு முடிந்தவுடன் மேலத்தெருவில் போய் ஒரு பிள்ளையைக் கூட்டிவந்து அதற்கும் சோறு குடுப்பாள்.

நாள்தோறும் எடுத்து வைத்திருக்கிற சாமான்களை எல்லாம் ஒரு பெட்டியில் எடுத்துவைத்து, சோறு கறியும் அதோடு வைத்து, சேர்த்து வைத்திருக்கிற ரூபாயும் எடுத்துக்கொண்டு தம்பி வீட்டுக்குப் போவாள். அடுத்த நாளோ மூன்றாவது நாளோ வருவாள்.

இப்படிக் கிழமை தோறும் தவறாமல் ஒரு பெட்டி சாமான் அனுப்பிக்கொண்டிருந்தாள். இதில் ஒரு கிழமை கொடுக்கத் தவறி விட்டால், ராமாயண காவியங்களைப் பாடி அழுதுகொண்டு திரிவாள்.

இவள் இப்படித் தம்பி வீட்டுக்குச் சாமான் கொண்டு போவதைக் காணுகிறவர்கள் ஒருவருக்குமே பிடிக்கவில்லை.

"பூமாத்திவெள நாடாச்சி இந்த வீட்டச் செணங்கருவறுத்துப் போடுவா போல இருக்கே. இது சரி இல்லையே" என்பார்கள்.

அவளிடம் யாராவது நீ இப்படிச் செய்வது சரி இல்லை என்று சொன்னால், அவர்களோடு சண்டை போடுவாள்.

"எனக்கு இந்த ஊட்டுல என்ன புடிநெல இருக்கு? நானிருக்கும் வரைக்கும் அனுபவிச்சது தானே மிச்சம். அவரு தீந்த அண்ணு, நான் குண்டி மண்ண தட்டிக்கிட்டு போறவா தானே. நான் எதுஞ்செய்வேன். ஏஞ் செய்தா எண்ணு நீங்க கேக்கப்புடாது" என்று பேசிவிடுவாள்.

கந்தசாமிக்கும் முகிலன்விளை நாடாச்சிக்கும் இவள் இப்படிக் கொண்டுபோவது புடிக்கவில்லை. என்னிடம் சொன்னார்கள். "அவா இப்படி நாள்தோறும் கொண்டு கொண்டுபோறாளே. இதை நீ கண்டுபிடிச்சி, கொண்டுபோப் படாதுண்ணு சொல்லாத்ததினாலேதானெ அவ கையிலே கிடச்ச தெல்லாங் காசும் பணமும் ஆக்கிக்கொண்டு போறா. இப்படி இவா கடத்திக்கிட்டே இருந்தா ஒனக்குத்தானே நட்டம். எனிமே இப்படி அவளக் கொண்டுபோக உடாதே" என்று சொன்னார்கள்.

"நான் போய் களவு கண்டுபுடிச்சால் அவா சொல்லுவா, ஒஞ் சொத்துகளையும் ஓம் புருசன் சம்பாத்தியத்தையும் நாங் கொண்டுபோகயில்ல. எனக்க ஊட்டு சாமானத்தையும், எம்புருசன் சம்பாத்தியத்தையுந்தான் கொண்டுபோறேன். நீ கேக்க அவசியமில்லை எண்ணு சொல்லுவா. நான் கேக்க மாட்டேன்" என்றேன்.

கந்தசாமிக்கு நான் சொன்னது பிடிக்கவில்லை. ரெண்டு பேருஞ் சண்டை போடுவாள். நமக்குப் பாத்துச் சிரிக்கலாமே என்ற ஆசை அவருக்கு இருந்தது.

சேலை வியாபாரி சேலை கொண்டுவந்து இறக்கினான். மூத்தவர் ரெண்டு சேலை எடுத்து வைத்தார். நானும் சேலையைக் கண்டவுடனே போய்ப் பார்த்துக்கொண்டே நின்றேன். ரெண்டு சேலையிலேயும் நல்லது எது என்று கேட்டார். நான் ரெண்டும் நல்லதுதான் என்று சொல்லிவிட்டு வீட்டுக்குள்ளே போய்விட்டேன்.

அவர் ரெண்டு சேலையும் எடுத்து பூமாத்தியன் விளைக்காரியிடம் கொடுத்து, உனக்குப் பிடித்தமான சேலையை எடு என்றார். அவள் மாந்தளிர் நிறமுள்ள சேலையை எடுத்தாள். மேக நிறமான சேலையை அவர் தம்பியிடம் கொடுத்தார். தம்பி கொண்டு வந்து என்னிடம் தந்தார்கள்.

எனக்குச் சேலை எடுத்தது அவளுக்கு மனமில்லாமல் இருந்திருக்கிறது. அந்தச் சேலையை அவள் உடுத்தவில்லை. முன்னமே அவளுக்குள்ள நல்ல சேலையையும் உடுத்தவில்லை. ஒரு துண்டுச்சேலையை உடுத்து, ஒரு துண்டை மேலே போட்டுக் கொண்டு திரிந்தாள்.

ரெண்டு வாரம் கழிந்த பிறகு அந்தக் கோடிச்சேலையை கல்லுப்படி வீட்டில் செல்லத்தங்கத்துக்கு விலைக்குக் கொடுத்ததாக கந்தசாமி அறிந்து, முகிலன்விளை அக்காளிடம் சொன்னார். ஆனால் அவளிடம் ஒருவரும் சேலையை விலைக்குக் கொடுத்ததைப் பற்றிக் கேக்கவில்லை.

நான்கு நாள் கழிந்தபிறகு பூமாத்திவிளைக்காரி அளத்தங்கரைக்காரர்களிடம் போய், 'அக்கா கேட்டீர்களா கதையை' என்றார்களாம்.

அவர்களும் 'பூமாத்திவிளை நாடாச்சி என்ன கதை சொல்லு' என்றார்கள்.

"நான் உடுத்திருக்க சீலய பாத்தியளா. நான்யிப்படி துண்டுதுணியுங் கெட்டிக்கிட்டு திரிஞ்சப் பொறவும் எனக்குச் சீல எடுத்து தராம ஈத்தாமொழிக்காரிக்கு எடுத்துக் குடுத்தாரே என்ன இவரு எப்புடி வச்சி நடத்தப்போறாரு" என்று அழுதாளாம்.

"பூமாத்திவெள நாடாச்சி, நீ சொல்லுவது எனக்கு உண்மையாக தெரியயில்ல. நாடான் இப்படிச் செய்தானெண்ணு

சொன்னா இத ஆறரும் நம்புவாவுளா. ஒருத்தரும் நம்ப மாட்டார்களே. இண்ணக்கி அடப்பு வெளய்க்கி அந்தியாவச்சில வாறென், வந்து கேட்டு அறியலாம். நீ ஊட்டுக்குப் போ" என்று சொல்லிவிட்டு சாயங்காலம் வீட்டுக்கு வந்தார்கள்.

அளத்தங்கரை நாடாச்சி வந்தவுடன், எல்லாரும் அன்பாய் விசாரித்தார்கள். பிறகு மூத்தவரிடம் அவர்கள் கேட்டார்கள். "நாடான், நீ பூமாத்திவெள நாடாச்சிக்கி சீல எடுத்துக் குடுக்க இல்லயாமே. அவா துண்டுச் சீல உடுத்திருக்கத நீ காண இல்லயா. ஈத்தாமொழி நாடாச்சிக்கு சீல எடுத்துக் குடுத்தியாமே. இவளுக்கு என்னத்துக்கு குடுக்க இல்ல" என்று கேட்டார்கள். அவரும் சிரித்துக் கொண்டு, "யக்கா, பதிநஞ்சி நாளைக்கு முந்தியே நான் ரெண்டு சீல எடுத்து இவகிட்ட கொண்டு குடுத்தென். அவ ஒண்ண எடுத்துக்கிட்டு, ஒரு சேலய தந்தாள். நான் அத தம்பிட்ட குடுத்தென். தம்பிகிட்ட குடுத்தது இவளுக்குப் பிடிக்க வில்லையோ என்னதோ தெரியயில்ல. இவா எடுத்துக் குடுத்த சீலையை உடுக்காம, துண்ட உடுத்துக்கிட்டுத் திரியியா" என்று சொன்னார். உடனே அந்த அம்மா யாங்கிட்ட வந்து இருந்துகிட்டு, "ஒனக்கு சீல எடுத்துத் தந்த அண்ணக்கி அவளுக்குச் சீல எடுத்திருந்ததா" என்று கேட்டார்கள். நான் "ஆமா ரெண்டுசேலை எடுத்து அவியகிட்ட கொண்டு குடுத்து, ஒண்ண எடுத்த பொறவு தான், அடுத்த சீலய எனக்குத் தந்தார்கள்" என்று சொன்னேன்.

அளத்தங்கரை நாடாச்சி, "இது நல்லா இருக்கே கத" என்று சத்தமாய்ச் சிரித்தார்கள். "எடுத்துக் குடுத்த சீலையை உடுக்காம வச்சிக்கிட்டு, துண்டு சீலய உடுத்து கேவலப்படுத்துயாளே நாடான" என்று சொல்லி முடிப்பதற்கு முகிலன்விளை நாடாச்சி வந்தார்கள்.

"அளத்தங்கர நாடாச்சி, கேட்டியா, அவளுக்கு எடுத்துக் குடுத்த சீலய கல்லுப்படி வீட்டு சின்னாடான் மொவா செல்லத்தங்கத்துக்கு, வாங்கின ரூவாயிலே ஒரு ரூவா கொறச்சி விலைக்குக் கொடுத்திருக்கா. நான் சொல்லுயது ஒனக்கு நம்பிக்கை இல்லாட்டு, ஒரு ஆளுவிட்டு கேட்டுப்பாரு" என்று சொன்னார்கள்.

இவர்கள் சொன்னதைக் கேட்ட அளத்தங்கரை நாடாச்சிக்கு பதில் சொல்லமுடியாமல், பூமாத்திவிளை நாடாச்சியிடம் போய், "நீ இப்படி நாடானைக் கேவலப் படுத்துயது நல்லதில்லை. ஒரு குடும்பக்காரன் ஊட்டுப் புள்ளய கொண்டு வச்சி இப்படி கேவலப்படுத்தாதே.

முன்னாலே ஒருக்கா தம்ளரை எனக்க வீட்டுல கொண்டு வச்சிக்கிட்டு, சுண்ணாம்புச் சாந்துக்க இருந்தது எண்ணு

சொன்னதுபோல, இப்போ, எடுத்து தந்த சீலையை விலைக்கு அடுத்த வீட்ல வித்துக்கிட்டு, எனக்கு சீல எடுத்து தரயில்ல. அவளுக்கு எடுத்துக்குடுத்தாரு எண்ணு சொல்லி இப்படிக் கேவலப்படுத்தலாமா?

வந்த விருந்து ஆளுகளுக்கு வெத்தில கொடுத்த தட்டத்த இங்க வந்து ஆரெடுத்துக்கிட்டுப் போவா. நீதான் எடுத்திருப்பா.

சாவி அரிசியைத் தோச சுடச் சொல்லி குடுத்துக்கிட்டு, நான் நல்ல அரிசி குடுத்தேன். அவா சாவியரிசி தந்தாண்ணு கோளுச் சொன்னாண்ணு நீ ஏங்கிட்ட வந்து சொன்னியே, இப்படி அந்த புள்ளய ஏங் கேவலப்படுத்துயா" என்று கேட்டார்கள்.

அவள், 'எம் மனம்போல என்னை நடத்தவிடாவிட்டால் இப்படித்தான் சொல்லுவேன்' என்று பதில் சொன்னாள்.

எல்லாரும் கேட்டுக்கொண்டே, பதில் சொல்லாமல் இருந்தார்கள்.

அளத்தங்கரை நாடாச்சி பூமாத்திவிளை நாடாச்சியைப் பார்த்து, "பாவஞ் செய்த மாடு வாணியங் கையிலே அகப் பட்டது போல ஈத்தாமொழி நாடான் புள்ள ஒங்கையிலெ கெடச்சு, நீ அந்தப் புள்ளய இப்படிக் கேவலப்படுத்தாதே" என்று சொல்லிவிட்டுப் போனார்கள்.

ஒவ்வொரு நாளும் ஒவ்வொரு விதமான குறைகளைச் சொல்லி, ஊரிலுள்ள வீடுதோறும் கேவலஞ் சொல்லுவதே அவளுக்குப் பொழுதுபோக்காக, சொல்லிக்கொண்டே திரிந்தாள்.

நானும் பாவஞ்செய்த மாடு தப்பிஓட வழிஇல்லாமல் செக்கைச் சுற்றிச்சுற்றி ஓடுவதுபோல, இவள் சொல்லுகிற கேவலமான கதைகளை எல்லாம் ஏத்துக்கொண்டு, தப்பி ஓட முடியாதவளாய்க் கண்ணீரிலேயே காலங்கழித்து வந்தேன்.

முகிலன்விளை நாடாச்சியின் அன்பும் ஆதரவும் இருந்தது. இவர்கள் ஊரிலுள்ள எந்த வீட்டுக்குப் போனாலும், அங்கெல்லாம் என்னைப்பற்றிப் பெருமையாகவும், எங்கிருந்தோ வந்த கிடைக்காத பெரும்புகழ் வந்து கிடைத்தது போலப் புகழ்ந்து பேசுவதிலேயே பொழுதுபோக்கிக்கொண்டிருந்தார்கள்.

26

பூமாத்திவிளைக்காரி, ஊரெங்கும் நல்லதும் கெட்டதுமாய்ச் சொல்லி நாள் கழிந்து வருகிற சமயம், யாக்கோட்டி* என்று சொல்லுகிற கோட்டி வந்து ஆரம்பித்தது. முகிலன்விளை நாடாச்சிக்குப் பெருமகிழ்ச்சியாயிருந்தது. வருகிறவர்களிடத்தில் ஒன்றுந் தின்னவில்லை, குடிக்கவில்லை என்று பெருமையாய்ப் பேசுவார்கள்.

அவர்களால் ஏன்ற உதவிகளையும் செய்து வந்தார்கள். வாந்தி, உமட்டல், மயக்கம், தலைசுற்று என்றெல்லாம் உண்டான சமயம், பக்கத்திலிருந்து எதாவது தெரிந்தமுறையில் உதவி செய்வார்கள்.

இப்படியாக மாதம் ஏழு ஆனது. என் தகப்பனார் வந்தார். வெற்றிலை போட்டுக்கொண்டே பேச்சு ஆரம்பித்து முடித்த பின்பு, நாளைக்கு வண்டியைக் கொண்டு வருவான், பிள்ளையை அனுப்பிவிடுங்கள் என்று சொல்லிவிட்டு, என்னைப் பார்த்து "நாளைக்கு வண்டி வரும் நீ வந்திரு மக்களே" என்று சொல்லிவிட்டுப் போனார்.

அவர் போனபிறகு, 'அவர் வண்டியை விடுவாராம், மகள் போகணுமாம். ஈத்தாமொழி நாடான்மார் இப்படித்தான் அழைப்பார்களோ' என்று கந்தசாமி சொன்னார். முகிலன்விளை நாடாச்சி சிரித்தார்கள். திரும்ப எல்லாருங் கூடிச் சிரித்தார்கள்.

அடுத்த நாள் காலையில் வண்டியும் வந்தது. உடனே 'ஒங்க அய்யா வண்டி குடுத்து விட்டுக்காரு, நீ புறப்பட்டுப் போ' என்று சொன்னார்கள்.

---

* யாக்கோட்டி – கா்ப்பமானவா்களுக்கு வரும் வாந்தி, மயக்கம் போன்ற நோய்

உடுத்த துணியை மாற்றி, வேறொரு துணியை உடுத்திக் கொண்டு, யாருந் துணையும் இல்லாமல் வண்டியில் போய் இருந்தேன். வண்டிக்காரன் வண்டியை அடித்துப்போனான். நானும் வீடுபோய்ச் சேர்ந்தேன்.

இரண்டு நாள் கழித்து முகிலன்விளை அக்காளும், இளைய தம்பியுமாய்ப் பார்க்க வந்தார்கள். இரண்டுநாள் நின்றுவிட்டுப்போனார்கள்.

மூத்தவரும் அடிக்கடி வருவார். கந்தசாமியும் வருவார். இப்படி நாள்கள் கழிந்தன.

அழுதழுதும் பிள்ளை அவளே பெறுவாள் என்பது போல படவேண்டிய கஷ்டங்களை எல்லாம் அனுபவித்து, கார்த்திகை மாதம் முப்பதாந்தேதி சனிக்கிழமை இரவு அம்மன்கோவில் நாடகம் முடிந்து, அடுத்தநாள் மார்கழி மாதம் ஒண்ணாந்தேதி ஞாயிற்றுக்கிழமை விடியற்காலையில் பிறந்தார் பக்தவத்சலன் என்னும் குடும்பத்தலைவர். என்னைச் சிறைச்சாலையில் அடைத்துவைக்க வந்த பெருந்தலைவர். தருமம் செய்தவளுக்குத் தலைப்பிள்ளை ஆண்பிள்ளை என்று சொல்வதுபோல் ஆண்பிள்ளை பிறந்ததென்ற சந்தோசம் மெத்த மெத்தக் கொண்டாடினார்கள். என் தகப்பனார் துள்ளி ஆடினார்.

அன்று சாயங்காலம் பொட்டலிலிருந்து இவர்கள் அண்ணனும் தம்பியும் குழந்தை பிறந்தது அறியாமலே பார்க்க வந்த அவர்களைக் கண்டதும், எங்கள் பாட்டியார் வந்து 'அப்பா உனக்கு மகன் பிறந்திருக்கிறான்' என்று சொன்னார்கள். அவர்களுக்கும் சந்தோசம். 'போய்க் குழந்தையைப் பார்க்க வேண்டும்' என்றார் மூத்தவர்.

மருத்துவத்தாள் குழந்தையைத் துணியில் வைத்து எடுத்துக்கொண்டு போய் காட்டினாள். 'அய்யா எனக்குச் சேலை எடுத்துத் தரணுமென்றாள்' மருத்துவச்சி. அவர் சிரித்துக்கொண்டே எடுத்துத் தருகிறேன் என்றார்.

அடுத்த நாள் முகிலன்விளை நாடாச்சி வந்தார்கள். அவர்களோடு இரண்டு பெண்களும் வந்தார்கள். அவர்களும் பிள்ளையை எடுத்து ஆராட்டிச் சீராட்டி அன்பு காட்டினார்கள்.

பிள்ளை பெத்த வீட்டுக்கு வராத விரதமுடைய பூமாத்தி விளை நாடாச்சி, பதினாறு கழித்து வீடு சுத்தஞ் செய்து சட்டிபானை தொட்டபிறகு, ஒருநாள் வந்து தூரநின்று எட்டிப் பார்த்துவிட்டுப் போய், பாட்டியாரிடம் கொஞ்ச நேரம் இருந்து பேசிவிட்டு, தம்பி வீட்டுக்குப் போனாள்.

பிள்ளை பிறந்த பதினைந்தாவது நாள் ஒரு சேலை எடுத்துக் கொண்டுவந்து மருத்துவச்சிக்குக் கொடுத்தார்கள். அவள் சந்தோசமாய் வாங்கிக்கொண்டு குழந்தையை வாழ்த்தி நல்ல உபதேசங்களைக் காதுக்குள் சொல்லி ஊதி அவர் கையில் கொடுத்தாள்.

அவர் குழந்தையைக் கையில் வாங்கிவைத்துத் திரும்பக் கொடுத்தார். மருத்துவச்சி வாங்கி குழந்தையின் தகப்பனார் கையில் கொடுத்து, ‘குழந்தையைக் கையில் வாங்கத் தெரிய வில்லியே’ என்று சொல்லிச் சிரித்துக்கொண்டு திரும்ப வாங்கி வந்தாள். கந்தசாமி உற்சாகத்துடன் குழந்தையைக் கையிலெடுத்து ஆட்டி அசைத்து விளையாடிப் பின் தரையில் கிடத்திக் கொஞ்சிக் குலாவிப் பிள்ளைச்செல்வம் பெருஞ்செல்வம் என்று சொல்லுவது போல் கண் களிகூரக் கண்டுமகிழ்ந்தார்கள்.

என் தகப்பனார் குழந்தை கால் கைகளை அசைப்பது போல் அவர் கால் கைகளையும் அசைத்து, குழந்தை உழத்துவது* போல் இவரும் உழத்தி, அழுவதுபோல் அழுது அபிநயங் காட்டுவார்.

சித்தியார் குழந்தைக்கு எண்ணை தேய்த்து வெயிலில் கிடத்தி, செல்லங்கொஞ்சி விளையாடுவார்கள்.

பாட்டியார் குளிப்பாட்டிக் கொடுப்பார்கள். சித்தி கையில் வாங்கி ஈரம் துவட்டி மடிக்குள் பொதிந்து வைத்துக் கொள்வார்கள்.

தம்பி ராஜாங்கம் தாயாரின் பக்கத்தில் நின்று, மடிக்குள் வைத்திருக்கிற குழந்தைக்கு முத்தம் கொடுப்பான். பிறகு தாயாருக்கும் முத்தம் கொடுத்துவிட்டு, நின்று அழுவான். ஏன் என்று கேட்டால், திரும்பத் திரும்ப அழுவான். “யாம்லே” என்று கோபத்தோடு கேட்டால், அக்கா, “வெள்ள புள்ள பெத்திருக்கா யில்லியா. நீ யாம்டீ என்ன கறுத்த புள்ளையா பெத்தா” என்று சொல்லுவான். திரும்பவும் குழந்தையைச் சேர்த்துப் பிடித்துக் கொண்டு, விடாமல் மணத்துவான். எல்லாருங் கூடிச் சிரிப்பார்கள்.

ஆண்குழந்தை என்ற அகமகிழ்ச்சியால் அவரவரும் குழந்தையிடம் அன்பு காட்டிவந்தார்கள்.

நாற்பது நாள்வரையும் எனக்கு நல்லமுறையில் குறை வில்லாத ஆகாரம். காலையில் நிறைய பால்விட்டு ஒரு கிண்ணம் காப்பி. புட்டோ, தோசையோ வைத்துத் தருவார்கள். மதியம் நல்ல மீனு வாங்கி, குடிமிளகு கறிவைச்சி, எங்க தகப்பனார்

---

* உழத்துவது – மிழற்றுவது

அடுப்பங்கரையில் போயிருந்து, நிறைய மீன் துண்டும் கறியும் எடுத்துவைச்சி குடுத்துவிடுவார். "நிறைய நல்லா தின்னு மக்களே" என்றும் சொல்வார்.

மிச்சம் இருக்கிற மீனும் மிளகுக் கறியும் அவரே சாப்பிடுவார். "மொவா புள்ள பெத்ததா. தவப்பனுக்குத் தாராளமா மிளகுஞ்சோறும். கொறத்தி புள்ளப்பெத்தா கொறவன் காயங் குடிப்பானாம். அதுபோல இருக்கிறது" என்று பாட்டியார் சொல்லுவார்கள்.

சாயங்காலம் அந்திக்கடை மீன் வாங்கி, குடிமிளகுக்கறி அவரே போயிருந்து கூட்டிக் கொடுப்பார். பக்குவமாய் அடுப்பில் இருந்து இறக்கும்வரை காவல் இருந்து, முதலாவது எனக்குத் தந்துவிட்டு, அவரும் சாப்பிட்டுவிட்டு வந்து குழந்தையோடு கொஞ்சம் விளையாடிவிட்டுப் படுக்கைக்குப் போவார். இந்த முறையில் நாற்பது நாள்வரையும் நடந்துவந்தது.

சோத்தையுங் கறியையும் நிறைய திங்கச் சொன்னார்.

வீட்டில் பால் நிறைய கிடைப்பதனால், நிறைய பாலைக் குடிக்கச் சொல்லியும், குடி மக்களே என்றும் தந்தார். அன்பு காட்டினார்.

குழந்தை பெத்துப் பதினாறு கழியும்வரை, வண்ணாத்தி மாத்து சும்மா போட்டு லாத்து என்று, தாராளமாய் கிடைத்தது. அதற்குப்பிறகு மாத்தி உடுத்துவதற்கு ஒரு துணி இல்லாமல், உடுத்த துணியை துவைச்சி உடுத்துகிறாளே என்று அவர் ஒரு நாளுங் கவனித்தவரில்லை.

குழந்தைக்கு ஒரு முழம் துணி எடுத்து ஒரு உடுப்புத் தச்சி குடுத்தவரும் இல்லை.

சின்னத்தங்கம் ஒரு துணியும் சித்தி ஒரு துணியும் அவர்கள் கைவசம் உள்ள நேட்டத்திலிருந்து எடுத்துக் குழந்தைக்குக் கொடுத்தார்கள்.

வண்ணாத்தி துணி கொண்டு வருகிறவரையிலும் உடுத்தியிருக்கிற துணியில் மூத்திரமும் பீவாடையும் வீசுவதை அவர் கவனிக்கவில்லை. வாயுறவு தவிர கையுறவு என்பது செய்யவில்லை.

தாயும், பிள்ளையுமாய் இவர்களை வீட்டுக்கு அனுப்ப வேண்டுமே என்ற எண்ணமும் அவருக்கு இல்லை.

இரண்டு மாதம் கழிந்து மூன்றாவது மாதம் பிறந்து பிள்ளை, முகம் பார்த்துச் சிரிக்கவும் வந்தது.

பொட்டலிலிருந்து வந்தவர்கள் 'வீட்டுக்கு எப்போ அனுப்புகிறீர்கள்' என்றார்கள்.

என் தகப்பனார் 'உங்களுக்கு விருப்பமுள்ள நாள் கூட்டிக் கொண்டு போங்கள்' என்றார். அவர்கள் இதைக் கேட்டதும் வீட்டுக்குப் போய்விட்டார்கள்.

அவர்கள் போன பிறகு இவர் பிறவிக் குணத்தைக் காட்டிப் பேசத் துடங்கினார். "ஊட்டுக்கு எப்ப உடுவிய எண்ணு கேட்டுக் கிட்டுப் போறான். நான் இவனுக்குச் செமடு கெட்டி அனுப்ப இப்ப ரூவா வச்சிக்கிட்டி இருக்கனா. கூட்டிக்கிட்டுப் போக வேண்டியதுதானே. ஆருஞ் செறுக்குறாவுளா" என்றார்.

எங்கள் தமயனார் பாட்டியாரைப் பார்த்து, "யம்மா இவள ஊட்டுக்கு உடணுமுண்ணா புள்ளய்க்கு உருப்படி செய்து போடணுமில்லியா" என்றார். கிழவி "ஆமா, இப்ப ஒங்கிட்ட இருக்கிண்ணா செய்து போடு" என்று சொன்னார். "அப்ப இவளுக்கு எல்லாச் சீரும், சில துணியும் அஞ்ஞூறு ரூவா வேணுமேயப்பா. இஞ்ச எங்க இருக்கு" என்றார். உடனே கிழவி, "பொண்டாட்டியும் புள்ளயும் வேணுமுண்ணா வந்து கூட்டிக்கிட்டுப் போவான்லே, நீ சும்மா இரு" என்றாள்.

என் சித்தி என் தகப்பனிடம், "இந்த கொழந்தைக்கு அரையில் ஒரு அரஞ்சாக் கொடியாவது செய்துபோடப்புடாதா" என்று சொன்னார்கள்.

"ஒங்கிட்ட இருக்குண்ணா செய்து போடாம் மூளி" என்று சொல்லிவிட்டார். கிழவி, "ஒனக்கென்னம்மா நீ பேசாதே" என்றார். "உடுத்தியிருக்கிற சீலய மாத்தி உடுக்க ஒரு சீல எடுத்துக் குடுக்காத மனுசன் ஒனக்கு என்னத்த தரப் போறாரு" என்று சித்தி அழுதார்கள். நானும் அழுதேன்.

கிழவி வந்து, "இதுக்கெல்லாம் இப்ப அவங்கிட்ட ரூவா இருக்கவா செய்யி, பிந்திப் பாக்குலாம். வந்து கூப்புட்டாமுண்ணா போயிக்கிட்டு வா" என்று முடித்தாள்.

மூன்று நாளைக்கு முட்டையும் சோறும், மூன்றாவது நாள் மட்டையும் மாறும் என்றது போலாச்சுது. குழந்தை பிறந்து மாதமும் நாலு ஆனது.

நாலு மாதம் ஆகியும் இன்னும் இவர் இன்ன நாள் வந்து கூட்டிக்கிட்டுப் போங்கள் என்று சொல்லவில்லை. இனி இங்கே இருந்தே ஒரு வண்டியைக் கொண்டுபோய் கூட்டிக்கொண்டு வரலாம் என்று இவர்கள் முடிவு பண்ணிக்கொண்டார்கள்.

ஒருநாள் இரவு பத்துமணி ஆனபிறகு, ஒரு வண்டிச் சத்தமும் ஆள் சத்தமும்கேட்டது. என் தகப்பனார் ராச் சாப்பாடு முடித்து வெளித்திண்ணையில் கட்டிலில் உக்கார்ந்து பல காரியங்களையும் மகனிடம் பேசிக்கொண்டிருந்தவர், வண்டிச் சத்தம் கேட்டதும், பேச்சை நிறுத்திக் கட்டிலில் பிணம் போல் மூச்சற்றுப் படுத்துவிட்டார்.

என் தமையனாரோவென்றால், நன்றாய்த் தூங்கினவர் போல மூச்சுவிட்டுக்கொண்டே படுத்துக்கொண்டார்.

கிழவி மூச்சும் பேச்சுமற்று மூலை வீட்டுக்குள் படுத்தாள்.

கதவைத்தட்டுகிற சத்தங் கேட்டதும் மூன்று பேரும் பிணமாய்க் கட்டிலில் விழுந்துவிட்டார்கள். கதவு திறக்க ஆளில்லை.

நான் போய் கதவைத் திறந்தேன். வீட்டுக்குள் வந்ததும் ஒருவருடைய சத்தமும் இல்லாமல் இருப்பதைப் பார்த்துவிட்டு, 'வண்டி கொண்டுவந்தேன் வீட்டுக்குப் புறப்படு' என்றார்கள்.

இரந்து குடிக்கிற மணிகாரனுக்கு இங்கே என்ன வேலை என்றது போல, எனக்கும் புறப்படுவதற்கு அங்கே வேறு வேலை ஒன்றும் இல்லை. குழந்தையைக் கையில் எடுத்துக்கொண்டு புறப்பட வேண்டியதுதானே வேலை.

கொச்சை வீச உடுத்திருந்த துணியோடு, குழந்தையைக் கையில் எடுத்தேன். என் சித்தியார் படுத்திருந்தவள் எழுந்து குழந்தையைக் கையில்வாங்கி முத்தமிட்டு, அழுத கண்ணீர் குழந்தையின் முகம் நனைய ஏக்கத்துடன் விம்மி அழுது, திரும்பத் திரும்ப முத்தமிட்டு முகத்தையும் உடம்பையும் கண்ணீரால் நனைத்து என் கையில் தந்தார்கள்.

நான் வாங்கிக்கொண்டு வந்து வண்டியில் ஏறி வீடு வந்து சேர்ந்தேன்.

இவர்கள் முன்னாலே ஒண்ணும் வேண்டாம், பொண்ணு மட்டும் போதும் என்று சொன்னவர் ஆனதினால், குற்றங்குறை ஒன்றுஞ் சொல்லுவதற்கு இடமில்லாமல் வெளியே யாரிடமும் சொல்லாமலும் சந்தோசமாய் இருந்தார்கள்.

27

குழந்தையைப் பார்க்க வருகிறவர்கள், "குழந்தைக்கு உருப்படி செய்னு கிய்னு ஒண்ணயுங் காண இல்லியே" என்று கேட்டால், பிந்திப் போடுவார் என்று சொல்லுவார்கள்.

வீட்டுவேலைகளை எல்லாம் பார்த்து வந்தேன். குழந்தையைக் கந்தசாமி பிரியமாய் எடுப்பார். முகிலன்விளை நாடாச்சியும் அன்போடு பேசுவார்கள். நான் குழந்தையை அய்யாவு என்று பெயர் சொல்லுவேன். எல்லாரும் அப்படியே சொல்லுவார்கள். அகஸ்தீஸ்வரத்து நாடாச்சி பிள்ளை இல்லாதவர்களாகையினால், இந்தக் குழந்தையை அவர்கள் வீட்டுக்குக் கொண்டுபோய் ஒருநாள் முழுவதும் வைத்துக்கொள்வார்கள். குழந்தை பசியினால் அழுதாலும் கொண்டு வர மாட்டார்கள். நன்றாய் வாடி வதங்கிய பிறகு கொண்டுவருவார்கள். அவர்களும் அவள் புருசன் நாராயண நாடானும் குழந்தையோடு பிரியமாய் அன்பு காட்டி வந்தார்கள். அவர்களும் அய்யாவு என்று பெயர் சொல்லிக் கூப்பிடுவார்கள்.

ஆறுமாதம் ஆனதும் இருக்கப் படித்து, ஏழாவது மாதம் தவழப் படித்தான். எட்டாவது மாதம் யாராவது சாப்பிடுவதைக் கண்டால் தவழ்ந்து போய் சோத்தை அள்ளி வாயில் வைக்க ஓடிப்போவான். இனி எச்சிப்படும் முன்னே, நல்லநாள் பார்த்து மேல வீட்டுக்கு ஒரு சந்தி நடத்திச் சோறு கொடுக்க வேண்டும் என்று, ஒரு சந்தி நடத்தி அவர்களுக்கு வேண்டிய ஆள்களையும் வருத்தி, சாமிக்குப் பூசை முடித்து சோத்தை அள்ளிக் குழந்தையின் வாயில் கொடுத்து, எச்சில்படுத்தி பெயர்விட வேண்டி என்ன பெயர் வைக்கலாம் என்று சொன்னார்கள்.

கவலை
297

அண்ணன் பக்தவத்சலன் என்று பெயர் வைக்க நினைக்கிறேன் என்றார். தம்பி ஸ்ரீகண்டேஸ்வரன் என்று வைப்போம் என்றார்கள்.

ரெண்டு பெயரும் நல்ல பெயர்தான். அதனால் ரெண்டு பெயரையும் சேர்த்து ஸ்ரீ கண்டேஸ்வர பக்தவத்சலன் என்று பெயரிட்டு, திருநீறு நெற்றியில் அணிந்து, அந்தப் பெயரைச் சொல்லிக் கூப்பிட்டு, சோற்றை எடுத்துக் குழந்தையின் வாயில் கொடுத்து, கையில் அள்ளிக்கொடுத்தும் விளையாட்டுக் காட்டி விட்டு எல்லாரும் சாப்பிட்டு வெற்றிலை போட்டு வீட்டுக்குப் போனார்கள்.

ஸ்ரீ கண்டேஸ்வர பக்தவத்சலன் என்று சொல்லுவது நீண்ட பெயராய் இருப்பதனால் சுருக்கமாய் சொல்ல, பி.எஸ்.கே. பக்தவத்சலன் என்று பள்ளிக்கூடப் பெயராக வைத்து, குழந்தைப் பருவத்துக்குச் சபாபதி என்று பெரிய தகப்பனார் பெயர் வைத்தார். அய்யாவு என்ற பெயர் இரண்டு மூன்று வயது ஆனதும் நின்றுவிட்டது. எல்லாரும் சபாபதி என்று சொல்லப் பழகி விட்டார்கள்.

எனது தம்பிமார்கள் ராஜா, ராஜாங்கம் என்ற இரண்டு பேரும் சிறுபிள்ளையாய் இருக்கும்போது பொட்டலுக்கு வருகிற சமயம், ராஜா என்ற பெயரை அறிந்ததும் நடுவு நாடான் மூன்றாவது மகனுக்கு காரங்காட்டான் என்ற பெயரும் எனது மூன்றாவது குழந்தையின் பெயரை அவர்கள் ஐந்தாவது மகனுக்கு வைத்தார்கள். குழந்தை சபாபதி பிறந்து பத்து மாதம் ஆனதும் நடக்கப் படித்தான். பேச ஆரம்பித்து ஒரு வயது ஆனதும் மழலைச் சொற்கள் திருத்தமாய்ச் சொல்லவும், ஓடி ஆடி விளையாடவும் செய்தான். எல்லாரும் குழந்தையிடம் அன்பு காட்டிச் செல்வமாய் வளர்த்தார்கள்.

பூமாத்தியன் விளை நாடாச்சியின் கள்ளக்கடத்தலும், பதுக்கல் வேலைகளும் மிகத் தீவிரமாய் நடந்துவந்தன.

எந்தச் சாமான் அவள் கையில் கிடைத்ததோ அதே சாமான் அவளோடு சேர்ந்ததுதான்.

அவள் புருசனார் வைத்திருக்கும் ரூபாயில் நூறு ரூபாய் அவள் கையில் கிடைத்தாலும் திரும்ப அது மீளாது, அவளோடு சேர்ந்ததுதான். தீவெட்டிக் கொள்ளைக்காரன் வீட்டுக்குள் இருக்கிறான் என்ற எண்ணத்தோடே எந்த நேரமும் ஞாபகத்தோடும், எந்தச் சாமானானாலும் சரி, பத்திரமாய்க்

கண்ணுங்கருத்துமாய் ஒளித்துவைத்துத்தான் பரிமாற வேண்டும்.

வேலை ஒய்ந்த நேரங்களில் எதாவது புத்தகங்களை எடுத்துப் படித்துக்கொண்டிருக்கும்போது, எதாவது வேறு வேலை வந்தால் புத்தகத்தை வைத்துவிட்டுப் போய் திரும்பி வந்து பார்த்தால் காணமுடியாது. எடுத்து மறைத்துவைத்துக்கொண்டு அதும் தம்பி வீட்டுக்கே அனுப்பிவிடுவாள்.

எத்தனையோ சிறுசிறு புத்தகங்களை ஒன்றாய்ச் சேர்த்துக் கெட்டிவைத்திருந்தேன். எடுத்து மறைத்துவிட்டாள். விதவித மாய்ப் பெட்டிகள் முடைந்து வைத்திருப்பேன். எப்படி எடுப்பாளோ தெரியாது. ஒன்றொன்றாய்க் கடத்திவிடுவாள். நெல்லைக் குத்தி அரிசியைப் பானையில் போட்டு வைத்திருந் தால், கால் பக்கா அரைப்பக்காவாக எடுத்து வெறும் பானை ஆக்கிவிடுவாள். ஏழு பனையோலை எழுதி முடித்தாலும் அவள் செய்த கொடுமை எழுதி முடியாது, ஒன்றொன்றாய் எழுதி னாலும் ஒரு கோடி நாள் எழுதலாம்.

கந்தசாமிக்கு வீட்டுவேலை செய்வதற்கு ஆளில்லாததினால், முகிலன்விளை நாடாச்சி லெட்சுமி என்று ஒரு வேலைக்காரியை வைத்து வீட்டு வேலைகளை நடத்திக்கொண்டிருந்தார்கள்.

காலையில் கந்தசாமிக்குச் சோறுங்கறியும் பொங்கி வைத்து விட்டு மற்றுள்ள வேலைகளையும் செய்து முடித்துவிட்டு, சாமி வீட்டுக்கு அந்த வேலைக்கார லெட்சுமியையும் கூட்டிக்கொண்டு போவார்கள். அங்கே சாமிக்கு ஒரு சந்தி முடிந்தபின் இவர்கள் இருவரும் அங்கே சாப்பிட்டுவிட்டு வருவார்கள்.

அடுத்த நாள் முகிலன்விளைக்குப் போனால் அங்கே சாப்பிடுவார்கள். இப்படி எங்கே அவர்கள் போனாலும் அந்தப் பிள்ளையும் கூடவே போகும். அவர்கள் போகிற வீடுகளில்தான் இந்தப் பிள்ளைக்குச் சோறு, காப்பி, பலகாரங்கள், தலைக்கு எண்ணெய், உடுத்தத் துணி என்று அவளுக்கு வேண்டிய தெல்லாம் வாங்கிக்கொடுப்பார்கள்.

இப்படி நாள்தோறும் நடந்துவருகிறபோது, சில சமயங் களில் அடுத்த வீட்டுக்குப் போகாமல் வீட்டில் வேலைகள் பார்க்க வேண்டியதிருந்தால் அன்று வேலைகளைச் செய்துவிட்டு இங்கே வருவார்கள்.

வந்து இருந்துகொண்டு கதைகளைக் கட்டவிழ்த்து ஒன்று ஒன்றாய் வெளியாக்குவார்கள்.

"கந்தசாமிக்குச் சோறு பொங்கிக் குடுக்க ஆளில்லாததினால் இந்தப் புள்ளய நாங் கூட்டிக்கிட்டு வந்தேன். எங்க ரெண்டுவருக்கும் சோறு போட அவங்கிட்ட என்ன இருக்கு?

அவனுக்கு மட்டும் அரப்பக்கா அரிசி கொதிச்சவச்சி ஒரு கூட்டாணமுங் காய்ச்சி வைப்பேன். இந்தப் புள்ளய நானும் யென்னேரமும் ஊடு ஊடா கூட்டிக்கிட்டுப் போயி சோறு, தலைக்கெண்ணெய் எல்லாம் வேண்டிக் குடுக்கேன். நீங்க ரெண்டு ஊட்டுக்கார இதில இருக்கிறியளே ஒரு நாளாவது ஒரு மொணறு தண்ணி ஒருத்தருங் குடுக்கயில்லியே. இப்புடி நீங்க இருந்தா அவன் எப்புடிக் கரையேறுவான் அய்யா மூத்த நாடான்" என்று மூத்த மாமன் மக்களிடம் சொல்லுவார்கள். இதைக்கேட்டு இவர்கள் எங்கிட்ட, "அக்கா ரெம்பக் கவலைப்படுகிறாள். அந்த லெச்சிமிக்கு நீ எதாவது சோறு, கஞ்சி, தலைக்கு எண்ணெய் எதுங் குடுத்து, எதாவது சேவலை செய்யவும் சொல்லிகோ" என்று சொன்னார்கள்.

மூத்தவரால் ஒன்றும் செய்யமுடியாது. பூமாத்தி நாடாச்சிக்கும் அந்த லெச்சிமிக்கும் கொஞ்சமும் பிடிக்காது. வீட்டுச்சாமான்களைக் காணாமல் கடத்துவதற்கு அவள் உதவி செய்யமாட்டாள். எதாவது எடுக்கும்போது கண்டுகொண்டால், உடனே முகிலன்விளை நாடாச்சியிடம் சொல்லிவிடுவாள். அதனால் அவளைப் பிடிக்காது. அந்த லெச்சுமியை நேரில் கண்டுவிட்டால் கூவை என்றும், "எங்க இருந்து வந்திட்டு இந்த கூவ" என்றும் தூசணமாய் வார்த்தைகள் சொல்லிப் பேசுவாள்; பக்கத்தில் நின்றால் அடிப்பாள்.

இவர்கள் சொன்னதிலிருந்து அந்தக் குட்டிக்கு நான், காலையில் வந்தால் பழங்கஞ்சி இருந்தால் கொடுப்பேன். மத்தியானம் வந்தால் சோறு கொடுத்தும், தலைக்கு எண்ணெய் என்றும் எதானாலும் கொடுத்து வெளியே உள்ள வேலைகளைச் செய்யவும், கடைச்சாமான் வாங்கவும், குழந்தை அழுதால் எடுக்கவும் இப்படிப் பலவித உதவி செய்துவந்தாள். முகிலன்விளை நாடாச்சிக்கு நல்ல திருப்தியாக இருந்தது.

28

இவ்விதமாக நடந்துவருகிற சமயம் இரண்டாவது கர்ப்பம் ஒன்பது மாதம் வரையிலும் என் தகப்பனார் வீட்டுக்குப் போகாமலே இருந்தேன். என் தகப்பனார் கூப்பிட வரவும் இல்லை.

பள்ளிக்கூடப் பரீச்சை முடிந்து லீவு வந்ததும் பரீச்சை பேப்பர் திருத்த திருவனந்தப்புரத்துக்குப் போகவேண்டி வந்ததினாலும் இங்கே ஆள் வசதி இல்லாததினாலும், என்னையும் குழந்தையையும் இவர்களாகவே ஈத்தாமொழியில் கொண்டு விட்டு விட்டு திருவனந்தபுரத்தின் பக்கத்திலுள்ள வழுதலம் பள்ளம் என்ற இடத்திற்கு பேப்பர் திருத்தப் போனார்கள்.

நான் ஈத்தாமொழிக்குப் போன அன்றிலிருந்தே உடல்நலக் குறைவினால் கஷ்டப்பட்டுக்கொண்டே இருந்தேன்.

அந்தச் சமயம் கந்தசாமிக்குக் கலியாணம் என்று சொன்னார்கள். நானும் குழந்தை சபாபதியும் ஈத்தாமொழியிலும், அவர்கள் திருவனந்தப் புரத்திலுமாய் இருக்கும்போதே, சூரங்குடியில் பெண் பேசிக் கந்தசாமிக்குக் கலியாணம் நடந்தது. அவர் கலியாணத்திலும் நாங்கள் சேராதவர்கள் ஆகிவிட்டோம்.

அவருக்குக் கலியாணம் கழிந்த ஐந்தாவது நாள் எனக்கு ஒரு பெண் குழந்தை பிறந்தது. என் தகப்பனாருக்குக் காசு செலவு செய்ய மனம் இல்லாமல் இருந்தாலும், பிறந்தது ஆண்குழந்தையாக இருந்தால் சந்தோசம்தான். கொட்டு முழக்கமில்லாமல் இருந்தாலும் குரவை முழக்கம் வேண்டும் என்பது போல பெண்குழந்தை என்ற வருத்தத்தினால், “இந்தப் பொட்டக்குட்டியா, எம்புள்ளய இவ்வளவு வருத்தப்படுத்தினது” என்று மிகக்

கவலையோடு எல்லாருக்குங் கேட்கும்படிச் சொல்லி வருந்திக் கொண்டார்.

அன்று சாயங்காலம் அந்திக்கடையைச் சேர்ந்த சந்திப்பில் அவரை, சேர்ந்தவர்களோடு சேர்ந்து கூட்டம் போட்டுப் பேசி, வம்பளப்புக் கதைகள் வழங்கிக்கொண்டிருக்கும் சமயத்தில், புதிதாக ஜோஸியம் (ஜாதகம் பார்க்கப் படித்தவர்) படித்துப் பலவிடங்களிலும் பெயர் பெற்றவர் என்று இவருடைய கூட்டத்தார்கள் பெருமையாகச் சொல்லுகிற ஒருவரும் அந்தக் கூட்டத்தில் வந்தாராம். அவர் ஜாதகங்களைப் பலன் பார்த்து சொல்லுவதைப் பரிசோதிக்க வேணுமென்று நினைத்து, அவரை உக்கார வைத்து, "அய்யா, ஜோஸியரே, நம்ம இளையநாடான் மகளுக்கு இன்று விடியற்காலையில் ஒரு ஆண்குழந்தை பிறந்திருக்கிறது. நீர் அந்தக் குழந்தையின் பிறந்த பலனைப் பார்த்துச்சொல்லும்" என்று பொய்யாகச் சொன்னார்களாம்.

அவர் உடனே தரையில் உள்ள மணலை விரித்து, கிரகங்களை அமைத்துக் கணக்குப்படுத்திக்கொண்டு, நீங்கள் சொன்ன நேரத்தில் ஆண் குழந்தை பிறக்காது, பெண் குழந்தை தான் பிறக்குமென்று சொன்னாராம்.

இவர்களின் துணைவர்களான குமரப்பன், ஆறுமுகக் கண்ணு, பொன்னையா என்பவர்களெல்லாரும் சேர்ந்து, அந்த ஜோஸியரைக் கிண்டல் பண்ண வேண்டுமென்றே திரும்பவும் ஆண் குழந்தைதான் என்று சொன்னார்களாம். அவர் ஆண் குழந்தை பிறக்காது என்று நிச்சயமாய்ச் சொன்னாராம். இவர்கள் ஜோஸியரைப் புகழ்ந்து பேசிக்கொண்டு, பிறந்தது பெண்குழந்தைதான் என்று உண்மையைச் சொல்லிப் பிள்ளையின் பிறந்த பலனைக் கேட்டார்கள்.

நல்ல நேரத்தில் பிறந்திருக்கிறது. குடும்பத்துக்கு நல்ல வாழ்க்கையாய் இருக்குமென்று சொன்னார்களாம்.

ஜாதகத்தின் பலனை அறிந்துகொண்டு வந்த என் தகப்பனார், தன் மகனைக் கூப்பிட்டார். "ஏ! அய்யா, கேட்டியா. நாம பொட்டக் குட்டிண்ணு சங்கடப்பட்டோமே, குட்டி நல்ல யோகமுள்ளதாமே, சவரிமுத்து மொவென் ஜாதகம் பாத்துச் சொன்னான், பாத்துக்க" என்றார். அவரும் "அப்படியா, தேவல்லிய நமக்கு" என்று பேசிக்கொண்டு, அன்றிலிருந்து குழந்தையை எடுத்து விளையாடி அன்பு காட்டிவந்தார்.

திருவனந்தபுரம் போனவர்களும் வீடு வந்து சேர்ந்து, ஒரு மாதம் கழிந்த பிறகு இங்கே வந்து, வீட்டுக்குப்போவோம் என்றார்கள்.

என்ன நினைத்தாரோ, குழந்தையின் பலத்தினால் உண்டான புத்தியோ தெரியாது. மருமகனைப் பார்த்து, "அய்யா நான் இன்னும் ஒரு கிழமை கழித்துப் பிள்ளைய வீட்டுக்கு அனுப்பிவைக்கிறேன். நீங்கள் போய்விட்டு வாருங்கள்" என்றார்.

விடலை பறித்து வெட்டிக்கொடுத்து, அன்று தங்கச் சொல்லி நல்லமுறையில் சாப்பாடு போட்டு அடுத்தநாள் வீட்டுக்கு அனுப்பினார்.

என்னிடம் வந்து "மக்களே, நீ தலைப்பிள்ளை எடுத்துக் கொண்டு போகிறபோது உனக்கு நான் ஒரு சீரும் உலக முறையில் செய்யவில்லை. அதுனாலெ எனி நம்ம பழைய வீட்டு வள்ளியாவௌ தோப்புலெ இருவத்தஞ்சி சென்டு ஒனக்கு எழுதித்தந்து, பிள்ளைகளுக்கும் உருப்படி செய்துபோட்டு அனுப்புவேன். அதுவரையும் இரு" என்று சொன்னார்.

கொடுக்கிற தெய்வம் சொல்லாமலே கொடுக்கும் என்பது போல, அடுத்த நாள் கச்சேரிக்கு சொத்து எழுதப்போனார். போய் ஆதாரம் வாங்கித் தலைப்பு எழுதிக்கொண்டிருக்கிற சமயம் அவருடைய மூத்த தமையனார் கச்சேரிக்குப் போய், "தம்பி நீ நம்ம குடும்பத்து தறவாட்ட அன்னிய குடும்பத்துக்கு விலையாகக் கொடுக்காதே, நீ விலை கொடுத்தால் நான் சாச்சி இருக்கமாட்டேன்" என்று இடுவார் பிச்சையைக் கெடுவார் கெடுப்பதுபோலக் கெடுத்தார்.

அவர் சொல்லுக்குள்பட்டு அந்த ஆதாரத்தை மாற்றிவிட்டு வேறே ஆதாரம் வாங்கி, ஐந்நூறு ரூபாய்க்கு ஒற்றியாக எழுதித் தந்தார். ஒன்றும் இல்லாதவளுக்கு ஒரு திண்ணையும் பாயும் காணாதா என்பது போல, குழந்தைகளுக்கு நகை செய்ய வேணுமென்று ஆசாரியைக் கூட்டிவந்தார். உள்ளே மெழுகை வைத்து மேலே பவுனைப் பூசுவது போல, அந்தக் காலத்தின் நகைகள் செய்வது போலவும் கால் பவுனுக்கு இரண்டு காப்பும், வெள்ளியில் ஒரு உருண்டைக் கொடி, பேரனுக்கும், ஒரு வெள்ளிச் சங்கிலிக் கொடி மட்டும் பேத்திக்கும் செய்யச் சொன்னார். ஆசாரியும் நாலு நாளைக்குள்ளே செய்துகொண்டு வந்தார்.

கொண்டு வந்த நகைகளை வாங்கி, பேரனுக்குக் கையில் காப்பும், அரையில் கொடியும் போட்டார். பேத்திக்கு அரையில் கொடியைப் போட்டு குழந்தையைக் கையில் தூக்கி வைத்து ஆட்டி விளையாடி அகமகிழ்ச்சியாய்ப் பேசிக்கொண்டார். கொஞ்சிக் குலாவி முத்தமிட்டுக்கொள்ளுவார். ஐயர் பெண்சாதி யும் இரண்டு கம்மாடிச்சிகளும் வந்து முறுக்கு சுத்தச் சொன்னார்.

ரெண்டு பெட்டியில் முறுக்கும், ஒரு பெட்டியில் அரிசி, ஒரு பெட்டியில் மிளகு சாமான், வெற்றிலை என்று எல்லாச் சாமானும் வைத்தார்.

குழந்தைகளுக்கு மட்டும் துணி தைச்சிக் குடுத்தார். எனக்கோ, மருமகனுக்கோ துணி எடுத்துக் கொடுக்கவேண்டும் என்று அவர் எண்ணத்திலே வரவில்லை.

ஒரு வாரங் கழிந்தது. மருமகனும் வந்தார்கள். வண்டியைக் கொண்டுவரச்சொல்லிவிட்டார்.

காய்கறிகள், சாமான்கள் எல்லாம் வாங்கி, நல்ல முறையில் மத்தியானச் சாப்பாடு முடிந்ததும் வண்டியும் வந்தது. சாமான்களை வண்டியில் ஏற்றிக் குழந்தைகளையும் அன்போடு அணைத்துப் போய் வாருங்களென்று எல்லாரும் சந்தோசமாய் அனுப்பிவிட்டார்கள்.

வீடு வந்து சேர்ந்ததும், பெட்டிகளைக் கண்டும் பிள்ளைகளுக்கு அரையில் வெள்ளியிலாவது அரைஞாண் செய்து போட்டு, சபாபதிக்குக் கையில் மெளுகுகடயமும் செய்து போட்டுருக்கிறதைக் கண்டும் ஈத்தாமொழி நாடான் உலக ஒப்பனைக்கு ஏற்ப எதாவது கொஞ்ச செய்துபோட்டு பெருமையைக் காட்டிஇருக்கிறார் என்று சொன்னார்கள். இவர்களுக்கும் குறை இல்லாமல் அவருக்கும் குறை இல்லாமல் செய்திருக்கிறாரென்று பெருமைப்பட்டார்கள்.

அன்றிலிருந்து வீட்டுவேலைகளைச் செய்துவந்தேன். விடியற்காலம் எழுந்து குளிச்சி, மேலவீட்டு ஒரு சந்தி வேலை செய்யப் போவேன். குழந்தைகள் எவ்வளவு நேரம் அழுதாலும், வேலை முடியுமுன்னே எடுத்து அமத்த முடியாது. வேலை முடித்து இந்தப்பக்கம் வந்தாலும், அவர்கள் பள்ளிக்கூடம் போகிற வரையிலும் குழந்தைகள் அழுதுகொண்டே இருக்கும். நான் அதைப் பொருட்படுத்தாமல் எல்லா வேலைகளையும் சரிவரச் செய்தும், குழந்தைகளையும் கவனித்துக்கொண்டும் இருந்தேன்.

பூமாத்திவிளைக்காரியின் களவுக்கொடுமை நாளுக்கு நாள் மூங்கில் மரம் வளருவதுபோல் வளர்ந்துகொண்டே வந்தது. இது இப்படி இருக்க, ஒருநாள் மத்தியான வேளையில் முகிலன்விளை நாடாச்சி முகிலன்விளையிலிருந்து வந்தவர்கள், கந்தசாமி வீட்டுக்கும் எங்க வீட்டுக்கும் உள்ள இடைக்கதவில் வந்து நின்று அழுதுகொண்டே, “யே ஈத்தாமொழி நாடாச்சி”

என்று திரும்பத் திரும்பக் கூப்பிட்டார்கள். நானும் ஓடி வந்து என்னவென்று கேட்டேன்.

“சீனி சோறு திங்கிற வட்டுலெ இஞ்ச எடுத்துக்கிட்டு வா” என்றார்கள். நானும் மெள்ள “என்னத்துக்கு அக்கா” என்றேன். “அது கந்தசாமியும் அவம் பொண்டாட்டியும் திங்கிற யானத்துல நாஞ்சோறு தின்னா எச்சியாப் போவுமாம். அவம் பொண்டாட்டி ஒரு தாலங்* கொண்டும் வந்திருக்கா இல்லியா, அதுல எனக்கு சோறு தந்தா நான் எடக்கை கொண்டு திங்கியதுநால அவியளுக்கு திங்க ஆவாதாம். நான் அவனுக்க வீட்டுல சோறு திங்க வந்தா, காஞ்ச வாழையெலத்துண்ட நனச்சி, அதுல தர்றா. இல்லாட்டு காஞ்ச ஓல எலக்க நனச்சி பட்ட புடிச்சி, அதுல தாறா. இண்ணிக்கி ஒண்ணும் இல்லியாம். வடக்கு வீட்டுல போயி வட்டுலெடுத்துக்கிட்டு வா எண்ணி சொல்லுயா. நீ அந்தத் தழுவயெ எடுத்துக்கிட்டு வா” என்று முடித்தார்.

நானும் உடனே எடுத்துக் குடுத்தேன். கொண்டுபோய் சாப்பிட்டுவிட்டுக் கொண்டு வந்தார்கள். இப்படி நாள்தோறும் நடந்துவந்தது.

கந்தசாமி கலியாணம் செய்வதற்கு முன்னால் அவர் வீட்டில் வெங்கலப் பாத்திரங்கள் என்று இல்லை. சில வேளைகளில் முகிலன்விளை நாடாச்சி, நான் அடுப்பங்கரை வேலை பார்த்துக் கொண்டிருக்கும்போது என்னைக் கூப்பிடுவார்கள்.

“என்னத்துக்கு” என்று கேட்டால், “கந்தசாமி தாயம் போட போயிட்டான். கூப்பனி** வெந்துட்டு. நீ இதக்கிண்டி கருப்பட்டி ஊத்தித் தந்திரு” என்று சொல்லுவார்கள்.

நான் போய் பருவம் பார்த்து இறக்கி, துழாவி இரண்டு மூன்று சிரட்டைகளில் ஊத்தி, எளச்ச*** கருப்பட்டியை நீளமாய்த் திருக்கி, அழகாகக் கருப்பட்டியின் மேலே மீச்சு போட்டு வைப்பேன். அவர்கள் அதைப்பார்த்து ரெம்ப சந்தோசப்படு வார்கள். இப்படி நான் அங்கே சிலவேளைகளில் போகும்போது, அந்த வீட்டில் ஒரு பாத்திரங்களும் கண்டதில்லை.

அந்த நிலமையில் இருந்த கந்தசாமியாருக்கு, பொண்டாட்டி ரெண்டு மூணு பாத்திரங் கொண்டு வந்தது பூத்தானம்**** தானே.

---

* தாலம் – அகலமான வெண்கலத்தட்டு

** கூப்பனி – கூழ்ப் பதனீர்

*** கரண்டியால் சுரண்டி எடுத்த

**** பூத்தானம் – அபூர்வம்

சூரங்குடி சிறீரெத்தினம் என்பவள் கந்தசாமியின் பொண்டாட்டி. முகிலன்விளை நாடாச்சிக்கு பாத்திரத்தில் சோறு கொடுக்கமாட்டேன் என்றும், வந்தால் வீட்டுக்குள் வந்து கட்டிலில் இருக்கக் கூடாது என்றும், பெஞ்சியில்தான் இருக்க வேண்டும் என்றும், கூடுதல்குறைவு குற்றங்குறைகள் கேட்கக் கூடாது என்றும் சட்டங்கள் போட்டு, அநியாயமான முறையில் நடத்தத் துடங்கினாள்.

இப்படி இருக்கிற சமயம் இரண்டு வயது பருவமாய் இருந்த சபாபதிக்குக் காச்சல் வந்து, மேலெல்லாம் வீக்கம் போட்டது. நல்ல கஷ்டப்பட்டுக்கொண்டிருக்கிற சமயம் என் தகப்பனார் பார்க்க வந்தவர், குழந்தைக்குக் காச்சல் அதிகமாயிருப்பதைப் பார்த்துப் பயந்து, என்னையும் குழந்தைகளையும் ஈத்தாமொழிக்குக் கூட்டிக்கொண்டு போனார்கள். அங்கே போய்ப் பள்ளியாடி உபதேசியார் மருந்து கொடுத்தார். ஒரு மாசம் வரையிலும் காச்சல் குறையவில்லை.

பார்க்க வந்த கந்தசாமி, "காச்சல் இன்னும் கொறயவிலையே, கோபாலபிள்ளை ஆஸ்பத்திரிக்கு கொண்டு போவோம்" என்று கட்டாயப்படுத்தினார். எங்க தகப்பனார் கொண்டுபோக வேண்டாமென்று மறுத்துவிட்டார்கள். அது கந்தசாமிக்குப் பெருங்கோபத்தை உண்டாக்கியது. 'அண்ணன்மார்கள் என் சொல்லை ஒரு நாளுங் கேட்கிறதில்லை. குழந்தை எப்படி ஆகிறதோ தெரியவில்லை' என்று சொல்லிவிட்டுப் போனார்.

அதன்பிறகு காய்ச்சல் குறைந்தது. தண்ணி கொடுத்து, பிறகு கஞ்சி கொடுத்து நல்ல சுகமான பிறகு, சோறு கொடுத்து எண்ணெய் தண்ணி வைத்துப் பார்த்து இனி வீட்டுக்குப் போகலாம் என்று சொன்னார்.

வீட்டுக்குப் போனாலும் ஒரு மாதம் வரை உடம்பில் நீலம் இருக்கிறதினால் பத்திய பாகமாய்ச் சோறுங்கறியும் வேறாகப் பொங்கி, பக்குவமாய்க் கொடுக்கணும் என்றும் சொன்னார்கள்.

நான் ரெண்டு குழந்தைகளும் அழுகிற நேரம் ஆள் இல்லையே என்ற கவலையினால், பக்கத்து வீட்டுப் பார்வதியிடம் அவள் மகளை எனக்கு உதவிக்கு விடும்படிக் கேட்டேன்.

அவள் மறுத்துச் சொல்லாமல், "தங்கம் நீ கூப்பிட்டா நான் யாம் புள்ளய உடமாட்டேன் எண்ணு சொல்ல மாட்டே. கூட்டிக்கிட்டுப்போ. ஓம் புள்ளயப் போல எம் புள்ளயையும் நல்ல மொறயா வச்சி நடத்திக்கெ" என்று என்னோடு அனுப்பி

விட்டாள். பகவதி என்கிற பிள்ளையயுங் கூட்டிக்கொண்டு, வீடு வந்து சேர்ந்தேன். சபாபதிக்கு வேறாகச் சோறு பொங்க சட்டிகளும் ஈத்தாமொழியிலிருந்து வாங்கிக்கொண்டு வந்தேன். அந்தப் பிள்ளை, குழந்தை அழுதால் எடுத்து வெளியே கொண்டு போய் அழுகை மாற்றி விளையாடவும், அதால் செய்யக்கூடிய வேலைகள் செய்யவுமாய்ச் செய்துகொண்டு இருந்தது. ஒருவாரம் வரை முகிலன்விளை நாடாச்சி இங்கே இல்லை.

இப்படி நடந்துவருகிற சமயம், கந்தசாமி, வேலைக்கார லெட்சுமி எனக்கு வேண்டாம், கூட்டிக்கொண்டு போ என்று முகிலன்விளை நாடாச்சி வந்ததும் சொன்னான்.

அவர்கள், "ஒனக்கு வேண்டாமா. சூரங்குடி நாடாச்சிக்கும் வேண்டாமா" என்று கேட்டார்கள். "அவளுக்குத்தான் கொஞ்சமும் பிடிக்கவில்லை" என்றார்.

திரும்பவும் சூரங்குடிக்காரியிடம் கேட்டார்கள். அவளும் 'லெட்சுமி நான் சொல்லுவது ஒன்றும் கேட்கிறாளில்லை. நான் ஒன்று சொன்னால் அவள் ரெண்டு சொல்லுகிறாள். என் பின்னாலேயே திரிந்து, என்னைச் சோதிக்கிறாள். எனக்கு வேண்டாம்' என்றாள்.

முகிலன்விளை நாடாச்சி இந்தப் பக்கம் வந்து, பெஞ்சியில் இருந்து அழுதுகொண்டே, "யே மூத்தநாடான், யே. சீனி இந்த சின்னப்பய கந்தசாமி என்ன இப்புடிக் கேவலப்படுத்துயானே. நான் என்ன செய்ய" என்று அழுததும், ரெண்டுபேரும் வந்து பக்கத்தில் இருந்து, "என்னத்துக்கக்கா அழுறா" என்றார்கள்.

"இந்தப் பயலுக்குத் தாயுந் தவப்பனும் செத்ததிலே யிருந்து இவ்வளவு நாளும் நானும் வேத்து பிரிவு பாராம என் சக்கரங் காசுயெல்லாஞ் செலவாக்கி, இவனுக்கு நடத்திகிட்டு வந்த என்ன, ஆரோ எவரோ எண்ணது போல செய்யியானே. எப்படியோ நினச்சி என்ன வெறுத்து தள்ளுயான்.

அண்ணைக்கு நடுவு நாடான் இவன என் பணத்தவச்சில லாமெ ஒன்ன வெளியில உடமாட்டேன் எண்ணி ஊட்டுக்க ஒருநாள் முழுதும் வச்சிருந்தானே. எம் பணத்த குடுத்தில்லியா இவன கூட்டிக்கிட்டு வந்தேன். இவன் பொண்ணு கெட்டுயது வர இவனுக்குக் கட்ட பட்டச்சாமானமெல்லாம் என் கையிலெ இருந்து போட்டு நடத்திவந்தனெ.

இண்ணு பொண்டாட்டி வந்ததும் அவா சொல்லுயது போல இவனும் செய்யியானெ. வட்டுலுல சோறு தரமாண்டெண்

எண்ணா. கட்டுலுல இருக்கப்புடாது, ஊட்டுக்க வந்து என்ன யாது எண்ணு ஒண்ணும் கேக்கப்புடாதாம். பள்ளி பறச்சிக்கி போட்டது போல அந்த பெரைக்க எலத் துண்டுலயும் பட்டயிலெயும் சோத்தக் கொண்டு போட்டு, என்ன அதுல இருந்து தின்னுக்கிட்டு போ, எங்கிறானே. நானும் எப்புடித்தான் வருவு பாப்போம் எண்ணுக்கிட்டே இருந்தேன்.

இப்பொ இந்த புள்ள லெச்சிமியும் வாண்டாமெண்ணு கூட்டிக்கிட்டுப் போவச் சொல்லுறானே. நானு எனி எங்க கொண்டு உடுவென். அவ தகப்பன், தாயைத் தின்னபுள்ள, அணச்ச ஆளுல்ல. நீங்க ஒங்க புள்ளையப்போல அத காப்பாத்திக் கிடுங்க எண்ணு எங் கையில தந்தானெ. அவன வந்து கூட்டிக் கிட்டுப் போகச் சொல்ல அவனுந் தீனம் புடிச்சி கெடக்கானே. என்ன செய்வேன்" என்று ஒரே அழுகையாய் அழுதாள்.

இவர்கள், "யக்கா அவன் வெண்டாம் எண்ணு சொல்லிட்டா நம்ம வீட்டிலே லெச்சுமி நிக்கட்டும். நீ முயிலமெளைக்குப் போணுமானா பொயிட்டு வா என்றார்கள். அந்த லெட்சுமி இங்கே இருந்தாள்.

'சரி' என்று சம்மதித்து அன்று தங்கிவிட்டு, அடுத்த நாள் முகிலன்விளைக்குப் போனார்கள். நாலைந்து நாள் கழித்து வந்து லச்சுமியைக் கந்தசாமி கூப்பிட்டானா என்று கேட்டார்கள். இல்லை என்று சொன்னோம். "இனி அவ இங்கதானே நிக்கட்டு" என்று சொன்னார். இங்கேயே வேலைகளைச் செய்துகொண்டு இருந்தாள்.

திரும்பவும் நாலு நாள் கழித்து வந்து, "உனக்கு ரெண்டு வேலக்காரி என்னத்துக்கு, நீ கூட்டிக்கிட்டு வந்த புள்ளய நான் முகிலன்விளைக்கிக் கூட்டிகிட்டு போறென். செல்லப்பா வாத்தியாருக்க பொண்டாட்டி மாவெள நாடாச்சி எங்கிட்ட வேலைக்கு ஒரு புள்ள கெடச்சுமுண்ணா பாத்துக்கிடுங்க எண்ணு சொன்னா. அதுநால இந்தப் பகவதி புள்ளய நான் அங்க கொண்டு உடுகிறேன்" என்றார்கள்.

இவர்களும் "அந்தப் பிள்ளைய அங்க கொண்டு உட்டா, மாவெள நாடாச்சி பிரியமா வச்சிக்கிடுவா. கூட்டிக்கிட்டுப்போ" என்றார்கள்.

எனக்குப் பகவதிப் புள்ளைய விட மனமில்லை. "அந்த புள்ளைக்க அம்ம எங்கையில அந்த புள்ளய புடிச்சி தந்து, நீயே வளத்துக்க எண்ணு அடைக்கலமாத் தந்தாள். நான் அத வேற வீட்டுக்கு விடமாட்டேன்" என்று பிடிவாதமாய்ச் சொன்னேன். ஒருவருஞ் சம்மதிக்கவில்லை.

“அவ சின்னப்புள்ள. வேல ஒண்ணுஞ் செய்யத் தெரியாதது. லெச்சுமி பெரிய புள்ள. எல்லா வேலையுஞ் செய்வா. தண்ணி எடுக்க வேற ஆளு வாண்டாம். அவ எடுப்பா. நெல்லு அவிக்க குத்த எல்லாமே அவ செய்வா. அதுனாலே அவ இங்க நிக்கட்டு, இவள கூட்டிக்கிட்டு போறேன்” என்றார்கள்.

அந்தக் குட்டியிடம், “ஏட்டீ ஒன்ன வேறெ ஒரு ஊட்டுல கொண்டு விடுகிறேன் வாறியா” என்று கேட்டார்கள். என் விதிகாரப் பாவியாகிய சனியன் அவள் புத்தியை மாற்றி விட்டான். அந்தப் பிள்ளை, “ஆகட்டு, நான் வாறேன்” என்ற உடனே கூட்டிக்கிட்டுப் போய்விட்டார்கள். இவள் இங்கே இருந்தாள்.

அந்தப் பிள்ளையை முகிலன்விளைக்குக் கூட்டிக்கிட்டுப் போனதிலிருந்து, கந்தசாமி, தெருவிலும் வீடுவீடாகவும் கிணத்தங்கரையிலும், கடை பக்கத்திலும் போய் என்னைக் குறை சொன்னார், “எனக்க வீட்டிலெ நின்ன வேலக்காரப் புள்ளய நாளுவளியாக பச்சம் போட்டு, சோறு கஞ்சிய குடுத்து பண்டங்களக் குடுத்து கூட்டி சேத்துக்கிட்டாள்” என்றும், “அந்த குட்டி அங்க போற ஆசையினாலே நாங்க சொல்லுறதக் கேளாம எங்ககூட சண்ட போட்டுக்கிட்டு அங்க போய் சேந்திருக்கு” என்றும் பிரச்சாரம் பண்ணிக்கொண்டே திரிந்தார்.

இவர் இப்படிச் சொல்லிக்கொண்டே திரிகிற சமயம் பூமாத்திவிளைக்காரி ஒரு பக்கம் குறைசொல்லிக்கொண்டே திரிந்தாள்.

இப்படி இவர்கள் இருபுறத்தாரும் சொல்லுவதைக் கேட்ட ஊர்ச்சனங்களெல்லாம். என்னைக் குற்றவாளியாகச் சொல்ல வந்தது.

“பெருங்குடும்பத்துப்புள்ள, நல்ல கொணமுள்ளது, அந்த வீட்ட நல்ல முறையில வச்சி நடத்துமுண்ணு எல்லாருஞ் சொன்னாகளே. குடும்பத்தில பொறந்த பொண்ணு, வந்த குடும்பத்த கலச்சி, அடப்புவெள நாடான் பூமாத்திவெள நாடாச்சிக்கிட்ட இப்ப பேசமாட்டாராமே. அவளுக்கு ஒண்ணும் குடுக்க மாட்டாராமே. அவள் பாவம் போல அழுதுகிட்டு திரியியாளெ. அவருக்க தம்பியா பொண்டாட்டி சொல்லுயது போல தானே கேட்டுச் செய்வாராம். இவரு இப்படிப் போவாருண்ணு ஆருஞ் சொல்லுவாவுளா. சீனியும் இதப்பத்தி ஒண்ணும் கவனிச்ச மாட்டானாமே. அவன் பாவம், அவன் போக்கில, முந்தி திரிஞ்சது போலத்தானே இப்பமும் கூட்டம் போடுற எடத்துகளுக்கும், பொறசங்கம் பண்ணுய

எடத்துகளுக்கும்தான் போய்கிட்டுத் திரிறான். ஊட்டுக் காரியமெல்லாம் இவிய ரெண்டு பேருக்க மனம் போலத் தான் நடத்துயாவுளாம். இவளா குடும்பத்துப் பொண்ணு? ஈத்தாமொழிக்காரக் குடும்பத்துல உள்ளவளுவ இப்புடிக் குடும்பத்தக் கேவலப்படுத்தி, அந்தப் புள்ள கொள்ளியத்த பூமாத்திவெளக்காரியெ வெரட்டுயாளே, நாள இவளுக்கு என்னக்கெதிய கண்டா" என்று பெண்களெல்லாம் கூடிக் கூடிச் சொல்லி, சிரிக்கவும் செய்தார்கள்.

இன்னொருத்தி, பல வீட்டுப் பெண்களும் கூடுகிற இடத்தில் வந்து, 'அடப்பு வெளய்க்க வந்திருக்க ஈத்தாமொழிக்காரி கந்தசாமி ஊட்டுல நின்ன வேலக்கார புள்ளய அங்க நிச்ச உடாம அவா ஊட்டுலக் கூட்டிச் சேத்துக்கிட்டாளாமே, அவரு எங்க ஊட்ல வந்திருந்து சொன்னாரு' என்றும், அடுத்தவள், "ஆமா, நானும், அறிஞ்சென், ஆள பாத்தா பாவம் போல இருக்கா. ஈத்தாமொழிக் காரிய இப்புடித்தா இருப்பாளுவ" என்றாள்.

இன்னொருத்தி, "அவா பெருமைக்காரி, நானும் ஒரு நாளு பூமாத்திவெள நாடாச்சியத் தேடிப்போனேன். அப்பக் கண்டேன். எங்கிட்ட சத்தங் காட்டயில்ல" என்றாளாம்.

இன்னொருத்தி, "நீ போனா அவளுக்கு ஒன்ன யாரு எண்ணி தெரியுமாக்கும். சத்தங்காட்ட" என்று சொன்னாள். அவள் திரும்பவும் சொன்னாளாம்: "பூமாத்திவெள நாடாச்சி எல்லாஞ் சொன்னாளே, எல்லாச் சங்கதியும் நானும், அறிஞ்சிக்கிட்டேன்." இப்படிப் பொட்டலூர் எங்கும், தெருவெங்கும், கடைப்பக்கத்திலும் கூடுகிற ஆண்களும், கிணத்தங்கரையில் கூடுகிற பெண்களும் கூடிக்கூடிப் பேசுகிறது, சுழல்காற்று சுழற்றி வீசுவது போல எங்கும் பரந்து வீசியது.

இந்தப் பேச்சுகளை மூத்தவரும் இளையவரும் அறிந்தும் அறியாதவர்களைப் போலவே இருந்தார்கள்.

காட்டுப்பண்ணித் தட்டுவிளை நாடாச்சி என்று ஒரு அம்மா அடப்புவிளைக்காரர்களுக்கு நெருங்கிய சினேகம் உள்ளவர்கள். பூமாத்திவிளைக்காரிக்கும் நெருங்கிய சினேகம் உள்ளவர்கள். முகிலன்விளைக்காரிக்கு நல்ல சினேகம். எப்போதும் வரப்பட்டவர்கள். கந்தசாமிக்கு மிகுந்த அன்புள்ளவர்கள். தினந்தோறும் கந்தசாமி வீட்டில் இருந்து, இவர்களும் முகிலன் விளைக்காரர்களும் கந்தசாமியும் சேர்ந்து தாயம் போட்டுப் பொழுதுபோக்குவார்கள்

நான் வந்து சேர்ந்த அன்றிலிருந்து என்னோடும் நல்ல சினேகமாய், அன்போடும் ஆசையோடும் இருக்கிறவர்கள். பூமாத்திவிளைக்காரி செய்கிற கொடுமைகள் அவர்களுக்குக் கொஞ்சமும் பிடிக்கவில்லை.

அவளிடம் எத்தனையோ தடவை நீ செய்கிறது சரியில்லை என்று சொல்லிச் சண்டை போடுவார்கள்.

இந்த வீட்டில் நடக்கிற ஒவ்வொரு விசயமும் அவர்களுக்குத் தெரியாமல் இருக்காது.

எந்த விசயத்தையும் கூடிக்கலந்து பேசப்பட்டவர்கள் அந்த நாடாச்சி என்று சொல்லுகிறவர்கள். பத்து வயதில் கலியாணம் ஆகி, பதினொராவது வயதில் புருசன் இறந்து, பருவகால மெல்லாம் கவலையின் காலமாகக் கழித்து, பின் வெளியாகி* அவர்களுக்குச் சொந்தமும் அறிமுகமான வீடுகளுக்கும் போய் வந்து நாளைக்கழிக்கிறவர்கள்.

இப்படி இவர்கள் போகிற வீடுகளில் உள்ளவர்கள் இந்த நாடாச்சியிடம், இங்குள்ள விஷயங்களைப் பற்றிக் கேக்கவும், அவர்கள் அறிந்தவைகளை இவர்களிடம் சொல்லவுமாக இருந்தார்கள்.

தெருவிலும் கிணத்தங்கரையிலும் கண்டகண்டவிடங்கள் எல்லாம் நாள்தோறும் பேசுவதைக் கேட்டு அறிந்துகொண்டு, தன் மனம் தானே வருந்திக்கொண்டு எப்போதும் போல இங்கே வந்தார்கள்.

வந்தவர்கள் கந்தசாமி வீட்டில் போய் அவனோட வாதாடத் துடங்கினார்கள்.

கந்தசாமி, நிச்சயமாகவே என் வீட்டில் நின்றவனைக் கலைச்சுத் தன்வசப்படுத்தினதுதான் என்று பிடிவாதமாய் சொன்னான்.

இவர்கள், "கந்தசாமி, நான் இங்கே ஒவ்வொரு நாளும் வரப்பட்டவள். இங்கு நடக்கிற கதைகள் ஒன்றும் நான் அறியாதது இல்லை. எங்கிட்ட நீ இப்படிச் சொல்லாதே. ஒனக்குச் சோறு பொங்கித் தாறதுக்கு முயிலமெள ஆத்தாளுக்குக் களியாத்தது னால அந்தப் புள்ளய கூடச் சேத்து ஒனக்கு வீட்டுவேலை எல்லாஞ் செய்து, தண்ணி எடுக்க பயினி காய்ச்சப் பழம் பறிச்ச,

---

* வெளியாகி – வீட்டுக்கு வெளியே வரத் தொடங்கி

இப்புடி எல்லா வேலையுஞ் செய்துக்கிட்டு ஆத்தாளும் அந்தப் புள்ளயும் சாமி ஊட்டுலெ போய் சோறு தின்னுகிட்டு வாறது எனக்குத் தெரியாதா கந்தசாமி.

சோறு கஞ்சியோ, தலைக்கெண்ணையோ, உடுதுணியோ, எல்லாமே போற எடத்திலெ இருந்து வேண்டிக் குடுத்து வளத்தது எனக்குத் தெரியாதா.

உனக்குப் பொண்ணு கெட்டுமுந்தி, ஈத்தாமொழி நாடாச்சி வாறதுக்கு முந்தி, இந்த புள்ளவேண்டாம். சொன்னது கேக்குறா இல்ல. தெண்டச்சோறு போடக் கொண்டுபோட்டுருக்கா எண்ணு நீ சொன்னாயில்லியா கந்தசாமி.

இவ இப்புடிச் சொன்னதுநாலெதானே இந்த புள்ளக்கி இங்க ஒண்ணு குடுக்காமெ அடுத்த ஊட்டுவள்ள கூட்டிக்கிட்டுப் போறென் எண்ணு ஒன்னேருக்கு நானும்யிருக்கச்சில சொல்லியிருந்தா கந்தசாமி.

நீ இண்ணு என் நேருக்கு, ஈத்தாமொழி நாடாச்சி பச்சம் புடிச்சி கூட்டி வச்சிக்கிட்டா எண்ணி, இத்தனையும் அறிஞ்ச எங்கிட்ட சொல்லுயது நாயந்தானா கந்தசாமி. நீயும் பூமாத்தி வெள நாடாச்சியுஞ் சேர்ந்து ஊராம் பொண்ணடிய இப்புடிக் கேவலப்படுத்துலாமா கந்தசாமி.

பூமாத்திவெள அம்மாளூ இந்தப் புள்ள வந்த அண்ணுல இருந்தே ஊட்டுச் சாமான்கள எல்லாங் காணாமா கடத்தி, இப்ப முழுக்களவுல எறங்கி, ஊட்டயுங் கொடுத்துக்கிட்டே இருக்கா.

அதுங் காணாது எண்ணி, இப்ப ஊடு ஊடா தெருவு தெருவா அவுமானமா சொல்லிக் கேவலப்படுத்திக்கிட்டுத் திரியா. நீயும் இப்புடிப் பேசியது நல்லதில்ல கந்தசாமி.

இப்படியாக இவர்கள் வெகுநேரம் போராடிக்கொண்டு இருக்கும்போது முகிலன்விளை நாடாச்சியும் வந்தார்கள்.

அவர்களும் நடத்தின கதைகளையும் நடந்த கதைகளையும் விபரங்களை எல்லாம் சொல்லிமுடித்தார்கள்.

முடிவில், "பாவஞ்செய்த மாடு வாணியங்கையிலெ ஆப்புட்டது போல அந்தப் புள்ளயும் இஞ்ச வந்து ஒங்க கையிலே ஆப்புட்டு. இது அவா தலை விதி" என்று சொல்லிக்கொண்டே இந்தப் பக்கம் வந்துசேர்ந்தார்கள்.

வீட்டில் ஒருவரும் இல்லை. அந்தக் காட்டுப்பண்ணித்தட்டு நாடாச்சி என்பவர்கள் என்னைப் பார்த்து, "நீ இண்ணயிலே இருந்து மேலோட்டுக்கு ஒரு சந்தி வேல செய்யப் போவாதே.

அதைப் பூமாத்திவெள அம்மாளு செய்தாலுஞ் சரி, செய்யாட்டாலுஞ் சரி. நாங் கெடுத்த கெடுதியா அந்த வேலய நெறுத்து" என்றார்கள்.

நான், "என்னத்துக்கு அக்கா இப்படிச் சொல்லுதியெள்?" என்று கேட்டேன்.

"அது ஒன் ஏதுவாலெ நாடான்பூமாத்திவெள அம்மாளு கிட்ட பேசயில்லியாம். அவளுக்கு ஒண்ணும் குடுக்கயுமில்லியாம். என்ன ரெண்டுபேருஞ் சேந்து வெரட்டுறாவே எண்ணு எல்லாரிட்டயும் சொல்லுயா. நீ மேலோட்டுச் சோலிய நெறுத்திட்டியண்ணா அவா மனம்போல நடத்துவா. அவா நடத்தினாலும் நடத்தாட்டாலுஞ் சரி. ஒம்மேல பராதி இல்லாம இருக்கும். கேவலத்துக்கு ஆளாவாதே" என்று உண்மையை ஒளியாமல் சொன்னார்கள். முகிலன்விளை நாடாச்சியும் இவர்கள் சொன்னதைச் சம்மதித்தார்கள். நானும் இனிமேல் நாம் அங்கே போய் வேலை செய்யவேண்டாமென்று மனதில் நிச்சயப்படுத்திக்கொண்டேன்.

29

அன்று சாயங்காலம் என் தலைவர் பள்ளிக்கூடம் விட்டு வீடு வந்ததும் நான் இங்கே அறிந்த கதைகளைச் சொல்லி, 'இனிமேல் மேலவீட்டு சோலி பார்க்க மாட்டேன்' என்று சொன்னேன். "யார் என்ன சொன்னாலும் சரி. நாம் நடக்கிற முறையில் செய்தால் அதனால் குற்றமொன்றுமில்லை. நீ மேல வீட்டு ஒரு சந்தி வேலை செய்யமாட்டேனென்று சொல்வது சரி இல்லை. செய்யத்தான் வேண்டும்" என்று சொன்னார்கள்.

'நான் செய்யமாட்டேன் என்று சொல்ல வில்லையே. உங்க அண்ணன் பொண்டாட்டி வீடுவீடாயும் இங்கிருந்து மேலத்தெருவு வரையும் போய், என்ன வெரட்டிவிட்டாரு. தம்பி பொண்டாட்டி கூடசேந்து நடத்திறாரு, என்று சொல்லி என்னை இழிவாகச் சொல்லிக் கேவலப் படுத்துகிறதுநாலெதான் எனி மேல் அங்கே வேலை செய்யமாட்டேன் என்கிறேன்.

தெய்வத்துக்கு ஊழியஞ் செய்யமாட்டே னென்று சொல்லவில்லை. நீங்களும் ஒருவருக் கொருவர் அண்ணனும் தம்பியும் ஒற்றுமையாய் இருப்பது போல நானும் ஒற்றுமையாயிருக்க விரும்பித்தான் வேற்றுமை இல்லாமல் இவ்வளவு நாளும் நடந்து வந்தேன்.

நாமொன்று நினைத்தால் தெய்வம் ஒன்று நினைக்கிறது என்று பெரியவர்கள் சொல்லு வார்களே, நானும் தெய்வத்துக்கு ஆகாதவள்தான். இந்த தெய்வத்துக்கும் நான் வேலைசெய்வது பிடிக்கவில்லை போலிருக்கிறது.

அதனாலேதான் இவளும் இப்படி என்னை நாள்தோறும் சொல்லுகிறாள். அவளே அந்த வேலைகளைச் செய்துவந்தால் என்னைக் குறை

சொல்லமுடியாது. அவர்களே செய்யட்டும்' என்று மறுத்துச் சொன்னேன்.

அன்றிலிருந்து அங்கே நான் வேலை பார்க்கப் போவது மில்லை. அவர் செய்து வந்தார். பிறகு அவளும் அவருமாகச் சேர்ந்து செய்துவந்தார்கள்.

எனக்கு இத்தனை பக்கா நெல்லு இத்தனை நாள் சாப்பாடு என்று கணக்குப்படுத்தி, நெல்லை லெச்சுமியிடம் குடுத்து விடுவார். அதைக்கொண்டு வீட்டுக்காரியங்களை நடத்திக் கொண்டு இருந்தேன்.

இப்படி நடத்திக்கொண்டிருந்தும் விதி விட்டதா, விட வில்லை. 'அண்ணன் சாப்பிடாமல் இருக்கிறார். சோறு கொண்டு குடுக்கணும்' என்று சொல்லுவார்கள்.

நான் 'இங்கே இருந்து சோறு கொண்டு குடுக்க வேண்டாம். நாளை அவள் முன்போலவே கேவலம் சொல்லுவாள்' என்று சொல்லுவேன்.

'பட்டினி இருப்பதைப் பார்த்துக்கிட்டு இருப்பேனா. கொடுக்கத்தான் வேணும்' என்பார்கள்.

நான் எடுத்துத் தரமாட்டேன் என்று சொன்னால், அவர்களே சோறுங்கறியும் எடுத்துக்கொண்டுபோய் கொடுப்பார்கள். இடை இடையே இப்படியே நடந்து வந்தது.

விதியை மதி வெல்லாது என்பதுபோலவே மாறி மாறி விதி நடத்திக்கொண்டே வந்தது.

எனக்கு எவ்வளவு அரிசி செலவு செய்யவேணுமென்று கணக்குப்படுத்தி ஒருவாரத்திற்கு நெல்லைத் தருவாரோ, அதுபோல் அவளும் கேட்பாள். இங்கே செலவு கொறைவுதானே என்று அவர் சொன்னால், எனக்கும் பிள்ளை இருந்தால் அவ்வளவு நெல் எனக்கும் செலவு வருமில்லியா. அதுநால எனக்கு அதுபோல வேணும். தராட்டா வெளியே போய்க் குறை சொல்லி கேவலப்படுத்துவேன் என்று இந்த வீதம் நெல்லை வாங்குவாள்.

அவுச்சி குத்தி மறுநாளும் அதற்கு அடுத்த நாளும் பொங்குவாள். இன்னும் ஒருநாளைக்கு வச்சிக்கிட்டு மீதி அரிசியை மறைத்துவிடுவாள்.

அரிசி இவ்வளவு எப்படிச் செலவானது என்று கேட்டால், முந்தியே வாங்கின கடன் குடுத்தேன் என்று சொல்லிவிட்டு, கையில் கிடைத்ததையுங் கொண்டு தம்பி வீட்டுக்குப் போவாள்.

கவலை

அடுத்த நாள் அரிசி இருந்தால் பொங்கித் தின்பார். இல்லாவிட்டால் இங்கே இருந்து தம்பி சோறு கொண்டு கொடுப்பார்கள்.

ஒவ்வொரு நாளும் ஒவ்வொரு விதமான குழப்பங்கள் நடந்துகொண்டிருக்கிற சமயம், கந்தசாமியின் அண்ணன் பொண்டாட்டியான பேயோட்டுக்காரி கந்தசாமிக்கும் முகிலன்விளைக்காரி பூமாத்திவிளைக்காரிக்கும் பிடித்தம் இல்லாதவளாய், பெட்டிப் பாம்பு போல் அவளும் அவள் மகன் லோகிதனும் ஒதுங்கி வீட்டுக்குள் அடைபட்டுக்கிடந்தார்கள்.

கந்தசாமி தெக்குப்பக்கம் வழிகொடாமல், தண்ணி எடுக்கப் போவதற்கும் கடையில் சாமான் வாங்கப் போவதற்கும் பாதை கொடுக்காமல் அடைப்பான்.

பூமாத்தியன்விளைக்காரி, நான் இங்கே வந்த புதுசில் பேயோட்டுக்காரி கண்ணில் முழிக்கக்கூடாது. அவள் இங்கே வரக்கூடாது. பாவம் பிடிக்கும் என்பாள். அவள் தம்பி மகள் கோமதிக்குக் கோடிப்பாவாடை தச்சி உடுத்தினால், மேல்பக்கத்துப் பாவாடை விளிம்பில் தீயை வைத்துச் சுட்டு எல்லாருக்கும் தெரியும்படி அடையாளப்படுத்தி உடுத்துவாள். அப்படிச் செய்யாவிட்டால் கண் திருஷ்டி போட்டுருவாள் என்று சொல்லுவாள். அவளும் கோடிச்சீலை உடுத்தால், தீயினால் முந்தியைச் சுட்டுச் சுருக்கி அடையாளப்படுத்தித்தான் உடுப்பாள்.

வடக்கு வீடு பாண்டியன் வீடு என்று சொல்லுவது. இப்போ அன்னக்கிளி வீடு. அந்த வீடுதான் பேயோட்டுக்காரிக்கு ஆதரவாக இருந்து வந்தது. அந்த வீட்டுக்கு, சுவர் ஓரத்தில் நிற்கிற வேப்பமரத்தின் பக்கம் உள்ள தொண்டு வழியாய்ப் போய்க்கொண்டிருந்தாள்.

அந்த வழியோடே போகவிடாமல், பெரிய படலை முள்ளை வெட்டிச் சாத்தச் சொல்லி, அவ புருசனாரும் அதைச் சம்மதித்து, ஆள்வைத்து முள்ளு வெட்டிச் சுவர் நீளம் அடைத்து வைத்திருந்தது.

பாண்டியன் பொண்டாட்டி ஏணியைச் சாத்தி, அந்த ஏணி வழியாய் முள்ளை நீக்கிக்கொண்டு இவளை ஏணியில் ஏறச் சொல்லி கை குடுத்து இறங்கச் சொல்லுவாள். அதையும் அடையாளம் கண்டால், அடுத்தநாள் அதற்கு மேலும் முள்ளை வைத்து அடைப்பாள்.

பாண்டியந்தான் பேயோட்டுக்காரிக்குச் சொக்காரன். அதுதான் ஒளிச்சி ஏணிவழியாய் ஏறிச்சாடிப் போறாள் என்று கேவலமாய்ச் சொல்லி பரிகாசஞ் செய்வாள்.

முகிலன்விளைக்காரர்களும் பேயோட்டுக்காரியிடம் பேச மாட்டார்கள். இப்படி இருந்துவந்த பேயோட்டுக்காரி, நாள் செல்லச்செல்ல என்னிடம் பேசிப் பழகிவந்தாள். அவள் காரியமாகவே பழகினாள். கருத்தறியாமலே நானும் நல்லமுறையில் சினேகமாய் இருந்தேன்.

வந்து பேசிக்கொண்டிருப்பாள். நான் அடுக்களையில் வேலை பார்த்துக்கொண்டு, அவளோடு பேசிக்கொண்டே வேலைகளைச் செய்வேன். அந்தச் சமயம் தொட்டிலில் தூங்குகிற பிள்ளை முழித்து அழுதால், எனக்கு வேலை இருக்கு, நூல் நூக்கப் போறேன் என்று போய்விடுவாள்.

நான் குழந்தையை எடுத்து அமத்தி விளையாட வைத்தால், திரும்பவும் வந்து பேசிக்கொண்டிருப்பாள். அவள் பெரிய தந்திரசாலியாகவே இருந்தாள். எதாவது சாமான் தட்டுப்பட்டால் என்னிடம் வாங்கிக்கொள்ளவும், நான் அவளிடம் வாங்கவும் இப்படி நாளுக்கு நாள் நல்ல சினேகமாகக் கொஞ்ச நாள் இருந்து வந்தாள்.

இப்படியே அடப்புவிளை என்றால் அந்தக் காலம் ஒரு அதிசயமான குடும்பமாகவே இருந்துவந்தது.

பள்ளிக்கூடத்தில வருசாந்தரப் பரீச்சை முடிந்ததும் பேப்பர் திருத்தப் போய்விட்டார்கள் சபாபதியின் தகப்பனார்.

ஒருநாள் ராத்திரி சபாபதி வெகுநேரமாய் உறங்காமல் அழுதான். நான் அழுகையை மாத்த விளையாட்டுக் காட்டி, கட்டிலில் இருந்து அவனைக் காலில் வைத்து ஊஞ்சல் ஆட்டுவது போல ஆட்டி விளையாடி, பாட்டுப் பாடி உறங்க வைத்துக் கொண்டிருந்தேன்.

கோமதியும் லெச்சுமியும் பக்கத்திலிருந்து அவனை விளையாட்டுக் காட்டிச் சிரிக்கச் செய்து, இவர்களும் கூடச் சிரித்து நேரம் போக்கிக்கொண்டிருந்து, கொஞ்ச நேரத்தில் அவன் தூங்கினான்.

கோமதி மாமியாரிடத்தில் போனாள். நான் 'லெச்சுமி, கதவுகளைப் பூட்டிப் போடு, மாடு வந்திரும்' என்று சொல்லி

விட்டு, நானும் படுத்துக்கொண்டேன். அவள் கதவைப் பூட்டாமலே படுத்திருக்கிறாள்.

நான் படுத்திருக்கும்போது, கந்தசாமி அவர் வீட்டின் வடக்குத் திண்ணையில் நின்று எனக்குக் கேட்கும்படியாகச் சொல்லுவது போல் எனக்கு கேட்டது. எப்படிச் சொல்லுகிறார் என்றால், "நானும் எப்படித்தான் நடக்கிறது, என்னவெல்லாந் தான் வருகிறது எண்ணு பாக்கத்தானே இருக்கென். நீ கொண்டு வச்ச செம்பக் காண இல்லண்ணா, ஒரு கலயத்தில தண்ணி கொண்டு போ, அதுவும் எப்படி வருவு எண்ணு பாப்பொம்" என்று சொல்லுவதை நான் கேட்டுக்கொண்டே படுத்திருந்தேன். நான் கொஞ்சநேரமாய் இவர் ஏன் இப்படிச் சொல்லுகிறார். என்ன நடந்தது என்ற யோசித்துக்கொண்டே எழுந்திருந்து வந்து, வடக்குப் பக்கம் கதவு பூட்டுனாளா பார்ப்போமென்று அங்கே போகும்போது, கதவு திறந்துகெடந்தது.

சபாபதிக்குப் பத்திய பாகமாய்ச் சோறு பொங்கிக் குடுக்கிற பானையும் சட்டியும் ஒன்று மேலே ஒன்றாக வைத்திருந்ததை, மாடு வீட்டுக்குள் வந்து சட்டியைக் கீழே தள்ளிப்போட்டு உடைந்துகிடந்தது.

அந்த மாட்டைப் பேத்தை மாடு என்று சொல்லுவார்கள். பூமாத்திவிளைக்காரிக்கு நிறைய மாடு நின்றது. அதில் இந்த மாட்டுக்குப் பேத்தை மாடு என்று பெயர்.

அந்தப் பேத்தை மாடு எந்தக் கதவு திறந்துகிடந்தாலும் சரி, அந்தக் கதவு வழியே உள்ளே வந்து, அரிசி, நெல்லு, சோறு கறி என்ன இருந்தாலும் தின்றுவிட்டுப் போய்விடும்.

சின்ன கண்ணுக்குட்டியிலிருந்தே, பெரிய பசுவாய் வந்த பிறகும் அந்தப் பழக்கம் மாறவில்லை. இந்தக் கதை நடந்து நாலைந்து வருசத்துக்குப் பிறகும், ஒரு சமயம் ரேசன் அரிசி வந்த துவக்கத்தில் ரேசன் அரிசியோடு கோதுமையும் கிடைக்கும். அப்படிப் பொறுக்கிச் சேர்த்துவைத்திருந்த ஆறு பக்கா கோதுமையை அவுச்சி, ஈரம் வாட்டி, பெட்டியில் வைச்சிருந்தேன். விடியக்காலம் சபாபதியின் அப்பா அளிக்கதவைப் பூட்டாமல் வெளியே போய்விட்டார்கள். இந்த மாடு வீட்டுக்குள் வந்து பெட்டிக்குள் இருந்த கோதுமையைக் கொஞ்சமும் மிச்சமில்லாமலே தின்றுவிட்டு அந்த வீட்டைத் தாண்டி நானும் பிள்ளைகளும் படுத்திருந்த வீட்டுக்குள் வர, நடையில் இறங்குகிற சத்தம் கேட்டு நான் முழித்து எழுந்திருந்து வெரட்டினேன். அது வெளியே ஓடினது.

நான் கோதுமை இருந்த பெட்டியைப் போய் பார்த்தேன். ஒளக்கு கோதுமை கூட மிச்சமில்லை.

சபாபதியின் அப்பா வந்த பிறகு, பெட்டியை எடுத்துக் காட்டி கதையைச் சொன்னேன். அவர்கள் நான் ஞாபக மில்லாமல் திறந்துபோட்டுவிட்டேன் என்றார்கள்.

நான் "கோதுமை போனது போகட்டும், மாட்டுக்கு எதாவது மருந்து குடுக்க, ஒங்க அண்ணனுக் கிட்டச் சொல்லுங்கள்" என்று சொன்னேன். அவர்களும் அண்ணாவைக் கூப்பிட்டு, "பேத்தமாடு நேத்து அவுச்சி காயப்போட்டு வச்சிருந்த கோதுமையை அவ்வளவயும் தின்னுபோட்டுது அண்ணா" என்று சொன்னார்கள்.

பூமாத்திவிளைக்காரி இவர்கள் சொல்லி முடியுமுன்னே, "ஆறு பக்கா கோதம்பு இல்லியா தின்னுருக்கு, அம்புடும் உள்ளத்தானெயிருக்கும்" என்று சொன்னாள்.

அவர், "அவ்வளவயும் அது எப்புடிடா திங்கும்" என்று சொல்லிச் சிரித்தார்.

நான் பொய்யாகச் சொன்னதாகவும், அவர்கள் நான் சொன்னதை உண்மையாய் நம்பி அண்ணனிடம் சொன்னார்கள் என்றும் அவர்கள் இருவரும் பரிகாசமாய்ச் சொல்லிச் சிரித்தார்கள்.

மாடு நாலு நாளாய் வெளியே போகாமல் களத்துக்குள்ளே கிடந்தது. அந்தச் சமயம் அந்தப் பசு சினையாகவும் இருந்திருக்கிறது. அசை போடாமல் நாலு காலையும் நீட்டி, தலையயும் நீட்டிப் படுத்துவிட்டது.

அதற்குப் பிறகு வைத்தியனைக் கூட்டிக்கொண்டுவந்து மருந்து குடுத்தார்கள். அது குட்டி போட்டு அடுத்தநாள் செத்துப் போச்சு.

பூமாத்திவிளைக்காரி நான் பக்கத்தில் நிற்கும்போதே அந்த வைத்தியனிடம், "மாடு ஊட்டுக்க போன ஒடனே கதவ பூட்டிப் போட்டுருப்பா. அதுதான் அது அங்கே நின்னு அவ்வளவு கோதம்பயும் தின்னுப்புட்டு. என் மாடு சாவட்டுண்ணி இவா செய்த வேலை" என்று சொன்னாள்.

வீடு வீடாப் போய், "என் மாட்டுக்குக் கதவ பூட்டிப் போட்டு கோதம்ப வச்சிக் கொன்னுப்புட்டா" என்று சொல்லிக் கேவலப்படுத்திக்கொண்டு திரிந்தாள்.

இதற்கு ஆறு மாசத்துக்கு முன்னாலே வயல் அறுத்து, களத்துக்குள் பாவங்களுக்கும், வண்ணான் நாவிதனுக்கும் நெல்லுக் குடுக்கிற சமயம், சபாபதியும் ஒரு பெட்டியைக் கொண்டுபோய் அவர்களுக்குக் குடுப்பதுபோல இவனுக்கும் ஒரு பக்கா வாங்கிவந்தான். அடுத்த நாளும் போய் ஒரு பக்கா நெல்லு வாங்கிக்கொண்டுவந்தான்.

பூமாத்திவெளக்காரி களந் தூத்து அள்ளுகிற சமயம், இவனும் கொஞ்ச இடத்தைக் கூட்டி அதில் கிடைத்த நெல்லை அள்ளி, அவனே தெரிந்த மட்டுக்கும் பொடச்சிக் கொண்டுவந்தான். இப்படி நாலு பக்கா சேர்த்து, எங்கிட்ட கொண்டுவந்து தந்து, "அம்மா இந்த நெல்லை பச்சயாக் குத்தி, மாவு இடிச்சிப் புட்டு அவிச்சித் தாருங்கம்மா" என்று சொன்னான்.

நானும் அதை வாங்கி வீட்டுக்குள் உள்ள முத்தத்தில் காயப் போட்டேன். மதியம் சாப்பிட்ட பிறகு அன்னக்கிளி வீட்டுப் பக்கம் உள்ள கைசாலைக் கரையில் நின்று கொஞ்ச நேரம் பேசிக்கொண்டு நின்றேன். அழிக்கதவு வழியே அந்த மாடு வீட்டுக்குள்ளே வந்து, முத்தத்தில் கிடந்த நாலு பக்கா நெல்லையும் தின்னுக்கிட்டு நின்றது.

நான் மாட்டை வெரட்டுகிற சத்தங் கேட்டுச் சபாபதி வந்து பாத்துக்கிட்டுப்போய், "யே மூத்தப்பா, நா மாவுடிச்சக் காயப்போட்ட நெல்ல பேத்தமாடு அம்புடயும் தின்னுப்புட்டு" என்று சொல்லி அழுதான். அவர் "நான் ஒனக்கு வேற நெல்லு தாறெண்டா. அழாதே" என்று சொன்னார்.

ரெண்டு நாளாய் இந்த பேத்தமாடு அசைபோடாமலே நின்றது. மேலத்தெருவு செல்லையா ஆசாரி வந்து மருந்து குடுத்துச் சுகமானது.

பூமாத்திவெளக்காரி அந்த செல்லையா ஆசாரிகிட்ட, "ஒருமாடு நாலு பக்கா நெல்லு திங்குமா" என்று கேட்டாள். அவர், "நல்ல சூடடிமாடு ரெண்டு படி நெல்லுக்கு மேலே தின்னாது" என்று சாச்சி சொன்னார்.

அவள் சொன்னா: "எங்க ஊட்டுலெ இருக்கவா நாலு பக்கா நெல்லத் தின்னுப்புட்டு எண்ணி எடுத்துக் கொளுத்துயாளே, பார்த்துக்கிட்டீரா. எங்க ஊட்டுக் கத எல்லாமே இப்புடித்தான் இருக்கு."

கந்தசாமியின் கொடுமையான வேலக்காரி கதையை எழுதிக் கொண்டு வந்த நான், பூமாத்திவிளைக்காரி கொடுமை மனதை

அமுத்திக் கொண்டே இருக்கிறதினால், பேத்தை மாட்டுக் கதை, பின்னால் எழுதவேண்டியதை முன்னால் எழுதிவிட்டேன்.

மாடு பானையை உடைத்துப் போட்டிருந்ததைக் கண்டு வருத்தத்தோடு கதவையும் பூட்டிக்கொண்டு கிழக்குப்பக்கம் போனேன். பேயோட்டுக்காரி வந்து "லெட்சுமி செய்ததை அறிஞ்சியா" என்று கேட்டாள்.

நான் என்ன செய்தாளென்று அவகிட்டக் கேட்டேன். "அது சூரங்குடிக்காரி வெளியில போனவா வாறதுக்கு முந்தி கதவப் பூட்டிக்கிட்டுப் போயிட்டா. அவா வந்து கதவ தட்டிக் கூப்புட்டா. இவா கதவு தொறக்க வராமலே இருந்துக்கிட்டா. பூமாத்திவெளக்காரி வந்து தொறந்தாவ. இவா இப்புடி செய்யிலாமா" என்று சொன்னாள்.

நான், "எந்தக் கதவ பூட்டுனா" என்று கேட்டேன். "வெளியே போற கீழக் கதவப் பூட்டிப்புட்டா" என்றாள். நான் "அந்தக் கதவுக்கு நாராங்கி இல்லியே, எப்புடிப் பூட்டுனா" என்று கேட்டேன்.

"அது நீங்க ஒரு கம்ப குறுக்க வச்சி பூட்டுவியயில்லியா, அப்புடித்தாம் பூட்டியிருப்பா. அத அவா தள்ளிப் போட்டுக்கிட்டுத் தொறந்துக்கிட்டு வந்தா. ஊட்டுக்க வாறதுக்குள்ள இந்தத் திண்ணக் கதவயும் பூட்டிப்புட்டா" என்றும் சொன்னாள்.

"இவா இப்புடிப் பூட்டுனதுனாலதான், அவரு, எப்புடி யெல்லாம் நடக்குதுண்ணுதானே நான் பாத்துக்கிட்டு இருக்கேன். நீ செம்ப காணஇல்லண்ணா கலத்தில தண்ணி கொண்டு போ எண்ணு அவரு சொல்லுறாரோ" என்று நினைத்தேன்.

"அதுநாலதாஞ் சொல்லியிருப்பாரு" என்று பேயோட்டுக் காரியுஞ் சொன்னாள்.

நான், "இந்தச் சனியனெ எங்கிட்டக் கொண்டு போட்டு இந்த பராதி* எல்லாம் நான் கேக்க வேண்டியதாயிக்கிட்டே" என்று சொல்லிக்கிட்டு வந்து, லெச்சுமிய எழுப்பி, "நீ வெளியில போனவா வாறதுக்கு முன்னெ கதவ யாம்டீ பூட்டுனா" என்று கேட்டேன். அவள் பேசாமலே படுத்துக்கிட்டாள். நானும் போய்ப் படுத்தேன்.

மறுநாள் காலையிலே லெச்சுமி முன் முத்தம் தூத்துக்கிட்டு நின்றாள். கந்தசாமி ஒரு கொய்யாக்கம்பு கொண்டுவந்து அந்தக் குட்டியை அடிக்கு மேல் அடியாய் அடித்தார். அவள் அலறி அழ அழ, திரும்பத்திரும்ப அடித்தார்.

---

* பராதி – புகார்

“ஒன்ன கதவ பூட்டச் சொன்னதாருட்டீ? நீ எப்புடிக் கதவப் பூட்டுலான்ட்டீ? யாங்குட்டீ கதவ பூட்டுனா?” என்று திரும்பத் திரும்ப அடி மேலாய் அடித்தார். “உனக்கு அவ்வளவு அதிகாரம் வந்துட்டா” என்று சொல்லி அடித்தார். கொண்டு வந்த கம்பு மொறியும் வரை அடித்தார். கம்பு துண்டு துண்டாய்ப் போனது.

பெரியவரும் பூமாத்திவிளைக்காரியும் பார்த்துக் கொண்டே நின்றார்கள். ஒன்றுஞ் சொல்லாமலே நின்றார்கள். அடித்தவரும் வீட்டுக்குப் போனார். இவரும் வெளியே போய் விட்டார்.

உடனே கந்தசாமி முகிலன்விளைக்குப் போய், முகிலன்விளை அக்காளிடம் எல்லாம் சொல்லி, ‘நீ வந்து கேளு’ என்று கூட்டிக் கொண்டு வந்தார்.

வந்தவர்கள் எங்கிட்டே வந்து, “நீ சூரங்குடி நாடாச்சி வெளியே போனவா காலு கழுவ தண்ணிங் கொண்டு வச்சிருந்த செம்பயும் எடுத்துக்கிட்டு, அவா வாறதுக்கு முந்தி கதவயும் பூட்டிப்புட்டியாமே. அது ஏன் நாடாச்சி இப்புடிச் செய்தா” என்று கேட்டார்கள்.

அவர்கள் சொன்னதைக் கேட்டதும் எனக்கு அடி வயிற்றில் இடி விழுந்தது போல இருந்தது. அவளிருப்பது அறையிலே அவளாமக் கெடப்பது தெருவிலே என்று மனம் பதறிக் கொண்டே சொன்னேன். “நேத்து ராத்திரி சபாபதி உறங்காமலே கனநேரம் அழுதான். அவனை உறங்க வைக்க விளையாடிக் கொண்டு கோமதியும் லெச்சுமியும் பக்கத்தில் இருந்து விளையாட்டுக் காட்டிச் சிரித்துக்கொண்டிருந்தோம். சூரங்குடி நாடாச்சி வெளியே போனதும் நாங் காணல்ல, இவ கதவ பூட்டுனதோ பூமாத்திவெள நாடாச்சி கதவு தொறந்ததோ, ஒண்ணுமே நான் காணயில்ல.

குழந்தை உறங்கின பிறகு பேயோட்டு நாடாச்சி சொன்னார்கள். அதுக்கும் பொறவுதான் அறிஞ்சென். வராத பாவமெல்லா யாந் தலையிலே வந்து இடியுவு. நான் ஒண்ணுங் காண இல்லை” என்று ஆணையிட்டுச் சொன்னேன்.

நான் சொல்லுவதை எல்லாம் அழித்திண்ணையில் நின்று கேட்டுக்கொண்டு நின்றிருந்த கந்தசாமி, “இப்பொ இப்புடி கேக்கறவர்களுக்கு மெரட்டாச்* சொல்லுறதெல்லா அண்ண வந்தால் அறிவேன். பாத்துக்கிடலாம்” என்று சொன்னார்.

---

* மெரட்டா – கவர்ச்சியாய்

முகிலன்விளை நாடாச்சி லெட்சுமிகிட்ட போய், "நீயாம்ளா அவள வெளியில போட்டு கதவப் பூட்டுனா"எண்ணு சொல்லிக்கொண்டே, இடது கையினால் கன்னத்தைத் திருக்கி, புடுங்கி ஒரு அடியும் அடித்தார்கள். திரும்பத் திரும்ப "நீயாம் பூட்டுநாளா" என்று கேட்டார்கள்.

அவள் "என்ன வாண்டாம் எண்ணி வெரட்டிக்கிட்டு இஞ்ச என்னத்துக்கு வாறவ. அதுநாலதாம் பூட்டுனென்" என்று சொன்னாள். திரும்பவும், "என்னக் கதவு பூட்டிக்கிட்டு ஒறங்கப் போ எண்ணிச் சொன்னாவ. நான் எல்லாக் கதவயும் பூட்டிக்கிட்டு ஒறங்குனென். வடக்குக் கதவ ஆறு தொறந்து போட்டவுளோ, மாடு வந்து பான சட்டி எல்லாம் ஒடச்சி போட்டுருக்கும். இவ்விய ஏசுறாவ, நீங்க அடிச்சிறிய" என்று அடுக்கினாள்.

"செம்ப எடுத்து என்ன செய்தா" என்று கேட்டார்கள். "நாஞ் செம்பயும் காண இல்ல. ஆளயுங் காணயில்ல. கதவத்தாம் பூட்டுனென்" என்று முடித்தாள்.

பிறகு நான் சொன்னேன், "யக்கா நாங் கூட்டிக்கொண்டு வந்த புள்ளய யாங்கிட்ட உடாமக் கூட்டிக்கிட்டு போய்ட்டியளே. அடுத்த ஊட்டுல நின்ன இந்த சனியன எங்கிட்ட கொண்டு போட்டு, இவளால எனக்கு இந்த பராதி எல்லாங் கேக்கவும், சண்டயும், பொறாமயினாலெதானே இந்த கேவலமெல்லாம் எனக்கு வருவு. பேப்பர் திருத்த போனவிய வந்த ஒடனே என்ன ஈத்தாமொழிக்கி வெரட்டிருங்கெ. இங்கே இருந்து இந்த கொடும நடத்துறத விடயும் வெரட்டிவிட்டுருறது ரொம்ப நல்லது" என்றேன்.

"அந்த சின்னப்பய என்னத்தயுஞ் சொல்லுவான். நீ சும்மா இரு" என்று சொன்னார்கள். உடனே கந்தசாமி, "ஒன்ன எனக்கு முந்தியே தெரியும். நீ ஈரலத்தவாண்ணு எனக்கு நல்லாத் தெரியும். அங்க போனா அங்கே சேருவா. இங்க வந்தா இங்கே சேருவா. ஒனக்கு சோறு கெடைக்கிற எடம் சொகமுள்ள எடம். பாத்துக்கிடலாம் அண்ணா வரட்டும்" என்றார்.

பெரியவர் வந்து "இங்க வா அக்கா" என்று கூப்பிட்டார். போனார்கள். "அவன் என்னத்தயோ நெனச்சி நடக்கிறான். நீ அவனிட்ட பேச்சி குடுக்காதே" என்று நெறுத்தினார்.

ஒருவாரங் கழிந்தது. பேப்பர் திருத்தப் போனவர்களும் வந்தார்கள். இதைப்பற்றி ஒருவரும் பேசியதாக எனக்குத் தெரிய

வில்லை. எங்கிட்ட இதைப் பற்றி ஒருத்தரும் ஒன்னுங் கேக்கவும் இல்லை. வெளிப்பக்கம் வைத்து இதைப்பற்றி என்ன பேசினார் களோ தெரியாது. செம்பைக் காணவில்லை என்றதும் எப்படி போச்சுது என்றும் தெரியாது.

கந்தசாமிக்குக் கடும் கோபம் எழும்பியது. "யாம் பொண்டாட்டியய் வெளியேவிட்டு கதவைப் பூட்டியதைப் பத்தி ஏனென்று கேக்கவில்லை. அவர்கள் எல்லாரும் ஒண்ணாச் சேந்துகொண்டார்கள். என்னை வேறாக பிரிச்சி வச்சாச்சி. எனி இவர்களுக்கும் எனக்கும் பேச்சுஇல்லை" என்றார். வீட்டு வேலைக்கு வேறே ஒரு வேலைக்காரப்பிள்ளை பார்த்து வைத்துக் கொண்டார் அவர்.

ஆனால் இந்தக் கந்தசாமியை ஊரிலுள்ளவர்களுக்கும் ஒருவருக்கும் பிடிக்கவில்லை. இவருடைய நடைமுறையின் போக்கைக் கண்டு இவருக்கு நரி என்ற பட்டப்பெயரும் சூட்டினார்கள். எல்லாரும் கந்தசாமி என்கிற பெயரைத் தள்ளிவிட்டு நரி என்றே இன்றுவரையும் இப்போதும் சொல்லி வருகிறார்கள்.

ஏதும் வேலை இல்லாமல் திரிந்த இவருக்குப் பொண்டாட்டி வந்த கால் பலத்தினால் அரசாங்கத்தில் வாத்தியார் வேலை கொஞ்சநாள் கழிந்ததும் கிடைத்தது.

நரி என்ற பெயரோடு, வாத்தியார் வேலையும் பார்த்துக் கொண்டு, ஒட்டும் உறவும் அற்றவராய் இன்று வரையும் பகையாளி ஆகவே, எத்தனை எத்தனையோ கொடுமைகளைச் செய்துகொண்டு, நான் அறியாத பாவங்களை எல்லாம் நான் செய்ததாகச் சொல்லி எத்தனையோ துன்பங்களை எல்லாம் செய்கிறார்.

கழுதையோடு சேர்ந்த கன்றும் பீத்தின்னும் என்பது போல பிள்ளைகளும் நடத்துகிறது. அவர் பொண்டாட்டியும் ஆடறுத்த கள்ளனுக்கு ஆக்கிவிட்ட கள்ளியாக நடத்துகிறாள்.

வேலைக்காரிச் சண்டை முடிந்த அன்றிலிருந்து முகிலன் விளை நாடாச்சிக்கு வட்டில் கொண்டு போய்ச் சாப்பிடும் வேலையும் நின்றது. அன்றிலிருந்து என்னிடமே அவர்களுக்குச் சாப்பாடு ஏற்பாடு செய்தார்கள்.

அக்காள் எனக்கு வேண்டிய உதவி செய்தவள் என்றும், நான் படிக்கும்போது அவள் செலவிலேயே எனக்கு வீடு வாடகைக்கு எடுத்துப் பொங்கித் தந்தாள். நான் அவளை மறக்கக்கூடாது. நீ கவனித்து நடத்திக்கொள் என்றும் ஏற்பாடு செய்தார்கள்.

அந்தச் சமயம் முகிலன்விளை நாடாச்சி எனக்கு ஆதரவாகவும் அன்போடும் இருந்துவந்ததினால், நானும் அவர்களோடு சினேகமாக எப்போ வந்தாலும் வந்தஉடன் ஆகாரம் கொடுத்துச் சினேகமாய் இருந்துவந்தேன்.

இப்படியே நடந்து வருகிற சமயம், "ரெண்டு ஊட்டுக்காரியும் வேலக்காரி வச்சி நடத்துறாளே, அப்பொ எனக்கு வேலக்காரி வேண்டாமா" என்றாள் பூமாத்திவிளை நாடாச்சி.

பூமாத்திவிளை ஊரில் சொல்லிவச்சி, குருந்தங்கோட்டில் இருந்து தாயி என்று ஒரு வேலக்காரியைக் கூட்டிக் கொண்டு வந்து வைத்திருந்தாள். இரண்டு மூன்று மாதம் கழிந்ததும் 'ஆழ வயறனுக்கு ஆக்கிவிட்டுக் கெட்டேன்'. பேழை வயிறனுக்குப பொண்டிருந்து கெட்டேனே என்றது போல் அவளுக்குச் சோறு போட முடியாது என்று வந்தது.

கல்லுப்படி வீட்டுச் சின்னாடான் மகன் பொன்னு சாமிக்கு அளத்தங்கரையிலிருந்து கலியாணம் செய்தார்கள். அவள் பூமாத்திவிளையாளுக்குச் சொந்தமாம். அவள் எனக்கு வேலைக்கு ஒரு ஆள் பார்த்துவிடுங்கள் என்று சொன்னாளாம்.

இந்தத் தாயி என்பவளை அவளுக்கு வேலை பார்க்க விட்டுவிட்டு, எப்போதும் போலவே கள்ளத் தொழில்களைக் கையாண்டுவந்தாள்.

தாயி நாலைந்து வருசம் அங்கே நின்றாள். வீட்டிலான பிறகு அளத்தங்கரைக்காரி வேலைக்காரி வேண்டாமென்றாள். பூமாத்திவிளைக்காரி எனக்கும் வேண்டாமென்றாள்.

என்னோடு நின்ற லெட்சுமியைக் கலியாணம் செய்து கொடுத்தபிறகு, தாயி என்னிடமே வந்துசேர்ந்தாள். இங்கிருந்து தான் அவளைக் கீழ ஊரில் கலியாணஞ் செய்துகொடுத்தார்கள்.

நான் வருகிறவர்க்கெல்லாம் சமையல் செய்துபோடவும், வீட்டுவேலைகளைச் செய்வது தவிர யாதொரு சுதந்தரமும் இல்லாமலே, அவர்கள் தருகிற ரேசன் சாமான்களைக் கொண்டே அவர்கள் சொல்லுவது போலச் செய்துகொண்டும் இருந்தேன்.

சில சமயம் அதிகமும் நெல்லைத் தந்து, அண்ணு அவுச்சிக் காயப்போட்டுக் குத்தி, அண்ணக்கி சோறு சாமிக்குப் பொங்கியது போல பொங்கச் சொல்லுவார்கள். அப்படிச் செய்துவந்தேன்.

இவருடைய சம்பாத்தியம் எப்படி, காசு என்ன சாடையாய் இருக்கும் என்பது அறியமாட்டேன். இந்த வீட்டில் யாதொரு அதிகாரமும் எனக்குக் கிடையாது.

சக்கை, மாங்காய் தாராளமாய்ப் பழுக்கவைத்து அறுப்பார்கள். நாலு மாங்காய் அறுத்து அவர்கள் தின்றால், எனக்கு ஒரு துண்டு மாம்பழத்தை நாலு துண்டாக வெட்டி, நாலு துண்டு மாம்பழம் என்று தருவார்கள்.

ஒரு சக்கை அறுத்தால், ஒரு துண்டில் ஒண்ணேமுக்கால் சுளை இருக்கும். நான் அதை வேணுமென்று சொல்லவோ, வேண்டாமென்று சொல்லவோ செய்யாமல், கொண்டு வச்ச இடத்திலேயே இருக்கும். யாராவது எடுத்துத் தின்பார்கள்.

'கொண்டவன் கோழையானால் பெண்டென வந்தவள் ஏழையாவாள்' என்று, கோழைக்குணம் படைத்த இவர்கள் அண்ணனே தஞ்சமென்று நடந்து வந்ததினால், நான் ஏழையாகி ஆதரவற்றவளாய், பூமாத்திவிளைக்காரியின் கொடுமைகளை எல்லாம் தாங்கிக்கொண்டும் அவர்களுக்கு உட்பட்டும் நடந்து வந்தேன்.

பழைய புராணக்கதைகளில் என்னைப் போல் கஷ்டப் பட்ட பெண்களின் கதைகளைப் படித்துக்கொண்டும், அவர் அளந்து கணக்குப்படுத்தித் தருகிற சாமான்களைக்கொண்டு வீட்டை நடத்திக்கொண்டு அந்தச் சோத்தைத் தின்றும், அதில் ஊறுகிற ரத்தமெல்லாம் கண்ணீராக மாறி கண்வழியே சிந்த நாளைக் கழித்துவந்தேன்.

30

என் கதை இவ்வாறு நடந்துவருகிற சமயம், எங்க தகப்பனார் எனக்குத் தந்த தோப்பில் உள்ள தேங்காயை வெட்டி விலைக்குக் கொடுத்து, அந்த ரூபாயைக் கொண்டுவந்து தருவார்கள். நான் அந்த ரூபாயைக் கொண்டு குழந்தைகளுக்கும் எனக்கும் துணி எடுப்பேன். பாத்திரங்கள் அடகு வாங்குவேன். புதுப்பாத்திரங்களை வியாபாரி கொண்டுவந்தால் அதை விலைக்கு வாங்கவும் செய்வேன். நகைகள் ஈடு வாங்கவும் செய்துவந்தேன்.

என் தகப்பனார் இங்கு வந்தபோது முகிலன் விளை நாடாச்சி, "ஈத்தாமொழி நாடான், ஒரு நல்ல சம்மந்தமிருக்கு. ஒம்ம எளய மொவள குடுக்கிறீரா" என்று சொன்னார்கள். "எங்கெ, யாருக்கு" என்று கேட்டார்.

"நம்ம சின்னையாக் கண்ணு மாமனுக்க மொவென் ரெத்தினத்த ஒமக்குத் தெரியுமில்லியா. நல்ல சம்மந்தம். நெறைய சொத்து இருக்கு. ஆளு இல்லாம இருக்கு. சீதணங் கொறச்சி குடுத்தா போதும். என்ன சொல்லுறீரு" என்று சொன்னார்கள்.

சீதணங் கொறச்சி குடுத்தாப் போரும் என்று சொன்னாலே அவர் வேறே ஒண்ணும் பார்க்க மாட்டாரே, "சரி, குடுக்கிலாமே" என்றார். பிறகு ராசப்பா தகப்பனாரும் பொட்டல்விளை நாடானையும் வச்சிப்பேசி முடிவு பண்ணினார்கள்.

வள்ளியாவிளை புரயிடத்திலெ இருவத்தி ரெண்டரச் சென்டும், அதுக்கு வடகுத் தட்டு பூமி பன்னிரெண்டு சென்டும் ஆக முப்பத்தஞ்சி சென்டு பூமியும் ஐநூறு ரூபாய் ஒத்தி இருக்கு. அத ஒத்தியத் திருப்பி நீங்க எடுத்துக்கிடணும் என்றும் பேசி முடிவு பண்ணினார்கள். இதற்கிடையிலே அவருக்கு இடையிடையே புத்திக் கோளாறு

கிறுக்கு வரும் என்று அறிந்தார். அறிந்த உடனே இங்கே வந்து, “கிறுக்கனுக்கா பொண்ணு குடுக்கச் சொன்னிய” என்று கேட்டார்.

இங்கே உள்ள பெரியவர், “அப்படி ஒண்ணுமில்ல, செல வேளயிலை நாலஞ்சி நாளூ ஒரு மாதிரியா திரிவான். அது மாறினப் பெறகு சும்மா திரிவான். அதப்பத்தி பாக்காண்டாம். சும்மா குடுக்கலாம்” என்றார்.

தகப்பனாரும் போய் மாப்பிள்ளைப் பார்த்தார். இவருக்க கண்ணுக்கு அவரும் அந்தச் சமயம் நல்லவராய்த் தெரிஞ்சார். குடுக்கலாமென்று சம்மதிச்சுக் கலியாணத்தை முடிவு பண்ணி தேதி குறிப்பிட்ட பிறகு, ‘வட்டக் களிப்பத்து வயலை ஆயிர ரூவாய்க்கு ஒத்தியாகக் குடுக்கணும். உருப்படி போடவுங் கலியாணச் செலவுக்கும் பணம் இல்லை. இங்ஙுன ஆராவது நெலம் ஒத்தி வாங்க ஆளுண்டா’ என்றார்.

இங்கே உள்ள பெரியவர், “நான் ரூவா பாத்துத் தாறென்” என்றார். யாரிடம் போய் கடன் எடுத்தாரோ. ஆயிரம் ரூபா குடுத்து இவர் ஒத்தி வாங்கினார்.

அவர் அந்த ரூபாயைக் கொண்டு இளைய மகளுக்கு உருப்படி செய்துபோட்டு, வீட்டில் கெடந்த ஓட்டை ஒடஞ் சதுமான வெங்கலப் பாத்திரங்களை மாத்தி நல்ல பாத்திரங்களும் ஒன்றும் குறையாமல் வாங்கினார். கலியாணத்துக்கு முன்னாலே சொத்தும் எழுதிக்கொடுத்தார்.

கலியாணத்துக்கு முன்னாலே மாப்பிள்ளைக்குக் கிறுக்கு ஆரம்பித்தது. பொண்ணூட்டுக்குத் தெரியாமலே அதை மறைச்சி வச்சி, கலியாணத்தை நடத்தி, மாப்பிள்ளையும் அவர்களைச் சேர்ந்தவர்களும் தாலி கெட்ட வந்துசேர்ந்தார்கள்.

கிறுக்குக் குணத்தோடே தாலி கெட்டி, கையைப் பிடிச்சிக் குடுத்து, செய்யும் வரிசைகளும் செய்து கிறுக்கனோடே அனுப்பினார். வரும் விதி வந்தால் மடியேந்த வேண்டாமா. அவளும் கிறுக்குக்கு வாழ்க்கைப்பட விதி பெற்றவளாய் வீடு போய்ச்சேர்ந்தாள்.

இளையவளுக்குக் கலியாணம் ஆனதும், செய்ய வேண்டிய சீர்வரிசைகளைச் செய்தும் செய்யாமலுமாய்க் கொடுத்து வந்தார்.

மாப்பிள்ளை இரண்டு மாதம் வரை கிறுக்கோடு திரிந்து, பிறகு சுகமாகி இருந்தார். இடைஇடையே வந்துவிடும். வரும் போதெல்லாம் கிறுக்கனோடு கூத்தாடிக் கொண்டு அவள் நாள் கழிந்து வந்தாலும், பெருமைக் குறைவில்லாமல் நடந்து வந்தது.

எப்படி இருந்தாலும் செல்வச் செருக்கும், குடும்பப் பெருமையும், தன் அதிகாரமான நடைமுறையும் இருந்தால் அது ஒரு தனிப்பெருமைதானே. எல்லாக் குறைகளும் பணமிருந்தால் தீர்ந்துபோகுமல்லவா.

இளையவளுக்குக் கலியாணம் கழிந்தபிறகு, எனக்கு மூன்றாவது ஒரு ஆண் குழந்தை பிறந்தது. இப்படியாக இருக்கிற சமயம் தம்பி ராஜாங்கத்துக்கு ஏழு எட்டு வயதுக்குப் பிறகு, சித்திக்கு ஒரு குழந்தை ஒன்பது மாதத்தில் பிறந்து, அதிலிருந்து சுகக் கேடாகி, காலம் கழிந்து போய்விட்டார்கள். பட்ட காலிலே படும், கெட்ட குடியே கெடும் என்றது போலாச்சுது.

சித்தி இறந்த பிறகு வீட்டுவேலைக்கு ஆளில்லாமல் போனதினால், நான் அங்கே போய் இருந்து வேலைகளைச் செய்து வீட்டை நடத்திக்கொண்டிருந்தேன்.

சித்தி இறந்த சமயம், அவர்களுக்குள்ள உருப்படி எல்லாம் கழத்தி என் தகப்பனார் கைவசம் வச்சிருந்தார். நான் அவரிடம் “அய்யா, சித்திக்க உருப்படியிலே ஒண்ணு இந்த பொம்புளப்புள்ளைக்கு ஒரு செயின் செய்ய குடுங்க” என்று கேட்டேன். அவர் “தரமாட்டேன், ஒனக்கு தந்தா இளையவளுக்கும் குடுக்கணும். அதுநாலெ தரமாட்டேன்” என்று சொல்லிவிட்டார்.

நான் பொட்டலில் இருக்கும்போது, என் தகப்பனார் தேங்காய் விற்றுத்தருகிற ரூபாய் நான் வச்சிருந்த சமயம், முயிலன்விளை நாடாச்சி பழைய காலத்து ரூபாய் ஒண்ணரக் களஞ்சி எடை உள்ளதாக இருந்ததினால், பத்து அழியாத* வெள்ளிரூபாயைத் தந்து நல்ல ரூபாய் கேட்டார்கள்.

அந்த ரூபா வெள்ளி சுத்த வெள்ளி ஆகையினால், குழந்தைக்க காலில் கொலுசு செய்து போடலாம் என்று வாங்கி வைத்திருந்தேன். அந்த ரூபாயை ஈத்தாமொழிக்குப் போகும் போது கொண்டுபோனேன். அங்கே உள்ள ஆசாரியிடம் கொடுத்து கொலுசு செய்யலாமென்று கொண்டுபோனேன்.

தகப்பனார், சித்தியின் உருப்படி தரமாட்டேன் என்று சொன்ன பிறகு, இந்த வெள்ளியைக் குடுத்து கொலுசு செய்து குழந்தையின் காலில் போட்டிருந்தேன். அதைக்கண்டதும் அவருக்குப் புத்தி மாறிவிட்டது.

“லே, தேவுடியா மொவனெ, நீ பொட்டவத்த தொறந்து போட்டு, அவ ரூவாய எடுத்துப் புள்ளைக்கு கொலிசி உண்டாக்கிப் போட்டுருக்காளெ. நீ யாம்ல தொறந்து

* அழியாத – செல்லாத

போட்டா" என்று பேசினார். உடனே எங்க பாட்டிக் கெளவி, "அவா ஊட்டுல இருந்து அழியாத வெள்ளி ரூவா கொண்டு வந்து, மாவெளக்காறி கிட்ட குடுத்து கொலிசி உண்டாக்கிப் போட்டாப்பா. நீ அவள ஏசாதெ" என்று சொன்னாள். அவருக்கு நம்பிக்கை இல்லை. அன்றிலிருந்து பெட்டகத்துச் சாவியை அரையில் கெட்டி இருக்கும் கயிற்றில் சேர்த்துக் கெட்டிப் போட்டுக்கொண்டு திரிந்தார்.

நான் பொட்டலுக்கு வந்துவிட்டேன். அவர்களே பொங்கித் தின்றுகொண்டிருக்கும்போது, மகனுக்குப் பெண் தேடினார். நிறைய சீதனத்தோடே, நல்ல குடும்பத்தில் பெண் எடுக்க நினைத்தார்.

என் அண்ணனுடைய கிரகபலனை மாற்றுவதற்காக இரண்டாவது தாரம் பொண்ணுங் கெட்டி, இரண்டு ஆண் குழந்தைகள் கிடைத்து, மூத்தவனுக்குப் பத்து வயதும் இளையவனுக்கு எட்டு வயது பருவத்துக்கு வந்தபிறகும், அவருடைய கிரகபலனுக்கு ஒரு மாற்றமும் உண்டாகவில்லை.

நாளுக்கு நாள் நோய் அதிகப்பட்டு, காசியில் புத்திக் கோளாறு கிறுக்கு ஆரம்பித்தது.

'ஏட்டில் எழுதியதை எடுத்தெறியப்போமோ. ஓட்டில் எழுதியதை உடைத்தெறியப்போமோ

நடத்துங் கடவுள் நடத்திவந்தால், நம்மால் என்ன செய்ய முடியும்' என்றாச்சுது.

என் தகப்பனாரின் எண்ணமெல்லாம் மண்ணாச்சுது. ஆசை எல்லாம் வீணாச்சுதே என்று மனதைத் தேற்றிக் கொண்டு, தனக்கெளியது சம்மந்தம் என்று, எதாவது ஒரு பெண் கிடைத்தால் போதுமென்ற எண்ணத்தோடு பெண் தேடினார்.

கலசம் இறக்கிக் குடிஇருப்பு என்ற ஊரில் ஒரு பெண்ணைப் பேசி முடிவுபண்ணிக் கலியாணம் செய்தார்.

என் தகப்பனார் அவருடைய மூத்த மகளுக்கு எவ்வளவு சீதனம், உருப்படி, சீர் சிறப்புக் கொடுத்தாரோ, அந்த முறையில் அவர் மகனுக்குப் பெண் வந்துசேர்ந்தது.

வந்தவள் மாப்பிள்ளை கிறுக்கனென்று வெறுக்காமலும், மாமனார் கொடுமை அதிகமென்று இருந்தாலும் எல்லாந் தாங்கிக்கொண்டு, குடும்பத்தை நடத்திவந்தாள்.

ஒரு வருசம் கழிந்தது. ஒரு ஆண் குழந்தையும் பிறந்தது. பாட்டியாராகிய கிளவியம்மையும் காலங்கழிந்துபோனார்கள். வீட்டுக்குப் பெரிய ஆள்கள் மாமனாரைத் தவிர வேறே யாரும் இல்லை.

மாமனார் கோபக்காரராக இருந்தாலும், மருமகள் வீட்டுக்கு உரியவளாகையினால் அன்பாகவே நடத்திவந்தார்.

வந்த மருமகளும் மாமனார் சொல்லுக்கு உள்பட்டு, அவர் சொல்லுவது போல் கேட்டு நடந்துகொண்டும், புருசனைக் கிறுக்கன் என்று நினைத்து நடத்தாமலும், 'கல்லென்றாலும் கணவன் புல்லென்றாலும் புருசன்' என்று அன்போடு நடத்தி வந்தாள். ராஜா, ராஜாங்கம் என்ற இருவரையும் அணைத்து ஆதரித்து இருந்துவந்தாள்.

மகனுக்குப் புத்திக்குறைவு வந்ததும் தகப்பனுக்கு மனக்கிலேசம் உண்டாச்சு. இந்தப் பெரிய வீடு எதுக்கு என்று வீட்டைப் பிரிச்சி ஓடு கம்பு எல்லாம் வெளங்காட்டுக்குள் வச்சி வேலிக்கரையில் காவல் காத்துக்கொண்டு சின்ன வீடு கெட்டினார். இன்னுங் கொஞ்ச நாள் கழிச்சி, எடங்காணுதில்ல என்று திரும்பவும் ஒரு வீட்டை உண்டாக்குவார். கோர்ட்டு விபகாரங்களை மட்டும் தவறாமல் நடத்திக்கொண்டு, வீட்டையும் கவனித்து, 'கடுகு சிறுத்தாலும் காரங் குறையாது' என்று திரிந்தார்.

கவலை

31

இரண்டாவது குழந்தை தவழ்ந்து விளையாடும் பருவம் வந்ததும், சாமிக்கு ஒரு சந்தி வச்சிச் சோறு குடுக்கணுமென்று, சோறு கறி எல்லாம் பொங்கி, சாமிக்குப் படைக்கிற நேரத்துக்கு முன்னால், யாரோ இன்று அட்டமி என்று சொன்னார்களாம். இண்ணைக்கு குடுக்க வேண்டாம் என்று நெறுத்தினார் வீட்டுத் தலைவரான பெரியவர். பிள்ளைக்கு முதலாவது சோறு குடுக்கிறவர்கள் நாள் பார்க்காமத்தானே குடுப்பார்கள் என்று நான் நினைத்துக்கொண்டிருந்தேன்.

இருக்கப் பலனுள்ளதாக இருந்தால்தானே நாள் பார்த்து, நட்சத்திரப் பலன் பார்த்துச் செய்ய அறிவு வரும். இது பலனற்றது. அடுத்த நாள் எப்போதும் சாமிக்குப் பொங்கிப் படைக்கிற சோற்றில் கொடுத்தார்.

ரெங்கநாயகி என்று பெயரும் விட்டார். வீட்டில் ரெங்க பாய் என்று சொல்லிக் கூப்பிட்டு வந்தோம்.

மூன்றாவது பிறந்த ஆண் குழந்தைக்கும் ஊர்ந்து விளையாடுகிற பருவத்திலே, நல்ல நாள் பார்த்துத்தான் சோறு குடுத்துப் பேரிட்டார்கள்.

முகிலன்விளை நாடாச்சியும், பிள்ளைக்குப் பேரிடுகிறதைப் பார்க்க வந்திருந்தவர்களும் பாட்டனார் பேரை விட்டதினால் ரொம்ப சந்தோசப்பட்டார்கள். எனக்கு அந்தப் பெயர் பிடிக்கவில்லை. வேண்டாமென்று, இது சொந்தப் பேராக இருக்கட்டும். வீட்டில் கூப்பிடுவதற்கு இந்தக் காலத்துப் பேர் வைக்கலாமென்றார்.

நான் பாஸ்கரன் என்று பெயர் வைக்கச்சொன்னேன். அப்படியே சம்மதித்து எல்லாரும் கூப்பிட்டுவந்தார்கள்.

மூன்று வயது வரையிலும் நோய் என்பதை அறியாமலும், 'நாளொரு மேனியும் பொழுதொரு வண்ணமும்' என்று சொல்லுவது போல் வளர்ந்து வந்தது.

மூன்று வயதாகிறது வரையும் வளர்ந்தது. வயதுக்கு மிஞ்சி உடல் வளர்த்தியும், பருமனுமாய், வயதை மிஞ்சிய அறிவும் நல்ல அழகும் வாய்ந்த குழந்தையாய் வளர்ந்துவந்தது.

தகப்பனாருக்கு வேலை மாற்றமாகி, செங்கோட்டைக்கு வேலை பார்க்கப் போனார்கள்.

காச்சல் என்பதே அறியாத குழந்தைக்குக் காச்சல் வந்து பிடித்தது. ஒரு மாதம் வரையிலும் விடுகிறதும் திரும்புகிறதுமா யிருந்தது. வைத்தியனிடம் மருந்து வாங்கிக் குடுக்கவோ, ஆஸ்பத்திரிக்குக் கொண்டுபோகவோ இல்லை.

இரண்டாவது மாதம் வரை காச்சல் சுகப்படாமல் இருந்ததினால் ஈத்தாமொழிக்கு என் தகப்பனார் வீட்டுக்குக் கொண்டுபோனேன்.

அவர் இங்கே வச்சி நோய் பார்த்தால், பார்க்க வருகிறவர் களுக்கு அவுச்சிப்போட என்னால் முடியாது என்று சொல்லி, ஒரு மருந்துக்கு பேர் எழுதித் தந்து, ரெண்டு ரூவாயுந் தந்து, வீட்டுக்குப் போய் வாங்கி குடு என்று சொல்லி அனுப்பிவிட்டார்.

அங்கிருந்து இங்கே வந்தேன். மருந்து வாங்கிக் குடுக்க வில்லை. தகப்பனாருக்கு எழுதினேன், வந்து பார்த்துவிட்டுச் சாமிக்கு நேந்தால் தீருமென்று சொன்னார்கள்.

மூர்த்தி மாடசாமிக்கும், மின்னணவுச் சாமிக்கும், தெக்கு ஊட்டுச் சாமிக்கும் நேர்ந்து, மின்னணவுச் சாமிக்கு வச்சிக் குடுத்துக்கிட்டு, எனி சொகமாயிடும் என்று செங்கோட்டைக்குப் போனார்கள்.

மூன்றாவது மாதமும் வந்தது. நான் பெத்தும் பெரும் பாவி, பேர் விட்டும் மாபாவியாக, பெத்த வயிற்றில் பெரு நெருப்பைத் தட்டிவிட்டு என் கையை விட்டு மறைந்துபோனது.

பாவியாகிய நானும் கண்ணீரைச் சிந்திக்கொண்டும், கதறிக்கொண்டும், நாலைந்து மாதம் வரையும் ஆற்றுவாரும் தேற்றுவாரும் அற்றவளாய் இருந்தேன்.

ஒருவருசம் கழிந்து செங்கோட்டையிலிருந்து வேலை மாற்றமாகி, எஸ்.எஸ்.பி. பள்ளிகூடத்துக்கு வந்தார்கள்.

அந்தக் குழந்தை இறந்து இரண்டு வருசம் கழிந்தது.

இரண்டு வருசங் கழிந்து அடுத்த புள்ளை வந்து, மாதம் திகைகிற வரையும் என் தகப்பனார் வரவும் இல்லை. இங்கே அபசகுனங்களும் சொப்பனங்களும் கண்டு, செத்துப் போவே னென்று நினைத்து சொல்லாமலே இருந்தார்கள். பூமாத்தி விளைக்காரி கஷ்டங்களும் இந்தக் கவலைகளையும் அனுபவிக்க விதி பெற்று வந்தவளாகிய நான் எப்படிச் சாவேன்? செத்துப் போனால் இவ்வளவு கஷ்டங்களையும் அனுபவிக்கிறது யார்?

அத்தனையும் அனுபவிச்சு, இன்றுவரையும் இருந்து இந்தக் கதைகளை எல்லாம் என் கையால் எழுதப் பலன் பெற்றவளாகிய நான் சாவமாட்டேன் அல்லவா?

புள்ள வருத்தம் புள்ள பெத்தவளுக்கென்று, புள்ள வருத்தமும் மற்றுள்ள எல்லா வருத்தங்களையும் அனுபவிக்க வேண்டிய முறையில் அனுபவித்து, நாலாவதும் ஒரு ஆண் குழந்தை பிறந்தது.

நல்ல சினேகமாத்தான் இருந்தாள் பேயோட்டுக்காரி. புள்ளை பிறப்பதற்குப் பதினைந்து நாளைக்கு முன்னாலே பேயோட்டுக்கு ஓடிவிட்டாள். ஆளற்றவர்க்கு ஆண்டவனே துணை என்று, பிள்ளை பிறந்த அன்று ஆள்கள் வந்ததே தவிர அப்புறம் ஆளில்லை.

அன்னக்கிளியின் தாயார் பாண்டிய பொண்டாட்டி, பதினாறு நாளும் செய்யவேண்டிய ஊழியங்களைச் செய்து முடித்தாள். பதினாறு கழிவதற்கு முன்னாலே பொல்லாத சொப்பனங்களும் அபசகுனங்களும் கண்டுகொண்டே இருந்தேன்.

ஒருநாள் ராத்திரி சொப்பனத்தில், நானும் குழந்தையும் இருக்கும் பெரைக்குள்ளே ஒரு பொம்புள நின்னதுபோலும், வெளியே ஒருத்தி நின்றதுபோலும் இருந்தது.

வெளியே நிக்கிறவள் அறுதலி* பேச்சி போல நிற்கிறாள். உள்ளே நிக்கிறவள் நல்ல குடும்பத்துப் பெண். அவளும் அறுதலி தான். உள்ள நிக்கறவள் வெளியே நிக்கிறவளைப் பார்த்து 'நீ போ' என்கிறாள். வெளியே நிக்கிறவள் 'போக மாட்டேன். குழந்தையைக் கொத்திக் கொதறி வைப்பேன்' என்கிறாள். உள்ளே நிக்கிறவள், 'அப்படிச் செய்யாதே' என்கிறாள்.

---

* அறுதலி – தாலி அறுத்தவள்

அவள், 'கிண்டிக் கீறி வைப்பேன்' என்கிறாள். இவள் 'வேண்டாம்' என்கிறாள். அவள் மூன்றாவது உள்த்தாவ* வைப்பேன் என்றாள். இப்படிச் சொப்பனங் கண்டு பாண்டியன் பொண்டாட்டியிடம் சொன்னேன். அவள் இந்தக் குழந்தையும் பிழைக்கிறது நம்பிக்கை இல்லை என்றாள். விதியை வெல்ல மதியால் முடியுமா?

பதினேழாவது நாள் குழந்தையை எடுத்துக்கொண்டு வீட்டுக்குள் வந்தேன். நான் பிழைத்துக்கொண்டேன் என்றும், பிள்ளைக்குக் குற்றமில்லை என்றும் நினைத்தேன்.

கைவிட்டுப் போன பொருள் திரும்பக் கைக்கு வந்து கிடைத்துக்கொண்டது என்று பெருமகிழ்ச்சியோடு, சாமிக்கு நேர்ச்சைக் கடனாக ஒரு சந்தி நடத்தி, பிள்ளைக்கு ஸ்ரீநிவாசன் என்று பெயரிட்டார்கள்.

பிள்ளை பிறந்த வீட்டுக்குள் பார்க்கும்போது கொஞ்சம் நிறக்குறைவாகவும், அழகு குறைவாகவும் இருந்தது. ஒரு மாதம் (நாப்பது நாள்) கழிவதற்குள்ளே நல்ல நிறமும் சகல லெச்சணத்தோடும் விளங்கியது.

குதிரைக்குட்டி பிறக்கும்போது கழுதைக் குட்டி போல இருக்கும். நாளாக நாளாக குதிரைக் குட்டிக்குள்ள லெச்சணங்கள் வரும் என்று சொல்லுவார்கள். அது போலவே இந்தக் குழந்தையும் பிறக்கும்போது அழகு குறைவாக இருந்தது. இப்போது நம்ம குடும்பத்து லெச்சணங்களுக்கு வந்துவிட்டது என்று முகிலன்விளை நாடாச்சியும், பிள்ளையின் பெரிய தகப்பனாரும் சொல்லிச் சந்தோசமாய் கையில் எடுத்து அணைத்துப் பெருமை பாராட்டி வந்தார்கள்.

இப்படியே மூன்று மாதம் ஆனது. லேசாய் இருமலும் இளுப்பும் வந்தது. நாலுநாள் கழிந்து காச்சல் வந்து, உருட்டி வைத்ததுபோல் இருந்த உடம்பு வாடாமல் ஒருவருக்கும் தெரியாமல் ஓடி மறைந்தது.

'தலைக்கு வந்தது தலைப்பாகையோடு போச்சுது' என்றது போல, எனக்கு வந்த வினை என்னை விட்டு என் பிள்ளைக் கொண்டுபோனது போலாச்சுது.

வானத்தில் மின்னல் பளிச்சென்று தோன்றி மறைவது போல் இரண்டு பிள்ளைகளும் என் கண்முன் மின்னல் ஒளிபோல் ஒளியைக் காட்டி மறைந்தன.

இந்தக் கதைகளை எல்லாம் எழுத விதி பெற்ற நான் எப்படிச் சாவேன். சாகமாட்டேன் அல்லவா?

---

* நோய் உள்ளே பரவி ஆபத்து உண்டாக்க

இருதயம் வெடிக்கக் கதறிப் புலம்ப, எல்லாரும் ஊரிலும் உலகத்திலும் பிள்ளைகளைச் சாவக் குடுத்தவர்களின் கதை களைச் சொல்லி, அவர்களின் நிலைமைகளையும் சொல்லித் தேற்றினார்கள். எல்லாருஞ் சொல்லுவதைக் கேட்டு, என் மனதைத் தானே தேற்றி, வேகமெல்லாம் உள்ளடக்கி மேலே ரெண்டு பாட்டும் பாடு என்று சொல்லுவது போல, பாடிக்கொண்டே இருந்தேன்.

சபாபதி பள்ளிக்கூடப் பருவம் வந்ததும், அந்தக் கால முறைப் படி, மேல வீட்டு ஒரு சந்தி வைத்து, பனங்குருத்து ஓலையில் மூன்று எலக்கில் ஏடு செய்து, அதில் எழுத்தாணியால் அரி ஓம் என்று முதலாவது எழுதி, ஆவரியும் எழுதி சாமிக்கு முன்வைத்து தீபம் கொடுத்து, திருநீறு சந்தனமும் பூசி, எழுத்தைச் சொல்லிக் கொடுத்து, திரும்ப என்னிடம் எழுத்துகளைச் சொல்லிக் கொடுக்கச் சொன்னார்கள். நானும் சொல்லிக் கொடுத்தேன். அவனும் எல்லா எழுத்துகளையும் திருத்தமாகச் சொல்லிப் பழகினான். ஐந்து வயது வந்ததும் பள்ளிக்கூடத்தில் சேர்த்தார்கள். நல்ல முறையாய்ப் படித்துவந்தான்.

ரெங்கநாயகிக்கும் ஒண்ணாம் பாடப் புத்தகம் வாங்கி எழுத்துகளைச் சொல்லிக் கொடுத்துவந்தேன். ஒண்ணாவது வகுப்பில் பள்ளிக்கூடத்துக்குப் போய் படித்துவந்தாள்.

அடுத்த வருசம் இரண்டாவது வகுப்பில் சேர்க்கக் கூடாது. ஆறு வயது பூர்த்தி ஆனபிறகுதான் ஒண்ணாவது வகுப்பில் சேர்க்கவேண்டும் என்று அரசாங்க உத்தரவு வந்திருக்கிறது. ஆனதினால் இரண்டாவது வகுப்பில் சேர்க்க முடியாது என்று வாத்தியார் சொன்னார்.

அந்தச் சமயம் பிள்ளைகளின் தகப்பனார் செங்கோட்டை யில் வேலைபார்த்துவந்ததினால், நான் அவர்களுக்கு எழுதித் தெரியப்படுத்தினேன்.

அவர்கள் பிள்ளை ஒண்ணாவது வகுப்பு செங்கோட்டை யில் படித்ததாக அங்கே உள்ள ஹெட்மாஸ்டரிடத்திலிருந்து சர்டிபிக்கேட்டு வாங்கிக்கொண்டுவந்து, பிள்ளையை இரண்டாவது வகுப்பில் சேர்த்தார்கள். அதிலிருந்து அவளும் ஒழுங்காய் பள்ளிக்கூடம் போய்வந்தாள்.

ரெண்டு பேரும் பரீச்சையில் நூத்துக்கு நூறு தொண்ணுத் தொண்பது என்று ஒரு நாளும் குறையாமல் மார்க்கு வாங்கி, சந்தோசமாய்ப் படித்தார்கள்.

இவர்கள் இப்படிப் படித்துவருகிற சமயம், இரண்டு ஆண் குழந்தைகளும் இறந்து ரெண்டு வருசமும் கழிந்தது. நான் ஐந்தாவது பிள்ளைக்கு ஆளானேன். மாதங்களும் எட்டு ஒன்பது என்று ஆனது.

என் தகப்பனார் அறிந்து, ரெண்டு ஆம்புளப் புள்ளையும் சேதமாகிப்போனதினால் சங்கடப்பட்டுக்கொண்டிருந்தவராகையினால், அவர் வீட்டுக்குக் கூப்பிட வந்தார்.

சபாபதியின் தகப்பனார் அந்தச் சமயம் தக்கலையில் வேலைபார்த்துவந்தார்கள். சபாபதி அப்போது ஐந்தாவது வகுப்பில் படித்துக்கொண்டிருந்தான்.

நான் ஈத்தாமொழியிலும், தகப்பனார் தக்கலையிலுமாய் இருக்கும்போது, சபாபதிக்கு வேளைக்குச் சோறு குடுக்க ஆளில்லை என்று தகப்பனார் தக்கலைக்குக் கூட்டிக்கொண்டு போய் அங்கேயே படிக்கவைத்தார்கள்.

நான் ஈத்தாமொழிக்குப் போய் ஒரு மாதம் ஆனதும், சித்திரை மாதம் சித்திரை நட்சத்திரமும் பொல்லாத கிரகங்கள் எல்லாம் ஒன்றாய்க் கூடிய நேரத்தில், எனக்கு ஒரு பெண்குழந்தை பிறந்தது.

ஆண் குழந்தையாயிருக்குமென்ற எண்ணத்தோடு கூட்டி வந்த என் தகப்பனாருக்கு, பொம்புளப் புள்ளை என்று அறிந்ததும் இருதயம் பொட்டென்று பொட்டிவிட்டது.

என் அண்ணன் பொண்டாட்டியாகிய என் மதனியார் எல்லா ஊழியங்களும் நல்லமுறையாய்க் குறைவில்லாமல் செய்தாள்.

'பொல்லாத வேளையில் பிறந்த பிள்ளை ஆனாலும் போடுவாரோ தாய் தந்தை' என்றது போல் நானும் பொன்னை உருக்கி வார்த்த பொற்சிலை போன்ற குழந்தை மின்னல் ஒளிபோல ஒளி வீசுவதைக் கண்ணில் கண்டதும், பொல்லாத நாள் என்ற எண்ணமெல்லாம் மறந்து அன்புடன் அணைத்து வந்தேன்.

பதினாறு நாள் கழிந்தது. பதினேழாவது நாள் என் தகப்பனார் வீட்டுக்குப் போகச்சொல்லி, பிள்ளைகளையும் என்னையும் வீட்டுக்கு அனுப்பிவிட்டார். வீடு வந்து சேர்ந்து இருந்தேன்.

நான் வீட்டுக்கு வந்து நாலு நாளைக்குள், சபாபதியும் தகப்பனாரும் தக்கலையிலிருந்து அவர்களும் வீடு வந்து சேர்ந்தார்கள்.

கவலை

வீட்டுக்கு வந்த சபாபதி, புத்தகங்களையும் பென்னும் பென்சில் எல்லாம் கட்டிலில் வைத்துவிட்டு, பிள்ளையைக் கண்டதும் எடுத்து விளையாடிவிட்டு வெளியேபோனான். தகப்பனாரும் தமையனாரிடம் போய் பேசிக்கொண்டிருந்தார்கள்.

வெளியில் போன சபாபதி, அப்பா, மூத்தப்பா முகிலன் விளை மூத்தம்மை எல்லாரும் பேசிக்கொண்டிருக்கிற அழித்திண்ணைக்குக் கொண்டு போக புத்தகமும் பென்சிலையும் கையிலெடுத்துக் கொண்டு, பென்னைக் காணாமல் தேடினான். காணவில்லை. என்னிடம் கேட்டான். நான் எடுக்கவில்லை என்றேன். தங்கையாகிய ரெங்கநாயகியிடம் கேட்டான். அழுதான். அப்பா ஏனென்று கேட்டார்கள். பென்னைக் காணவில்லை என்றான். "டேய் கட்டுலிலே வச்சாயில்லியா பாரு" என்றார்கள். வந்து பார்த்தார்கள் ஒருவிடமும் காணவில்லை. மூத்தப்பா வந்து பார்த்தார். காணவில்லை. முகிலன்விளை மூத்தம்மை பார்த்தார்கள். ஒருவர் கண்ணிலும் காணவில்லை. மாய்கையாய் போனதுபோல போய் மறைந்துவிட்டது. ஆராவது இங்க வந்தார்களாவென்றால் ஒருவரும் வரவுமில்லை. போனது போகட்டும் உனக்கு வேறே பென்னு வாங்கி தாறேன் என்று அழுகையை மாற்றினார்கள். லோகிதனிடம் கேட்டார்கள். அவன் நான் காணவில்லை என்றான்.

வேறே பென்னு வாங்கிக்குடுத்து, பொட்டல் பள்ளிக் கூடத்தில் சேர்த்தார்கள். முன்போலவே ரெண்டு பேரும் படித்துவந்தார்கள்.

ஆறு ஏழு மாதம் ஆனது. குழந்தையும் தவழப் படித்தது. ஓரியந்தி வச்சி, சோறு குடுத்து, தில்லைநாயகி என்று பெயரிட்டார்கள்.

நான் அழகுள்ள மகளுக்கு ராஜம் என்று பெயர் வைத்தேன். எல்லாரும் இந்தப் பெயரைச் சொல்லிக் கூப்பிட்டுவந்தார்கள்.

ஒவ்வொரு பிள்ளைகளுக்கும் சொந்தப் பெயர் வேறே வைத்தாலும், நான் செல்லமாய் கூப்பிடுவதற்கு வீட்டுப் பெயர் வேறாக வைத்தேன்.

'விதியில்லாக் கொதி கொதித்தால்* விதனம் அடங்குமா.' நான் எழுதும் கதைக்குக் குறை இல்லாமல், ஒவ்வொரு பிள்ளையின் பேரையும் எழுதும்போதெல்லாம், என் மனம் திடுக்கிட, உடல் நடுக்கம் கொள்ள, தலை கிறங்க, மனதை அடக்கிக்கொண்டும், வார்ப்புச் சிலை போல் வளர்த்த மக்களைப்

---

* கொதித்தால் – ஆசைப்பட்டால்

பறிகொடுத்துவிட்டு, ஒவ்வொரு மக்களின் கதையையும் அவர்கள் பேரையும் உயிரற்ற உடம்பாயிருந்து எழுதிப் பொழுதுபோக்குகிறேன் பாவி.

காணாமல் போன பென்னைத் தள்ளிவிட்டு, வேறே வாங்கிக் கொடுத்தார்கள். ஒரு மாதம் கழிவதற்கு முன்னாலே அதையும் காணவில்லை. "வாங்கிக் குடுக்கிற பென்னை எல்லாங் களஞ்சிக்கிட்டு வாறியே" என்று சத்தம் போட்டுக்கொண்டு, திரும்பவும் வாங்கிக் குடுத்தார்கள்.

சபாபதிக்குக் கூடப்படிக்கிற பரதவர் இனத்துப் பையன் இவனுக்குச் சினேகமுள்ள ஒருவன். சபாபதி எங்கிட்ட ஒரு நல்ல நிப்பு இருக்கு, நாலணா தந்தா உனக்கு தாறேன் என்று சொன்னானாம். இவன் வீட்டில் வந்து மூத்த அப்பாவிடம் சொல்லி அணா வாங்கிக்கொண்டுபோனான்.

அணா வாங்கிக்கொண்டு போய் குடுத்து, அந்த நிப்பை வாங்கிக் கொண்டு வந்து தகப்பனாரிடம் காட்டி, இவனுக்குள்ள பென்னில் இருந்த நிப்பை மாற்றி, வாங்கிக்கொண்டுவந்த நல்ல நிப்பை அதில் சேர்த்துக் குடுத்தார்கள். "களஞ்சிராம வச்சிக்கோ" என்று சொன்னார்கள். சந்தோசத்தோடே 'சரி' என்று சொல்லிக்கொண்டு அதை வச்சி எழுதி வந்தான்.

ஒரு வாரத்துக்குப் பிறகு ஒருநாள் சபாபதியின் அப்பா அந்தப் பென்னை வாங்கி எழுதிவிட்டு, கதவு நிலைக்கு மேலே வைத்திருந்தார்கள்.

மறுநாள் திங்கள்கிழமை பள்ளிக்கூடத்துக்குப் போவதற்கு முன்னாலே தகப்பனாரிடம் பென்னைக் கேட்டான். "நெலயிலே இருக்கிறது எடுத்துக்கோ" என்றார்கள். இவன் எடுத்து அந்த நிப்பு அவனுக்கு ரெம்ப ஆசை உள்ளதால் அதைக் கவனித்துப் பார்த்தான். இவன் வைத்திருந்த நிப்பைக் காணவில்லை. வேறே ஒரு மொட்ட நிப்பைச் சொருகிவைத்திருந்தது. உடனே தகப்பனாரிடம் கொண்டுபோய், "அப்பா என் நிப்பக் காணவில்லை. வேறே ஒரு மொட்ட நிப்பு இருக்கு பாருங்க" என்று காட்டினான்.

அவர்கள் வாங்கிப் பாத்துக்கிட்டு, "இது ஏது நிப்பு, எப்படி வந்தது, நேத்து நான் எழுதினேனே. இண்ணைக்கு எப்படி இது வந்தது" என்று அண்ணாவிடம் போய் பென்னைக் காட்டினார்கள்.

"இது என்ன ஆச்சரியம், வாங்கிக் குடுக்கிற பென்னும் பென்சிலும் காணாமல் போகுது. இந்த நிப்பு எப்படி மாறிப்

கவலை 339

போச்சு. இது ஆச்சரியமாயிருக்குது" என்று ஆலோசனை போட்டார்கள்.

சபாபதி இப்படிக் களவு செய்தவர்கள் யார் என்பதை கண்டுபிடிக்க ஆரோசனை போட்டான்.

களவைக் கண்டுபிடிக்க வேணும் என்று கவனத்தோடே திரிகிற சமயம், ஒருநாள் லோகிதன் அவனுடைய வீட்டிலிருந்து எழுதும்போது போய் பார்த்தான். இவனுடைய நிப்பு லோகிதன் எழுதுகிற பென்னில் இருப்பதைக் கண்டு, ஓடிவந்து மூத்தப்பாவிடம் சொன்னான்.

அவர் லோகிதனை வரச்சொல்லி பென்னை வாங்கிப் பார்த்தார். சபாபதியின் நிப்புதான் என்று அறிந்து, நிப்பைக் கழத்திக் கையில் வைத்துக்கொண்டு, "இது உனக்கு எப்படிக் கிடைத்ததடா" என்று கேட்டார்.

அவன் சொன்னான், "எனக்கு முயிலமௌ பப்பாத்தொரை தந்தான். நான் அவங்கிட்டே இருந்து வாங்கி ஒரு மாசத்துக்கு மேலாச்சி."

இவர், "நான் பப்பாத்தொரையிட்ட கேக்கட்டுமா" என்றார். அவன் "கேளுங்களாம்" என்றான். இவர், "அவன் ஒனக்குத் தரயில்லெண்ணு சொன்னா நீ எனக்கு என்ன தருவா" என்று கேட்டார். அவன், "எனக்கு இந்த நிப்பு தரஇல்லெண்ணு சொன்னா, யாஞ் செவிய அறுத்து ஒங்களுக்குத் தாறென்" என்று சொன்னான். அவன் சாமாத்தியமாகச் சொன்ன வார்த்தையைக் கேட்டு, கோபத்தோடே பள்ளிக்கூடத்துக்குப் போய் பப்பாத்தொரையிடம் கேட்டார்.

அவன், "நாங் குடுக்கயில்லெ" என்று சொன்னான். சாயங்காலம் வீட்டுக்கு வந்த பிறகும் லோகிதனைக் கூப்பிட்டுக் கேட்டார். "மூத்தப்பா அவன் ஒங்களுக்குப் பயந்து பொய் சொல்லி இருப்பான். நான் அவங்கிடே இருந்துதான் வாங்கினேன்" என்று தெரியமாய்ச் சொன்னான்.

இவன் இவ்வளவு தைரியமாய் சொல்லுவதைக் கேட்டு மேலும் கோபத்தோடு, "டேய் நீ இப்படி யேண்டா பொய் சொல்லுறா. நான்தானெ சபாபதிக்கு இந்த நிப்பு வாங்கிக் குடுத்தேன். நீ அத எடுத்துக்கிட்டு பப்பாத்தொர தந்தா னெண்ணும், அவ ஒங்களுக்கு பயந்து பொய் சொன்னா னெண்ணும் யேண்டா இப்படியே எங்கிட்டேபொய்சொன்னா" என்று, காதெப் பிடிச்சித் திருகி, ஒரு அடியுங் குடுத்து, "எனிமேலும் இப்படி நீ பொய் சொன்னா ஒன்னெ கெட்டி வச்சி அடிப்பேன்" என்று சொல்லி அனுப்பினார்.

அதோடு அவன் களவு நிற்கவில்லை. வாங்கிக் குடுக்கிற பென்சில்கள் எல்லாம் களவு போய்க்கொண்டே இருந்தது. சபாபதி பென்சிலைக் காண இல்லை என்று சொன்னா பெரிய தகப்பனார் அடிப்பார். “வாங்கித் தாற பென்சிலை எல்லாம் எங்கையுங் கொண்டு போட்டுக்கிட்டு, பென்சிலை காணயில்லெ எங்கிறா. கவனமா வச்சத் தெரியயில்லெ” என்று சொல்லி திரும்பவும் வாங்கிக் குடுப்பார்.

அவர் எவ்வளவுதான் அடித்தாலும், நானும் தகப்பனாரும் அவர் பிள்ளையை அடிக்கிறாரே என்று கோபப்படுவதே இல்லை.

இவனுக்கு இப்படி நாள்தோறும் பென்சில் களவு போவதைப் பார்த்து, தகப்பனார் ஒரு டஜன் பென்சில் ஒண்ணாக வாங்கிக் கொடுத்தார்கள். அதிலும் ரெண்டு மூன்று காணாமல் போய்விட்டது.

சபாபதி இந்தக் களவையும் கண்டுபிடிக்க வேணுமென்று ஒரு பென்சிலின் மேல்பாகத்தில் இவனுடைய பெயரின் முதல் எழுத்தை பி.எஸ்.கே என்று பிளேடு கொண்டு அறுத்து எழுத்தாக்கி அடையாளப்படுத்திவச்சிருந்தான். நாலைந்து நாள் கழிந்ததும் அதையும் காணவில்லை. இதை எப்படியாவது கண்டுபிடிக்க வேணுமென்று கவனித்துக்கொண்டே இருந்தான்.

ஒருநாள் படிப்பு இல்லை. சனிக்கிழமையன்று இவனோடு சேர்ந்த கண்ணப்பன், ராஜப்பா, பீலிக்கண்ணன், ஜேஸிங் மற்ற மேலத்தெருவில் உள்ள பையன்களும் சேர்ந்து விளையாடினார்கள்.

எந்த விளையாட்டிலும் இவன் தலைமையாய் நின்று விளையாடுகிறவனானதினால், அன்றும் எல்லாரையும் ஒளிக்கச் சொல்லி இவன் அவர்களைத் தேடிவருகிற சமயம், லோகிதன் அவனுடைய வீட்டின் தெக்குப்பக்கம் உள்ள வெளித்திண்ணையில் இருந்து எழுதிக்கொண்டிருக்கிறதைக் கண்டு, ஓடிப்போய் பார்த்தான். இவன் அடையாளப்படுத்தி வைத்திருந்த பென்சில் அவன் கையில் இருப்பதைக் கண்டு வீட்டுக்குள் ஓடிவந்து, “யம்மா எம் பென்சில அண்ணன் வச்சி எழுதுயான், வந்து பாருங்கெ” என்று சொன்னான்.

நானும் அங்கே போனேன். நான் போகிற சமயம் லோகிதன் ஒரு பரட்டக் கத்தியைக் கொண்டு அந்தப் பென்சிலில் அடையாளப்படுத்தியிருக்கிற எழுத்தை சீவித் தள்ளிக் கொண்டு நின்றான்.

நான் போன உடனே பென்சிலை வாங்கிப் பார்த்துக் கொண்டு, அவன் சீவித் தள்ளின தோலையும் எடுத்துக் கொண்டு வந்து அழித்திண்ணையில், பேசிக்கொண்டிருந்தவர் களிடம் கொடுத்தேன். நடந்ததையுஞ் சொன்னேன்.

பெரியவர் பென்சிலை வாங்கிப் பாத்துக்கிட்டு, லோகிதனைக் கூப்பிட்டார். அவன் வந்தான். தாய்க்காரி பூமாத்திவிளைக்காரி வீட்டுக்குள் வந்து என்ன நடக்குதென்று கவனித்துக்கொண்டே நின்றாள்.

பெரியப்பா சொன்னார். “இந்த பென்சிலுக்கு பிளேடு வச்சி அறுத்து பேர் எழுதிருந்தத, இப்புடியேண்டா நீ தோலச் சீவி அலங்கோலப்படுத்திருக்க” என்றார்.

அவன் “அது முன்னுக்கே அப்புடித்தான்யிருக்கு, நா இப்ப அத ஒண்ணுஞ் செய்யயில்ல” என்று சொன்னான்.

அவர் அவன் சீவித் தள்ளியிருந்த தோலைக்காட்டி ‘இது யாது’ என்றார். அவன் பதில் சொல்லாமல் பல்லாலே சுண்டைக் கடித்துக்கொண்டே நின்றான்.

அந்தப் பென்சிலில் அவன் சீவித்தள்ளுனது போக அழியாமல் இருந்த எழுத்தைக் காட்டி இந்த எழுத்து சபாபதிக்க பேருதானே என்றார். அவன் ஆமா என்று தலையை அசைத்தான்.

“இந்த பென்சில் ஒனக்கு எப்புடி கெடச்சி.”

“அது வெளியிலே கெடந்து எடுத்தென்.”

“ஆமா நீ எடுத்தத இப்புடிச் சீவித் தள்ளாம அவங் கையிலெ குடுத்தாலென்ன. ஒனக்கு பென்சில் இல்லாட்டா யாங்கிட்டெ கேக்கப்படாதா. இப்படி ஏன் செய்தா” என்றார். அவன் பல்லாலே நகத்தைக் கடித்துக்கொண்டு ம்–ம் என்று உளத்திக்கொண்டே நின்றான்.

‘எனி இப்படிக் களவு செய்யாதே’ என்று சொல்லி விட்டார்.

பேயோட்டுக்காரிக்கும் பூமாத்திவிளைக்காரிக்கும் நட்பு நடைமுறை. லோகிதனின் தாயார் பூமாத்திவிளைக்காரியிடம், “கேட்டியளாக்கா, அவன் எங்க கொண்டு களஞ்சாலும் இவந்தான் காணாம எடுத்துக்கிட்டுப் பொயிட்டான் எண்ணி என்னேரமும் களவு நாட்டுயான். இவனுக்குக் கேக்க ஆளுல்லாத்ததுனாலெ இவன கள்ளெங்கள்ளென் எண்ணி கேவலப்படுத்துற”என்றாள்.

உடனே பூமாத்திவிளைக்காரி சொன்னா: “லோயிதனெ ஆரும் என்னண்ணி சொன்னாலுஞ் சொல்லிட்டுப் போட்டு, அவனுக்கு ஒருநாளும் ஒரு கொறவும் வராது. பேயோட்டு நாடாச்சி, நீ சும்மா இரு. அவா எல்லாந் தொலச்சிக் குடுப்பா பாத்துக்கெ” என்று இப்படிச் சொல்லி, அவளுக்கு வரங் கொடுத்து, எனக்குச் சாபத்தையும் தந்தாள். எல்லாரும் கேட்டுக் கொண்டுதான் இருந்தார்கள். ஏனென்று கேக்கவில்லை.

ரகசியமாக லோகிதனுக்குக் கோமதியைக் கொடுத்து, பாதிச் சொத்தும் குடுப்பேன் என்று வாக்குறுதி கொடுத்து, வரமும் கொடுத்தாள். இதைப் பற்றி அவள் மனதிலிருந்த எண்ணங்களை ஊருக்குள்ளே அவள் போய் வந்து பழக்கமா யிருக்கிற வீடுகளில் எல்லாம் சொல்லிவந்தாள்.

இவள் போய்வந்திருக்கிற வீடுகளிலெல்லாம் முகிலன் விளை நாடாச்சியும், காட்டுப்பண்ணித்தட்டு நாடாச்சியும் போய், பல இடத்துக் கதைகளும் பேசிப் பொழுதுபோக்குகிறவர் களாகையால், இந்தக் கதையும் அவர்களால் இவர்கள் ரெண்டு பேரும் அறிஞ்சி, வீட்டுக்குவந்து, இவர்களும் அண்ணனும் தம்பியும் பேசிக்கொண்டிருக்கிற இடத்தில் வந்து சொன்னார்கள். “எந் தங்கச்சி பூமாத்திவெள நாடாச்சி லோகிதனுக்கு பொண்ணுங் கெட்டிக் குடுத்து, பாதி சொத்தும் பகிர்ந்து குடுக்கப் போறாளாம் எண்ணு மேலத்தெருவெல்லாம் பேராக் கெடக்குவு” என்று இவர்களை அறியப்படுத்தினார்கள்.

லோகிதனுக்கு மேலோட்டு ஓரியந்தி முடிந்தவுடனே என்னாளும் பதிவுச் சாப்பாடு குடுத்துவந்தாள். பேயோட்டுக் காரிக்கு வீட்டுக்கு வேண்டிய தட்டுமுட்டுச் சாமான் எல்லாம் கொடுத்து உதவினாள்.

வெளியே தலைகாட்டவிடாமலும், அண்டை வீட்டுக்குப் போக வழி கொடாமலும் அவள் கண்ணுல முழிச்சா கஞ்சிக்கி அரிசி கெடயாதுண்ணும், கோடித்துணியோ வண்ணாத்தி வெளுத்த துணியோ முதலாவது உடுக்கும்போது, ஒரு முந்தியைச் சுட்டு எரித்து அடையாளப்படுத்தி அவள் காணும்படியாய் முன்பக்கம் வைச்சி உடுத்த நாளெல்லாங் கழிஞ்சிபோச்சி. சாவாமல் செத்த பெணம் போலெ ஊட்டுக்குள்ளே அடைபட்டுக் கெடந்த அந்தப் பேயோட்டுக்காரிக்கு இன்று பொண்ணுங் குடுத்து, சொத்துலே வீதமும் சீதனமாய்த் தருகிறேன் என்று வாழ்த்தி வரங் கொடுக்கவும் வந்துவிட்டாள். கூட்டுக் குடும்ப வாழ்வில் இவை தவிர்க்கமுடியாதவை.

32

பேயோட்டுக்காரிக்கும், அவள் மகன் லோகிதனுக்கும் காரியாகாரியங்களெல்லாம் இவள் நடத்தி, சாப்பாடும் போட்டுக்கொண் டிருக்கும் சமயத்தில், லோகிதனும் பதினோராவது வகுப்பு படிக்கும் பருவம் வந்துவிட்டானல்லவா?

இப்படி இருக்கிற சமயம், கந்தசாமி பொண்டாட்டிக்குச் சீதனப் பணம் கிடைத்தது. அந்தப் பணத்தைக் கொண்டு வீட்டடி புரயிட மாகிய அடப்புவிளையில் அவருக்குள்ள வீதமும் அவர் அண்ணன் வீதமாகிய லோகிதன் பங்கும் (சாமி வீட்டுக்கு ஒத்தியாக இருந்தது) அந்த ரெண்டு பங்கையும் சேர்த்து ஒத்தியைத் திருப்பி, பற்றுச் சீட்டுத் தீர்த்து வச்சிக்கிட்டார்.

இதை இங்குள்ள பெரியவர் அறிந்து, லோகிதன் வீதத்தை அவன் கைவசப்படுத்தினால் இனி அவனுக்குக் குடுக்கமாட்டான் என்றும், இப்பமே இந்தத் தொந்தரவைத் தீர்க்காவிட்டால் நாளை ஒனக்கு ஏது எண்ணு சொல்லிருவானே என்றும், நாலைந்து பேராகக் கூடி ஆலோசனை போட்டு, பேயோட்டுக்காரியிடம், ஒனக்குள்ள வீத ரூபாயைக் குடுத்து ஒத்திப் பற்றுச்சீட்டு வாங்கணும், ரூபா இருக்கா என்று கேட்டார். அவளும் ரூபா இருக்கு என்று சொல்லி, பேயோட்டுலெ போய் அவ அண்ணங்கிட்ட ரூபாய் வாங்கிவந்து குடுத்தாள்.

கந்தசாமியிடம் லோகிதனின் வீதத்தை அவன் பேருக்குக் குடுக்கச் சொன்னார். அவர் குடுக்க மாட்டேன் என்றார். பிறகு எல்லாருஞ் சேர்ந்து, குடுக்கத்தான் வேணும் என்று சொல்லி சண்டை போட்டு கட்டாயப்படுத்தி, பிறகு பணத்தை வாங்கிக் கிட்டுச் சொத்தை எழுதிவிட்டார்.

அதிலிருந்தே லோகிதனின் சொத்து, புள்ளாயாரத்தில உள்ளதெல்லாம் பாட்டடங்கெட்டி

கிடைக்கிற ரூபாயை இவர் வாங்கி, லோகிதனுக்குப் படிப்புச் செலவும் துணிகளும் இவரே கொடுத்துவந்தார்.

கந்தசாமிக்குச் சொத்துக்குப் பணம் தந்து திருப்பின கோபம் பெரியவர் மேலே தீராத கோபமாய் இருந்துவந்தது.

லோகிதன் நாகர்கோவில் பள்ளிக்கூடத்தில் படித்து வந்தான். சபாபதி பொட்டல் பள்ளிக்கூடத்தில் ஏழாவது வகுப்பு படிக்கும் சமயம், தனக்கு வேண்டிய புத்தகங்கள் வாங்கச் சொன்னான். அதில் சில புத்தகங்கள் லோகிதன் முன்னாலே இந்த வகுப்பு படிக்கும்போது அவனுக்கு வாங்கிக் குடுத்தது. இப்பொ சபாபதிக்கும் ஆகுமென்று சொன்னார் மூத்தவர்.

லோகிதன் அவனுக்குள்ள பழைய புத்தகங்களெல்லாம் வச்சிருப்பதிலெ, பார்த்து எடுக்கலாமென்று சொன்னார். இவன் 'சித்தியிட்டக் கேட்டு எடுக்கட்டா' என்று மூத்தப்பாகிட்டக் கேட்டான். 'போய், பாத்து எடுத்துக்கிட்டு வா' என்று சொன்னார்.

சபாபதி உடனே பேயோட்டுக்காரி ஊட்டுக்குள்ளெ போய், "சித்தி, அண்ணனுக்க பழய பொஸ்தவமெல்லாம் எங்க இருக்கு" என்று கேட்டான். அவள், "சாய்ப்பு ஊட்டுக்க ஒரு பானய்க்க இருக்கு. பாத்து இருக்குண்ணா எடு" என்று சொன்னாள். மகன் வச்சிருக்க பதுக்கல் பொருள்கள் அங்கே இருப்பதை அவள் அறியாமல் சொல்லி, இவனும் அங்கே போய் பானைக்குள் இருந்த பொஸ்தவமெல்லாம் எடுத்து வெளியில போட்டு, வாசித்துப் பார்த்து எடுத்தான். அந்த பொஸ்தவ பானைக்குள் இருந்து மூணு பென்னும், நாலஞ்சி பென்சிலும் எடுத்துக்கிட்டு, அவனுக்கு வேண்டிய புஸ்தகங்களும் எடுத்துக்கொண்டு வந்து மூத்தப்பா, அப்பா ரெண்டு பேரும் இருக்கிற இடத்தில் கொண்டு போய்க் குடுத்தான்.

ஒரு பென்னக் கையில் எடுத்து அப்பாக்கிட்டக் காட்டி, "நம்ம தக்கலயிலெயிருந்து வந்த ஒடனெயே காணாமப் போச்சில்லியா, அது இன்னா இருக்கு பாருங்கப்பா" என்றான்.

"அதுக்கும் பொறவு எழுத வாங்கித் தந்ததுதானெ இது" என்று ஒன்றை எடுத்துக் காட்டினான்.

இன்னும் ஒரு பென்ன எடுத்து, "மூத்தப்பா, இந்தப் பென்னு நீங்க வாங்கித்தந்ததுதானா பாருங்க" என்று எடுத்துக் காட்டினான்.

பென்சில்களையும் ஒவ்வொன்றாய் எடுத்துக்காட்டி, அந்தப் பென்சில்கள் வாங்கினதும் காணாமல் போனதையும் சொன்னான்.

அவர்களும் இவன் சொல்லுகிற அடையாளங்களைப் பார்த்ததும், எல்லாப் பென்னும் பென்சிலும் இவனுக்குள்ளதை எடுத்து அவன் ஒளிச்சி வச்சிருக்கிறான் என்று உண்மையைக் கண்டறிந்தார்கள்.

சாயங்காலம், பள்ளிக்கூடத்துக்குப் போன லோகிதனும் வந்தான். உடனே சபாபதி போய், "அண்ணா மூத்தப்பா கூப்டுயாவ வருவியாம்" என்று சொன்னான். லோகிதன் தாய்க்காரி இங்க நடந்ததெல்லாஞ் சொல்லி, கேட்டால் பதில் சொல்லும் முறைகளையும் சொல்லி அனுப்பினாள்.

"இந்த பென்னும் பென்சில்களும் ஒனக்கு எப்பிடிடா கெடச்சிது" என்று கேட்டார் பெரியவர்.

லோகிதனுக்குப் பழக்கமாக, யார் எதைக் கேட்டாலும் பல்லைக்கொண்டு சுண்டைக் கடிப்பான். இல்லாவிட்டால் நகத்தைக் கடிச்சிக்கிட்டே பதில் சொல்லுவது பழக்கம். அது போல நகத்தைக் கடித்துக்கொண்டே, "ரெண்டு பென்னு ஒரக்குண்டுல கெடந்து எடுத்தேன். ஒண்ணு பலாவுக்கு அடியில கெடந்தெடுத்தேன். பென்சலு எல்லாம் பள்ளிக்கூடத்துல கெடந்து எடுத்தது" என்றான்.

"நீ எடுத்தது எல்லாஞ் சபாபதிக்கப் பென்னுதானெ. பானைக்கக் கொண்டு பத்திரப்படுத்தி வச்சத அவங்கிட்ட குடுக்கப்படாதா" என்றார். திரும்பவும் கேட்டார். அவன் பதில் சொல்லவே இல்லை.

புள்ளை என்றால் எல்லாம் புள்ளைதானெ, குற்றந் தண்டித்தால் குறை வருமே என்று, வாயில் வந்தவாறு நாலு வார்த்தையைச் சொல்லி, இனி இப்படிச் செய்யாதே என்று அனுப்பினார்.

லோகிதன் களவைக் கண்டுபிடித்தது தாய்க்கும் மூத்தம்மைக்கும் பிடிக்கவில்லை. சபாபதி களஞ்சி கெடந்து சாமானெடுத்தா கொண்டு குடுப்பானோவென்று அர்த்தம் பிரித்தாள்.

தக்கலைப் பள்ளிக்கூடத்தில் இருந்து வந்தவுடனெ கட்டிலில் வச்ச பென்ன மாறிப்பார்க்கும் முன்னெ ஒருத்தரையுங் காணாமல் வந்து எடுத்துக் கொண்டு போய், ரெண்டு வருசமா பானைக்க வச்சிருந்தது. இன்று வெளிப்பட்ட பிறகு, தான் புள்ள செய்த குத்தம் தனக்குத் தெரியாமப் போனா, வேற எந்தக் குத்தத்த ஏற்கப்போகிறாள் என்று, இதைப்பற்றி ஒருவரும் ஒன்றுஞ் சொல்லவில்லை.

அதிலிருந்தே இவள் ரெண்டு பேரும் கூட்டுக் கள்ளி ஆனார்கள். பூமாத்திவிளையாள் அதிகாரக் களவு செய்துவருகிறாள். பேயோட்டாள் ரகசியக் களவாக செய்யத் துடங்கினாள். என்கிட்ட வந்து பேசிக்கொண்டிருப்பாள். கண் தப்பினா பக்கத்தில கெடக்குற சின்னச் சாமான்களை எடக் கையால எடுத்து தோள் சீலைக்குள்ளே மறைத்துக்கொண்டு போய்விடுவாள்.

லெச்சுமி, செலவேளை கண்டுவிட்டால், "எம்மா பேயோட்டு நாடாச்சி என்னத்தயோ குனிஞ்சி எடுத்துக்கிட்டு சீலய்க்க வச்சிக்கிட்டு ஓடுயாவ" என்று சொல்லுவாள். என்னது என்று உடனே கண்டுபிடிக்க முடியாது. கொஞ்ச நாள் கழிச்சிப் பார்த்தால், புதுசா மொடஞ்ச சின்னப் பெட்டிகள், சீப்பு, கத்தி இப்படியுள்ள சாமானங்கள் காணாமல் போயிருக்கும். இன்ன இன்ன சாமான்களைக் காணயில்லயென்று கேட்டால், "இஞ்ச ஆரு வந்து எடுப்பா. நானெல்லாங் காணயில்லம்மா" என்று சொல்லிவிடுவாள்.

அவள் வீட்டுக்குள்ளே சிலவேளை நானோ லெச்சுமியோ திடீரென்று போனால், இங்கே காணாமல் தேடுகிற சாமானம் எல்லாம் அங்கே இருக்கும். "இது இஞ்ச எப்பிடி வந்தது" என்று கேட்டால், "ஆரு கொண்டு போட்டாவுளோ எனக்குத் தெரியாது" என்று சொல்லுவாள். லெச்சுமியை வாயில் வந்தவாறு ஏசுவாள்.

லெச்சுமி எல்லாப் பாத்திரங்களும் நிறைய தண்ணி எடுத்துவைப்பாள். கொஞ்ச நேரங்கழிச்சி பார்த்தால் தண்ணி குறையாயிருக்கும். தண்ணிய கோரிக் கொண்டுபோகும்போது கீழே சொட்டுச் சொட்டா வழி நீளம் நனைந்து அடையாளம் தெரியும்படியாய்க் கிடக்கும். அதைக் கண்டு லெச்சுமி ஏசுவாள். "என்ன ஒருத்தருக்கும் புடிச்சாது, யாந் தண்ணிய காணாம ஊத்திக்கொண்டு போறாவுளே, தண்ணிண்ணா ஆவுமோ" என்று சொல்லுவாள். பூமாத்திவெளயா ஓடிவந்து லெட்சுமியை, "என்னளா, எங்களா" என்று மண்டையிலே ரெண்டு குட்டும், கன்னத்திலே ஒரு புடுங்கும் குடுத்து, "எறங்குளா வெளியிலெ" என்று வெரட்டுவாள். இது ஒரு பக்கம் நடக்கிறது.

இன்னொரு பக்கம், எனக்குச் சாமான் வச்சிப் பூட்டிப் பரிமாற அரங்குவீடு கெடையாது. ஒரே வீடு. எல்லாச் சாமானும் அதுக்குள்ளே வச்சிப் பரிமாறிவந்தேன். ஆனால் அந்த வீட்டுக்குக் கதவுக்குப் பூட்டு இல்லை. எல்லாம் ஒரு வீட்டுக்குள்ளே போட்டுப் பரிமாறுவதனாலே, பூட்டிப் பரிமாற வசதியும் இல்லை.

நான் மேலவீட்டுச்சோலி பார்க்கமாட்டேனென்று நெறுத்தின சமயம், எனக்குத் தனியாய்ச் சமையல் செய்ய இடம் இல்லை. வீட்டுக்கு ஆகாத சமயங்களில் இருப்பதற்கு

வேண்டி ஒரு புரையும், அதோடு சேர்ந்த நாலுகட்டு முத்தமுமாக, வேலை குறையாய்ப் போட்டிருந்த அந்த இடத்தையும் புரையாய் இருந்ததையும் சுத்தப்படுத்தி, வெள்ளை அடிச்சி, திண்ணை போட்டு, அதுக்கு மேலே அடுப்பு வச்சு, நானாகவே எல்லாஞ் செய்து, அதை அடுப்பங்கரையாக வச்சிப் பரிமாறி வந்தேன். புரையை வெளியே உள்ள இடத்தில் வச்சிருந்தார்கள். நான் பரிமாறிவருகிற இந்த இடத்துக்குத் தெக்கே பேயோட்டுக்காரிக்கு. வடக்கே பூமாத்திவிளைக்காரிக்கு. இவள் இங்கே இருந்து அங்கே போகவும், அவள் அங்கேயிருந்து இங்கே வரவும் உள்ள பாதையாக ஆகிவிட்டது. நான் பரிமாறும் இடமும், அடுப்பங்கரையும், திண்ணைகளும் அவர்களுக்குப் போக்குவரத்துப் பாதை ஆனது.

அவள் ரெண்டு பேரும் எந்தநேரம் எந்தச் சாமான் எடுக்கணுமோ அதைக் கண்ணில் கண்டவுடன் எடுத்துக் கொண்டு போக நல்ல வசதியாயிருந்தது.

அடுப்பங்கரைக்குள்ளே மௌகுச் சாமான் வச்சி எடுக்க முடியவில்லை. எனக்குத் தருகிறதோ கண்ட்ரோல் சாமான். அந்தச் சாமானங்களெல்லாம் குறைவாயிருக்கும். மஞ்சள், மல்லி, வத்தல், சுக்கு, கருப்பட்டி இப்படி உள்ள சாமானங்களெல்லாம் எப்படிக் காணாமப் போவுது என்று லெச்சுமிகிட்டக் கேட்டால், "நான் என்னத்தக் கண்டென் ஆரெடுத்துக்கிட்டு போறாவுளோ, எனக்குத் தெரியாது" என்று சொல்லிருவாள். நானும் எல்லாச் சாமான்களையும் வீட்டுக்குள்ளேயே கொண்டு வச்சி, அப்போதைக்கப்போ எடுத்துக்கொண்டு வரவேண்டிய நிலமைக்கு வந்தது.

ஒருநாள் கருப்பட்டி கலயத்துக்க கெடந்த கருப்பட்டியைக் காணவில்லை. "இத ஆரெடுத்தா" என்று கேட்டேன். லெச்சுமி "பேயோட்டுக்கார அடுப்பங்கரைக்க போய்க்கிட்டு என்னக் கண்ட ஒடனே கைய மறச்சி வச்சிக்கிட்டு ஓடுறாவ" என்று சொன்னாள்.

நான் அவளிடம் போய் "நீங்க எங்க அடுப்பங்கரைக்க இப்ப வந்தியளா" என்று கேட்டேன். அவா, "நான் தீ கெடக்கா எண்ணி பாத்தென். தீ இல்ல, அந்தால வந்தென்" என்றாள்.

"எங்க அடுப்பங்கரைக்க ஒரு சாமானமும் வச்சி எடுக்க முடியல்ல. இப்ப வச்சிட்டு கொஞ்சம் பொறுத்து பாத்தா காணாமப் பொயிருவு" என்று சொன்னேன்.

"நான் வந்து அங்க ஒண்ணும் எடுக்க வரயில்ல. செலவேள தீ யெடுக்கத்தான் வருவென். நான் யெடுத்துப்புட்டென் எண்ணி சொல்லாதே" என்று மூடிப்பேசுவாள்.

348 அழகிய நாயகி அம்மாள்

நாளாக நாளாக, சோறு கறி கூட்டு எல்லாமே காணவில்லை என்று வந்திட்டுது. இதப்பத்தி வீட்டுல சொன்னேன். அவர்களும், "நீ இத வெளியெ சொன்னா அவா ஒன்னத்தான் குற்றவாளி யாக்குவா. அதுநால கூடியமட்டும் பந்தோஸ்தா வச்சிப் பருமாறணும். போனத தள்ளிரணும். கேக்கப் போனா சண்டை வரும், கேளாதே" என்றார்கள்.

நெல்லு அவுச்சி வெயிலிலே ஈரம் வாட்டி வீட்டுக் குள்ளே போட்டிருந்தேன். பாண்டியன் பொண்டாட்டி வெளியே நின்று கூப்பிட்டாள். நாம் போய் அவகிட்ட பேசிக்கிட்டு நின்றேன். அன்னக்கிளி வடக்குக் கதவோட வீட்டுக்குள்ள வந்தாள். அவள் வருகிற சமயம் பேயோட்டுக்காரி ஒரு கொட்டப் பெட்டி நெறைய நெல்லை அள்ளிக்கொண்டு ஓடுகிறதைக் கண்டு, நானும் அவள் அம்மையும் நிற்கிற இடத்துல வந்து, என்னைப் பார்த்து, "ஒங்க ஊட்டுக்க கெடக்க நெல்ல பேயோட்டுக்காற ஒரு பொட்டி நெறய அள்ளிகிட்டு ஓடுயாவ" என்று சொன்னாள்.

அடுத்த நாள் நெல்லு காஞ்ச பெறகு, நெல்லக் குத்தி அரிசி அளந்து பார்த்தேன். மூணுபடி அரிசி குறைவாக இருந்தது. பேயோட்டுக்காரியும், பாண்டியன் பொண்டாட்டியும் நான் அரிசி அளக்கும்போது பார்த்துக்கொண்டே இருந்தார்கள். நான், "அரிசி குறைவா இருக்கு, பதினஞ்சி பக்கா நெல்லு. ஏழரப்பக்கா அரிசியும் கூட்டிக் குத்துற அரிசியும் உண்டு. இப்பொ எல்லாம் ஆறு பக்கா அரிசி இருக்கு. இந்த ஊட்டுல ஒரு சாமானமும் வச்சி பருமாற முடியுவுல்ல. எல்லாம் காணாம போகுவு" என்றேன்.

இப்படியே இவர்கள் ரெண்டுபேரும் சேர்ந்து இருதலைக் கொள்ளியாக என்னைக் கெடுத்துக்கொண்டும், பொறாமை வளர்த்துக்கொண்டும் இருந்தார்கள். பூமாத்திவிளையாள் ஆளைப் பார்த்துக்கொண்டே வீட்டுக்குள்ளே போய், முப்பத்தைந்து ரூபாய் வைத்திருந்தேன், அப்படியே எடுத்துக்கொண்டு போய் விட்டாள். யார் எடுத்தாரென்று தெரியாமல், சபாபதி அப்பாவிடம் கேட்டேன். "நான் நீ வச்சிருக்கிற ரூபாயை என்றைக்காவது எடுத்திருப்பேனா" என்று சொன்னார்கள். நான் பிள்ளைகளுக்குத் துணியெடுக்க வைத்திருந்த ரூபாயை அவள் வாயிலே போட்டுவிட்டு ஏமாந்தேன்.

ஒருநாள் நான் கீழ்ப்பக்கம் வெளியில் வச்சி நெல்லு அவித்துக் கொண்டிருந்தேன். பேயோட்டாள் பக்கத்தில் நின்று, வம்பளப்புக் கதைகளைப் பேசிக்கொண்டே நின்றாள்.

சபாபதி அவளுடைய கொய்யாமரத்தில் வௌவால் கடிச்ச பழம் கிடந்ததைக் கண்டு, மரத்திலேறி அதைப் பறித்தான்.

அவன் பழம் பறிக்கிறதை இவள் கண்டாள். உடனே இங்கே நின்றுகொண்டே "லேல அதாருல கொய்யாவுல, ஆருல" என்று சத்தம் போட்டாள். அவன் கொய்யாவில் நின்றுகொண்டே, "யே சித்தி, என்ன சித்தி, நாந்தாஞ் சித்தி" என்று சொல்லிக் கொண்டே கீழே இறங்கி, ஒரு காயைக் கடிச்சிக்கிட்டே வந்தான். இவள், "நீ ஏன்லெ கொய்யாவுல ஏறுனா? ஒன்ன ஆருல ஏறச் சொன்னா. நீ எப்புடில ஏறுனா?" என்று சொல்ல, சபாபதி கிட்ட வந்து, "வெளவாலு கடிச்சி போட்டுருந்து, கண்டு பறிச்சென். இன்னா பாருங்க சித்தி" என்று காட்டினான். "வெளவாலு கடிச்சிப் போட்டுருந்தா ஒனக்கென்னல. நீ எப்புடிப் பறிச்சா" என்று அடுக்கு மேலடுக்காய் லலல என்று அடுக்கினாள். அவன் வீட்டுக்குள் போய்விட்டான். நான், "இப்புடிப் பேசாதுங்க" என்றேன்.

அவள், "லே யெண்ணி சொல்லாம ராசாண்ணி சொல்லணுமோ மயிர. இந்த மயிர லேண்ணு சொன்னா பட்டங் கொறஞ்சிருமா" என்று சொல்லிக்கொண்டே போனாள்.

அதிலிருந்தே எனக்கும் அவளுக்கும் ஒருவருக்கொருவர் சினேகம் குறைந்துவிட்டது.

சுற்றி வரப் பகையாச்சே, சூழவர வேம்பாச்சே என்பார்கள். அதுபோல எனக்கு எல்லா வீடும் பகையாச்சு. ஆனால் நான் யாரையும் பகைக்கணும் என்ற எண்ணத்தோடு நடந்ததாக இல்லை. ஒருவரையும் பகைக்கணுமென்று கோள் சொல்லவோ, அடுத்தவரை அபகரிக்கணுமென்றோ, பொறாமைப்படவோ செய்ததாக ஒருவருஞ் சொல்லவும் இல்லை. நான் அப்படி நடக்கவுமில்லை. விதியின் விளையாட்டு விளையாடியது.

'எங்கேயோ வானம் இடியுது என்றிருந்தேன், தப்பாத வானம் தலையிலிடிந்ததுவே' என்று, எல்லாக் கொடுவினை களும் என் தலையிலே இடிந்துவிழ நான் அத்தனையுந் தாங்கிக் கொண்டிருந்தேன்.

'கொண்டவன் கோழையானால் பெண்டென வந்தவள் ஏழையாவாள்' என்று சொல்லுவது போல; நானும் கோழை கையில் அகப்பட்டு ஏழையாகி, செக்கைச் சுற்றி ஓடுகி மாடு வெளியே தப்பி ஓட முடியாமலும், பூட்டாங் கயிற அறுக்கத் தெரியாமலும், செக்கைச் சுற்றிச் சுற்றி ஓடுவது போல நானும் யார் என்ன கொடுவினைகளைப் பண்ணினாலும், அத்தனையும் ஏத்துக்கொண்டு, தப்பி ஓடத் தெரியாதவளாய் அந்தக் கோழையின் சொல்லுக்கு உட்பட்டு இருந்துவந்தேன்.

33

இப்படியே நடந்துவருகிற நாளையில், பூமாத்திவிளையாள் சொத்தைப் பங்கு வைக்கணும் என்று சாமி வீட்டு நடுவு நாடான் பெத்தம்மாள் தங்கம் என்று சொல்லுகிற நடுவு நாடாச்சி (இப்போதுள்ள பெயர் ஸ்ரீ நாராயணி) இருவரிடத்திலும் போய் சொன்னாள்.

நடுவு நாடான் அடப்புவிளை நாடானுக்கு ஆள்விட்டுக் கூப்பிட்டார். இவரும் போனார். ஒருவருக்கொருவர் யோகச் சேமம் விசாரித்து, வீட்டுக் கதைகளை எல்லாம் பேசி முடிந்தபிறகு, நடுவு நாடான் சொன்னார். “ஏ அடப்புவெள நாடாங் கேட்டியா, பூமாத்திவெள நாடாச்சி நாலஞ்சி நாள் இஞ்ச வந்து யாங்கிட்டயும் தங்கத்துக்கிட்டயும் எங்களுக்கு எங்க சொத்த பங்கு வச்சித் தந்திருங்க எண்ணி சொல்லுயாளெ. அது எப்படிண்ணு கேக்கத்தான் வரச்சொன்னேன்” என்றார்.

அடப்புவிளை நாடான், “இப்பொ சொத்து பங்கு வைக்கவேண்டாம். பிந்திப் பாக்கலாம்” என்றார்.

நடு நாடான் பொண்டாட்டி, “அது எப்புடி மாமா. நீங்க சொல்லுவது சரி இல்ல. பூமாத்திவெள மாமி அவரவருக்கு உள்ளத பங்கு வச்சி எடுத்துக் கிட்டு வெலகிவிடணுமெண்ணு ஆசைப்படுயாவ. அது நல்லதுதானே. ஒருத்தருக்கொருத்தர் சண்ட கூட்டமில்லாம, அவரோரு மட்டுல வெலவி இருக்கதும் நல்லதுதானே” என்றாள்.

இவர் சொன்னார். “சரி, பங்கு வச்சிரலாம். தம்பிகிட்டயுஞ் சொல்லி, முகிலமெள அக்காளுக் கிட்டயுஞ் சொல்லணும். அதுநால எல்லாருங் கூடி யோசித்துச் செய்யலாம்” என்று சொல்லிவிட்டு வந்தார்.

ரெண்டு மூன்று நாள் கழிந்தது. முகிலன்விளை நாடாச்சி வந்தார்கள், சாமி வீட்டுக்குப் போனார்கள். இவரும் போனார். சொத்து பங்கு வைக்கிற விசயத்தைப் பற்றிப் பேச்சு வந்ததும், முகிலன்விளைக்காரி அறிஞ்சி, நடுவு நாடானையும் நடுவு நாடாச்சியையும் பார்த்து, "நீங்க ரெண்டு பேரும் அவ சொன்னா எண்ணி சொத்து பங்கு வச்ச எப்புடிச் சொல்லலாம்" என்றார்கள்.

"அவனுவ அண்ணனுந் தம்பியும் ஒண்ணா, ஒத்துமையா இருக்கது ஒங்களுக்குப் பொறாமையாயிருக்கோ. அதுநாலதான் நீங்க அவ சொல்லைக் கேட்டு பங்கு வச்சச் சொல்லுதியோ. இது சரி இல்ல நடுவு நாடான். அந்தப் பேச்ச உட்டுரு" என்று வெட்டிப் பேசித் தள்ளிவிட்டார்கள்.

பூமாத்திவிளையாளுக்குப் பெருங் கோபமாச்சுது. சொத்துப் பங்கு வச்சாண்டாம்மெண்ணு இவா செறுத்ததுநால, இந்தக் குடும்பத்தை நான் கெடுப்பேன் என்று நீலசுவாமி கோவில் முன்பக்கம் நின்று, இந்தக் குடும்பத்தைக் கரையேற உடாமலே அழிப்பேனென்றும் சொல்லிவிட்டுவந்தாள்.

இவள் இப்படிச் சபதம் செய்து சாபம் போட்டுக்கொண்டு, சொன்னது போல இந்தக் குடும்பத்தைக் கெடுக்கவேணுமென்று, சூரங்குடி துலுக்கக் குடியிலுள்ள ஒரு வயதான கெழவியைக் கூட்டிக்கொண்டுவந்து, அவளோடு நடப்புக் கொண்டு. அவளுக்கு வேண்டிய அரிசி தேங்காய் கருப்புட்டி எல்லாங் குடுத்து வந்தாள். இப்படிக் கொஞ்சநாளாக அவளைக் கையிலே கொண்டு திரிந்தாள். தன் மனக்குறையெல்லாம் அவளிடம் சொன்னாள். அந்தத் துலுக்கச்சி மந்திரவாதம், மாறணம், பில்லியம் சூனியம் இப்படி உள்ள மந்திரவாதங்கள் நன்றாகப் பழகினவள்.

அவளைக்கொண்டு புருசனுக்கு மருந்து வைத்து, கைவல்லியமான மருந்து செய்து முகமாறாட்டம் செய்தாள்.

என் குடும்பத்தையும் கெடுக்க, சீட்டு என்கிற வஞ்சனை செய்வினை செய்தாள். இவள் இப்படிச் செய்ததை ரெண்டு பேரும் அறிந்தார்கள். அறிந்தும் மந்திரங்களை நம்பாதவர்களாகையினால், தெய்வம் துணை இருந்தால் மந்திரத்தால் ஒன்றும் ஆகாது என்று நிசாரமாய்த் தள்ளிவிட்டார்கள்.

புருசனுக்கு மருந்து செய்ததிலிருந்து நாளுக்கு நாள் அவர் குணங்களும் மாறிக்கொண்டே வந்தது.

எப்போதும் பள்ளிக்கூடத்துக்குப் போய்விட்டு வந்தால், குடையும் சட்டையும் அழித்திண்ணையிலோ, தெக்கு

வீட்டுக்குள்ளேயோ கழற்றிப் போட்டுவிட்டு, அடுப்பங்கரைக் குள்ளே போய் பார்ப்பார். மேல வீட்டுக்குள்ளேயும் போய் பார்ப்பார். சோறு இருந்தால் எடுத்துத் தின்பார். சோறு இல்லண்ணா, லெச்சுமி, ரெங்கபாய் இவர்களைக் கூப்பிட்டு, சோறு கொண்டுவரச்சொல்லி சாப்பிட்டுவிட்டு, போக வேண்டிய இடத்துக்குப் போவார்.

இந்த மருந்து மாய்கைக்குள் அகப்பட்ட பிறகு, சட்டை சிலை பூமாத்திவிளைக்காரி வீட்டுக்குள்ளே உள்ள கயிற்றில் கொண்டு போடுவார். வந்த உடன் அவளும் அதிகமும் வீட்டிலே காவல் இருப்பாள். இவர் பள்ளிக்கூடத்திலிருந்து வந்த உடனே, வயிற்றைத் தடவிக்கொண்டு என்னதாவது இருக்காவென்று சொல்லிவிட்டு, அவளுக்குள்ள கட்டிலிலே படுத்துவிடுவார்.

அவளும் அன்போடும் ஆசையோடும் சோறு எடுத்துக்கிட்டு வரட்டா, சுக்குத் தண்ணி காச்சணுமாவென்று அன்புருகப் பக்கத்தில் நின்று கேப்பாள். அவரும் அன்பான வார்த்தையால் சோத்த தின்னுக்கிட்டு, சுக்குத் தண்ணி குடிக்கிறேன் என்பார்.

உடனே அவர் சாப்புடுகிற கிண்ணத்தை எடுத்து சாம்பல் போட்டு நாலு இழுப்பு அங்குமிங்குமா இழுத்துக் கழுவிக்கிட்டு, சுண்டையும் வெத்திலையையும் அசைச்சி நெளிச்சிக்கிட்டு போய், சோறு எடுத்து வச்சி, கறி கூட்டு எல்லாந் தாராளமாய்ப் பக்கத்திலிருந்து எடுத்துக் கொடுப்பாள்.

நான் கலியாணம் ஆகி வந்ததிலிருந்து இதுவரையும் காணாத காட்சியாகவும், இதுவரையும் அவர்களுடைய அன்பை ஒருவரும் கண்டறியாதவர்களெல்லாம் காணும்படிக்கும், ஈருடலும் ஒரு உயிராக அன்புகொண்டு, வெகு அன்னியோன்னியமாய் யாவரும் அறியும்படியாய் அவளின்றி நானில்லை. நானின்றி அவளில்லை என்று அன்போடு நடந்துவந்தார்கள்.

மேல வீட்டு ஒரு சந்தி பிந்தாமல் செய்திடுவாள். ஏதாவது சாமான் தட்டுப்பாடாயிருந்தால் ரூபாயைக் குடுப்பார். அவள் அதை அப்படியே இடுக்கிக்கொண்டு, இருக்கிறதை வச்சிச் சமாளிச்சி முடிச்சிருவாள். நேரந் தவறாமலும் தண்ணி இல்லா விட்டால் கெணத்திலே போய் ஒரு கொடந் தண்ணி கொண்டு வந்து, வென்னி போட்டுக் குளிக்கச் சொல்லிருவாள். குளிச்சி ஒரு சந்தி வச்சி முடிச்சி, சாப்பாடு பக்கத்திலிருந்து திருப்தியாய்ச் சாப்பிடச் சொல்லுவாள். இப்படிக் கொஞ்ச நாள் நல்ல முறையாய் நடந்துவந்தது.

ஒருநாள் முகிலன்விளை நாடாச்சியும் காட்டுப் பண்ணித் தட்டு நாடாச்சியும் சேர்ந்துவந்தார்கள். முகிலன்விளை நாடாச்சி,

காட்டுப்பண்ணித்தட்டு நாடாச்சியைப் பார்த்து, "கேட்டியா நாடாச்சி, என் மாமன் மொவன் இப்ப யாந் தங்கச்சிட்ட நல்ல பச்சமாயிருக்காம் பாத்தியா. அன்னாபாரு, அவா ஊட்டுக்க கெடக்க கயத்துல. கொடயுஞ் சட்ட எல்லாங் கெடக்கு பாரு. இவ்வளவு நாளூ நம்ம இப்பிடி கண்டுட்டு இல்லியே" என்று சொல்லுவார்கள். உடனே காட்டுப்பண்ணித்தட்டு நாடாச்சி, "ஆத்தா இதயெல்லாம் யிண்ணக்கித்தான் அறிஞ்சிருந்தாங்கும். சூரங்குடி துலுக்கச்சிய கூட்டிக்கிட்டு திரிஞ்சாள் அம்மாளூ. அதில இருந்தே நல்ல சினேகமாத்தான இருக்காவ. இப்புடி இருக்கதுநால குத்தமில்ல. கைவளயஞ் செய்யியவ்வியளுக்கு தீனம் புடிச்சா ஒருநாளுந் தீராது. ஆனா அம்மாளுக்குத் தெரியும். வஞ்சன வச்சியதும், மருந்து செய்யிதும் குடும்பத்துக்குத் தோசம். இந்தத் தெய்வத் தலத்திலெ இப்புடி செய்யியது நல்லதில்லெ" என்றாள். இப்படி ஒருவருக்கொருவர் பேசிக்கிட்டார்கள்.

இதற்கிடையில் பரமாந்தலிங்கத்துக்க பேத்தியாருக்கும் இந்த பூமாத்திவிளையாளுக்கும் நாள் வழியே நல்ல சிநேகமாய் இருந்தவர்கள் அவள் இவளுக்குச் சந்தையிலிருந்து பாக்கு, பொடிப்பாக்கு, வெத்திலை, குறைஞ்ச விலைக்கு மரக்கறியும் வாங்கிக்கொடுப்பாள்.

ஒருவருக்கும் தெரியாமல் ஆட்டு ஈரல், கொழுப்பு, மூளை, காலு இதுகளைக் குறைஞ்ச விலைக்கு வாங்கிக் குடுப்பாள். இப்படி சிநேகமாய் இருப்பதனாலே, இவள் அங்கே போவாள். அவள் அவளுடைய வீட்டுக் கதைகளை எடுத்துச்சொல்லுவாள்.

பரமார்த்தலிங்கம் நாலாங் கிளாசு வரை படிச்சான். இப்ப வேலைக்குப் போகச்சொல்லுகிறான் தகப்பன். இவன் போக மாட்டேன் என்கிறான். "சூடடிச்ச போகச் சொன்னாலும் மாட்டேன் யெங்குறான். கயிறு வச்ச ராட்டுக்* கெறக்கப் போகச்சொன்னாலும் போகமாட்டேனென்கிறான். படிச்ச வச்ச நம்மளால முடியுமா? அதுக்கெல்லாம் நம்மகிட்ட பணம் இருக்கவா செய்யி" என்று சொன்னாள்.

பூமாத்திவிளையாள் பிரியன்கிட்ட வந்து சொன்னாள். அவரும், "நான் அந்தப் பையனைப் பள்ளிக்கூடத்துக்கு உட்டு படிக்க வைக்கிறேன். நம்ம வீட்டுல நின்னு படிக்கட்டும். நமக்குக் கை ஒதவிக்கு ஒரு பையன் வேண்டியதுதான்" என்று சொல்லி விட்டுப் போய், பரமார்த்தலிங்கத்துத் தகப்பனிடம் சொல்லிக் கூட்டிக் கொண்டு வந்தார். அன்றிலிருந்து பரமார்த்தலிங்கம் இவர்களுக்கு வீட்டில் உள்ள கை உதவி செய்வான். பால்

---

* ராட்டு – கயிறு திரிக்க

வாங்கிக் குடுக்கவும், கடையில் சாமான் வாங்கவும் எதானாலும் செய்வான். பள்ளிக்கூடத்துக்கும் போவான். அவனுக்குள்ள செலவு எல்லாம் இவரே செய்துவந்தார்.

சபாபதிக்கும் பரமார்த்தலிங்கத்துக்கும் நல்ல சினேகமாய், எப்பவும் ரெண்டு பேரும் ஒண்ணாகவே பள்ளிக்கூடம் போவதும், படிப்பதும், விளையாடுவதுமாய் ஒற்றுமையாய் திரிந்து வந்தார்கள்.

இப்படி இருக்கும் சமயம், கந்தசாமி தன் அண்ணன் பொண்டாட்டி பேயோட்டுக்காரிக்கும், புள்ளைக்கும் சொத்தை வேறயா பிரிச்சிக் குடுத்த கோபத்தோட திரிஞ்சவர், விளைக்கு வேலி போட்டார். ஒருவரிடமும் சொல்லவில்லை. அவர் மனம் போல வேலி போட்டு, கிழக்குப் பக்கம் கெணத்தங்கரையில் இந்தப் பக்கத்துக்கு நெறைய சீமைக்கள்ளியை வெட்டி நாட்டி வச்சிருந்தார். அந்தக் கள்ளியை வெட்டி முள்ளைச் சீவி வண்டி செய்து விளையாடிவிட்டுவந்தார்கள் சிறுவர்கள்.

கந்தசாமி அடுத்த நாள் போய்ப் பார்த்தார். கள்ளியெல்லாம் வெட்டி விளையாடியிருந்ததைக் கண்டு, வீட்டில் வந்து திண்ணையில் நின்றுகொண்டு, எங்களுக்கு கேக்கும்படியாய், "நான் அடைச்சி வச்சிருந்த வேலிய வெட்டி அழிச்சி வெளயாடி யிருக்காஞ் சபாபதி. இப்புடிச் செய்தது சரிதானா" என்று சத்தமாச் சொன்னார். உடனே சபாபதியின் தகப்பனார் பயந்து, "ஏ கந்தசாமி, சபாபதி சின்னப்புள்ள இல்லியா, அவந் தெரியாம செய்திருப்பான். நீ பொறுத்துப் போப்பா" என்று சொன்னார்கள். இவர்கள் சொல்லி முடிப்பதற்குள்ளே அவர், "பொறுக்கணுமா, இப்புடி உள்ள கெட்ட காரியங்கள செய்தா எப்புடிப் பொறுக்க முடியும்? நேத்து அந்த வேலிய வெட்டுன சமயம் நான் கண்டுருந்தா அந்த வெட்டருவாள வாங்கி என்ன செய்திருப்பென் தெரியுமா" என்றார். இவர்கள் ஒருவரும் ஒரு பதிலுஞ் சொல்லவில்லை.

நான் தைரியமாய் நின்று சொன்னேன், "சபாபதி வேலியிலே கள்ளிய வெட்டச்சில கண்டா, அந்த வெட்டருவாள வாங்கி தலையக் கையிலெ எடுத்திருக்கும்."

நானும் என்னேரமும் சின்னப் புள்ளயா? நாள் கழியக் கழிய எல்லு விளையாதா? விளைஞ்ச மட்டுக்குச் சொன்னேன்.

அவருக்குக் கோபமேறிவிட்டது. அண்ணன் தாழ்ந்து பேசினார். இவள் நமக்கு மேலாகப் பேசிவிட்டாள். எந்த இடத்திலும் அவள் பேச்சு மேலாகத்தான் நிற்கிறது என்று

பொறாமை கொண்டு, தெருவிலும் வீடுவீடாகவும் சொல்லிக் கொண்டே திரிந்தார்.

இது இப்படி இருக்க, மயக்க மருந்துக்கு உட்பட்ட பெரியவர் மருந்து சிகிச்சைக்குள் ஆனார். இருமல் நோய் வந்து பிடித்தது. அதோடு வாதம் வந்து கால் கை விளங்காமல் படுக்கையிலானார். பொண்டாட்டிக்கு நெனச்ச காரியம் நிறைவேறியது. மருந்து செய்யணுமென்று அதற்குள்ள ஏற்பாடுகள் செய்தாள்.

அவள் வைத்தியன் மகள். பொட்டலூருக்குள் வைத்தியனை அறியாத பட்டிக்காட்டுக்கு இவள்தான் வைத்தியளாக மருந்துகள் செய்துவந்தாள். மண்டைக்குத்து, வயிற்றுவலி, காச்சல் முதல் புண்ணு, செரங்கு எல்லாத்துக்கும் மருந்து குடுக்கக் கூடியவளாய் இருந்தாள்.

ஆகையால் ஊரிலுள்ள பாவங்கள் எல்லாரும் இவளைத் தெய்வம் போல மதித்து நடக்கிறார்கள். அத்தோடு புருசனுக்கு வாதநோய் வந்தது, இவளுக்குப் பணம் சேர்க்க நல்ல வழி கிடைத்தது. பெருமைக்கும் குறைவில்லை.

பல மூலிகைகளைக் கொண்டுவந்து, வென்னிக்காச்சி ஊத்துவாள். கசாயங் காய்ச்சி பத்திய பாகத்தோடு குடுத்தாள். குறையவில்லை. அவள் கைவசம் பெரிய வைத்தியப் புத்தகங்கள் வச்சிருந்தாளே. அதுகளைப் புரட்டிப் பார்த்து, மருந்துகளையும் செய்முறையும் அறிஞ்சி, மருந்து செய்ய ஆரம்பித்தாள்.

இருவத்தஞ்சி ரூபா செலவு ஆகுமாயிருந்தால் அம்பது ரூபா ஆகுமென்பாள். காட்டில் உள்ள மூலிகைகளும் கடை மருந்தும் வாங்கி, மருந்து செய்து குடுத்தாள். ஒவ்வொன்றாக லேகியம், சூரணம், தைலம், தலைக்கெண்ணெய் என்றெல்லாம் விதவிதமா ஒவ்வொரு மருந்துக்கும் செலவு போக அவளுக்கு ஒரு பங்கு கிடைக்கும்படியான லாபத்தில் மருந்து செய்து குடுத்து, பக்குவமாய்ப் பக்கத்திலிருந்து சிகிச்சை செய்துவந்தாள். மூன்று நாலு மாதமாகப் படுக்கையிலே கிடந்தார். பிறகு கொஞ்சங் கொஞ்சமாகக் குறைந்து, குண்டியாலே நழுவி, பிறகு மெல்ல தடிக்கம்பு உதவிகொண்டு ஊனி நடந்து நாளுக்கு நாளாக வாதநோய் குறைந்தது.

'தாடியைப் பிடிச்சா பண்டாரம் தானே வருவார்' என்பது போல, அவளுக்கும் புருசன் கைவசம் அகப்பட்டுக் கொண்டார் என்ற சந்தோசம் மெத்தவாச்சுது. வீடு வீடாய்ப் போய், "எங்க ஊட்டுக்காரருக்குச் சொகமில்ல, காலுகை வெளங்காம கெடக்காரு. மருந்து பாக்குயதும், பக்குவஞ்

செய்யியதும், தண்ணி வெந்நி நேரத்துக்கு நேரங் குடுக்கயும் செய்யிறதுநால அப்பறமிப்பறம் வெலக முடியுவுல்ல. அங்க ஒருத்தரும் யானெங்க மாட்டாவ" என்றெல்லாம், பேசுவதற்கு வாய்ப்புக் கிடைத்தது என்று நடத்திக்கொண்டிருந்தாள்.

கும்பிட்ட தெய்வம் கூடி நின்று உதவி செய்வதுபோல மெத்த சந்தோசமாய், மருந்துகளும் பக்குவங்களும் செய்து, நல்ல லாபமும் கிடைக்கச் சந்தோசமாயிருந்தாள்.

இந்தப் பணங்களைக் கொண்டு பூமாத்தியன்விளையில் இவள் பேருக்குத் தோப்பு ஒத்தி வாங்கி, அதிலுள்ள அனுபவத்தையும் சேர்த்துத் தம்பிக்கு ஒத்திக் கிடப்பான புன்னைவிளையும் பனையும் ஒத்தி திருப்பி, அனுபவத்தை எடுத்து, மேலும் பலிசைக்குக் குடுத்துத் தேட்டத்தைப் பெருக்கினாள்.

பெரியவருக்கு வாதநோய் குறைந்தும், இவளுடைய மயக்கு மருந்து வெறியால் தீராத இருமல் நோய் வந்துபிடித்தது. புருசன் என்ற எண்ணம் கொஞ்சமுமே இல்லாமல் மருந்து வைத்து புத்தியை மயக்கி, குடும்பத்தைக் கெடுக்க வஞ்சனை சூனியஞ் செய்து, ஒரு குடும்பத்தைக் கெடுத்து, தம்பி குடும்பத்தைக் காப்பாத்த வேண்டும் என்ற பண ஆசையும், பிள்ளை இல்லாத பெருமலடி தன் குடும்பத்தை இப்படித்தான் கெடுப்பாள் என்று ஊரும் உலகமும் அறியப்படுத்தவும் காலம் வந்தது.

பெரியவருக்கு இருமல் ஒருநாளும் தீரவில்லை. வெகு நேரம் வரை இருமி இருமி களச்சி எளச்சி, அந்த எடத்திலேயே படுத்துக் கிடப்பார். பார்க்கிறவர்களுக்குப் பரிதாபமாயிருக்கும். இவள் சுக்குத் தண்ணியைக் காச்சிக் கொண்டு குடுப்பாள். "தண்ணிய குடிச்சப்புடாதா" என்று சொல்லிக்கிட்டே நிற்பாள். பிறகு வெளியேபோய் அவருக்குப் பிடித்தமானவர்கள் செல்லையா ஆசாரி, சாமி நாடான் யாரையாவது கூட்டிக்கிட்டு வந்து, சுக்குத் தண்ணியைக் குடுக்கச் சொல்லுவாள். வந்தவர்கள் "நாடாந் தண்ணியக் குடுச்சணும்" என்று பக்கத்திலே இருந்து ஆறுதல் சொல்லி, எழுந்திருக்கச் செய்து, தண்ணியைக் குடுப்பார்கள். கவலையினால் அழுவார். வந்தவர்கள் ஆறுதல் சொல்லித் தேற்றுவார்கள். இப்படியே இருமல் கஷ்டப்படுத்தும் போது அவளுடைய பொட்டுத்தளைகளான மருந்துகளால் ஏதும் பலனில்லை. சிலவேளை குறையும், சிலவேளை கூடும். இப்படி இருந்துவந்தது.

அந்தச் சமயம் இந்தப் பொட்டலுக்கு பஸ் வசதி இல்லை. இவருக்குப் பறக்கை ஊரிலுள்ள பள்ளிக்கூடத்திலே வேலை

பார்த்து வந்ததினால், அங்கே நடந்துபோவதற்குக் கழியாதவராய் இருந்து, வேலை பார்க்காமலும் இருக்க மனமில்லாமல் ஆலோசனை போட்டார்.

வில்லு வண்டி புடிச்சி, மாடும் வாங்கி, வண்டியடிக்க ஆளும் வைக்கத் தீர்மானித்தார்கள். தீர்மானித்தால் போதுமா? இதை நடத்திக் கொண்டு வர ஒரு ஆள் வேண்டாமா? அதுக்கு செல்லையா ஆசாரியைப் பொறுப்பு வைத்தார்கள்.

நான் இந்த அடப்புவிளைக்கு வந்து கொஞ்ச நாளானதும், குஞ்சம்விளை பத்துக்குள்ளெ பன்னிரெண்டு மரக்கா நெலம் ஒத்தியாக் கெடந்ததை வெலைக்குக் குடுத்து, அந்தப் பணத்தையெல்லாஞ் செலவு செய்து விளையாடித் தீர்த்த பிறகு, இப்போ நெறைய பலிசைக் கடனும் வந்தாச்சி. இனி வண்டிமாடு வைக்கப் பணம் இல்லியே என்று சொல்லி, இந்தத் தீனத்தோடே எங்கே போய் ஆருகிட்ட கடன் வாங்குறது என்று யோசனை பண்ணினார்கள்.

செல்லையா ஐநூறு ரூபாயுங் கொண்டு சந்தைக்குப் போய், முன்னூறு ரூபாய்க்கு ரெண்டு காளை புடிச்சிக் கொண்டு வந்தார். முகிலன்விளை கொண்ட கெட்டிக்கடைநாடான் என்பவர் அவருடைய வில்லு வண்டியை விலைக்குக் குடுக்கிறதாக அறிந்து, அவரிடம் போய் வண்டியைக் கடனாகக் கேட்டார். அவர் கொடுக்க மாட்டேன் என்றார். கையிலிருந்த இருநூறு ரூபாயும், சந்தைக்கு மாடு பிடிக்கப் போய்ச் செலவானது போக மீதி இருந்த ரூபாயும், இவர் தம்பியின் சம்பளமும், எல்லாஞ் சேர்த்து வண்டியை எழுநூறு ரூபாயாக விலை முடித்து, இருநூறு ரூபா குடுத்து, மீதி ஐநூறுக்கும் பலிசையும் முதலுமாய்த் தருவேனென்று நோட்டு எழுதிக்குடுத்து, வண்டியைக் கொண்டுவந்தார்கள்.

இனி வண்டியடிக்க ஆள் வேணுமே. ஆரப் பாக்கிறது என்று யோசனை போட்டார்கள். அவளே ஆள் பார்த்துச் சொன்னாள்.

"அது ஒங்க மாமன் மொவன் குஞ்சமெள நாடான் சும்மாதானே திரியியான். அவனுக்கு வண்டியடிக்க தெரியுமில்லியா. அவன் வந்தா வண்டியும் அடிப்பான். நம்ம ஊட்டுக் காரியங்களையும் பாத்துக்கிடுவான்" என்று சொன்னாள்.

அவளே குஞ்சம்விளை ஊருக்குப் போய் எல்லாக் கதைகளையுஞ் சொல்லி, "யே குஞ்சமெள நாடான் ஒம்மச்சினன் நடக்களியாம பள்ளிக்கொடத்துக்கு போமுடியாம ஊட்டோட கெடக்காரு. அதுநால நான் இப்ப ஒரு வண்டியும் மாடும் புடிச்சேன். வண்டியடிச்ச ஆளு இல்ல. நீ வந்தியெண்ணா ஒனக்க

மச்சினனப் பள்ளிக்கூடத்துக்கு பறக்க ஊருக்கு வண்டியில இருத்தி கூட்டிக்கிட்டுப் போவயும் வரயும் வசதி. ஒன்னப்போல வேற ஆளுவ கொண்டு உட்டு கூட்டிக்கிட்டு வரமாண்டான் எண்ணி ஒன் மச்சினன், ஒன்னக் கூட்டிக்கிட்டு வரச் சொன்னாரு. ஒனக்குச் சோறு, சம்பளம், துணி எல்லா நாந் தாறென். நீ வா" என்று சொல்லி அவனைக் கூட்டிக் கொண்டு வந்தாள். அவனும் வந்தவுடன் மச்சினன் இருக்கிற நிலமையைப் பார்த்து சங்கடப்பட்டு, எல்லாக் காரியங்களையும் பொறுப்பாக நடத்தினான். குஞ்சம்விளைக்காரன் வந்தது செல்லையாவுக்கும் மச்சினமாருக்கும் நல்ல சந்தோசந்தான். வந்தவுடனே சாப்பாடும் நல்லமுறையாய் குடுத்தாள்.

அதிலிருந்தே காளைக்குக் கெணத்திலிருந்து தண்ணி இழுத்து எடுத்துக்கொண்டுவந்து வைக்கவும், வைக்கலு வைக்கவும், சாணி அள்ளவும் எல்லா வேலையும் பொறுப்பேத்து, சொந்தக்காரனானதினால் வேற்றுப் பிரிவு இல்லாமல் ஒற்றுமையாய் நடந்துவந்தான்.

கவலை

34

காலையில் பெரியவரை வண்டியிலே இருத்திக் கொண்டுபோய் பள்ளிக்கூடத்தில் உட்டுட்டு, அவனுக்குச் சொந்த வேலையாய் எங்காவது போவணுமானால் போயிட்டு, சாயங்காலம் வந்து மச்சினனை வண்டியிலேற்றி வீட்டுக்குக் கொண்டுவருவான். தாலியை வித்து பீலி உண்டாக்கிப் போட்டுக்கொண்டு, கலீர் கலீரென்று நடந்தாளாம் ஒருத்தி. அதுபோல இவரும் கடனெடுத்து வண்டி மாடுவச்சி, சில் சில்லென்று போய்வந்தார்.

மாட்டைக் கெட்டி, வைக்கலும் போட்டு தண்ணியும் வச்ச பெறகு, வீட்டுக்குக் கீழ்ப்பக்கம் ஒரு தோட்டம் வைச்சி, காய்கறிச் செடிகளும் மற்ற பூச்செடிகளும் வச்சி, திராட்சைக் கொடியுங் கொண்டுவந்து நட்டு அதுக்குத் தனி உரம் வச்சித் தண்ணி விட்டு, கொடி படரப் பந்தல் போட்டு ராத்திரி எல்லாச் செடிக்கும் தண்ணி கெணத்திலிருந்து இழுத்து எடுத்துக்கொண்டு வந்து ஊத்தவும் ஏற்பாடு செய்துகொடுத்தார். அவனும் அவர் சொல்லுவது போல எல்லாஞ் செய்துவந்தான்.

அவள் சில வேளைகளில் அவரைப் பறக்கையில் கொண்டு உட்டுக்கிட்டு நீ இங்க வந்திரு என்று சொல்லிவிடுவாள். கொண்டு விட்டுட்டு வருவான். திருப்தியாய் சோறுங் குடுத்தாள். பரமாத்தலிங்கம், லோகிதன் எல்லாருக்கும் நல்லமுறையாய்ச் சோறு போட்டுவந்தாள். நல்ல லக்கி. இதுபோல எவருக்குங் கிடையாது. கொடுக்கிற தெய்வம் கூரையைப் பிச்சிட்டுக் குடுக்கும் என்பது போலவும் சுக்கிர திசை சோணாலடிச்சிக் குடுக்கிறது. நல்ல சம்பாத்தியம். மனதுக்கும் நல்ல திருப்தி. பரமாத்த லிங்கமும் அவனுடைய வீட்டுக்காரர்களும் அவளுக்கு வேண்டிய உதவி செய்துகுடுக்கவும்,

லோகிதனும் அவன் தாயும் இவள் சொல்லுக்குக் கீழ்பட்டு நடக்கவும், குஞ்சம்விளைக்காரன், எதை எப்படிச் செய்யச் சொன்னாளோ அப்படியே செய்து குடுக்கவுமாய் அவள் நெனச்சதுபோல போட்ட சாபத்தை அவள் கண்முன்னே நிறைவேற்றி உற்சாகமாய் நடத்திவந்தாள். மூன்று குடும்பம் இவளால் பிழைத்துவந்தது.

குஞ்சம்விளைக்காரனெக் கூட்டிக்கிட்டுப் புள்ளாயரத்து விளைக்குப் போவாள். புன்னக்காய் கெடந்தால் அடிச்சி பொறக்கிக் கொண்டு வந்து வெலைக்குக் குடுத்து முந்தி முடிவாள். மாங்காய் கெடந்தால் அவனை வச்சி பாட்டங் குடுத்தும், கொல்லாமாப் பாட்டம் கொடுத்தும், ரூபாய் அவள் கைவசம். பணியந்தட்டு சக்கை, மாங்காய், கொல்லாங்கொட்டை, எல்லாம் அவளோடே சேர்ந்தது.

வீட்டடி வெளையிலுள்ள எல்லா அனுபவமும் அவளுக்கே. முருங்கையில் முருங்கக்காய் காச்சிக் கெடந்தால், நாம் போய் பறிச்சிக் கொண்டுவந்தால் உடனே களையை எடுத்து முருங்கைக்காய் பூ, பிஞ்சு, இலை எல்லாஞ் சேர்த்து அடிச்சி உருத்தி அள்ளி, அதில் பருவமுள்ள காயை எடுத்துக்கிட்டு மத்த எல்லாஞ் சேர்த்து மாட்டுக்கு வைப்பாள். “ஏன் அக்கா என்னத்துக்கு அக்கா இப்படிச் செய்தியெ” என்று குஞ்சம் விளைக்காரன் கேட்டான். “அது தம்பி, இந்த முருங்க காய்ச்சா நம்ம அவசியத்துக்கு நாலு நமக்குப் பறிச்சக் குடுத்து வச்சயில்லிய. அந்த முருங்க யாங் காய்ச்சிவு. காச்சாமப் போட்டு. அவா பறிச்ச நாம் பாத்துக்கிட்டு இருக்கணுமா” என்பாள்.

இப்படியே வெகுநாளாய் நடந்துவருகிற சமயம் குஞ்சம் விளைக்காரனும் அவன் வேலைகளைப் பதிவாய் செய்து அத்தை மகன் மூத்த மச்சானை வண்டியிலே கொண்டு பள்ளிக் கூடத்திலெ உடுகிறதும், சாயங்காலம் கூட்டிக்கிட்டு வாறதுமாய் நடத்திக்கொண்டிருந்தான். அந்தச் சமயம் சின்ன மச்சானும் குஞ்சம்விளை நாடானோடு நல்ல அன்போடு இருந்து வந்தார்கள்.

பள்ளிக்கூடம் லீவு வந்தது. அந்தச் சமயம் சபாபதியின் தகப்பனார் சொன்னார்கள். இந்த வண்டியிலே நமக்கும் ஆளூர் சாமியார் மடத்துக்கும் போயிக்கிட்டு, குமார கோவிலுக்கும் போய்க்கிட்டு வரலாமென்று சொன்னார்கள். அண்ணனிடத்தில உத்தரவு வாங்கி, குஞ்சம்விளை நாடான் வண்டி அடிக்க, நாங்களும் ஆளூருக்கும் குமார கோவிலுக்கும் ஒரு தடவை போனோம். அதற்குப் பெறகு சாமிதோப்புக்கும் கன்னியாகுமரிக்கும் போனோம்.

பிள்ளைகளும் தகப்பனாரும் குஞ்சம்விளை நாடானும் நானும் கடல் குளிச்சிக் கோயிலுக்குள் போய் தேங்காய் பழம் வாங்கி அம்மனுக்குத் திருக்கண் சாத்தினோம்.

பூசாரி தேங்காயை அடிச்சிப் பார்த்தான். பேட்டுத் தேங்காயாயிருந்தது. என் முன்னே எடுத்து எறிந்தான். எங்கே போனாலும் நமக்குத் தெய்வஉதவி இல்லை என்பதை நான் அன்றே நன்றாய் அறிந்தேன்.

'ஏரணங் கெட்ட பாவி எங்க போனாலும் நன்மை யில்லை. எழுதாப் பொறிக்கு அழுதால் தீருமா' என்று வருந்திக்கொண்டே வீடு வந்து சேர்ந்தோம்.

ஒருநாள் ராத்திரி பத்து மணிக்கு முன்னால் எல்லாரும் சாப்பிட்டு முடிந்ததும் முடியாமலுமாயிருக்கிற சமயம் சின்னக் குழந்தை அழுதது. நான் செணஞ் சோத்த தின்னுக்கிட்டு புள்ளயப் போய் எடுத்தேன். "லெட்சுமி நீ சோத்தத் தின்னுக் கிட்டு எல்லா வட்டுலுங் கழுவி அடுப்பங்கரையுந் தூத்துப் போட்டுக்கிட்டு, எல்லா பாத்திரத்தையும் அடுக்கிப் பலகையிலே வச்சிக்கிட்டு வா" என்று சொன்னேன்.

அவளும் எல்லாம் பொறக்கிக் கழுவி வச்சிட்டு, அடுப்பங் கரைப் பக்கத்திலுள்ள முத்தத்துத் திண்ணையிலே கெடந்த பெஞ்சியிலே அவள் எப்பமும் படுப்பதுபோலப் படுத்து உறங்கினாள்.

நான் பரிமாறுகிற எடத்துக்கும் பேயோட்டுக்காரி பரிமாறு கிற எடத்துக்கும் அந்தச் சமயம் இடைச்சுவரு இல்லாமல் இருந்தது. அவள் பக்கத்துக்கு உள்ள முத்தத்திலெ அவளுக்குக் குட்டுவம், கொடம், சருவம் எல்லாம் இருந்தது. அதைச் சேர்ந்தே, அந்தப் பக்கத்தோடு சேர்ந்து எனக்குள்ள குட்டுவம் குடம், சருவம், செம்பு நாலு பக்கமும் ஒவ்வொன்றாயிருந்தது. அந்த எடத்திலெ லெச்சுமி படுத்திருக்கிறாள். அந்தத் திண்ணையோடு சேர்ந்த அதுக்கு அடுத்த வீட்டுக்குள்ள நானும் பிள்ளைகளும் படுத்தோம். திண்ணைக்கும் இந்த வீட்டுக்கும் இடையிலுள்ள கதவு பூட்டவில்லை. பேயோட்டுக்காரி வீட்டுக்கு விலக்கான சமயம் ஆனதினால், இந்தப் பாத்திரங்கள் இருக்கிற முத்தத்தோடு சேர்ந்த திண்ணையில் அவள் படுத்திருந்தாள். பார்த்தால் எல்லாம் ஒரே வீடு போலத் தெரியும். காலையில் எழுந்தவுடனே சபாபதி சோறு கேட்டான். சோறு போட்டுக் குடுக்க தழுவையைப் போய் பார்த்தேன். ஒரு பாத்திரத்தையும் அடுப்பங் கரைக்குள்ளே காணவே இல்லை.

லெச்சுமியைக் கூப்பிட்டு "வட்டுலு செம்பெல்லாயெங்கடி. எங்க கொண்டு வச்சா. இங்க காணல்லியே" என்று கேட்டென். அவ "அடுப்பங்கரைக்க இருக்கு" என்று சொல்லிகிட்டு முத்தம் தூத்துக்கிட்டே நின்னாள். நான் கோவத்தோடு, "வந்து எடுத்துத் தந்துக்கிட்டு போட்டீ" என்று சத்தமாச் சொன்னேன். அவள் வெளக்குமாத்த கீள போட்டுக்கிட்டு ஓடிவந்து அவள் வச்ச எடத்தில கையை நீட்டி, இன்னா இருக்கு என்று சொல்லுறதுக் குள்ளே, அந்த எடத்துல பாத்திரங்களைக் காணாமல் அங்கு மிங்கும் பார்த்து, "இதுலெதான வச்சென் எங்க போச்சி" என்று மனம் நடுங்கிக்கொண்டே சொன்னாள்.

அவள் அடுக்கி வச்சிருந்த பாத்திரங்கள் நாலு தழுவை, ரெண்டு பெரிய கிண்ணம், ரெண்டு சின்னக் கிண்ணம், ரெண்டு தம்ளர் ஒரே இடத்தில் ஒரே அடுக்காயிருந்ததையும், லெச்சுமி படுத்திருந்த திண்ணையில் இருந்த மாட்டுக்குத் தண்ணி வைக்கிற சருவம், அது போல அதுக்கு உள்ளே வைக்கும்படியான சின்ன சருவம், லாடஞ் செம்பு ஒண்ணு மாதளம்பழச் செம்பு ஒண்ணு இவ்வளவும் காணவில்லை.

அதுக்கு அடுத்த திண்ணையில் இந்த பேயோட்டுக்காரி பாத்திரங்களும், எனக்குள்ள குட்டுவமும் கொடம் குத்துப்போணி எல்லாம் இருந்த இடத்திலே இருந்தன.

எல்லாப் பாத்திரங்களையும் பார்த்துக்கிட்டு, இங்கே இருந்த சின்னப் பாத்திரங்கள் மட்டுந்தானே காணவில்லை என்று சொல்லி ஒருவருக்கொருவர் பேச்சு வந்தது. "எங்க போச்சி, ஆரு வந்து எடுத்தா" என்று சொல்லுகிற சமயம், பூமாத்திவிளையாள் புருசனைக் கண்ணைக் காட்டிக் கூப்பிட்டாள். அவர் என்ன வென்று போய் கேட்டார்.

"நேத்து ராத்திரி நான் வெளிலெ வரச்சில, இந்த வடக்குக் கதவு தொறந்தால இருந்தது. இந்தக் கதவோட வந்து எவனுந் தூக்கிட்டுப் போயிருப்பான்" என்று சொன்னாள்.

"அப்படிக் கள்ளன் வந்து எடுத்தா, குட்டுவங் கொட மெல்லாம் எடுக்காமலா அதுக்க கிட்ட இருந்த சின்னப் பாத்திரங்களையும் எடுக்காம, இந்த அடுப்பங்கரைக்க வச்சிருந்ததையும், இந்தப் பக்கத்து திண்ணையில் இருந்ததையுமா எடுத்துக்கிட்டுப் போவான். அப்புடி ஒரு கள்ளன் வந்தா அறிஞ்ச கள்ளனாத்தானே இருக்கும்" என்றும் சொன்னாள். அவள் பின்னும், "நம்ம அடுப்பங்கரைய்க்க இருந்த வட்டுலு, செம்பு, சருவம் ஒண்ணயுங் காணல்ல" எண்ணு சொன்னாள். அவர் அழித்திண்ணையிலே வந்து பார்த்தார். ஒரு சாக்குலெ அரை

சாக்கு நெல்லு சாக்கோடெ இருந்ததைக் காண இல்லை. “இதை எடுக்க எங்கயிரந்து கள்ளன் வந்தான்” என்று சொல்லி “குஞ்சமெள நாடானெ காணயில்லெயெ அவென் எங்கெ” என்று கேட்டார்.

“அவன் நேத்தே சொன்னானெ, விடியக்காலம் ஊட்டுக்கு போயிகிட்டுத்தான் வருவெனெண்ணு சொன்னா முல்லியா, ஊட்டுக்குப் பெயிருப்பான்” என்றும் சொன்னாள்.

இவள் சொன்ன சாடையைக் கொண்டே, இவள்தான் எல்லாச் சாமான்களையும் எடுத்து நெல்லுச் சாக்கில் போட்டு குஞ்சம்விளைக்காரனிடம் குடுத்து அனுப்பிவிட்டாள் என்பது எல்லாருக்கும் தெரிய வந்தது.

அண்ணனோ, தம்பியோ, அவளுக்கு வேண்டியவனாக இருந்த செல்லையா ஆசாரியோ, யாரும் இதைப்பற்றி அவளிடம் எதுவும் கேட்கவில்லை. கந்தசாமி அவர் வீட்டுக்குள்ளே நின்று, “கள்ளென் எங்கயிருந்து வந்தான்? அவா எல்லாப் பாத்திரங் களையும் பூமாத்திவெளைக்கி குஞ்சமெள நாடாங்கிட்ட குடுத்து உட்டுக்கிட்டு, கள்ளங் கொண்டு போயிட்டானெண்ணு சொல்லுயா. ஒருத்தருக்குந் தெரியாதோ இவளுக்க களவு” என்று இங்கே கேக்கும்படி சொன்னார்.

காட்டுப் பண்ணிதட்டு நாடாச்சி. முகிலன்விளை நாடாச்சி, எல்லாரும் வந்தவர்கள் வாயிலே கையை வைத்துக்கொண்டே ஒரு பதிலும் இல்லாமல் கந்தசாமி சொன்னதையுங் கேட்டுக் கொண்டே இருந்தார்கள்.

கொஞ்ச நேரங் கழிச்சி, “இத்தாமொழி நாடாச்சி, ஒனக்கு நாலு தழுவ ரெண்டு பெரிய கிண்ணம் யாது” என்று கேட்டார்கள்.

நான் சொன்னேன் “யக்கா நான் இங்க வந்த அண்ணுலெ யிருந்து பதிவாய் சபாபதி அப்பா சாப்பிட்டு வந்த தழுவை ஒண்ணும், லெச்சிமிக்க தகப்பன் அவா தாய் கொண்டு வந்த தழுவையை மகளுக்குக் கொண்டு வந்து குடுத்தார். அது முயிலமெள அக்கா ஒங்களுக்கும் தெரியுமில்லியா” என்று கேட்டேன். அவர்களும் “ஆமா, லெச்சுமிக்க தகப்பன் ஒரு தழுவை கொண்டுவந்து குடுத்தான். எனக்குத் தெரியும்” என்று சொன்னாள். “நான் பழவெலைக்கு ரெண்டு தழுவை வெலைக்கு வாங்கினேன். அதோடே நாலு தழுவை இருந்தது. பெரிய கிண்ணம் ஒண்ணு எனக்குள்ளது ஒண்ணு வெலைக்கு வாங்கினது. இது எல்லாருக்குந் தெரியும்” என்று சொன்னேன்.

"ஆமா, நாங்களும் எல்லா பாத்திரமும் கண்ணால் கண்டது தானே" என்றார்கள்.

ஒருவரும் பூமாத்தியன்விளைக்காரியிடம் ஒரு வார்த்தை கூடக் கேக்கவில்லை. பத்துமணி நேரம் வரை இந்த பெளத்திலே நின்றுவிட்டுக் காலையில் கஞ்சி குடிக்க வந்தார்கள்.

"சோறு போடப் பாத்திரம் இல்லியெ. எதில சோறு போட" என்று கேட்டேன். ஒரு துருபுடிச்ச அலுமனியத் தட்டை எடுத்து, "இதுலெ போடு" என்று கொண்டுவச்சார்கள். நான் புதுசா பாத்திரங்கள் வாங்கிறது வரையும், அந்த அலுமனியத் தட்டிலேதான் சாப்பிட்டுவந்தார்கள்.

பிள்ளைகளும் நானும் செரட்டையிலே தண்ணி குடிச்சி, ஆப்பயில தண்ணி கோரி கையும் வாயுங் கழுவிவந்தோம். செரட்டயிலெ தண்ணி குடிக்க வச்சாள் தீ பாவி.

ரெண்டு மூன்று மாதங்கழிந்து என் தகப்பனார் தேங்கா குடுத்த ரூபா கொண்டு தந்தார். அதிலெ ஒவ்வொரு பாத்திர மாக இங்கே பாத்திரங் கொண்டு வாறவங்கிட்டே வாங்கிப் பரிமாறி வந்தேன்.

வாளிச்சருவம் ஒன்னு மட்டும் அவள் கையிலெ கிடைக்க வில்லை. அந்த மாபாவி நான் வந்த துவக்கத்திலிருந்தே ஒண்ணு ஒண்ணாக என் பாத்திரப் பண்டங்களை எல்லாம் நாள்வழியாய் எடுத்து, கடைசியிலெ அவ்வளவு சாமானும் இப்போ பூட்டோடே ஒண்ணா அவள் கையிலே கெடச்ச சமயமும் அந்த வாளிச்சருவம் அவள் கையிலே கிடைக்கவில்லை. அந்தச் சருவம் வந்தநாள் முதல் மேலோட்டு ஒரு சந்திச் சோறு எடுப்பதினால் நான் அதற்கு அச்சய பாத்திரம் என்று பெயர் வைத்து, அது வீட்டுக்குள்ளேயே இருந்து வந்ததினால், அந்தச் சண்டாளி கையில் கிடைக்கவில்லை. பெரிய பாத்திரம் குட்டுவமும் குத்துப் போணியும் தவிர எல்லாப் பாத்திரங்களும் ரூபாயும் அப்படி அப்படியே தூக்கித் தூக்கி எடுத்து கள்ள முதல் தேடினாள். பாடுபட்டுத் தேடாமல் பறிபறித்த முதலாக, மனிதரின் ரெத்தத்தை ஒவ்வொரு நாளும் மூட்டைப்பூச்சி உறிஞ்சி எடுப்பது போல் இவள் எடுக்க, அந்த மூட்டைப் பூச்சி ரெத்தங் குடிக்கும்போது கடிக்கிற கடியினால் உண்டாகிற சொறியைச் சொறிந்து சொறிந்து திரிவதுபோல, எல்லாரும் அவள் செய்கிற குற்றத்தைச் சொறிந்து தள்ளிக்கொண்டே இருந்தார்கள்.

களவாண்ட முதல் கரை சேராதென்று சொல்லுவார்கள். இவளும் களவாண்டு முதல் தேடி, தம்பிக்கு முதல் தேடி,

தகப்பன் வைத்தியன் வச்சிருந்த ஒத்தி நெலத்தையும் திருப்பி, பயிர் செய்ய செலவுக்கு ரூபாயுங் குடுத்துப் பயிர் செய்து, கோட்டைக் கணக்கில் நெல்லும் புன்னக்காப்பரல் கோட்டைக் கணக்கில் விக்கவும், அருமைத்தங்கம் நாடான் என்று நாடாம் பட்டத்துக்குக் கொண்டுவந்துவிட்டாள். அந்தச் செறுக்கி, ஒரு குடும்பத்தைக் கெடுத்து இன்னொரு குடும்பத்தை வாழ வைத்தால் வாழந்து என்ற எண்ணம் கொஞ்சமுமில்லாமல், தம்பிக்குத் தேடிக் கொடுத்தாள். என்னைக் கெடுத்துத் தம்பியை வாழவைத்தாள். நான் நிலைகுலைந்தது போல அவ தம்பியும் நிலை குலைந்து போனதையும், தனி நேட்டம் கண்ணால் கண்டு அந்தத் தண்டனையும் அனுபவித்து அறிந்தாள். கடேசி காலம் யாருந் துணையில்லாமலெ தண்ணி குடுக்க ஆளில்லாம செத்தாள். 'நாணமில்லை நாணமில்லை நாட்டுப் பருத்திக்கு. கூச்சமில்லை கூச்சமில்லை கொத்தம் பருத்திக்கு.' வெக்க மில்லை வெக்கமில்லை வேலிப் பருத்திக்கு என்று நாணம், கூச்சம், வெக்கம் என்பது கொஞ்சமும் இல்லாதவளாய், நாணங் கெட்டஅந்த நங்கிலி இப்படிக் களவு செய்து நேடினாள். களவாண்ட முதல் கடேசி காலம் உதவாது என்ற எண்ணம் இல்லாமலே தம்பிக்குச் சகல வருமானமும் வந்தவுடன் அங்குள்ள அதிகாரங்களையும் இவள் கைவசத்துக்குள்ளாக்கி, ஒன்றரை நாளைக்கு ஒருநாள் கருப்பட்டி எண்ணி விலைக்குக் குடுக்கவும், நெல்லு பரலு விலையறிந்து விக்கவும், இந்தச் சாமானும் ரூபாயும் வச்சு பூட்டும் அரங்கு வீட்டுச் சாவியை இவள் கைவசத்து வச்சி தம்பி பொண்டாட்டிக்கு ஏது உரிமையும் அங்கே இல்லாமல் எல்லாம் இவளே நடத்திவந்தாள்.

தம்பி பொண்டாட்டி ஒரு செவிடி. ஆலங்கோட்டையி லுள்ள ஒரு பனையேறி மகள். அவளை வெளியிலே போட்டு வேலைகளைச் செய்யவச்சி, பூட்டுஞ் சாவியும் இவள் கைவசத்தில் வச்சி, மூன்று நாளைக்கு ஒரு தரம் பொட்டலும் பூமாத்திவிளையுமாய் அங்கும் இங்குமாய் அலைந்து பணத்தைச் சேர்த்துக்கொண்டிருந்தாள்.

35

அண்ணனுக்குப் பொண்டாட்டி, தனக்கு அத்தை மகள், அந்த ராமலெச்சுமி என்கிற பாதகத்தி செய்கிற கொடுமைகளும், தமையன் பொண்டாட்டியாயிருந்து தன்னுடைய பொண்டாட்டியைத் தெருவிலும் வீடு வீடாய்ப் போய் குற்றங்குறையாய்ச் சொல்லிக் கேவலப் படுத்துவதும், வீட்டுச்சாமான்களையும் பாத்திரப் பண்டங்களையும் கண்காண களவு செய்வதும், பொறாமையினால் பக்கத்திலுள்ளவர்களைக் கூடிச்சேர்த்துச் சாப்பாடு போட்டு நடத்தி நஷ்டப் படுத்துவதும், ஒவ்வொரு நாளும் நடத்துகிற நடைமுறைகளை, அப்போது உள்ள காரியங்களை அப்போதே கண்டறிந்தாலும் ஒருநாளும் என்ன ஏதென்று கேளாமலும், அண்ணனே தஞ்சமென்றும், அண்ணன் வச்சது வரிசை அண்ணன் இட்டது சட்டம் என்றும், சோத்தத் தின்னுக்கிட்டும் தன் சோலியைப் பாத்துக்கிட்டும் சபாபதியார் தகப்பனார் திரிந்தார்கள்.

வண்டியடிக்க வந்த குஞ்சம்விளை நாடானென்பவனும் பாத்திரங்கள் காணாமல் போனதோடு அவனுஞ் சேர்ந்து அன்றையிலிருந்தே காணாமல் போய்விட்டான். அவன் தண்ணி உட்டு வந்த தோட்டத்துக்குத் திரும்ப தண்ணிவிட, ராத்திரி முழுவதும் கெணத்திலிருந்து தண்ணி எடுத்துக் கொண்டுவிடுவார்கள்.

ஒரு பானை நிறைய அழுக்குச் சீலைகளைக் காரத்தில் முக்கிப் பானையில் வச்சி அவிச்சி, ராத்திரி பூராவும் அரிபஜனை பண்ணிக்கொண்டும், தேவாரம் திருவாசகங்களிலுள்ள திருப்புகழைப் பாடிக்கொண்டே துணி துவைக்கிறதும், அதுக்கு கஞ்சி கலந்து சாயம் முக்கிக் காயப்போடுவதுமாய், பாட்டுச் சத்தமும் துணி துவைக்கிற சத்தமுமாய்,

மிருதங்கமும் கீர்த்தனையின் சத்தமும் கேட்டது போல் கேட்டுக் கொண்டே இருக்கும்.

காலையிலும் மாலையிலும் அரிபூசை தவறாமல் பண்ணி முடித்துச் சாப்பிட்டு, கட்டுச்சோத்தை பைக்குள்ளே போட்டுக் கொண்டு பள்ளிக்கூடம் போனால், போகப் போகப் பாட்டுச் சத்தம் கேட்டுக்கொண்டே இருக்கும். நாலு மணிக்குப் பள்ளிக் கூடம் விட்டு வெளியேறினால், பழக்கமுள்ள பிராமணாள் வீட்டிற்குப் போய் 'டிவிசன்' எடுக்கிறதும், இந்தி படிக்கப் போவதும், இப்படிப் பத்து மணி வரையிலும் பொழுது போக்கிக்கொண்டுவருவார்கள்.

இந்தி பாஷைப் படிப்பு கட்டாயமாய் படித்து பரீச்சை எழுதினார்கள். நானும் அதோடு இந்தி படிக்கப் பழகிக் கொண்டேன்.

மாதம் ஒரு தடவை தேவாரப்பாட்டு அண்ணாவியைக் கூட்டி வந்து, ராத்திரி ஒரு மணி வரையும் பாடச் சொல்லு வார்கள். அண்ணாவி பஜனைப் பாட்டுகளையும், மற்ற தேவாரத்திலுள்ள பாட்டுகளையும் பாடிக்கொண்டே இருப்பார்.

சாமிக்குக் கடலை, சுண்டல், அவல், பொரி, பஞ்சாமிர்தம் எல்லாம் வச்சிப் பூசை முடிச்சி, அண்ணாவிக்கும் காப்பி குடுத்துத் தூங்கவச்சி, காலையில் இட்லி தோசை எதாவது வச்சி, காப்பி குடுத்து, தெட்சணை கொடுத்து அனுப்புவார்கள். இப்படி மாதம் ஒரு தடவை அரிபஜனை பண்ணிவந்தார்கள்.

அண்ணன் சைவ வழி, தம்பி வைஷ்ணவ வழியாய் இரு மதத்தையும் இருவரும் வழிபட்டுவந்தார்கள்.

காலம்பூராவும், ஆளாக்கினாலும் அண்ணனே, தாளாக்கி னாலும் அண்ணனே, அண்ணன் வார்த்தைக்கு எதிர்வார்த்தை சொல்லாமலும், தனக்குப் பிடித்தமில்லாத காரியங்களை அண்ணன் செய்தாலும் அதை வெளியே சொல்லாமலும், கோணாத புத்தி கோடி படித்தாலும் சாணாரப் புத்தி சாணுக் குள்ளே என்பது போல, ஏழையிலேயிடும்பன் என்ற குணம் இருந்தாலும், அண்ணன் நேருக்கு ஒருநாளும் ஒரு குற்றங்குறை கேட்காமலே, எந்த விதம் நடத்தினாலும் சரி என்று வாழ்ந்தார்கள்.

அண்ணன் நம்பினோரை நாசஞ் செய்பவராய் நடக்கத் துடங்கினார். நம்பிக்கைத் துரோகம் செய்தார்.

குஞ்சன்விளை நாடானும் அவர் பொண்டாட்டி சொல்லுக்குட்பட்டு துப்பில்லாமல் போய்விட்டான்.

இவருக்கு வண்டியடிக்க வேறே ஆள் பார்த்தார். மேலத்தெரு வைத்தியன் மகன் சின்னாடான் என்பவனை வண்டியடிக்கச் சொல்லி, பள்ளிக்கூடம் போய்வந்தார். ஆனால் சின்னாடான் பூமாத்திவிளையாளுக்கு உதவி உள்ளவனாய் இருக்கவில்லை. ஆறுமாதத்துக்குள்ளாக இவருக்குப் பறக்கையிலிருந்து மணிகெட்டிப் பொட்டலுக்கு வேலைமாற்றம் கிடைத்தது.

இருமலும், கூடுகிற வேளை கூடினாலும் குறைகிற வேளை குறைந்தும், குறைவதற்குக் கசாயங்களும் மருந்துகளும் குடித்துக் கொண்டே, அவர் பொண்டாட்டிக்கு வேண்டிய வசதிக்கு உதவியாய் இருமலையும் அனுபவித்துக்கொண்டும், எல்லாக் காரியங்களையும் நடத்திக்கொண்டும் இருந்தார். பொட்டல் பள்ளிக்கூடத்தில் வேலைபார்த்து வந்தார்.

வண்டிமாடு கெழட்டு மாடு ஆனது. செல்லையாகிட்ட இவள் மாட்டை வெலைக்குக் குடுக்கச் சொன்னாள். அவன் வாங்கின விலைக்குப் பாதி என்று வித்து ரூபாயைக் கொடுத்தான். வண்டி வாங்கக் குடுத்த ஐந்நூறு ரூபாயும் வாங்கித் தாருமென்று கட்டாயப்படுத்தினாள். வண்டியை வித்து தாறேன் என்று சமாதானப்படுத்தினார். இப்படி இங்கே நடக்கிற சமயம், வண்டியை முன்னால் கடனாக விலைக்குக் குடுத்தவர் – முகிலன்விளை கொண்டைக்கெட்டி நாடான் – ரூபாய் வேணும் என்று நடந்து தொலச்சார். யாருக்குந் தெரியாமல் பணிக்கந்தட்டில் அவருக்குள்ள வீதத்தை ஒற்றி எழுதிக் கொடுத்து, அனுபவம் குடுக்காமல், ரகசியமாய்க் கடனுக்குள்ள ரூபாய்க்குப் பலிசை கொடுத்துவந்தார்.

'தொட்டுப் பார்த்தால் பொட்டுக் குலையும், விரித்து உடுத்தால் அழுக்கடையும்' என்று சொல்லுவது போல, வெளிக்குத் தெரியாமல் மூடிவச்சி, அனுபவத்தை எடுத்துக் கொண்டு, பலிசை குடுத்துவந்தார்.

நடுவுநாடானின் வண்டிப்புரை ரோட்டுப் பக்கத்தில் இருந்தது. அதுக்கு அடுத்த வண்டிப்புரை ஒன்று செய்து, இவர் வண்டியை அடப்புவிளை நாடான் வண்டிப்புரை என்ற பேரோடு வண்டியை நிறுத்தியிருந்தார். இந்த வண்டி சும்மா கெடக்குது என்று வந்ததும், ஊரிலுள்ளவர்கள் வந்து, "நாடான், புள்ளய ஏழு களிச்ச கூட்டிக்கிட்டு வரணும். அதுநால இந்த வண்டியக் கேட்டுப் பாக்கலாம் எண்ணி வந்தன், கொண்டு போகட்டா அய்யா" என்பான். இவர், "கொண்டு போங்கே" என்று சொல்லுவார். அதுக்குள்ளே அவள் வந்துருவா, பழக்கங் கேட்க. ஒம்ம மொவள எங்க கெட்டிக் குடுத்திருக்கு. சீரணம் என்னயென்றல்லாம் கேட்டு விசாரிச்சி, வண்டியைக் கொண்டு

போக உத்தரவும் கொடுப்பாள். வந்தவன் வண்டியை, இழுத்து வெளியே கொண்டுவிடுவான். யாருகிட்டயாவது போய் வாடகைக்கு ரெண்டு மாட்டை வாங்கிக்கொண்டு வந்து வண்டியிலே பூட்டிக்கொண்டுபோவான்.

புள்ளையைக் கூட்டி வந்து, ஏழு கழிச்சித் திரும்பக் கொண்டு உட்டுக்கிட்டு வந்த பெறகு, வண்டியைக் கொண்டு உடுவான்.

வேறெ ஒருத்தன் வருவான், "நாடான் என் புள்ளக்கி சொகமில்ல. கோயிலுக்குக் கொண்டுபோகணும், வண்டி வேணும்" என்பான். அவனையும் கொண்டுபோகச் சொல்லுவார். அவளும் சேர்ந்து அன்பான வார்த்தையோடு பேசி அனுப்புவாள்.

இந்த முறையிலே, 'பொதுவிலடியாள் புழுத்துச் செத்தாள்' என்றது போல், வண்டிக்குக் காலங்கழிக்கிற நாள் ஆகிவிட்டது.

சட்டம் வேறு, பலகை வேறு, சக்கரம் வேறு, அச்சு வேறு, ஆணி வேறு, கொடம் வேறு, குத்துக்கால் வேறாகக் கழறத் தலைப்பட்டது. செல்லையா வண்டியைப் பார்த்தார். "நாடான் இந்த வண்டி எனி உங்களுக்கு வாண்டாம், வித்துப்புடுவோம்" என்றார். "சரி" என்று சம்மதித்தார். வாங்கின விலைக்குப் பாதி கூட இல்லாமல், கண்ட விலைக்குக் குடுத்து, ரூபாயைப் பூமாத்திவிளைக்காரிக்கிட்ட அவர் குடுத்தார். 'இன்னும் ரூவா வருமே, என்ன சொல்லுறீரு' என்றாள். செல்லையா நாடாங் கிட்ட, நாடாச்சி 'மிச்சப்பணம் கேக்காளே என்ன சொல்லுறீரு' என்றார். 'நாங் குடுத்திருவேன்' என்று சம்மதிச்சார்.

வண்டிமாடு வச்சி, ஆசை பார்த்து, அதை விலைக்கு வித்து, அதிலே வந்த கடனுக்கும், வீட்டுச் செலவுக்கு வேண்டியும், மருந்துச் செலவுக்கு வேண்டியும், பொண்டாட்டிக்குக் குடுக்க வேண்டியும், பக்கத்தில் பலிசைக்குக் கடனெடுத்துச் செலவு செய்தார். யார் வந்து கேட்டாலும் 'இல்லை' என்று சொல்லவும் மாட்டார். "நாடான், புள்ளய்க்கிக் கல்யாணத்த வச்சிட்டேன். சீட்டு புடிச்சா ரூவா கெடச்சயில்ல, எனக்கு எப்புடியாவது நூறு ரூபா பாத்து தரணும்" என்று கேட்டால், வேறெ ஆருகிட்ட யிருந்தாவது கடன் வாங்கிக் குடுப்பார். 'இண்ணு பட்டினி' என்று ஏமாத்தி ரூபா கடனாகக் கேப்பார்கள். இல்லையென்று சொல்லாமல் குடுப்பார். சந்தைக்குக் கொண்டுபோக ரூபாயில்ல, பத்து ரூவா தாருங்க, சந்தையிலெயிருந்து வந்த ஒடனெ தந்திருவெனெண்ணு சிலர் கேட்பார்கள். இப்படி, யார் கேட்டாலும் இல்லை எண்ணாது கொடுக்கும் கொடைவள்ளலாக இருந்தார்.

இவர் யாருக்கு எத்தனை ரூபா கடங்குடுத்தாலும், அதை வாங்குறது அவர் பொண்டாட்டியும் அந்தக் கடனை

அடைக்கிறது புருசனுமாக, கொடுக்கவும் வாங்கவும் செய்து வந்தார்கள்.

இவர் இப்படிப் பெருங்கொடைவள்ளலாய் அடப்பு விளை நாடான் என்ற பெயரோடு நடத்திவருகிறது, சாமி வீட்டு நாடான்மாருக்குப் பொறாமையை உண்டாக்கியது. வெளி ஊரிலுள்ள சிலரும் சன்னியாசி வேசத்தில் திரிகிற சிலரும் சாமி வீட்டு மத்த நாடானிடம் போய், "அய்யா உடுத்தத் துணியில்லை. ஒரு வேட்டி வாங்கித் தாருங்க" என்று கேட்டால், "யாங்கிட்ட பணமில்லெ, அன்னா தெரியுவு இல்லியா, அந்த ஊட்டுல போய் கேளு. அவென் வாங்கித் தருவான்" என்று வீட்டைக்காட்டி அனுப்பிவிடுவாராம்.

அந்தப் பண்டார வேசக்காரன் இங்கே வந்து, "அய்யா எனக்கு, உடுக்கத் துணியில்லெயெண்ணு சாமி ஊட்டு மூத்த நாடாங்கிட்ட போய்க் கேட்டேன். அந்தப் புண்ணியாளன் யாங்கிட்ட பணமில்ல எண்ணு சொல்லி, ஒங்க ஊட்டக் காட்டித் தந்து, போய் கேளு தருவானெண்ணு சொல்லிவிட்டார்" என்று சொல்லுவான். இப்படி வந்து கேக்கிறவர்களுக்கு இல்லை என்று சொல்லாமல் உடனே நல்ல புது வேட்டிகள் இருந்தால் குடுப்பார். இல்லாவிட்டால் ஒரு வேட்டிக்குள்ள ரூபாயைக் குடுத்துஅனுப்புவார்.

'கிடாதரம் உடைந்தால் கிண்ணிக்கு ஆகும். கிண்ணி உடைந்தால் என்னத்துக்கு ஆகும்' என்பதையும், 'விரலுக்குத் தக்க வீக்கமிருந்தால் குறையாகத் தெரியாது. விரலை மீறி வீங்கி விட்டால் ஆபத்து வரும்' என்பதைக் கொஞ்சமும் யோசித்துப் பாராமல், அளவுக்கு மீறின செலவுகளைச் செய்தும், அதனால் பொண்டாட்டிக்குப் பெரு லாபம் கிடைக்கும் வழியையும் தேடி நடத்தினார்.

இருமல்நோய் துரத்திக்கொண்டே இருந்தாலும், விடா முயற்சியாய் உழைத்துப் பாடுபட விரும்பினார்.

பறக்கை ஊரிலுள்ள வெள்ளாளனுக்குள்ள நிலம் ரெண்டு கோட்டை வெதப்பாடு ஒண்ணாச் சேர்த்துப் பயிருக்கு எடுத்தார். பாட்டக் கோட்டை நெல்லை வெள்ளாளனுக்குக் குடுத்து, மீதி வருகிற லாபத்தை எடுத்துக்கொள்ளும்படி பாட்டம் பேசி பயிர் செய்தார்.

பயிர் செய்வதற்கு வேண்டிய வேலையாள்களை வச்சி, பயிர் செய்யச் செலவுகளைத் தாராளமாய்ச் செய்து, அதற்கு வேண்டிய உரம், குளைகள் எல்லாம் விலைக்கு வாங்கிப் பயிரிட்டு, அறுத்து அடிச்சி, வைக்கலைப் படப்பு போட்டு, வீடு முழுவதும் நெல்குவியலாய்ப் போட்டு, பாட்டக்கோட்டை

நெல்லை வெள்ளாளனுக்கு நெல்லாகக் குடுக்காமல், கோட்டைக்கு இத்தனை ரூபாய் என்று கணக்காகி ரூபாயைக் குடுத்துக்கிட்டு, நெல்லை இவர்கள் மனம் போலச் செலவு செய்தும், பலிசைக்குக் கடனெடுத்தவர்களும் நெல்லுப் பலிசை குடுத்தும் நடத்தினார்.

நெல்லைப் பத்தாயத்தில் போட்டுவைக்கணும் என்று செல்லையா ஆசாரியும் அவரும் யோசனை பண்ணி, தட்டுக்கு மேலே பரண் கெட்டி, அதுக்குள்ளே நெல்லைப் போட்டுவைச்சி, மேலவீட்டுச் சமையல்பெரைக்குள்ளே அவசியத்துக்குச் சமயம் போல நெல் எடுக்கச் சொரி பலகை செய்துவச்சிருந்தார். அந்தச் சொரி கம்பை இழுத்துவிட்டால் தட்டுமேலே இருக்கிற நெல்லு கீழே சொரிந்துவிடும். நமக்குத் தேவையான அளவுக்குச் சிந்திய உடனே சொரிகம்பை உள்ளே தள்ளிவிட்டால், நெல் சிந்தாமல் செறுத்துக்கொள்ளும். இந்த முறையில் செய்துவச்சிருந்தார்.

இந்த முறை அவருடைய பொண்டாட்டிக்கு வசதியாய், எப்போ வேணுமானாலும் அவள் மனம் போல, நெல் எடுக்க நல்ல வசதி எண்ணிக் கொடுத்திருக்கிறார் என்பது எல்லாருக்கும் நல்லா தெரியவந்தது.

நெல்லு பத்தாயத்தில் போட்ட மூன்றாவது மாதம், சோத்துக்கு நெல்லு இல்லை என்று வந்ததாம். நான் அவிக்க நெல்லு வேணும் என்று சபாபதியின் தகப்பனாரிடம் கேட்டேன். அவர்கள் அண்ணா அவிக்க நெல்லு வேணுமாமென்று சொன்னார்கள். அதற்கு அவர் சொன்னார். "தங்கம், நான் இந்தப் பூ* ஆறு மாசமும் சாப்பாட்டுக்குக் காணும்படியாய்ப் பதினேழு கோட்டை நெல்லு பறணு கெட்டிப் போட்டு வச்சிருந்தேன். நாலுமாசம் ஆகவில்லை, நெல்லு இல்லை என்று வந்துவிட்டது" என்றுசொன்னார்.

தம்பி, "ஏன் அண்ணா, நெல்லு எங்க போச்சுது" என்று தமாசாகக் கேட்டார்கள். அவர், "எப்படி போச்சுதுண்ணு தெரியல்ல" என்று சிரிச்சுக்கொண்டே சொன்னார். "தட்டுக்கு மேலே நெல்லும், கீழே சொரி பலகையும் போட்டதுனாலே, பூமிக்குள்ளே சொரிஞ்சி மறஞ்சிபோச்சோ" என்று சொல்லிச் சிரிப்பார்கள்.

"ரெண்டு ஏக்கர் நிலத்தையும் பயிர் செய்வது கடினம். இனி பாதி நிலத்தை வேறே யாருக்காவது பயிருக்குக் கொடுக்கணும்" என்று மறு ஆலோசனை போட்டார்.

---

* பூ – போகம்

பிறகு அந்த நிலத்தைக் கோயில்விளை குணமுடயாருக்குப் (முக்காக் கோட்டை) பதினஞ்சி மரக்கா விதப்பு நிலத்தைப் பயிருக்குக் குடுத்தார். வைராவிளை இளையவர் என்பவருக்கு பத்து மரக்கா நிலமும், இவருக்குத் தன் சொந்தப் பயிருக்குப் பதினஞ்சி மரக்கால் நிலமுமாகப் பங்கு போட்டு, மூணுபேரும் தனித்தனியாய்ப் பயிர் செய்து, பாட்டக்கோட்டை நெல்லை இவருக்கு அவர்கள் குடுக்கும்படியாகப் பேசிப் பயிர் செய்தார்கள். இப்படி ரெண்டு பூ கழிந்தது. குணமுடையான் என்கிற பெயர் ரெம்ப நல்ல பெயராக இருந்தாலும், பூமாத்திவிளைக்காரியின் குணத்துக்கு சமமான குணமுடையவராகவே இருந்தார். ஒரு பூ பாட்டம் அளக்க வேண்டிய நெல்லைப் பாதி குடுத்தார். அடுத்த பூ நெல்லு வெளச்சலில்லை, ரூபாயைத் தருவே னென்றார். குணமுடையான் சொன்னதைக் கேட்ட வைராவிளை இளையவரும், நானும் ரூபாயைத்தான் தருவேனென்றார். தருவேனென்று சொன்னார்களே தவிர ரூபாயோ நெல்லோ கணக்காக்கி ஒரு பூவும் கொடுக்கவில்லை. இவர் கேட்டுப் பார்த்தார். பல காரணங்களைச் சொல்லிக் குணமுடையான் நகட்டிக்கொண்டேவந்தார். ரெண்டு பூ நெல்லும் பாக்கி விழுந்தது.

நெலத்துக்குச் சொந்தக்காரனான பறக்கை வெள்ளாளனுக்கு அடப்புவிளை நாடானும் பாக்கி போட்டார். அந்த வெள்ளாளன் எனக்குப் பாக்கி தீராமல் இனி வயலை நீங்கள் பயிர் செய்யக் கூடாது என்றும், இவ்வளவு நாளும் உள்ள பாக்கி ரூபாயும் இப்போதே தரவேணும் என்றும் கட்டாயப்படுத்தினான்.

அவனுக்குக் கொடுக்க வேண்டிய பாக்கி ரூபாய்க்குக் குடுக்க முடியாமல், பிள்ளையார்புரத்திலுள்ள சொத்தில் அவருக்கு உள்ள வீதத்தை ஆயிரம் ரூபாய்க்கு ஒற்றியாக எழுதிக் குடுத்தார். வயல் பயிரிடுகிற ஆசையும் அதோடு தீர்ந்தது.

இப்படியே கொஞ்ச நாள் கழிந்துவருகிற சமயம், எனக்கு வேலைபார்த்துவந்த லெட்சுமியும் வீட்டிலாகி, ரெண்டு மூன்று வருசம் ஆனது.

அவளும் தன் அதிகாரமாய் நடக்கத் துணிந்து நடந்தாள். இது எனக்குப் பிடிக்கவில்லை. அடிக்கடி சண்டை வந்து கொண்டே இருந்தது.

இந்தச் சமயத்தில் கெட்ட நடத்தைகளுக்கும் ஆளாகி வந்தாள். இதை அறிந்த நான் வீட்டிலுள்ளவர்களிடம் சொன்னேன். அவர்கள் நம்பவில்லை. கொஞ்சநாள் கழிந்ததும், அவர்கள்

தானாகவே இவளுடைய போக்கு பிடிக்காமல், இவள் நடத்தை கெட்டவள்தான் என்று அறிந்து, அவளைக் கலியாணம் பண்ணிக் கொடுக்க நினைத்து, முகிலன்விளை நாடாச்சியிடம் சொல்லி மாப்பிள்ளை பார்த்தார்கள். சம்மங்கரை ஊரில் ஒரு மாப்பிள்ளை பார்த்துப் பேசி முடிவுசெய்தார்கள்.

அவளுக்குக் கழுத்துக்கு அட்டியலும், கைக்குக் காப்பும் போட்டு வெங்கலப் பாத்திரங்களும் வாங்கிக் குடுத்து, கலியாணம் செய்து குடுத்தார்கள்.

லெச்சுமிக்குக் கலியாணங் கழிந்து கொஞ்சநாள் கழிந்ததும் பூமாத்திவிளையாள் முன்னாலே தனக்கு வேலைக்காரி வேணுமென்று கூட்டிவந்த தாயி என்கிற வேலைக்காரப் பிள்ளையை வச்சி நடத்த முடியாமல், கல்லுப்படி வீட்டில் அளத்தங்கரைக்காரிக்கு வேலை பார்க்க விட்டிருந்தாளே, அந்தத் தாயி என்பவளும் அங்கே நின்று வேலை பார்த்து வளர்ந்து சமஞ்சி இருந்தவளை, அந்த வீட்டுக்காரியான அளத்தங்கரை நாடாச்சி வேண்டாமென்று தள்ளிவிட்டாள்.

தாயி என்பவள் இங்கே வந்து பூமாத்திவிளைக்காரியிடம், என்னை சேத்துக்கிடுங்களென்று சொன்னாள். பூமாத்தி விளையாளும் அவளை வேண்டாமென்று சொல்லிவிட்டாள். அவளுக்குத்தான் தரந்தரமாய் ஆணும் பெண்ணுமான வேலையாள்கள் இருக்கிறார்களே, அதுக்கு மேலே இவள் எதுக்கு?

தாயி எங்கிட்டே வந்தாள். 'இங்கெ உள்ள வேலைகளை நாஞ் செய்துகிட்டு இருக்கேன்' என்று சொன்னாள். எனக்கு மனமில்லை.

'முன்னே பட்ட புண் முதுகினில் இல்லையோ, மோசம் போய் பின்னு ரோசமாச்சுதோ' என்று நினைத்தேன்.

"தாயி நீ எனக்கு வீட்டிலே நின்று வேலை செய்ய வேண்டாம். எனக்குள்ள வேலைகளைச் செய்தால், அதற்குள்ள சம்பளத்தைத்தாறேன். நீ பக்கத்து வீடுகளுக்கும் தண்ணி யெடுத்துக் குடுத்தும், நெல்லு குத்திக் குடுத்தும், கெடைக்கிறதை யும் நான் தாறதையும் கொண்டு, வெளியே இருக்கிற புரையிலே வச்சி பொங்கித் தின்னுக்கிட்டு, ராத்திரி வேணுமானால் இங்கேயே படுத்துக்கெ. ஒண்ணுஞ் சாப்பாட்டுக்கு இல்லாத நாளைக்கு நாஞ் சோறு தாறென்" என்று சொன்னேன். அவளுஞ் சம்மதித்தாள். சட்டி பானை எல்லாங் குடுத்தென். அதை எடுத்துக்கொண்டு போய் அந்த புரையிலே வச்சி அதிலே இருந்தாள்.

ரெண்டு வருசம் வரை இப்படி அந்தப் புரையிலே இருந்து வருகிற சமயம், கீழ ஊர் என்று சொல்லுகிற அனந்தசாமிபுரத்தி லுள்ள அனந்தபத்மநாபன் என்று பெயருள்ள ஒருவன் கூலி வேலை செய்து பிழைத்து வந்தவனின் பொண்டாட்டி, கைக்குழந்தையோடு வேறு ஒருத்தனோடே போயிட்டாள்.

அவள் போனபிறகு, அவன் வேறே கலியாணஞ் செய்ய வேணுமென்று பெண் பார்த்தான். இதை அறிந்து அடப்புவிளை மூத்த நாடான், நம்ம வீட்டிலே இருக்கிற தாயியை அவனுக்குக் குடுக்கலாமேயென்று நினைத்து, அவளுக்குச் சம்மதமிருக்குமா வென்று கேட்கச் சொன்னார். தம்பியாகிய சபாபதியின் தகப்பனார் என்னைத் தாயிடம் கேட்கச் சொன்னார்கள். நானும் தாயிடம் கேட்டேன். அவள் ஒங்களுக்கும் மூத்த நாடானுக்கும் சம்மதமானா எனக்கு சம்மதந்தானென்று சொன்னாள். உடனே இவர் கீழ ஊர் வைகுண்டத்தைச் சம்மந்தம் பேசச் சொன்னார்.

வைகுண்டம் போய்க் கேட்டான். அவனும் சம்மதித்தான். அவனுக்குள்ள சொந்த பூமியிலே நாப்பது சென்டு பூமி தாயி பேருக்கு எழுதிக் குடுத்து, ரெஜிஸ்தரில் போய் கலியாணம் செய்து கொள்ளச் சொன்னார். அவனும் அப்படியே சம்மதித்தான். பிறகு ஒரு வில்லுவண்டியை வாடகைக்குப் பிடிச்சி, தாயியும் அந்த மாப்பிள்ளையும், துணைக்கு ஒரு பொம்புளயும் வைகுண்டமும் சேர்ந்துபோனார்கள். செலவுக்கு ரூபாய் இவரே குடுத்து அனுப்பினார்.

அங்கே போய் இவள் பேருக்குச் சொத்து எழுதிக் குடுத்து, மஞ்சநூல் தாலியைச் செய்து, வண்டிக்குள்ளே இருந்து தாலி கெட்டினார்களாம். இப்படிக் கலியாணம் முடிந்து வீட்டுக்கு வந்து சந்தோசமாக வாழ்ந்துவந்தார்கள்.

புள்ளையார்புரத்திலுள்ள ஒரு விளையைப் பறக்கைக் காரனுக்கு பாட்டாக் கோட்டை நெல்லுக்குள்ள பணத்துக்கு ஒத்தியாகக் குடுத்த பிறகு, அதைச் சேர்ந்த இன்னும் ரெண்டு ஏக்கர் பூமியைப் பின்னக்காட்டுவிளை நாடானென்பவனுக்கு விலையாகக் குடுத்துவிட்டு, அவனுக்கு உள்ள ஒண்ணரை ஏக்கர் பூமியை இவர் விலையாக வாங்கினார். இன்னும் அரை ஏக்கருக்கு உள்ள ரூபாயைக் கொண்டு பரமார்த்தலிங்கத்துக்க வீட்டுப் பக்கமுள்ள கீழவிளையையும் விலையாக வாங்கினார்.

இந்த விளையிலுள்ள அனுபவத்தைப் பாட்டத்துக்குக் குடுத்து, ரூபாயை வாங்கி அனுபவித்துக்கொண்டிருக்கும் சமயம். பின்னக்காட்டுவிளை நாடானிடமிருந்து வாங்கின ஒண்ணரை

ஏக்கர் பூமியை இவர் விலையாக வாங்கினார். இன்னும் அரை ஏக்கருக்கு உள்ள ரூபாயைக் கொண்டு பரமார்த்தலிங்கத்துக்க வீட்டுப் பக்கமுள்ள கீழவிளையையும் விலையாக வாங்கினார்.

இந்த விளையிலுள்ள அனுபவத்தைப் பாட்டத்துக்குக் குடுத்து, ரூபாயை வாங்கி அனுபவித்துக்கொண்டிருக்கும் சமயம். பின்னக்காட்டுவிளை நாடானிடமிருந்து வாங்கின ஒண்ணரை ஏக்கருக்கும் வடக்குப் பக்கம் உள்ள அரை ஏக்கர் பூமி குடிமகன் சுந்தரமென்று சொல்லப்பட்டவனுடைய அண்ணன் தம்பிமாருக்குச் சொந்தமாயிருந்தது. அது சாமி வீட்டு மூத்த நாடானுக்கு ஒத்தி கொடுத்திருந்ததை, அந்தக் குடிமகனிட மிருந்து இவர் விலையாக வாங்கினார்.

பூமியை வாங்கினார், பணங் குடுக்கவில்ல. குடுக்க வேண்டிய ரூபாய்க்குப் பலிசை குடுத்து வந்தார்.

'கேடு வரும் பின்னே, மதி கெட்டு வரும் முன்னே' என்பது போல, இந்தக் குடும்பம் இவர்கள் ரெண்டு பேராலுமே கெட வேண்டி, பலனிருந்ததினால் இவருக்கு இப்படிப்பட்ட விபரீதமான புத்தியும் உண்டானது.

இப்படி ஒரு வருசங்கூடுதலாகப் பலிசை குடுத்துவந்தார். ஒரு மாசம் குடுக்கத் தவறினால் அந்த சுந்தரத்தின் தாய்க்காரி வந்து அழுவாள். "நான் கொடலுக்குத் தண்ணியில்லாம சொத்த வித்தேன். நீங்க பணமும் தராமே, உள்ள பலிசையும் நேரே தராம, எங்கள இப்புடிக் கட்டப்படத்துதியளே" என்று சொல்லி அழுவாள். இப்படியாகக் கொஞ்சநாள் கழிந்துகொண்டே வந்தது. பெறகு எப்புடியோ ரூபாயைக் குடுத்து முடித்தார்.

கடைக்காரர்கள் தொல்லை அதிகப்பட்டது. கொடையாளி என்ற பெயரோடு, கடனாளி என்ற பெயரும் வந்தது. இவர் கடனாளி என்ற பெயருக்கு வந்தார். அவர் பொண்டாட்டி முதலாளி என்ற பேருக்கு வந்தாள்.

இருமல் நாளுக்கு நாளாய் அதிகப்பட்டு, உடம்பு மெலிந்து, அழகு குறைந்து, முதுகு வளைந்து, பேச்சும் குறைந்து, தள்ளாடுகிற பருவத்துக்கு வந்துவிட்டார்.

36

இப்படித் தள்ளாடும் பருவத்தோடே பள்ளிக்கூடத்துக்கும் போய்க்கொண்டிருக்கிற சமயம், இன்னுமொரு விபரீதம் உண்டாச்சுது.

அரசாங்கத்திலிருந்து கரைக்காட்டுப் பக்கமுள்ள ஊர்களுக்கு ஹைஸ்கூல் கட்டி நடத்த, அந்த அந்த இடத்திலுள்ளவர்கள் மூன்று ஏக்கர் பூமியும் சர்க்காருக்கு விட்டுக்கொடுத்து, ஆறு ரூமும் கெட்டிக் குடுத்தால், அரசாங்கத்திலிருந்து பள்ளிக்கூடத்தை நடத்துவார்கள் என்று சொல்லுகிறார்கள். ஆகையால் நம்முடைய மணிகெட்டிப் பொட்டலுக்கும் கட்டாயமாக ஹைஸ்கூல் வேண்டுமென்று பொட்டலூரிலுள்ள சிலர் கூடி ஆலோசனை பண்ணினார்கள்.

இந்த அடப்புவிளை நாடானும், யேகாம்பரம், சாமி வீட்டு இளைய நாடான், கல்லுப்படி வீட்டு சின்னநாடான், பொட்டல்விளை நாடான், நயினா ஊர் நாடான் மகன் ஏஎஸ்ப்பீ* என்று சொல்லுகிறவர், இவர்களும் இன்னும் ஊரிலுள்ள சிலரும் சேர்ந்து நமக்குப் பள்ளிக்கூடம் கெட்டி ஆகவேணுமென்று நிச்சயப்படுத்தினார்கள்.

அந்தச் சமயம் சாமிவீட்டு இளைய நாடான் பள்ளிக்கூடம் கெட்டி ஏழாம் வகுப்பு வரை வச்சி, இவர் மேனேஜராக இருந்து நடத்திவந்தார். இப்படி இவர் நடத்திவருகிற பள்ளிக்கூடத்தோடு சேர்ந்த பூமி அவருடைய அண்ணன்மாரான மூத்தநாடானுக்கும், நடுவு நடானுக்கும் உள்ளது. அந்த வீதப் பூமியையும் இந்தப் பள்ளிக்கூடத் தோடே சேர்த்துப் பள்ளிக்கூடம் கெட்டினால் அதிகச் செலவு இல்லாமல் கெட்டிமுடித்துவிடலா மென்று ஆலோசனை செய்தார்கள்.

---

* ஏஎஸ்ப்பீ – காவல்துறை மாவட்டத் துணைக் கண்காணிப்பாளர். அக்காலத்தில் இது பெரிய உத்தியோகம்

இந்த விசயங்களை எல்லாம் சாமிவீட்டு மூத்த நாடானைக் கலந்து ஆலோசித்து முடிவு செய்யலாமென்று, எல்லாரும் மூத்த நாடானிடம் போய்ச் சொன்னார்கள்.

அவரும் ஆலோசனை பண்ணி, 'நீங்கள் சொல்லுவது போலச் செய்யலாம் நல்லதுதான்' என்றார்.

இவர்கள் அவரிடத்திலே, "நீங்களும் நடுவு நாடானும் உங்களுக்குள்ள பங்கு பூமியை சர்க்காருக்கு எழுதிக் குடுத்து, பள்ளிக்கூடங் கெட்டுவதற்குப் பண உதவியும் செய்யுங்கள்" என்று சொன்னார்கள்.

மூத்த நாடான் தன் பங்கு பூமியைக் குடுக்க மனமில்லாமலிருந்தாலும், அவர் தம்பி இளைய நாடானுக்கும் அவர்களுக்கும் நெருங்கிய சினேகமாய் இருப்பதினால் மறுத்துச் சொல்லாமல், பூமியும் தந்து பணமும் தருவதாகச் சம்மதித்தார்.

இவர்கள் எல்லாருக்கும் மெத்த சந்தோசம். பள்ளிக்கூடம் கெட்டிமுடித்துவிட்டது போல எல்லாருஞ் சந்தோசமாய், இனி நடுவு நாடானிடம் போவோமென்று, அவருடைய வீட்டுக்குப் போய், பள்ளிக்கூடம் கட்டுகிறதற்குப் பூமியும் பணமும் குடுக்கும் படி எல்லா விபரங்களும் தெளிவாகச் சொன்னார்கள்.

நடுவு நாடான் பதில் சொல்லுவதற்கு முன்னாலே, நடுவு நடாச்சியாகிய அந்த பெத்தமாத் தங்கம் வந்து எல்லா விபரங்களையும் கேட்டு அறிந்துகொண்டு, "நாங்க பூமியும் தரமாட்டோம், பணமும் தரமாட்டோம், எங்களுக்கு அந்த பள்ளிக்கூடத்துல எங்க புள்ளய படிச்சவச்சி உத்தியோகத்துக்கு போவயும் வாண்டாம், எங்ககிட்ட இருப்பத்தி ஒண்ணுங் கேக்கவும் கூடாது" என்று சொல்லிவிட்டார்கள்.

அடப்புவிளை நாடான் அந்தத் தங்கத்துக்கு வேண்டிய மட்டும் அறிவும் புத்தியும் தர்மமுறைகளையும் எடுத்துச் சொன்னார். எவ்வளவுதான் சொன்னாலும் அவர்கள் காது குடுத்துக் கேக்கவும் இல்லை. மனந்திரும்பவுமில்லை.

மூத்த நாடானும் இளைய நாடானும் நடுநாடான் பெண்டாட்டி தங்கமென்று சொல்லுகிற அந்த ஸ்ரீ நாராயணி அம்மாவுக்குப் பகையாளிகள், ஆனதினால் நாம் அவர்களோடு சேர்ந்து பள்ளிக்கூடம் கெட்ட பூமியுங் குடுக்கவேண்டாம். பணமும் குடுக்கவேண்டாம் என்று தீர்மானித்துவிட்டார்கள். அந்த வார்த்தைகளான தலையணை மந்திரங்களை எல்லாம் அப்படியே மனிதில் பதித்த நடுவு நாடானும், அண்ணனும் தம்பியும் தன்னிடம் ஒற்றுமை இல்லாதவர்களாயிருந்ததனாலும், பூமி குடுக்கமாட்டெனென்று உறுதியாய்ச் சொல்லிவிட்டார்.

அடப்புவிளை நாடானுக்கு நடுவு நாடான் பூமி தர மாட்டேனென்று சொன்னது கொஞ்சமும் பிடிக்கவில்லை. ஆனால் இவர்களுக்குள் நெருங்கிய சினேகமாய் இருப்பதனால், எப்படியும் சமாதானப்படுத்திப் பூமியை வாங்கிவிடலாம் என்று நினைத்தார். நாலைந்து நாளாக உபதேசம் வைத்து, பலவிதமாக எடுத்துச்சொன்னார். அவர் மனம் திரும்பவில்லை. தங்கத்துக்கு வேண்டும் மட்டும் அறிவுரைகளையுஞ் சொல்லி, "தங்கம், உங்களுக்குள்ளே உள்ள பகையைக் கொண்டு நீ இந்த விசயத்தில் தடை செய்யாதே. இது பரோபகாரம், பொது நலத் தருமம். நீ சம்மதிக்க வேணுமென்று" சொல்லிப் பார்த்தார். அவர்கள் முடியாதென்று மறுத்துவிட்டார்கள்.

இவர் இதோடு விடவில்லை. எப்படியாவது பூமியை வாங்குவேணுமென்ற ஒரே பிடிவாதமான ஆசையினால், மேலும் ஆலோசனை போட்டார். ஏன் இவருக்கு இந்த ஆசை? விதியின் விளையாட்டால் உண்டான ஆசைதான்.

ஆளூர் சாமியாருக்கும் நடுவு நாடார் குடும்பத்துக்கும் நெருங்கிய சிநேகமாய் இருப்பதினாலும், அவர் ஒரு சாமியாராய் இருப்பதினாலேயும், அவரைக் கூட்டிக்கொண்டுவந்து சரிப்படுத்திவிடலாம். அவர் சொன்னால் தங்கம் சம்மதிப்பாள் என்று நினைத்தார்.

சாமியார் வைஸ்ணவ முறையைச் சேந்தவர். இவர் சைவ முறையைச் சேர்ந்தவர். எந்த முறையைச் சேர்ந்தவராய் இருந்தாலும், ஒரு பக்தனென்று பெயரெடுத்தவராச்சே. பொது நலத்திற்குட்பட்ட தரும சிந்தை உள்ளவராகத்தானே இருப்பார் என்றும் இவரைப்போலவே தயாளுவாயிருப்பாரென்றும் நினைத்தார்.

ஆளூருக்குப் போய் சாமியாரைக் கண்டு, எல்லா விசயங்களையும் விபரமாக எடுத்துச் சொல்லி, மறுநாள் காலையில் கையோடே கூட்டிக் கொண்டு வந்தார். ரெண்டு பேருமாகச் சாமி வீட்டுக்குப் போனார்கள். சாமியார் வந்திருக்கிறார் என்று அறிந்ததும் இவர்களைச் சேர்ந்த தலைவர்களும் போனார்கள்.

நடுவு நாடாச்சியான தங்கம் சாமியாரைக் கண்டதும் ஓடிவந்து, அவரை வணங்கி அழைத்துக்கொண்டுபோய் உள்அறைக்குள் இருத்தி, அவருக்குப் பாதபூசை செய்து, கால் கழுவிய தீர்த்தத்தைத் தன் சிரசில் சூடி, அவருடைய பாதத்தில் விழுந்து நமஸ்கரித்து, உபசாரமான பூசை பண்ணி, பசியமர்த்திப் பக்கத்திலிருந்து, வந்த விஷயமென்னவென்று கேட்டார்கள்.

அவரும் வந்த விஷயத்தைத் தெளிவாய் எடுத்துச் சென்னார். நாடாச்சி அவர் சொன்ன விபரங்களை எல்லாங் கேட்டுக் கொண்டு, முடிவில் "நீங்கள் இந்த விஷயத்தைப்பற்றி எதுவும் எடுத்துப் பேசவேண்டாம். நாங்கள் பூமி குடுக்க மாட்டோம். மூத்த நாடானும் இளையநாடானும் எங்களை விரோதித்து நடக்கிறார்கள். அவர்கள் சேர்ந்துசெய்கிற காரியங்களில் நாங்கள் தலையிட மாட்டோம். நடுவு நாடானைப் பூமி குடுக்க எந்த விதத்திலும் நான் சம்மதிக்க மாட்டேன்" என்றும், அவரிடம் உபதேசிக்க வேண்டிய மந்திரங்களை எல்லாம் உபதேசம் பண்ணினார்கள்.

சாமியாரும் தங்கமென்று சொல்லுகிற அந்த ஸ்ரீ நாராயணி சொன்ன உபதேசத்தை நாராயண மந்திரமாக மனதில் பதித்துக் கொண்டார்.

இங்கேயுள்ள தலைவர்களெல்லாம் நடுவு நாடானிடம், நீங்கள் மறுத்துச் சொல்லாமல் பூமி குடுக்கத்தான் வேணும் என்று கட்டாயப்படுத்தி வாதாடிக்கொண்டிருக்கிற சமயத்தில், சாமியாரும் அறையை விட்டு எழுந்திருந்து சபையில் வந்து உட்கார்ந்தார். தங்கமும் வந்து ஒரு பக்கத்தில் உட்கார்ந்தார்கள்.

உடனே அடப்புவிளை நாடான் சாமியாரைப் பார்த்து, "நீங்கள் என்ன சொல்லுகிறீர்கள்" என்று கேட்டார்.

சாமியார், "நான் இதைப்பற்றி ஒன்றுஞ் சொல்லுவதற் கில்லை. அவர்கள் இஷ்டப்பட்டுத் தந்தால் நீங்கள் வாங்கிக் கொள்ளலாம். அவர்கள் குடும்பப் பகையாய் இருக்கிற சமயம் ஆகையினால் அவர்கள் சொல்லுவதை நாமளும் சம்மதிக்க வேண்டியதுதான்" என்று பேச்சை முடித்தார்.

சாமியார் சொன்னதைக் கேட்ட அடப்புவிளை நாடானுக்குக் கோபமும் வேகமும் உண்டானது.

சாமியாரைப் பார்த்து, "நீர் சொன்ன வார்த்தைகள் எங்களுக்குத் தெரியாமலா உம்மை நான் வந்து கூப்பிட வந்தேன். நீர் ஒரு பக்தனல்லவா. பக்தன்மார் பேசுகிற பேச்சு இதுதானா. தெய்வ பக்தனென்று சொல்லுகிறவர்கள் பொதுநலச்சேவைக்கு ஊழியஞ் செய்வார்கள். நீர் தன்னலவாதியாகப் பேசிவிட்டீர். நீர் பக்தனென்று சொல்ல யோக்கியதை உள்ளவரில்லை" என்று வேகமாகப் பேசினார்.

பக்கத்திலிருந்த தங்கம், "மாமா சாமியை இப்படி சொல்லப் புடாது. நெறத்துக்கெ. அவர் சாபம் போட்டுருவார்" என்று சொல்லி, சாமியாரைக் கூட்டிக்கொண்டு போய்விட்டார்கள்.

இவர் இன்னுங் கோபத்தோடே, “சாபம் போடுகிறதற்கு இவன் என்ன யோக்கியதை உள்ளவன். இவன் போடுகிற சாபம் யாரை என்ன செய்யும். இவனொரு பக்தனுமில்லை” என்று சொல்லிவிட்டு வெளியே வந்துவிட்டார். கூட்டமும் கலைந்து விட்டது.

கூட்டங் கலைந்த பிறகு, நடுவு நாடானும் நடுவு நாடாச்சியும் சாமியாருஞ் சேர்ந்து சில சதித்திட்டங்களைப் போட்டார்கள். ‘செட்டிமார்கள் கூடி இந்துக் காலேஜி என்று ஒரு கட்டடம் ஆரம்பித்து’ கட்டுகிறார்கள் அல்லவா. அதுக்கு நாமள் உதவி செய்யலாம். இந்தப் பள்ளிக்கூடத்தை இங்கே கட்டவிடக்கூடாது. இதுக்கு எதுப்பு நடத்த வேணும்’ என்று முடிவுசெய்தார்கள்.

சாமியாரைக் கொண்டு வந்தும் எண்ணம் நிறைவேறாமல் போன வருத்தம் எங்கள் தலைவரை விடவில்லை. எப்படியாவது பள்ளிக்கூடத்தைப் பொட்டலூருக்குள் கொண்டு வரவேணும் என்ற ஒரே பிடிவாதம் உண்டானது.

அடுத்த நாள் எல்லாருஞ் சேர்ந்து மூத்தநாடானிடம் போனார்கள். நேற்று நடந்த விஷயங்களை எல்லாம் எடுத்துப் பேசினார்கள். முடிவில் மூத்த நாடான் சொன்னார். நமக்கு அம்மங்கோவிலைச் சேர்ந்த ஊர் வகைப் பணம் ஆறாயிரம் ரூபாய் என்னிடம் இருக்கிறது.

இந்த ஆறாயிரம் ரூபாய்க்கும் பூமியை விலைக்கு வாங்கி, நாமள் ஒவ்வொருவரும் ஆளுக்கு ஆயிரம் கைப்பணம் போட்டு, பக்கத்து ஊர்களில் பிரிவு செய்தும் கிடைக்கிறதைக் கொண்டு பள்ளிக்கூடத்தைக் கெட்டலாம் என்று தீர்மானமாய் நிச்சயமாய் சொன்னார். இவர்களும் எல்லாரும் அவர் சொன்ன வார்த்தையைச் சம்மதித்து உறுதிப்படுத்தினார்கள்.

இப்போ மூத்த நாடான் சொன்னார். “இந்த மூணு ஏக்கர் பூமியும் நானுந் தரமாட்டேன். தம்பிமாரும் தரமாட்டார்கள். வேறே எங்கேயாவது பூமி கிடைக்குமானால் பாருங்கள்” என்றார். ஏகாம்பர நாடார் அவருடைய அண்ணனிடம் போய், “காட்டுப் பக்கத்து பூமியில் மூணு ஏக்கர் பள்ளிக்கூடத்துக்குக் குடுத்தால் நமக்கு ஆறாயிரம் ரூபா கிடைக்கும், குடுப்போம்” என்று சொன்னார். தமையனார், “பூமியுங் குடுக்கவேண்டாம், இங்கப் பள்ளிக்கூடமும் வச்சவேண்டாம். ஒங்கிட்ட பணம் இருக்குமுண்ணா வேறெ எங்கயாவது பூமி வாங்கி அங்க கொண்டு வை” என்று வெறுப்பாய்ப் பேசிவிட்டார்.

மற்ற குடும்பங்களில் மூணு ஏக்கர் ஒண்ணாகக் கிடப்புள்ள பூமி அதிகமாக ஒருவருக்கும் இல்லை. சிலருக்கு இருந்தாலும் அவர்களும் குடுக்கமாட்டேனென்றார்கள்.

இப்படிப் பூமி கிடைக்காததினாலே, பள்ளிக்கூடம் நம்ம ஊருக்கு வேண்டாமென்று வெறுத்து எல்லாருந் தள்ளி விட்டார்கள்.

இந்த அடப்புவிளை மூத்தநாடானுக்குப் பள்ளிக்கூடத்தைத் தள்ள மனமில்லை. எப்படியும் கொண்டுவந்தே தீரணும் என்ற ஒரே ஆசையினால், பூமியை நான் தாறேன் என்று ஒப்புக் கொண்டார். உடனே தலைவர்கள் எல்லாரும் சேர்ந்து, நீங்க பூமி குடுத்தால் அந்த ஆறாயிரம் ரூபாயும் உங்களுக்கே வாங்கித் தாறோம் என்று சம்மதித்தார்கள். எல்லாருஞ் சேர்ந்து பூமியைப் போய்ப் பார்த்தார்கள்.

முன்னாலே புள்ளையார்புரத்துச் சொத்தை விலை கொடுத்து ஒண்ணரை ஏக்கர் ஒண்ணாக வாங்கியிருந்ததும் அதோடு சேர்ந்த சுந்தரம் நாவிதனிடமிருந்து வாங்கின அரை ஏக்கரும் சேர்ந்து ரெண்டு ஏக்கர் ஒண்ணாகக்கிடந்தது.

அதோடு சேர்ந்து அரை ஏக்கர் பூமி மடத்துக்கடைக்காரன் என்று சொல்லுகிற கொள்ளைக்காரன் பூமி கிடக்கிறது, அதையும் வாங்கி, அதுக்கு அப்புறம் அரை ஏக்கர், அந்தப் பக்கத்திலுள்ள பாவப்பட்டவன் ரெண்டு பேருக்கு உள்ள வீதமும் சேர்த்து வாங்கலாம் என்று யோசனை பண்ணிக்கொண்டு, மடத்துக் கடைக்காரனிடம் போய்ச் சொன்னார். அவன் நான் விலைக்குத் தரமாட்டேன். பூமிக்குப் பூமி தந்தால் தாறேனென்று சொன்னான். இவர் நான் தாறேனென்று சொல்லி, இவருக்குள்ள மூளித்தட்டு என்று சொல்லுகிற விளை ஒட்டுமாந்தோட்டமாக இருக்கிறது. அந்த ஒட்டுமாந்தோட்டத்தில் பல ஜாதி ஒட்டு மாங்கண்ணுகளை நட்டு, மண்ணுவேலி போட்டு, கேறும் பூட்டும் போட்டு, தண்ணிவிட ஆளும் வச்சி, கட்டுங்காவலுமாய் பாதுகாத்து, கண்ணுகளெல்லாம் மரமாக வளர்ந்து பூத்துக் காய்த்துப் பலன் எடுத்து அனுபவித்துக்கொண்டிருக்கிற அந்த ஒட்டு மாந்தோட்டத்தை...

'கேடு வரும் பின்னே மதி கெட்டு வரும் முன்னே.' பருவ மடைந்து வீட்டிலிருக்கிற தனக்குச் சொந்தமான கன்னிப் பெண்ணைக் கடத்திக் கொண்டுபோக வந்த ஒருவனுக்குத் துணையாகயிருந்து உதவி செய்து, கடத்திவிட்டது போல, அந்த ஒட்டு மாந்தோட்டத்தைக் கொள்ளைக்காரனான அந்த மடத்துக்கடைக்காரனுக்கு எழுதிக்கொடுத்துவிட்டு, அவனுக்குச் சொந்தமாயிருந்த காட்டுப்பூமியை இவர் வாங்கி அந்த ரெண்டு ஏக்கரோடு சேர்த்தார்.

இன்னும் அதோடு சேர்ந்த பக்கத்திலுள்ள அரை ஏக்கர் பூமியையும் வாங்கி மூணு ஏக்கரையும் சரியாக்கி, அண்ணனும்

தம்பியும் சேர்ந்து பள்ளிக்கூடம் கட்டுவதற்காக சர்க்காருக்கு எழுதிக் குடுத்த சமயம், அந்த பூமியில் ஒரு அற்றத்தில்* நிக்கிற ஒரு பிலா மரமும், அதைச்சேர்ந்த முக்கால் சென்டு பூமியும் ஞாபகார்த்தமாக இவர்களுக்குச் சொந்தமாக வைத்துக்கொண்டு குடுத்தார்கள்.

பூமி எழுதிக்கொடுத்ததும், இனி பள்ளிக்கூடம் கட்ட பணம் பிரிவு செய்தார்கள். சாமி வீட்டு இளைய நாடான், ஏகாம்பரம் நாடார் மூத்த நாடான் எல்லாரும் ஆளுக்கு ஆயிரம் ஐநூறு என்று எடுத்தார்கள்.

பள்ளிக்கூடம் ஆரம்பித்ததும் பக்கத்து ஊர்களிலும் போய் பிரிவு செய்து, அதில் கிடைத்த ரூபாயையுங் கொண்டு கல்லு சுண்ணாம்பு முதலியவற்றைக் கொண்டுவந்து, கொத்தன் ஆசாரியையும் ஏற்பாடுசெய்து, வேலை ஆள்களையும் கூட்டி அஸ்திவாரம் போட்டுச் சுவரை வளர்த்து வேலை செய்தார்கள்.

மலையிலுள்ள தடிகளை வாங்கி அறுத்து, மேலே உள்ள பணிகளும் செய்துவந்தது. இப்படித் தீவிரமாய் வேலை நடந்து வந்தது. மேலும் அவரவர்களும் வெளியூர்களில் போய், அவர்களுக்கு வேண்டிய ஆள்களிடம், பள்ளிக்கூடங் கட்ட நன்கொடை கொடுங்களென்று பிரிவு செய்து, அதில் கிடைக்கிற பணத்தையுங் கொண்டு வேலைகளை நடத்திவருகிற சமயம்.

மூத்தநாடான் பூமி வாங்க ஊர்வகைப் பணத்தைத் தருவேனென்று சொன்ன ஆறாயிரம் ரூபாயும் வாங்க வேணும் என்று, எல்லாரும் சேர்ந்து மூத்த நாடான் வீட்டுக்குப் போய் கேட்டார்கள்.

'நான் ஊர்வகைப் பணத்தை இப்போ தரமாட்டே னென்று' சொன்னார்.

ஊர்த் தலைவர்கள் சேர்ந்து, 'பள்ளிக்கூடங் கட்ட பூமிவாங்கினால் ஊர்வகைப் பணத்தைத் தருவேனென்று உறுதியாகச் சொன்னீரே. இப்போ ஏன் தரமாட்டேனென்று சொல்லுகிறீரென்று' கேட்டார்கள்.

அவர் சொன்னார். "நானிப்போ பணத்தை உங்களிடம் தந்தால், என்தம்பி நடுவு நாடான் கேஸ் போடுவேனென்று சொல்லுகிறான்" என்றார்.

இவர்கள் சொன்னார்கள், "அவர் அப்படி கேஸ் போட்டாலும் ஊர்ப் பணம் எல்லாருக்கும் பொதுவாக உள்ளது தானே. நாங்களெல்லாரும் தனித்தனியே கைஎழுத்துப் போட்டுத்

---

* அற்றத்தில் – ஓரத்தில்

தாறோம். நீர் பயப்படாமல் பணத்தைத் தாரும். கேஸ் வந்தால் நாங்கள் நடத்துவோம். அதைப்பற்றியப் பயங்கரம் உமக்கு வேண்டாம். எல்லாருஞ் சாச்சி சொல்லுவோம்" என்றார்கள். அவர் தரமாட்டேனென்று மறுத்துச் சொல்லிவிட்டார்.

இவர்கள் எல்லாரும் ஏக்கங்கொண்டு, மன ஆக்கங் குறையாமல், ஊக்கத்தோடு, பள்ளிக்கூடத்தைக் கட்டி முடிவு செய்தபிறகு, பணத்தைப் பற்றி வாதாடலாம். இப்போ உங்களுக்குப் பூமிக்குத் தர வேண்டிய பணத்துக்காக நாங்கள் ஆளுக்கு ஆயிரம் ரூபாயாகப் பங்குக்குப் போட்டு, மொத்தம் நாலாயிரம் ரூபாய் கணக்குப் பண்ணி, யேகாம்பரம் ஆயிரம், அடப்புவிளை நாடானும் ஆயிரம், என்று நாலாயிரத்தில் அடப்புவிளை நாடானுக்குள்ள ஆயிரம் போக நாங்கள் மூணு பேரும் மூவாயிரம் தாறோம் என்று சொன்னார்கள். இவருக்கு அந்தத் தொகையை வாங்க விருப்பமில்லை.

'எனக்குத் தந்தால் முழுத்தொகையுந் தாருங்கள், இந்த மூவாயிரமும் வேண்டாமென்று' சொல்லிவிட்டார்.

'அவர்கள் அப்படியானால் எல்லாம் பள்ளிக்கூடம் கட்டி முடித்தபிறகு கேஸ் போட்டு இந்த ஆறாயிரத்தை வாங்கித் தருகிறோம்' என்று நெறுத்தி வச்சிவிட்டு, பள்ளிக்கூடத்தைக் கட்டிமுடிக்க முடிவுசெய்து, மேலும் பணப்பிரிவுக்கு வெளி ஊர்களுக்குப் போனார்கள்.

மூத்தநாடான், நான் பணங் குடுப்பென். இவன் வாங்குவானா என்று சொல்லிக் கிண்டலாகத் தலையை அசைத்தாராம்.

இவர்கள் இப்படி பிரிவு* செய்யப்போகிற இடங்களில் எல்லாம், நடுவு நாடான் அவருக்கு வேண்டிய ஆள்களோடு போய், வீடுவீடாய், இந்து காலேஜி கட்டுகிறதற்கு பணம் பிரிக்க வந்தோம். நன்கொடை கொடுங்கள் என்று கேட்டார்.

பணங்கொடுக்கிற வெளிஊரார்களெல்லாம், இது என்ன விளையாட்டென்று வேடிக்கை பார்த்தார்கள். ஒரு ஊருக்குள் ரெண்டு விதமான பிரிவு.

இப்படி ரெண்டு பிரிவாய்ப் பணம் பிரிக்கக் காரணம் என்ன என்று கேட்டார்கள்.

அதுக்கு நடுவுநாடான் சொன்னாராம். "அந்தப் பயக்க ளெல்லாம் வெட்டையில** முக்குளிச்சிக்கிட்டு திரியியானுவ. நீங்க ஒருத்தரும் அவனுவளுக்கு பணங் குடுக்க வேண்டாம்.

---

* பிரிவு – வசூல்

** வெட்டையில – வரண்டு இறுகிப்போன செம்மண் பூமி, பயனற்றது

நாங்க இந்துகாலேஜிக்கு ஒரு ஷெயர்* சேர்ந்து பணம் பிரிச்சிக் குடுக்கிறோம். அதுதான் நமக்கு வேண்டியது. நம் புள்ளை யளுக்குக் கஷ்டமில்லாம போய் படிச்சிக்கிட்டு வர நல்ல வசதியா யிருக்கும். நீங்க எல்லாரும் எனக்குப் பணந் தாருங்களென்றும், இந்தப் பயலுக, பள்ளிக்கூடங் கெட்டுயத நான் பாத்திருவேன்" என்று பாசை** கூறி, ஊர் ஊராய் இடத்துக்குப் போய் பணப்பிரிச் செய்தார்.

இவர்கள் போய் பணங் கேக்கிற சமயம் வீட்டிலுள்ளவர்கள், அய்யா ஒரு ஊருக்குள்ளேயிருந்து ரெண்டு பிரிவாக நீங்க பணம் பிரிச்சா எப்புடித் தரமுடியும்? நடுவுநாடானுக்கு நாங்க குடுத்தாச்சி. இனி உங்களுக்குத் தர முடியாதென்று சொன்னார்கள். இவர்களுக்கு நொந்த புண்ணில் வேலெடுத்து இடித்தது போலாச்சுது.

பணப்பிரிவு இல்லை என்று போச்சுது. என்ன செய்வார்கள் பாவம். பணமில்லாமல் வேலை முடங்கிக் கிடந்தது. அவரவராய் ஓய்ந்துவிட்டார்கள். அடப்புவிளை நாடானுக்கு ஒரே ஏக்கமாச்சுது.

நாமள் பூமியை அரசாங்கத்துக்கு எழுதிக்குடுத்தும், பள்ளிக்கூடத்தைக் கட்டத் துடங்கி, வேலை நடத்தி, இவ்வளவுக்குக் கொண்டுவந்தும், இனி இதைக் கட்டிமுடிக்காமல்விடப் போவ தில்லை என்ற பிடிவாதம் உண்டாச்சுது.

நாள்வழியே கடனெடுத்து, பாதித்தொகையும் தேவடியாளுக்கு கொடுத்துக் கெட்டவர் போல, பொண்டாட்டிக்கு இறைத்துவிட்டு கடன்காரனாயிருப்பவர், இனி பள்ளிக்கூடத்தை எப்படிக் கட்ட முடியும்? எப்புடித்தான் கட்டுகிறாரென்று பார்ப்போம்.

இந்தப் பள்ளிக்கூடத்துக்குப் பூமி குடுக்கிற சமயம், இவர்களுக்கு தன் சொந்த பூமி என்கிற ஞாபகத்துக்காக ஒரு பிலாமரமும், அந்த மரத்தைச் சுற்றி உள்ள முக்கால் சென்டு பூமியும் தனக்குச் சொந்தமாக ஒதுக்கிவிட்டிருந்தாரே தவிர, வேறே பூமி கொடுத்ததற்காகப் பள்ளிக்கூடத்தில் யாதொரு வித அடையாளமோ, பெயரோ கிடையாது.

அப்புறம், மற்ற எல்லா மரங்களையும் தறித்து*** நிலைக்கம்பு ஜன்னல் கம்பு, கதவுகளுக்கு வேண்டிய பலகைகளாக அறுத்து எடுத்தார்கள். அதிலுள்ள நல்ல பலகைகளையும் கம்புகளையும் இளையநாடான் தன் சொந்த அவசியத்துக்கு ஆகக்கூடிய

---

*   ஷெயர் – பங்கு
** பாசை – சவால்
*** தறித்து – கோடாரியால் வெட்டி

கவலை

தெல்லாம் கொண்டு அவருடைய வீட்டிலே வச்சிக்கிட்டு, இதெல்லாம் இங்கே இருக்கட்டும். அவசியப்படும்போது எடுக்கலாம் என்று சொல்லி அவரே எடுத்துக்கிட்டார்.

இந்த அடப்புவிளை நாடான் அந்த மூணு ஏக்கரிலும் இளங் கண்ணுகளாக நின்ற வேம்பு வாகை மரக்கண்ணுகளைப் பிடுங்கிக் கொண்டு வந்து, கீழவிளையிலும் வீட்டடி விளையிலும் நட்டு, தண்ணி விட ஆளும் வச்சி, இதற்காகவும் வேறே கொஞ்சம் ரூபா செலவு செய்து நஷ்டப்படுத்தினார். அதிலும் ஞாபகத்துக்கு வேண்டி கீழவிளையில் ஒரு வாகை மரம் மட்டும் பிழைத்தது. மீதி எல்லாம் பட்டுப்போச்சு.

ஒரு பிலாங் கண்ணை மூட்டோடுத்* தோண்டி, ஒரு வேரை விட்டு, மத்த வேரையெல்லாம் வெட்டிவிட்டு, திரும்ப மண்ணைப் போட்டு மூடி, தண்ணிவிட்டு, திரும்ப அது இளம்வேர் விட்ட பிறகு, அதைப் புடுங்கிக்கொண்டுவந்து வீட்டு முன்பக்கம் நட்டு, உரம் போட்டு தண்ணிவிட்டுப் பாதுகாத்து வந்தார். அது பிழைத்தது. பலனில்லாத மரமாகவும், பகையாளியி னுடைய பகைக்குள்ளாகிக் கஷ்டப்பட்டுக் கொண்டும், பேட்டு** மரமாக இப்பவும் நிற்கிறது. இதுகளெல்லாம் முன்செய்த வினைப்பயன் என்றே சொல்லலாம். செலவு இதுகளுக்காக எவ்வளவோ ரூபாய் செய்தார். ஒன்றிலும் பலனில்லை. இதனால் ஒரு பெருமையும் இல்லை. இதுபோக நின்ற மரங்களை எல்லாம் வெட்டி, விறகு விலைக்கு வித்து வேலைச்செலவுக்குக் கொடுத்தார்கள். பள்ளிக்கூடம் வேலை முடியாமல் கிடந்தது.

கொஞ்ச நாள் கழித்து இவரைச் சேர்ந்தவர்களெல்லாங் கூடி வேலை முடிப்பதற்கு ஆலோசனை போட்டார்கள்.

அதில் ஏகாம்பர நாடார் சொன்னார். நான் என் சொந்தச் செலவிலேயே ஒரு ரூம் கட்டுகிறேன்.

அவர் சொன்னது போல ஒரு ரூம் கட்டி அவருடைய பேரையும் போட்டு வேலையை முடித்தார்.

இதுக்கு முன்னே வேலை தொடங்கி முடியாமல் இருக்கிற மற்ற ரூம் எல்லாம் வேலை குறை தீர்க்க யாரும் கையேற்க வில்லை.

இந்த அடப்புவிளை நாடான் ஒரே பிடிவாதமாக நம்மச் சொந்த செலவுலேயே எல்லா வேலைகளையும் முடிக்கவேணு மென்று தீர்மானம் போட்டார். அதுக்காகச் சொத்துகளை

---

* மூடு – அடிமரம்

** பேட்டு மரம் – பொந்து விழுந்த மரம், உள்ளீடற்றது

எல்லாம் மேலும் மேலும் விற்றும் ஒத்தி குடுத்தும், பணத்தைச் சேர்த்து வேலை நடத்தினார். புள்ளையார்புரத்திலுள்ள புரயிடத்தப் பறக்கைக்காரனுக்குத் திரும்பவும் ஆயிரம் ரூபாய் கூடுதலாக வாங்கிக்கொண்டு ரெண்டாயிரத்துக்கு மறுஒத்தி குடுத்தார்.

வண்டிமாடு வச்ச சமயம் குடுக்கவேண்டிய கடத்துக்கு ஒத்தி குடுத்த பணிக்கந்தட்டை* திரும்ப ஆயிரம் ரூபாயாக்கி, அந்த ரூபாயும் வாங்கினார். ஈத்தாமொழி ஊரில் காய்க்கும் பருவத்தில் இருந்த தென்னந்தோப்பையும் விலைக்குக் குடுத்தார்.

எனக்கு என் தகப்பனார் முதலாவது ஒரு தென்னம்புர யிடத்தை ஒத்தி தந்திருந்தார். கொஞ்ச நாளைக்குப் பிறகு அதை அவரெடுத்துக்கிட்டு, வேறே ஒரு நிலத்தை விலையாகக் தந்திருந்தார்.

அந்த நிலத்தை விலைக்குக் குடுக்கச் சொன்னார். நான் குடுக்க மாட்டேனென்று சொன்னேன். அதுக்குப் பலவிதமான நியாயங்களைச் சொன்னார்கள். அண்ணனும் தம்பியுமாகச் சேர்ந்து, என் தகப்பனாரும் கூடவே சேர்ந்து வெலை பேசினார்கள்.

"ஒனக்க இந்த வயலுக்கு வேற வயலு, நம்மச் சொந்த நெலம் ஒத்தியிலே இருக்கிறத, இந்தப் பணத்தக் குடுத்து அந்த ஒத்தியத் திருப்பி ஓம் பேருக்கு எழுதித் தாறோம். ஓம் பணத்த நாங்க ஏமாத்திப் போடுவோம் எண்ணி நீ பயறாதே" என்று ஆணையும் சத்தியமும் செய்து எழுதிக் குடுக்கச்சொல்லி, வண்டியைக் கொண்டு முத்தத்திலே உட்டுக்கிட்டு, புறப்படு என்று ஆணைக்கு மேல ஆணையிட்டு என்னைக் கூட்டிக்கிட்டுப் போய் கையெழுத்துப் போடச் சொன்னார்கள்.

நானும் நடக்கிறதெல்லாஞ் செறப்புத்தான் என்று விலையாக எழுதிக் குடுத்துக்கிட்டு வந்தேன். அந்த ரூபாயைக் கொண்டு குஞ்சம்விளை பத்துக்குள்ளே ஆறு மரக்காக வெதப்பாடு இவர்களுக்குள்ள சொந்த நெலத்தை, ஆயிரம் ரூபாய்க்கு ஒத்தியிலிருந்ததை திருப்பி, எனக்கு ஆயிரத்தி ஐந்நூறு ரூபாய்க்கு ஒத்தியாக எழுதித் தந்தார்கள். தந்துவிட்டு இந்த அடப்புவிளை ஐந்நூறு ரூபாய்க்கு ஆத்திக்காட்டு விளை தாவீது வாத்தியாருக்கு ஒத்தியாகக் குடுத்து, இந்த வீட்டடி தட்டுப்புரயிடத்திலுள்ள அனுபவத்தை இவர்களே எடுக்கவும், எனக்கு ஒத்தி எழுதித் தந்த வயலை அவர் பயிர் செய்து அனுபவிக்கவும் குடுத்துவிட்டார்கள். எனக்கு அதில் ஒன்றுமில்லாமல் போச்சு.

---

* பணிக்கந்தட்டு - ஒரு தோட்டத்தின் பெயர் புரையிடம், தட்டு, விளை என்றும் சொல்லுவார்கள்

கவலை

முகிலன்விளை நாடாச்சி காலம் பூராவும் சீட்டு வச்சி நடத்தி, அதிலெ கெடைக்கிற லாபத்தைக்கொண்டு தன் சொந்த செலவு கழித்து வந்தவர்.

அந்தச் சீட்டுகள் எல்லாம் இனி நம்ம ரெண்டு பேரும் சேர்ந்து நடத்தி, அதிலெ கெடைக்கிற லாபத்தை நம்ம ரெண்டு பேரும் பங்கு போட்டு எடுக்கணுமென்று முகிலன்விளைக்காரர் களைச் சமாதானப்படுத்தி, அவர்களும் அதுக்குச் சம்மதித்து, அதிலெ கெடைக்கிற லாபத்தை முயிலன்விளை நாடாச்சிக்கிக் குடுக்காமலே இவர் எடுத்தார்.

அந்தச் சீட்டில் சேர்ந்த சிற்றாளன்மார்கள்* சீட்டு புடிச்சாலும், அந்தப் பணத்துக்குப் பலிசை தாறேனென்று நோட்டெழுதிக் குடுத்து, அந்த ரூபாயும் எடுத்தார். அதையும் பள்ளிக்கூடம் கட்டடச் செலவு செய்தார்.

நானும் அந்தச் சீட்டுலெ ஆயிர ரூபாய்க்கு ஒரு சீட்டு சேர்ந்திருந்தேன். அந்த ரூபாயும் அதோடு போச்சு. அம்மங்கோவில் ஊர்வகைப்பணம் ஆயிரத்தி நானூறு பலிசைக் கடனாக பத்திரமெழுதிக் குடுத்து வாங்கினார். கைப் பெரட்டாக அம்பது நூறு என்று வாங்கினது வேறே. எல்லாமே பள்ளிக்கூடம் கட்டடச் செலவாச்சிது.

சபாபதியின் தகப்பனார், அண்ணனை அறியாமல் பூலியக் குறிச்சி ஊரிலுள்ள ஒருவர் இவர்களோடு வேலை பார்த்து வருகிறவரிடம் ஆயிரம் ரூபாயில் ஒரு சீட்டு சேர்ந்து நடத்தி வந்ததையும் எப்படியோ அறிஞ்சி, அதையும் புடிச்சி அந்த ரூபாயும் அவரோடு சேர்ந்தது.

கீழவிளையை இருநூத்தி அம்பது ரூபாய்க்கு ஒத்தி குடுத்திருந்தார்.

இப்படி எங்கெங்கெல்லாம் எடுக்க வழி உண்டோ அங்கெங்கெல்லாம் நுழைஞ்சி பணத்தைச் சேகரித்தார்.

இவர் பணத்துக்காக அலைந்துதிரிகிற சமயம், ஒருநாள் நடுவு நாடான் மகன் ராஜா என்பவன் அடப்புவிளைக்கி வந்தான். வீட்டில் ஒருவரும் இல்லாத சமயம், நான் மட்டும் இருந்தேன்.

அவன் என்னைப் பார்த்து, "மய்னி மூத்தண்ணனும் எங்க எளயய்யாவுஞ் சேந்து பள்ளிகூடங் கெட்ட வேல தொடங்கி, ஆகாயத்துலெ அந்தக் கரைக்கி ரெண்டு கை, இந்த கரைக்கி

---

* சிற்றாளன்மார்கள் – உறுப்பினர்கள்

ரெண்டு கை போட்டு உட்டுருக்காவுளே, இனி போடுகிற கைக்கி, மூத்த அண்ணனுக்க கை ரெண்டும், எளய அய்யாவுக்க கை ரெண்டையும் மொறச்சிப் போட்டு வேல முடிப்பாவுளோ" என்று சொல்லிக்கொண்டே சிரிச்சி கையைக் கொட்டிக் கூத்தாடினான்.

ஆனால் இந்தப் பள்ளிக்கூடத்தைக் கட்ட எவ்வளவோ கஷ்டப்பட்டு, நஷ்டப்பட்டு, உடல் வருந்திக் கட்டுன பள்ளிக்கூடத்தில், அந்த ராஜா என்பவன், இப்போது இந்தப் பள்ளிக்கூடத்தை எங்க குடும்பத்தார்கள் கட்டினார்கள் என்றும், இதற்குத் தலைவர் நான்தான் என்றும் சொல்லி, பள்ளிக்கூடத்திலுள்ள கூட்டங்களுக்கும் கொண்டாட்டங்களுக்கும் அவனே போய் தலைமை வகித்து நடத்துகிறான். அன்று சிரித்தவன், இன்று நான்தான் தலைவன் என்று சொல்லி நடத்துகிறான்.

சாமி வீட்டு மூத்த நாடான், "நான் பணங் குடுப்பேன், அவன் வாங்கி அவனுக்குள்ள கடத்தத் தீத்துக்கிட்டு, கையை வீசி நடக்கலாமெண்ணு பாக்கிறானோ. நாங் குடுப்பேன் அவன் வாங்குவானோ" என்று சொன்னார்.

இந்தப் பள்ளிக்கூடத்தைக் கட்டுவதற்காகப் பாடுபட்ட இவருடைய பெயரோ இவருடைய சந்ததியில் உண்டான பிள்ளையின் பெயரோ அந்தப் பள்ளிக்கூடத்தில் காணவில்லை. பள்ளிக்கூடத்துக்குப் பூமி யார் குடுத்தது, பள்ளிக்கூடம் கஷ்டப் பட்டுக் கட்டினது யார் என்ற பேர் மறந்தது, தருமம் தாழ்ந்தும், அதர்மம் மேலோங்கியும் நிற்கிறது. அன்றும் பகையாளி, இன்றும் பகையாளியாகப் பிள்ளைகளுக்குள்ளேயும் நடந்துவருகிறது.

இப்படிச் சிரிப்பும், கைகொட்டும், பரிகாசமான பேச்சுகளும் ஊரெங்கும் நடுநாடான் மூத்தநாடானையும் சேர்ந்தவர்களெல் லாம் சொல்லிச் சிரித்து, பரிகாசஞ் செய்துகொண்டிருந்தார்கள்.

இந்த அடப்புவிளை நாடான் இவர்கள் சொல்லுவதை யெல்லாங் கேட்டு, இவர் ஒரே பிடிவாதமான புத்தியோடு, கிடைக்கிற பணத்தைக் கொண்டு கொஞ்சங் கொஞ்சமாக வேலைகளை நடத்தி, ரெண்டு வருசமாகப் பாடுபட்டு, விடா முயற்சியினால் மூன்றாவது வருசம் வேலையை முடித்தார்.

வேலை முடிந்ததும், பள்ளிக்கூடம் வருசக் கடேசி லீவு முடிந்து, பள்ளிக்கூடம் திறக்கும் சமயமும் வந்ததினால், பிள்ளை களைச் சேர்த்து பதினொராவது வகுப்பு வரை வைத்து, அரசாங்கத்திலிருந்து வாத்திமார்களையும் வச்சி, சிவம்பிள்ளை என்பவர் தலைமை ஆசிரியராக இருந்து பள்ளிக்கூடத்தில் பாடம் நடத்திவந்தார்.

கவலை

இந்த அடப்புவிளை நாடானுக்குக் குடும்பத்துச் சொத்துகள் போனதும், மேல்கொண்டு பலிசைக்கு எடுத்த கடன்களும் தன்னை உபத்திரவப்படுத்துவதைப் பொருட்படுத்தாமல், பள்ளிக்கூடம் நிறைவேறிப் பாடம் நடத்துவதற்கு வந்துவிட்டதே என்ற சந்தோசம், மெத்த மெத்த சந்தோசம் உண்டானது.

இந்தப் பள்ளிக்கூடத்தை இவ்வளவு கஷ்டப்பட்டுக் கட்டினார் என்று ஞாபகார்த்தமாக ஒரு பெயர் கூட வைக்கவில்லை. இவர் அதைப்பற்றிக் கவனிக்கவுமில்லை.

37

பள்ளிக்கூடத்துக் கதவுகளுக்கும், ஜன்னல் களுக்கும் பலகை அடைக்கவேண்டிய வேலை கொஞ்சங் குறையாக இருந்தது. அதுக்கு இரும்புச் சாமான்கள் வாங்கவேண்டியிருந்தது.

அதுக்காக எப்படி எல்லாமோ கொஞ்சம் பணத்தைச் சேர்த்துக்கொண்டு திரிந்தார். தன் உடல்பலம் குறைந்து, பேசுவதற்கும் சக்தி இல்லாத நிலையில், இருமலையும் தாங்கிக்கொண்டே தள்ளாடி, பள்ளிக்கூடத்தில் வாத்தியாராக வேலையும் பார்த்து பிள்ளைகளுக்குப் பாடஞ் சொல்லிக் குடுத்துக்கொண்டிருந்த சமயம், இரும்புச் சாமான் வாங்குவதற்காக ஒரு நாள் ஒரு ஆளையும் துணைக்குக் கூட்டிக் கொண்டு கோட்டாத்துக்குப் போனார்.

போய், வாங்க வேண்டிய சாமான்கள், விசிறி, கொண்டி, ஊக்குப்பட்டை, பூட்டு, சாவி, ஆணி வகைகள் எல்லாம் வாங்கி, கூடிப் போயிருந்த ஆளிடம் குடுத்து அனுப்பிவிட்டு, நடந்து வரக் கழியாமல் ஒரு கடைத் திண்ணையில் உக்காந்திருக்கும் சமயம், வயித்துப்பசியும் வருத்தப்படுத்தியது.

இவருக்கு வாழ்நாள் முடிந்துவிட்டது என்பதை அறிந்த யமகாலனும், இவரைத் தொடர்ந்து பாசக் கயிறான வலையை வீச ஆயுத்தமாக நின்றா னென்று சொல்லும்படியாய், வயித்துப்பசியினால் தளர்ந்திருக்கிற சமயம், ஒரு இடைச்சி வெண்ணெய் வித்துக்கொண்டிருக்கிறதைக் கண்ணில் கண்டார்.

பசுவின் வெண்ணெய் இருக்கிறதாவென்று அவளிடம் கேட்டார்*. ஆனால் அந்தச் சமயம் அவளிடம் பசு வெண்ணெய் இல்லை. எருமை

* பழம், பால், தயிர், வெண்ணெய் தவிர வெளியே எதுவும் சாப்பிடமாட்டார்.

வெண்ணெய்தான் இருந்தது. அந்த யமகாலனுக்கு உதவியாகக் கூடநின்ற சனி தேவன் அந்த இடைச்சியின் புத்தியை மாத்தி விட்டானென்று சொல்லுபடியாய், அவள் பசு வெண்ணெய் இருக்கிறது என்றாள்.

இவர் ரெண்டு ரூபாய்க்கு வெண்ணெய் வாங்கினார். அவள் பசு வெண்ணெய் என்று எருமை வெண்ணெயைக் குடுத்தாள். அவர் பசுவின் வெண்ணெய்தானென்று நினைத்துத் தின்றார்.

தின்றுவிட்டு, நடந்து பள்ளிக்கூடத்தில் வந்துசேர்ந்தார். வந்து சேர்ந்தும் சேராமலுமாயிருக்கையிலே, இவருக்கு புத்திக்கு மாற்றமுண்டானது.

மற்ற வாத்திமார்களிடத்தில் பேச்சுகளை வித்தியாசமாகப் பேசினார். அந்த வாத்திமார்கள் இதென்ன இவர் இப்படி விபரீதமாப் பேசுகிறார் என்று ஹெட்மாஸ்டரிடம் கூட்டிக் கொண்டுபோய் இருக்கச்செய்து, பதிவு புக்கில் கைஎழுத்து போடச் சொன்னார்கள். இவர் புத்திக் குழப்பத்தினால் சிரித்துக் கொண்டே, “இண்ணு முதல் பள்ளிக்கொடத்துக்கு எனிமேல் ஒரு நாளும் வரமாட்டேன்” என்று சொல்லிவிட்டுக் கைஎழுத்துப் போட்டார்.

இவர் இருக்கிற காட்சியைப் பார்த்த வாத்திமார்கள், சபாபதியைக் கூப்பிட்டு வீட்டுக்குக் கூட்டிக்கொண்டு போகச் சொல்லி அனுப்பினார்கள். ஒரு கையில் ஒரு கம்பை ஊனிக் கொண்டு, ஒரு கையைச் சபாபதி பிடித்துக் கூட்டிக்கொண்டு வந்து வீடு சேர்ந்தார்.

சபாபதி அந்தப் பள்ளிக்கூடத்தில் முதலாவது துவக்கின பதினொராவது வகுப்பில் படித்துக்கொண்டிருந்தான்.

வீடு வந்து சேர்ந்ததிலிருந்தே அவர் வாயில் வந்தவா றெல்லாம் புலம்பிக்கொண்டே இருந்தார். இதைப்பற்றிய விபரம் ஊரிலுள்ளவர்கள் அறிந்து, பார்க்க வருகிறவர்கள் வந்து கூட்டங்கூட்டமாய்க் கூடினார்கள். செல்லையா ஆசாரி, சாமிநாடான் என்று அவருக்கு வேண்டிய ஆட்களெல்லாம் வந்து அவர் பக்கத்தில் சுற்றியிருந்து, “நாடான் என்ன ஏன் இப்புடி இருந்திருக்கு” என்று கேட்டால் அவரும் அவர்கள் சொன்னது போல திரும்பச் சொல்லி, கையைத் தட்டிச் சிரிப்பார். யார் எதைச் சொன்னாலும் அதைத் திரும்பச் சொல்லி, கை தட்டிச் சிரித்து நேரம்போக்கிக்கொண்டேயிருந்தார்.

செல்லையாவும் அவருடைய பொண்டாட்டியும் பக்கத்தி லிருந்து, கஞ்சியைக் குடிக்கச்சொல்லிக் குடுத்தால், “வேண்டாம்,

சவத்த இத குடிச்சி என்னத்துக்கு, சவத்தக் கொண்டு தூர ஊத்து” என்று தட்டிக் கவுப்பார்.

ஒரு நாளும் பொண்டாட்டி என்று சொல்லி அறியாதவர். அந்தச் சமயம் பொண்டாட்டி பக்கத்தில் இருப்பதைக் கண்ட உடனே, “இவாதானே என் பொண்டாட்டி” என்று கையை நீட்டி “வா பொண்டாட்டி” என்று அணைப்பார். அவளும் செல்லையாவும் கூடிச் சிரிச்சிச் சந்தோசப்படுவார்கள்.

சபாபதியை ஒருநாள் ராத்திரி முழுவதும் வாயில் வந்த வார்த்தைகளை எல்லாஞ் சொல்லி எழுதச் சொன்னார். அவனும் அவர் சொல்லுவதை எல்லாம் எழுதிக்கொண்டே இருந்தான். எழுத வேண்டாமென்று சொன்னால் கோபமான வார்த்தை களைச் சொல்லி எழுதுடாவென்று கட்டாயப்படுத்தினார்.

சபாபதியின் தகப்பனாரும் நானும் சபாபதியை எழுதச் சொன்னோம். அவன் உறக்கம் வரும்வரை எழுதிவிட்டு, அந்த இடத்திலேயே படுத்து உறங்கிவிட்டான். பிறகு சபாபதியின் அப்பா போய், அண்ணா நான் எழுதுகிறேன் என்று சொன்னார்கள். அவர் “சபாபதி ஒறங்கிட்டானான. அப்பொ எனி எழுதாண்டாம்” என்று சொல்லிவிட்டு, வெளியே யாராவது என்னதாவது சொன்னால் அதைத் திரும்ப இவர் சொல்லிக் கொண்டே இருந்தார்.

இப்படியே சொல்லி நாலு நாள் கழிந்தது. ஐந்தாவது நாள் சாமிவீட்டு இளையநாடானும், மூத்தநாடானும் பார்க்க வந்தார்கள். அவர்களைக் கண்ட செல்லையா இவரைப் பார்த்து, “நாடான் சாமிவீட்டு மூத்த நாடானும் இளைய நாடானும் வந்திருக்காவயில்லியா” என்று சொன்னார்.

இவர் அந்தச் சொல்லைக் கேட்டதும் கையைத் தட்டிக் கொண்டே, மூத்தநாடானும் நடுவுநாடானும் கள்ளன் கள்ளனென்று சொல்லிச் சிரித்தார். திரும்பத் திரும்பச் சொல்லிச் சிரித்ததும், அவரும் அவரோடு வந்தவர்களும் போய்விட்டார்கள்.

பள்ளிக்கூடம் கட்டத் தொடங்கி, வேலை முடியாமல் கிடந்த சமயம், பூமி வாங்க ஊர் வகைப் பணம் ஆறாயிரம் ரூபாய் தாறேன் என்று சொல்லி, பிறகு தரமாட்டேனென்று சொல்லிவிட்டார் என்ற கோபத்தினால் இப்படிச் சொன்னாரென்று எல்லாரும் பேசிக்கொண்டார்கள்.

இப்படி ஐந்தாவது நாளுங் கழிந்தது. ஆறாவது நாள் அறிவு மயங்கி உணர்வற்று, கூப்பிட்டால் சத்தமில்லாமலிருந்தது.

உடனே ஆஸ்பத்திரியில் போய் டாக்டரைக் கூட்டிவந்து ஊசி போட்டார்கள்.* ஊசி போட்டதும் உடனே அறிவு வந்து எழுந்து இருந்தார். கொஞ்சநேரத்துக்குள்ளே திரும்பவும் மயக்கம் வந்து, கால் கைகளை உதறிக்கொண்டே இருந்தது. உடம்பை விட்டு உயிர் பிரிந்து மறைந்தது. எழுந்திருந்து பேசினதைப் பார்த்து ஆச்சரியப்பட்டு, சிரித்துக்கொண்டு பக்கத்தில் நின்றவர்க ளெல்லாம் மனம் பதறித் துடிக்க, திடீரென்று ஆவி ஒடுங்கி அடங்கினார்.

தருமத்தையே கடைபிடித்து, தரும வழியிலேயே வாழ்ந்து, பொதுநல தருமத்துக்காகப் பள்ளிக்கூடத்தையுங் கட்டி முடித்து விட்டு, தருமவான்கள் போய்ச் சேருகிற தருமநகருக்குப் போய்ச்சேர்ந்தார்.

ஊரார் கூடி உற்றார் அழுது, அவர் உடம்புக்குச் செய்ய வேண்டிய சடங்குமுறைகளைச் செய்து, கட்டை அடுக்கிச் சுட்டு, அடுத்த நாள் சாம்பலைக் கடலில் கொண்டு போய் கலக்கி விட்டு, கடமையை முடித்தார்கள்.

அடப்புவிளை நாடானுக்கு உயிர் போய்விட்டது என்று அறிந்ததும் செல்லையா. . . "பூமாத்திவெள நாடாச்சி, நாடானுக்குச் சீவம் போயிட்டு" என்று சத்தம் போட்டுச் சொன்னார்கள்.

அவள் உடனே கண்ணுக்குள்ளே ரெண்டு கையையும் வச்சிக்கிட்டே மேலஊட்டு கோயிலுக்குள்ளே ஓடினாள். நீலசாமிக்கும், இசக்கிஅம்மைக்கும் படைக்கிற இடத்தில் ஓடிப் போய். அங்கே உள்ள திண்ணையில், ரெண்டு கையையும் தலையையும் சேர்த்துத் திண்ணைப் படியில் வச்சி தலையிலே அடித்துக்கொண்டு, "யே யாக்கியம்மா என்னைக் கை உட்டுராதே, யாக்கியம்மா" என்று சொல்லிச் சரணடைந்து, அடைக்கலம் புகுந்து அங்கேயே இருந்துகொண்டாள்.

இறந்தவருக்குச் செய்யவேண்டிய கடமைகள் ஒன்றும் செய்யவில்லை. வாயில் அரிசி போட வரவும் இல்லை. கவிழ்ந்து படுத்துக்கொண்டாள். அந்தச் சமயம் வந்திருந்த பெண்களில் அவளுக்கு வேண்டியவர்களெல்லாம் போய் தூக்கிப் பார்த்தார்கள். வரமாட்டேன் என்று சொல்லிவிட்டாள்.

அவரை எடுத்துக்கொண்டுபோய் கட்டையில் வச்ச பிறகு வந்து, வீட்டுக்குள்ளே படுத்துக்கிட்டாள். தாலியுங் கழத்தவில்லை. சேலையும் மாத்தவில்லை.

---

* சிவன் கோயில் தீர்த்தம் தவிர எந்த மருந்தும் சாப்பிடாதவர்

அடுத்த நாள் அங்கங்* கொண்டு கரைத்த பிறகும், துட்டி கேக்க வந்தவர்களெல்லாஞ் சொல்லிப்பார்த்தார்கள். கேக்கவில்லை.

மூன்றாவது நாள் ஆத்திக்காட்டுவிளையிலுள்ள கிறிஸ்தவப் பெண்கள், அவளுக்கும் அவர் புருசனுக்கும் உயிர்ச் சினேகமாயிருந்தவர்கள், வந்தார்கள்.

வந்தவர்கள் இவள் இருக்கும் முறையைப் பார்த்து, "அம்மாளு, இது சரியில்ல. எல்லாருங் கேவலமாகச் சொல்லுவாவ. கழுத்துருவையும் பாம்படத்தையும் நாங்க களத்தி ஒங்கையில் தாறோம். வேறே ஆருகிட்டயுங் குடுத்துருவொமெண்ணி பயறாதே" என்று அவளுக்கு இதமாகப் பேசி சமாதானப்படுத்தி, கதவைப் பூட்டிக்கிட்டு கழுத்துருவும் தாலியும் பாம்படத்தையும் கழத்தி, துணியில் முடிஞ்சி, அவள் கையிலே குடுத்துக்கிட்டு, செத்துப்போனவருக்க பழைய வேட்டியை உடுத்தி, கண்டாங்கிச் சேலையையும் மாத்தி, கொண்டையையும் கொலச்சி வேசத்தை மாத்தினார்கள்.

கழுத்துருவையும், தாலியையும், பாம்படத்தையும் யாராவது எடுத்துக்கொண்டுபோயிருவார்கள் என்று பயந்து, அந்த ஆத்திக்காட்டுவிளை சொர்ணத்து அம்மையிடம் குடுத்து வச்சிக்கிட்டு, பேசவேண்டியதெல்லாம் பேசி முடிச்சிட்டு, கதவைத் திறந்தார்கள்.

முகிலன்விளை நாடாச்சி என்னைக் கூப்புட்டு, பூமாத்தி வெளக்காரிக்கு எடுத்த அறுப்புக்கோடி** சேலையை எடுத்துக் கொண்டு குடுக்கச் சொன்னார்கள். நானும் எடுத்துக்கொண்டு குடுத்தேன். சேலையைப் பாத்துக்கிட்டு, "இந்த அந்தோணி*** மொவ எடுத்துத் தந்த சீல எனக்கு வாண்டாம். கொண்டு போ" என்று கோவத்தோட சொன்னாள். சேலை உடுக்காமலே இருந்தது.

செத்துப்போனவருக்குப் பதினாறு அடியந்திரம் கழிச்ச அண்ணைக்கு, அவளுக்கு வேண்டிய சொந்தக்காரர்கள் சேலை எடுத்துக்கொண்டு குடுத்தார்கள்.

அந்த ஆத்திக்காட்டுவிளைக்காரியும் சேலை எடுத்துக் கொண்டு வந்து, உடுக்கச் சொல்லிக் குடுத்தாள். முழுச்சேலையா

* அங்கங் – சாம்பல்

** அறுப்புக்கோடி – தாலி அறுத்தவர்கள் கட்டும் முதல் வெள்ளைச் சேலை

*** அந்தோணி – அற்பன்

உடுத்தா பக்திக்குக் குறைவு என்று, அந்தச் சேலையை ரெண்டாகக் கீறி, ஒரு துண்டை உடுத்து, ஒரு துண்டை மேலே போட்டு மூடிக்கிட்டு, மத்த சேலை எல்லாம் பொட்டணமாக் கட்டி தலைக்க வச்சி, தலையணையாகப் படுத்துக்கொள்வாள். அவர் செத்த அண்ணத்தைக்கி அவளுக்கு எடுத்த சேலையை முகிலன்விளை நாடாச்சி, எனக்கு வேணும் நான் உடுப்பேனென்று கொண்டுபோய் உடுத்தார்கள்.

இனி வயத்துக்கு வேண்டிய சோறு கஞ்சி நான் கொண்டு குடுத்தா, "எனக்கு நீ கொண்டு தந்தா நான் திங்க மாட்டேன். கொண்டு போ" என்று வெரட்டுவாள். வேளைக்குவேளை கொண்டுபோய்க்கிட்டுக் கொண்டுவருவேன்.

பரமார்த்தலிங்கத்துக்க பேத்தியாரு ராத்திரி ஒருத்தருங் காணாதபடி சோறுங்கறியும் பெட்டிக்குள்ள வச்சி, ஒளிச்சிக் கொண்டுவந்து குடுப்பாள். கதவைப் பூட்டிக்கிட்டுத் திம்பாள்.

ஊரிலுள்ளவர்களெல்லாம், பூமாத்திவிளை நாடாச்சி பிரியன் செத்த பதினாறு கழிஞ்சம் பிறகு, இன்னும் நெலத்தில ஊறுன தண்ணியத் தவிர வேற ஒரு செலமானமும் திங்கயில்ல என்று, பெருமையாய்ச் சொன்னார்கள்.

'கூடக் கெடந்தவளுக்குத்தானே குளிருங் காச்சலுந் தெரியும். வெளியே உள்ளவர்களுக்குத் தெரியுமா' என்று, பரமார்த்தலிங்கத்துக்க பேத்தியாருக்கும், பேயோட்டுக்காரியையுந் தவிர வேறே ஒருவருக்குந் தெரியாத முறையில் சாப்பிட்டு வந்தாள்.

பதினாறு கழிச்சப் பெறகு, காலையிலேயும் மதியமும் பேயோட்டுக்காரி சோத்த வட்டுலுல வச்சி, சருவு அள்ளுகிற கடவத்துக்க ஒரு கரையில வட்டிலை சோத்தோட வச்சி, கடவத்துக்க விளிம்புல புடிச்சி, வெறும் பெட்டியக் கொண்டு போறதுபோல பாவனை காட்டி, ஒருவருக்குந் தெரியாது என்று கொண்டுபோய்க் குடுப்பாள்.

பரமார்த்தலிங்கத்துக்க பேத்தியாரு, ராத்திரிக்குள்ளச் சோறுங் கொண்டு குடுத்து, நாலு நாளைக்கோ அஞ்சி நாளைக்கோ ஒரு நாள் ராத்திரி, ஒரு பெரிய பானையிலே தண்ணி கொண்டுவந்து குளிச்சியதுக்கும் குடுப்பாள்.

அவள் உடுத்திருக்கிற துண்டான சேலையை, ராத்திரி எல்லாரும் உறங்கின பெறகு காரம் போட்டுத் தொவச்சி காயப்போட்டு, மறுநாள் காலையிலே உடுத்திருக்கிற சேலையை

மாத்தி இந்தத் தொவச்சி காயப்போட்டச் சேலையை எடுத்து உடுத்துக்கிட்டு, ஊட்டுக்குள்ளேயே இருப்பா.

இப்படியே மூணு நாலு மாசமாக நடத்திவந்தாள். வெளியே உள்ளவர்கள் ரெம்ப பெருமை பாராட்டினார்கள். பூமாத்திவெள நாடாச்சி மூணு நாலு மாசமாட்டு இன்னும் தலையில எண்ணயுமில்லாம, தண்ணியுமில்லாம, உடுத்த சீலயும் மாத்தாம, இருந்த எடத்த உட்டு எழுந்திருக்காமயிருக்கா. தண்ணி மென்னி குடிப்பாளோ குடிச்சாமத்தான் இருக்காளோ, கடவுளு குடுத்த பெலந்தானோ அவளுக்கென்று சொன்னார்கள்.

ஒண்ணுந் தின்னாத கன்னி, அவா பான திம்பாளாம் பண்ணி என்று சொல்லுவது போல எண்ணயோ, தண்ணியோ, துவைப்புக் குளிப்போ எல்லாமே ராவோடு கழிச்சி குளிச்சிக் கிட்டு, பகல்நேரத்துக்கு உத்திராச்சப் பூனை வேசம் போட்டுக் கொண்டு, விரதச் சாரணியாக இருந்தாள்.

கவலை

38

இந்த முறையில் நாலு மாதம் ஆனபிறகு ஒரு நாள், சபாபதியின் அப்பா பள்ளிக்கூடத்துக்கு போகப் புறப்படுகிற நேரம், நான் "கறிக்குத் தேங்காய் இல்ல, வாங்கித் தந்துக்கிட்டுப் போங்க" என்று சொன்னேன்.

"எனக்கு நேரம் ஆகிவிட்டது, நான் பள்ளிக் கூடத்துக்குப் போறேன். இந்தத் தென்னமரத்தில தேங்காய் பழுத்துக் கெடக்கு, யாராவது வந்தா பறிக்கச் சொல்லு" என்று சொல்லிக்கிட்டுப் போய் விட்டார்கள். அந்த மரத்தின் விபரம் என்ன வென்றால், பூமாத்திவிளைக்காரி பொட்டலுக்குக் கலியாணமாகி வந்தபிறகு, ரெண்டு தென்னங்கண்ணு கொண்டுவந்து தற ஒட்டு முத்தத்தின் முன்பக்கம் நட்டு வளர்த்தாளாம். அது வளர்ந்து மரமாகி, ஒருமரம் காய் பலத்துக்கு வந்து, வெட்டுக்குப்* பத்துப் பதினைந்து தேங்காய் கிடைத்துக்கொண்டிருந்தது.

அதுலெ ஒருமரம் ஒரு நாளுங் காய்க்காமல் வெறும் மரமாகவே நின்றது.

பூமாத்திவெளக்காரி புருசன் செத்த அண்ணைக்கி, அவருக்குத் தேர்கட்ட ஓலையும் வெட்டி தேங்காயும் பறித்த பெறகு, மூணுமாசமாகத் தேங்காய் வெட்டாமலே போட்டிருந்ததினால், நாலு குலை தேங்காய் பழுத்துக் கெடந்ததினாலேதான், அந்தச் தேங்காயைப் பறிக்கச் சொல்லிவிட்டுப் பள்ளிக்கூடத்துக்குப் போனார்கள்.

இவர்கள் பள்ளிக்கூடத்துக்குப்போய்க் கொஞ்சநேரங் கழிந்ததும், ராஜப்பா வீட்டுக்கு வயலறுத்து சூடடிக்க ஆள்கள் போனதைக் கண்டேன்.

---

* வெட்டுக்கு – இரண்டு மாசத்துக்கு ஒருமுறை பலன் எடுக்கும்போது

அந்த ஆள்களுக்குப் பின்னாலே, மேலத்தெருவிலுள்ள வைத்தியன் மகன் சின்னாடான் என்பவனும் போனான். அவனை எனக்குத் தெரியும்.

இவர் ஒரு சமயம் வண்டியும் மாடும் வச்சிப் பள்ளிக் கூடத்துக்குப் போன சமயம், வண்டியடிக்க இந்தச் சின்னாடான் வருவான். அப்படி அவன் வந்து பழக்கமுள்ளவனாக இருந்ததி னால், அவனைக் கையைக் காட்டிக் கூப்பிட்டேன். அவனும் என்ன சித்தி என்று சொல்லிக்கொண்டே வந்தான். நான் அவங்கிட்ட மரத்தைக் காட்டிக் குடுத்து, "இந்த மரத்துலெ கெடக்க தேங்காயப் பறிச்சித் தந்துக்கிட்டு, நீயும் ஒரு தேங்கா எடுத்துக்க" என்று சொல்லி, தேங்காயை பறிக்கச் சொன்னேன். அவனும் சம்மதித்து மரத்திலே ஏறினான்.

அவன் மரத்திலேறின உடனே, பூமாத்திவிளை நாடாச்சி, வெளியே தலைகாட்டாமல் இருந்த உத்தமி வெளியே வந்து முத்தத்திலெ நின்னுக்கிட்டு, "யே சின்னாடான், அந்த மரத்திலெ இருக்க மட்டய எல்லாம் அடத்துப் போடு" என்று சொன்னாள்.

அவனும் என்னை எட்டிப் பார்த்தான். வடக்குக் கதவுப் பக்கம் நின்று, அடர்த்துக் குடு என்று வாயினால் சொல்லாமல் கைச்சாடையாய்ச் சொன்னேன். அவன் எல்லா மட்டையும், சில்லாட்டை*, கொதும்பு** எல்லாம் அடர்த்துத் தள்ளிவிட்டு, தேங்காயை வெட்டிப்போட்டான்.

ஒவ்வொரு பக்கத்திலுமுள்ள குலையிலிருந்த தேங்காய்களும் ஒவ்வொரு பக்கமாக விழுந்தது. ரெண்டு குலை தேங்காய் தற ஓட்டு முத்தத்திலும், ஒரு குலை கிழக்கேயும், ஒரு குலை மரம் நிற்கிற தணிவிலுமாக எங்கும் சிதறிவிழுந்தது.

தேங்காய் பறிச்சி முடிந்தவுடனே, ஒரு வெடலை பறிக்கச் சொன்னாள். அதையும் பறிச்சிப் போட்டான். அவன் கீழே எறங்குவதற்கு முன்னாலே, இவள் தற ஓட்டு முத்தத்துலே விழுந்த தேங்காய் எல்லாம் எடுத்து அவள் இருக்கிற வீட்டுக்குள்ளே கொண்டுபோட்டுவிட்டுவந்து, மட்ட கொதும்பு எல்லாம் பொறுக்கி ஒரு பக்கத்திலே கூட்டிப் போட்டான்.

அவனுங் கீழே இறங்கி வந்து, மரத்து மூட்டுலே விழுந்த தேங்காயை எடுத்து மேலே எடுத்துப்போட்டான். அவன் போடப் போட இவள் எடுத்துக்கொண்டுபோய் வீட்டுக்குள்ளே வச்சிக்கிட்டுவந்து, பறிக்கச் சொன்ன வெடலையை உரிக்கச்

---

* சில்லாட்டை – மட்டையோடு ஒட்டிக்கொண்டிருக்கும் சல்லடை போன்ற பகுதி

** கொதும்பு – முற்றி உலர்ந்துபோன பாளை

சொன்னாள். அவனும் உரிச்சிக் குடுத்தான். பெறகும் ஒரு தேங்கா உரிக்கச் சொன்னாள். அதையும் உரிச்சிக் குடுத்தான். எல்லாங் கொண்டு வீட்டுக்குள்ளே போனாள்.

சின்னாடனும் ஒரு தேங்காயை எடுத்துக்கிட்டுப் போனான். அவன் போன பெறகு, இவள் எடுக்காமல் போட்டிருந்த வடக்குக் கதவுக்கு முன்பக்கம் கெடந்த தேங்காயை, ஒரு கையில் நாலும் ஒரு கையில் மூணுமாக எடுத்துக்கொண்டு வரும்போது, வடக்கு நடையிலே நட்டு வச்சிருக்கிற கவட்டை* தட்டி ஒரு தேங்காய் கீழே விழுந்தது. அதை எடுக்க முடியாமல், கையிலிருந்த தேங்காயைக் கொண்டுவந்து தெக்குப் பக்கம் நிக்கிற கல்லுத் தூணு பக்கம் போட்டுக்கிட்டு, தவறி விழுந்த தேங்காயை எடுக்கப் போனான். காணயில்ல. அவதான் எடுத்திருப்பாள் எண்ணு நெனச்சிக்கிட்டு வீட்டுக்குள்ளே வந்தேன்.

நான் திண்ணையில் வந்ததும், அவளும் அவள் வீட்டு நடைக்கும் இடையேஉள்ள திண்ணையில் நின்றுகொண்டாள்.

என்னை எட்டிப் பார்த்துக்கிட்டே, "உம், தேங்காயைப் பங்கு வை" என்று உறுமிக்கொண்டே சொன்னாள்.

நான் ஒரு பதிலும் சொல்லாமல் நின்றேன்.

திரும்பவும், ம் என்று உறுமிக்கொண்டு, "தேங்காய்ப் பங்கு வச்சித் தா" என்று சொன்னாள்.

நான் பயந்து, "எனக்குப் பங்கு வைக்கத் தெரியாது, நானா ஒங்களுக்குப் பங்கு வச்சித் தாறது" என்று சொன்னேன்.

அவள், "நீதானே தேங்கா பறிச்சா, எனக்குள்ளத பங்கு வச்சிப் போடு" என்றாள். நான் சொன்னேன், "நான் பறிக்கல்ல. பள்ளிக்கூடத்துக்கு போகச்சில கறிக்கி தேங்காய் வாங்கித்தரச் சொன்னென். அதுக்கு, எனக்கு நேரமாகிவிட்டது. பள்ளிக்கூடத் துக்குப் போறேன். இந்த மரத்திலெ தேங்காய் காஞ்சி கெடக்கு இல்லியா. ஆராவது வந்தா பறிக்கச் சொல்லு எண்ணு சொன்னதினாலெதான் பறிச்சென். நானாட்டுப் பறிச்சயில்லெ" என்று சொன்னேன். அவள், "அது ஒண்ணுமெனக்குத் தெரியாது. நீ இப்ப தேங்காய பங்கு வச்சிப் போடு" என்று திரும்பத் திரும்பச் சொன்னாள்.

நான் சொன்னேன் "அப்புடிப் பங்கு வச்சணுமானாலும் பள்ளிக்கூடத்துக்குப் போயிருக்க ஆளு வந்த பொறவு பங்கு வையிங்க."

---

* கவட்டை – கவை வடிவ அமைப்பு. மாடுகளை உள்ளே விடாமல் தடுக்கும்

அவள், “நீ பறிச்சதுனாலெ நீதாம் பங்கு வச்சணும், வை பங்கு” என்றாள்.

நான், “நானே பங்கு வச்சித் தாறதுக்கு நீங்க தேங்காய் எல்லாம் ஊட்டுக்க இல்ல கொண்டு வச்சிருக்கிய. நான் இன்னா கெடக்க இந்த ஆறு தேங்காயுந்தானே எடுத்துக்கொண்டு வந்தன். அதுல கை தவறி உழுந்ததையும் எடுத்துக்கிட்டுப் போயிட்டியளே. மாறி எப்புடிப் பங்கு வச்சியது” என்று சொன்னேன்.

அதுக்கு அவள் சொன்னாள். “அது நான் நட்ட மரம், அதுனால எடுத்துக்கிட்டுப் போனெனெ். நீ எடுத்துக்கிட்டு வந்தத பங்கு வச்சித் தரத்தானே வேணும்” என்று சொன்னாள்.

இப்படியே சொல்லிச் சொல்லி, முடிவிலே நாஞ் சொன்னேன். “நானெடுத்துக் கொண்டுவந்தது ஆறு தேங்காயும் இன்னா கெடக்கு, எடுத்துக்கிட்டுப் போங்க” என்று சொல்லிக்கிட்டே திரும்பச் சொன்னேன். “இந்த ஊடு இவ்வளவுக்குக் கஷ்டத்துக்கு வந்த பொறவும் ஒங்களுக்கு என்னு வெப்புராளந் தீராமத்தான் இருக்காக்கும்.”

அவள் சொன்னாள், “லேளா, அதுக்கு நீ வந்த பித்தானத்தே என் பிரியன பறிச்சிக்கிட்டியே. வெப்புராளம் என்னிணிளா தீரும்? ஒனக்கு ஆண்டைக்கொரு சொத்து ஈத்தாமொழி ஊருல நேடி போட்டுக்கிட்டுப் போயிருக்காரே. எனக்குப் பிரியன் ஆரு எண்ணுத் தெரியாம இல்ல நான் திரிஞ்சமிளா” என்று சூடான வார்த்தைகளைச் சொன்னாள்.

இவ்வளவுக்குக் கடினமான வார்த்தைகளைச் சொன்ன பெறகும் அந்தச் சமயம் எனக்குக் கோபம் வரவில்லை. மனப் பயங்கரத்தோடு வேகங் கூடிக்கொண்டே சொன்னேன்.

“எனக்கு ஈத்தாமொழி ஊருல ஒருத்தருஞ் சொத்து நேடி போடயில்ல. எனக்குண்ணு என் தவப்பன் ஒரு வயல் தந்ததெயும் ஒங்க யெல்லாருக்க கண்ணுங்காண விலைக்கு வித்து, பணத்தயும் ஏமாத்தி எடுத்துக்கிட்டு, இண்ணைக்கி என்ன அதோகெதியாக்கித்தானே உட்டுருக்கு. நீங்க ஒண்ணு தெரியாதவியளைப் போல என்ன இப்புடி கேவலமா ஏசாதுங்க” என்று அழுதுகிட்டுச் சொன்னேன்.

அவள் “எனக்கு ஒண்ணுந் தெரியாது. எல்லாம் ஒனக்குத்தான் தெரியும்ளா” என்னு சொன்னாள். நான் திரும்பவும் அவள்கிட்டப் போய் நின்னு, “ஒங்க சத்தியமா எனக்குச் சொத்து ஒருத்தரும் வாங்கிப் போடயில்ல என்று, அவள் தலையில் என் கையை வச்சி சத்தியஞ் செய்தேன்.”

உடனே அவள் "என் தலையில நீ எப்புடி அடிப்பாளா" என்று சொல்லிக்கிட்டே, என் தலையிலே அஞ்சாறு அடி அடிச்சா. அடிச்சிக்கிட்டு, அவளுக்க ஊட்டுக்கப் போறதுக்குத் திரும்பினாள்.

அவளை ஊட்டுக்க திரும்பிப் போகவிடாமலே அவள் முன்னுக்குப் போய் நின்னுக்கிட்டு, "நீ என்ன அடிச்சது காணாது, என்னும் அடி" என்று சொல்லிக்கிட்டே அவள் முன்னுக்குப் போய் நின்றேன்.

அவள் பின்னும் நாலஞ்சி அடி அடிச்சாள். நான், "என்னுங் காணாது, என்னும் அடி. என் தகப்பங்கிட்ட நீ வந்து பொண்ணு கேக்க வந்த அண்ணு, நீரு எங்களுக்கு ஒண்ணுந் தர வேண்டாம். எங்களுக்குச் சொத்து நெறய இருக்கு எண்ணு சொல்லி, தாலியக் கெட்டி ஒங்கையில புடிச்சித் தந்து, ஒம்புள்ளய ஒங்கையில புடிச்சிந் தந்திட்டேன். நீ கூட்டிக்கிட்டுப் போ எண்ணு தந்தானே, அந்தத் தோசமெல்லாம் இண்ணோடே தீரட்டும், அடி" என்று சொல்லிக்கிட்டே நின்றேன்.

பின்னும் அஞ்சாறு குத்து குத்தினாள்.

"என்ன வளர்த்து, நேச்சக்கிடா போல ஒனக்குப் பெலி தந்தான் என் தகப்பன். நீ இண்ணு நேச்சக் கடன தீரு" என்று சொன்னேன். அவள் மண்டையிலேயும், முதுகிலேயும் மனம் போலத் தந்து, புடிச்சித் தள்ளினாள். நானும் நடைக்கு மேலே, அந்தப் பக்கம் பாதி, இந்தப் பக்கம் பாதியாக் கவிழ்ந்துவிழுந்தேன்.

அவள் கதவைப் பூட்டிக்கிட்டு, வீட்டுக்குள் போய் இருந்து, "என்ன அடிச்சியாளே. என்ன அடிச்சியாளே. பாக்குத்துண்டு வேண்ட ஒரு தேங்காக் கொச்சி* எடுத்தேன் எண்ணு என்ன அடிச்சியாளே. எனக்குக் கேக்க ஆளில்லியே" என்று சத்தம் போட்டாள்.

இப்படி அந்த மாபாவி மட்டை போட்ட சத்தத்தைக் கேட்டு, ரோட்டுலெ போன ஆளுகளும், ராஜப்பா ஊட்டுக்குச் சூடடிச்சிக் கிட்டு நின்ன ஆளுகளும் வந்து கூடினார்கள். வீட்டுக்குள்ளே ஆளெல்லாம் வந்தவுடனே, நான் அழுதுக்கிட்டே எழுந்திருந்தேன். வந்த ஆளெல்லாமே என்னைத்தான் கண்டார்கள். அவளுக்க கதவு பூட்டி இருந்தது.

அவள் போடுகிற சத்தத்தையுங் கேட்டுக்கிட்டு, என்னைக் கண்ணாலெ பார்த்துக்கிட்டு நின்றார்கள். வடக்கு வீட்டுலே போயிருந்த பேயோட்டுக்காரியும், பாண்டியன்

---

* கொச்சி – சிறியது

பொண்டாட்டியும் ஓடி வந்தார்கள். 'என்னத்துக்கு' என்று கேட்டாள். நான் நடந்ததை எல்லாஞ் சொன்னேன்.

அவள் சொன்னாள், "நீங்க அடிபட்டதுனால குத்தமில்ல. அவா அடிச்சாண்ணி நீங்களும் அடிச்சிருந்தா, நம்மதான் குத்தவாளி ஆகவேண்டிவரும். அவா அடிச்ச தோசத்த அவளே யேத்துக்கிட்டுப் போகட்டு, நீ அழாதே" என்று சொன்னாள். வந்து நின்ற ஆளுகளும், எல்லாம் கண்ணால கண்டும் காதால கேட்டுக்கிட்டும் போனார்கள்.

நானும் விதியின் விளைவை எண்ணி வருந்தி, உடல் தீப்போல எரிய, வேர்வை சிந்த, மனம் பதற, பெண்ணாகப் பிறந்தால் இப்படியல்லவா பிறக்கவேணும், எல்லாப் பொண்ணும் புருசன் வீட்டுக்கு வந்த பெறகு மாமியார் மயினியார் கைக்குள் அகப்பட்டு, சண்டையும் அடியும் போட்டு அழுவாள். என் விதி அண்டை வீட்டுக்காரிக்கிட்ட அடிபடவும், வேசி தாசியைப் போல கேவலமான வார்த்தைகளைக் கேட்டுக்கேட்டு மனம் வருந்தவும், என் தகப்பன் செய்த கொடுமை பணஆசையும், நான் செய்த கொடுமையும் இப்படி நடத்துகிறதென்று சாகாமல் செத்த சவம் போலிருந்தேன்.

ஊரெங்கும், "பூமாத்திவெள நாடாச்சி பாவம், கொள்ளி புள்ளயத்து புரியனுஞ் செத்து, ஊட்டோட கெடக்கவள அந்த ஈத்தாமொழிக்காரி அடிச்சாளா. அவா நட்ட மரத்திலெ பறிச்ச தேங்காயிலே ஒரு தேங்கா எடுத்ததுக்குக் குடுக்காம புடிச்சிப் புடிச்சித் தள்ளி அடிச்சாளா" என்று, கூடிக்கூடிப் பேசிச் சிரிக்கவும் விதி பெற்றேன்.

அழுது அபயமிட்டு வீட்டுக்குள்ளே இருந்தவள், யாரைச் சொல்லிவிட்டாளோ தெரியாது. சாயங்காலம் சாமி வீட்டு நடுவு நாடான் வந்து பிள்ளைகள் ஏறி விளையாடுகிற படியின் முன்பக்கம் கட்டி இருக்கிற உயர்ந்த படியில் வந்து இருந்துக் கொண்டு, "எம்மா ஏ பூமாத்திவெள நாடாச்சி" என்று கூப்பிட்டார். அவள் கதவைத் திறந்து அழித்திண்ணையில் வந்து, என்ன மாமாவென்றாள்.

அவர், "வரச்சொல்லி ஆளுவிட்டியாமே, ஏன் அம்மா" என்றார்.

"ஏ மாமா, இன்னா நிச்சிய மரத்துல கெடந்த தேங்காய அவா பறிச்சா மாமா. நான் பாக்குத் துண்டு வேண்ட ஆவுமெண்ணி ஒரு தேங்கா எடுத்தேன். அவா தேங்காய பறிச்சிக்கிட்டு, என்ன

புடிச்சித் தள்ளி அடிச்சா. அதச் சொல்லதாங் கூப்புட்டேன் மாமா" என்று சொல்லி முடிச்சாள்.

நாங் கேட்டுக்கிட்டே கதவைத் திறந்து, நடையிலே வந்து நின்னுக்கிட்டு, "மாமா, அவா சொன்னதைக் கேட்டாச்சில்லியா. நானுஞ் சொல்லுயதக் கேளுங்க மாமா" என்று சொன்னேன். "ஆம் நீயுஞ் சொல்லம்மா" என்றார். நான் நடந்ததை எல்லாம் ஆதியிலிருந்து அந்தம் வரை சொன்னேன்.

அவரும் கேட்டுக்கிட்டே இருந்து, நல்லாச் சிரிச்சார். சிரிச்சிக்கிட்டு, "நீயுஞ் சொல்லுயா, அவளுஞ் சொல்லுயா. இதுல நான் என்ன சொல்ல முடியும். எல்லாம் நீ நாளைக்கு நம்ம ஊட்டுக்கு வா பேசிக்கிடலாம்" என்று சொல்லிக்கிட்டு, வீட்டுக்குப் போனார். அவளுக்கும் பதில் சொல்லாமலே போனார்.

கொஞ்ச நேரங் கழிச்சி, மேலத்தெரு சாமி நாடான் வந்து கதவைத் தட்டி, "என்னத்துக்குக் கூப்புட்டிய" என்று கேட்டான். அவள் கதவுந் தொறக்கயில்ல. வெளியில வரயுமில்ல. அவன் கொஞ்ச நேரம் இருந்துக்கிட்டே இருந்தான்.

நான் அவங்கிட்ட "விடிஞ்ச வெள்ளனே வச்சி இந்தச் சண்டயச் சொல்லி தொண்ட நோகுவு. சொல்லச் சீவமில்ல" என்று சொன்னேன். அவங்கிட்டயும் நடந்ததைச் சொன்னேன். அவனும் பதில் சொல்லாமலே வீட்டுக்குப் போனான்.

அதுக்கப்புறம் வீட்டுக்கார அய்யா பள்ளிக்கூடத்தில இருந்து ராத்திரி வந்தார்கள். நான் "நீங்க என்னய, தேங்கா பறிக்கச் சொல்லி நான் அடிபட்டேன்" என்று சொன்னேன்.

அந்தப் புண்ணியவாளன் ஏன் என்னத்துக்கு என்று எதுவுமே கேட்காமலே சொன்னார்.

"அந்த அடி சிறீராமர் அடிச்ச அடி, அந்த அடியில குத்தமில்லை" என்று சொன்னார்.

கொண்டவன் துணையில்லாதவளுக்குக் கூரையெலக்குந் துணை இல்லை என்பார்கள்.

எனக்கும் இந்த ஏழையான கோழையை வகுத்தான் விதிகாரன். இந்தக் கோழையின் குணத்தைக் கண்டுதானே, அவள், நான் வந்த நாள் முதற்கொண்டு இந்த நாள் வரையும் என்னைக் கஷ்டத்துக்கும் நஷ்டத்துக்கும் ஆளாக்கி, என் நேரிலே வேசையாகவும் தாசியாகவும் பேசி, கை நீட்டி அடிக்கவும் செய்தாள்.

எல்லாக் கொடுமையையும் இருதயத்தில் அடக்கிக் கொண்டு, அடிபட்ட வேதனையையும், மனவேதனையையும், தூக்கமில்லாமலே ஏங்கி ஏங்கி அழுது தாங்கிக்கொண்டே, மறுநாள் காலையில் சோறு பொங்கிக் கறி வச்சி, கெட்டுச் சோறு, கெட்டிச் சாப்பாடு போட்டுப் பள்ளிக்கூடத்துக்குப் போன பெறகு, நான் சாமி வீட்டுக்குப் போனேன்.

நான் போன சமயம் நடுவு நாடான் வீட்டில் இல்லை. நடுவு நாடாச்சியிடம் போனேன். அவர்கள் வா என்று சொல்லி விசாரித்தார்கள். சண்டையைப் பற்றியுங் கேட்டார்கள்.

நான் எல்லாமும், நடந்த நடைமுறையும், அவள் கேட்ட கேள்விகளும் நான் சொன்ன பதிலும் விபரமாய்ச் சொன்னேன். எல்லாங் கேட்டு அறிந்த பெறகு சொன்னார்கள்.

"நாடாச்சி, இது ஒந் தலைவிதி, நீ கௌரவம் புடிச்சவாளா யிருந்ததினாலே இங்க வந்து சேந்தா. அந்த பூமாத்திவெள நாடாச்சி கொஞ்ச நாளைக்கு முன்னாலே இஞ்ச வந்து நடுவு நாடாங்கிட்ட, எங்களுக்குள்ள சொத்த பங்கு வச்சிரணும், நீங்க எங்க ஊட்டுக்காரருகிட்ட சொல்லி, சமாதானப்படுத்திப் பங்கி வச்சித் தந்திருங்க எண்ணு சொன்னாவ.

நடுவுநாடான் அடப்புவெளமாமன வரச்சொல்லிக் கூட்டி இருத்தி, சொத்து பங்கு வச்சியதப்பத்திக் கேட்டாவ. அவரு சம்மதிக்கல்ல. ஆனாலும் இவளுக்கு ஒபத்திரவத்த தாங்க முடியல்ல. தம்பிகிட்டயும் முயிலமெள அக்காக்கிட்டயுங் கேட்டு செய்யிலாம் எண்ணு சொன்னாரு.

இத அறிஞ்ச முயிலவெள நாடாச்சி வந்து நடுவு நாடான் கிட்ட, சொத்து பங்கு வச்ச வேண்டாம் எண்ணு சொல்லி செறுத்தாவ. அதில இருந்து பூமாத்திவெள நாடாச்சி கோவம்வந்து, சாமி ஊட்டு முத்தத்துல வச்சி, நாஞ்சொன்னது போல செய்ய விடாத்ததுனால இந்தக் குடும்பத்த நான் கெடுப்பேன். வாழ உடமாட்டேன். ஒண்ணுமில்லாம ஆக்கிப்புடுவேன், எண்ணு சொல்லி பாச ஊறிக்கிட்டுப் போனா.

அவா சொன்னது போல நடத்தி முடிச்சிப்புட்டா. நீ எனி என்ன செய்வா? ஒனக்க விதியும் அப்படி இருந்தது" என்று சொன்னார்கள்.

நானும் விதிபோல நடக்கட்டும். விதியை மதி வெல்லாது என்று பெரியவர்கள் சொல்லுவது பொய்யாகாது என்று மனதை அடக்கிக்கொண்டு, வீட்டுக்கு வந்து, விதியின் விளையாட்டை ஏத்துக்கொண்டேயிருந்தேன்.

ரெண்டு மூன்று மாதங் கழிஞ்ச பெறகு, செத்துப் போனவருக்கு அரசாங்கத்திலிருந்து கொடுக்கவேண்டிய ப்றாவிடண்டு பணம் கிடைத்தது. அந்தப் பணத்தை அவளுக்கு வேண்டிய செல்லையா ஆசாரியையும், ஆத்திக்காட்டுவிளை சொர்ணத்துக்க அம்மையையும் கூட்டிக்கிட்டுப் போய் வாங்கிக் கிட்டு வந்தாள். அறுநூறோ எழுநூறோ கெடச்சதாகச் சொன்னார்கள். அந்த ரூபாயும், ஆத்திக்காட்டுவிளைக்காரி கிட்ட குடுத்து வச்சிருந்த உருப்படியும் வாங்கிக்கிட்டு, தம்பி வீட்டுக்குப் போனாள்.

ஆனால் இவள் இவ்வளவு அனீதமுஞ் செய்து, மூட்டை யானது படுக்கையிலே உடன் இருந்து ரெத்தத்தை உறிஞ்சிக் குடிப்பது போல இந்தக் குடும்பத்தை உறிஞ்சிக் குடிச்சி எடுத்துக் கொண்டு போய், தம்பிக்காகக் கஷ்டப்பட்டுப் பாடுபட்டுத் தேடிக் குடுத்தும், இப்போ அந்தத் தம்பி வீடு இருந்த எடமும் தடமுந் தெரியாமல் அழிஞ்சிபோகச் செய்தாள்.

39

அண்ணன் வாழ்க்கை முடித்துவிட்டுப் போனதும், தம்பியின் கதை, 'செத்தால் தெரியும் செட்டியார் வாழ்வு' என்றது போலாச்சுது.

அண்ணன் கொண்ட கடகாரர்களெல்லாம் வந்துவந்து தொந்தரவு செய்தார்கள். சிலர் வந்து அழுது கண்ணீர் சிந்தி, "யாம் பணத்துக்கு என்ன செய்யப்போறிய, எப்ப தருவிய" என்று, தன் வீட்டுக் கஷ்டங்களைச் சொல்லி அழுது வருத்தப் பட்டார்கள்.

சிலர் முத்தத்திலே நின்று ஊரெங்கும் கேக்கும் படியாய்ச் சத்தம் போட்டு, "யாம் பணத்த இப்ப தராட்டு கேஸ் போடப் போறேன்" என்றார்கள்.

சில ஆள்கள் வந்து இருந்து, அவர்களுடைய இடபாடும், பணங்குடுத்த விபரமெல்லாஞ் சொல்லி, பணத்தைத் தரும்படி கேட்டார்கள்.

இந்த நெருக்கடியான சமயம் இவர்கள் ஒன்றும் தோன்றாமல்

> விடங்கொண்ட மீனைப் போலும்
> வெந்தணல் மெழுகு போலும்
> படங்கொண்ட பாந்தள் வாய்
> பற்றிய தேரை போலும்
> திடங்கு மனங் கலங்கி
> நெஞ்சங் கலங்கி மயங்கினார்

நெஞ்சந் தளர்ந்து, நிலமை கெட்டு, என்ன செய்வதென்று தெரியாமல் உடல் வருந்தி இருக்கும் போது, அண்ணனைப் பிடித்த இருமல் நோய் தம்பியையும் பிடித்தது.

உடல்பெலங் கெட்ட இவர்கள் இருமலைத் தாங்கச் சக்தியற்றுப் படுக்கையிலாகி, கஷ்டப் பட்டார்கள். கடக்காரர்களின் தொந்தரவு தாங்க முடியாமல், ஒத்தி குடுத்தச் சொத்துகளை அந்த

ஒத்திக்காரர்களுக்கே விலையாகக் குடுத்து, அதில் கிடைத்த மிச்ச மீதிகளைக் கொண்டு சிலருக்குள்ள பலிசைக் கடனைக் குடுத்தும், சிலருக்குக் கைப்பெரட்டாய் வாங்கின கடனுக்கு, தன் சம்பளப் பணத்தை வாங்கிக் குடுத்தும், தனக்கு வேண்டிய சினேகமுள்ளவர்களிடத்தில் இவர்கள் கடனாக ரூபாய் வாங்கிக் குடுத்தும், மேலும் கடக்காரர்கள் வந்துக்கிட்டே இருந்தார்கள்.

முகிலன்விளை நாடாச்சியின் சீட்டுப்புடிச்ச கடக்காரர்கள் வந்து, எங்களுக்குப் பணம் தரவேணும் என்று வந்தார்கள். அந்த முகிலன்விளை நாடாச்சிக்கிட்ட எனக்கும் ஆயிரம் ரூபாயில் ஒரு சீட்டுக்குப் பணங்குடுத்துவந்தேன். அந்தச் சீட்டுப் பணத்தைப் பிரிச்சி சில கடன்காரருக்குக் குடுத்தார்கள்.

எனக்கு ஒத்தி எழுதித்தந்த வயலை மேலொத்தி குடுத்து ஐந்நூறு ரூபா வாங்கி, கடக்காரருக்குக் குடுத்தார்கள். இப்படி எல்லாங் குடுத்தும், இன்னும் கடன் தீரவில்லை. பிறகு வந்தவர் களெல்லாம் கொஞ்சம் கொஞ்சமாய் நாள் வழியே குடுத்துக் கொண்டே வந்தார்கள். இப்படிக் குடுத்தும் பாதிக்கடனும் கூடத் தீரவில்லை.

கடக்காரர்களின் கதை இப்படியிருக்க, சபாபதி புதிதாகக் கட்டின பள்ளிக்கூடத்தில் முதலாவது பதினொராவது வகுப்பில் படித்துக்கொண்டிருந்தான்.

அவன் பள்ளிக்கூடத்தில் ஒரு வருசமும் தோத்ததில்லை. முதல் மார்க்கு வாங்கிவந்தவன்.

இந்த வருசமும் இந்தப் புதிய பள்ளிக்கூடத்தில் சபாபதி முதலாவதாகப் பாசாவான் என்று வாத்திமார்கள் எல்லாரும் சொல்லுவார்களாம். அவர்கள் அப்படிச் சொல்லும்படியாய் நல்லமுறையாய் படித்து வந்தவனுக்கு, அந்த வருஷம் அந்தப் பள்ளிக்கூடத்தைக் கட்டிப் படிக்கவைத்த பலன், சபாபதி தோல்வியடைந்தான். இதுதான் அந்தப் பள்ளிக்கூடம் கட்டி வைத்ததில் கண்ட முதலாவது பலன்.

அடுத்த வருசம் நாகர்கோவிலில் உள்ள டுட்டோரியல் பள்ளிக்கூடத்தில் படிச்சிப் பாசாகி, அதற்கு அடுத்த வருசம் கிறிஸ்டியன் காலேஜியில் பியூசி படித்து, பீ.எஸ்.சி. வகுப்பில் சேர்ந்து படித்தான்.

இரண்டாவது ரெங்கநாயகி என் பெண்மகளும் அங்கே படிச்சி, அவளும் பதினொராவது வகுப்பு தோல்வியடைந்தாள்.

அடுத்த வருசம் வீட்டிலிருந்து படிச்சி, நாகர்கோவிலில் உள்ள பள்ளிக்கூடத்தில் பரீச்சை எழுதிக்கொண்டு வீட்டில் இருந்தாள்.

என் இளைய மகள் ராஜம் நாலாவது வகுப்பில் படித்து வந்தாள்.

என் மக்களின் பெயரை என் கையால் எழுதும் போதெல்லாம் இருதயம் துடிக்கிறது. உடல் நடுங்குகிறது. கதையை எழுதினால் பெயரும் வைக்கவேண்டும் என்று எண்ணிக் கொண்டே பாவியாகிய நான் கையினால் எழுதுகிறேன்.

தகப்பனாருக்கு இருமல்நோய் ஒரு நாளும் தீரவில்லை. இருமலையுந் தாங்கிக்கொண்டே, கடக்காரர்களின் தொந்தரவையுந் தாங்கிக்கொண்டு பள்ளிக்கூடத்துக்கும் போய்க்கொண்டிருந்தார்கள்.

எங்கள் கதை இப்படி இருக்க, ஈத்தாமொழி ஊரில் உள்ள என் தமையனார் புத்திக்குறைவோடு இருந்தவருக்கு நாளுக்கு நாள் அதிகப்பட்டு, படுக்கையிலாகி, அவர் வாழ்க்கையை முடித்துவிட்டுக் காலமாகிப்போய்விட்டார்.

என் தகப்பனார் காலம் வரையிலும் கோட்டு விபகாரங் களை விடாமல் நடத்திக்கொண்டிருக்கும்போது, அவருக்கும் முடிவு காலம் சம்பவித்தது. படுக்கையிலான பிறகும் ராஜாங்கத்தைக் கையில் புடிச்சிக் கொண்டு, "ஏ அப்பா ராஜாங்கம், கோட்டுலே இருக்க கேசுகளை உட்டுராதே, உட்டுராதே" என்று சொல்லிக்கொண்டே, எந்த நேரமும் கோர்ட்டு கோர்ட்டு என்ற எண்ணத்தோடே உயிர் நீங்கிப்போனார்.

ராஜாவும் ராஜாங்கமும் பதினொராவது வகுப்பு வரையும் படித்தும் பரீச்சை தோத்துப் போனதினால் படிப்பை நிறுத்தி விட்டு, கோட்டுக் காரியங்களையுந் தள்ளிவிட்டு சொத்துகளைப் பார்த்துக்கொண்டு மதனியாரின் ஆதரவில் வாழ்ந்துவந்தார்கள். மதனியாரும் நல்லமுறையாய் ஆதரித்துவந்தார்கள்.

நான் தேங்காய் பறிச்ச சமயம் பூமாத்திவிளையாள் தேங்காயப் பறிக்காதே என்று சொல்லி, நான் அதை மீறி அவள் சொல்லைக் கேளாமல் பறிச்சால் நான் குற்றவாளி ஆகலாம். நான் செய்தது தவறு என்று சொல்லலாம். அப்படிச் சொல்லாமல் வீண் வாதம் பேசி, இழிவான வார்த்தைகளுஞ் சொல்லி என்னை அடிச்சாளே.

ஊரெங்கும் நான் அடிச்சதாக பேரும் உண்டாக்கினாளே. வீட்டுத் தலைவரும் அந்த அடி ஸ்ரீராமர் அடிச்ச அடி, அதனால்

குற்றமில்லை என்றாரே. அந்தச் சொல்லுக்கு அர்த்தம் என்ன வென்று எனக்குத் தெரியவில்லை. நான் குற்றவாளி என்பது தானே அதற்கு அர்த்தமாயிருக்கும். நான் குற்றஞ் செய்யவில்லை. என் விதி இந்த விளையாட்டெல்லாம் விளையாடியது. ஆனால் நான் குற்றவாளிதான் என்று சாட்சி மூலம் தெளிவிப்பது போல, பூமாத்திவிளைக்கு அவள் போனதும் அந்தத் தென்னைமரம் பட்டுப்போனது.

அந்த மரம் மட்டுமல்ல பட்டது. இந்த வீடு இருக்கிற விளையில் உள்ள மரங்களில் அதிகம் பலன் தரக்கூடிய எல்லா மரங்களுமே பட்டுப்போச்சு. பொட்டல் ஊருக்குள்ளே நல்ல ருசியான சக்கை அடப்புவிளைக்கதான் நிக்குது என்று சொல்லுவார்கள். அந்த நல்ல நல்ல பலா மரங்களும் ஒட்டு மா மரங்களும் கொய்யா மரங்களும் பட்டுப்போச்சு.

இது என் ஊழ்வினையின் பயனாகிய விதியின் விளையாட்டும், அந்த பூமாத்திவிளையாள் செய்த வஞ்சனையினால் உண்டான முடிவும் என்பது எல்லாருக்கும் தெரிந்த விசயமாக நடந்தது.

வீட்டில் ரெண்டு பசுவும், இரண்டு மூன்று கண்ணுக்குட்டி களும் நின்றன. அதுகளுக்கும் நோய் உண்டாகிக் கஷ்டப் பட்டன. அதனாலுள்ள கவலையும் கஷ்டமும் சேர்ந்தும், இவர்களுக்கு இருமல் நோயும் சேர்ந்து விளையாடியது. பட்டது போக நின்ற மரங்களில் அனுபவம் என்கிற காயும், கனியும் இல்லாமல், நாளுக்கு நாளாய்க் குறைந்தது. அவர்களுக்கு வந்த இருமல் நோய் தீராமல் மேலும் மேலும் அதிகப்பட்டது.

இங்கே இப்படிப் பலவாறான கஷ்ட நஷ்டங்களெல்லாம் உண்டாவதை அறிந்து, சாமி வீட்டு நடுவு நாடானுக்கும் மூத்த நாடானுக்கும் மிகுந்த சந்தோசமாச்சு.

பய தொலஞ்சானா என்று வருகிறவர்களோடு பேசிப் பொழுதுபோக்க ஏதுவாச்சு. இதோடு தீரவில்லை. தொலஞ்சானா என்ற சொல் இனிமேல்தான் சரிப்படப் போகிறது.

மூத்த நாடான் விளையிலே நிக்கிற பிலாவிலே காய்க்கிற சக்கையை விடவும் கூடுதலான ருசி உள்ள சக்கை காய்க்கிற பிலாவு அடப்புவிளைக்க நிச்சுவு என்று, பக்கத்து ஊருலெ உள்ள ஆள்களெல்லாம் வந்து சக்கை வாங்கிட்டுப் போவாவுளே. அந்த பிலாவுல உள்ள கண்ணு நட்டு உண்டாக்கணும் எண்ணு செலரு வந்து மொளச்ச வச்ச கொட்டை வந்து கேட்டால் துண்டுச்சக்க வெட்டிக் குடுத்து உடுவானே. அந்தப் பிலாவும் பட்டுப் போச்சாமே எண்ணு சொல்லிச் சிரிக்கவும் ஆச்சுது.

இத்தனை சம்பவங்களும் நடக்கிறதற்கு முதற் காரணமாய், பள்ளிக்கூடத்துக்குப் பூமி எழுதிக் குடுத்துக்கிட்டு வந்த நாலைந்து நாளைக்குள்ளாக, இந்த வீட்டடிவிளையிலே நடுவிளைக்குள்ள நின்ன பனையிலே, ஒரு அறிகுறி ஒண்ணுமே இல்லாமலே, திடீரென்று இடிவந்து விழுந்து, பனை அப்படி எரிஞ்சி கரிஞ்சி போச்சு. அதுக்கு அப்புறம் உண்டான இடிமுழக்கம் கந்தசாமி பனையிலே விழுந்து, தீப்பத்தி எரியுஞ் சமயம், மழைபெய்து தீ அணைஞ்சி, பனை எரியாமலே தீ ஆறிப் போச்சிது. இந்தப் பனை நீறியே போச்சுது.

அந்தப் பனை இடிவிழுந்து எரிஞ்சி நீறிப்போன அண்ணைக்கே கெடுதி காலம் வந்துவிட்டது என்று எல்லாருக்கும் தெரிந்ததுதான்.

இத்தனை கெடுதிகளும் உண்டாகி, பெரியவரும் செத்து வருசமும் மூணு கழிஞ்சி நாலானது.

40

பிடிச்சான் சைத்தான், பின்தொடர்ந்தான் மாத்தான் என்றும், எங்கேயோ வானம் இடியுது என்றிருந்தேன், தப்பாத வானம் என் தலையிலே இடிந்ததுவே என்றது போலவே, அன்று பனையில் விழுந்த இடி என் தலையில் விழுந்து, என்னைத் தன்னந்தனியாய் ஒண்டியாக்கிப் பரிதவிக்கச் செய்யவேணும் என்று வந்து நுழைந்தது.

சபாபதி முதல் வருசம் படிச்சிக்கிட்டிருக்கும் சமயம், சுசீந்தபுரம் தாணுமாலயன் சுவாமி கோவில் ஏழாந் திருவிழாவிலிருந்து ஒன்பதாந் திருவிழா வரையும் போய் பாத்துக்கிட்டுவந்தான்.

அடுத்தநாள் காச்சலென்று படுத்தான். அடுத்தநாள் என் இருதயத்தில் கல்லேத்தி வைக்க வந்த செல்வ மகள் ஸ்ரீ ரெங்கநாயகியும் காய்ச்சலாய்ப்படுத்தாள்.

இஞ்சி வெள்ளைப்பூடுகளைத் தட்டிப் பிழிஞ்சிய குடுத்தும், காய்ச்சல் குறையவில்லை. ரெண்டு நான் கழித்து ஆத்திக்காட்டுவிளை அருள்மணி வந்து மருந்து குடுத்து ஊசி போட்டான். குறையவில்லை.

இந்தக் கதையை விவரமாக விரித்தெழுத என் இருதயம் தாங்காது. சுருக்கமாக எழுதுகிறேன்.

இன்னும் ரெண்டு நாள் கழிச்சி ரெண்டு பேரையும் ராமமூர்த்தி ஆஸ்பத்திரிக்குக் கொண்டு போய், மருந்து செய்து பலனில்லாமல், என் உயிரில் தீயைப் பத்தவச்சிவிட்டு, அவள் ஜென்ம தோசந் தீர வந்துபிறந்த ஜென்ம சாபத்தைத் தீர்த்துவிட்டு, தெய்வப் பெண்ணாகிய என் பொன்மகள் தெய்வலோகம் போய்ச் சேர்ந்தாள்.

பட்ட கஷ்டங்களும், அடைந்த துயரங்களும் என்னால் எழுத இருதயம் வெலக்கவில்லை. அவள் என் இருதயத்தில் ஏத்தி வச்ச தீயின் கொடுமை கண்வழியே நீராகச் சிந்துவதால், என்னுடைய உடம்பும் மனமும் தாங்கவில்லை.

ஒவ்வொரு கட்டமும் எழுதும்போதெல்லாம், இந்தப் பாவியாகி என் உடம்பும் மனமும் தீயாய் எரிவதைத் தாங்க முடியாமல், தளர்ந்து படுக்கையிலாகி, படவேண்டிய கஷ்டங்களை எல்லாம் பட்டுத்தொலைத்து, பின்னும் எழுந்தும், துடங்கின கதையை முடிக்கவேணும் என்ற பிடிவாதத்தால் திரும்பவும் எழுதுகிறேன்.

நான் இப்ப எழுதுகிறதைப் பார்க்கிறவர்கள் பெருமைக்காக எழுதிஇருக்கிறாள் என்று சொல்லலாம். அப்படி நினைப்பது தவறு. நான் அப்படி நினைத்து எழுதவில்லை.

பாம்பறியும் பாம்பின் கால் என்பார்கள். அவரவர் மனநிலை அவரவருக்குத்தானே தெரியும். அடுத்தவர்கள் உண்மையைக் கண்டறிவது கஷ்டம். இது உலகறிந்த விசயம்.

மேலும் நான் இந்தக் கதை எழுதுகிறதில் உண்மையாகச் சொல்லுகிறேன். ஒரு வார்த்தைகூட வித்தியாசமில்லாமலே, நடந்த நடைமுறைகளையும், நான் அடைந்த கஷ்டங்களையும் உள்ளதை உள்ளபடியே எழுதுகிறேன்.

என் உயிராகிய பொன்மகள் அவளுடைய சொந்த இடம் போய்ச்சேர்ந்ததும், சபாபதியைக் கோபாலபிள்ளை ஆஸ்பத்திரிக்குக் கொண்டுபோய் இருத்திவிட்டு, என் தங்கச் சிலையைக் கொண்டு வந்து தீயில் எரியடக்கினார்கள். நான் வீட்டிலிருந்து என் துயரங்களை வெளிக்காட்ட விதியில்லாமலும், என் மனம் ஒரு நிலைஇல்லாமலும் தீயாய் எரிய, வீடோ, மாடு கண்ணோ, வீட்டுப் பண்டங்களோ, ஏதும் பாராமலே, கோபாலபிள்ளை ஆஸ்பத்திரிக்குப் போய்ச் சேர்ந்தேன்.

அதோடே சபாபதி தகப்பனாருக்கு நாகர்கோவிலில் இருந்து வேலை மாற்றமாகி, பொட்டல் பள்ளிக்கூடத்தில் வேலை பார்த்துவந்தார்கள்.

ராத்திரி ஆஸ்பத்திரியும், பகலில் பொட்டல் பள்ளிக்கூடமுமாக அலைஞ்சி, செலவுக்கு ரூபாயில்லாத கஷ்டமும், சாவக் குடுத்த சங்கடமும் இருதயத்தைத் துளைக்க, வேதனைப்பட்டு, ஆகாரஞ் சாப்பிட முடியாத நிலையில் காய்ச்சல் வந்து, அவர்களும் ஆஸ்பத்திரியில் படுத்தார்கள்.

'ஒட்டக்கூத்தன் பாட்டுக்கு ரெட்டத்தாள்' என்ற சொல்லுவது போல, தகப்பனார் ஒருபக்கம், மகன் ஒரு பக்கமுமாக படுக்கையிலானார்கள்.

பரமார்த்தலிங்கம் நாங்க ஆஸ்பத்திரிக்குப் போன அண்ணையிலிருந்து பள்ளிக்கூடப் படிப்பை விட்டு, எங்கள் கூட ஆஸ்பத்திரியில் உள்ள உதவியெல்லாஞ் செய்துகொண்டே, அங்கே இருந்தான். வேறே யாருந் துணையில்லை.

ஆஸ்பத்திரியிலுள்ள நர்சுமார்களும், டாக்டரும் வந்து காய்ச்சலைப் பார்த்து, ஒரு தாளினால் செய்த அட்டையில் மேலுங் கீழுமாய்க் காய்ச்சல் இருக்கிறதைப் பார்த்து கோடு போட்டுக்கொண்டுபோவார்கள்.

அடுத்தவர் வந்து நோய்பார்த்து, அவன் முகத்தையும் பார்த்துவிட்டு முகம் அயர்ந்துபோவார். பெண் டாக்டர் வந்து பார்த்துவிட்டு தலையில் கையைவைப்பாள்.

பரமார்த்தலிங்கம் குப்பி மருந்து, மாத்திரைகளை வாங்கிக்கொண்டு வருவான். சபாபதி மூச்சுப் பேச்சற்று, அங்கும் இங்கும் உருளுவான். யாருந் துணையில்லை.

இப்படி நாலைந்து நாள் கழிந்ததும், ஈத்தாமொழியிலிருந்து அழகப்பன் என்று சொல்லுகிற மூத்த அண்ணனும், மயினியும் பார்க்க வந்தார்கள்.

இங்கே ஒரு ஆளும் துணையில்லாமல் இருக்கிறதைப் பார்த்து மூத்த அண்ணன் தினமும் பகலில் வீட்டுக்குப் போய்க்கிட்டு, ராத்திரி ஆஸ்பத்திரியிலே உதவி செய்யவருவார்.

ராத்திரி மருந்து குடுக்கவும், வேளைக்குவேளை தண்ணி குடுக்கவும், உறங்காமலே முழிச்சே இருப்பார். அவர் கடமைக்காக வந்து உதவி செய்யவில்லை. வீட்டிலுள்ள ஒருவராகவும், மாமன் என்றாலும் சபாபதிக்குச் சொந்தத் தாய்மாமனாகவும், எனக்க கூடிப் பிறந்த சொந்த அண்ணாவாகவுமே கவலையோடும், உள்அன்போடும் இருந்து உதவி செய்துவந்தார். இப்படியே நாலைந்து நாள் கழிந்தபின்பு, என் தம்பி ராஜாவும் வந்து ஆஸ்பத்திரியில் தங்கினான். அதுக்கு அப்புறம் என்னேரமும் உறங்காமல் இருக்கமுடியாததினால் ஒருநாள் ராத்திரி மூத்த அண்ணனும், ஒரு ராத்திரி ராஜாவும் மாறி மாறி வருவார்கள்.

மூத்த அண்ணனும், தம்பி ராஜாவும் ஆஸ்பத்திரியில் செய்த நன்றி என்றும் மறக்கமுடியாது.

பரமார்த்தலிங்கம் ஆஸ்பத்திரியிலுள்ள வேலைகள், கடைச்சாமான் வாங்கவும், மருந்து வாங்கவும், வீட்டிலிருந்து விறகு தலையில் வச்சி சுமந்து ஆஸ்பத்திரிக்குக் கொண்டு வரவும், என்னென்ன வேலை உண்டோ அத்தனையும் அவன் பொறுப்பாகவே செய்துவந்தான்.

அவன் செய்த உதவியை வேறே யாரும் செய்யமுடியாது. அழுத கண்ணுஞ் சிந்தையுமாகவே எப்படியாகுதோ என்ற கவலையோடு, நேரே வயத்துக்கு ஆகாரம் இல்லாமலும், பள்ளிக்கூடத்துக்குப் போகாமலும், எல்லாக் கஷ்டங்களிலும் அவன் பங்குகொண்டு உதவி செய்தான்.

அவனுடைய பாட்டியார் பொட்டலில் இருந்து அரிசி தலைச்சுமடாக ஆஸ்பத்திரிக்குக் கொண்டுவருவாள்.

எல்லா மிளகும் சேர்த்து வறுத்த இடிச்சிப் பொடியாக்கிக் கொண்டு தருவாள். என்ன உதவி அவளால் செய்யமுடியுமோ அவ்வளவும் அவள் செய்தாள்.

இவர்கள் ரெண்டு பேரும் படுத்திருப்பதைப் பார்த்துப் பார்த்து அழுவாள். எத்தனையோ தெய்வங்களை நேருவாள். இவர்களெல்லாஞ் செய்த உதவியை ஒரு நாளும் மறக்கமுடியாது. இதுக்குப் பதிலுதவி செய்யவும் முடியாது. ஆண்டவனே அவர்களுக்கு உதவி செய்து ஆசீர்வதிக்க வேண்டும்.

நர்சு ஒவ்வொரு நாளும் காய்ச்சலைப் பார்த்து அட்டை யில் அடையாளப்படுத்துவதைப் பார்த்தால், மலையின் மேல்பாகம் தூரத்தில் தெரிவது போலவே மேடும் பள்ளமுமாய் உயர்ந்தும் தாழ்ந்தும் போய்க்கொண்டே இருக்கும். ஒருநாள் கொஞ்சம் கீழே இறக்கிப் போடுவாள். அடுத்தநாள் மேலே ஏந்திப்போகும். அடுத்தநாள் அதற்ற மேலே, அடுத்தநாள் அதுக்கும் மேலே போய்க்கொண்டே இருக்கும்.

இப்படியே காலையிலும் மாலையிலும் அவள் போடும் அடையாளக் கோடுகளை, பார்த்துப் பார்த்து நாங்க எல்லாரும் எங்க தலைகளையும் கீழே தொங்கப் போட்டுக்கொண்டே, துக்கமும் துயரமுமாகக் கண்ணீரைச் சிந்திக்கொண்டும், அவனுக்குச் செய்ய வேண்டிய உதவிகளைச் செய்துகொண்டு இருந்தோம்

தகப்பனார் மருந்து குடிக்கவேண்டாம், ஊசி போட வேண்டாம் என்று, கஞ்சித் தண்ணியை மட்டும் குடிச்சிக்கிட்டு, சபாபதியின் நிலைமை எப்படியோ என்ற கவலையோடு படுக்கையில் கிடந்தார்கள்.

இப்படியே கூடியுங்குறைந்துமாய் மூணுமாசம் வரையும் இருந்தது. மார்கழி, தை, மாசி, பங்குனி மாசம் பிறந்து, நாலு மாசம் ஆனபிறகு காய்ச்சல் கொஞ்சங் குறைய ஆரம்பித்தது.

தகப்பனாருக்கு நாலுநாள் குறையும், திரும்ப அதிகப்படும். இப்படி இருப்பதைப் பார்த்து டாக்டர் ஊசி போட்டு மருந்து குடிக்கச் சொன்னார். அவர்களுக்கு மனமில்லாமல் இருந்தது.

டாக்டர் சொன்னார், "நீங்களெல்லாம் ஆஸ்பத்திரி மருந்து குடிக்கமாட்டீர்கள். ஆத்தங்கரைக் கொளத்தங்கரைச் செடிகளையும், வேலியில நிக்கிற கள்ளியையும் வெட்டி அவுச்சி தின்னப்பட்ட ஒங்களுக்கு மருந்து எதுக்கு" என்று பரிகாசமாகச் சொன்னார். பிறகு ஊசி போடவேண்டாம், மருந்து மட்டுங் குடிக்கிறேன் என்று குடிச்சி வந்தார்கள். மருந்து குடிச்சாலும் நல்ல சுகத்துக்கு வரவில்லை.

மூட்டைக்கடி தாங்கமுடியாமல் சபாபதி அழுவான். நானும் ராத்திரி கொஞ்சம் சரிஞ்சி எழுந்திருக்கலாம் என்று படுத்தால், மூட்டை, எறும்பு வரிசையாய் ஒழுங்குவிட்டு வருவது போல வந்து கடிக்கும்.

மூட்டைப்பொடியை அள்ளி சுத்தி வட்டமாகப் போட்டு, உள்ளே படுத்தாலும் மருந்துப்பொடியைத் தாண்டி உள்ளே வந்து கடிக்கும். நான் தண்ணியைக் கோரி ஊத்தித் தெளிச்சால், அந்த மருந்துப் பொடியும் தண்ணியும் மூட்டைக்கு மேலே பட்ட உடன் செத்துப் போகும். இப்படியே நாள்தோறும் ராத்திரிக் காலங்கழியும்.

மூத்தண்ணன் படுக்காமலே பெஞ்சியில் உக்கார்ந்தே இருப்பார். மருந்தோ, தண்ணியோ குடுக்க வேண்டியதை முழிச்சி இருந்து குடுத்துக்கிட்டு, விடியக்காலம் வீட்டுக்குப் போவார். திரும்பச் சாயங்காலம் வருவார். இப்படியே நாள்கள் கழிந்தன.

ஆஸ்பத்திரி ஒரு புண்ணியஸ்தலத்தைச் சேர்ந்த கோயிலாகவும், டாக்டர் அந்தக் கோவிலின் உள்ளிருக்கும் தெய்வமாகவும், அங்கு வருகிற ஜனங்கள் கோவிலுக்கு வந்து தெய்வதரிசனஞ் செய்து, காணிக்கை போட்டு, நர்சுகளையும், கம்பவுண்டர் மற்றவர்களையும் பிதிர் தேவதைகளாகவே வணங்கி, அவர்கள் கொடுக்கிற பிரசாதமும் தீர்த்தமும் வாங்கிக்கொண்டு போவது போலிருக்கும். அங்கே எங்களைப் போல மற்ற விடுதிகளில் தங்கி இருப்பவர்களாகி நாங்களெல்லாம் நோன்பு விரதங்களை அனுசரிச்சிக்கொண்டிருப்பதுபோல அங்கே தங்கியிருப்பார்கள்.

காலையிலும் மாலையிலும் டாக்டராகிய கடவுள் வார்டுகளைச் சுற்றிவரும்போது, நர்ஸ்மார்களும் முன்னும்

பின்னுமாய் ஒவ்வொரு வார்டும் உள்ள நோயாளிகளைப் பரிசோதனை பண்ணுவதும், அந்த அந்த நோயாளிகளுக்கு வேண்டிய ஊசி மருந்துகைள நர்ஸ்மார் குறிப்பெழுதிக் கொண்டே போவதும், அந்தக் குறிப்பில் எழுதியிருக்கும் மருந்தை ஊசிகளில் அடைத்து, பிளேட்டுகளில் வச்சி, கையிலேந்திக் கொண்டு ஒவ்வொரு விடுதியிலும் உள்ளே நுழைவதும் பார்த்தால், தெய்வம் ஊர் சுற்றி ஒவ்வொரு வீட்டிலும் ஏறி இறங்கி, அவர்களுக்கு வேண்டிய வாக்கு வரங்களைக் கொடுத்து வருவது போல் இருக்கும். ஒவ்வொரு நாளும் காலையிலும் மாலையிலும் மருந்து வாங்கிக்கொண்டு வருவதைப் பார்த்தாலும், கோவிலி லிருந்து விபூதி, சந்தனம், குங்குமம், பன்னீர் இவைகளை வாங்கிக் கொண்டு போவது போலிருக்கும்.

அங்கே விலைப்படுத்தும் சாமான்களாகிய ரொட்டி, ஆரஞ்சு, முட்டை, பால், இதுகளைக் கொண்டுவருகிறவர்கள் சத்தம் போடுவது பாட்டுப்பாடிக்கொண்டே ஊர்வலம் வருவது போலிருக்கும். பாத்திர வியாபாரிகள், ஜவுளி வியாபாரிகள் தலையணை, விசிறி, மெத்தை கொண்டு விற்கிறவர்களும், தரந்தரமாய் சுற்றி ஊர்வலம் வருவது போலிருக்கும். இப்படி பலவிதமான காட்சிகளும் ஆஸ்பத்திரியை அழகுபடுத்திக் கொண்டிருக்கும்போது, வார்டுகளில் இருக்கும் நோயாளிகளில் சிலர் தீர்ந்துபோனால், அங்குள்ளவர் வாயில் துணியை வைத்துக் கொண்டே அங்குமிங்கும் ஓடுவார்கள். சிலர் பில் முடிச்சுப் பணங் குடுக்க முடியாமலும், பிணத்தை விட்டுப்போக முடியாமலும் ஏங்கி மயங்குவார்கள். அந்தச் சமயம் நரக வாசலாகவும் காண்பவரெல்லாம் கண்ணைக் கசக்குவார்கள். நல்லதும் கெட்டதுமான காட்சிகளை எல்லாம் பார்த்துக் கொண்டே எங்களுக்கும் மாசம் மூணு முடிஞ்சி நாலாகிவிட்டது.

காய்ச்சல் நல்ல சுகத்துக்கு வந்தபிறகு கஞ்சி கொடுத்து, சோறு குடுத்துப் பார்த்து, எண்ணையுந்தண்ணியும் வைக்கச் சொன்னர். தலையை மொட்டையடிச்சி, எண்ணெய் தேய்ச்சி தண்ணி வச்சி நல்ல சுகமாகிவிட்டது.

தகப்பனாருக்கு நோய் கூடவுமில்லை. நல்லாக் குறையவு மில்லை. இப்படி இருக்கிற சமயம், டாக்டர் 'இனி நீங்க வீட்டுக்குப் போகலாம். தகப்பனாருக்கு மருந்து வாங்கிக்கொண்டு போய் குடுங்க' என்று சொன்னார்.

கணக்கு முடிச்சி, அறுநூற்றி ஐம்பது ரூபாய் பில் மூத்த அண்ணனிடம் குடுத்தான் கம்பவுண்டர். கையில் ஒரு காசுங் கெடையாது. எல்லாச் செலவுஞ் சேர்ந்து எழுநூறு ரூபா வரும்.

எப்படி எடுக்கப்போறோம்? என்ன வழியாய்ப் பணங் கிடைக்கப் போகுது என்று மூத்த அண்ணன் கவலையோட கேட்டார். நானும் ஒரு வழியும் தெரியாமல் தெகச்சிக்கொண்டே இருந்து விட்டுப் பிறகு யோசித்தேன்.

நம்ம வீட்டுல நாலஞ்சி மாடு நிக்கிறதுனால, அதில உள்ள சாணி உரம் ஒரு குண்டு எப்பமும் சேரும். ஒரு பூவுக்கு இரண்டு வண்டி உரம் சேரும். அந்தச் சாணி உரமும், வெளியில் உள்ள கொஞ்ச சொத்தும் ஒத்தி குடுத்துப் பணம் எடுக்கலாம். ஆனால் இந்த விதம் செய்து பணம் எடுத்துத் தருவதற்கு ஆள்கள் ஒருவரும் இல்லையே என்று நினைத்து வருந்திக்கொண்டே, மூத்த அண்ணனும் நானும் யோசித்துக்கொண்டிருக்கிற சமயம், பொட்டலூரிலுள்ள இசக்கியடிமையின் தம்பி பாலையா என்பவன், சுகமில்லாமல் இருக்கிற இவர்களைப் பார்க்க அடிக்கடி வருவான். எப்போதும் பார்க்கவருவது போல அன்றைக்கும் பார்க்கவந்தான். கும்பிடப்போன தெய்வம் குறுக்காக வந்ததுபோல அவன் வந்ததும், நான் அவனிடம் எல்லா விபரங்களையும் தெளிவாகச் சொன்னேன். அவன் பதிவாக எங்கள் வீட்டில் வெளியிலுள்ள வேலைகள் செய்யவும், நடவு வச்சிப் பார்க்கவும், வீட்டுக்கு வேண்டிய வெறகு தறிச்சி கீறிப்போடவும் செய்கிறவனாகையால், அவனிடம் சொன்னேன். “பாலைய்யா, சபாபதிக்கு எண்ணெய் தண்ணி வச்சி, சோறு குடுத்தாச்சி. தகப்பனாருக்கு நல்ல சொகமாகவில்லை. டாக்டர் வீட்டுக்குப் போகச் சொல்லுகிறார். ஆஸ்பத்திரிக்குக் குடுக்க வேண்டிய எழுநூறு ரூபாய்க்கு பில் முடிச்சித் தந்தாச்சி. எழுநூறு ரூபாயும் கொடுக்காமல் எப்படி வீட்டுக்கு வரமுடியும்.

பாலையாவுக்க துப்புலெ யாருக்கிட்டயாவது கொஞ்சம் பணம் பெரட்டலாமா” என்று கேட்டேன். அவன் “யாங்கிட்ட பணம் இல்ல, நான் போய் கேட்டா ஆருதருவா?” என்று சொல்லி வருத்தப்பட்டுக்கொண்டு, ஆலோசனை பண்ணிக்கொண்டே நின்றான். நான் சொன்னேன். “பாலைய்யா, ஒனக்க வழியா பணம் பெரட்ட முடியாவிட்டாலும், நான் ஒரு காரியஞ் சொல்லுவேன், அதயாவது செய்து தரமுடியுமா” என்றேன்.

“எப்படி எண்ணு சொல்லுங்க. முடியுமுன்னா பாப்போம்” என்றான். “நம்ம வீட்டடி வெளியில நிக்கிய கொழமரத்துல உள்ள கொழயும், ஒரக்குண்டுலெ கூடிய சாணாங்கியும் ஒரமும் சேர்த்து யாருக்காவது குடுத்துப் பணம் எடுக்கலாமா” என்று கேட்டேன். அவனும் ஒளத்திக்கிடே, “அங்க இதுக்கு ஆரு தருவா” என்று சொன்னான்.

நான் திரும்பவும் “பாலையா நீ போய் பொட்டல்விளை நாடான்கிட்டயும், அவருக்க பொண்டாட்டி முயிலமெள நாடாச்சிக்கிட்டவும், நாஞ் சொன்னதாகச் சொல்லி, ஐந்நூறு ரூவா எப்படியாவது கடன் வாங்கியாவது குடுக்கணுமாம், நீங்க குடுக்கிற ரூபாய அவிய திரும்பத்தாறது வரைக்கும் பலிசைக்கு அவிய வெளயில நிக்கிய கொளையையும் ஒரத்தயும் வெட்டிக்கிடனுமாம் எண்ணு சொல்லிக் கேட்டுப் பாரு. ஐந்நூறு ரூபா தரமுடியாது எண்ணு சொன்னா, மூன்னூறு ரூவாயாது தந்தாலும் வாங்கிட்டு வா” என்று சொன்னேன்.

அவனும் இந்த நெலமைக்கு வந்திட்டியளாக்கும் என்று பெருமூச்சு உட்டுக்கிட்டு, “பாத்து என்ன சொல்லுயாவ எண்ணு அறிஞ்சிக்கிட்டு, ரெண்டு நாளையில வாறேன்” என்று சொல்லி விட்டுப் போனான்.

நான் என் கழுத்திலே கிடந்த ஒரு சங்கிலியைக் கழத்தி மூத்த அண்ணங்கையிலே குடுத்து கொண்டுபோய் விலைக்குக் குடுக்கச் சொன்னேன். அவரும் அதைக் கையிலெ வாங்கி வச்சிக்கிட்டு, என் முகத்தையே பார்த்துக்கிட்டு கொஞ்ச நேரம் கவலையோடே இருந்தார்.

நானும் அவரைப் பார்த்தேன். எனக்கு அழுகை வந்தது. அவரும் அழுதார். “அண்ணா, இதை விலைக்குக் கொடுக்காம வேறே பணம் எடுக்க முடியாது. கொண்டுபோய் வித்துக்கிட்டு வரணும்” என்று கட்டாயப்படுத்திச் சொன்னேன். அவருங் கொண்டுபோய் முன்னூற்றி ஐம்பது ரூபாய்க்கு வித்து, ரூபாயைக் கொண்டுவந்தார். ரெண்டு நாள் கழிச்சதும் பாலையா வந்தான். என்னவென்று கேட்டேன்.

அவன் சொன்னான். “நான் போய் பொட்டல்வெள நாடாங்கிட்ட கேட்டேன். அவரு எனக்கு வாண்டாம்ன்னு சொன்னார். அவருக்க பொண்டாட்டி வந்து என்னதுண்ணு கேட்டாவ. அவியகிட்டயுஞ் சொன்னேன். அவிய உடனே அவருட்ட சொன்னாவ, ஆஸ்பத்திரிக்கு குடுக்கதுக்கு ரூவா இல்லாமத்தானே சொல்லி உட்டுருக்கு, அதுனால எப்படியாவது கொஞ்சம் கொறச்சாவது குடுங்க எண்ணு சொல்லி அவரச் சமாதானப்படுத்துனாவ.

அதுக்கும் பொறவு அவரு அப்பிடிண்ணாலும் ஐந்நூறு குடுக்க முடியாது. இரு நூறு ரூவா தாறேன் எண்ணு சொன்னாரு. நான் காணாது. ஆஸ்பத்திரிக்கு எழுநூறு ரூவா குடுக்கணுமாம். அதுனால நீங்க நானூறாவது தாருங்க எண்ணு கேட்டேன். அவரு முடியாது எண்ணாரு. அவருக்க பொண்டாட்டி

முயிலமௌக்காரி, ஆஸ்பத்திரிக்கி எழுநூறு குடுக்கணுமா இல்லியா. நமக்குப் பலிசைக்கு ஒரமும் இருக்கில்லியா. அது நால நானூறாவது குடுங்க எண்ணு சொன்னாவ.

அவரு முன்னூத்தி ஐம்பது தாறென், அதுக்கு மேலே கூடுதலா தரமாட்டேன். வேணுமுன்னா போய் கேட்டுக்கிட்டுவா எண்ணு சொல்லிட்டாரு. அதுநால நானும் கேட்டுக்கிட்டு வாறேன் எண்ணு சொல்லிக்கிட்டு வந்தேன். நீங்க என்ன சொல்லுதிய" என்று சொன்னான்.

நான் சபாபதிக்க அப்பாக்கிட்ட சொன்னேன். அவர்களும் "தாறத வாங்கிட்டு வா" என்று சொன்னார்கள். நானும் வாங்கச் சொன்னேன்.

உடனே மூத்த அண்ணன் என்னைப் பார்த்து, "யம்மா பொட்டல் சக்கயில ஒரு நல்ல சக்க பார்த்து வாங்கிட்டு வரச் சொல்லு" என்று சொன்னார். நானுஞ் சொன்னேன். பாலைய்யா, "நம்ம பள்ளிக்கூடத்துப் பிலாவுலெ சக்க கெடக்கு, ஒன்னு பறிச்சிக் கொண்டு வாறேன்" என்று சொல்லிக்கிட்டுப் போனான்.

அதுக்கடுத்த நாள் பொட்டல்விளை நாடான் ஆஸ்பத்திரிக்கு வந்தார். சபாபதி அப்பா ரூபாயைப் பத்தி கேட்டார்கள். அவர் "முன்னூத்தி ஐம்பது ரூபா கொண்டு வந்தேன். இதுக்கு மேலே கூடுதலா தரமுடியாது. இவ்வளவும் ஒங்களுட நெலமயப் பாத்துத் தாறேன்" என்று சொல்லி, ரூபாயை எடுத்துக் குடுத்தார். குடுத்துக்கிட்டு, "இப்பொ ஒரக்குண்டுல கெடக்க ஒரத்த வெட்டி எடுப்பேன். பெறகு கொழய அரக்குவேன்" என்று சொல்லி ரூபாயும் தந்து உதவியது எங்களுக்குப் பெரும் உதவியாக இருந்தது. இந்த ரூபா அவராகத் தந்ததில்லை. அவருடைய பொண்டாட்டி முயிலன்விளை நாடாச்சியின் உதவியினாலேதான் தந்தார். அந்த அம்மாவுக்கு நான் அன்புக்கடன் செலுத்தக் கடமைப்பட்டவள்தான்.

இப்போது பொட்டலில் நடந்த அடிபிடிச் சண்டையினாலே* அவர்களுடைய மூத்தமகனுடைய அறிவுக்குறைவாலும், அந்த அம்மாள் என்னிடம் பேச்சில்லாமலும், என் வீட்டுக்கு வராமலும் நிறுத்திவிட்டார்கள். தெய்வச்செயல் நடத்துகிறது என்று நினைத்துக்கொண்டிருக்கிறேன்.

நாங்கள் ஆஸ்பத்திரியில் இருக்கும்போதே சபாபதிக்கு காலேஜில் பரிட்சைக்கு நாள் நெருங்கிவிட்டது. காலேஜிக்குப் போய் பிரின்சிபால் அவர்களிடம் சொல்லிச் சரிப்படுத்த வேண்டும் என்று மூத்த அண்ணன் சபாபதியையும்

* சண்டை – 1975–77 அவசர நிலைக் காலப் போராட்டங்கள்

தகப்பனாரையும் ஒரு குதிரை வண்டியில் ஏத்திக் கூட்டிக் கொண்டு போய், பிரின்ஸ்பால் என்பவரைக் கண்டு பேசி, சபாபதிக்குச் சுகமில்லாமல் இருந்ததைப் பற்றியும், நாள் குறைவானதைப் பற்றியுஞ் சொல்லி, மேல் பரிச்சை எழுதுவதுக்கு உத்தரவு தரவேண்டும் என்றும் சொல்ல, அவரும் சபாபதிக்கு இந்த வருசம் பரிட்சை எழுத நாள் காணாது, ஆனாலும் இந்த வாரத்துக்குள் சேர்த்துக்கொண்டால் பரிச்சை எழுதலாம் என்றும் சொல்லிச் சம்மதித்தார். இவர்கள் போன அண்ணைக்குத்தானே சேர்த்துக்கொண்டார். இவர்கள் ஆஸ்பத்திரி வந்துசேர்ந்தார்கள்.

பாலையா ஒரு சக்கப்பழம் கொண்டுவந்தான். அன்று ராத்திரி, பத்து மணிக்குப் பிறகு, ஆஸ்பத்திரியிலிருந்து டாக்டர் வீட்டுக்கு வந்தபிறகு, மூத்த அண்ணன் எழுநூறு ரூபாயையும், பழத்தையும் கொண்டு கோபாலப்பிள்ளை டாக்டரின் வீட்டுக்குப் போய், சக்கப்பழத்தையுங் குடுத்து, அறுநூறு ரூபாயுங் கொடுத்தார்.

டாக்டர் நூறு ரூபாய் குறைவாயிருக்கே என்று சொன்னாராம். மூத்தண்ணன் சாதுரியமான பேச்சில் வல்லவராகையால், இங்குள்ள கஷ்டநஷ்டங்களை எல்லாஞ் சொல்லி, இதுக்கு மேலே தாறதுக்கு ரூபாயில்லை என்று சொன்னார். அவரும் சம்மதித்து வாங்கிக்கொண்டார். இருவரும் வெகுநேரம் வரை அவரோடு பேசி நேரம் போக்கிவிட்டு சந்தோசமாக வந்து சேர்ந்தார்கள்.

அடுத்த நாள் காலையில் அண்ணன் ஒரு கார் கொண்டு வந்தார். நாங்கள் எல்லோரும் தெய்வச்செயலை முன்னிட்டுக் கொண்டே புறப்பட்டோம். அங்கே உதவி செய்த நர்சுமார்களுக் கெல்லாம் ரெண்டு மூன்று என்று ஒவ்வொருவருக்கும் தனித் தனியாக ரூபாயும் கொடுத்து சந்தோசப்படுத்திவிட்டு, சாமான் ஒதுக்கி வண்டியிலேறுகிற சமயம், ஆஸ்பத்திரியில் நாங்கள் இருந்த நாலு மாசமும் அடிக்கடி வந்து இருந்து, எங்களுக்கு மனதை தைரியஞ்சொல்லி உற்சாகப்படுத்தி உதவி செய்துவந்த பால்கிணத்தன்விளை மேகநாதனும் வந்து அவனால் இயன்ற உதவிகளைச் செய்தான்.

ஆஸ்பத்திரி பக்கத்து ஊரிலுள்ள ராமநாதன் என்கிற பெரியவரும் வந்து அன்பான வார்த்தைகளால் வழிஅனுப்பினார். எல்லாரிடமும் சொல்லிவிட்டுப் புறப்படுகிற சமயம், மூத்த அண்ணன் என்னைப் பார்த்து, "யம்மா நீ ஒனக்குத் தெரிஞ்ச பொம்புளைகளுக்கு, நான் வீட்டுக்குப் போறேன் எண்ணு சொல்லு. நம் வீட்டிலெ சாதா யார்கிட்டயும் போயிட்டு வாறேன் எண்ணு சொல்லுவது போல சொல்லாதே. போறேனெண்ணு

சொல்லு" என்று சொன்னார். நானும் அப்படிதாஞ் சொல்லுவேனென்று சொல்லிக்கிட்டு, அப்படிச் சொல்லி பழக்கமில்லாததினாலே, நான் எல்லரையும் பார்த்து, "நான் வீட்டுக்குப் போயிட்டு" என்ற சொல்லை முடிக்குமுன்னே அண்ணன், "ஆ அப்படிச் சொல்லாதே" என்று கோபமாகச் சொன்னார். நான், "அண்ணா நான் எப்பவும் எல்லாரிட்டயும் சொல்லுய பழக்கம் போல, அண்ணஞ் சொன்னத விட்டுட்டென். அப்படி ஏன் அண்ணா சொல்லப்படாது" என்று கேட்டேன். அது அவர் சொன்னார். "ஆஸ்பத்திரிக்கு வருவேன் எண்ணு சொன்னதுபோலாகும். திரும்ப வரவேண்டியது வந்துரும். அதுதான் நம் போறேன் எண்ணுதாஞ் சொல்லணும்" என்று அறிவைச் சொல்லித் தந்தார். இப்படியே எல்லோரிடமும் சொல்லிவிட்டுச் சபாபதியின் தகப்பனாரைக் கையைப்பிடிச்சிக் கூட்டிக்கொண்டுவந்து காரிலே உக்கார வைத்தார். சபாபதியும் நானும் என் இளைய மகளும் பரமார்த்தலிங்கம் மூத்தண்ணன் எல்லாரும் வீடு வந்து சேந்தோம். சாவக் குடுத்ததும், ஆஸ்பத்திரியில் நாலு மாசம் இருந்துபட்ட கஷ்டங் களையும் எழுதி முடிப்பதற்குள்ளே இருதயம் நடுங்கி, அறிவு மயங்கி, தலை தூக்கமுடியாமலே ஒரு வாரமாக எழுந்திருக்க முடியாமலும் படுக்கையிலாகி, ஊசிப்போட்டும் மருந்து குடிச்சி முப்பத்தேழு ரூபா செலவு ஆனது. இருதயத் துடிப்பும், மனத்தளர்வும் குறைந்து, திரும்பவும் எழுதிய கதையை எப்படியும் முடிக்கவேணுமென்று பாவியாகிய நான் எழுதுகிறேன்.

41

வீடு வந்துசேர்ந்ததும் என் மனம் ஏக்கத்தினால் நடுங்கி அழுதேன். மூத்த அண்ணன் சாமான்களை எல்லாம் எடுத்துக்கொண்டு, சபாபதியையும் தகப்பனாரையும் கூட்டிக்கொண்டு வந்து வீட்டில் சேர்த்தார். வீடு நிறைய ஆள்கள் வந்து கூட்டமாய்க் கூடினார்கள். என்னிடம் சொல்லாமலே வீட்டுக்குப் போய்விட்டார்கள் மூத்த அண்ணன். நானழுவதை அவரால் பார்க்க முடியாமலே சொல்லாமல் போனார். அவர் செய்த நன்றியை என்றும் மறக்கமுடியாது.

வீடு வந்துசேர்ந்த பிறகும் சபாபதியின் தகப்பனார் ஆஸ்பத்திரியில் இருந்ததுபோலவே நாலுநாள் சுகமாயும், நாலுநாள் சுகமில்லாமலு மாய் இருந்தது. சபாபதி வருசாந்த பரீட்சை எழுதி விட்டு வந்து, தகப்பனாருக்குக் கோபாலபிள்ளை ஆஸ்பத்திரியில் போய் மருந்து வாங்கிக் குடுத்துக் கொண்டிருந்தான். பரமார்த்தலிங்கமும் பரீட்சை எழுதினான். அவன் நாலு மாசமாகப் பள்ளிக் கூடம் போகாமலிருந்தும் உபாத்தியாரும், எட்மாஸ்ட்டரும் அவனுக்கு நாள் குறைவில்லாமல் ஆஜர் புக்கில் அவன் பள்ளிக்கூடம் வந்ததாகவே அடையாளப்படுத்தி, பரீட்சை எழுத அனுமதி கொடுத்தார்கள். அவனும் பரீட்சை எழுதிவிட்டு, எங்களோடு கூடவே இரவும் பகலும் உதவி செய்து இருந்துவந்தான்.

என் இளைய மகளும் இரண்டாவது வகுப்பு படித்து, பரீட்சையில் நல்ல மார்க்கு வாங்கிவந்தாள். பரீட்சை முடிந்தது. அதன் பிறகுள்ள லீவு நாளும் கழிந்தது.

அதற்கு அடுத்த வருசம் ஆரம்பமானதும், சபாபதி, பரமார்த்தலிங்கம், ராஜம் இவர்கள் அடுத்த வகுப்புகளில் சேர்ந்து படித்துவந்தார்கள்.

தகப்பனாரும் வேறே நிவர்த்தி இல்லாமல் பள்ளிக்கூடத் திற்குப் போய் வேலைபார்க்கப்போகிறேன் என்று போய்க் கொண்டிருந்தார்கள். போனாலும் கை எழுத்துப் போட்டு விட்டு, கொஞ்ச நேரம் அவர்களுக்குள்ள வகுப்பில் போய் இருந்துவிட்டு, பாடம் எடுக்கக் சக்தியில்லாமல் இருப்பதைப் பார்த்து எட்மாஸ்டர் வீட்டுக்குப் போகச் சொல்லி அனுப்பி விடுவார். இவர்கள் வந்துவிடுவார்கள். இப்படியே இரண்டு மாதம் கழிந்துவந்தது. அதற்குப்பிறகு சாப்பிட முடியாமல், சாப்பிட மனமில்லை என்று சொல்லி, கஞ்சியைக் குடித்துக் கொண்டே படுக்கையிலானார்கள்.

சோற்றைக் கறிவிட்டுப் பெசஞ்சி உருட்டிக் கையில் குடுத்தாலும், ரெண்டு பிடி தின்றுவிட்டு மனமில்லை என்பார்கள். இப்படி ரெண்டு மாதம் படுக்கையிலானார். பள்ளிக்கூடத்துக்குப் போகாமல் படுக்கையிலான பிறகும், எட்மாஸ்ட்டரும் வாத்திமார்களுஞ் சேர்ந்து கையெழுத்துப் போடுகிற புக்கை பரமார்த்தலிங்கத்திடம் கொடுத்துவிட்டு, வீட்டில் கொண்டு வந்து கையெழுத்துப் போட்டுக்கொண்டு போய்க் கொடுப்பான்.

ஒண்ணாந்தேதி சம்பளம் வாங்கினதும் ரூபாயைக் குடுத்துவிடுவார்கள். இப்படி ரெண்டு மாதங் கழிந்தது. மூன்றாவது மாதம் சம்பளம் வாங்கமுடியவில்லை. இந்தப் பள்ளிக்கூடம் கட்டி, படிப்பு நடத்தின துவக்கத்தில், இந்தப் பள்ளிக்கூடத்தில் எட்மாஸ்டராக இருந்த சிவம்பிள்ளை என்பவர், இப்போது டி.இ.ஓ. என்ற பட்டத்திற்கு வந்துவிட்டார். ஆகையால் இந்தப் பள்ளிக்கூடத்தைப் பார்வையிடவந்தார்.

அவர் முன்னாலே இவர்களுக்கு வேண்டியவராக இருந்தவரானதினால், இங்கே நடந்த கதைகளையும், இப்போ இவர்கள் இருக்கிற நிலமையுஞ் சொன்னார்கள். அவருக்கு இது பிடிக்கவில்லை.

பள்ளிக்கூடத்துக்கு வரவில்லையானால் லீவு போடட்டும், இல்லாமல் இப்படிக் கையெழுத்துப் போட்டுச் சம்பளம் வாங்கக் கூடாது என்று சொல்லிவிட்டார். அன்றிலிருந்து பள்ளிக்கூடம் லீவானது. இவர்களுக்கு இருமலும் மயக்கமும் அதிகப்பட்டது. இப்படி இருக்க, ஒரு நாள் கொஞ்சம் நேரமாக அழுதுகொண்டே இருந்தேன். இருந்துவிட்டு வந்து இவர்கள் படுத்திருந்த கட்டிலின் பக்கம் வந்தேன்.

வந்தவுடன் என்னைப் பார்த்து, "நீ இவ்வளவு நேரமும் எங்கே போனா, உன்ன இங்கே காண இல்லியே" என்று கேட்டார்கள். "நான் ஓரிடமும் போக இல்ல, ஒங்களுக்குத்

தண்ணி தாறதுக்கு கஞ்சி வச்சேன். என்னைத் தேடுனது என்னத்துக்கு" என்று கேட்டேன். "அது ஓங்கிட்ட ரெண்டு வார்த்த சொல்லணும் எண்ணித் தேடுனேன்" என்று சொன்னதும். நான் "என்ன வார்த்த சொல்லனும் சொல்லுங்க" என்று திரும்பத் திரும்ப ஆத்திரத்தோடே கேட்டேன். அதுக்குள்ளே இருமல் வந்திட்டுது. "கொஞ்சம் பொறு, இருமல் உடட்டும் சொல்லுறன்" என்று சொல்ல, இருமல் குறையாமலே மேலும் வந்துகிட்டே இருந்தது. அந்தத் திகைப்போடே என்னெ தூக்கணும் என்று சொன்னார்கள்.

நான், கூடத் தூக்க ஆளில்லியே என்று நெனச்சிட்டு நிற்கையிலே, வெங்கடேசனின் தகப்பனார் வந்தார். நான் அவர்கிட்ட, நெறுத்தி தூக்கணுமாம் என்று சொன்னேன், எப்போதும் இப்படி இருமல் அதிகமாயிருந்தால், தூக்கி இருத்தினால் குறையும் என்று சொன்னேன்.

அவரும் 'அண்ணே தூக்கணுமா? தூக்கி இருத்தட்டா' என்று கேட்டார். கையைக்காட்டித் தூக்கச் சொன்னார்கள். நானும் அவருமாகத் தூக்கி நிறுத்தினோம். நான் அவர்கள் என்ன சொல்ல நினைத்தார்கள் என்பதை அறிய வேண்டி, "என்ன சொல்லணும், சொல்லுங்க" என்று கேட்டேன். அதற்குள்ளே அந்த அறிவு மாறியது.

நான் என்னைய தூக்கச் சொன்னேனா என்று கோபமாய்ப் பார்த்துவிட்டு, "வந்திருக்கிற ஆளுகளை இருக்கச் சொல்லு" என்று அவர்களுக்கு மேலே கையைக்காட்டி, "அன்னா வந்திருக்கிறவர்களுக்கு சேர் எடுத்துப் போட்டு இருக்கச் சொல்லு. வந்தவர்களை இருக்கச் சொல்லு" என்று சொல்லி விட்டு. என்னையும் வெங்கடேசன் தகப்பனாரையும், 'என்னையேன் தூக்கினீங்க' என்று கோபத்தோடு பார்த்தார்கள். நாங்க பயந்து திரும்பக் கட்டிலில் கிடத்தினோம். முகத்தைச் சுளித்துக்கொண்டு, காலையும் கையையும் அசைத்ததுபோலத் தெரிந்தது. அவ்வளவுதான். வந்தவர்களோடு போய்விட்டார்கள்.

வந்தவர்கள் யாரென்று எங்களுக்குத் தெரிவிக்காமலும், ரெண்டு வார்த்தை சொல்லணும் என்று சொன்னது இன்னதென்று சொல்லாமலும், வந்தவர்களோடு கூடிப் போய்விட்டார்கள். என் மூத்த மகள் போனவழியே அவள் போன ஒன்பதாவது மாசம் இவர்களும் போய்ச் சேர்ந்தார்கள். அவள் தைமாசம் ரெண்டாந்தேதி போனாள். இவர்கள் புரட்டாசி மாதம் முப்பதாந்தேதியுமாகப் பொன்னுலகமடைந்தார்கள்.

இவ்வளவு கதையும் நடந்து முடிந்ததற்குள்ளே, முகிலன்விளை நாடாச்சியும் வந்துசேர்ந்தார்கள். வெங்கடேசன் தகப்பனார் நடந்த கதைகளைச் சொன்னார்.

அந்த அம்மா, "அய்யோ நீங்க தூக்கி நெறுத்தினதினாலே தானே சீவம் போயிட்டு, தூக்காமல் போட்டிருந்தா கூடக் கொஞ்ச நேரம் உயிரு இருந்திருக்குமே" என்று சொல்லிக்கிட்டே சத்தம் போட்டு வெளியிலே வந்து நின்னு அழுதார்கள்.

வீட்டுக்குள்ளே நான் அழ, வெளியே நின்னு அவர்கள் அழுத சத்தங்கேட்டு ஆள்களெல்லாம் ஓடிவந்து பார்த்துக்கிட்டு, சீவம் போயிட்டு என்று சொல்ல, மேலும் மேலும் ஆள்கள் வந்து கூட்டமாகக் கூடினர். மேலத்தெருவிலுள்ள துரைசாமி எங்களுக்கு இரவும், பகலும் உதவி செய்துவந்தவன், அவனும் வந்தான். ஊரிலுள்ள பெரிய ஆள்களான ஏகாம்பரம் நாடார், கல்லுப்பட்டி வீட்டு சின்னாடார், சாமி வீட்டு இளைய நாடார், மற்ற மேலத்தெருவிலுள்ளவர்களும் வந்தார்கள்.

துரைசாமி பள்ளிக்கூடத்தில் போய் பரமார்த்தலிங்கத்தைக் கூட்டிவந்து, சபாபதியைக் கூட்டிக்கிட்டு வரச்சொல்லி அனுப்பினார்கள்.

இந்தச் செய்தி அறிந்த வாத்திமார்களும், பள்ளிப் பிள்ளை களாகிய ஒண்ணாவது வகுப்புப் பிள்ளைகளிலிருந்து பதினொராவது வகுப்புப் பிள்ளைகள் வரையும் சேர்ந்து கூட்டமாக வந்து கூடினார்கள்.

வந்த பிள்ளைகளை வரிசையில் நிறுத்தி, வீட்டுக்குள்ளே வந்து இவங்களைப் பார்த்துக்கிட்டுப் போகும்படி விட்டார்கள். பிள்ளைகள் எல்லாம் முன்வாசல் வழியே வீட்டுக்குள்ளே வந்து பார்த்து அழுதுகொண்டே பின்வாசல் வழியால் வெளியே போனார்கள். இப்படி இந்தப் பிள்ளைகள் ஆணும் பெண்ணும் தனித்தனியாய் வந்து பார்த்து அழுது, 'சார்' என்று சத்தம் போடும் போது, உபாத்தியார்கள் அவர்களைச் சத்தம் போடாமல் தடுத்து வெளியே அனுப்பவுமாகக் கொஞ்சநேரமெல்லாம் ஆனது. இதற்குள்ளே சபாபதியும் வந்தான்.

அதற்குமேல் நடத்த வேண்டிய காரியங்களுக்குள்ள செலவுகளுக்கு ரூபாய் என்னிடத்திலும் சபாபதியிடமும் யாரும் கேட்கவில்லை.

ஏகாம்பரம் நாடார் என்பவர் அவருடைய சொந்தச் செலவிலேயே எல்லாச் சாமான்களும் வாங்கிக் குடுத்து, எல்லாக் காரியங்களையும் அவராகவே நின்று நடத்தி, செய்ய வேண்டிய

முறைகளெல்லாஞ் செய்து முடித்து, கட்டையடுக்கி, கட்டையிலே வைத்துக் கடமையை முடித்தார்கள்.

அடுத்த நாள் சுட்டெரித்த சாம்பலை அள்ளிக் கடலில் கொண்டுபோய்க் கரைத்துவிட்டு, அவரவரும் அவரவரிடத்துக்குப் போனார்கள். நான் திக்கற்ற பாவியாய், ஆருமற்ற அனாதையாக அயர்ந்து விழுந்தேன். ரெண்டு பிள்ளைகளுக்கும் ஆகாரங் குடுக்க ஆளில்லை என்ற நிலைமையில், காட்டுப்பண்ணித்தட்டு நாடாச்சியும் முகிலன்விளை நாடாச்சியும் இருந்து தண்ணி எடுத்துத்தருகிற இலந்தவிளையாளின் பிள்ளைகளைக் கொண்டு எல்லா வேலைகளையுஞ் செய்யச்சொல்லி, இவர்களுடைய மேற்பார்வையில் நாலைந்து நாள் நடந்தது. நான் ரெண்டு நாள் ஆகாரம் தின்னாமலே அழுவதைப் பார்த்துச் சபாபதி எனக்குச் சோறு வேண்டாம் என்றும், பள்ளிக்கூடத்துக்குப் போகமாட்டேன் என்றும் அழுதான். 'எழுதாப் பொறிக்கு அழுதால் தீருமா' என்று விதியின் கொடுமையை நினைத்து மனதை அடக்கிக்கொண்டு, சபாபதியைச் சமாதானப்படுத்தி நானும் சாப்பிட்டேன். நான் ஆஸ்பத்திரியிலிருந்து வந்த, பிறகு சபாபதியின் தகப்பனார் படுக்கையிலிருக்கும்போது, ஈத்தாமொழியில் என் தம்பி மூத்தவனாகிய ராஜா என்பவனுக்குக் கலியாணம் முடிந்தது. இவர்கள் இறந்து ஒருவாரம் கழிந்த பிறகு அவன் பொண்டாட்டியையுங் கூட்டிக்கிட்டு வந்தான். அவள் நாலைந்து நாள்களாக இருந்து வீட்டுவேலைகளைச் செய்துகொண்டிருந்தாள். பிறகு அவளும் உடம்புக்குச் சுகமில்லாமலிருக்கு, நான் வீட்டுக்குப்போறேன் என்று போய் விட்டாள். தம்பி வீட்டில் இருந்த பூமாத்திவிளையாளும் துட்டி விசாரிக்க வந்தாள். அதற்குப் பிறகு பதினாறாவது நாள் எண்ணெய் தேச்சி, சிறை நீங்கி, செத்துப் போனவர்களுக்கு, செய்ய வேண்டிய கடன்களைச் செய்யவேண்டுமென்று பதினாறாவது நாள் விடியக்காலம் எல்லாருங்கூடி அழுது எண்ணெய் தேய்க்க வந்தார்கள்.

முகிலன்விளை நாடாச்சியும் காட்டுப்பண்ணித் தட்டு நாடாச்சியும் இன்னுஞ் சில ஆள்களும் கூடி, விடியக்காலம் அவர்கள் இறந்த இடத்திலே இருந்து அழுது, எண்ணெய் தேய்த்தார்கள். நாங்கள் எல்லாருங்கூடி அழுது, கடமை முடித்த அந்த வீட்டுக்குள்ளிருந்து அடுத்த வீட்டுக்குள்ளே வந்தபிறகு பூமாத்திவிளையாளும், அவளைச் சேர்ந்த பேயோட்டாளும் பரமார்த்தலிங்கத்தின் பேத்தியாளுஞ் சேர்ந்து அந்த வீட்டுக் குள்ளே வந்து இருந்து, வண்டு இரைக்கிற சத்தம் போல பரமார்த்தலிங்கத்துக்க பேத்தியா கொஞ்ச நேரம் அழுதா, அவர்கள் ஒரு பார்ட்டியாக எண்ணெய் தேய்ச்சி முடித்தார்கள்.

இதைப் பார்த்துக்கிட்டு நின்ற பொம்பிளைகளெல்லாம், “இதென்ன, ரெண்டு பிரிவாட்டு எண்ணய் தேய்ச்சியாவ. ஒரு பிரியனுக்கு ரெண்டு பொண்டாட்டிமாரு இருந்து நடத்துயது போல இருக்குதே” என்று பார்த்துச் சிரித்தார்கள்.

இப்படி எண்ணெய் தேச்சி முடிச்சிக்கிட்டு, அவள் வீட்டுக் குள்ளே போயிருந்து, பரமார்த்தலிங்கத்துக்க பேத்தியார்கிட்டச் சொல்லி இங்க இருந்து வெத்திலையும் எடுத்துத் தாராளமா கொண்டு வச்சி தின்னுக்கிட்டு, அவர்களெல்லாரும் சேர்ந்து கூட்டங்கூட்டிப் பேச்சு நடத்திக்கொண்டிருந்தார்கள்.

சாயங்காலம் ஊரில் உள்ள வீடுகளிலிருந்து அரிசியும் எண்ணெயுங் கொண்டுவந்தார்கள். அதிலே அவளுக்கு வேண்டியவர்களாக உள்ளவர்கள் வீட்டிலிருந்து வந்த அரிசியும் எண்ணெயும் இங்க கொண்டுவாருங்களென்று கூப்பிட்டு, அந்த அரிசியை எல்லாம் அவ வீட்டுக்குள்ளேயே வாங்கி வச்சிக்கிட்டு, பெட்டிக்கு வெத்திலையும் போட்டுக் குடுத்துக்கிட்டு, இப்படியே அனேக வீட்டு அரிசியெல்லாம் வரவர வாங்கிச் சேர்த்துக்கொண்டே இருந்தாள். துரைசாமி இதைப் பார்த்துக்கிட்டு இங்கே வந்து சொன்னான். நேரம் நல்லா இருட்டின பிறகு ஏகாம்பர நாடானின் அண்ணன் வீட்டிலிருந்து தனபாலன் அம்மை செவராமியையுங் கூட்டிக்கிட்டு வந்து பேசிக்கிட்டு இருக்கும்போது, கந்தசாமி வீட்டுவேலக்காரப் புள்ளை ஒரு பெட்டியிலே அரிசி கொண்டுவந்தது. ஒருத்தரும் கூட வர இல்லை. நான் ‘அரிசி வேண்டாங் கொண்டு போ’ என்று சொன்னேன்.

தனபாலனின் அம்மையும் நானும் கந்தசாமியின் கொடுமைகளையும் சொல்லி, செத்த துட்டி கேக்க அவம் பொண்டாட்டி வராமலும், இண்ணைக்கு, அவளும் அவனும் வராமலே இந்த அரிசியை எதுக்கு குடுத்து உட்டான் என்று பேசிக்கிட்டு இருக்கிற சமயம், துரைசாமி வந்து, “நீங்க வேண்டாம் எண்ணு கொடுத்துவிட்ட அரிசிய பூமாத்திவெளக்காற வாங்கிக் கொண்டு வச்சிருக்காவ” என்று சொன்னான். தனபாலனின் அம்மை அதைக் கேட்டு, “இவா அந்த அரிசிய எப்படி வாங்கலாம்? நீ வாண்டாம் எண்ணு குடுத்தத அவா வாங்கினது சரி இல்ல. இப்புடித்தானே இதுக்கு முந்தியும் எல்லாக் காரியங்களும் செய்துக்கிட்டு இருந்தா. இப்பயும் அவா இப்படிச் செய்யியது சரி இல்ல” என்று வருத்தமாகச் சொல்லிக்கிட்டு வீட்டுக்குப் போனார்கள்.

அதுக்கப்புறம் எல்லாரும் சாப்பிட்டார்கள். இவளும் இவளைச் சேர்ந்தவர்களும் அவள் இருக்கிற வீட்டுக்குள்ளே

இருந்து சாப்பாட்டை முடிச்சிக்கிட்டு, மீதி இருந்த சோறு, கறி எல்லாம் பரமார்த்தலிங்கத்துக்க பேத்தியாரைக் கொண்டு போகச் சொல்லிக் குடுத்துவிட்டாள். பேயோட்டாளுக்கும் சோறு குடுக்கச் சொல்லி, சோறு விளம்பினவன்கிட்ட இருந்து வாங்கிக் குடுத்தாள். வெத்திலை பாக்கு எல்லாம் கொண்டு வா, இன்னுங் காணாது. கொண்டு வா என்று கேட்டு வாங்கிச் சேத்து வச்சிக்கிட்டு, எல்லா அரிசியும் ஒண்ணா மூட்டை சேர்த்து, வெத்திலையும் சோறு, கறி எல்லாம் பரமார்த்தலிங்கத்துக்க அம்மையையும் பாட்டியாரையும் கொண்டுபோகச் சொல்லி குடுத்தனுப்பிக்கிட்டுப் போய்விட்டாள். 'ஆலமரத்தோடே அணைய வச்சிச் சுட்டாலும், ஆலமரம் வெந்தாலும் அவா செய்த அநியாயம் வேகாது. புளியமரத்தோட பொருத்தி வச்சிச் சுட்டாலும், புளியமரம் வெந்தாலும் அவா செய்த புளுக்காரம் வேகாது. எளவு ஊட்டுக்குப் போனாலும் எடது கை லாந்திவரும் எங்களுக்கு, என்ற கதையை எல்லாரும் அறியக் காட்டிவிட்டுப் போனாள், குலக்கேடியான கொடும்பாவி.

இவ்விதமான எல்லாம் முடித்துவிட்டு, இனிமேல் இந்த ரெண்டு பிள்ளைகளுமாவது நமக்குக் கொடுத்து வைத்ததாக இருந்தால் இதுகளோடு சேர்ந்து நமக்கும் நாளைக் கழிக்கலா மென்று எண்ணி, என் மனதைத் தேத்திக்கொண்டு இருந்தேன்.

42

அந்த வருசம் சபாபதிக்குப் படிப்புக்கு வேண்டிய செலவுக்கு ஏகாம்பரம் நாடார் இருநூறு ரூபாய் குடுத்தார். நாலைந்து கண்ணுக்குட்டி நின்னதையும் விலைக்குக் குடுத்து, அந்த வருசத்துப் படிப்பு முடிஞ்சது.

இவர்கள் இறந்த நாலு மாதமானதும், அரசாங்கத்திலிருந்து இவர்களுக்குக் கொடுக்க வேண்டிய ரூபாய் கிடைத்தது.

அதை வாங்குவதற்கு ஏகாம்பரம் நாடார்தான் துணையாக வந்தார். அவர் என்னைத் தான் வளர்த்த பிள்ளைபோல் வண்டியிலேற்றி, வண்டியின் பின்னாலே நடந்து துணையாக வந்து கச்சேரியில் போய்ச் சொல்லி, பணங் கிடைக்கிறவரையும் கூடி நின்று, என்னைக் கையெழுத்துப் போடச் சொல்லி, நான் போட்டுக் குடுத்துப் பணத்தை வாங்கினேன். எழுநூறு ரூபாய் கிடைத்தது.

பணத்தை வாங்கிக்கிட்டு வெளியே வந்ததும், ‘சபாபதிக்குப் பள்ளிக்கூடச் செலவுக்கு நான் குடுத்த ரூபாய் இருநூறு தரணும்’ என்று சொன்னார்.

நான் என் கையில் வச்சிருந்த எல்லா ரூபாயும் அவர் கையில் குடுத்து, ‘உங்களுக்குத் தர வேண்டிய ரூபாயை எடுத்துக்கிட்டுத் தாருங்கள்’ என்று குடுத்தேன். அவர் வாங்கி அவருக்குள்ள ரூபா இருநூறையும் எடுத்துக்கிட்டு, மற்ற ரூபாயை என்னிடம் தந்தார். நான் வாங்கிக்கொண்டு வீடு வந்து சேர்ந்தேன்.

அந்த வருசம் படிப்பு முடிஞ்சது. அடுத்த வருசம் பிஎஸ்.சி. மூணாவது வகுப்பில் சேர்ந்து படித்தான்.

நான் அரசாங்கத்திலிருந்து கிடைத்த எழுநூறு ரூபாயில் ஏகாம்பரம் நாடாருக்குக் கொடுத்த இருநூறு போக ஐந்நூறு ரூபாயில், முன்னாலே ஆஸ்பத்திரிச் செலவுக்குப் பொட்டல் விளைநாடானிடம் வாங்கி மூன்னூற்றி ஐம்பது ரூபாயும் குடுத்து, கொழமரத்தைச் சொந்தத்துக்கு எடுத்தேன். மீதி இருந்த நூற்றைம்பதையும் ஒரு கடக்காரனுக்கு, கடன் தீர்ந்தா காதவளி போகலாம், என்று கொடுத்துவிட்டு, இவனுக்கு படிப்புச் செலவுக்கு எனக்குள்ள தாலிச் செயினையும் காப்பையும் வித்துச் செலவு செய்தேன். எப்படி எல்லாமோ அந்த வருசம் படிப்பு நிறைவேறி, பரீட்சை முடிந்து வீடுவந்துசேர்ந்தான்.

அதுக்கடுத்த வருசம் என் இளைய மகள் ஐந்தாவது வகுப்பை முடித்துவிட்டு, ஆறாவது வகுப்பில் போய்ச் சேர்ந்தாள்.

என்னோடு கூடப்பிறந்த தங்கையை நடுவு நாடார் என்பவர், “உனக்கு ஒரு கெரகம் ஒன்ன விட்டு வெலகிப்போக வேண்டி இருக்கு. அதுனால நீ உனக்க வீட்டுல இருக்கக் கூடாது. எட்டு நாளைக்கு வேற எங்கயாவது போய் இருந்துட்டு வா” என்று சொன்னாராம். என்னிடம் சொல்லாமலே வந்து, “ஒனக்க ஊட்டுல எட்டு நாளு இருக்கணும். எங்க ஊட்டுல இருக்கப்படாதாம். நடுவு மாமன் சொன்னாரு. அதுனால இங்க இருக்க வந்தேன்” என்று சாமானெல்லாம் கொண்டுவந்து சேர்ந்தாள்.

“நானே கெரவம்புடிச்சி இடி விழுந்து, சொத்தோட சுகத்தயும் உயிரையும் இழந்து, இந்த ரெண்டு புள்ளைகளயும் வச்சிக்கிட்டு, ஆருந் தொணையில்லாமலும் ஆதரவற்றவளா நிக்கிறேன். இப்படிச் சாவக் குடுத்துக்கிட்டு இருக்கவள்கிட்டயா ஒன்ன கெரவம் போக்க ஒங்க மாம வரச்சொன்னாரு? நீயும் அவரு வரச்சொன்னாரு எண்ணு ஒனக்க கெரவத்த எனக்க ஊட்டுல போக்க வந்தியாக்கும். இதெல்லாமே எனக்க கெரவக்காறன் தாற புத்தி. நீங்க என்ன செய்விய” என்று சொன்னேன்.

நான் சொன்னதெல்லாம் அவள் காதில் எடுக்கவில்லை, எட்டு நாளா இருந்துக்கிட்டு, ஒம்பதாவது நாள் வீட்டுக்குப் போனாள். அவளப் புடிச்ச கிரகம் அவளை உட்டுக்கிட்டு என்னை வந்து புடிச்சான்.

என் தம்பி ராஜாங்கம் என் வீட்டுக்கு வந்தான். “மாமா எனக்குப் பள்ளிக்கூடத்துக்கு உடுத்துக்கிட்டு போறதுக்கு நல்ல துணி எடுத்து, பாவாடையும் சம்பறும் தச்சித் தாருங்க மாமா” என்று என் மகள் கேட்டாள்.

அவனும் இந்தப் புள்ளையோடெ நல்ல அன்புள்ளவனா இருந்தினால், "நீ ஈத்தாமொழிக்கு வாம்மா, ஒனக்குத் துணி தச்சித் தாறென்" என்று கூட்டிக்கிட்டுப் போனான்.

அங்கே போய் ஜவுளிக்கடைக்குக் கூட்டிட்டுப் போய் "உனக்கு வேணுமெண்ண துணி பார்த்து எடு" என்று சொல்ல, அவள் அவளுக்குப் பிடித்தமான துணியை எடுத்துத் தையல் கடையிலெ தச்சுக் குடுத்தான்.

இவள் ரெண்டு நாள் நின்னுக்கிட்டு, "மாமா நாளக்கி பள்ளிக்கூடத்துக்கு போகணும். வீட்டுக்குப் போறேன்" என்று சொன்னாளாம். ராஜாங்கம் தையல் கடையிலே போய் துணியைக் கேட்டதுக்கு அவன், இன்னும் துணி தைக்கல்ல. நாளைக்கு தாறேன் என்று சொன்னானாம். உடனே அவன், "ராஜம், துணி என்னும் தச்ச இல்ல. நான் ஒன்ன கொண்டு ஊட்டுல உட்டுட்டு, ரெண்டுநாள் கழிச்சி துணியையும் வாங்கிக்கிட்டு வருவேன். இண்ணு வீட்டுக்குப போவோம்" என்று சொல்லி வீட்டில் கொண்டுவிட்டுட்டுப் போனான்.

நான் இங்கே நூல் நூத்துக் குடுத்ததிலே நூலாபீசு* துணி கிடைச்சது. மானேஜர் சுதா அவளே போய் அவளுக்குப் பிடித்தமான கதர் துணி பாவாடைக்கும், சம்பருக்கும் வாங்கிக் கொண்டுவந்த தைக்கக்குடுத்து, தச்சி வாங்கிக்கொண்டு வந்தாள். அந்தத் துணியையும் 'அடுத்த வாரம் பள்ளிக்கூடத்துக்கு உடுத்திட்டுப் போவேன்' என்று கொண்டுவச்சாள்.

மாமன் எடுத்த துணி தச்சிக்கொண்டு வரலை. இங்கே தச்ச துணியைப் போட்டுப் பார்க்கவுமில்லை. பள்ளிக்கூடத்துக்குப் போனாள்.

சபாபதி, "ரெசல்ட் வந்திருக்கு, எனக்குப் பரீட்சை பாசாயிருக்கா எண்ணு பார்க்கப்போறேன்" என்று நாகர்கோவிலுக்குப் போனான். போனவன் பார்த்திட்டு மத்தியானம் ஒரு மணிச் சமயம் வந்தான்.

பள்ளிக்கூடத்துக்குப் போயிருந்த என் இளையமகளும் மத்தியானம் சாப்பிட வந்தாள்.

அண்ணனைக் கண்டதும் "அண்ணா, உனக்கு பாசா விருக்கா" என்று கேட்டாள். "ஆமா" என்று சொன்னான் சபாபதி. அவனுக்குப் பரீட்சை பாசான சந்தோசத்தினால் மிட்டாய் வாங்கிக்கொண்டு வந்திருந்தான். பக்கத்து வீட்டு அன்னக்கிளி பிள்ளைகளும், சின்னாடான் வீட்டுப் பிள்ளைகளும் வந்தன.

---

* நூலாபீசு – கதர் கிளை அலுவலகம்

வந்த பிள்ளைகளுக்கெல்லாம் அவன் வாங்கிட்டுவந்த மிட்டாயை எல்லாருக்கும் கொஞ்சங் குடுத்திட்டு, மீதி இருந்த மிட்டாயைத் தாளோட இவள் கையிலே குடுத்தான்.

அவள் அந்த மிட்டாயை வாங்கி வச்சிக்கிட்டு, ‘நான் பள்ளிக்கூடத்துல கொண்டு போய் எனக்கக்கூடப் படிக்கிற புள்ளையளுக்கெல்லாங் குடுத்து, நானுந் தின்பேன்’ என்று சொல்லி, சாப்பிட்டபிறகு மிட்டாயையும் கொண்டு பள்ளிக்கூடத்துக்குப் போனாள்.

ராத்திரி மூணுபேரும் சாப்பிட்டுவிட்டுப் படுத்தோம். என்னைச் சேர்த்துப் புடிச்சிக்கிட்டு, கண்ணோடு கண்ணும், முகத்தோடு முகமும் வச்சி ஒட்டிப் புடிச்சிச் சேர்த்துப் படுத்து உறங்கினாள்.

என்னோடு சேர்ந்து படுத்துறங்கின என் மகளுக்கு எமன் ஓலை அனுப்பினது போல காய்ச்சலும் வந்தது. மனம் பதறி நடுங்கிக்கொண்டே, விடியும் மட்டும் இருந்தேன். நேரமும் விடிஞ்சிது. நான் போய் கண்ணுக்குட்டி சத்தம் போட்டத அவுத்துவிட்டு பாலைக் கறந்து, பால் வாங்கவந்த புள்ளைகளுக்குப் பாலுங் குடுத்துவிட்டு, மோரு கடைஞ்சி வச்சிக்கிட்டு வந்து பார்த்தேன்.

நான் வர்றதுக்குள்ளே காச்சலோடே எழுந்திருந்து வெளியே வந்து இருந்து, பார்த்துக்கிட்டு இருக்கமுடியாமலே போய் படுத்திருந்தவளை நான் போயி ‘எழுந்திரும்மா’ என்று சொன்னேன்.

அவள் “எம்மா, எனக்கு காய்ச்சலு வந்ததுனால நீங்க அழுவியளெண்ணு நான் எழுந்திருந்து பாத்தேன். எனக்கு இருக்க முடியயில்ல. நான் படுத்துக்கிட்டேன். நீங்க அழாதுங்கம்மா” என்று சொல்லிட்டு, அவளும் அழுதாள். நானும் அழுதுகிட்டே போய், மாவையும் உருண்டை அவிச்சி, பாலையுங் காய்ச்சி, சபாபதிக்குக் குடுத்துவிட்டு அவளுக்கு வெறுங் காப்பித் தண்ணியைக் குடுத்தேன்.

காய்ச்சலும் சத்திப்பும் அதிகப்பட்டுது. ‘ஆஸ்பத்திரிக்குக் கொண்டு போக ஆளுமில்லே. பணமுமில்லே. என்ன செய்வேன்’ என்று அழுதேன். சபாபதி, வல்லங்குமாரவிளை வைத்தியனைக் கூட்டிக்கிட்டு வந்து மருந்து குடுப்போமென்று சொல்லிக் கூட்டிக்கிட்டு வந்தான். அவன் மருந்து குடுத்தான்.

அஞ்சு நாளா மருந்து குடுத்தான், காய்ச்சலுங் குறையவில்லை. சத்திப்புங் குறையவில்லை. “காச்சலு இன்னும்

கொறயயில்லையே" என்று கேட்டேன். "ஒண்ணுஞ் செய்யாது, பயப்படாம இருங்க" என்று ஒரே தைரியமா எனக்குச் சொன்னானே அந்தப் பாவி.

அவன், "இன்னைக்கு நல்ல மருந்து வச்சிருக்கேன், நாளைக்கிக் கொறஞ்சிரும். அப்டி வேறே வித்தியாசம் ஒண்ணும் இல்லெ" என்று சொல்லிக்கிட்டுப் போனான்.

அன்னைக்கி ராத்திரியே ஓயாத சத்திப்பும், வேர்வையும், மயக்கமும், வந்துவிட்டது. நேரம் விடிஞ்சது. கூப்பிட்டேன். சத்தமில்லே. அறிவும் மயங்கிப்போச்சி. 'அய்யோ மகளே' என்று அலறினேன். துள்ளித்துடிச்சி, ஈரலில் குத்தி அழுதேன்.

அழுத சத்தங் கேட்டு பாலு வாங்கவந்த பிள்ளைகளும் வந்து பார்த்துக்கிட்டு, வெளியே போய்ச் சொல்ல, ஊரிலுள்ளவர் களெல்லாம் வந்தார்கள்.

எங்களை ஆஸ்பத்திரிக்குக் கூட்டிக்கொண்டு போய் சேர்த்தது ஆரு என்று எனக்கு இன்றுவரையும் சொல்லத் தெரியவில்லை.

அங்கே இருக்க இடமில்லாமலே, வெளியே உள்ள திண்ணையில் தட்டி வச்சி மறச்சி இடம் தந்தார்கள். அறிவு மயங்கிக் கிடக்கிற மகளைக் கிடத்திப்போட்டு, நான் தேக்கிலைத் தண்ணி போல, தியங்கிக் கண்ணீரைச் சிந்திக்கொண்டே இருந்தேன்.

கோபாலபிள்ளை டாக்டர் வந்து பார்த்துவிட்டு, முகம் வாடி, 'ஒரு ஊசி போட்டுப் பார்ப்போம், மூணு மணிக்குப் பிறகுதாஞ் சொல்ல முடியும்' என்று சொல்லிவிட்டுப் போனார். எனக்கு முன்னாலே மூத்தமகள் இருதயத்தின் ஒருபுறம் அடிச்சி இறக்கிய ஆணிக்கு அடுத்தபுறம் ஆணியை அடிச்சி இறுக்கி வச்சிக்கிட்டு, பன்னிரெண்டு மணிச் சமயம் பரலோகம் போய்ச்சேர்ந்தாள்.

அறிவு குறைஞ்சி ஆவி ஒடுங்கும் நேரம், ஏங்க ஏங்க அழுது கொண்டே, ஆஸ்பத்திரி வெளித்திண்ணையிலே கெடந்து. ஆவி நீங்கிப் போனாள்.

என் மூத்த மகள், ராமமூர்த்தி ஆஸ்பத்திரியில் உள்ள ஒரு மாட்டுத்தொழுவம் போல உள்ள எடத்தில் கிடந்து, அவளும் அறிவு மயங்கிய பின், இந்த மகளைப் போலவே அழுது அழுது உயிர் நீங்கினாள். முற்காலத்துப் புராணங்களிலுள்ள கதைகளில் சொல்லியிருப்பது போல, கன்னிப்பருவம் கழியாத இந்த என்

மக்கள் இருவரும், தெய்வலோகத்தில் ஏதோ குற்றஞ் செய்து, தேவர்களால் சாபம் பெற்று பூலோகத்தில் வந்து, எனக்குப் பிள்ளையாகப் பிறந்து, பதினாறு வயதிலும் பதினொரு வயதிலுமாகப் பூலோகத்திலுள்ள மனித ஜென்மத்தை மாற்றி, சாப விமோசனம் பெற்று, அவர்கள் முன்னிருந்த தெய்வப் பிறவியில் போய்ச் சேர்ந்தார்கள் என்று சொல்லும்படியே, என்னைத் தனியே விட்டு, என் இருதயத்தின் இருபக்கத்திலும் ஒரு நாளும் கழற்ற முடியாத துயரமென்னும் ஆயுதத்தை நெஞ்சில் ஏற்றி வைத்துவிட்டுப்போனார்கள்.

நான் ஆஸ்பத்திரி வெளித்திண்ணையில் யாருமற்ற பாவியாய் அழுது பாதவித்துக்கொண்டிருக்கிற சமயம். உயிர் நீங்கிப் போவதற்கு சற்று முன்னாலே, என் தம்பி ராஜாங்கம் எப்படியோ அறிந்து, ஆஸ்பத்திரி வந்து சேர்ந்தான். அவன் வந்ததும் கதை முடிந்ததும் சரியாயிருந்தது.

அவனும் ஏங்கினான். விம்மிப் பெருமூச்செறிந்து நின்றான். டாக்டரைக் கண்டு பேசினான். பலனில்லை என்று அறிந்ததும் வெளியே போய் கார் கொண்டு வந்து, உயிரில்லாமல் கிடக்கிற என் மகளையும், உயிரிருந்து உயிரற்றவளாய்க் கிடக்கிற என்னையும் தூக்கிக் காரில் போட்டு, வீடு கொண்டு சேர்த்தான்.

வீடு வந்ததும் அலறினேன். யாருமற்றப் பாவியாய் நெஞ்சிலடித்துக்கொண்டே துள்ளித் துடித்தேன். தவிர, வேறு வழியாய் என் உயிரை விட என்னால் முடியவில்லை. ஆள்கூட்டம் அங்கே இங்கே அசைய விடுவாரும் இல்லை. இன்றுவரையிலும் சாகாமல் இருக்கிற நான் அன்று எப்படிச் சாவேன்?

இந்த வேதனைகளைஎல்லாம் அழுதழுது என் கையால் எழுதவேண்டி விதி பெற்ற நான் அன்று எப்படிச் சாகமுடியும்.

முன்னே போன, எனக்கு ஒரு பக்கத்துக் கண்ணாகிய முதல் மகளையும், இரண்டாவது போன மகளின் தகப்பனாரையும் கட்டையடுக்கிச் சுட்டுச் சாம்பலாக்கினார்கள். எனக்கு ரெண்டாவது கண்ணாகிற, இந்தச் செல்வமகளை, வந்து கூடின ஆள்கள் சென்று குண்டு வெட்டிப் புதைத்துக் கடமையை முடித்துவிட்டுப் போனார்கள்.

நானும் சபாபதியும் தியங்கி மயங்க, இந்தத் துயரத்தைக் காண மனம் பொறுக்காதவன் போல் சூரியனும் மறைந்தான். நேரமும் இருட்டியது. ராத்திரி நேரம் முகிலன்விளைநாடாச்சி, அன்னக்கிளி இன்னும் சிலரும் இருந்தார்கள். இருந்தது

யாரென்று சொல்லத் தெரியவில்லை. மனக்குழப்பமான சமயம் நடந்தது. மறதி, ஞாபகமில்லை. ராக்காலம் காவலாகவும், துணையாகவும் இருந்தார்கள். நானும் சீவனை விட்டுவிடவா, இன்னும் இருக்கற இந்த ஒரு மகனின் நிலைமை என்ன ஆகிறது, எப்படி முடிகிறது என்ற இருந்து பார்ப்போமா, என்ற எண்ணத்தோட இருந்து அழுது அழுது துயரத்தால் வருந்தினேன். விளக்கு ஒளிபோல இரு பக்கத்திலும் ஒளிவீசிக்கொண்டு இருந்த, பொற்சிலை போல வீடு அணைத்து முத்தமிட்டு, கண்ணோடு கண்ணு வைத்து முகத்தோடு முகமும் வைத்து, விரலால் என் முகத்தைச் சுரண்டி செல்லங் கொஞ்சி விளையாடிய என் பொன்மகளைக் காணாமல் எட்டி எட்டிப் பார்த்துப் பார்த்து ஏக்கங்கொண்டு அழுது புலம்பி இருசிறகு மொடிந்த பறவை போலவும், காலொடிந்த மிருகம் போலவும், துணையிழந்த மனுஷியாய் மயங்கி அலறி அபயமிட்டேன். நேரமும் விடிந்தது.

அன்று பகல் முழுவதும் துட்டி கேட்க வருகிறவர்கள் வந்த அவரவருக்கும் தெரிந்த அறிவுரைகளைச் சொல்லி, பக்கத்து ஊர்களிலுள்ள ஒவ்வொரு குடும்பங்களிலும் உள்ள சாவு நோவுகளையும் சொல்லியும் நேரம் போக்கினார்கள். நேரம் இருட்டினது.

பக்கத்து வீட்டு அன்னக்கிளி எப்படியோ சோறு பொங்கி, சபாபதியைச் சாப்பிடச் சொல்லி, அவன் முந்தின நாள் பூராவும் பட்டினியாயிருந்து, அடுத்த நாளும் பகல் பூராவும் பட்டினியாய் இருந்துவிட்டுச் சாப்பிட்டான்.

கொஞ்சங் கஞ்சித் தண்ணியாவது குடியுங்க என்று கொண்டு வந்தாள். எனக்குத் தண்ணி குடிக்கவும் தொண்டை திறக்கவில்லை. 'வாண்டாம்' என்று சொல்லி அழுதுக்கிட்டே இருந்தேன்.

அந்தச்சமயம் ஈத்தாமொழியிலிருந்து எங்க மயினியும், துணைக்கு ஒரு குடிமகளுமாகச் சேர்ந்து ரெண்டுபேரும் வந்தார்கள்.

வந்து, "மய்னீ, ராசாங்கஞ் சொன்னான். நீங்க இங்க இருக்க வேண்டாமாம். உங்கள ஈத்தாமொழிக்கிக் கூட்டிக்கிட்டு வரச்சொன்னான். வாருங்க போவொம்" என்று சொன்னாள். எனக்கு வாய் திறந்து பேசமுடியாமல், ஒன்னும் சொல்லாமலே இருந்தேன்.

எல்லாருங் கூடி ஒரு கூட்டமாக அழுது முடிச்சி, பிறகு திரும்பவும், போவோம் வாருங்கள் என்றாள். கூட வந்தவளும்

அவளுக்குத் தெரிஞ்ச அறிவெல்லாஞ் சொன்னாள். “நீங்க இஞ்ச இருந்தா தண்ணிங்காச்சித் தாறதாரு. அஞ்சி புள்ள பெத்து, நாலு புள்ளயும் தகப்பனும் போயாச்சே. எனி இந்த ஒரு புள்ளயும் இருக்கதுக்கு, வேளைக்கித் தண்ணி காச்சி குடுக்கதாரு? இங்க ஆரு இருக்கா? நீங்க இப்படியே இருந்து அழுதுகிட்டே இருந்தா, ஒங்கள கவனிச்சியது ஆரு? இந்த ஒரு புள்ளயயுந் தெருவுல உட்டுக்கிட்டுப் போறதுக்கா நெனச்சிருக்கிதிய? இந்த புள்ளைக்க முகத்தப் பாக்கவேண்டாமா. போவோம்” என்று ரெண்டு பேரும் தூக்கினார்கள்.

பகையாளி கண்ணு முன்னால இருந்து அழுது கண்ணீர் சிந்துவதை விடவும், காணாத இடத்துல போய் இருந்தாலும் நல்லதுதான். ‘சொத்தோட சொகத்தோட, புள்ளயோட புருசனோட, எல்லாந்தொலஞ்சி, எதிராளி பார்த்துச் சந்தோசங் கொண்டாட எல்லாமே இழந்தாச்சே. இனி இந்த ஒரு புள்ளைக்குள்ள காரியமும் எப்படி என்று அறியாமல் அவனைத் தெருவில் உட்டுட்டு நாம செத்தாலும் அனாதயாகிப் போவானே’ என்று மனதைத் தேற்றினேன்.

விடியக்காலம் சபாபதி, “யம்மா நாம இங்க இருக்க வேண்டாம். ஈத்தாமொழிக்குப் போவோம். நேரம் விடியுமுன்னே போயிருவோம். வாருங்க” என்று அழுதழுது சொன்னான். அவன் அழுகிறதப் பார்த்தா என் மனம் பொறுக்கயில்லை. ‘சரியப்பா போவோம்.’ எண்ணு போட்ட பண்டம் போட்டாப்ல போட்டுட்டு, ஒண்ணும் பாராம, மாடு கண்ணு எல்லாமே உட்டுட்டு, ஈத்தாமொழி ஊர் போய்ச்சேந்தோம். மறுநாள் ராஜாங்கம் பசு மாட்ட ஈத்தாமொழிக்குக் கொண்டுவந்தான். வரும் விதி ராத்தங்காது.

43

நான் பொட்டலில் இருந்து ஆஸ்பத்திரிக்குப் போய்வந்தபிறகு, நான் அனுபவிக்க வேண்டிய விதிகளை எல்லாம் அனுபவித்துக்கொண்டிருக்கிற சமயம், இழவோடு கலியாணம் என்பதுபோல, இங்கே சாவு என்கிற சமயம் அங்கே கலியாணம் என்று, சபாபதியின் தகப்பனார் மரணப் படுக்கையி லிருக்கும் சமயம் ராஜாவுக்குக் கலியாணம் முடிந்தது. அவர்கள் இறந்த பிறகு ராஜாங்கத்துக்குக் கலியாணம் முடிந்தது.

கலியாணம் முடிந்து, அவரவரும் தனிக் குடித்தனம் பண்ணிக்கொண்டிருக்கிற சமயம், வாழாக்கொடியாகிய நான் போய்ச்சேர்ந்தேன்.

ராஜா வேறே தனியாக வீடுகட்டி இருந்தான். பழைய வீட்டில் ஒருபுறத்தில் ராஜாங்கம் தனியாகக் குடும்பம் நடத்திக்கொண்டிருந்தான்.

மூத்த மதனியும் பிள்ளைகளும் தனியாக ஒரு புறம் இருந்துவந்தார்கள்.

போய்ச் சேர்ந்த சபாபதியும் நானும், அவர்கள் ரெண்டுபேரிலும் யார் தந்தாலும் சரி என்று சாப்பிட்டுக்கொண்டு இருந்தோம்.

இப்படியே இரண்டு மூன்று மாதம் ஆனதும், ராஜாங்கத்தின் பொண்டாட்டி ஒன்பது மாதம் குழந்தை உண்டாகி இருந்தாள். அவளைக் குழந்தைப்பேறுக்கு தாய்க்காரி வந்து கூட்டிக் கொண்டு போனாள்.

நானும் வீட்டுக்கு வந்திரலாமென்று ராஜாங்கத்திடம் சொன்னேன்.

அவன், "நீ இப்போ போக வேண்டாம், அவள் வாறதுக்கு என்னும் ரெண்டு மூணு மாசங்களியும். அதுனால எனக்குச் சோறு பொங்கித் தர ஆளில்ல.

நாம ஒண்ணா பொங்கிச் சாப்பிடலாம். அவள் வந்த பிறகு நீ வீட்டுக்கப் போகலாம்" என்று சொன்னான். நானும் மறுத்துச் சொல்ல முடியாமலே, அவன் சொன்னது போல அவன் வீட்டில் பொங்கிச் சாப்பிட்டுக்கொண்டே அங்கே இருந்தேன்.

ஒரு நாள் நெல்லு அவிக்கவேண்டியது வந்து, அப்போ கனியின்* அம்மாவான என் மதனியார், "குட்டுவத்தில் வச்சி நெல்லு அவச்சா அஞ்சாறு நாளைக்கு காணும் மயினீ. குட்டுவம்** ராஜாவுக்க ஊட்டுல இருக்கு. நான் கேட்டாத் தரமாட்டா. நீங்க ராஜாகிட்டச் சொல்லி, அந்தக் குட்டுவத்தக் கொண்டு வரச் சொல்லுங்க" என்று சொன்னாள்.

'எங்க போனாலும் யெணலுங்*** கூடப்போகும்' என்பது போல, நானெங்க போனாலும் என் விதியும் கூடத்தானே வரும். வரும் விதியறியாமலே அவள் சொல்லுக்கு உட்பட்டு, நெல்லு அவிக்காமலே இருந்தேன். கொஞ்சநேரங் கழிச்சதும் என் மதனியார் வந்து, "ஏ மய்னீ, ராஜா அன்னா வாரான், குட்டுவத்தக் குடுத்துவிடச் சொல்லுங்க" என்று சொன்னான். நானும் நேரே பரமாத்தமாக**** அவன்கிட்ட "நெல்லவிக்கணும். அந்தக் குட்டுவத்தக் குடுத்துவிடப்பா" என்று சொன்னேன். அவனும் ஆகட்டும் அக்கா, குடுத்துவிடுறேனென்று சொல்லிட்டுப் போனான்.

வீட்டில் போய்ப் பொண்டாட்டிக்கிட்ட, "அந்தக் குட்டுவத்த நெல்லவிக்க அக்கா கேட்டா, குடுத்துவிடு" என்று சொன்னானாம். அவள் "நான் குளிக்கத் தண்ணி வெதுப்பி வச்சிருக்கேன். இப்ப குடுத்துவிடமுடியாது" என்று சொன்னாளாம். குட்டுவம் கொண்டு வரயில்லை. பிறகு கனிக்க அம்மா ஒருஆளைச் சொல்லி, நான் சொன்னதாகச் சொல்லி குட்டுவத்தை வாங்கிக் கொண்டுவரச் சொல்லிவிட்டார்கள்.

அவள் உடனேயே குட்டுவத்திலிருந்து தண்ணியை உருட்டிக் கவிழ்த்துவிட்டுக் கொண்டுபோகச் சொல்லிவிட்டு, என்னை வாயில் வந்தவாறு பேசினாள். மச்சான் பொண்டாட்டி என்று பொட்டலிலிருந்த பூமாத்திவிளையாள் எப்படிப் பேசினாளோ, அதுபோலவே இவளும் பேசினாள்:

"பொட்டலுல இருந்து எனக்க மாமியாரக் காணவிடாம வெரட்டுனா. இப்ப இஞ்ச வந்து என்ன வெரட்ட வந்திருக்கா.

---

* கனி – நூலாசிரியரின் இப்போதைய மருமகள்

** குட்டுவம் – வாயகன்ற பெரிய செம்புப் பாத்திரம்

*** யெணலுங் – நிழலும்

**** பரமாத்தமாக – கபடமின்றி

எங்க சொத்த தின்னுறதுக்கா, இங்க வந்து கெடக்கா தேவுடியா” என்றும் இவ்வளவுமில்லை, இன்னும் எத்தனையோ வேதமெல்லாம் பேசினாள்.

பெரிய பூமாத்தியாவிளையாள் சொன்ன சொல்லும் வசையும் முதலாக வச்சால், இந்தச் சின்ன பூமாத்திவிளையயாள் அதுக்குப் பலிசையாகப் பேசித் தொலைச்சாள். என் பேரை வச்சி குட்டுவத்தக் கேட்டு, அவள் இவ்வளவு பேச்சும் பேச வந்தது, எதுக்கு என்று கேட்டேன். “அந்தக் குட்டுவம் ராசாவுக்கும் ராஜாங்கத்துக்கும் பங்குள்ளது. அவ்விய அம்மைக்க குட்டுவம். அத இவள் ராஜாங்கத்துக்குக் குடுக்கப்புடாது எண்ணு வச்சிருக்கா. அதுனால தான் நம்ம கேட்டதும் அவளுக்குக் கோவம் வந்தது. அத இனி வெலைக்கு குடுக்கணும், அதனால தான் ஒங்கள வச்சி கேட்டாத் தருவா என்னு சொல்லிவிட்டேன்.” என்று சொன்னாள். நான் பாவி, போற இடமெல்லாம் வீண்பாடு ஆச்சுதென்று சொன்னேன். அன்றிலிருந்து இன்றுவரையும் அவளுக்கும் எனக்கும் பேச்சில்லை. அவள் கண்ணுலே நான் இதுவரையும் முளிச்சிட்டும் இல்லை.

இப்படிப் பலவிதமான துன்பங்களுக்கு ஏதுவாக அங்கேயே இருந்துவரும் சமயம், சபாபதியின் தகப்பனார் அளத்தன்கரை செவிடன் செல்லையா என்பவரிடம் நூறுரூபாய் கடனாக வாங்கியிருந்தார்களாம். அவன் என்னையும் சபாபதியையும் சேர்த்துக் கோர்ட்டிலே கேஸ் போட்டான்.

மூத்த அண்ணன் அழகப்பன் இதை அறிஞ்சி வந்து சொன்னார். “எனி அவனுக்குப் பணம் எப்படி கெட்டுவது” என்று கேட்டார்.

நான் எனக்குள்ள நகைகளில் ஒரு அட்டியலை என் இளைய மகளுக்குப் போடலாமென்ற ஆசையோடு வச்சிருந்தேன். இனி அதை வித்து அவனுக்கு உள்ள ரூபாயைக் குடுக்கலாமென்று அந்த அட்டியலை மூத்த அண்ணனிடம் குடுத்து, வித்துவிட்டு வரச்சொல்லி, அவர் கொண்டுபோய் வித்துவிட்டு வந்தார்.

அளத்தங்கரைக்குப் போய், அந்த செவிடன் செல்லையாவைக் கண்டு, ‘உனக்குத் தரவேண்டிய நூறு ரூபாயும் கோட்டுச் செலவு நீக்கி, பலிசையும் இல்லாமலே தருவேன், வாங்கிக்க’ என்று சொன்னார்.

அவன் ‘வாங்க மாட்டேன்’ என்று சொன்னான். இவர் கோர்ட்டுச் செலவும் பலிசையும் இல்லாமலே கோர்ட்டில் கட்டிவிட்டுவந்தார்.

நாலு பவுனுக்கு உள்ள அட்டியல், எத்தனை ரூபாய்க்கு வித்தேன் என்று எனக்கு ஞாபகமில்லை. மீதி ரூபாய எங்கிட்டே இருந்து ராஜாங்கம் வாங்கி, வண்டாவிளை ராமநாதனுக்குப் பலிசைக்குக் கொடுத்தான். நான் அங்கே இருக்கும்போது எங்களுக்கு வேண்டிய அரிசி ராஜாங்கத்துக்குள்ள அரிசியிலே சேர்த்துப் பொங்குவேன். மேல் செலவு அவனும் செய்வான், நானும் எங்கையிலிருந்து செய்வேன். எங்களுக்குள்ள தனிச்செலவு வேறு நானே செய்து நடத்திக்கொண்டு இருக்கும் சமயம், ஆத்திக்காட்டுவிளை தாவீது வாத்தியாருக்கு வீட்டடிவிளை ஒத்தியும் அனுபவத்துக்குப் பெருங்கொளத்துப் பத்து வயலையுங் குடுத்திருந்தது. திரும்ப அந்த வயலும் அவருக்கே நான் ஒத்தியாகக் குடுத்து, ஐந்நூறு ரூபாய் வாங்கியிருந்ததினாலே, 'இனி வீட்டடிவிளையை நான் அனுபவிப்பேன், உங்களுக்கு அனுபவம் வேணுமானால் எனக்குத் தரவேண்டிய ஒத்திப்பணம் ஆயிரத்தி எழுநூறுக்கும் பலிசையை வருசந்தோறும் தரணும்' என்று சொன்னார்.

அதையும் மூத்த அண்ணனை வச்சிப் பேசி, பலிசையைத் தாறேன் என்றுசொல்லி முடிவு பண்ணி, வருசத்துக்கு இருவத்தஞ்சு ரூபாய் குடுக்கும்படியாகச் சொல்லி, முதலாவது வருசத்துக்கு, என் கையிலிருந்ததில் இருவத்தஞ்சு ரூபாய் குடுத்து, அவரையும் சமாதானப்படுத்தி அனுப்பினோம்.

பொட்டலில் நின்ற பசுமாடுங் கண்ணுக்குட்டியையும் ராஜாங்கம் ஈத்தாமொழிக்குக் கொண்டுவந்தான். அந்தப் பசுவையும் கண்ணையும் விலைக்கிக் குடுக்கச்சொல்லி ஆட்களைக் கூட்டிட்டு வந்தான். 'எனக்குப் பசுவை விலைக்குக் குடுக்க மனம் இல்லை' என்று சொன்னே. சொன்னாலும் ராஜாங்கம் விடவில்லை.

திரும்பவும் பத்து நாள் கழிச்சி ஒருத்தனைக் கூட்டிட்டு வந்தான். "எக்கா, நூறு ரூவா தாறேன் என்கிறான். குடுத்திரு" என்று சொன்னான். எனக்கு அழுகையும் கோபமும் வந்தது. "நான் மாடு விக்கயில்ல எண்ணு எத்தன தடவையோ சொல்லியுங் கேளாம, நீ திரும்பத்திரும்ப ஆள் கொண்டு வாரா. ஒனக்கு இந்த மாடு நிக்கியது புடிக்கல்ல எண்ணா குடுத்திரு" என்று சொன்னேன். உடனே குடுத்து ரூபாயை வாங்கித்தந்தான்.

சபாபதி தக்கலை பக்கமுள்ள ஒரு தாலுக்கச்சேரியில கொஞ்சநாள் வேலை பார்த்தான். பிறகு பிரிந்துவிட்டான். மூத்த அண்ணன் மகன் மணி, சீனுவாசன் இவர்களோடுகூடச் சுற்றிக்கொண்டே திரிவான்.

இப்படியாக இருக்கும் சமயம், குழந்தைப் பேறுக்குப் போன ராஜாங்கத்துக்கப் பொண்டாட்டிக்குக் குழந்தை பிறந்து செத்துப்போச்சு. பதினாறு கழிஞ்சதும் அவள் வீட்டுக்கு வந்தாள்.

அவள் தன் சொந்தவீட்டுக்கு வந்தபிறகு, நான் அங்கே இருப்பது அவளுக்குப் பிடிக்கவில்லை. அதனாலே அவள் மனவேதனையோடு அழுதுகொண்டே இருக்கிறதும், அவளுக்கு வேண்டியவர்களிடத்தில் என்னைப் பற்றிக் குறையாகச் சொல்லி அழவும், "இவளுக்கு இவ்வளவு நாளும் இருந்து தின்னது காணாதா, எனி நான் வந்தாச்சு, எனி ஊட்டுக்குப போனா என்ன" என்று சொல்லி வருத்தப்படுவதையும் பார்த்து, நான் வீட்டுக்கு வர நினைத்தேன்.

இந்தச்சமயம் சபாபதியின் பேரிலும் குறையான பேச்சுகள் வந்தன. "எந்த நேரமும் புஸ்பமும் கனியும் அவன் பொறத்தா லேயே திரியவு" என்று குடும்பத்துப் பெண்களெல்லாங் குறை சொன்னார்கள். கனியின் தாயார் கனியை அடிச்சி "அவனுக்க கூட எப்பமும் பளக்கமுட்டுக்கிட்டே அவனுக்க பொறத்தாலே திரியாத" என்று அடிச்சாள், பேசவுஞ் செய்தாள்.

இதைக்கண்டதும், கேட்டதும் எனக்கு அங்கே இருக்க மனமில்லாமல், உடனே வீட்டுக்குப் புறப்பட்டு பொட்டல் வந்துசேர்ந்தேன்.

உருப்படி வித்ததும், மாடு வித்ததும் எல்லாமே செலவாகி, கையில் ஒரு காசுகூட இல்லாமலே வீடு வந்துசேர்ந்தேன்.

எல்லாம் படித்தே அறிந்தே இருந்தாலும், யமக்குளபடி
வல்லானறிந்துளான் என்றுணராது
சொல்லால் மயங்கி சூள் விதியின்படி துக்கித்து
பின் எல்லாஞ் சிவன் செயலென்பாரே

என்று முற்காலத்து ஞானிமார்கள் பாடிய பாடலுக்கு இணங்க, நானும் எல்லா சாஸ்திரங்களையும் படித்தும், அறிந்தும், அறியாதவளாய் மயங்கினேன். கஷ்டங்களைத் தாங்கி அனுபவித்தேன்.

இல்லறத்தில் வாழ்க்கைப்பட்டவர்களெல்லாம் வாழ்க்கை யில் சுகத்தையே விரும்புவார்கள். நானும் ஒவ்வொன்றிலும் ஆசைப்பட்டு, பலன் பெறாப் பாவியாகி, அதனால் மயங்கி, அனுபவப்பட்டு, இது நமக்குள்ள விதி, மதி வெல்லாது என்பதை ஒவ்வொரு இடங்களிலும் கண்டு கண்டு, மனதில் வைராக்கியத்தையே துணையாகக் கொண்டு, சபாபதியும் நானுமாக இருந்தோம். வீடு வந்துசேர்ந்த பின் செலவுக்கு இல்லை.

வைராக்கியமென்பது மனதைத்தான் தேற்றி சமாதானப் படுத்தும் அல்லாமல், வயிற்றுப்பசியை நீக்குமா? வீட்டுக்கு வந்ததும் வீட்டில் இருந்த வெங்கலப் பாத்திரங்களில் சிலவற்றைப் பரமார்த்தலிங்கத்திடம் குடுத்து, கோட்டாத்துக் கடையில் விலைக்கு வித்து வரச்சொல்லி அனுப்பினேன். அவன் ஏதோ கொஞ்ச ரூபாய்க்கு வித்துட்டு வந்தான். அந்த ரூபாயைக் கொண்டு வீட்டுச் செலவை நடத்திக்கொண்டிருந்தேன். அதோடு கொல்லாங்கொட்டைக் காலம் வந்தது. அதைக்கொண்டும் கிடைக்கிற மற்ற அனுபவங்களைக்* கொண்டும் நாளைக் கழித்துக் கொண்டிருந்தோம். ஆறு மாதமாக இப்படியே நான் கழித்துக் கொண்டிருக்கும்போது, சபாபதி 'பீட்டி' படிக்கப்போறேன் என்று புதூர் ராஜகோபாலோடு சேர்ந்து முயற்சி பண்ணிக் கொண்டிருந்தான்.

ஏதோ அவனுடைய நல்வினைப் பயனால், மதுரை காலேஜில் இடம் கிடைத்தது. "அம்மா, எனக்கு இடம் கெடச்சிருக்கு, நான் பீட்டி படிக்கப் போறேன்" என்று சொன்னான்.

'கையிலொரு காசுமில்லை, கடன் தருவார் ஆருமில்லை' என்ற கதைபோல நானிருக்கும் சமயத்தில், நான் படிக்கப் போறேனெண்ணு சொல்லுகிறானே, என்ன செய்வது என்று எண்ணினேன்.

படிக்க இடங்கிடைச்சதே பெரியகாரியமானதினாலே, நான் பணவசதி இல்லையென்று போகாமல் நிறுத்தலாமா. இடத்தைக் கொடுத்த தெய்வம் பணத்தையும் கொடுக்கும் என்ற தைரியத்தோடு, போய் படித்து வெற்றிபெற்று வாவென்று வாழ்த்தி அனுப்பவேண்டியதுதான் என் கடமை என்று நினைத்தேன்.

"அப்பா சபாபதி நீ எடங்கெடச்சிருக்குண்ணு சொல்லுயதி னாலே சேர்ந்து படி. இப்போ நமக்குப் பணவசதியில்லாம லிருந்தாலும், என்னால் இயன்ற அளவு முயற்சி செய்து, ஏதாவது ஒரு வழியில் பணத்தை எடுக்கப் பார்ப்போம். ஒங்க அப்பா இருந்த சமயம், ஒனக்குப் பள்ளிக்கூடச் செலவுக்கு முதலாவது ஏகாம்பரம் நாடாரிடமிருந்துதான் ரூபா வாங்கித் தருவார்கள். ஆனதினாலே நீ அவரிடம் போய் படிக்கப் போவதைச் சொல்லி, இப்போதுள்ள செலவுக்கு நூறு ரூபாயுங் கேளு" என்று சொன்னேன். அவனும் 'சரி' என்று சம்மதித்துக் கொண்டு போனான். போய்ப் படிக்க இடங் கிடைச்சதைப் பற்றிச் சொன்னதும், அவரும் சந்தோசப்பட்டுக்கொண்டு,

---

* அனுபவங்களை – சொத்திலிருந்து கிடைக்கும் வருமானம்

சபாபதியின் தகப்பனாருக்கும் அவருக்கும் உள்ள நட்பை விடாதவராய், 'இடங் கிடைச்சது ரொம்ப சந்தோசம். போய் படிச்சிட்டு வா' என்று சொல்லி, நல்ல எண்ணத்தோட நூறு ரூபாயும் கொடுத்துஅனுப்பினார்.

நான் கொல்லாங்கொட்டை வித்ததும், ஏதோ கொஞ்ச மாங்காய் பாட்டங் குடுத்ததுமாக என் கையிலே இருந்த ரூபாயுங் குடுத்து அனுப்பினேன். மதுரையிலுள்ள தியாகராஜர் காலேஜில் சேர்ந்து படித்தான்.

மாசந்தோறும் பணம் அனுப்பிக் குடுக்கணுமே. எப்படிப் பணம் எடுக்கிறது என்று நெனச்சேன். யாருக்காவது மரங்களை ஒத்தியாகக் குடுத்துப் பணம் எடுக்கணும் என்று தம்பி ராஜாங்கத்துக்கிட்டச் சொன்னேன். அவன் வட்டக்களித் தங்க நாடாரிடம் இருந்து நானூறு ரூபாய் வாங்கித் தந்தான்.

ஒவ்வொரு மாசமும் சபாபதி, எவ்வளவு செலவு ஆகுமோ அவ்வளவும், நூறு, சிலவேளை நூத்திஐம்பது வேணுமென்று எழுதியிருப்பான். அந்தக் கடிதத்தைக் கொண்டு தங்கநாடானிடம் ராஜாங்கம் காட்டி அந்த ரூபாயை வாங்கி, மணியார்டரில் அனுப்புவான். இப்படி மூணு நாலு மாசங் கழிஞ்சது. இனிமே லுள்ள ரூபாய்க்கு ஒரு வழியுந் தெரியவில்லை. அப்படி இருக்கிற சமயம் ராஜாங்கம் நூறு ரூபாய் தந்தான். அந்த ரூபாயும் அவன்தான் அனுப்பிக்கொடுத்தான்.

ராஜாங்கம் நூறு ரூபாய் தந்ததை அறிஞ்ச அவன் அண்ணன் ராஜா ஐம்பது ரூபாய் தந்தான்.

ரெண்டு பேரும் குடுத்திருக்கானே, நம்மளுங் குடுக்கணுமே என்று கனியின் அம்மாவும் ஐம்பது ரூபாய் கொண்டு வந்து தந்தாள். எனக்கு அந்த ஐம்பது ரூபாயும் வாங்க மனமில்லை. ஆனால் நான் இப்போ இருக்கிற நிலைமைக்கு ஐம்பதானாலும் பெரிய காரியமாயிருக்கிற சமயம். வேண்டாமென்று சொல்லாமலே அதையும் வாங்கிக் குடுத்துவிட்டேன்.

இவள் ஐம்பது ரூபாய் தந்தாள் என்பதை அறிஞ்சி என் குடும்பத்திலுள்ள ஒரு பெரிய அம்மா, நீ சபாபதிக்கு படிப்புச் செலவுக்கு எத்தன ரூபாய் குடுத்தாய் என்ற கேட்டார்களாம். அதுக்கு என் மதனியாரான கனியின் தாயார் சொன்னது. "அவன் படிச்சி சோலியில வந்தானுண்ணா எம்புள்ளய கெட்டயா செய்வான். கறுத்தப் பொண்ணு வாண்டாம் எண்ணிருவாவுளே. நான் ஏங் குடுக்கப்போறென்."

அதுக்குப் பிறகுள்ள செலவுக்கு, ஒரு நாளும் காய்க்காமல் நின்ற பெரிய பிலாவும் நிறைய காய்ச்சது. பள்ளிக்கூடத்துப் பிலாவில் உள்ள சக்கையும், பெரிய பிலா சக்கையும் சேர்த்து, ஒரு நாளும் நான் கண்டறியாத வடக்கூரு மாங்கா வியாபாரியைப் பரமார்த்தலிங்கம் கூட்டிட்டு வந்து பாட்டம் குடுத்து, நூறு ரூபாய்க்கு மேல முருங்கக்காய் பறிச்சி வித்தும் குடுத்தேன். இப்படி எப்படியெல்லாமோ படிப்பை முடிச்சிட்டான்.

அவன் படிச்சிக்கொண்டிருந்த ஒன்பது பத்து மாதமும் பணத்தின் பெருமையை அவன் கொஞ்சமும் கவனித்து நடந்ததில்லை. பணம் என்றால் பிணம் என்றே எண்ணிச் செலவு செய்துகொண்டே, மேலும் பணம் அனுப்பும்படி எழுதுவான்.

இன்றுவரை பணத்தின் பெருமை என்னவென்று அறியாமல், மனம்போன வழியில் நடக்கிறான். ஆனால் அதிலுள்ள கஷ்டங்களை எல்லாம் நானே அனுபவிக்கிறேன்.

எப்படியெல்லாமோ நான் கஷ்டங்களை அனுபவித்தாலும், படிப்பை முடிச்சிவிட்டு வீடு வந்து சேர்ந்தான். அதற்குப் பிறகு, பள்ளிக்கூடத்து லீவும் ரெண்டு மாசம் பங்குனி சித்திரையும் கழிஞ்சது.

இங்கே விளையிலே வருமானம் ஒண்ணும் கிடைக்காத ஓய்ந்த சமயம். செலவு கஷ்டம். அந்தச் சமயம் 'இனி என்ன செய்யப் போறாய்' என்று கேட்டேன்.

அது மதுரைக்குப் போனால் மேனேஜ்மென்று பள்ளிக் கூடத்தில்* வேலை பார்க்கலாமென்று சொன்னான். அப்போ பள்ளிக்கூடமெல்லாந் திறந்தாச்சு. இங்கேயிருந்து மதுரைக்குப் போய் சேருவதற்குள்ள செலவுக்கு மட்டும் ரூபாய் இருந்தது. அதைக் குடுத்து மதுரைக்குப் போய் வேலை பார் என்று அனுப்பினேன்.

கிடைத்த பணத்தைக் கொண்டு, இருந்த துணிகளையுங் கொண்டு, மதுரை போய் வேலையில் சேர்ந்தான்.

---

* பள்ளிக்கூடம் – விருதுநகர் இந்து நாடார் உயர்நிலைப் பள்ளி, மதுரை

கவலை

44

ஒரு மாசங் கழிஞ்சது. ரெண்டாவது மாசம் முடிவதற்குள்ளே, இவன் எழுதிய பரீட்சையும் பாசானது. அரசாங்க வேலைக்கு உத்தரவும் கிடைத்தது.

இவன் வேலைபார்க்கிற அந்த மேனேஜ்மென்று பள்ளிக்கூடத்தில் வேலையில் சேர வேண்டுமானால் மூணு வருஷம் அங்கேயே வேலை பார்ப்பதாக ஒரு உடன்படிக்கை செய்து குடுக்கணும் என்று சொல்லியிருந்தான். அதற்கு முன்னாலே பிரிச்சு விடணுமானால் ஆயிரம் ரூபாய் கட்டினால்தான் பிரிச்சுவிடுவார்களாம். இவனுக்கு ரெண்டு மாதம் முடிவதற்குள் அரசாங்க வேலை கிடைத்தது. இனி அதை விட்டுவிட்டு வரணுமானால் ஆயிரம் ரூபாய் எப்படிக் கட்டமுடியும்?

அந்த மேனேஜரிடம் போய், எனக்கு அரசாங்க வேலைக்கு ஆர்டர் வந்திருக்குது. என்னைப் போகவிடுங்களென்று சொன்னானாம். அந்தப் புண்ணியவானுக்கு இவர்கள் செய்த புண்ணியத்தின் பலனாக, அவருடைய மனம் இவன் சொல்லுக்குள்பட்டது.

அவர் இவன் கட்டவேண்டிய ரூபாயைப் பற்றியுங் கேளாமல், வேலை பார்த்த குறை நாளைக்கு உள்ள சம்பளத்தையும் பாக்கெட்டிலிருந்து எடுத்துக் குடுத்துவிட்டு, பள்ளிக்கூடத்திலே போய் பிரிச்சு விட்டதாகக் கையெழுத்துப் போட்டுவிட்டுப் போவென்று சொல்லி அனுப்பினார்.

சபாபதி வீடு வந்து சேர்ந்தான். இவனுக்கு முதலாவது குறத்தியறை என்னும் ஊரிலுள்ள ஹைஸ்கூலில் வேலை பார்க்கப் போடப்பட்டிருந்தது. குறத்தியறை ஊர் எந்தப் பக்கம் இருக்கு என்று தெரியாது. பலரிடமும் கேட்டறிந்து அங்கே போய் வேலையில் சேர்ந்து வேலைபார்த்துவந்தான்.

நான் ஐந்து உயிர்களிடத்தில் காட்ட வேண்டிய அறிவையும் அன்பையும் இவன் ஒருவனிடத்திலே வைத்து, இவனுடைய நிலமை என்ன ஆகிறது என்பதைக் காணவேண்டி மன வைராக்கியத்தோடு என் அறிவைப் பலவிதத்திலும் சிதற விடாமல் ஒரேவழியில் நிறுத்திக் கஷ்டங்கள் அத்தனையுந் தாங்கிக்கொண்டிருந்து, கடலைத் தாண்டிக் கரையேறினது போல படிப்பை முடித்த உடனே வேலை கிடைத்ததையுங் கண்டதும் உள்மனம் வெதும்பிக்கொண்டே இருந்தாலும் வெளிக்கி நிம்மதியாய் இருந்தேன்.

சபாபதி மாதந்தோறும் சம்பளத்தை வாங்கி, அவனுக்கு வேண்டிய செலவுக்கும், சாமான்கள் வாங்கியும் சரிப்படுத்திக் கொண்டும் மற்ற ரூபாயை என்னிடம் கொண்டுவந்து தருவான். இப்படி ஆறுமாசம் ஒருவருசம் என்று வந்தபின், நான் அனந்தசாமிபுரம் பொன்னுமுத்து நாடாரிடம் ஒரு சீட்டில் சேர்ந்து ரூபாய் குடுத்து வந்தேன். சில சில்லறைக் கடன்களை யும் கொடுத்தேன்.

ஒரு வருசங் கழிஞ்ச பிறகு சொன்னான். நான் ஒவ்வொரு நாளும் பள்ளிக்கூடமும் வீடுமாக அலைவது கஷ்டமாயிருக்கு. அதுனாலே அங்கேயே தங்கி இருந்து பையன்களுக்கு டியூசன் எடுக்கப்போறேன் என்று, வீடு வாடகைக்கு எடுத்து, அங்கேயே தங்கிக்கொண்டு, சனியும் ஞாயிறும் வீட்டுக்கு வந்து கொண்டிருந்தான்.

சபாபதி குறத்தியறையில் இருக்கிற சமயம் இங்கே மேலத் தெருவிலுள்ள பேயோட்டுக்காரி மகன் துரைசுவாமியும், அவன் பொண்டாட்டி ருக்மணியும், வீட்டில் சண்டை போட்டு, இங்கே வந்து, வெளியே உள்ள புரையில்* இருந்தார்கள். ரெண்டு வருசம் வரை இருந்துவிட்டுப் பிறகு அவன் சொந்த பூமியில் வீடு கட்டி, அதில் போய் இருந்தான்.

ருக்மணி இங்கே இருக்கிறது வரையும் எனக்கு உதவியா யும், ஒருவருக்கும் பிடிக்காத என்னோடு அன்பாகவும் இருந்து, வேண்டிய உதவிகளைச் செய்துகொண்டும் இருந்தாள்.

சபாபதி குறத்தியறையில் வேலைபார்த்துக்கொண் டிருக்கும்போது, நூலாபீஸில் வேலைபார்த்து வந்த ராமநாதபுரம் பக்கத்திலுள்ள ராமலிங்கமும் கலியமூர்த்தியும் குடும்பத்தோடு வந்து, வாடகை தந்துகொண்டு வீட்டில் இருந்தார்கள்.

---

* புரை – கன்றுக் குட்டிகள் கட்டுவதற்காக உள்ள அறை

பள்ளிக்கூடத்தில் வேலை பார்த்துவந்த பாட்டு வாத்திச்சியும் வாடகைக்கு இருந்தாள். இப்படி என்னோடு நாலு குடும்பமாக வீட்டில் தங்கியிருந்தோம்.

இதற்கு முன்னாகச் சபாபதி மதுரையில் படித்துக்கொண்டிருக்கும் சமயம், கந்தசாமி, 'பண்டே பகையாளி, பழி செய்த மாபாவி' என்ற கதைபோல, தலைநாளிலேயிருந்து பகையாளியாக இருந்தவர், திரும்பவும் தன் குணத்தைக் காட்டி விளையாட ஆரம்பித்தார்.

பொட்டல் தெக்குக்கரை வீட்டு நாராயணன் நாடான் அகஸ்தீஸ்வரத்துக்காரிக்குப் புள்ளை இல்லாததினால் இவனுக்குக் கொள்ளியத்த சொம்மு கிடைத்ததனால், அவருடைய வீடும் இவனுக்கே குடுத்தார். இவர் அந்த வீட்டைப் பிரிச்சிக் கொண்டுவந்து, எங்களுக்கும் அவருக்கும் ஒரே மோட்டுக் கூரையாயிருந்த வீட்டை அறுத்து மொறிச்சி, தன் பாகத்தைப் பிரிச்சியெடுத்துக்கிட்டு, வழிபோகிற பாதையாக இடைவெளி போட்டு, சுவர் கட்டி, தனக்குள்ள வீட்டைப் பெரியதாக்கிக் கட்டினான்.

இருபுறத்துக்கும் நடுச்சுவராக இருந்த பெரிய சுவர் வெளிச்சுவராகிவிட்டது. மழை பெய்து சுவரின் அடிப்பாகம் நனைஞ்சி, பலங்குறைஞ்சி நின்றது. இந்தச் சமயம் நரிக் காத்தாடித் தட்டு ஊர் பள்ளிக்கூடத்தில் ஒண்ணாங்கிளாஸ் படிச்சிக் குடுக்கிற வாத்தியாராக வேலைபார்த்துவந்தார். அவர் தன் பொண்டாட்டிக்கிட்டே, "நான் பள்ளிக்கொடத்துக்குப் போன பெறகு, நீயும் புள்ளயளுமாகச் சேர்ந்து இந்தச் சொவரு அருகில இருக்கிற மண்ணை வெட்டி வெளியே அள்ளித் தட்டுங்கள்" என்று சொல்லிவிட்டுப் போய்விட்டான்.

அவர் பொண்டாட்டி 'ஆடறுக்குங் கள்ளனுக்கு ஆக்கி உட்ட கள்ளியாக' வந்துசேர்ந்தவள். அவன் சொன்னது போல மம்பட்டி வச்சி மண்ணை வெட்டி, பெட்டியில் அள்ளி வெளியே கொண்டு கொட்டுகிற வேலையை நடத்திக்கொண்டே இருந்தாள். காலையிலிருந்து சாயங்காலம் வரையும் இந்த வேலை நடந்தது. எனக்கு அங்கே போய் என்ன என்று பார்க்க மனம் வரயில்லை. காலையிலே இருந்து மதியந் திரும்பி மூணுமணிவரையும் வெட்டுச்சத்தம் கேட்டுக்கிட்டே இருந்தது. சபாபதி லீவுக்கு வீட்டிற்கு வந்திருந்தான். அந்தச் சமயம் வெளியே அவனோடு சேர்ந்த கண்ணப்பன், பரமார்த்தலிங்கம் இவர்களோடு சேர்ந்து எங்கேயோ போய்விட்டு வந்துசேர்ந்தான். நான் அவனைக் கூப்பிட்டு "வெள்ளனயிலயிருந்தே இப்பவரையும் நம்ம

செவருக்கரையிலே வெட்டிக் கேக்குவு, என்னத்துக்கிண்ணு போயி பாரப்பா" என்று சொன்னேன்.

அவனும் உடனே ஓடிப்போய் பார்த்தான். பார்த்துக்கிட்டு "எம்மா, நம்ம சுவருக்க கரையில* இருக்க மண்ணு அவ்வளவை யும் வெட்டி எடுக்கிறாவ" என்று சொன்னான். நான், "அந்த மம்பட்டியும் பெட்டியும் பறிச்சிக்கிட்டுவா" என்று சொன்னேன்.

அவன் போய், "எங்கச் செவுர இப்பிடி என்னத்துக்கு வெட்டுதிய" என்று சொல்லிவிட்டு, மம்பட்டியைப் பறிச்சப் போனான்.

அதுக்குள்ளே அவள் மம்பட்டியையும் பெட்டியையும் எடுத்துக்கிட்டு, பதில் சொல்லாமலே வீட்டுக்குள்ள ஓடிப் போயிட்டாள். இவனும் இங்கே வந்தான். இவன் இங்கே வந்த உடனே அவள் வந்து பின்னும் வெட்டினாள்.

இவனும் திரும்ப ஓடிப்போனான். அவளும் மம்பட்டியைக் கொண்டு வீட்டுக்க ஓடினாள்.

இவன், "இந்த செவர இப்படி வெட்டி எடுத்தியே, நீ ஒரு பொம்புளதான" என்று சொல்லிக்கிட்டு வந்து, ஸ்டூல் எடுத்துக் கொண்டுபோய் போட்டு, அதில் இருந்துக்கிட்டான். அதுக்குப் பிறகு அந்தச் சண்டாளி வெட்ட வரவில்லை.

இவனுங் கொஞ்ச நேரமா இருந்துக்கிட்டு, ரோட்டில் போய் நின்று, "எங்க செவுர வெட்டி அள்ளிக்கொண்டு போயிருக்காக பாருங்க" என்று வழியே போகிற ஆளுகளிடம் சொல்லிக்கிட்டு, இவள் வெட்ட வாறாளா என்று பார்த்துக்கிட்டே நின்றான்.

கொஞ்ச நேரங் கழிஞ்சது. கந்தசாமி பள்ளிக்கூடத்திலிருந்து வீட்டுக்கு வந்த உடனே, அவரும் பொண்டாட்டியும் பேயோட்டாளும் எல்லாரும் சேர்ந்து அந்த மண்ணு வெட்டுன இடத்திலே வந்துநின்று, பேச்சு தொடங்கினார்கள். அவர் பெஞ்சாதி சொன்னாள், "நான் நீங்க பள்ளிக்கொடத்துக்குப் போனாக்கிலேயிருந்தே மண்ண வெட்டி, ராணியம்மகிட்டயும், ராசாகிட்டயும் அள்ளிக் குடுத்து வெளியில கொண்டு தட்டச் சொன்னேன். இன்னா இருக்க இவ்வளவு மண்ணயும் வெட்டி எடுக்கதுக்குள்ள அவன் வந்து செறுத்தான். நான் அந்தால வெட்டாம வந்திட்டென்."

"நீ வெட்டி கூட்டி வச்சி என்னத்துக்கு அள்ளுன? வெட்ட வெட்ட அள்ளியிருந்தா அவன் வாறதுக்கு முந்தியே வெட்டி முடிச்சிருக்கலாமே" என்றார் கந்தசாமி.

---

* சுவருக்க கரையிலே – சுவர் ஓரமாக

இப்படி அவர்களுடைய சம்பாசணை எல்லாம் நான் இந்தப்பக்கம் கேட்டுக்கிட்டே நின்றேன். நின்றபடி சொன்னேன், "எனக்கு கேட்க ஆள் அத்துப்போச்சி எண்ணா அனியாயம் நடத்துறா? நான் எல்லாம் இழந்துக்கிட்டு இருக்கிறேன். இந்த ஒரு புள்ளய இந்த ஊட்டுல இருக்க உடப்படாது எண்ணா ஊட்ட இடிச்சி இந்த அநியாயம் பண்ணுதிய."

நரி சொன்னான், "ஊராஞ் சொம்மு எடுக்க இவ்வளவு ஆச இருக்கு இல்லியா. எனக்க மண்ணத்தான் நான் வெட்டுனேன். யாருக்கென்ன செய்யலாம்?" என்றான். நான் "அடப்புவௌக்குடும்பம் அந்தக் காலத்திலெயிருந்து இந்தக் காலம் வர, தளிர்க்கத் தளிர்க்க கருகிப்போனதுபோல, இண்ணு ஒண்ணு தளுத்தா ஒண்ணு பட்டு, மண்ணா போயிக் கிட்டே இருக்கு. இது ஒருத்தருக்குந் தெரியாமலும் இருக்கயில்ல. எனக்கு ஊராஞ் சொம்ம எடுக்க ஆசையில்ல. எனக்க ஊட்ட இடிச்சி பிரிச்சி எடுத்து, செவுரயும் வெட்டித் தோண்டி எடுக்கது நல்லதில்ல. கேக்க ஆள் இல்ல எண்ணு நெனச்சி, பொண்டாட்டி புள்ளய விட்டு சுவர வெட்டி இடிச்சியது நல்லா இல்ல" என்று சொல்லிக்கிட்டு வந்திட்டேன்.

கொஞ்சநாள் கழிஞ்சது. மழை பெய்து, பெருச்சாளி மண்ணைத் தோண்டி பொட எடுத்து, தெக்குவீட்டுச்சாமி இருந்த வீட்டிலும், மேலவீட்டுச்சாமி இருந்த எடத்திலும் பெருச்சாளிச்சாமி தன் குடும்பத்தோட வந்து புகுந்து, குடி இருந்தது. பெருச்சாளிக் குடும்பத்தின் ஆரவாரமும், நிலவறையும் சுரங்கங்களும், எங்கே பார்த்தாலும் மண்குவியலும் கிடந்தது. அடுத்த மழையிலே பெய்த மழைத்தண்ணி எல்லாம் சாமி ஊட்டுக்குள்ளே வந்து நெறஞ்சி, அரையளவு தண்ணி கட்டி, சுவரெல்லாமே இடிஞ்சி அடர்ந்து விழுந்து துண்டு துண்டாகக் கீறி, வெளியே நின்று பார்த்தால் உள்ளே தெரியும்படி இடைவழி விழுந்து நகண்டு நின்றது. காணபவருக்கு எல்லாங் கண்காட்சி தான். மேல உள்ள கூட்டுவளை கீழே தாழ்ந்து சரிந்து நின்றது. சபாபதி பெருச்சாளிப் பொடவ அடச்சப் போனான். 'இங்கே வந்து பேடு அடைக்கப்படாது, நான் அடைக்கவிடமாட்டேன்' என்றான் கந்தசாமி.

சபாபதி, "என்னத்துக்கு அடச்சப்புடாது" என்று கேட்டான்.

"அது சுவரு இருக்கப்பட்ட பூமி எனக்கு வரும். அதுனாலெ நான் அடச்ச விடமாட்டன்" என்றான். சபாபதி வந்து, "யம்மா, நம்ம சுவரு அவருக்க பூமியில இருக்காம். அதுனால பெரிச்சாளிப்பொட அடச்சப்படாதாம்" என்று சொன்னான்.

“யப்பா, சாமிமாரு இருக்கிற எடத்ததானெ பெரிச்சாளி தோண்டி, மழத்தண்ணி வந்து கெட்டி, இடிஞ்சி விழுது. சாமி அவனுக்கு இந்தப் புத்தியக் குடுத்திருக்காரு. நம்மால என்ன செய்யமுடியும், கெடக்கட்டு” என்று சொன்னேன்.

கந்தசாமி, நாலைந்து நாள் கழிச்சி முகிலன்விளை ரத்தினத் தங்கம்* என்பவரிடம் போய், தனக்குவேண்டிய முறையிலே எல்லாக் கதைகளையுஞ் சொல்லி, அந்தச் சுவர் இருக்கிற பூமி எனக்கு வரவேண்டியது, அதுனால நான் பெரிச்சாளிப் பொடை அடைக்கவிடவில்லை. நீங்கள் போய் அவர்களுடைய சுவர் இருக்கிற பூமி அளவுக்கு எனக்கு மறு பூமி தந்தால் சுவரை மாத்திக்கட்டவோ, பெரிச்சாளிப் பொடை அடைக்கவோ விடுவேன் என்று சொல்லி, இங்கே எங்களுடைய அபிப்பிராயத்தைக் கேட்டு, பதிலறிந்து வாருமென்று அனுப்பினான்.

முகிலன்விளை ரத்தினத்தங்கம் வந்து, என்னிடம் அவன் சொன்ன எல்லா விபரங்களையும் சொல்லி, உங்கள் எண்ணம் என்ன என்று கேட்டார்.

“நான் இப்போ புதுசாக அகஸ்திவாரம் போட்டு வீடு கட்டயில்ல. எந்தக் காலத்தில் கட்டின வீடு என்று எனக்குத் தெரியாத காலத்தில் கட்டிடினது. அதுக்கு நான் ஏன் பூமி குடுக்கணும்? ஒரு மோட்டுக் கூரையாக இருந்த வீட்டை இடிச்சி, ஓடச்சி, அறுத்துப்பிரிச்சி, சுவரு அருகிலே இருந்த மண்ணையும் அஸ்திவாரம் வரையும் வெட்டித்தோண்டி குண்டாக்கி, பெரிச்சாளிப் பொட எடுத்து வீட்டுக்குள்ள மழைத்தண்ணி கட்டி, வீடு இடிஞ்சி கெடக்கு. இதெல்லாம் நீங்களே போய்ப் பார்த்து, எப்படிச் செய்யச் சொல்லுவீர்களோ அப்படிச் செய்யலாம்” என்று சொன்னேன்.

நான் ஒவ்வொன்றையும் சொல்லும்போதெல்லாம் அவர் சிரித்துக்கொண்டே இருந்தார். ஒவ்வொரு விசயங்களையும் பற்றிக் கவனித்துக்கொண்டு, வீடு கெடக்கிற கெடையையும் போய் பார்த்தார். ஒவ்வொரு சுவரையும் பார்த்தார். பாத்துக் கிட்டு, “எனக்கு இங்குள்ள கதைகள் நல்லாத் தெரியும். அவர் வந்து நீங்க போய் கட்டாயமா கேட்டுக்கிட்டு வரணும் எண்ணு சொன்னார். நானும் இங்குள்ள நெலவரங்கள் எப்படி எண்ணு அறிஞ்சிட்டுப் போகலாமெண்ணு வந்தேன்” என்று சொல்லி விட்டுப் போய்விட்டார்.

---

* தங்கம் – பெரும் செல்வந்தர். அடிதடிக்கு அஞ்சாதவர்.

திரும்பக் கல்லுப்பபடி வீட்டுப் பொன்னுசாமியை அனுப்பினான். அவரும் வந்து முன்சொன்னது போலவே சொன்னார். நானும் அதற்கு வேண்டிய பதிலச் சொன்னேன். அவரும் போனார்.

இந்த முறையாக, மூன்று நாலு வருசம் வீடு அப்படியே கிடந்தது. ஒருநாள் சபாபதி, முற்றத்தில் நிற்கிற வில்வமரம் இரண்டு பிரிவாக வளர்ந்து நின்றதில் ஒரு பிரிவை வெட்டி எடுத்தான். அவன் அந்த மரத்தை வெட்டினது எனக்குப் பிடிக்கவில்லை. வெட்டின பிறகு என்ன செய்வது?

"இனி அந்தக் கம்பக் கொண்டுபோய் தெக்கு வீட்டுக் குள்ளே நடு. அங்கே உள்ள மேல கூட்டுவளை கீழ தாந்து சரிஞ்சி கெடக்கு. இந்தக் கம்பு வில்வமரத்துக் கம்பு. தெக்குவீட்டுச்சாமி சிவபெருமானுக்கு விருப்பமுள்ள இந்த வில்வமரத்தை அந்தச் சாமி முன்னே நட்டு, மேலே உள்ள கூட்டுவளையைத் தாங்கி நிக்கும்படி வை" என்று சொன்னேன். அவனும் அப்படியே கொண்டுபோய் நட்டு வச்சான். கூட்டுவளையை இந்தக் கம்பும் தாங்கிநின்றது.

45

சபாபதி வேலையில் சேர்ந்து ரெண்டு வருசத்துக்குப் பிறகு ஒருநாள் சாமி வீட்டுச் செல்லத்துரை வந்து, "மய்னீ, நீ இந்தச் சொவர இப்படி போட்டுருக்கது சரி இல்ல. கல்லு கொண்டு வந்து, கல்லுச் சொவராக் கெட்டி பெலப்படுத்தி வச்சணும். நாலஞ்சு லாரி கல்லுங்க கொண்டு வரச் சொல்லுங்க" என்று சொன்னான்.

நான், "சொவர இடிச்சிக் கட்ட உடமாட்டேன் என்னு நரி சொல்லுமே" என்று சொன்னேன்.

"அதெல்லாம் பாத்துக்கிடலாம். கல்லுக்கு ரூபாயக் குடுங்க" என்றான்.

அடுத்த வாரஞ் சபாபதி வந்தான். அவன் கிட்டயுஞ் சொல்லி அவனும் சம்மதிச்சி, சிதம்பரத்துக்கிட்ட ரெண்டுபேரும் போய்க் கல்லுக்கு ஏற்பாடு செய்தார்கள்.

செங்கல் அறுக்கவும் ஆளுகள் ஏற்பாடு செய்திட்டு, அவனும் பள்ளிக்கூடத்துக்குப் போனான்.

சாமி நாடான் கொத்தனுக்கிட்டச் சொல்லி வேலயைத் தொடங்கச் சொல்லி, அவனும் வந்து பார்த்துக்கிட்டு, "அய்யோ இது ஆபத்தான வேலையாயிருக்கே. இத எப்படி செய்யியது? சுவரைக் கீழெ தள்ளுறதுக்குள்ளே மேல இடிஞ்சி சாடிடும் போல இருக்கே. மேக்கூட்டும் கீழே விழுந்திருமே" என்று யோசனை பண்ணிவிட்டு, இத இப்படீ போட்டாலும் ஆபத்து வரும். ஆளுகளக் கூடுதலாக வச்சி, நல்ல நீள பனக்கம்பும் கொண்டுவந்து கூட்டைத் தாங்கி நட்டு, சொவரக் கீழே தள்ளிச் செய்யலாம்" என்று சொல்லிவிட்டுப்போனான்.

நாலைந்து நாள் கழிச்சு வேலை தொடங்க ஒருநாள் நிச்சயப்படுத்தி, கூடி வேலை செய்ய நல்ல ஆளுகளா நாலஞ்சு ஆளுகளும் கூட்டிக்கிட்டு வந்து, வேலை துடங்கினார்.

ரெத்தினத்து வீட்டிலும், தனபாலன், புகழ் இவர்கள் வீட்டில் போய் நீளமான பனக்கம்புகளை எடுத்துக்கொண்டு வந்து, மேல்கூட்டு வளையைத் தாங்கி நட்டுப் பலப்படுத்தி, நிறைய ஆளுகளெல்லாம் வந்து ஆலோசனை சொல்லிக் குடுத்து விட்டுப் போனார்கள். வேலை நடந்தது.

கொத்தன்மார்கள் சுவரை இடிச்சித் தள்ளிக்கொண் டிருக்கிற சமயம், கந்தசாமி வந்து சாமிநாடான் கொத்தனோடே பேசிக்கொண்டே நின்றான். கொஞ்சநேரங் கழிச்சி, "சாமி நாடான், இந்த செவரு தர்க்கப்பட்ட செவரு. நீ வந்து இப்பொ அத இடிக்காதே, என்னுந் தர்க்கந் தீர இல்ல" என்று சொன்னான். சாமிநாடான் பதில் சொல்லாமலே தன் வேலையைக் கவனித்துக்கொண்டு நின்றான். இவனும் போய்விட்டான்.

கொத்தன்மாரும் சாயங்காலம்வரை வேலை செய்துவிட்டு கரையேறித் துணிகளை மாற்றிக்கொண்டு, வேலை செய்த சம்பளம் வாங்குவதற்கு நிற்கிற சமயம், கந்தசாமி வந்து, "ஏ சாமி நாடான்" என்றான்.

கொத்தன் எட்டிப் பார்த்து, "என்னண்ணே" என்றான்.

"நான் நாளைக்கு உன்னை வேலை செய்ய விடமாட்டேன்."

சாமி நாடான், "எதுக்கு. என்னத்துக்கண்ணே" என்றான்.

கந்தசாமி, "அது, அந்தச் சொவரு யாம் பூமியில இருக்கு. அதுனால கெட்ட விடமாட்டேன்."

"அண்ணே, அப்படித் தர்க்கமிருந்தால் காலையிலே வந்து யாங்கிட்டே பேசிக்கிட்டு நின்னீரு இல்லியா, அப்ப சொவர இடிச்சாக் கெட்ட உடமாட்டேணென்னு சொல்லியிருக்கலாமே."

"அப்ப சொன்னால் யிந்ததர்க்கந் தீராதில்லியா."

"அண்ணே நீரு தந்திரமாத்தான் வந்து பாத்திட்டுப் போனீரோ."

"ஆமா, சொவரக் கீழே தள்ளட்டும். அப்புறம் பாத்துக்கிடலா மெண்ணுதான் போனேன்."

"அண்ணே, ஒங்களுக்குள்ளே தர்க்கமிருந்தால் அதை ஒங்களுக்குள்ளே தீர்த்துக்கிடணும். நான் வேலக்காரன். யாங்கிட்ட தர்க்கம் பேசுவதும், வேலை செய்ய விடமாட்டேன் எண்ணு சொல்லுவதும் சரியில்ல. அதுனால நான் வேலை

செய்யத் தொடங்கியாச்சி. எனி அந்த வேலைய நான் முடிச்ச பெறகுதான் போவேன். அதுநாலே நான் நாளைக்கு வேல செய்யத்தான் செய்வேன்."

"நாஞ் செல்லுயதக் கேளாம நீ நாளைக்கு வேல செய்ய வந்தா, நான் வேலை செய்ய விடமாட்டேன். ஒனக்கும் எனக்குந் தான் சண்டை வரும்."

"அண்ணே யாங்கிட்டச் சண்டைக்கி வாறதுஞ்சரி இல்ல. இந்த வீண் சண்டைய உண்டாக்கி, இடிஞ்சி நிச்சிய சொவர எடுத்துக்கெட்ட உடமாட்டேனெண்ணு சொல்லுயதுஞ் சரியில்ல அண்ணே. இப்போ சபாபதிக்கு வீட்டுக்காரியம் பாக்க பெரிய ஆளு ஒருத்தருமில்ல. எல்லாம் நீரு பார்த்து நடத்த வேண்டியவரு. நீர் இப்படிச் சொவரக் கெட்ட உடமாட்டேன் எண்ணு சொல்லுயது சரியில்ல அண்ணே."

"ஒனக்கு ஞாயங்களெல்லாம் நல்லாப் பேசத் தெரியுமெண்ணு யாங்கிட்டெ எதுத்துப் பேசவேண்டாம். ஒண் ஞாயத்தயெல்லாம் நாளைக்கிப் பாத்துக்கிடலாம்."

"ஞாயம் பேச வரயில்ல. வேலை செய்யத்தான் வந்தேன். நான் இடிச்சச் சொவரக் கெட்டாம நான் போறதில்ல."

"சரி, ஒஞ் சாமர்த்தியத்த நாளைக்கிப் பாக்கலாமே."

"ஓ, ரெடியா. நாளைக்கி ஒம்ம சாமார்த்தியத்தையும் எஞ் சாமர்த்தியத்தையும் பாத்திருவோமே" என்று முடிச்சிக்கிட்டு அவரவரும் போனார்கள்.

அன்று ராத்திரி, சாமி நாடான் என்கிற கொத்தனார் சாமி வீட்டுச் செல்லத்துரையைக் கண்டு, "சொவரக் கெட்ட உடமாட்டேனெங்கிறாரே, என்ன செய்ய, சொல்லு" என்று கேட்டார். அவன், "அண்ணே, நீர் நாளைக்கு வந்து வேலையை செய்ய வாரும். நானும் வருவேன் பாத்துக்கிடலாம்" என்றான். சாமி நாடான் அதோடு விடாமல் புகழ், ரெத்தினம் இவர்களிடமும் சொன்னான். அவர்களும், "நீ நாளைக்கு வந்து வேலையைச் செய். இடிச்ச சொவர நீ போட்டுக்கிட்டுப் போறது சரி இல்ல. ஆனா செல்லத்தொர இதுல நிக்கிறதினாலே, நாங்க அங்க வரமாட்டோம். பக்கத்திலெ நிப்போம். ஒம்மமேலே அவங் கை பட்டால், உடனே நாங்களெல்லாரும் அங்கே வருவோம். நீரு வேலையைத் தொடங்கும். அப்புறம் வாறத நாங்க பாத்துக்கிடுவோம்" என்று சொன்னார்களாம். பிறகு கொத்தனார், கல்லுப்படி வீட்டு நாடானிடமும், மேலத்தெரு சாமி நாடானிடமும், இன்னுஞ் சிலரிடத்திலும் பொன்னு முத்து என்பவரிடமும் சொல்லிவிட்டு, மறுநாள் காலையில்

வேலைக்கு வந்தான். சாமி நாடான் கொத்தனும், அவரைச் சேர்ந்த மற்ற வேலையாளுகளுஞ் சேர்ந்து இடிக்கவேண்டிய சுவரை இடிக்கவும். சுவர் அஸ்திவாரம் வெட்ட நூல் போட்டு முளையடிக்கவுமாக வேலை துடங்கும் சமயம், கந்தசாமி ஓடி வந்தான்.

"யே சாமிநாடான், நாஞ் சொன்னா நீ கேக்க மாட்டியோ" என்று சொல்லி, அவர் கையிலிருந்த அலவாங்கு கம்பியைப்* புடிச்சிப் பறிச்சான். கொத்தனார் கம்பியை விடாமல் புடிச்சி இழுக்க, ஒருவருக்கொருவர் வாய்ச்சண்டையும் பேச்சுமாச்சு.

இதற்குள்ளே செல்லத்துரையும் வந்தான்.

புகழ், ரெத்தினம், இவர்களும் ரோட்டில் வந்து பார்த்துக் கொண்டே நின்றார்கள்.

கல்லுப்பபடி வீட்டுச் சின்னாடான் என்கிற பெரியவர் கந்தசாமியைப் பார்த்து, "ஏக்கந்தசாமி, நீ செய்யியது ஞாய மில்லே. இது இண்ணு புதுசாக் கெட்டுன சொவருமில்லே. இடிஞ்சி நிக்கிய சொவரக் கெட்ட உடமாட்டேனெண்ணு நீ சண்டைக்குப் போகாதே. நீ கோட்டுக்குப் போனாலும் எடுபடாது. வெறுதா** சண்டைபோடாதே, வெலகு" என்று சொன்னார்.

கந்தசாமி அவரைப் பார்த்து, "அவரவர் காரியத்துக்கு அவரவரும் கருத்தா இருப்பாவ. யாங் காரியத்துக்கு நான் இந்தச் சமயம் விட்டுக்கிட்டு இருந்தா, எனி எந்தச் சமயம் எடுக்கப் போறேன்? எனக்கு உள்ள பூமிய நான் விட்டுக் குடுப்பேனா" என்று சொல்லிக்கிட்டு, திரும்பவும் சுவரை இடிக்கவிடாமல் செறுத்தான்.

செல்லத்துரை போய், "அண்ணே, சண்டைவேண்டாம். சபாபதி இப்ப வீட்டுல இல்ல. அவன் வரட்டும், ரெண்டு நாள் தானே இருக்கு வாறதுக்கு. அவன் வந்த ஓடனே ஓமக்குப் பூமிக்கிப் பூமி வேற தரச்சொல்லுயென். இந்தச் சொவரு இருக்க எடம் ஓமக்கு வருமானா, அளந்து பார்த்துட்டு, இந்த எடம் உமக்கு உள்ளதுண்ணு இருந்தா, கட்டாயமா மறு பூமி எழுதித்தருவான். சண்ட வேண்டாம்" என்று சொன்னார்.

"பூமிய அளந்து, வருமானால் தருவானெண்ணு சொல்லுதியே, செவரக் கெட்டிக்கிட்டுத்தான பூமி அளக்கிறதோ. அப்படிண்ணா, அளந்து பார்த்து எனக்குள்ள எடத்தத் தந்து, செவரக் கெட்டலாமே" என்றார் கந்தசாமி.

---

* அலவாங்கு கம்பி – கடப்பாறை

** வெறுதா – வீண்

செல்லத்துரை, "சரியண்ணே, இண்ணைக்கே அளக்கணு முண்ணா, ஆள் பாதிச் செலவு போட்டு அளவுக்காரனக் கொண்டுவருவோம்" என்றான்.

"நான் எதுக்குச் செலவு போடப்போறேன், சொவரு கெட்டணுமானால் முழுச் செலவுஞ் செய்து அளந்து பார்க்கணும்" என்று சொன்னான்.

இதைக் கேட்ட பொன்னுமுத்து, சின்னாடார், சாமி நாடான், எல்லாருஞ் சேர்ந்து "கந்தசாமி, சொவரு ஒம் பூமியில இருக்கு எண்ணு தானே கெட்ட உடமாட்டேனெங்கிறா. உனக்கு பூமி வருமானான நீதானே முழுச்செலவுஞ் செய்து அளந்து பூமிய எடுக்கணும். அப்படியில்லாம ஆள்பாதி செலவுலே அளக்கச் சொன்னா, நீச் செலவு தரமாட்டேனெண்ணு சொல்லாமா" என்றார்கள்.

"நான் செலவு குடுக்கவும் மாட்டேன். சுவரக் கெட்டவும் விடமாட்டேன்" என்றான் கந்தசாமி.

கொத்தன் இடிச்சித் தள்ளுகிற சொவரைத் தள்ளவிடாமல் இவன் போய்ச் செறுத்தான். அவன் இடிஞ்ச சொவரத் தள்ளினான். அது அவன் மேலேயுங் கீழேயுமாய் விழுந்தது. உடனே கையை ஓங்கி அவனை அடிக்கப்போனான். கொத்தன் அலவாங்குக் கம்பியை ஓங்கி நீட்டினான். ஒருவருக்கொருவர் அடிமேலே விழுமுன்னாலே, எல்லாருஞ் சேர்ந்து கொத்தனை இங்கேதள்ளி, அவரை அங்கே தள்ளி, செல்லதுரை அவரை இழுத்துக்கொண்டுபோய் வீட்டுக்குள்ளே போட்டு, கதவை வெளிநாதாங்கி* போட்டுக்கிட்டு வந்தான்.

உள்ளே போட்டு வெளிநாதாங்கி வச்சதும் கந்தசாமி பொண்டாட்டி, "வீட்டுக்கயா வந்து நிக்கிதிய, இண்ணு எப்படியும் வேல செய்ய விடப்படாது. போங்க, போய் செறுங்க" என்று அடுத்தக் கதவைத் திறந்து வெளியே தள்ளிக்கொண்டு விட்டாள்.

இதுக்குள்ளே கொத்தனும் அவனைச் சேர்ந்த மற்ற வேலையாளுகளும் சேர்ந்து ஒண்ணாக் கூடி, அடிக்க எத்தன மாய் நின்றார்கள். செல்லத்துரை ஓடிப்போய் கந்தசாமியை இழுத்தான். திரும்பவும் புடிச்சிக்கொண்டுபோய் வீட்டுக்குள்ளே தள்ளி, அவனைச் சமாதானப்படுத்திக்கொண்டு, அங்கே இருந்தான். கந்தசாமி பெண்டாட்டி தன் மகன் ராஜாவைக் கூப்பிட்டு, 'மாமாவைக் கூட்டிக்கொண்டு ஓடி வா' என்று சூரங்குடிக்கு அனுப்பினாள்.

---

* நாதாங்கி – தாழ்ப்பாள்

அதற்குள்ளே இங்கே ஆள் கூட்டம் நிறைய கூட, இவனொரு மனுசனா என்று காறித்துப்பவும், சீயென்கவும், அவனுக்க முத்தத்திலேயும், வேலை செய்கிற இடத்திலேயும், பெருங்கூட்டம் கூடினது.

கொத்தமார் வேலைசெய்துகொண்டு நின்றார்கள். சூரங்குடியிலிருந்து இவள் தம்பி ரஞ்சிதமென்பவன் ஓடிவந்து பார்த்தான். பார்த்துக்கொண்டே, “தர்க்கப்பட்ட சுவர தர்க்கந் தீராம எப்படிக் கெட்டலாம்” என்றான் வெங்கடேசன், துரைசுவாமி இப்படி சின்னப் பையன்மார்கள் சேர்ந்து, “ஒமக்கு இஞ்ச என்ன ஓய்? நீர் அடுத்த ஊர்க்காரருக்கு எங்க ஊர் ஞாயந் தீர்க்க அவசியமில்ல. ஒம்மபாட்டுக்குப் போவும்” என்றார்கள்.

அவன் அதுக்குப் பதில் சொல்லாமலே, “நமக்கு இங்கே நின்னு சண்டைப் போடாண்டாம். கோர்ட்டுக்குப் போவோம். ஸ்டே ஆடர் வாங்கிவந்து, செவரக் கெட்டாம ஆக்கிப் போடலாம்” என்று சொல்லிவிட்டு, வீட்டுக்குள்ளே போனான்.

“என்னை இந்தச் சின்னப்பயக்களல்லாம் கூடி, ஒனக்கு இஞ்ச என்ன வேலை எண்ணு கேட்டானுக. ஆனதினால் நாம் போய் இப்பமே ஸ்டே வாங்கிக்கொண்டுவந்தால், பன்னிரெண்டு மணிக்குள்ள வந்து வேலையை நெறுத்திவிடலாம், வாருங்கள் போவோம்” என்றான். கந்தசாமியும் ‘சரி’ என்று சம்மதித்து ரெண்டுபேரும் நாகர்கோவில் போனார்கள்.

கந்தசாமி கோர்ட்டுக்குப் போனதும், இங்கே நின்றவர்கள், ‘இவன் புத்தி இப்படிப்பட்டதா’ வென்று மெத்த வருந்தினார்கள்.

சிலர் ‘கோர்ட்டுக்குப் போனா ஸ்டே உடனே கிடைக்குமா’ என்றார்கள்.

சிலர், “அட, வேலையாயில்ல, எவங் குடுப்பான்? பழய வீடுலெ இடிஞ்ச சொவர எடுத்துக் கெட்டப்படாது எண்ணா ஆடர் குடுப்பான்? அப்படி ஒருத்தனுங் குடுக்கமாட்டான். நீங்க வேலையைச் செய்யுங்கோ” என்று சொல்லிவிட்டுப் போனார்கள்.

ரத்தினம் வந்து, “நீங்க இண்ணைக்கு அந்தி ஆவது வர இங்க இருக்கப்படாது” என்று சொன்னான். நான் ஏனென்று கேட்டேன். அது ஒருவேளை ஆடர் கெடச்சிட்டுதுஎண்ணு எவனையுங் கூட்டிட்டு வந்தா, ஒங்கள அவங் காணப்படாது. இண்ணு காணமுடியாட்டா நாளைக்கித்தான் வருவான். அதுக்குள்ளே நாங்க சொவர இண்ணு ராத்திரிக்குள்ளே கட்டி முடிச்சிருவோம். அதுனால இண்ணு இன்னுங் கொஞ்ச நேரம் வர மறஞ்சி இருக்கணும்” என்று சொன்னான்.

எனக்கு அடுத்த வீட்டுக்குப் போக மனமில்லை. அவன் திரும்பத்திரும்பச் சொல்லிக் கட்டாயப்படுத்தினான். இதுவும் விதியின் விளைவுதான் என்று அவன் சொல்லை மறுக்காமல், தனபாலன் வீட்டுக்குப் போய், அவனுக்க அம்மா இருந்த இடத்திலேயே இருந்துகொண்டு, சாயங்காலம் வீட்டுக்கு வந்தேன்.

ஆடர் வாங்கப் போனவன் வரவுமில்லை, கொத்தன்மார்கள் சாயங்காலம் வரையிலும் வேலைசெய்துவிட்டுக் கரையேறி நின்றார்கள். "ஸ்டேயாடர் வாங்கப் போனவரக் காணயில்லியே" என்றான் ஒருவன். "ஸ்டே வாங்கப் போறேனெண்ணு சொல்லிக் கிட்டு எங்க போனாரோ கண்டதாரு" என்றான் இன்னொருத்தன் "ராத்திரி பத்ர வண்டியிலெ வருவாரு" என்று பரிகாசம் பண்ணிக் கொண்டு வேலையை விட்டுக் கரையேறினார்கள்.

கந்தசாமி பெண்டாட்டி இவர்கள் சொல்லுகிறதை எல்லாங் கேட்டு, அந்தக் கதவிலும் இந்தக் கதவிலும் ஓடி ஓடித் திறக்கிறதும், திரும்பப் பூட்டுறதும், 'படார் படார்' என்ற கதவடி, சத்தத்தைத் காட்டிக்கொண்டே திரிந்தாள். அஸ்திவாரம் வெட்டி, அதைக் கல்லுக்கெட்டி, மேலே அரையளவுக்குச் சுவர் எழுப்பியிருந்தது. இந்தச் சொவரை இண்ணைக்குத்தானே கெட்டி முடிக்கணும். ஸ்ட்டே வாங்கப்போனவன் வாறதுக்குள்ளே நாம இந்த சுவரை வளர்த்து மட்டங்கெட்டி* ஆகணுமென்று ஒருவருக்கொருவர் மன ஊக்கத்தை வளர்த்தார்கள். எல்லாரும் சரி என்று சம்மதித்து, அதற்கு வேண்டிய ஏற்பாடுகளைச் செய்தார்கள். இதற்கு ரத்தினம் பெருமுயற்சி செய்தான். நம்ம ஊருலெ உள்ள கொத்தவேலை செய்பவனை எல்லாம் வேலைக்கி போயிட்டு வந்துட்டானான என்று பார்த்து கூட்டிட்டு வரச்சொல்லி, ஆள்விட்டான். மற்ற கையாள்களும், தண்ணி சாந்து கொடுக்கவும், செங்கல் எடுத்துக் குடுக்கவும் வேண்டிய ஆள்களை எல்லாஞ் சரிபடுத்தி, கல்லுக்கு மேலே கெட்ட ஐந்நூறுக்கு மேலிருக்கும் சுடுசெங்கல் ரத்தினம் அவன் வீட்டுலெ இருந்துகொண்டு வரச்சொன்னான். கீழஊர் பீடிக்கடை நாடான் வீட்டுலேயிருந்து ஒரு மூடை சிமிண்டும் வாங்கிக்கொண்டுவந்தான்.

செல்லத்துரை குடும்பமும் ரத்தினத்தின் குடும்பமும் பெரும் பகையாயிருந்த சமயம். இரு திறந்தாரும் சபாபதிபேரிலும் அவன் அப்பா பேரிலுமுள்ள அன்பைக் கொண்டும், இந்தக் குடும்பம் பட்டபாடும் கெட்ட கேட்டையும் நினைத்தும், எல்லாருஞ் சேர்ந்து ஒரே எண்ணமாய் ஏகாம்பர நாடாரின்

* மட்டங் கெட்டி – கூரைச் சட்டத்தின் மட்டத்துக்குக் கட்டி

அண்ணன் பிள்ளைகள் எல்லாரும் உதவி செய்தார்கள். சாமி வீட்டில் செல்லத்துரையைத் தவிர வேறே யாரும் வரவில்லை.

செல்லத்துரை இப்படி வீடு கட்ட ஏற்பாடு செய்ததும், அவன் வந்ததும், அந்த வீட்டிலுள்ளவர் ஒருவருக்கும் சம்மதமில்லை. 'சபாபதியின் அப்பா இருக்கும்போது அந்த அண்ணன் எனக்குக் குருவும், நான் அவருக்குச் சீடனுமாயிருந்தேன். இப்போ சபாபதிக்கு நான் குருவும், அவன் எனக்குச் சீடனுமாக இருக்கிறோம்' என்று சொன்னான்.

இப்படி ஊரிலுள்ளவர்கள் எல்லாருமே சேர்ந்து ஒவ்வொரு காரியங்களிலும் உதவி செய்தார்கள் என்றே சொல்லும்படியாய், குறைப்பட்ட சாமான்களைச் சேகரித்து, ஆளுகளையுங் கூட்டி வந்து, அன்று ராக்காலத்து வேலையாகச் செய்தார்கள்.

ராத்திரியானதினாலே விளக்கு வேண்டாமா? ரெண்டு பெரிய காந்தா விளக்கை வாடகைக்கு எடுத்துக்கொண்டு வந்து இரண்டு பக்கத்திலும் வச்சிருந்தது.

ரோட்டு முன்பக்கம் சீட்டு விளையாடுகிறவர்களின் கூட்டமும், அவர்களின் உற்சாகமான பேச்சும், வீடு கெட்ட வேலை செய்கிறவர்களின் சத்தமும், 'சாந்துகொண்டா, செங்கல் எடு' என்கிற சத்தமுமாய், வேடிக்கை பார்க்க வந்து கூடுகிறவர்களின் உற்சாகமான சத்தம், 'எடுல குடுல' என்ற சத்தமும் சேர்ந்து, கலியாண வீட்டில் ராக்காலம் பிரைகட்டுகிறது போலவும், சாமான் தயாரிப்பது போலவும் நடந்துகொண்டிருந்தது.

அந்தப் பக்கம் நாலு கொத்தன், இந்தப் பக்கம் நாலு கொத்தன்மார் நின்று செங்கல் கட்டுவதனால், செங்கல் எடுத்துக் குடுக்க ஆளில்லை என்று, வேடிக்கை பார்க்க வந்து நின்றவர் தானே செங்கல் எடுத்துக்குடுக்கவும், அதனால் ஒருவருக்கொருவர் உற்சாகமான பேச்சுகள் பேசிக்கொண்டு வேலை துரிதமாக நடந்துகொண்டிருந்தது. ஆடர் வாங்கப்போன கந்தசாமியைக் காணவில்லையே என்றும் பேச்சுகள் வந்தன.

ஸ்டேயாடர் வாங்கப்போன கந்தசாமியும் அவன் மச்சினனும் சேர்ந்து கோர்ட்டுக்குப் போய் வக்கீல்மாரைக் கண்டு காரியத்தைச் சொல்ல வேண்டிப் போய் நின்றார்கள். அவன் பொண்டாட்டிக்கும் மச்சினனுக்கும் தாய்மாமனான பாண்டியன் நாடார் என்கிற வக்கீலைக் கண்டு கதையைச் சொல்லி, 'ஆடர் வாங்கணும், அதுக்காகத்தான் வந்தோம்' என்று சொன்னார்கள்.

அவருக்கு இவன் சொன்னது பிடிக்கவில்லை. "நீங்க ஆடர் வாங்க வந்தது சரியில்லை. வாங்க முடியாது. அவனுக்கு

பழய வீட்டுச் சொவரத்தானே இடிச்சி கெட்டப்போறான். ஒங்களுக்கென்ன செய்யலாம்? அந்தச் சொவரு இடியியதுக்கு காரணமும் நீங்கதானே. இதபற்றி நான் அறிஞ்சிருக்கேன். நீங்க ஒண்ணா இருந்த வீட்ட பிரிச்சி வேறாக்கினதினாலே, அந்த வீட்டுச் சொவரு இடிஞ்சி விழுந்து, இடிஞ்ச சொவரக் கெட்ட விடமாட்டேனெங்கிறது சரியில்ல. நீங்களே அந்தப் பையனுக்கு நஷ்டத்தையும் உண்டுபண்ணி, நீங்களே கெட்ட விடமாட்டேனெங்கிறதும் ஞாயமில்ல" என்று கோபமாய்ப் பேசினாராம். கூடப்போனவனை, "அவர் வந்தாருண்ணு அவருக்குத் தொணையா கொஞ்சமும் அறிவில்லாம நீயும் வந்தியா" என்று அவனையும் கோபிச்சுப் பேசினார். கந்தசாமி அவரை விட்டுவிட்டு அடுத்த வக்கீலைப் போய்க் கேட்டார். அவரும் வடலிக்காட்டுவிளை ராஜகோபாலன் என்பவர், தெரிந்தவர் ஆகையினால், எல்லா விபரங்களையும் கேட்டறிந்து, 'ஆடர் வாங்க முடியாது' என்று சொன்னாராம்.

இவர்கள் கோர்ட்டுப் பக்கத்தைச் சுற்றிக்கொண்டு திரிகிறதைப் பார்த்து, சில தெரிந்த வக்கீல் குமாஸ்தாக்களும் என்ன என்று கேட்டறிந்து, அந்த வக்கீல்மார்களிடம் சொல்லி, கதையை அறிந்து, அடப்பாவி, இப்படி உள்ள பாவியா இவனென்று சிரித்தார்களாம். இந்தச் செய்திகளெல்லாம் அன்று கோர்ட்டுக்குப் போயிருந்த ஆள்கள் கண்டும் மற்ற வக்கீல்மார்கள் பரிகாசஞ் செய்கிறதைக் கண்டும், அறிந்தும் வந்து சொன்னார்கள். இப்படியே இருட்டுகிறவரையும் கோர்ட்டைச் சுற்றி அலைந்துகொண்டே, முயற்சியெல்லாம் வீணானதே என்ற கவலையோடு வீடு திரும்பி, மச்சின் அவன் வீட்டுக்குப் போனான். இவன் பத்து மணி வண்டியில் ஏறி வீட்டு முன்பக்கம் வந்து இறங்கினான்.

கந்தசாமி வருவதைக் கண்டு, வேலை செய்கிற பையன்மார்கள் எல்லாருஞ் சேர்ந்து ஊளையிட்டார்கள். ஒருவனுக்கொருவன் உற்சாகமாய்ப் பேசி ஊளையிடுவதைக் காது கொடாமலும், கண்கொண்டு பாராமலும், போய்க் கதவைப் படாரென்று திறந்து உள்ளேபோய் சடாரென்று சாத்திக்கொண்டான்.

இவர்களுக்கு உற்சாகம் மேலும் மேலும் உண்டாக, ஊளையும் உரத்த சத்தத்தில் பேச்சுமாக வேலை விறுவிறுப்பாக நடந்தது.

அன்று ராத்திரி வேலை செய்தவருக்கெல்லாம் உளுந்துக் கஞ்சி ஒரு பெரிய பானையில் வச்சி, ரெண்டு தேங்காயும் துருவிப் போட்டு, துவையல் அரச்சிப் பக்குவப்படுத்திவிட்டு

அந்த ராத்திரிச் சாமத்துலை பனையிலே ஏறி ஓலை வெட்டி படைபுடிச்சி, பந்தியாக இருந்து, வேலை செய்தவர்களும், கூடிநின்றவர்களும் சேர்ந்து கஞ்சி குடித்தார்கள். குடிக்கும்போதும், வேலைசெய்யும்போதும் ஒரே வேடிக்கையாகத்தானிருந்தது.

கஞ்சி குடிச்சி முடிஞ்சதும், திரும்பவும் சுவரைக்கட்டி மேல் கூட்டு மட்டத்துக்குக் கொண்டு வந்து வேலையை முடித்தார்கள்.

அடுத்தநாள் அந்தப் பக்கமுள்ள சுவரைப் பூசி முடிக்கிறது வரை கந்தசாமியும், அவன் பெண்டாட்டி புள்ளைகளும் அந்தப் பக்கம் காணவில்லை.

பலவிதமான குழப்பங்களுக்கிடையிலே தைரியமாய் நின்று சுவரைக் கட்டி முடித்தார் சாமி நாடான் கொத்தனார். அவருடைய மனஉறுதியும் பெருந்தன்மையும் என்றும் மறக்கமுடியாது.

சுவரைக் கட்டி முடித்த பிறகு, உள்பக்கம் உள்ள குறுக்குச் சுவர்களையும் தட்டித் தள்ளிவிட்டு, அழித்திண்ணையிலுள்ள கொஞ்ச இடத்தையும் அதொடு சேர்த்து ஒண்ணாக்கி, உள்ளே ஒரு தளமும் வெளியே திண்ணையுமாய் செய்து சாமி வீடு என்ற பெயர் மாறி, சொந்த வீட்டுக்கு முன்பக்கமாக இருக்கிறது.

சாமிமாருக்குள்ள சாமான், கெண்டி, செம்பு, சந்தனச் சாணை தீபத்தட்டு, தீப ஆராதனைச் சட்டி, திருநீற்றுக் கப்பறை எல்லாச் சாமான்களும் எடுத்து வேறே ஒரு வீட்டுக்குள்ளே பத்திரமாய் வைத்தது, இப்பவும் அப்படியே இருக்கிறது. இது என்னால் வந்தது என்றும், நான் கோயில்களை அழித்து விட்டேன் என்றும் சிலர் பொறாமை சொல் சொல்லுகிறார்கள். உண்மையில் இது தெய்வத்தால் நடந்தது தவிர நான் செய்ததல்ல.

46

சபாபதி வேலையில் சேர்ந்து வருஷமும் நாலு கழிந்து, ஐந்து வருசமாச்சுது. சொம்மெடுத்தது கடன் தீர்க்கப் பத்தாது எனச் சொல்லுவார்கள்.

உலகத்திலுள்ளவர்கள் ஆண்டு அனுபவித்து முடிந்துபோனபிறகு, அவர்களுக்குள்ள சொத்துகளைப் போட்டுக்கிட்டுப் போவார்கள். இந்தக் குடும்பத்திலுள்ள பெரியவர்கள் சொத்துகளெல்லாம் அவர்களோடு சேர்ந்து, அவர்கள் போகும்போது கூடவே கொண்டுபோய்விட்டார்கள். அவர்கள் எங்களுக்கு வச்சிட்டுப்போனது கடக்காரரின் கொடுமையைத்தான். சபாபதி வேலையில் சேர்ந்ததிலிருந்து கடன் தீர்க்கவும் அவர்களுக்குப் பதில் சொல்லவும்தான் நேரம் இருந்தது.

மூத்த நாடான் ஆறுமாத காலமாக ஆஸ்பத்திரியும் வீடுமாக அலைந்து, படுத்த படுக்கையிலேயே கிடந்து அவரும் மரணமானார்.

நடுவு நாடான் படுக்கையிலாகி, ஆண்டோடு ஆண்டு ஆஸ்பத்திரியிலே கிடந்தது, உயிரோடு நரக வேதனைகளை எல்லாம் ஆஸ்பத்திரியிலே கழித்து விட்டு, ஆஸ்பத்திரியிலேயே உயிர் நீங்கினார்.

பொட்டல்விளை நாடானும் வெங்கடேசன் தகப்பனார் ரத்தினம் நாடார் என்பவரும் படுக்கையிலாகி அடையவேண்டிய துயரமெல்லாம் அடைந்து, அவர்களும் போய்ச்சேர்ந்தார்கள்.

ஏகாம்பரம் நாடாரும் அவர் அண்ணனும் நாள் வழியே நோயினால் கஷ்டப்பட்டு, அவர்களும் போய்விட்டார்கள்.

இளைய நாடானும் கடையிலேயே கிடந்து கஷ்டப்பட்டு, நல்லறிவெல்லாங் குறைந்து, ஒரு வருசம்வரையிலும் வீட்டிலேயே படுக்கையிலே கிடந்து உயிர் பிரிந்தார்.

கவலை

எல்லா நாடார்மாரும் 'நான் பெரியவன் நீ சிறியவன்' என்று வாது வழக்குப் பேசி, முடிவில் எல்லாரும் மண்ணுலகை விட்டு விண்ணுலகை அடைந்தார்கள்.

அந்த யுகம் கழிந்து, அடுத்த யுகம் என்கிற அடுத்த தலைமுறை மக்கள் ஆட்சியில் வந்தது.

பள்ளிக்கூடம் கட்டுகிற சமயம் அதுக்காக ஊர்வகைப் பணத்திலிருந்து அடப்புவிளை நாடான் கடன்வாங்கின ரூபாய் ஆயிரத்தி நானூறையும் மூத்த நாடான் மகன் சபாபதியிடம் கேட்டார்.

உடனே சபாபதி அந்த ரூபாயைக் குடுத்து ரிக்கார்டுகளை வாங்கி, அந்தத் தொல்லையைத் தீர்த்தான்.

இன்னும் சில சில்லறைக் கடன்களும் கொஞ்சங் கொஞ்சமாய் தீர்த்துத் தீர்த்து வந்தது.

பொன்னுமுத்து நாடானிடம் ஆயிரம் ரூபாயில் ஒரு சீட்டு கட்டினேன். அது வட்டம் திகைந்தது. அந்த ரூபாயை வாங்கினேன். அதுக்குப் பிறகு ஒருசீட்டு ஆயிரத்தி ஐந்நூறு ரூபாயில் சேர்ந்து, அதுக்கு ரூபாய் குடுத்து வந்தேன்.

அந்த ஆயிரம் ரூபாயையும் ருக்மணி துரைசாமி வழியாயும், பொன்னுமுத்து வழியாயும், ரத்தினத்தின் மூத்த அண்ணன் நீலபெருமாளுக்கு ரெண்டு கோட்டை நெல் பலிசை பேசி பலிசைக்கும் குடுத்தேன்.

ஐந்து வருசம் வேலை பார்த்ததில் மிச்சம் ஆயிரம் ரூபாய் கிடைத்ததை, பலிசைக்குக் குடுத்தேன்.

வீட்டுக்கு முன்பக்கம் காம்பவுண்டு கட்டணுமென்று அதைக் கட்டி முடித்தோம். இந்த முறையில் கிடைக்கிற ரூபாயெல்லாம் நாலாவிதமான செலவுகள் செய்துகொண டிருக்கும் சமயம், சபாபதி குறத்தியறை ஊரில் தங்கி இருந்தவன், தன் மனம்போல் வீண்செலவு செய்யத் துடங்கி, எனக்குத் தருகிற ரூபாயைக் குறைத்தான்.

நான் அவனிடத்தில் "அப்பா சபாபதி, நீ இவ்வளவு நாளும் சம்பளம் வாங்கி, உன் செலவு போக மீதி உள்ள ரூபாயை ஒழுங்காகத் தந்தியே. இப்போ ரூபாயெ என்ன செய்யியா" என்று கேட்டால், "இந்த மாசஞ் செலவு கூடுதல்" என்று சொல்லுவான்.

"வீடு வாடகை கொடுத்து அங்கே தங்கி இருந்து, பிள்ளை களுக்கு படிச்சிக்குடுக்கிறேன்னு சொன்னியே, அதுலேயும் ரூபா கெடைக்குமில்லியா" என்று சொன்னேன்.

“அது அந்த பையன்மாரெல்லாம் பாவப்பட்ட பையங்க. ரூபா் தரமாட்டான்” என்று சொல்லுவான். இவனுக்கு வேண்டியவர்கள் நாலஞ்சு பேர் ஒண்ணாச் சேர்ந்து காப்பிக் கடைக்குப் போய் காப்பி குடிச்சா, எல்லாருக்கும் உள்ள ரூபாயை இவனே குடுக்கிறதும், காருலெ டிக்கெட்டு எல்லாருக்கும் இவனே எடுக்கிறதும், பத்துப்பேர் ஒண்ணாச் சேர்ந்து கோழிப் பிரியாணி போடுறதும், டீப்பார்ட்டி நடத்துகிறதுமாய்ச் செலவு செய்யத் துணிந்தான்.

நான் அவன்கிட்ட, “எப்பா, நீ இப்டி செய்யியது சரியில்ல. ஒனக்கு எல்லாமே வெளையாட்டுப் புத்தியா நடக்காதே. நமக்கு இன்னுங் கடக்காரத் தொல்லை தொலையயில்லியே. இண்ணு வர இந்த வீட்டடிவெளைய ஒத்திப் பணம் குடுக்கமுடியாம பலிச குடுத்திட்டு இருக்கமே. இதெல்லாம் ஒனக்குத் தெரியாத்ததா? நீ தானே இதுகளக் கவனிக்க வேண்டியவன்” என்று சொல்லுவேன்.

“ஆமா, நீங்க சொல்லுவது சரிதாம்மா” என்று சொல்லுவான். வார்த்தையிலே சொல்லுவான், செய்கையில் மிச்சமில்லை.

மேலும் அவன் செலவு சரி இருபங்கும், என் கையில் தாறது ஒரு பங்குமாய்க் குறைந்துகொண்டேவந்தது.

நான் திரும்பவும் அவனுக்கு வேண்டிய புத்திகளைக் கோபமாகச் சொல்லுவேன். அது அவனுக்குப் பிடிக்கவில்லை.

திரும்பவும் நான் சொன்னேன். “அப்பா, ஒன்னைக் கஷ்டப் படுத்திச் சம்பாத்தியம் பண்ணி எனக்கு ஆகவேண்டியது ஒண்ணுமில்லே. நாழி அரிசிப் பானையிலே தேடாதவன், நானாழி அரிசி செலவு வந்தபெறகு தேடமுடியுமா?* எண்ணு பழய கெழவிமார் கத சொல்லுவர். அதுபோல நீ இப்போ தனியா இருக்கிற காலத்திலே ஒனக்கு வேண்டிய வசதி பண்ணாமல் இப்படிச் செய்தால், நாளக்கி கஷ்டப்பட வேண்டியது வருமெண்ணு நான் சொல்லவேண்டிய கடமையைச் சொன்னேன்” என்று நாள் வழியே சொல்லிவந்தேன்.

நான் சொல்வதெல்லாம் அவனுக்கு நாள்வழி கோபத்தை உண்டாக்கிக் கொண்டே வந்தது. சில சமயங்களில் பேசாமலே திரிவான். எனக்கும் இவன் செலவழிப்பது கொஞ்சமும் பிடிக்க வில்லை. பக்கத்திலுள்ளவர்களுக்கும் இது பிடிக்கவில்லை. நான் எவ்வளவு சொன்னாலும் அவன் அதுக்கெல்லாம் பதில்

---

* தேட முடியுமா – நாழி அரிசி சமைக்கும் காலத்தில் சம்பாதிக்க முடியாவிட்டால் அதிக அரிசி சமைக்க வேண்டி வரும் காலத்தில் சம்பாதிக்க முடியாது

சொல்லுவான். பணம் சேருகிறவர்களுக்குத் தானாகச் சேரும். சேராதவர்களுக்குச் சேராது. "ஓங்களுக்குப் பணத்திலெ ரெம்பா ஆசயிருக்கு. சம்பளத்த வாங்கி ஒங்க கையில தந்துக்கிட்டு நான் பட்டினி கெடந்தா ஓங்களுக்குச் சந்தோசமாயிருக்கும். நாஞ் சோலிய யிங்கேயிருந்து வேற எடத்துக்கு மாத்தி, ஒங்க கண்ணு காணாமாப் போயிரணும்ன்னு நெனச்சிருக்கேன்" என்று சொன்னான்.

இந்தச் சொல் எனக்கு நொந்த புண்ணில் கோலெடுத்துக் குத்தினது போலிருந்தது.

'சொல்லிப் பார்த்துத் தள்ளிப் போ' என்பதுபோல, இனி நாம் என்ன சொன்னாலும் இவன் கேக்க மாட்டான். இவங்கிட்ட என்ன சொன்னாலும் பொல்லாப்புத்தானென்றும், அவரவர் விதி அவரவரை நடத்தும், இவனுக்கிட்ட சண்டை போட்டு ஆக வேண்டியது நமக்கு ஒண்ணுமில்லை என்று இருந்தேன்.

ரெண்டு மூணு மாசங் கழிஞ்ச பிறகு வாத்தியார் வேலையை மாத்தி, இன்ஸ்பெக்டர் என்று நாகலாபுரத்தில் போய் வேலை பார்த்துக்கொண்டிருந்தான்.

சபாபதி நாகலாபுரத்தில் வேலைபார்த்துக்கொண்டிருக்கும் போது எனக்கு எல்லா வேதனையும் ஒன்று சேர்ந்து, இருதயம் புண்ணாகிப் பழுத்து, குத்துங்குடச்சலும் வந்ததுபோல, இருதயத் துடிப்பும் படபடப்பும் ஆயாசமும் உண்டாச்சு.

குடும்பக் கஷ்டங்களிலிருந்து விடுபட்டு விலகிய எனக்கு, இந்த உடல் கஷ்டத்தைத் தாங்க முடியாமல் வருந்திக் கண்ணீர் சொரிந்து, 'அய்யோ அய்யோ'வென்று அழுது அபயமிடுகிற சமயம், யாராவது வந்தால், வருகிறவர்கள் மேலும் என்னைக் குறை சொல்லவே துணிந்தார்கள்.

யார் வந்தாலும், "நீ இப்படி, சத்தம்போட்டுக்கிட்டே கெடந்தா, ஒன்னப் பார்க்கிறதாரு? தண்ணிங்காச்சித் தாறது ஆரு? சபாபதி கண்காணாதயெடத்துல போய் இருக்கானே. நீ இங்க ஒத்தயிலே இருந்து அழுதா ஆரு பாப்பா? ஆஸ்பத்திரியிலே போய் மருந்தக்கிருந்த வாங்கிக் குடிச்சிச் சொகப்படுத்திக்கிட்டு, சபாபதிக்கி எங்கினயாவது ஒரு பொண்ணப் பாத்துக் கெட்டிக்கிட்டு, ஒரெடத்திலயா இருந்து, உள்ள தண்ணி குடிச்சப் பாக்காம, அம்மி ஒரு தேசமும் கொழவி ஒரு தேசமுமா அழுதுக்கிட்டு இருக்காதே. ஆஸ்பத்திரிக்குப் போ" என்று சொன்னார்கள்.

நான் கொஞ்ச நாளாய் ஆஸ்பத்திரிக்குப் போகாமலே வீட்டிலே இருந்து, நாட்டுமருந்துகளைத் தின்றுபார்த்தும் கேட்கயில்லை. ஆஸ்பத்திரிதோறும் அலஞ்சியும், மருந்து வாங்கின டாக்டர் பாத்துக்கிட்டு, 'நோய் ஒண்ணுமில்லை' என்பான். ஒரு குப்பியில் மருந்தும் நாலஞ்சி மாத்திரையும் தந்தானென்றால் அதைத் தின்னாலும் பலனுமில்ல.

அதோடு கூட ஒரு கண்ணுவேதனைப்பட்டு, குத்துத் தரிப்பு உண்டாகி, என்னல்லாமோ மருந்து பார்த்தும் கேக்கயில்லை. நாள்வழியே கண்ணு வேதனைப்பட்டு, பார்வை குறைஞ்சி, ஒரு கண் பார்வையிலே ஆனது.

இப்படியே கஷ்டப்பட்டுக் கொண்டிருக்கிற சமயம், சபாபதி ஒருவாரம் லீவெடுத்து வீட்டுக்கு வந்தான். அவனையுங் கூட்டிக்கிட்டு ஆஸ்பத்திரிக்குப் போனேன். டாக்டர் 'நோய் ஒண்ணும் தெரியவில்லை, படம் எடுத்துப் பார்க்கணும்' என்றார். படம் எடுத்துப் பார்த்தோம்.

டாக்டர், 'இருதயம் வரண்டு, ரெத்தமில்லாமல் இருக்கிறது. ரெத்தமும் சத்துக் குறைஞ்ச லேசான ரெத்தம். பெலகீனத்தாலுள்ளது. நல்ல ஆகாரங்களைச் சாப்பிட்டு, கவலைப்படாமல் இருக்கணும். கவலையினாலுண்டான இருதய வறட்சி. உடம்பில் நோயில்லை' என்று ஒரு மருந்து எழுதித் தந்தார்.

அந்த மருந்ததையும் மருந்துக்கடையில் வாங்கிக் குடித்து வந்தேன். பால், முட்டை, ஆட்டுக்கால் கசாயம் என்றெல்லாம் குடித்தேன். ரெண்டு நாள் பாலோ முட்டையோ குடித்தால், மூன்றாவது நாள் வயித்துக்கோளாறு உண்டாகி, மேல்யேப்பம், உமட்டல் என்றெல்லாம் உண்டாகும். குடிக்க முடியாது. காச்சல், இருமல் என்றெல்லாம் வருத்திவிடுவான், சனியனாகிய என் விதிகாரன். பாதி நாள் சுகமும் பாதிநாள் கஷ்டமுமாக நாள் கழிந்துவந்தது.

இப்படி நான் கஷ்டங்கள் அனுபவித்துக்கொண்டிருக்கும் சமயம், சம்மந்தக்காரார்களும் ஒவ்வொருவராக வந்தார்கள். நானும் பெண் பார்க்கும் படலத்துக்கு வந்துவிட்டேன்.

ஒருத்தன் வருவான். 'ஜாதகத்தைத் தாருங்க' என்று வாங்கிட்டுப் போவான். ஒருமாசங் கழிச்சி பொருத்தமில்லை என்று சொல்லுவான்.

இன்னொருத்தன் வருவான். 'நீங்க வந்து பொண்ணைப் பார்த்து, உங்களுக்குப் பிடித்தமானால் பேசுவோம்' என்பான். நான் போய் பார்த்துட்டு வந்தா, சபாபதி 'அந்தச் சம்பந்தம் வேண்டாம்' என்று சொல்லுவான்.

சில பொண்ணு குடும்பங்க குறைஞ்ச இடம், வேண்டாம் என்று சொல்லுவேன்.

சில சம்மந்தம் பொண்ணு கறுப்பு, வேண்டாம் என்று சொல்லுவேன்.

சில சம்மந்தக்காரன் வந்து பார்த்துட்டு, சொத்து இல்லை, சொத்து காணாது என்று போவான்.

சில பொண்ணு வீட்டுக்காரன் மாப்பிள்ளையைப் பார்த்து மயக்கம் போட்டு ஓடிவருவான். விசாரிச்சுப் பார்ப்பான். கோள் வார்த்தையைக் கேட்டு வேண்டாமென்று போவான்.

இப்படியே ரெண்டு வருசமா சம்மந்தக்காரர்கள் வாறதும் போறதுமா இருந்ததே தவிர, நடைமுறைக்கு ஒண்ணும் வரயில்லை.

இப்படியாக இருக்கிற சமயம், ஒரு நாள் கண்ணப்பன் வந்தான். அவனும் பல பேச்சுகளையும் பேசிப் பேசி, கலியாண விசயத்தைப் பற்றிய பேச்சு வந்தது.

நான் அவனிடம், "கண்ணப்பா, வாற சம்மந்தம் ஒண்ணும் அமையவில்லியே, என்ன செய்ய" என்று சொன்னேன். அவன் சொன்னான், "ஈத்தாமொழியிலே அவனுக்கு மாமன் மகளா ஒரு புள்ளை இருக்காமில்லியா. அத கேக்கக் கூடாதா" என்று சொன்னான்.

"அந்தப் புள்ள கருத்தப் பொண்ணு. சபாபதி சம்மதிக்க மாட்டானே" என்று சொன்னேன். "இல்ல, அவன் எங்கிட்ட சொன்னான். எங்க மாமா மொவள எடுக்க எனக்கு விருப்பந்தான் எண்ணு சொன்னான்." "அவஞ் சொன்னது, எங்க மூத்தய்யா ஊட்டு அண்ணன் மகா புஸ்பத்தைச் சொல்லியிருப்பான்" என்று நான் சொன்னேன். "அது இல்ல, ஒங்க கூடப்பொறந்த அண்ணனுக்க மகா ஒரு புள்ள இருக்காமே" என்று கண்ணப்பன் சொன்னான்.

"ஆமா அது ஒரு புள்ள இருக்கு. அந்த புள்ள நெறங் கறுப்பு. வயசுங் கொறவாயிருக்கு" என்று சொன்னேன். "அது வயசு கொறவாத்தானே இருக்கணும். அதுநால ஒண்ணுமில்ல. புள்ள கறுப்புண்ணு அவெஞ் சொல்லயில்ல. அதுனால அத்தானே பேசி முடியுங்க"என்று கண்ணப்பன் சொன்னான்.

நானும் அவனுக்குச் சம்மதமாயிருந்தால் கேட்டுப் பார்க்கலாமென்று நினைச்சிட்டு இருந்தேன்.

நாலைந்து நாள் கழிஞ்சி குருவியும் வந்து பனம் பழமும் விழுந்தது என்றதுபோல, எங்க மதனீ எனக்குச் சுகமில்ல என்று அறிஞ்சி, பார்க்க வந்தாள். "மய்னீ ஒங்க மகளச் சபாபதிக்குக் குடுக்கிறியளா? முந்தியே யாம் புள்ள கறுப்பாயிருக்கா எண்ணி கெட்ட மாட்டான் எண்ணு சொன்னியளே, இப்ப என்ன சொல்லுதியே" என்று கேட்டேன்.

"அது சாமிகிட்ட கேட்டு, நல்லாயிருந்தா பாக்கலாம்" என்று சொன்னாள். அப்படி சொல்லிட்டுச் சொன்னாள். "சாமி குடுக்குலாம் எண்ணு சொன்னால், நான் யாம் புள்ளைக்கி அய்யாயிரம் ரூபாய்க்கி உருப்படியும் போடுவேன், ரெண்டாயிரம் ரூவா ஒங்களுக்குக் கையில தாறென், சாத்தாங்கோயிலு தோப்புல பாதியுந் தாறென், ஆயிரம் ரூவாய் வெங்கலப்பாத்திரம் வார்ப்போடே* எடுத்துத் தருவேன். ஒரு வார்ப்பு அறுநூறு எழுநூறு ரூபாயிருக்கும். எத்துன ரூபா எண்ணாலுஞ் சரி எங்க அண்ணன்கிட்ட சொல்லி வார்த்து வாங்கி தரச்சொல்லுவென். சாமி மட்டும் மனம் வச்சிரட்டும். ஊடு காண வந்து நூறு ரூபா சுருளுவச்சித் தருவென். ஆயிரம் முறுக்குக் கொண்டுவருவென்" என்று சொல்லும்போதெல்லாம், சிரிப்பும் சந்தோசமுமாய்ப் பேசி முடிச்சிட்டு, "நான் போயிட்டு வாறன் மய்னீ" என்று சொல்லி விட்டுப் போனாள்.

போய் ஒரு மாசம் வரையும் ஒருவரையுங் காணயில்லை. சாமிகிட்டே கேக்கணுமானாலும் ஒடுக்கத்து** வெள்ளிக் கிழமையில்தானே கேக்கமுடியும். செம்மையாகக் கேட்டு, நல்ல பதிலு, சாமி நல்லமுறையா சொல்லட்டும் என்று நானும் நோயோடு நோயாக, கலியாணம் முடிச்சிரணும் என்ற எண்ணத்தோடே இருந்தேன்.

---

* வார்ப்பு – சுமார் ஐம்பது கிலோ கனமும் இரண்டு மீட்டர் அகலமும், குறைந்த ஆழமும் கொண்ட வெண்கலப் பாத்திரம், பணக்காரர்கள் வீட்டில்தான் இருக்கும்

** ஒடுக்கத்து – கடைசி

47

ஒரு மாசம் போல் ஆனுது. ராஜாங்கம் வந்தான். வந்து, "அக்கா, சபாபதிக்க ஜாதகத்த தா. ஈத்தாமொழியிலெ ஒரு நல்ல ஜோசியன் இருக்கான், அவங்கிட்டெ குடுத்து கனியின் சாதகத்தெயுங் குடுத்து, பொருத்தம் இருக்கா எண்ணு பார்க்கணும்" என்று கேட்டான்.

நான், "மய்னீ சாமிகிட்ட கேக்கணுமெண்ணு சொன்னாவுளே, கேட்டாவுளா" என்று கேட்டேன். அவன், "ஆமா கேட்டாச்சி, குடுக்கலாம் எண்ணு நல்ல சொப்பனங் கண்டாவுளாம். சாதகத்த வாங்கிப் பாக்கச் சொன்னாவ" என்றான்.

நான் சாதகத்தை எடுத்துக் குடுத்தேன். அவன் வெங்கடேசனையுங் கூட்டிக்கிட்டு, ஜாதகம் பார்க்கப்போனான். வெங்கடேசன் வந்து சாயங்காலம், "மூத்தம்மா, ஜாதகம் பொருத்தந்தான். பெரிய சோஸியன் இண்ணைக்கி ஊட்டுலெ இல்ல. அவன் வந்தபெறகு, என்னும் ஒருக்கா பார்க்கணுமாம்" என்று சொல்லிக்கிட்டுப் போனான்.

அந்தச்சமயம் எனக்கு எட்டுநாள் சுகமாயிருந் தால், பதினஞ்சி நாள் மூச்சுத் திணறலும், உடம்பு வலியும் அதிகப்படும். தண்ணிகாய்ச்சிக் குடிக்க முடியாமல் இருக்கும்.

துரைச்சாமி பொண்டாட்டி ருக்குமணி வந்து, கஞ்சித்தண்ணி காப்பித் தண்ணி காய்ச்சித் தந்தாள். அவளுக்கு வர முடியாத சமயம், வீட்டிலெ இருந்து கஞ்சி காய்ச்சிக் கொண்டுவந்து தந்துக்கிட்டு, "யக்கா, நான் எப்பமும் ஒங்களுக்குத் தண்ணிங் காய்ச்சித் தர முடியாது. நான் அத்திக் கடைக்கிப் போகவேண்டியது இருக்கு. அதுனாலே, நீங்க ஈத்தாமொழி போறது நல்லது" என்று சொன்னாள்.

இப்படி இருக்கிற சமயம், சபாபதி நாகலாபுரத்துலெ இருந்து வந்தான். அவனும் நான் இருக்கிற சாடையைப் பார்த்து, "யம்மா, நீங்க இங்க இருந்தா பார்க்க ஆளில்ல. ஈத்தாமொழிக்கிப் போவோம், நான் கொண்டு விட்டுட்டுப் போறேன் வாருங்க" என்று சொன்னான்.

அப்போ நான் சபாபதிகிட்ட, ஈத்தாமொழியிலே சம்பந்தம் பேசி இருக்கிறதையும், ஜாதகம் வாங்கிப்போனதையும் சொன்னேன்.

அவனும், "சரி பேசுங்கள், அது நல்லதுதான்" என்று சொன்னான். வேறே விபரம் நானும் ஒண்ணுஞ் சொல்ல இல்லை. அவனும் சொல்ல இல்லை. ஈத்தாமொழிக்குப் போனோம். மயினியும் கனியும் ரொம்ப அன்பாக விசாரித்தார்கள். ராஜாங்கம் வந்தான். "யக்கா ஜாதகம் நல்ல பொருத்தம். ஜோஸியனுக்கு ரெம்பச் சந்தோசம். இந்த ரெண்டு சாதகமும் முன்ஜென்மத்திலேயும் ஒண்ணாக் கூடி வாழ்ந்த ஜாதகம். இந்த ஜென்மத்திலும் ஒண்ணாக் கூடி வாழ்க்கை நடத்தவேண்டிய தாக இருக்கு நல்லபொருத்தம். மூணு மாசத்துக்குள்ளே கலியாணம் முடியும் எண்ணு தெளிவாக எழுதித்தந்திருக்கான்" என்று சொன்னான். சபாபதியும் எல்லாங் கேட்டுச் சிரிச்சிட்டே இருந்தான்.

நானும் "சரி முடிச்சிருவோம்" என்று சொன்னேன். எல்லாருக்கும் நல்ல திருப்தி. மயினி நல்ல முறையில ஆகாரங் களும் சபாபதிக்கும் எனக்கும் தந்தாள். சபாபதி ரெண்டு மூணு நாளா அங்கெல்லாஞ் சுத்திக்கிட்டு நாகலாபுரத்துக்குப் போனான். நான் அங்கே இருந்தேன்.

அங்கே இருக்கும் சமயம், பொன்னுமுத்து அவருக்க மூத்த மகளுக்கு இருபத்தையாயிரம் ரூபாய்க்குத் தரலாம் என்று ஒரு ஆளைச் சொல்லிவிட்டார்.

நான், "இங்கே வந்து இருக்கேன். இங்கேயே சம்மந்தம் பேசி, முடிவு பண்ணியாச்சு" என்று, மயினியுங் கேட்கும்படி எல்லாரும் அறியச் சொன்னேன். வந்தவர், 'இது ரொம்ப நல்லதுதான்' என்று சொல்லிவிட்டுப் போனார்.

"எனி நமக்குப் பேச்சுக்கால் நடத்தி, சிறீதனப் பேச்சை முடிக்கணும்" என்று எங்க மயினி சொன்னாள்.

முடிப்போமென்று சொன்னேன்.

"அய்யாயிரம் ரூபா உருப்படி, ரெண்டாயிரம் கையிலெ, சாத்தாங்கோயில் தோப்புல பாதி தருவேன்" என்று

சொன்னார்கள். "பத்தாது, மூணுல ஒண்ணு சொத்து தாருங்கள்" என்றேன் நான். அவர்களுக்கு மனம் இல்லை.

நான் ஈத்தாமொழிக்குப் போன பிறகு சபாபதிக்கு எழுத்துப்* போடயில்லை. அவன், அம்மா எழுத்துப் போட யில்லியே, அம்மைக்கு எப்படி இருக்கோ, போய்ப் பார்த்து வரணுமென்று ஈத்தாமொழிக்கி வந்தான்.

சம்மந்த விசயத்தைப் பற்றிச் சொன்னேன்.

"அப்பா சபாபதி, ஐயாயிரம் ரூபா உருப்படியும், ரெண்டாயிரம் ரூவா கையிலெயுந் தந்து, சாத்தாங்கோயில் தட்டுலெ இருவத்தஞ்சி சென்டுந் தருவேணெண்ணு சொன்னாவ. நான் காணாது, முப்பத்தஞ்சி சென்டு தரணுமெண்ணு சொன்னேன். மய்னி அப்படித் தரமாட்டேன் எண்ணாவ. உன் கருத்து என்ன சொல்லு. ஒனக்குச் சம்மதம் உண்டுமானாத்தான் பேசணும்" என்று சொன்னேன்.

"அப்படி இருபத்தஞ்சி, முப்பத்தஞ்சி எண்ணும் பணம் எண்ணும் சீதனம் பேசாதீங்க. மொத்தச் சொத்துல மகளுக்கு உள்ள வீதம் மூணுல ஒண்ணு அவளுக்கு குடுக்கச் சொல்லுங்க போதும்" எண்ணான் அவன்.

நான் மயினிகிட்ட, "சபாபதி சொல்லுறது போல குடுக்குதியாளா" என்று கேட்டேன்.

"அது இப்ப ஒங்களுக்குக் கொறஞ்சா போச்சி? உருப்படி யும், கையிலெ தாறதும், எல்லாஞ் சேர்த்து மூணுலெ ஒண்ணு இருக்குமே" என்று சொன்னார்கள்.

"மாமி, நீங்க சீதமான எனக்கு எதுவும் குடுக்க வேண்டாம். மூணுலெ ஒண்ணு சொத்து ஒங்க மகளுக்குக் குடுத்துருங்க" என்று சொல்லி சபாபதி சிரிச்சான். சிரிச்சிட்டு, "சரி எப்படியும் ஒங்க விருப்பம் போலச் செய்யுங்க" என்று சொல்லிக்கிட்டு, மறுநாள் நாகலாபுரத்துக்குப் போனான்.

எங்க மயினி, "கண்ணப்பன் காரக்குடியிலெ படிச்சிக்கிட்டு இருக்கான். அவன் வந்தபொறவு அவங்கிட்ட கேட்டு, அவனுஞ் சம்மதிச்சாத் தருவேன்" என்று சொன்னாள்.

நானும் "அதுசரிதான், அவனுக்குச் சம்மதமில்லாம ஒங்க மனம் போல செய்யது சரியில்ல. அவனும் வந்து, பொண்ணு குடுக்கதுக்கும், சொத்தும் இவ்வளவு குடுக்கணும் எண்ணு நல்ல

---

* எழுத்து – கடிதம்

மனதோட குடுக்கலாமெண்ணு சம்மதிச்சானுண்ணாத்தாஞ் செய்யணும்” என்று சொன்னேன்.

“அப்டி அவஞ் சம்மதிச்சாலும் போதாது. கனிக்கும் சம்மதம் வேணும். அவகிட்டயுங் கேட்டு அவளுக்கும் சம்மதமிருந்தாத்தாஞ் செய்யணும். பழய காலம் போல இல்ல” என்றேன்.

“அது கனிகிட்ட முந்தியே கேட்டேன். அவளுக்குச் சம்மதந் தான். நான் இருவத்தஞ்சி சென்டுதான் தருவேன் எண்ணு சொன்னதுக்கு, கனி அவியகிட்ட சண்ட போடாத அம்மா, பத்து சென்டு கூடக் கேக்குறாவ எண்ணா குடுத்துடு எண்ணு சொன்னா. அவளுக்கு மனந்தான்.”

இப்படி நாள்தோறும் ஒண்ணு ஒண்ணாப் பேசிக்கிட்டே இருக்கையில், கண்ணப்பனும் லீவுக்கு வந்தான்.

தாயார் மகனைத் தனியாக ஓரிடத்தில் இருத்தி, ஒவ்வொன்றாகச் சொல்லி, உனக்கு சம்மதம் எப்படி என்று கேட்டார். அவனும் “நான் இதப்பத்தி ஒண்ணும் சொல்ல மாட்டேன். எனக்கும் புடித்தந்தான். சொந்தத்துக்குள்ள செய்யியது. நல்லா யோசிச்சி செய்” என்று தாயார் மேலே பொறுப்பைப் போட்டான்.

பிறகு ராஜா, ராஜாங்கம் எல்லாருங் கூடி, பேசி முடிவு செய்தார்கள்.

கண்ணப்பன் பள்ளிக்கூடத்துக்குக்* காரைக்குடிக்குப் போனான்.

எனக்கும் கொஞ்சம் சுகமாயிருந்தது. ‘நானும் வீட்டுக்கப் போறேன். ஆடிமாசம் ஆண்டறுதி எல்லாங் கழிஞ்சு வாறென்’ என்று வீட்டுக்கு வந்தேன்.

நான் பொட்டலுக்கு வந்து முப்பதுநாள் கழிஞ்சிருக்கும். அதுக்குள்ளே குடும்பத்தாரெல்லாங் கூடி குழப்பம் உண்டாக்கினார்கள்.

மூத்த அண்ணனுக்கு அவர் சொன்ன சம்மந்தத்தை நான் பேசி முடிக்கயில்லை என்று கோபம். ரெண்டாவது, இந்தச் சம்மந்தமும் அவரை வச்சிப் பேசயில்லை என்று கோபம். இந்தக் கோபத்தோட எங்க மயினியை அவர் திட்டினார். “தோப்பு எழுதிக் குடுத்து, உருப்படி அய்யாயிர ரூவாய்க்குப் போடுயாளாம்,

* பள்ளிக்கூடம் – பொறியியல் கல்லூரி

கையில ரூபா குடுக்கிறாளாம், பொட்டச்சிக்க கையில சக்கறம் வந்தா இப்படித்தான் செய்வா. அவா ஒருத்தரயும் மதிக்கயில்ல. எல்லாம் அவள் மனம் போல நடத்துறா. பொட்டலுக்காரி வந்திருந்து இந்தக் கிறுக்கிய ஏமாத்திப்புட்டா. இவா அவள் கையில ஆப்புட்டு, பத்தாயிரம் ரூவாச் சீட்ட எட்டாயிரமாப் புடிச்சிருக்கா. பொட்டலுக்காரி பொண்ணக் கெட்டுவென் எண்ணு சீட்டயும் புடிக்கச் சொல்லி நட்டப்படுத்திப் போட்டுக் கிட்டு ஓடிட்டா" எண்ணு, அவர் மனதில் இருந்த வேதனைகளைச் சொல்லிக் குழப்பத்தை உண்டாக்கினார்.

எங்க மயினி அவர் சொன்னதை நம்பிக்கிட்டாள். ஆவணி மாதம் மாசப் பிறப்பு கழிஞ்சி, அடுத்த நாள் நான் ராஜாங்கத்தைக் காண இல்லியே. வந்தான் என்றால் ஈத்தாமொழிக்குப் போகலாமே என்று நினச்சிக்கிட்டு இருக்கையிலே, ராஜாங்கம் வந்தான்.

நான் "சீட்டுப் பணம் கெடச்சா" என்று கேட்டேன். "என்னுங் கெடைக்கயில்ல. நீ சம்மந்தம் பேசி சீட்டயும் புடிக்கச் சொல்லிட்டு இங்க வந்து இருந்துக்கிட்டாஎண்ணு மய்னி சங்கடப்படுறாவ. போவோம் வா" எண்ணான்.

"சீட்டுப் புடிச்சப் பணம் என்னும் வாங்கில்லியே. நான் இங்க வந்ததில என்ன குத்தமாயிப் போச்சி. ஆவணி மாசந்தான் வருவேன் எண்ணு சொல்லிக்கிட்டுத்தானே வந்தேன்" என்று சொல்லிவிட்டு, உடனே புறப்புட்டுப் போனேன்.

போய்ச் சேர்ந்ததும், மூத்த அண்ணன் இளக்கி* விட்ட குழப்பங்களை எல்லாஞ் சொன்னாள்.

நான் சொன்னேன், "எல்லாரும் அவ்வியளுக்க மனத்தில இருக்கப்பட்டதை ஒங்ககிட்ட சொல்லுயாவெ. இப்ப ஒங்களுக்கு மனம் எப்பிடி?"

"அது நான் பேசியாச்சி. நானில்ல குடுக்கேன் யாம் புள்ளைக்கி. நாங் குடுக்கிறதில. இவ்வியளுக்கு என்ன? எனி கல்யாணத்த வைப்போம்" என்று சொன்னாள்.

"உருப்படி செய்தாத்தானே கலியாணம் வச்சிலாம்" என்று நான் சொன்னேன். "சீட்டுக்காரன நெருக்கிப் பணங் கேட்டேன். அவனும் ஒரு கௌமைக்குள்ள தந்துருவேன் எண்ணு சொல்லிட்டுப் போனான். தந்த ஒடனெ உருப்படியப் பிராமணவெள நாடாங்கிட்ட குடுத்துச் செய்யலாம்" என்றார்கள். அந்தச்சமயம் சபாபதியும் அங்கே வந்தான்.

---

* இளக்கி – தூண்டிவிட்ட

நான் அவன்கிட்ட "யப்பா, சீட்டு புடிச்சி உட்டுருக்கு. உருப்படி செய்த ஒடனெ கலியாணத்துக்கு ஏற்பாடு பண்ணணும். ஒனக்குச் சம்மதந்தானா. நாளைக்கு என்ன கொற சொல்லபடாது. புள்ள கருப்பு. அது ஒனக்குத் தெரியும். வேலை ஒண்ணும் செய்யத் தெரியயில்லை. நீ என்ன சொல்லுயா" என்று கேட்டேன்.

"அவெ கருப்பாயிருந்தாலும் நம்ம குடும்பத்துக்கு உள்ள கருப்புத் தானே. அதுனாலென்ன" என்று சொன்னான். மறுநாள் சபாபதி போயிட்டான்.

சபாபதி போன அடுத்தநாள் எங்க மயினி வந்து என்னிடம், "மய்னீ கனி சொல்லுயா. ஒங்களுக்கு அவகிட்ட அன்புயில்லியாம். அதுநால நீங்க வீட்டுக்குப் போவியளாம்" என்று சொன்னாள். நான் சும்மா பரிகாசத்துக்குச் சொல்லுகிறாள் என்று நினைச்சிக்கிட்டு 'அப்புடியா' என்று சிரிச்சேன்.

கொஞ்சநேரங் கழிச்சதும் திரும்ப வந்து அதுபோலவே சொன்னாள். நான் அதையுங் கோபமா நினைக்கயில்லை. மதியம் போலயும் வந்து, "மய்னீ நீங்க ஊட்டுக்குப் போவியாளாம், கனி போகச் சொல்லுயா" என்று திரும்பத் திரும்ப மூணு நேரம் வந்து சொன்னதும், நான், "காலையிலே இருந்தே இப்புடித்தானே சொல்லுதிய. என்னத்துக்கு" என்று கேட்டேன். "அது அவள ஒங்களுக்குப் புடிக்கயில்லியாம். அதுநால ஒங்களப் போகச் சொல்லுயா. அவளுக்கு மனமில்லாம இருக்கு" என்று சொன்னாள்.

"அப்படி எண்ணால் நான் போயிருயேன். ஒத்தயிலெநான் போய்க்கிட மாட்டேன். ராஜாங்கம் கயத்து ஆபீசிலெ* இருந்து வந்த ஒடனே போயிருவேன்" என்று சொல்லிவிட்டு, இருந்து பலவாறு யோசித்து அழுதுக்கிட்டே இருந்தேன். இன்னுங் கொஞ்ச நேரங்கழிச்சி வந்து "மய்னீ, அவா சும்மா சொன்னாளாம். நாம குளிச்சப் போவோம் வாருங்க" என்று சொன்னாள் மயினி.

"நான் எனக்கு இண்ணு குளிச்சவேண்டாம். ராஜாங்கம் வந்த ஒடனே ஊட்டுக்குப் பொயிருவென்" என்று சொன்னேன். போயிட்டாள். இன்னுங் கொஞ்ச நேரங்கழிஞ்சி வந்து, "வாருங்க மயினி, சாப்புட வாருங்க. மய்னி அவா சின்னப்புள்ள, தெரியாமெ என்னத்தையுஞ் சொல்லுவா. அத மனசில வச்சிலாமா. ஊட்டுக்குப் போகவேண்டாம். வாருங்க" என்று கையைப் புடிச்சி இழுத்தாள். என் மனம் பலவாறாகத் திகைத்தது.

நம்ம அவகிட்ட அன்பு இல்லாம என்ன சொன்னோம், என்ன செய்தோம்எண்ணு நினைச்சிப் பார்த்தேன். அவள் நேருக்கு நான் ஒரு குத்தமுஞ் செய்ததாக எனக்குத் தெரியயில்லை.

---

* கயத்து ஆபீசிலெ – கயிற்றுத் தொழிற்சாலை

சபாபதிகிட்ட, 'புள்ள கறுப்பு, வேல செய்யத் தெரியாது' எண்ணு சொன்னதுதான் குத்தமாயிருக்கும் என்று நினைச்சிட்டு, "நாஞ் சபாபதியிட்டெ சொன்னது ஒங்களுக்குக கோபமாயிருந்ததோ? அதுநாலதான் இப்படி சொல்லுதியளோ" என்று கேட்டேன்.

"அது நான் அப்படி ஒண்ணுங் குத்தமா நெனச்சயில்ல. கனிதான் அவியளுக்கு என்னப் புடிக்கயில்ல, போகச் சொல்லு எண்ணு சொன்னா. சின்னபுள்ள சொன்னாஎண்ணீ நீங்க கோவப்படாதுங்க" என்றாள். நானுங் கொஞ்ச நேரமாயிருந்து நினச்சிப் பார்தேன். நான் சபாபதிகிட்ட உள்ள காரியஞ் சொல்லாமல் இருந்தால், நாளை ஒரு சமயம் நம்மளை அவன், என்கிட்டே உள்ள காரியம் சொல்லாம, ஓங்க மனம் போல செய்து என்னைக் கெடுத்துப்போட்டியளே என்று சொல்லுவானே என்று தானே நம்ம காரியத்துக்கு வேண்டியதை நாம சொன்னோம். அது அவளுக்குப் பிடித்தமில்லாமல் இருக்குதே.

சொந்தத்துக்குள்ளே பொணணெடுத்து ஒற்றுமையாச் சந்தோசமா சேர்ந்து வாழலாமென்ற எண்ணத்த விட்டிடு. ஓரிடத்திலேயும் உனக்கு நல்வினை இல்லை என்று, பின்னே வாறதுக்கு முன்னாலே சொல்லித் தாறான் விதிக்காரன். எல்லாருக்கும் பாதிநாள் இருட்டாயிருந்தாலும், பாதிநாள் வெளிச்சம் வரும். நமக்கு வெளிச்சமென்பது ஒருநாளும் இல்லாமல், ஒரே இருட்டு என்பதை முன்னாலே சொல்லித் தாறான் கிரகாதிபன். நமக்குக் குடுத்து வைச்சது இவ்வளவுதான். வேண்டாமென்று போனாலும் குறைதான். நடக்கிறதெல்லாஞ் சிறப்புத்தான் என்று மனதை தைரியப்படுத்திக்கொண்டேன். 'ஆனை வரும் பின்னே மணி ஓசை வரும் முன்னே' என்று பின்னால் நடக்கும் நடத்தைக்கு இது முன் ஓசை.

பஞ்சாங்கம் பார்த்திட்டு, கல்யாண வேலைகள் தொடங்கின. ஆவணி மாசம் இருவத்தி ரெண்டுக்குள்ளே வைக்கணும் என்று சொன்னார் ஜோசியர். இரு திறத்தாராகிய மயினியும் நானுஞ் சம்மதிச்சோம். "எனி ஒங்களுக்குத் தர வேண்டிய ரெண்டாயிரம் ரூவாயும் வாங்கிக்கிடுங்க" என்று சொன்னார் மயினி. "நான் ரூவா வாங்கணுமானா நீங்க கனிக்கிக் குடுக்கிற தோப்பை கனி பேருக்கு எழுதிக் குடுங்க" என்று சொன்னேன். மூத்த அண்ணன் வந்தார். "தோப்பு எழுதாம சம்மதிக்க மாட்டியோ" என்றார். "தோப்பு எழுதாம நாஞ் சம்மதிக்க மாட்டேன்" என்றேன். "என்னத்துக்கு, இப்பொ பதறிப் பதறி எழுதெயில்லஎண்ணா என்ன, நாலு நாளு கழிச்சி எழுதலாம்" என்று சொன்னார்.

“அண்ணே, இண்ணெனன்பதும் நாளை என்பதும் இல்லை என்பதற்கு அடையாளம். இந்தக் குடும்பத்துக்குள்ளே நானும் பொறந்து வளந்து, நம்ம குடும்பத்தாருக்க கொணமெல்லாமே நல்லா அறிஞ்சவதானே. நான் பொம்புள. நாளைக்கி வந்து நான் ஒங்ககிட்ட சண்ட போட முடியாது. இந்தக் கலியாணம் முடிக்கிற பொறுப்பு என்னைச் சேர்ந்தது. நாஞ் செய்ய வேண்டிய காரியங்களை கூடியவரையும் சரியாச் செய்யவேண்டியது என் கடமை” என்றேன்.

சொத்து எழுதித் தந்தார்கள். மயினி ரூபாயை வாங்கச் சொன்னார்கள்.

“நான் ரூபாயை வாங்கிக்கிட்டுப் போனால், நாளைக்கி நீங்க தாலி சின்னதாப் போச்சி, பட்டு நல்லது இல்ல, நான் ரெண்டாயிரம் ரூவா குடுத்தனே. சாமான் இதா எண்ணு சொல்ல வேண்டியது வரும். ஈத்தாமொழி ஊருலெ ஆசாரி இருக்கானே. அவங்கிட்டெ குடுத்து ஒங்களுக்கு எத்துன பவுனுக்கு செய்யச் சொல்லுவோம்” என்று சொன்னேன்.

நான் சொன்னது அவர்களுக்கு திருப்திதான். உடனே, “நீங்க ரெண்டு காப்பு செய்து கனிக்குக் கும்புட்டு கெட்டியாகக் குடுக்கணும்” என்றாள். “சரி, அதையு எத்தினி பவுனுக்குச் செய்யணுமோ செய்யச் சொல்லுங்கெ” என்று சொன்னேன்.

“முகூர்த்தப்பட்டு நல்லதா எடுக்கணும். நான் எடுத்தா ஒங்களுக்கு புடியாது. நீங்க தானே எடுங்க. பட்டு எடுக்கத் தெரிஞ்ச ஆளுககிட்ட குடுத்து எடுங்க.

அது கண்ணுக்க மொவன் மூத்தவனுக்குச் சாட பாத்து பட்டு எடுக்கத் தெரியும். அவங்கிட்ட குடுத்து எடுக்கலாமெண்ணு” சொன்னா. ‘ரெம்ப நல்லதுண்ணு’ சொன்னேன்.

விளக்கு எடுக்கிறவனுக்கு* மோதிரம் செய்ய வேண்டாமா? என்ற பிரச்சினை வந்தது. விளக்கு எடுக்கிறது யார் என்று கேட்டார்கள். “ஒங்க சொக்காரன் மகனக் கூப்பிடுவியளா?” என்றார்கள்.

“கலியாணத்துக்கு நான் கூப்புட மாட்டேன். அவன் வந்தாலும் அவனுக்கு மோதிரம் போடவேண்டாம். ரூவா போட்டால் போதும்” என்று சொன்னேன். அது மூத்த அண்ணனுக்குப் பெருங்கோபம். அவருக்க மூத்த மகளுக்க

---

* விளக்கு எடுக்கிறவன் – தாலி கட்டியதும் மாப்பிள்ளையும் பெண்ணும் மணவறையைச் சுற்றும்போது குத்துவிளக்கைத் தூக்கிக்கொண்டு முன்னே போவான், மாப்பிள்ளையின் தம்பி

கிளையாள்* அல்லவா நரிக்க பொண்டாட்டி அந்த முறையிலே நரிக்கும் மூத்த அண்ணனுக்கும் நல்ல சினேகம். என்னப் பற்றி நரி சொல்லுகிற குத்தங்களை எல்லாம் உண்மையாக நம்பிக்கிட்டே இருந்தவர். கலியாணத்துக்கு எங்களைக் கூப்புட்டாப் போவோம் என்று அவன் சொல்லியிருந்ததி னாலே இவருக்குக் கோபமாயிருந்தது.

“அப்போ பெறகு பார்க்கலாம். இப்போ மோதிரஞ் செய்ய வேண்டாம்” என்று சொன்னார்கள். சபாபதிக்கு மாப்பத்துக்கு ஒரு பவுன் வாச்சியும், மாமியார் போடுகிற செயினும் செய்ய அவர்களுக்குள்ள ரூபாயிலே குடுத்தார்கள்.

சூரங்குடி மயினி என்னைப் பாத்து, “நீ ஒஞ் சொக்காறனை யும் புள்ளையளையும், லோகிதனையும் கலியாணத்துக்குக் கூப்புடுவியா” என்று கேட்டார்கள். நான் “எல்லாருக்கும் குடுக்கது போல ஒரு எழுத்த** குடுப்பென். வந்தா வரட்டும், வராட்டா இருக்கட்டும்” என்று சொன்னேன். அதுக்கு மயினி சொன்னது, “நீ ஒரு எழுத்துக் குடுக்கது சரியா? ஒங்களுக்குள்ளே சண்டையா இருக்கதுனாலே, நீயோ, சபாபதியோ போய் கூப்புடணும், கூப்புட்டாத்தான் வருவாரு” என்று சொன்னார்கள்.

எனக்குக் கோபமும் அழுகையும் பொங்கி எழுந்தது. வீட்டுச் சுவர் கட்டினதும், வேறு சில விசயங்களையுஞ் சொல்லி, “மய்னீ, நானோ சபாபதியோ போய் அவனக் கூப்பிடவும் இடமில்ல. நாங்க கூப்புட்டோமெண்ணு அவன் வாறதுக்கும் எடமில்ல. அவன் நான் போய்ச் சேர்ந்த நாளையிலிருந்து இண்ணு வரையும் சொக்காரன்எண்ண மொறையிலே ஒரெடத்திலேயும் ஒரு ஒதவி செய்தவனும் இல்ல. ஒதவி செய்யாமலே, சும்மா எங்களுக்கு ஒபத்துரவம் இல்லாமலாவது இருந்தவனில்ல. நாங்க கூப்புட்டாலும் அவென் எப்புடி வருவான்” என்று சொன்னேன்.

மூத்த அண்ணன எல்லாங் கேட்டுக்கிட்டு, கோபத்தோட கமுந்து இருந்தார்.

அவனைக் கூப்பிடமாட்டேன் என்று சொன்னதினால், யார் விளக்கெடுத்தாலும் மோதிரம் போடவேண்டாம் என்று அவர்களுக்குள்ளே முடிவு பண்ணிக்கொண்டார்கள்.

“அப்புறம், நான் இனி வீட்டுக்குப் போறேன். இங்கே உள்ள காரியங்களெல்லாஞ் சரிபடுத்தியாச்சே” என்று ராஜாங்கத்துக்கிட்ட சொன்னேன். “எனக்கு அங்கே கலியாணக்

---

* கிளையாள் – நெருங்கிய உறவினர்

** எழுத்து – அழைப்பிதழ்

காரியம் பார்க்க ஆள் இல்ல. நீயும் ராஜாவும் வந்துதான் எல்லாஞ் சரிப்படுத்தணும். வாருங்கள்" என்று சொன்னேன்.

"அது இங்க எங்களுக்குக் கலியாணச் சோலி பாக்க வேண்டியதிருக்கே. அங்கே வரமுடியாது" என்று சொன்னார். இதுக்கிடையே மூத்த அண்ணன் வந்து, "நீ இப்ப கலியாணம் வச்சது சபாபதிக்கி மனமில்லாமெ எனக்கு எழுதி இருக்காம் பாரு" என்று ஒரு எழுத்தைக் கொண்டு காட்டினார். நான், "அவனுக்கு மனமில்லெண்ணு எனக்கு எழுதயில்லியே. அண்ணனுக்குத் தானே எழுதி இருக்கான், அய்ப்பசி மாசம் வய்க்கலாமெண்ணு அண்ணனே சபாபதிக்கு எழுத்துப் போட்டுக் கேளுங்க" என்று சொன்னேன்.

"அவரு அதெப்படி வச்சது வச்சதுதான், எனி மாத்தப் படாது" என்று சொன்னார். "சரி. அப்படித்தானே எழுத்துப் போடுங்கள்" என்று சொல்லிவிட்டு, வீட்டுக்குப் புறப்பட்டேன்.

நான் எவ்வளவோ கஷ்டங் கவலை எல்லாம் அனுபவிச்சி முடிச்சிட்டு, எத்தனையோ சம்மந்தங்களை எல்லாம் வேண்டாம் என்று தள்ளிக்கிட்டு, நாம பிறந்த எடம் நமக்கு ஆதரவா யிருக்குமென்று நினச்சேன். அந்த எடமும் நான் வேறே நீ வேறே என்று பொறாமையும் புகாருமாக ஆச்சே என்று மனம் வேறுபட்டு வீடு வந்துசேர்ந்தேன்.

கவலை

48

நான் வீட்டுக்கு வந்த அன்று ராத்திரி, சபாபதி ஈத்தாமொழிக்கு வந்து, அவர்களோட கலந்து பேசிவிட்டு மறுநாள் பொட்டலுக்கு வந்தான்.

வந்தவன் கோபம் கோபமாய், “கலியாண மென்றால் கிள்ளுக் கீரையா, எங்கிட்ட கேளாமெ எப்படி கலியாணம் வச்சலாம்” எண்ணு சாட்டுப் பூட்டெடுத்தான்.

“நான் ஓங்கிட்ட கேளாம ஒண்ணுஞ் செய்யல்ல. மூத்த அண்ணன் அவருக்க மனதிலெ இருந்த பொறாமையினாலே ஓங்கிட்ட ஏதோ கோபங் கோபமாப் பேசியிருக்கார். மத்தபடி சம்மந்தம் பேசி எத்தனை மாசம் ஆச்சு? எல்லாருமே கலியாணம் எப்ப வச்சிருக்குஎண்ணு கேக்குறாவ. எனக்குக் கேவலமாயிருக்கு” என்றேன்.

“ஆனாலும் இப்போ கார்டு அடிச்சி, எல்லாருக்குங் குடுத்துப் போடவா செய்திருக்கு. கலியாணத்துக்கு சாமானா வாங்கி நட்டப்பட்டுப் போச்சு? அப்படி ஒண்ணும் செய்யலியே. ஒனக்கு மனமில்லஎண்ணா அய்ப்பசியிலே வய்ப்போம்” என்று சொன்னேன். “வாண்டாம் வாண்டாம், வச்சதிருக்கட்டும்” என்று சொல்லிப் போனான்.

நாகலாபுரத்துக்குப் போய், அங்கே அவனுக்கு வேண்டிய சினேகிதன்மார்களைக்கொண்டு கலியாணத்துக்கு கார்டு அடிச்சி, பல இடங்களிலும் அவனுக்கு வேண்டிய ஆள்களுக்கெல்லாங் குடுத்து, அவங் கலியாணத்துக்கு வேண்டிய துணிகளும் கோட்டு, சேர்ட்டு சூட்டுகளெல்லாமே எடுத்து, அங்கேயே ஒரு கலியாணமாக நடத்திக்கிட்டு,

இங்கே கலியாணத்துக்கு ரெண்டு நாளைக்கு முன்னாலே வந்துசேர்ந்தான்.

எனக்குக் கலியாணக் காரியங்கள் நடத்த ஆளில்லை. ருக்குமணியும் அவள் புருசன் துரைசாமியும் வந்து இங்கேயிருந்து துவக்கத்திலுள்ள வேலைகளை நடத்திக்கொண்டிருந்தார்கள். பிறகு வெங்கடேசன் வந்து நடத்தினான். கார்டு அடிச்சிக் கொண்டு வந்தான். அதை மேல் விலாசம் எழுதி மேலத் தெருத் துரைசாமி எல்லாருக்குங் குடுக்க ஏற்பாடு செய்தான். வெளி ஊர்களுக்கு வெங்கடேசன் கொண்டு குடுத்தான். வெங்கடேசன் இந்த வேலைகளை நின்றுசெய்வது அவன் அம்மைக்குக் கொஞ்சமும் பிடித்தமில்லை.

“இந்தப் பய படிப்பத் தொலச்சிக்கிட்டு அவளுக்குக் கல்யாணச் சோலி பாக்கப் போய் கெடக்கான். சொன்னாக் கேக்குறானில்ல. எப்ப பாத்தாலும் அங்கதான் போய் கெடக்கான்” என்று சொல்லி ஏசினாள். அவன் அவள் சொல்லுவதைக் கேளாமலே வந்து எல்லாக் காரியங்களையும் நடத்தினான்.

பத்ரகாளி, நான் எல்லா வீட்டு வேலையுஞ் செய்வேன். எனக்குச் சேலை எடுத்துத் தரணுமென்று சொன்னாள். ‘சரி எடுத்துத் தாறென்’ என்று சொன்னேன். அவள் நெல் அவுச்சி, ஒணத்திக்* குத்திப் பொடச்சி அந்த வேலைகளைச் செய்தாள்.

ருக்குமணி வீட்டுக்குள்ளே உள்ள காரியங்களை எல்லாம் நடத்தினாள். இப்படியே ஒவ்வொன்றையும் ஆளாளாகச் செய்தார்கள்.

கலியாணப் பந்தல் நான் சின்னதாப் போட்டால் போதுமென்று சொன்னேன். பந்தல் போட வந்தவன் சம்மதிக்க இல்லை. பெரியதாப் போடணும் என்றான். சபாபதி வந்ததும் பெரியதாப் போடச் சொன்னான். அதுக்கு மேலுள்ள காரியங் களைச் சபாபதியைச் சேர்ந்தவர்களெல்லாருங் கூடிச் சேர்ந்து செய்தார்கள்.

கலியாணத்துக்குச் சாமி வீட்டுத் தங்கம், கஸ்தூரி, கண்ணப்பனுக்க அம்மா, பொட்டல்விளை நாடான் பொண்டாட்டி, இப்படி சில பொம்பளைகளும், ஆண்கள் ஊரிலுள்ள எல்லாரும் வந்து கூடிக் கலியாணத்தை நடத்தினார்கள். சமையல் வேலைகளை நல்ல சமையல்காரனை வச்சிச் செய்தோம். ஸ்பீக்கர்காரன்

* ஒணத்தி – உலர்த்தி

ஸ்பீக்கர் போட்டான். மேளக்காரன் மேளத்தைப் போட்டான். லைட்டுக்காரன் லைட்டைப் போட்டான். கலியாணத்துக்கு வந்தவர்கள் எல்லாருங் கூடி ஆலோசனை போட்டு, நரியாகிய கந்தசாமியை இதோடு இதாகக் கூட்டிச் சேர்க்கணுமென்று சொல்லி, ரத்தினம் வந்து எங்கிட்டச் சொன்னான்.

"நான் எழுத்துக் குடுத்தாச்சி. வந்தாப் பாரு, வரயில்லண்ணாத் தள்ளு" என்று சொன்னேன். "அது அவரு போய்க் கூப்புட்டாத்தான் வருவாரு" என்று சொன்னான். 'நான் கூப்புட மாட்டேன்' என்று சொன்னேன். "அது சபாபதியெ விட்டுக் கூப்புடணும்."

"அவன் கூப்புடுவான் எண்ணா கூப்புடட்டும்"

"அது நீங்க சொல்லாமே அவன் கூப்புட மாட்டான்."

"அது அவென் விருப்பம். நான் அவனப் போய் கூட்டிட்டு வா என்று சொல்ல மாட்டேன்" என்று சொன்னேன்.

"ஓங்க விருப்பம்" என்று விட்டுப் போனான்.

மாத்து வாங்கி சோத்தக் குடுத்து, எல்லாருக்கும் சாப்பாடாச்சி. இதற்கிடையே நாகலாபுரத்திலுள்ள ஆள்களெல் லாம் வந்தார்கள். வந்தவர்களுக்கெல்லாம் இருக்க வேறெ வீடு குடுத்து, சாப்பாடும் போட்டு முடிஞ்சி, ரேடியோச்* சத்தமும், மேளத் தொனியும், ஆள் சந்தடியுமாய், சாப்பாடு முடிஞ்சும் முடியாமலுமாயிருக்கிற சமயம், ராஜாங்கமும், பெண்ணோட அண்ணன் ராஜகோபாலும் மாப்பத்து என்கிற மாமன் சடங்கு செய்ய வந்தார்கள். இவர்கள் ரெண்டுபேரையுந் தவிர இந்தக் கடமைக்கு உரியவனாகிய ராஜாவும் வரவில்லை. கலியாணத்துக்கென்று ஈத்தாமொழி ஊரிலுள்ள என் குடும்பத்தார் ஒருவரும் வரவில்லை.

வந்தவர்கள் ரெண்டு பேரும் அவர்கள் செய்யவேண்டிய கடமையை முடித்து, ராஜாங்கம் மோதிரம் குடுத்தான். ராஜகோபாலன் பவுனில் செய்த சங்கிலியோடு ரெஸ்ட்டு வாச்சியைப் பரிசாகக் குடுத்துவிட்டு, சாப்பிட்டார்கள். வீட்டுக்குப் போனார்கள்.

என்னோடு பிறந்தவளாகிய வெங்கடேசனின் தாயாரும் அரிசியை கஸ்தூரியிடம் குடுத்துவிட்டாளே தவிர, கலியாணத் துக்கு வரயில்லை. வராமலே ஈத்தாமொழிக்குப் போய்விட்டாள். விடியக்காலம் ஆலங்கால் நட்டு, மாப்பிள்ளையை அலங்காரம் பண்ணி, அந்தக் கூட்டத்திலே வந்திருக்கிற சாமி வீட்டுக் குடும்பமும், அவர்களைச் சேர்ந்த தனபாலன் குடும்பமும்,

* ரேடியோ – ஒலிபெருக்கி

கல்லுப்படி வீட்டிலுள்ளவர்கள் எல்லாரும் சேர்ந்து அனந்தரம் செய்தார்கள்.

கஸ்தூரி பொன் பூட்டுக்காரியாக பேழைப்* பெட்டி எடுத்தாள். வெங்கடேசன் விளக்கெடுக்கிறவனாகவும், மற்ற பேர்களெல்லாம் அனந்தரச் சொக்காரன்மாராகவும் கூடிச் சேர்ந்து, தாலி கட்டப் புறப்பட்டு ஆணும் பெண்ணும் போனார்கள்.

போய் சேர்ந்ததும் எதிர் அழைச்சி** கூட்டிப் போய் கீழ வீட்டு மூத்தவனும், அழகப்பன் அண்ணனுமாகச் சேர்ந்து (பந்தல்காரனை வருத்தி ஒரு நல்ல பந்தலும் போடாமலே, ஒரு மணவறையும் போடாமலே, ரெண்டு பெஞ்சியப் போட்டு காசு செலவு இல்லாமல், அங்கே உள்ள கோயில் பூசாரியைக் குருக்களாக வச்சி) முகூர்த்தம் நடத்தி முடிச்சார்களாம். வெங்கடேசன் விளக்கெடுத்தான். கஸ்தூரி தாலி கட்டினாள். மாப்பிள்ளை கூடி போனவர்களுக்கெல்லாம் சாப்பாடு மட்டும் நல்லமுறையாய் போட்டார்களாம். அனந்தரம் செய்த பொட்டல்காரர்கள் சாப்படு நல்லமுறையில் இருந்ததினால் குறை சொல்லவில்லை.

சபாபதியின் தோழனான மாணிக்கராஜூம், அவன் பொண்டாட்டியும் கலியாணத்துக்கு வந்திருந்தார்கள். அவர்கள் சொல்லி, எல்லாம் அறிந்தேன்.

மாமியார், மாப்பிள்ளைக்குச் செயினும் குடுத்து, மற்ற சிலர் மோதிரங்களும் குடுத்து, மாப்பிள்ளையையும் பெண்ணையும் வாழவிட்டார்கள். எல்லாருங் கூடி ஆசி கூறி, மாப்பிள்ளையும் பெண்ணும் வீடு வந்து சேர்ந்தார்கள்.

மாப்பிள்ளையும் பெண்ணும் வந்தவுடன், நான் முன்னே செய்யக் குடுத்திருந்த ரெண்டு காப்புகளையும் கும்பிட்டு கட்டியாக பொண்ணுக்க கையிலே குடுத்தேன். வீடு காண வருகிறவர்களுக்கு சாப்பாடு தயாராச்சு. ஈத்தாமொழி குடும்பத்தாரும் மற்ற விருந்தாக வந்தவர்களும் சேர்ந்து வீடு காண வந்தார்கள். கொண்டுவந்த சாமான்களும், வெங்கல பாத்திரங்களும்*** வந்துசேர்ந்தன. எங்க மயினி முன்னாலே

---

* பேழைப் பெட்டி – கலியாணத்துக்குரிய தாலி, புடவை, பூ இதர பொருட்களை வைக்கும் பேழை. இதை எடுக்கும் கடமைக்காரி மாப்பிள்ளையின் சகோதரி

** எதிர் அழைச்சி – பெண்ணின் சகோதரன் மாப்பிள்ளைக்கு மாலை போட்டு, சந்தனம் பூசி அழைத்துச் செல்லுதல்

*** வெங்கல பாத்திரங்கள் – எல்லா வகையான பாத்திர பண்டங்களுக்குமான பொதுப் பெயர்

சொல்லியிருந்தது போலவும், நான் சொன்னது போலும் உள்ள பாத்திரங்களாக இல்லை. வார்ப்பையுங் காணவில்லை. ஏதோ வெளிப்பகட்டாகச் சில சாமான்கள் இருந்தன.

மற்றபடி உள்ள அரிசி, முறுக்கு, மசாலை, காய்கறி, பழம், இலைக் கெட்டு, தேங்காய் முதலிய எல்லாச் சாமானங்களும் நிறைய ரொம்பக் கூடுதலாக இருந்தன. ரெண்டாயிரம் முறுக்கு இருக்கும். பெட்டி பெட்டியாக நிறைய இருந்தது. வந்தவர் களெல்லாம் சாப்பாடு முடிஞ்சி சுருள் வைத்தார்கள். அனந்தரஞ் செய்தவர்களுக்குப் பக்கச் சுருள் குடுத்தார்களோ என்னமோ தெரியாது.

மயினி நான் ரெண்டு தடவையும் உள்ள சுருளை வச்சிக் குடுத்தாச்சி என்று சொன்னார்கள். எனக்கு அவர்கள் சொன்னது பிடிக்கவில்லை. ஆனால் நான் ஒரு பதிலுஞ் சொல்லவில்லை. பணவசதி குறைந்த பாவங்கள் இப்படி ஒண்ணாகக் குடுப்பார்கள். பணவசதி உள்ளவர்கள் தனித்தனியாக முதல் தடவை வீடு காணுகிற சமயமும், ரெண்டாவது மறுவீடு காணுகிற சமயமும் கொடுப்பார்கள்.

சாயங்காலம் வரவேற்பு என்று ஆள்கள் வருகிறவர்களுக்கு டீப்பார்ட்டி நடந்தது. வருகிறவர்கள் எல்லாரும் காப்பிக் குடிச்சிக் கொண்டு, வந்து வரிசைகளையுங் குடுத்து மாப்பிள்ளையையும் பெண்ணையும் பார்த்துவிட்டுப் போனார்கள்.

பொட்டல் பள்ளிக்கூடத்திலுள்ள வாத்திமார்கள் எல்லாரும் வந்து கூட்டம் போட்டுப் பேசினார்கள். முன்னாலே பள்ளிக்கூடங் கெட்டி முடித்த பெரியவர்களின் பெருமைகளைப் பற்றியும், இந்தக் குடும்பம் கெட்ட கேட்டையும், பட்ட பாட்டையும் கூட்டத்தில் சொல்லி, பெருமை பாராட்டிப் பேசி, மாப்பிள்ளை பெண்ணையும் ஆசிர்வதிச்சு, ஆண்டவனை வேண்டித் துதி செய்து, வெகுமானங் குடுத்தார்கள். வருகிறவர்கள் எல்லாம் வித விதமான வரிசைகள் குடுத்து, ஆள் கூட்டமும் நெருக்கடியான டீபார்ட்டி வைபோகங்களும் பிரசங்கப் பேச்சும், மேளதாளத் தொனியோடும் கலியாணம் அதிவிமரிசையாக நடந்தது.

நான் எத்தனையோ கஷ்டங்களையுங் கவலைகளையும் அனுபவித்து இந்தக் கலியாணத்தையும் கண்கூடாகக் கண்ட பலனாகக் கண்டுகளித்தேன். மூணாவது நாள் ராஜாங்கம் பெண்ணையும் மாப்பிள்ளையையும் மறுவீடு கூப்பிட வந்தான். வந்தவன் “நாங்க வெங்கடேசனுக்கு வெளக்கு எடுத்ததுக்கும்

மோதிரம் குடுக்கமாட்டோம். ஏழுகழிப்புக்கு துணியும் அவனுக்குச் செல்லாது" என்று சொன்னான். நான் "அப்படீ ஏன் சொல்லுறா" என்று கேட்டேன். "அது அவன் ஒங்களுக்குச் சொக்காரனில்லியே. சொந்தக்காரந்தானே. அதுநாலெ குடுக்க மாட்டோம்" என்றார்கள்.

நான் "போதும், எனிப் பேசாதே. பேச்ச நெறுத்து" என்று சொல்லி நிறுத்தினேன். மாப்பிளையும் பெண்ணும் மறுவீடு விருந்துக்குப் புறப்பட்டார்கள்.

49

மணமக்கள் போகும்போது, நான் மூணு மாமன்மாருக்கும் உள்ள மாப்பத்துச் சாமான் தனித்தனியே பெட்டிகளில் வச்சி, ருக்மணியும் இன்னும் சிலரும் நின்று அரிசி, காய்கறி, தனித்தனியே ஒரு பெட்டி முறுக்கும் மாப்பத்துத் துணி எல்லாம் வச்சி அனுப்பினேன்.

என் மூத்த தம்பி ரா.ஜா என்பவன் கலியாணத் துக்கும் வரவில்லை. மாமன் என்ற தானத்துக்கும் வரவில்லை. வீடு காண வரும்போதும் வரவில்லை. அவன் பொண்டாட்டி புள்ளை ஒண்ணுமே வர வில்லை. அவன் வராமல் இருந்தாலும், நான் அவனுக்குச் செய்ய வேண்டிய கடமையைச் செய்ய வேணும் என்று, எல்லாச் சாமானும் துணியுங் குடுத்தனுப்பினேன். அவன் அதைக் குறை சொல்லாமல் வாங்கிக் கொண்டான்.

ராஜாங்கம் "போலீஸ்காரன் போடுற சட்டத் துணியா எனக்குச் சட்டைக்கு எடுத்தா" என்று கேட்டானாம்.

ராஜகோபால் "இந்தத் துணி வேண்டாம். உடுக்க மாட்டேன்" என்று சொன்னானாம். மறுவீடு போயிருந்த மாப்பிள்ளையும் பெண்ணும் வீடு வந்ததும், இந்த வதந்திகளும் வந்தன. ராஜாங்கத்துக்குக் குடுத்துவிட்ட மாப்பத்து அரிசியை ராஜாங்கத்துப் பொண்டாட்டி வேண்டா மென்று, பெண்ணும் மாப்பிள்ளையும் வீட்டுக்கு வருகிற சமயம் அந்தக் காருலேயே வச்சிக் குடுத்து

விட்டாள். வீடு வந்து சேர்ந்ததும் ராஜாங்கம், அந்த அரிசியை எடுத்து எங்கிட்ட கொண்டுவந்து, “இந்த அரிசிய அங்கே எடுத்து வையக்கா” என்று கொண்டுவச்சான்.

நான் இனி இவர்களுக்குள்ளே எந்தக் குறைகளும் நாம் வைக்கப்படாது என்று நெனச்சேன். நம்ம காலத்திலே நம்ம கையினாலேயே அவர்களுக்குள்ள பாக்கிகளைக் குடுத்துத் தீர்க்கணும் என்று நெனச்சி, குறைகளைப் பணமாகக் குடுத்து முடித்தேன். சபாபதி படிப்புச் செலவுக்கு அவர்கள் தந்த ரூபாயுங் குடுத்து, ராஜகோபாலன் துணி வேண்டாமென்று சொன்னவனுக்கு மடிப்பு வேட்டியும் அதுக்குத் தகுந்த சட்டைத் துணியும் எடுத்துக் குடுத்து, அவனுக்கும் சபாபதி படிக்கும் சமயம் தந்த ரூபாயுங் குடுத்து அந்தக் குறையும் தீர்த்தேன்.

ராஜா தந்த ஐம்பது ரூபாயும் அவனுக்குக் குடுத்து, அந்தக் குறையுந் தீர்த்தேன். ராஜாங்கம் சபாபதி படிக்கும்போது நூறு ரூபாய் தந்திருந்தான். ஆனால் அவன் தந்தது அந்த நூறு ரூபாய் மட்டுமல்ல. எத்தனையோ தடவை எத்தனையோ விதமாக ரூபாயும் சாமான்களுமெ தந்தவன். அவனுக்கும், அவன் பிள்ளை காலத்திலும் நான் இருந்து பதிலுதவி செய்ய முடியாது. நான் செய்யவேண்டிய கடனை நானே தீர்க்கணும். இனிச் செய்ய வேண்டியது சபாபதி. அவன் விருப்பம் போல எப்படிச் செய்தாலும் அது அவனைச் சேர்ந்தது.

நான்கொண்ட கடனை நம்மால் இயன்றஅளவு குறையில்லாமல் செய்து முடிக்கணும் என்று ராஜாங்கத்தின் மூத்த மகளுக்கு ரெண்டு கம்மலும் செய்து குடுத்து, அவனுக்கும் ஐம்பது ரூபாயுங் குடுத்து அந்தக் கடமையும் முடித்தேன்.

என் தங்கையின் மகள் கஸ்தூரிக்கு, பொன் பூட்ட வந்தவள் என்ற முறைமைக்கும், நான் அவளுக்குச் செய்யவேண்டிய விருந்துஉபசரணைக்குமாகச் சேர்த்து அவளுக்கும் அவள் புருசனுக்கும் துணிகளும், வெங்கடேசனிடம் ரூபாய் குடுத்துத் துணி எடுத்தேன். நூற்றி இருபத்தஞ்சி ரூபாய்க்குத் துணியும் எடுத்துக் குடுத்து, அவளுக்குக் குடுக்க வேண்டிய வரிசைகளாக சாமான் அரிசி, முறுக்கு, மிளகுசாமான், பருப்பு, அப்பளம், காய்கறி மற்றபடி அவள் கேட்ட சாமான்களும் கொடுத்து அனுப்பினேன்.

பத்திரகாளிக்கும் சேலையும் துணியும் எடுத்துக் குடுத்து, அரிசி, காய்கறி, முறுக்கு சாமான்களும் குடுத்து, ருக்மணிக்கும் எல்லாச் சாமான்களும் குடுத்துச் சந்தோசமாக வீடு சேர்ந்தார்கள்.

வெங்கடேசனை அவன் தாயார் 'போகாதே' என்று எவ்வளவோ சொல்லித்தடுத்தும் அவன் கேளாமல் வந்து கலியாணம் முடிகிறவரையும் நின்று, எல்லாக் காரியங்களும் பார்த்து நடத்தி, கலியாணத்தில் விளக்குத் தூக்குகிற கடமையும் செய்தான். அதற்குள்ள வரிசைகள் ஈத்தாமொழிக்காரர்கள் செய்ய மறுத்ததினாலும், அவனுக்குச் செய்யவேண்டிய வரிசைகளை நானே செய்தேன்.

விலை பெற்ற மடிப்பு வேட்டியும், அதற்கேற்ற சட்டைத் துணியும், அவனே போய் வாங்கிக்கொண்டு வந்தான். அறுபத்தஞ்சி ரூபாய்க்கு வாங்கிட்டுவந்தான். ஏழு கழிப்புத் துணியாக அதைக் குடுத்தேன்.

சபாபதிக்குக் கிடைத்த மோதிரத்தில் ஒரு மோதிரமும் விளக்கெடுத்ததற்காகக் குடுத்தேன்.

அவன், நான் கலியாணச்சோலி எல்லாஞ் செய்தேன் என்று குறை சொல்லாதபடிக்கும், நான் அவனுக்குச் செய்ய வேண்டிய பிரதிபலனாகவும் ஒரு நல்ல சில்வர் பிளேட்டும் வெகுமதியாகக் கொடுத்தேன். அவனும் சந்தோசமாக வாங்கிக் கொண்டு போனான்.

இந்தப்படியே நான் இந்தக் கலியாணத்தையும் முடித்து, என் குறைகளையும் முடித்துவிட்டு, கடமையைக் கழித்து கவலைக் கடலைக் கரையேறிவிட்டேன்.

என் கடமைகளை முடித்துக் கரையேறிய பின்பு, சபாபதி யாகிய என் மகனோடு சேர்ந்து வாழும் வாழ்க்கையை, 'உள்ளத்துக் குற்றம் ஒரு கோடியாயிருந்தாலும், பிள்ளைக்குந் தாய்க்கும் பிணக்கில்லை என்பது போலும், நீரடிச்சி நீர் நீங்காது என்றது போலும், உடைந்தாலும் தகர்ந்தாலும் பாத்திக்கு வாய்க்கால் ஒன்று என்பது போலும்,' என் மகனின் நல்வாழ்வை என்றும் விரும்புகிறவளாகவே இன்று வரையும் இருந்துவருகிறேன்.

சபாபதியின் கலியாணத்துக்குப் பிறகு இன்றுவரையும் ஒருநாளும் நல்ல உடல் சுகமில்லாதவளாகவே, உடம்பு பலங் குறைந்து, உள்ளம் வருந்திக்கொண்டிருக்கிற நான், பத்து வருசத்துக்குப் பிறகு இந்தக் கதையை என் கையால் எழுதவும் பலன் பெற்றவளாக இருந்து, 'கவலை' என்ற தலைப்பில் துவக்கி எழுதி, என் கவலையைத் தீர்த்துக்கொள்ள ஒரு வாய்ப்பும்

தந்த என் மகன் சபாபதியை என் மனமார்ந்த அன்பினால் வாழ்த்துகிறேன்.

கவலை என்ற தலைப்பைக் கொண்ட என் கவலையின் கதை முடிவு பெற்றது.

●

பின்னிணைப்பு

பொட்டலூரில் நாடான்மார்கள் என்றும், ஊர்த்தலைவர்கள் என்றும், பண்ணையார் என்றும் பெயர் பெற்றவர்களாகவே இருந்தார்கள். இருந்தவர்களுக்கும் இப்போ இருக்கிறவர்களுக்கும் முன்னோராகிய பூர்வீகக் குடும்பத் தலைவராக இருந்தவர் காரங்காட்டு ஊரில் வாழ்ந்துவந்த ஒரு குடும்பத்தைச் சேர்ந்தவர்.

இவர் அந்தக் குடும்பத்தோடு சண்டையிட்டு, ஒருவனைக் கொன்றுபோட்டு ஒளிச்சி ஓடி இந்தப் பொட்டலூரில் வந்து சேர்ந்து, இங்கே மறைவாகயிருந்து, பனையேத்தை செய்ய நினைத்து, இங்குள்ளவர்களின் பனைகளைப் பத்திக்கொண்டு* அந்த இடத்தில் குடிசை கட்டிப் பனையேறிப் பிழைத்துவந்தார்.

அதன் பிறகு கலியாணம் செய்து, மனைவி மக்களுடன் வாழ்ந்துவருகிற சமயம், இவருடைய சந்ததிகளாகிய முச்சந்திப் பொன்னிலங்கி என்ற பிள்ளைகளின் காலத்தில், பனையேறிச் சம்பாதித்து அந்தப் பணத்தைச் சேர்த்து இங்குள்ள காட்டுச் சொத்துகளாகிய பனைஞ் சொத்தை விலைக்கு வாங்கி, அந்தத் தொழிலைச் செய்து வாழ்ந்து வந்தார்கள்.

இவர்கள் நல்ல நேர்மையான புத்தியும், பரோபகாரச் சிந்தையும், நன்னடத்தையும் உடையவர்களாக இருந்தார்களாம். கதையில் எழுதி இருக்கிறார்கள். இந்த முச்சந்தியும் பொன்னிலங்கியும் நல்ல குணமுடையவர்களாக இருந்ததைக் கண்டுதான் இசக்கியம்மையும் நீலசுவாமியும் இந்தக் குடும்பத்தில் வந்து பூசை கொண்டு, அவர்களுக்கு வேண்டிய வாழ்வைக் கொடுத்து, பொட்டல் நாடான் என்ற பெயருக்கு வந்ததாகக் கதை எழுதிப்படிக்கிறார்கள்.

---

* பத்திக்கொண்டு – தொழில் செய்ய எடுத்துக்கொண்டு

இந்தக் கதை நாட்டு வளப்பம் என்ற ஒரு ஏட்டில் இருக்கிறது. அவர்கள் இசக்கியம்மை நீல சுவாமி கோவில் படுக்கை என்ற விசேச நாள்களில் அதைப் படிப்பார்கள்.

இவர்களில் முச்சந்தி வங்கிசம்* என்பது அம்மங்கோவில் பக்கமாக உள்ளதும், வைத்தியன் வகையறா என்கிற அந்தக் குடும்பத்தாரும்,

புளியந்தட்டு என்னும் பகுதியில் உள்ள பதிக்காரச் சின்னாடானும் அவரைச் சேர்ந்த குடும்பமும்.

துரைசாமியின் தகப்பனார் காரங்காட்டான் என்பவரின் குடும்பம் முச்சந்திக் குடும்பம்.

பொன்னிலங்கி குடும்பம் என்பது சாமிவீட்டு நாடான் என்று சொல்லுகிறவர்களும், அவர்களைச் சேர்ந்த பொட்டல் நாடான் சின்னையாக்கண்ணு மக்களும், ராஜப்பா அவர்கள் குடும்பம், தனபாலன் அந்தக் குடும்பங்களும், தெக்குக்கரை வீடு என்பது அகஸ்தீஸ்வரத்துக்காரி வீடும், அவர்கள் சொக்காரன் பொன்னிலங்கி என்பவர்கள் குடும்பமும் பொன்னிலங்கியின் குடும்பம்.

இதில் முச்சந்தி வழியைச்** சேர்ந்தவர் எல்லாரும் வறுமைப் பட்டுக் கூலி வேலை செய்தும், வேறு தொழில் செய்தும் வாழ்கிறார்கள்.

அதில் துரைசாமி குடும்பத்தில் அவனுடைய தகப்பனார் கூடிப் பிறந்தவர் ஐந்து பேர்கள்.

அதில் மூத்தவர்தான் தங்கசாமி என்கிற போலீஸ் துறை ஏஎஸ்பியின் தகப்பனார். இரண்டாவது உள்ளவர் சாமி நாடான் தகப்பன். மூன்றாவது துரைசாமி தகப்பன். நாலாவது களியங்காட்டில் இருப்பவர் ஐந்தாவது உள்ளவர் காட்டுப் பண்ணி தட்டில் இருந்தார்.

இவர்கள் ஐந்து பேரிலும் மூத்தவரான ஏஎஸ்பியின் தகப்பனார் முதல் தாரம் நயினாப்புதூர் என்கிற நயினா ஊரில் கலியாணஞ் செய்து, அங்கேயே இருந்தார். அவர் ரெஜிஸ்தர் கச்சேரியில் எழுத்துக்காரராக வேலை பார்த்தார். அவருக்கு நயினா ஊரில் கலியாணஞ் செய்த இடத்தில் நெறைய சொத்துகளும் கிடைத்தது.

---

* வங்கிசம் – வம்சம்

** முச்சந்தி வழி – வம்சாவழி

அவர் மகன் தங்கசாமியைப் படிக்கவைத்தார். அவரும் படிப்பில் நல்ல முறையாய் படித்து, பி.ஏ. என்ற பட்டத்துக்கு வந்துவிட்டார். தாயார் நயினா ஊர்க்காரி இறந்துபோனாள்.

இரண்டாவது அத்திக்கடை ஊரில் இருந்து கலியாணஞ் செய்து, பொட்டல் ஊரில் வந்து வீடு கட்டி, இங்கே இருந்தார். இவள் ஒரு பெண் பிள்ளை பெத்தாள். இவர் பொட்டலில் இருந்து நயினா ஊருக்குத் தன் சொத்துகளைப் பார்க்கவும், தேங்காய் வெட்டவும் போவார். அப்படிப் போகிற சமயம். புருசனும் பிள்ளைகளும் இல்லாமல் இருந்த ஒருத்தி, அவளுக்குள்ள தென்னந்தோப்பை விலை கொடுக்கும்படியாய் நினைத்து, இந்த நயினா ஊர் நாடானிடம் கேட்டாள். இவர் விலையை முடிவுசெய்து வாங்கிக்கொண்டார். ரெண்டாவது மாதம் தேங்காய் வெட்டப் போனார்.

இந்தத் தோப்பை இவருக்கு விலை கொடுத்தவள் பனங் கொடைவிளை என்ற ஊரிலுள்ளவள். இவளுடைய சொத்துக்கு உரிமைப்பட்டவர்கள் அந்தக் குடும்பத்தைச் சேர்ந்த அண்ணன் தம்பிமார் மூன்றுபேர்கள். இவள் இந்தத் தோப்பை விலை கொடுத்ததை அறிந்து, இந்தத் தோப்பை விலைக்கு வாங்கின இவரைத் தேங்காய் வெட்டவிடக்கூடாது என்று, அவர்கள் நாள்தோறும் அங்கே போய் காவல் இருப்பதுமாக இருக்கிற சமயம், இவரும் தேங்காய் வெட்ட ஆள்களோடு போய், தேங்காயை வெட்டினார். அவன் அண்ணன் தம்பி மூணு பேரும் வந்து, இந்தத் தோப்பு எங்களுக்கு உரிமைப்பட்டது. நீர் தேங்காய் வெட்டக்கூடாது என்று செறுத்தார்கள்.

இவர், "நான் வெலைக்கு வாங்கினது. உனக்குச் செல்லக் கூடியதானால் கோர்ட்டுக்குப் போ" என்று சொன்னார். ஒருவருக்கொருவர் வாய்ச்சண்டை முடிந்து, கைச்சண்டை ஆரம்பிக்க, பக்கத்தில் நின்றவர்கள் செறுத்து, அவனைத் தள்ளிக் கொண்டு போய்விட்டார்கள். இவர் தேங்காய் வெட்டி முடித்து வீடு வந்து சேர்ந்தார்.

வீட்டில் வந்து இவருடைய அண்ணந் தம்பிமார்களையும் கூட்டி, நடந்த கதையைச் சொன்னார். நயினா ஊரிலுள்ள சொந்தக்காரர்களும் வந்து கூடி, இந்தப் பனங்கொட்டை விளைக்காரனை எப்படியாவது தேடிப் புடிச்சி, கெட்டிவச்சி அடி குடுக்காவிட்டால் நாமெல்லாம் இருந்து என்னத்துக்கு? எப்படியும் ஆள்சேர்த்து இவனைப் பிடிக்கணும் என்று நிச்சயமாய் யோசனை பண்ணி, இவர்கள் குடும்பத்திலுள்ளவர்களும், இவர்களுக்குச் சிநேகமுள்ளவர்களும், முகிலன்விளை, நயினா ஊர், பள்ளம், பண்ணை விளை, கோயில்விளை, இங்கே

உள்ளவர்கள் எல்லாருங் கூடிச்சேர்ந்து பனங்கொட்டை விளைக்காரனைத் தேடிக் கண்டுபிடித்து, விரட்டிக்கொண்டே ஓடினார்கள். பனங்கொட்டை விளைக்காரன் மூன்று பேருந் தவிர வேறே ஆளில்லை. இவர்கள் பெரும் படையோட வருவதைக் கண்டு அவர்கள் ஓடினார்கள். அதில் இரண்டாவது உள்ளவன் இவர்கள் கண்ணுக்குள் படாமல் ஓடி ஊருக்குள் போய்விட்டான். சாக விதி இல்லாதவன். அவன் பேர் தங்கய்யா. தங்கசாமியும், சின்னாடானும் ஓடி கோவில்விளை ஊரிலுள்ள ஒருவர் வீட்டில் நுழைந்து ஒளித்தார்கள். வீட்டுக்காரரும் அடைக்கலப் பொருளாக நினைத்து அவர்களைப் பாதுகாக்க எண்ணி, கதவைப் பூட்டினார்.

இவர்கள் எல்லாருங் கூடி ஓடி, வீட்டைச் சுற்றி வளைத்தார்கள். கதவைத் தட்டி வீட்டுக்காரரைக் கூப்பிட்டார்கள். அவர் கதவு திறக்காமலே வீட்டுக்குள்ளே பேச்சுக் கொடுத்தார். இவர்கள் கதவைத் திறக்கச் சொன்னார்கள். அவர், 'நான் கதவைத்திறந்தால், என் வீட்டில் வந்து அடைக்கலம் புகுந்தவனை நான் விடமாட்டேன்' என்று சொன்னார்.

அதற்கு இவர்கள், நாங்கள் அவனைக் கொல்ல மாட்டோம். அவன் அடிச்சதுநால, அடிக்கு அடி பதிலடி குடுத்து விட்டுரு வோம். வெளியேவிடுங்கள் என்று நயமாகப் பேசினார்கள்.

வீட்டுக்காரருக்கு நம்பிக்கை இல்லை. இவர்கள் இந்த வீட்டுக்காரரின் வீட்டுக்கு அடுத்தபக்கம் இருக்கிற கோவிலிலுள்ள இசக்கியம்மையின் பேரில் ஆணையிட்டு, 'நாங்கள் அவனைக் கொல்லமாட்டோம்' என்று சத்தியம் செய்தார்கள்.

அவரும் சத்தியத்துக்கு உள்பட்டவராக அவர்களை விட்டு விட்டார்.

இவர்கள் ரெண்டு பேரையும் கூட்டிக்கொண்டுபோய், அந்த இசக்கியம்மன் கோவிலுக்கு அடுத்த ஓடை என்கிற கிடங்குக்குள் கொண்டுபோய், கையைப் பின்கட்டாகக் கட்டி, கீழே தள்ளி, உலக்கைகளைக் கொண்டு ரெண்டு பேரையும் காலில் இருந்தே தலை வரையும் தல்லி* அந்தப் பக்கமும் இந்தப் பக்கமும் ஆள்கள் நின்றுகொண்டு உதைத்தும் கஷ்டப்படுத்தின போது, அவர்கள் ரெண்டு பேரும் "எங்களை இப்படிச் சித்திரவதை செய்யாதுங்க, ஒரே அடியாய் அடிச்சி கொன்னுருங்க" என்று கும்பிட்டார்கள்.

இவர்கள் வாயில் வந்தவாறு தூசணமான வார்த்தைகளைச் சொல்லி ஏசி, 'உன்னை நாங்க ஒரே அடியா அடிச்சிக் கொல்ல

* தல்லி – அடித்து

மாட்டோம். இப்படிச் சித்திரவதை செய்துதான் கொல்லுவோம்' என்று சொல்லி அடித்தார்களாம்.

அவன் தண்ணி தவிக்கிது என்று சத்தம் போட்டான். இவர்கள் ஒரு பனை ஓலை பட்டையில் மோண்டு மூத்திரத்தைக் கொண்டு, இந்த தண்ணியத்தான் நீ குடிச்சணும், குடி என்று வாய்க்குள் ஊத்தி தலையைச் சமுட்டி உதைத்து, ரெண்டு பேரையும் கொன்றுவிட்டார்கள்.

பிறகு கேசாகி, அதில் சேர்ந்த சிலர் பன்னிரெண்டு வருசம், எட்டு வருசம், ஐந்து வருசம் என்று சிறைவாசஞ் செய்து, மீண்டும் வந்தார்கள். தங்கசாமி இந்தக் கொலை நடந்த அடுத்தநாள் போலீஸ் இன்ஸ்பெக்டராக வேலையில் போய்ச் சேர்ந்தார்.

அம்மங்கொண்டாடியார் இருக்கிற காலத்தில், பொட்டலூரில் கலியன் பிறந்துவிட்டான் என்று சொன்னாராம்.

ஊர்த்தலைவர்களான நாடான்மார்கள், எங்கே பிறந்திருக்கிறான் என்று கேட்டார்களாம்.

அது கோக்கதவு* நடைக்குள்ளேதான் பிறந்திருக்கிறான் என்று சொன்னாராம்.

நடுவு நாடான் என்பவர் ஊரிலுள்ள ஒரு கூலிவேலை செய்து பிழைக்கிறவனுடைய சொத்துக்குக் கள்ளப் பிரமாணஞ் செய்து, கள்ளக் கேசு பேசி, பெருங்குளத்துச் செட்டியார் பொம்பிளையைக் கூட்டி வந்து, நான்தான் இந்தச் சொத்தை இவருக்கு எழுதிக் குடுத்தேனென்று கள்ளச் சாட்சி சொல்லவும் செய்தார்.

இவரை எதுத்து துரைசாமியின் தகப்பனார் கேசு பேசி அந்தச் சொத்து சொந்தக்காரனுக்கே ஜெயமானது.

இப்போ இருக்கிற இந்த இரு குடும்பத்தாரும் அடிக்கடி ஒருவரை ஒருவர் அடிக்கிறதும், சண்டை போடுகிறதுமாய் என்னாளும் பகையாளிகளாகவே இருக்கிறவர்கள். இப்போ ஊரிலுள்ள சில குடும்பங்கள் பாடுபட்டுச் சம்பாதிச்சு, சொத்துகளை வாங்கிப் பெரிய வீடு கட்டி, பிள்ளைகளைப் படிக்க வைக்கிறதையும், நாகரீக முறையில் நடப்பதையும் சுதந்திரமாகப் பெருமையோடு நடந்துவருகிறதையும் பார்த்து, அவர்கள் பேரில் பொறாமை கொண்டு துன்பம் செய்கிறார்கள்.

---

* கோக்கதவு – ராஜ கதவு. ஊரின் நுழைவாசலில் அல்லது ஊர் நாடான் வீட்டு நுழை வாசலில் இருக்கும் கதவு. அதிகாரத்தின் அடையாளம்

“கட்சிப் பிரிவு என்ற ஒரு பெயரை வைத்துக்கொண்டு, வெட்டருவாளும் தடிக்கம்பும் கொண்டு, ஊரிலுள்ள சில அயோக்கியப் பயக்களை, கஞ்சிக்கில்லாத காவடிப் பயக்களையுங் கூட்டி” படை திரட்டி, வடக்கேயிருந்து தெக்கே ஓடி, தெக்கே யிருந்து திரும்ப வடக்கே ஓடி, திரும்பவும் தெக்கே ஓடி வழிமறிச்சி அடிபோட்டு அவன் கையால் இவன் அடியும் வாங்கி, வெட்டும் வாங்கி, கத்தியால் குத்தும் வாங்கி, எங்கள அடிச்சிப் போட்டான்” என்று கேசாக்கி, கேஸ் நடத்துறார்கள்.

இந்த ஊரில் எங்களுக்கு மேலான நாடான் எவன் இருக்கிறான் என்று சொல்லுகிறார்கள்.

நாடான் குடும்பத்தில் பிறந்தவன் என்று சொல்லுவதற்கு யோக்கியதையானவன் ஒருவனையும் காணமுடியவில்லை. குடிகாரனும், போக்கிரியும், கட்டின பொண்டாட்டியை வேண்டாமென்று தள்ளிவிட்டு வேறே ஒருத்தியைச் சேர்த்தவனும், நாலஞ்சி புள்ளயுந் தள்ளயுமாயிருக்கிறவளோடே போறவனும், காதல் பொண்ணைக் கூட்டி வச்சிருக்கவனுமாக இருந்து கொண்டு, எங்களுக்கு மிஞ்சிய நாடான் யாருமில்லை என்று சொல்லுகிறார்கள். ஒரு மண்டைக்குத்துக்கு பத்தாது என்பதை அறியாமல் துள்ளுகிறார்கள்.

நீரளவே யாகுமாம் நீராம்பல்
தான் கற்ற நூலளவேயாகுமாம் நுண்ணறிவும்
மேலே தவத்தளவே யாகுமாம் தான் பெற்ற செல்வம்
குலத்தளவே யாகுமாங் குணம்

என்று முன்னோர்கள் சொல்லுவது போலவே, இவர்கள் குலத்துக்குத் தகுந்த புத்தியை இந்த நாகரீகமான காலத்திலும் விடாமல் நடத்துகிறார்கள்.

பின்னுரை

இந்த நூல் வெளியிடப்படுவதற்காக எழுதப்பட்டதல்ல. எங்கள் குடும்பங்களின் முன்னோர்களைப் பற்றி அடிக்கடி என்னிடம் பேசிக்கொண்டிருப்பார்கள் என் அம்மா. அந்தச் செய்திகள் ஒரு அற்புதமான நாவலின் பக்கங்களைப் போல் எனக்குத் தோன்றும். என் குடும்பத்தின் கதையாக மட்டுமல்லாமல், தமிழ் மக்களின் கதையின் ஒரு பகுதியாகவும் நான் அதனைக் கண்டேன். முழுவதையும் மனதில் தேக்கிக்கொள்ளவோ, உடனுடன் பதிவுசெய்யவோ வாய்ப்பில்லாத நிலையில், 1976இல் அதை எழுதித் தரும்படிக் கேட்டேன். அறுபதைக் கடந்துவிட்ட நிலையிலும், கிட்டத்தட்ட ஓராண்டுக் காலத்தில் அவர்கள் இதை எழுதிமுடித்தது எனக்குப் பெரு வியப்பு.

இந்த நூல் பல அம்சங்களில் சிறப்புடையதாக எனக்குப் பட்டது. தமிழ்நாட்டின் தென்கோடியிலுள்ள தொன்மைமிக்க ஒரு தமிழ்ச்சமூகத்தின் வாழ்வும், பண்பாடும் முதன்முறையாகத் தமிழில் பதிவாகியுள்ளது. இதுவரை பதிவுசெய்யப்படாத மொழியும், பழமொழிகளும், சொலவடைகளும், கதைகளும், கிளைக் கதைகளும், தொன்மங்களும், பழமரபுக் கதைகளும் இதில் உள்ளன. தாமிரபரணிக்கு வடக்கேயுள்ள தமிழர்களை இது நிச்சயம் அதிசயிக்கச்செய்யும்.

மிகவும் நேர்மையாகவும், நுட்பமாகவும் எங்கள் குடும்பங்களின் ஒவ்வொன்றும் இந்த நூலில் பதிவுசெய்யப்பட்டுள்ளன. அபூர்வ மின்னல் கீற்றுகளாகத் தோன்றி மறைந்த என் தம்பி–தங்கைகளைப் பற்றி என் அன்னை எழுதும்போது என்ன பாடுபட்டிருப்பார்கள் என்பதை ஒவ்வொரு வரியையும் படிக்கும்போது உணரமுடிகிறது. ஈரமான அந்த வரிகளின் உப்புக் கரிப்பை உணராமல் கண்களால் கடந்து செல்ல இயலவில்லை.

ஆனால் என் தந்தை பற்றிய செய்திகளைப் படித்தபோது நான் மிகவும் அதிர்ச்சியடைந்தேன். ஒவ்வொரு நபரைப் பற்றியும் இவ்வளவு நுட்பமாக எழுதிய என் அன்னை, என் தந்தையை மட்டும் ஏன் எப்படி இவ்வளவுக்கு இருட்டடிப்புச் செய்தார் என்பது மட்டுமல்ல, வாய்ப்புக் கிடைக்கும்போதெல்லாம் இழிவு படுத்தியுமிருக்கிறார் என்பது எனக்குப் புரியவே இல்லை. அவரிடமே கேட்டேன். ‘என் பார்வையில் அப்படித்தான்’ என்றார். அது நியாயம் தான்.

ஆனாலும் என் தந்தையைப் பற்றி நான் சொல்லியாக வேண்டும். சொல்லாமல் விட்டால் இந்த நூல் நிறைவு பெறாது. ஆங்கிலக் கல்வி பெற்ற எங்கள் ஊரின் முதல் தலைமுறையைச் சார்ந்தவர் என் தந்தை. பருவம் முற்றிப் பள்ளிக்குப் போன அவருக்கு வாய்த்த ஆசிரியர் வடிவீஸ்வரம் சுப்பிரமணிய அய்யர், ஒரு மகான். தம் சொந்தப் பிள்ளையைப்போல தம் வீட்டுக்கு அழைத்துச் சென்று, உலக அறிவும், வேத அறிவும் புகட்டி, இவரைப் பாரதி வழியில் வளர்த்தவர் அவர். கனகலிங்கத்துக்குப் பாரதி பூணூல் அணிவித்ததுபோல, இவர் (பெரும்பாலும் பிரம்மசமாஜ தாக்கமாக இருக்கும்) என் தந்தைக்குக் காயத்திரி மந்திரம் ஓதி, பூணூல் அணிவித்தார். அதிலிருந்து என் தந்தைக்கு உலகியல் நாட்டம் இல்லை. ஆன்மீக ஈடுபாடும், தேச ஈடுபாடும் அவரை ஆட்கொண்டன. ஸ்காட் கிறித்தவக் கல்லூரியில் படித்துக்கொண்டிருந்தபோது, பல்கலைக்கழக மட்டத்தில் பெரும் பேச்சாளராகப் பரிசுகள் வாங்கியிருக்கிறார். ஆயினும் சமய ரீதியாகவும், தேச விடுதலை ரீதியாகவும் கல்லூரி ஆசிரியர்களோடு முரண்பட்டு, படிப்பில் தோற்றார்.

1942–43 காலத்தில் ஜீவா இரண்டு மூன்று முறை எங்கள் வீட்டுக்கு வந்து, எங்கள் முற்றத்துப் பலாமரத்தடியில் பொதுக் கூட்டங்கள் நடத்தியிருப்பதாக நான் அறிந்திருக்கிறேன். தீவிரமான காந்தியத் தொண்டர் என் தந்தை. அண்ணன் சொல்லை ஒருபோதும் மீறாதவர். பெண்களை மிகவும் மதித்துப் போற்றுபவர். என் அன்னையின் சேலை, சட்டை முதலிய வற்றைத் தோளில் போட்டுக்கொண்டு ஆற்றுக்குப் போய்

துவைத்துக்கொண்டு வந்து அவர் ஊராரின் ஏளனத்துக்காளானது எனக்குப் பசுமையாக நினைவிலிருக்கிறது. இந்த அத்தனை அம்சங்களையும் 'அவர் பிரசங்கம் பண்ணப் போவார்' என்ற ஒரே சொல்லில் அடக்கிவிட்டார் என் அன்னை.

அப்பாவும், பெரியப்பாவும் இல்லையென்று சொல்ல இயலாத மனமுடையவர்கள். இதனால் எங்கள் செல்வம் கரைந்தது. கடன் வந்தது. ஊரில் உயர்நிலைப் பள்ளிக் கட்டடம் உருவாக்கும் முயற்சியில் நாங்கள் இழந்த சொத்துகள் இப்போதுள்ள விலையில் கோடி பெறும். இந்தப் பிரச்சினைகளில் என் அப்பா என் பெரியப்பா பக்கம் உறுதியாக நின்றது என் அம்மாவுக்கு ஏமாற்றமாகவும், அதிர்ச்சியாகவும் இருந்தது. அதன் விளைவே அப்பா பற்றி அவர் தந்திருக்கும் சித்திரம்.

எங்கள் குடும்பத்தின் பேரழகும், உயர் பண்புகளும் திரண்டு பிறந்தவளான என் மூத்த தங்கை, தன் பதினாறாவது வயதில் எதிர்பாராமல் மரணமடைந்தது என் தந்தையை நிலைகுலையச் செய்தது. கோயில் தீர்த்தம் தவிர மருந்து எதையும் சாப்பிடாத பரம்பரையில் வந்த இவர், குடும்பத்தாரின் வற்புறுத்தலுக்காக மருந்து சாப்பிட்டும், பயனின்றி மரணமடைந்தார். மரணத்தன்று காலை, நான் கல்லூரிக்குப் போக மனமின்றி அவர் அறையில் நின்றுகொண்டிருந்தேன். என்னை அழைத்து, 'கல்லூரிக்குப் போ. அது உன் கடமை. ஏதாவது நேர்ந்தால் செய்தி வரும். அப்போது வந்தால் போதும்' என்றார்.

நான் கண்களில் நீர் திரள அவர்களைப் பார்த்துக்கொண்டே நின்றேன். 'அப்பா! (என்னை இப்படித்தான் அழைப்பார்) உனக்காக நான் எதையும் வச்சிட்டுப் போகல்ல. ஆனா ஒன்ன வச்சிட்டுப் போறேன். அது போதும்' என்றார்.

பணத்தைப் பெரிதாகக் கருதாத – தன் லட்சியத்திலிருந்து பிறழாத – புகழ் தேடாத – எளிய – நேர்மையான என் தந்தையைப் போன்ற ஆன்மாக்களை நான் என் வாழ்வில் மிக அபூர்வமாகவே சந்தித்திருக்கிறேன். என் மனதை ஆற்றிக்கொள்வதற்காகத்தான் இதை இங்கே எழுதுகிறேன்.

இந்த நூலை வெளியிடும் எண்ணம் தொடக்கத்தில் எனக்கு இல்லை. நான் எழுதத் திட்டமிட்டிருந்த நாவலுக்கு இதை மூலப்பொருளாகப் பயன்படுத்தலாம் என்றுதான் நினைத்திருந்தேன். திரு.சுந்தர ராமசாமி தான் இதை அப்படியே வெளியிடும்படிச் சொன்னார். ஆயினும் கிட்டத்தட்ட 20 ஆண்டுக் காலம் எந்த முடிவும் நான் எடுக்கவில்லை.

இரண்டு ஆண்டுகளுக்கு முன்தான் இதை அப்படியே வெளியிடுவது – அதுவும் நானே வெளியிடுவது என்ற எண்ணம் என்னுள் உறுதிப்பட்டது.

என் அம்மா கையெழுத்து படிக்கச் சிரமமானது. என் உதவியாளன் பூங்குணம் சேகர் முழுமையாக நகல் எடுத்தான். முன்னுரை எழுதுவதற்காக மூலப்பிரதியைப் பார்வையிட்ட தூத்துக்குடி பேராசிரியர் ஆ. சிவசுப்பிரமணியன், 'இது ஒரு அபூர்வ ஆவணம். படியெடுத்து முடிந்துவிட்டபடியால், மூலத்தை அப்படியே தூய சவேரியார் கல்லூரி நாட்டார் வழக்காற்றியல் ஆவணக் காப்பகத்தில் ஒப்படைத்துவிடுங்கள்' என்றார்.

மூலத்தைப் பார்த்ததும், தூய சவேரியார் கல்லூரியின் நாட்டார் வழக்காற்றியல் துறையில் பணிபுரியும் எனது அருமைத் தம்பிகள் டாக்டர் ஞா. ஸ்டீபனும், டாக்டர் நா. இராமச்சந்திரனும் இந்நூலை எங்கள் மையமே வெளியிட்டால் சிறப்பாக இருக்கும் என்றார்கள்.

நாட்டார் வழக்காற்றியல் மையத்தின் இயக்குநர் அருள் தந்தை செயபதி அடிகளார் அப்போது லண்டனில் இருந்தார். டாக்டர் ஸ்டீபன் உடனே அவருக்குச் செய்தி தெரிவித்து, அனுமதி பெற்று, வேலையைத் தொடங்கி, இன்று மிக அருமையான வடிவத்தில் இந்த நூல் உங்கள் கையில் இருக்கிறது.

பேராசிரியர்கள் ஆ. சிவசுப்பிரமணியன், டாக்டர் ஞா. ஸ்டீபன், டாக்டர் நா. இராமச்சந்திரன் – ஓவியர்கள் திரு. ஆதிமூலம், திரு. புருஷோத்தமன் – நூலை வடிவாக்கம் செய்த திரு. சி. மோகன் – கணிப்பொறியில் தட்டச்சுச் செய்த திரு. காட்வின், திருமதி. டெய்சி, செல்வி அருள்மேரி, செல்வன் பழனிவேல், செல்வன் பிரேம் ஆனந்த், எல்லாவற்றுக்கும் மேலாக இந்த நூலை மிகுந்த ஆர்வத்தோடு வடிவமைத்து வெளியிடும் நாட்டார் வழக்காற்றியல் மையத்தின் இயக்குநர் அருள்தந்தை செயபதி அடிகள், தூய சவேரியார் கல்லூரி நிறுவனத்தார், நிதி உதவி நல்கும் ஃபோர்டு நிறுவனத்தார்,

எல்லோருக்கும் என் அம்மா சார்பில் என் நன்றி.

கோயம்புத்தூர் – 1 **பொன்னீலன்**
15.08.1998

படங்கள்

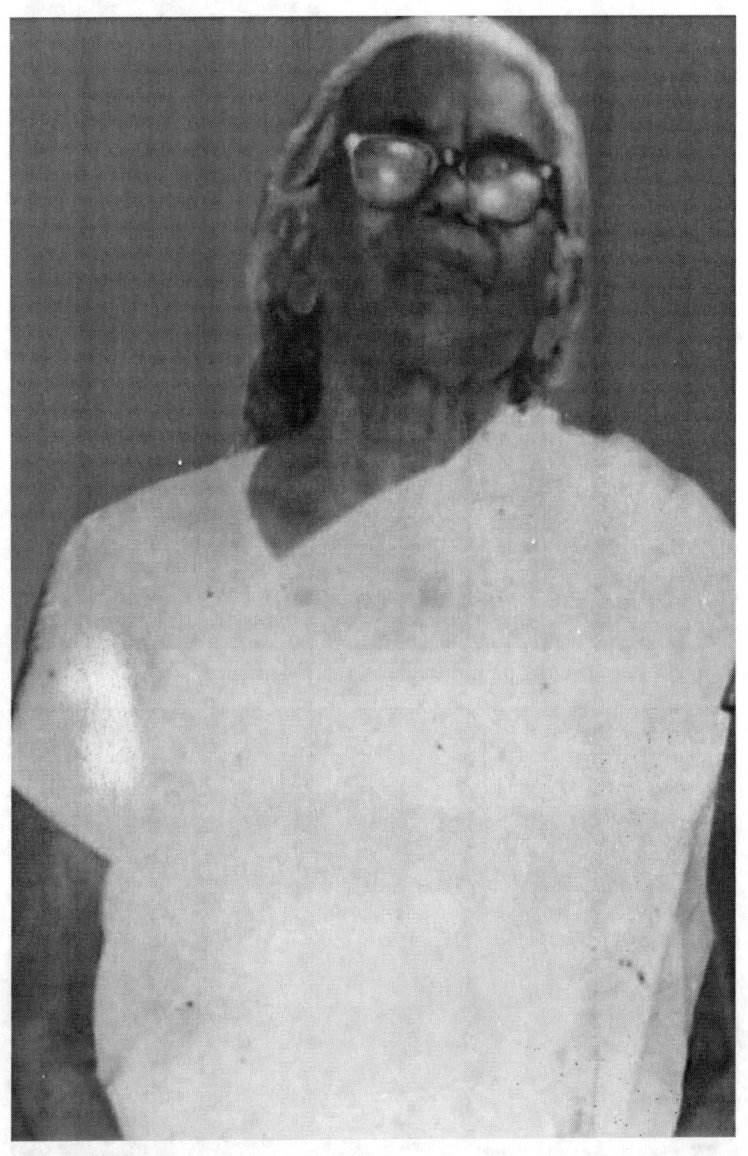

அழகிய நாயகி அம்மாள்
(1915 - 2008)

அழகிய நாயகி அம்மாளுடன் பொன்னீலன்

அழகிய நாயகி அம்மாளுடன் கொள்ளுப் பேத்திகள்
(பிரியதர்ஷினி, திவ்யதர்ஷினி)

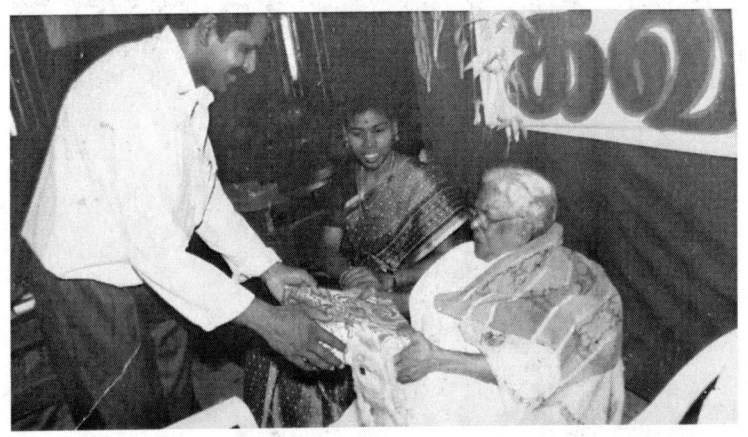

நாகர்கோவில், கவிமணி தேசிய விநாயகம் பிள்ளை பள்ளியில் நடைபெற்ற 'கவலை' வெளியீட்டு விழாவில் அழகிய நாயகி அம்மாளுடன் பேத்தி அனிதா பொன்னீலன். (1999)

தூய சவேரியார் கல்லூரியில் நடைபெற்ற 'கவலை' நூல் வெளியீட்டு விழாவில் தொ.மு.சி. ரகுநாதன் நூலை வெளியிட, ஓ.என்.வி. குருப்பு முதல் பிரதியை பெற்றுக்கொண்டார்.